தூய அன்னை சாரதாதேவி திருவிளையாடற் புராணம்

AF834650

சாயி அடிமை

notionpress.com
INDIA · SINGAPORE · MALAYSIA

ISBN 979-8-89026-380-3

பொருளடக்கம்

நன்றியறிதல்

இந்தப் பாடல்கள் எல்லாம் **அம்மா**(by பூஜ்ய ஸ்ரீ ரா. கணபதி அவர்களால் எழுதப்பட்டு ஸ்ரீ ராமகிருஷ்ண மடம், மயிலாப்பூர், சென்னை 600004 பிரசுரிக்கப்பட்டது) என்ற நூலை அடிப்படையாகக் கொண்டு எழுதப்பட்டது. ஸ்ரீ இராமகிருஷ்ணர் பற்றியும், சுவாமி விவேகானந்தர், புனித அன்னை ஸ்ரீ சாரதா மணி, ஸ்ரீ சத்யசாய்பாபா, ஸ்ரீ யோகி ராம்சுரத்குமார், ஸ்ரீ ரமண மகரிஷி, தெய்வத்தின் குரல் முதலிய நூல்களையும் எழுதி பூஜ்ய ஸ்ரீ ரா. கணபதி அவர்கள் அருந்தொண்டாற்றியிருக்கிறார். எனவே, பூஜ்ய ஸ்ரீ ரா. கணபதி அவர்களை நமஸ்கரித்து, நன்றி தெரிவித்து, ஆசிகள் வேண்டி இந்த நூலை எழுத முயற்சி செய்திருக்கிறேன்.

என் மனத்துள் அந்தராத்மாவாக இருந்து என்னை ஆட்டிவைத்து வழிநடத்தி உண்டியும், உடையும், உறைவிடமும் கொடுத்தருளும் அகிலாண்டகோடி பிரம்மாண்ட நாயகன் பரப்பிரும்ம ஸ்ரீ சச்சிதானந்த சத்குரு ஸ்ரீ சாயிநாதன் அவர்களுக்கும, அவரின் மறு அவதாரம் போல் நம் முன்னே வாழ்ந்துச் சமீபத்தில் சமாதி அடைந்த ஸ்ரீ காஞ்சி மகாசுவாமிகள் சந்திரசேகர சரஸ்வதி சுவாமிகள் அவர்களுக்கும், மந்திராலயம் ஸ்ரீ இராகவேந்திர சுவாமிகளுக்கும், சனாதன தர்மத்தின் சகல பிரிவுகளையும் அனுஷ்டித்து, அவையெல்லாம் சத்தியத்தை அறிவிக்கின்றன என்று கண்டறிந்தவரும், தமது மனைவியை இறைவியாகப் பாவித்துப் பூசை செய்து மகிழ்ந்தவரும், இதர மதங்களையும் அனுஷ்டித்துக் கண்டறிந்தவரும், மனித சேவையே மகேசன் பூசை என்று தமது சீடர்களுக்கு அறிவுறுத்தி, அவர்களை மக்கட் சேவையில் ஈடுபத்தியவரும், சனாதன தர்மத்திலிருந்து பிற மதங்களுக்கு மக்கள் புகாதவாறு தடுத்து நிறுத்தியதற்குக் காரணமானவரும், மிகவும் எளியவரும், தூய்மையானவரும் ஆகிய ஸ்ரீ இராமகிருஷ்ண பரமஹம்சருக்கும், அவரது தர்மபத்தினி ஸ்ரீ சாரதாமணிதேவி அவர்களுக்கும் என்னையும் இப்பாடல்களையும் மனப்பூர்வமாக சமர்ப்பிக்கிறேன்.

சிரடி ஸ்ரீ சாயிநாதன் தமது பத்தர்களுக்கு அருளியவாறே ஸ்ரீ காஞ்சி மகாசுவாமியும், மந்திராலயம் ஸ்ரீ இராகவேந்திர சுவாமிகளும், ஸ்ரீ இராமகிருஷ்ண பரமஹம்சரும், அவரது தர்மபத்தினி ஸ்ரீ சாரதாமணிதேவி அவர்களும் தமது பத்தர்களை பலவாறு அருளிக் காத்து வந்திருக்கிறார்கள். இன்றும் காத்து வருகின்றார்கள். சிரடி ஸ்ரீ சாயிநாதன் ஆற்றிய அற்புதங்கள் சிலவற்றை இந்த ஆசிரியர் எழுதிய **சிரடி சாயி திருவிளையாடற் புராணம்**, (published by M/s கிரி டிரேடிங் ஏஜன்ஸி பிரைவேட் லிமிடெட்) என்னும் புத்தகத்தில் காணலாம். காஞ்சி ஸ்ரீ மகாசுவாமிகள் ஆற்றிய அற்புதங்கள் சிலவற்றை இந்த ஆசிரியர் எழுதிய காஞ்சி மகாசுவாமி திருவிளையாடற் புராணம் (published by M/s Notion Press) என்னும் புத்தகத்தில் காணலாம். மந்திராலயம் ஸ்ரீ இராகவேந்திர சுவாமிகளின் வரலாற்றை இதே ஆசிரியர் எழுதிய இராகவேந்திர சுவாமிகள் திருவிளையாடற் புராணம் (published by M/s Notion Press) என்னும் புத்தகத்தில் காணலாம். மேலும், இராமகிருஷ்ண பரமஹம்சருடைய திவ்விய சரித்திரத்தைப் பாடல் வடிவில் இராமகிருட்டிணர் திருவிளையாடற் புராணம் என்னும் நூலில் படித்தறியலாம்.

பத்துமாதம்சுமந்து உயிரூட்டிப் பெற்றெடுத்து முலையமுதும், அமுதும், தமிழும், பத்தியும் ஊட்டி, வாழ்க்கையின் ஒவ்வொரு அடியிலும் எனது நலனையே மனதில் கொண்டு அறிவுறுத்திய

என் தாய் அலவந்திபுரம் ஸ்வர்கீய ஸ்ரீமதி சாவித்திரி அம்மாவுக்கும், சோற்றுக்கும் படிப்புக்கும் வழி செய்த தந்தை கோமல் ஸ்வர்கீய ஸ்ரீ சீனிவாச ஐயருக்கும் நன்றி சொல்லி இப்புத்தகத்தை அவர்தம் பொற்பாதங்களில் சமர்ப்பிக்கிறேன்.

இந்தப் புத்தகத்தைப் படித்து மிக அழகாகத் திருமுகம் (முன்னுரை) எழுதித் தந்த ஸ்ரீ சாரதா ஆஸ்ரமம், உளுந்தூர்பேட்டை மடத்தினருக்கும் எனது நமஸ்காரத்துடன் கூடிய நன்றிகளை மனப்பூர்வமாகத் தெரிவித்துக் கொள்கிறேன்.

அரசினர் உயர்நிலைப் பள்ளி உறந்தைராயன் குடிக்காட்டில் 1966-68ல் பத்து, பதினொன்றாம் வகுப்பில் தமிழ் பயிற்றுவித்துத் தமிழில் ஆர்வம் ஏற்படக் காரணமாயிருந்த தமிழாசிரியர் திரு மீனாட்சிசுந்திரம் பிள்ளை அவர்களுக்கும், 1965-66ல் ஒன்பதாம் வகுப்பில் தமிழ்பயிற்றுவித்தத் திரு கோவிந்தராஜன் பிள்ளை அவர்களுக்கும் எனது ஆத்ம பூர்வமான நன்றிகள்.

எனது பெற்றோருக்கு நான் செய்ய வேண்டிய கடமையைக் கொஞ்சம் ஆற்றச் சோற்றுக்கு வழிசெய்து இந்நிலையை அடைய வழிசெய்த என் தமையனுக்கு ஆழ்ந்த நன்றிகள்.

பாடல் எழுதத் தேவையான அமைதியும் தனிமையும் தந்து எனது வீடு மற்றும் பலதரப்பட்ட பொறுப்பெல்லாம் தானாகவே மனமுவந்து ஏற்றுத் தாங்கி எனக்குப் பக்க பலமாக, உறுதுணையாக இருக்கும் என் மனைவிக்கு நன்றி எத்தனை தெரிவித்தாலும் போதாது. என்னை விடவும் அதிகமாக ஸ்ரீ சிரடி சாயி,காஞ்சி ஸ்ரீ மகாசுவாமிகள், மந்திராலயம் ஸ்ரீ இராகவேந்திர சுவாமிகள், ஸ்ரீ இராமகிருஷ்ண பரமஹம்சர் மீது பத்தி கொண்டு என் பிழையெலாம் பொறுத்துக் கொள்ளும் கண்கள் போலும் என் பெண்களுக்கு மனப்பூர்வமான நன்றிகள். விடமத்தில் என்னைப் போலும் பெயரன் சன்ஸ்காரும், அழகாகத் தமிழ் பேசும் பெயர்த்தி சன்ஸ்கிருதியும் பாடல் எழுதக் காரணமாவர். விடமத்தில் என்னை மிஞ்சிய பெயரன் அவ்யுக்த் என்னும் சாயிகிருஷ்ணன் பிறந்த பிறகே பாடல் எழுத உத்வேகம் பிறந்தது என்றால் அது முற்றிலும் உண்மை. எனது மாப்பிள்ளைகளும் அவரது பெற்றோரும் என்னைப் பலவாறாக ஊக்குவித்ததால் அவர்களுக்கும் என் நன்றிகள்.

உடன்பிறந்தார் அனைவருக்கும் நன்றிகள்.

இறுதியாக, இப்பாடல்கள் புத்தக வடிவில் உருவாக உதவிய M/s Notion Press, Chennai பதிப்பகத்தாருக்கும் ஸ்ரீ சாரதாதேவி அன்னையின் அழகுமிகு உருவப் படங்களைத் தேடிப் பதிவு செய்த பதிப்பகத்தாருக்கும் ஆழ்ந்த நன்றிகள்.

ஒரு அதி முக்கியமான செய்தியைத் தெளிவாக்க விரும்புகின்றேன். இந்தப் பாடல்களில் உள்ள எல்லா வார்த்தைகளையும் ஸ்ரீ இராமகிருஷ்ண பரமஹம்சர் மற்றும் ஸ்ரீசாரதாமணிதேவி எனக்கு அறிவிக்க, என் கைகள் அவற்றை எழுதியதினால் இந்தப் பாடல்களின் சிறப்பெல்லாம் அவர்களை மட்டுமே சேரும். குறையிருந்தால் அவையெல்லாவற்றிக்கும் நான் மட்டுமே பொறுப்பு. இலக்கணப் பிழைகளையும், சொற்குற்றம், பொருட்குற்றங்கள் மற்றும் ஒற்றுப்பிழைகளையும் பொறுத்து எனது முயற்சியைப் பாராட்டும் வகையாக நிறைய அளவில் இந்தப் புத்தகத்தை வாங்கிப் படித்துப் பயன் பெறுமாறு கேட்டுக்கொள்கிறேன். நண்பர்களையும் சொந்த பந்தங்களையும் இப்புத்தகத்தை வாங்கத் தூண்டினால் அடுத்தடுத்த புத்தகங்கள் எழுத உத்வேகம் பெறுவேன்.

தமிழ் கூறும் நல்லுலகு இந்தப் புத்தகத்தையும் என்னையும் ஆதரிக்குமாறு வேண்டுகிறேன். இப்புத்தகத்தைப் படித்து தங்களின் உத்தமமான கருத்துக்களை எழுதித் தெரிவித்து என்னை ஊக்குவித்தால் புத்தகங்கள் வெகு விரைவில் வெளியிட உதவியாக இருக்கும்.

இப்புத்தகத்தைப் படிப்போர் அனைவருக்கும் ஸ்ரீ இராமகிருஷ்ண பரமஹம்சர் மற்றும் ஸ்ரீ சாரதாமணிதேவி எல்லா வளமும் பரிபூரணமாக வழங்க வேண்டுகிறேன்.

இந்தப் புத்தகத்தின் விற்பனையால் ஆசிரியருக்குக் கிடைக்கும் பணமெல்லாம் (Royalty) ஸ்ரீ சாரதா ஆஸ்ரம், உளுந்தூர்பேட்டைக்கு நேரடியாகச் செலுத்தப்படுகிறது.

புத்தகத்தைப் படித்துவிட்டுத் தங்களின் உத்தமமான கருத்துகளை எனக்குத் தெரிவித்தால் அடுத்தடுத்தப் பிரசுரத்தில் அவற்றைக் களைந்து பதிவிட இயலும்.

நன்றிகள்,

தங்கள் அன்பன்

மின்னஞ்சல்: sparth321@rediffmail.com
கைபேசி.: 99629 01148/97573 89538

இராமகிருஷ்ணர் பாதமே சரணம், சாரதா மணி பாதமே சரணம்,
சுவாமி விவேகானந்தர் பாதமே சரணம்!

சாயிஅடிமை
பன்வெல்
ஏப்ரல் 2023

கடவுள் வாழ்த்து

கணவ னாகு மரும்பதியும்
காளி யென்று கருதிநின்று
பணிந்து பாதம் பற்றிப்பின்
பெற்று நின்ற தவப்பலனை
வணங்கி அர்ப்ப ணித்துநின்ற
வையம் காணா நிகழ்ச்சிக்கு
அணங்கு நீயே ஆதாரம்
அகிலம் காக்கும் அவதாரம்

1. அவதாரம்

வங்கா ளநாட்டில் கிராமமொன்றில்
வளஞ்செ ழிக்கும் வயல்பலவும்
பொங்கிப் பெருகு மாறொன்றால்
பேரும் பெற்றுத் திகழ்ந்ததுவே
எங்கும் பசுமை நிறைவயல்கள் (1)
இயற்கை அன்னை அளித்துநின்ற
தங்க மென்னுஞ் செந்நெல்லைத்
தந்த ளித்து மகிழ்ந்தனவே

சிற்றா றொன்றின் கரைதன்னில்
செயராம் பாடி யெனுங்கிராமம்
வறுமை யென்றுங் காணாத
வளஞ்செ ழிக்கும் நல்லூராம்
சிறிய காடு டையதுவாம் (2)
சம்ப கபுன்னை மலர்பூத்துச்
செறிந்து விளங்கி நறுமணமும்
திக்கெட் டிற்கும் வீசிநிற்கும்

வருடம் முழுதுங் கழனிதன்னில்
வறுமை யொழிக்க மக்களுமே
பெருக வுழைத்துச் செந்நெல்லைப்
பயிர்செய் வித்துப் பசிப்பிணியை
விரட்டி யொழித்து வருவோர்க்கு (3)
விருந்த ளித்து மகிழ்ந்திடுவர்
திருடர் பயமு மறியாத
செயராம் பாடி நல்லூராம்

ஊரில் காளிக் கொருகோவில்
உண்டா மங்குச் சுடுகாடும்
ஊரார் கூடிப் பேரொலியில்
உரக்க அழுதுத் தெளிந்துநின்றுப்
பேரை நீக்கிப் பிணமென்றுப் (4)
பெயரு மிட்டுச் சுட்டொழித்து
நீரில் மூழ்கித் தஞ்சுற்றம்
நினைப்பொ ழிந்து நின்றிருப்பர்

பனவ ரொருவர் கேலாராம்
பெயரி லங்கு வாழ்ந்தவராம்
தனது குலத்துத் தெய்வமாகும்
தாயாம் காளிக் கொருகோவில்
இனிதே கட்டிப் பூசையும் (5)
இயற்றி மகிழ்ந்தார் பல்லாண்டு
கனிந்து மகிழ்ந்த ஊராரும்
கொண்டா ரவரைப் புரோகிதராய்

தரும தேவ தைக்கங்குச்
செல்வம் படைத்தோர் கோவிலொன்று
கிராம நடுவில் களித்தெழுப்பிக்
கொண்டா ரதையுந் தெய்வமாக
வரம ளித்து வழிப்பயணம் (6)
வெற்றி பெறவே வேண்டிநின்று
பெருக வழைத்துப் புதுவூரின்
பயண மேற்ப ரூர்மக்கள்

அல்லும் பகலுங் கழனிதன்னில்
அரும்பா டுபட்டு ழைத்துநின்று
நெல்லுங் கரும்புங் காய்கறியும்
நிறைய பயிரிட் டிருந்தனரே
எல்லை தாண்டி அயலூரும் (7)
ஏக வேண்டி யதில்லையால்
தொல்லை யெதுவுங் காணாரே
தெய்வத் துணையு முண்டவர்க்கே

இனிப்புப் பண்ட மொன்றிற்கே
ஏகி நிற்ப ரயலூரும்
முனிவர் இராம கிருட்டிணரும்
மற்ற வதரித் தநல்லூராம்
இனிய காமார் புகாரூரும் (8)
இருந்த துமூன்று கற்றொலைவில்
தனித்துச் சிறந்த தின்பண்டம்
சென்று வாங்கி வந்திடுவர்

கங்கை கடலில் கலந்திடுமூர்
கங்கா சாக ரென்பதாகும்
வங்கா ளத்து வாழ்மக்கள்
வருட மொருநாள் யாத்திரையாய்
அங்கு சென்று நீராடி (9)
அகமும் மகிழ்ந்து பலகோவில்
பொங்கிக் களித்துச் சேவித்து
புறப்பட் டடைவர் தம்மூரே

தலைந கராகக் கோல்காதா
திகழ்ந்தி ருந்த தந்நாளும்
செல்வம் திரட்டும் பொருட்டுபலர்
சென்று சேர்வரவ்வூரும்
கல்வி கற்றுப் பொருள்திரட்ட (10)
கருதிச் சிலருஞ் செல்வரங்கு
செல்லப் பிடிக்கும் மூன்றுதினம்
செயராம் பாடி யிருந்ததற்கு

செயராம் பாடிக் காளிகோவில்
சிறக்க எழுப்பி நின்றிருந்து
உயர்ந்த மனிதர் வமிசத்தில்
உதித்த இராமச் சந்திரரும்
வயிற்றுப் பிழைப்பின் பொருட்டங்கு (11)
விழைந்து நின்றார் செல்வதற்கு
பயணம் வெற்றி பெறும்பொருட்டு
பரம கலையை வேண்டிநிற்பார்

இராமச் சந்தி ரரடியாரும்
இடைவி டாது சதாகாலம்
இராம நாமங் கூறிநின்று
இல்ல றவாழ்வி லீடுபட்டு
வருநாள் தன்னில் மனைதன்னில் (12)
வறுமை மகிழ்ந்து குடிபுகவும்
பெரிதும் வருந்தித் தன்தருமம்
பிறழா துவாழ்ந்து வந்திருந்தார்

இல்ல றவாழ்வி லீடுபட்டு
இருக்கு மிவரி னருமனையும்
செல்வி ருந்தோம் பிநின்றிருந்து
சிறக்கப் பின்னர் வருவிருந்தை
இல்லம் முன்ன மெதிர்பார்த்து (13)
இருந்து வாழும் பண்புடையார்
இல்லாள் சியாம சுந்தரியை
ஏற்றித் துதிப்ப ரூராரும்

சூது வாது மறியாத
சியாமா சுந்த ரியம்மையும்
கோதில் குணத்தார் மேலுமவர்
கிருகந் தன்னை அண்டிநிற்கும்
சாதுக் களுக்கும் கிராமத்துத் (14)
தரித்தி ரமக்கள் பலருக்கும்
ஆத ரவாக இருந்துபொருள்
அள்ளி வழங்கிக் களித்திடுவார்

மனையி லுள்ள தெல்லாமும்
மகேசன் மற்று மவனடியார்
அனைவ ருக்கு முரியதென்று
அறைந்து தினமு மியன்றவரை
அன்ன தானஞ் செய்துநின்று (15)
அகங்க ளித்து மகிழ்ந்திடுவார்
பின்னு மவர்தம் பெருஞ்சுற்றம்
பிரியா தவரோ டிருந்ததுவே

ஈந்து சிவந்த தவர்கரங்கள்
ஈவ தற்குப் பொருளேதும்
ஆன மட்டும் தேடிநின்றும்
அகத்தி லில்லா தொழிந்ததுவே
கானில் படருங் கோவையும் (16)
கசப்பு மிகுந்த இலைதழையும்
ஊன்வ ளர்க்க மனையோரும்
உண்டு வாழ நேர்ந்ததுவே

மனையோர் பசியால் வாடிநிற்க
மற்று மகேச னடியார்க்கு
கனிந்து கொடுக்கப் பொருளேதும்
காணா தவரும் வறுமையை
முனிந்து வெறுத்து வாழும்நாள் (17)
மற்றுத் தனது பதியிடமும்
சென்று வேறோ ரிடமேகிச்
செல்வங் கொணரக் கூறிநின்றார்

மனையாள் கூற்றை உடனேற்று
மகிழ்ந்து இராமச் சந்திரரும்
இனிதே பலரும் கோல்காதா
ஏகித் தொழிலும் புரிந்துநின்று
தனமுங் கொண்டு வருவதேபோல் (18)
தட்டா துடனே செல்வதாக
மனைக்க றிவித்து நல்லநாளை
முடிவு செய்து மகிழ்ந்திருந்தார்

நன்னா ளொன்றைத் தேர்ந்தெடுத்து
நிரம்ப மகிழ்ந்தி ருறங்குகையில்
இனிதே இரவி லவர்கனவில்
இன்பம் நிறைக்குங் காட்சியொன்று
முன்னே தோன்ற அவர்முழுதும் (19)
மகிழ்ச்சிப் பெருக்கால் திண்டாடி
தன்னை மறந்து காட்சிதனைத்
தெளிவாய்க் கண்டு மகிழ்ந்துநின்றார்

குழந்தை யொன்று பின்புறமாய்
கட்டி அணைத்துத் தன்கரத்தால்
விழிகள் மூடி நின்றிருக்க
வியந்த இராமச் சந்திரரும்
மழலைக் கரத்தை பிடித்திழுத்து (20)
முன்னே கொண்டு வந்துநின்று
விழிவைத் ததையே பார்த்தவாறு
விடாது பிடித்துக் கொண்டிருந்தார்

பெண்கு ழந்தை மேலுமவள்
பேர ழகொன்று ருவெடுத்து
மண்ணில் தோன்றி நின்றிருக்க
மற்று இராமச் சந்திரரும்
கண்கொட் டாது குழந்தையைக் (21)
களித்த மர்ந்து கண்டிருந்து
விண்ண கத்துத் தேவதையும்
வந்தா ளென்று வியந்துநின்றார்

கனக மாலை பலவணிந்து
கண்ணைக் கவரும் பேரழகில்
தன்மு னிருந்து பேரொளியைச்
சிந்தி நிற்கும் பேதையைக்
கனிந்து நோக்கி இனிதாக (22)
கண்ணே மணியே கற்கண்டே
இனிதே பகர்வாய் யாரென்று
எனக்குத் தெரிய வுரையென்றார்

நனவா கனவா இதுவென்று
நிரம்பக் குழம்பி நின்றிருந்துப்
பின்தெ ளிந்து குழந்தையைப்
பார்த்து இராமச் சந்திரரும்
கனிந்து விவரங் கேட்டுநிற்க (23)
கரைந்து நின்றா ளருங்குழந்தை
உன்னைத் தேடி வந்ததாக
உரைத்தாள் தெளிவா யப்பேதை

பெருந்த னத்து மனைசேர்ந்த
பேதை வழியுந் தவறிநின்று
கிருகம் வந்து சேர்ந்ததென்று
கவலை கொண்டு குழந்தையைப்
பெருக வாழ்வா யென்பெண்ணே (24)
பின்னும் வந்த காரணத்தை
உரைக்கக் கேட்க உன்கிருகம்
உவந்து வந்தே னென்றதுவே

உனது பத்தி தனில்மகிழ்ந்து
உனக்கும் மனைக்கு மருளிடவும்
மென்மை பணிவ டக்கத்தை
மேற்கொண் டுநின்று குடும்பத்தின்
அனைத்துக் கடமை பலவாற்றி (25)
அகலா துபத்தி புரிதலையும்
இனிதே வாழ்ந்து காட்டிடவும்
எடுக்க வுள்ளேன் பிறப்பென்றாள்

அச்சம் நாணம் மடம்பயிர்ப்பு
அனைத்துங் கொள்ளல் வேண்டுமென்றும்
இச்ச கத்தி லிவையிருக்க
எதுவும் வேண்டாம் என்பதையும்
பச்சைப் பதும இலைநீர்போல் (26)
பட்டும் படாது வாழ்முறையும்
இசைத்த றிவிக்க உன்மனையில்
எடுக்க வுள்ளேன் பிறப்பென்றாள்

அன்பு செலுத்தும் வழிமுறையும்
அதன்பின் பலவாஞ் சோதனைகள்
அனைத்துங் கண்டு மவற்றையும்
அதீத நல்ல சாதனையாய்
இனிதே மாற்றும் வழிபலவும் (27)
இச்ச கத்து மாந்தருக்கு
நனிசி றக்க எடுத்துரைக்க
நானும் பிறப்பே னென்றுரைத்தாள்

நன்ம களாக மேலும்பின்
நற்சோ தரியாய் நன்மனையாய்
அன்பு செலுத்தி யாதரிக்கும்
அருமைத் தாயா யன்னையாய்
துன்மார்க் கத்து மனிதரையும் (28)
தாங்கிக் காக்கும் நற்குருவாய்
இன்னு மனேக உருதாங்கி
எடுக்க வுள்ளேன் பிறப்பென்றாள்

இறையை அடையப் பலவழிகள்
இருக்கி றதென்று கூறிநிற்கும்
மறையின் கூற்றை மெய்ப்பித்து
மாநி லத்தோர் கண்டிடவே
இறைவ னுலகி லவதாரம் (29)
எடுத்து வாழ்ந்து வருபவர்க்கு
மற்று யானு முறுதுணையாய்
மகிழ்ந்தி ருக்க பிறப்பெடுப்பேன்

இராம னாகக் கண்ணனாக
இகத்தே பிறப்பெ டுத்தவராம்
இராம கிருட்டி ணராகயிங்கே
இனிதே பிறப்பெ டுத்தவர்க்கு
புரிந்தி டவேண்டு முதவியென்று (30)
புவனந் தன்னில் பிறப்பெடுக்க
கருதி யுனது மனைதன்னில்
குழந்தை யாவே னென்றாளே

இல்ல றத்தி லீடுபட்டும்
இணைபி ரியாது டன்வாழ்ந்தும்
புல்லி னுமற்ப வேட்கைகள்
புவியில் வாழும் நாள்வரையில்
இல்லா திருந்து வாழ்ந்துகாட்டி (31)
இயற்கை வேகம் மிகவொடுக்கி
நல்ல குருவாய் மக்களையே
நானு முயர்த்த விழையுமென்றாள்

புருட ருக்கு றுதுணையாய்
புவனந் தன்னில் வாழ்ந்திருந்து
புரியு மவரின் தவவாழ்க்கைப்
பெரிதும் மகிழ்ந்து கண்டுதவி
புரிய விரும்பி யுன்மகவாய் (32)
பிறக்க வுள்ளே னாதலினால்
அருமைப் பிதாவே என்னாசை
அறிந்து மகிழ்வா யென்றாளே

இதுகேட் டதிர்ந்து டனெழுந்து
இமைகள் கசக்கி நல்லுறக்கம்
மெதுவாய் விடுத்து நனவிதுவோ
மற்றுக் கனவோ யெனக்குழம்பி
இதுவே இலீலை யெனத்தெளிந்து (33)
இறைவன் நாமம் பலகூறி
உதிப்பா ளிறைவி மனையிலென்று
உவந்து மகிழ்ந்தி ருந்தாரே

பின்னர் இராமச் சந்திரரும்
பொழுது புலர கோல்காதா
சென்று சிலரின் மனைதன்னில்
சிறக்கப் புரோகி தராகிநின்று
தனமுஞ் சேர்த்துத் தம்மூரும் (34)
திரும்பி மகிழ்ந்து வந்தடைய
மனையில் வறுமை சிறிதொழிய
மகிழ்ந்தி ருந்தார் மனையோரும்

செயராம் பாடிக் கருகிலுள்ள
சிறிய வூரைச் சிகாரென்பர்
சியாமா சுந்த ரியம்மையின்
சொந்த வூரே அதுவாகும்
இயற்கை எழில்சேர் அவ்வூரை (35)
எளிதில் நடந்த டைந்திடலாம்
குயவ ரமைத்த சூளைகள்
கொஞ்ச முண்டு வழித்தடத்தில்

வேலை நிமித்த மாயொருநாள்
விரைந்து சியாமா சுந்தரியும்
காலை நேரஞ் சிகார்சென்று
களித்து வேலை முடித்துவிட்டு
மாலை மனைக்குப் புறப்படவும் (36)
மற்று வழியி லிருட்டிடவும்
சாலை யோர மரத்தடியில்
சற்றுத் தயங்கி அமர்ந்திருந்தார்

மனைதி ரும்பும் வழிதன்னில்
மற்றி ருட்டி விட்டிடவும்
இனிமே லடுத்துச் செய்வதென்ன
என்று சிறிது குழம்பிநின்று
தனியாய் கிளம்பி வந்ததற்குத் (37)
தன்னை மிகவும் நொந்துகொண்டு
பின்னர் வில்வ மரமொன்றின்
பக்க மமர்ந்து கொண்டாரே

வான வெளியில் விண்மீன்கள்
வந்து காட்டி னவேடிக்கை
வான ஒளிக்குத் தன்பங்கை
வழங்கி நின்றான் சந்திரனும்
ஞானக் கூத்த னுக்குகந்த (38)
நல்வி ருக்கந் தனிலிருந்து
கானஞ் செய்தொ ருகுழந்தைக்
கீழி றங்கி வந்ததுவே

சறுக்கிக் கொண்டு மரத்திருந்து
சன்னக் குரலில் பாட்டொன்று
சிறுமி யொருத்திப் பாட்டிசைத்து
சியாமா சுந்த ரியம்மையை
இறுக்கிக் கழுத்தில் கட்டிப்பின் (39)
இட்டாள் முத்தம் கன்னத்தில்
மற்று சியாமா சுந்தரியும்
மகிழ்ச்சிப் பெருக்கால் மயங்கிநின்றார்

நிறத்தில் கருமை குரல்வளமாம்
நீண்ட தீர்க்க நாசியுடன்
சறுக்கி மரத்தி லிருந்திறங்கி
சியாமா சுந்த ரியம்மையை
இறுகத் தழுவிக் கன்னத்தில் (40)
இதமாய் முத்த மிட்டவுடன்
சிறுமி தன்னுள் புகுவதாக
சியாமா அம்மை உணர்ந்திருந்தார்

கரிய நிறத்துப் பெண்ணிவளும்
காளி யாமோ வேறெவளோ
குரலு மினிமை கொண்டயிவள்
கவர்ந்து நின்று டல்புகுந்தாள்
பெரிதும் மனமு மிவள்வரவால் (41)
பெற்று நின்ற துபேரின்பம்
இருள்சேர் நேர மாயிடினும்
இதுவே மெய்யா மென்றுணர்ந்தார்

தன்னுட் சிறுமி புகுந்ததாகத்
தெளிவாய் சியாமா சுந்தரியும்
இனிதே அறிந்து டன்மகிழ்ந்து
இருந்துப் பின்னர் மூர்ச்சித்துத்
தன்னை மறந்துத் தரைதன்னில் (42)
சாய்ந்து கிடந்தார் வெகுநேரம்
இன்பம் பெருகிக் களிப்புற்று
இருந்தார் காலம் மறந்தவரும்

பகலொ ழிந்து நிலவுவரப்
பின்னும் சியாமா சுந்தரியும்
அகம டையா திருந்திடவும்
அச்சங் கொண்டு மனையோரும்
திகைத்து சிகாரும் சென்றிடவே (43)
தத்தங் கையில் விளக்கேந்தி
அகசை நாம மொலித்தபடி
அரையி ருட்டில் சென்றனரே

வழியில் சாலை தனில்நடந்து
வரதை நாமஞ் செபித்துநின்று
விழிவைத் திருந்து மனையோரும்
விளக்கை யேந்திச் செல்கையில்
அழிவில் சிவனின் வில்வமரம் (44)
அடியில் மயங்கிக் கிடந்திருக்கும்
பழுதில் சியாமா சுந்தரியைப்
பார்த்துப் பதைத்து நின்றனரே

உலுக்கி யெழுப்பி நின்றிருந்தும்
உரக்கக் குரலுங் கொடுத்துநின்றும்
சிலரே முகத்தில் நீர்தெளித்தும்
சித்தை நாம மொலித்துநின்றும்
பலவி தமாக முயற்சிசெயப் (45)
பருப்ப திநாம முரைத்துநின்று
மெல்ல நினைவு வரப்பெற்றார்
மற்று சியாமா சுந்தரியும்

முழுதும் நினைவு வரப்பெற்று
மகிழ்ந்த சியாமா சுந்தரியும்
தொழுது நின்றுத் துருவைக்குத்
தனது நன்றி தெரிவித்துக்
கழிபே ருவகை மிகக்கொண்டு (46)
கிருகம் வந்து சேர்ந்துநிற்கப்
பழகிக் களித்த ஊராரும்
பார்த்து மகிழ்ந்தார் சியாமாவை

கர்ப்பந் தரித்தி ருப்பதாகக்
கருதி சியாமா சுந்தரியும்
உரியோ னுக்கும் மேலும்பின்
ஊரா ருக்கும் மகிழ்ந்துரைப்பார்
அரிய வனப்ப வரடைய (47)
அவ்வூர் பெண்டி ரதுகண்டு
கருத்தொ ருமித்து றுதியாகக்
கோதை பிறப்பா ளென்றனரே

திங்கள் பலவுஞ் சென்றோட
தேய்பி றையி னேழாம்நாள்
எங்கும் பனிபெய் மார்கழியின்
இனிய உத்தி ரநன்னாளில்
மங்காப் புகழின் வியாழனன்று (48)
மாலை நேரம் சங்கொலியும்
பொங்கி யெழுந்து பெண்குழந்தைப்
பிறப்பை ஊருக் குரைத்ததுவே

அந்திப் பொழுதாம் மார்கழியாம்
அதன்மேல் வியாழக் கிழமையாம்
அந்நாள் நன்னா ளெனக்கருதி
அவ்வூர் தேவி கோவிலுக்குத்
தந்தி ரமார்க்கந் தனைச்சேர்ந்தோர் (49)
சென்று வணங்கச் சங்கொலியும்
வந்த மனைக்கு டனடைந்து
வாழ்த்து ரைக்க வந்தனரே

இதற்கு ளூர்வாழ் மக்களுமே
இனிதே சியாமா சுந்தரியும்
வதியும் மனைக்கு வந்தடைந்து
வாழ்த்துக் கூறி மகிழ்ந்தனரே
மதிமு கத்துச் சுந்தரியை (50)
மற்றுக் கண்டுப் பெண்குழந்தை
அதன்தாய் முகத்தை ஒத்துளதாய்
அறைந்து வாழ்த்திச் சென்றனரே

இறைவன் முடிமே லொளிருகின்ற
இரத்தி னமணி யெனும்பொருளை
அறையும் தாகுர் மணியென்னும்
அழகுப் பெயரைச் சூட்டிடவே
அறைந்தார் சோதி டவல்லுனரே (51)
ஆன்மீ கத்தை அனுட்டித்த
இறைவன் இராம கிருட்டிணரை
இனிதே தாகு ரெனப்புகல்வர்

இன்றும் வங்கம் வாழ்மக்கள்
இறைவன் இராம கிருட்டிணரை
அன்புப் பெருக்கால் மிகமகிழ்ந்து
அழைப்பர் தாகு ரெனும்பெயரால்
இனிய சொல்லின் பொருளிதுவாம் (52)
இறைவ னாண்டா னென்பதுவாம்
அன்னை இராம கிருட்டிணரை
அலங்க ரிக்கும் மணிமுடியாம்

அன்னை மற்று மவர்பதியும்
அர்த்த நாரி ஆகிடுவர்
அன்னை மிகவு மொத்துழைக்க
ஐயன் மிகவும் பேர்பெற்றார்
அன்னை பங்கு சரிபாதி (53)
ஐயஞ் சிறிது மில்லையாம்
அன்னை மற்று மையனையும்
அளவிட் டெவரே அறிந்திடுவர்

இல்ல றத்தி லீடுபடும்
எல்லாப் பெண்கள் போலுமவர்
இல்ல றத்தி லீடுபட்டு
இருந்து பிள்ளை பெற்றாரில்
சொல்லை வேத வாக்காகச் (54)
சென்னி தன்னி லேற்றுநின்று
பலவா றாகத் தன்பதிக்குப்
பெரிது மொத்து ழைத்தாரே

இரண்டு பெயர்கள் வைக்கின்ற
இனிய வழக்க மம்மனையில்
இருந்து வந்த முறைப்படியே
இன்னும் பெயரொன் றவருக்குப்
பெரியோர் சூட்டி மகிழ்ந்தனரே (55)
பெயர துசேமங் கரியென்று
பொருள்பொ திந்த நன்னாமம்
பெற்று நின்ற தக்குழந்தை

நலமே செய்வா ளெனும்பொருளை
நினைவு படுத்தும் நாமமதை
இல்லத் தோருங் குழந்தைக்கு
இரண்டாம் பெயரா யிட்டனரே
பலரும் பிள்ளைப் பேற்றிற்குப் (56)
பரிந்துத் தத்த முதவிகளை
நல்கி மகிழச் சுற்றத்தார்
நிறையப் பேரும் வந்தனரே

சியாமா சுந்தி ரியம்மையின்
சிற்றன் னையும் வந்துநின்று
செய்து நின்றா ருதவிபல
சின்னக் குழந்தை முகங்கண்டு
இயம்பி நின்றா ரிவளிறந்த (57)
என்றன் பெண்ணாம் சாரதையை
வியக்கும் வகையி லொத்திருக்க
வைப்பா யந்தப் பெயரென்றார்

என்ற னினிய சியாமாவே
இறந்து பட்ட சாரதையாம்
என்றன் பெண்ணை யிவள்மிகவும்
இயைந்தொத் திருக்க அப்பெயரை
இனிதே நீயு மிட்டழைக்க (58)
என்ற னுள்ளம் மகிழுமென்று
கனிந்து சித்தி கெஞ்சிநிற்க
கேட்டு நெகிழ்ந்தார் சியாமாவும்

சித்தி விருப்பஞ் சொல்லிநிற்க
சியாமா சுந்த ரியம்மையும்
மெத்தச் சிறந்த இப்பெயரை
மற்றென் பெண்ணிற் கிட்டுநின்று
சதத மழைத்து மகிழ்வதாக (59)
சொல்லக் கேட்ட மனையோரும்
சித்தி யிட்ட அரும்பெயரால்
சார தையென் றழைத்தனரே

பெயரு மிதுவே அரும்பொருளைப்
பெற்ற தாகு மறிந்திடலாம்
உயர்ந்த கல்வி ஞானத்தை
உலகிற் களிக்குங் கலைவாணி
பெயரா மிதுவைத் தாங்கிநின்றாள் (60)
பின்னு மாதி சங்கரரும்
வியந்து தமது மடத்திற்கு
வைத்தா ரிந்த அரும்பெயரை

பிரபஞ் சசார மெனும்நூலில்
பற்றி யிருக்கு மழுக்குகளைப்
பெரிதுங் களைந்து சுத்தமாக்கப்
பலவா றாகக் கலாவதியைப்
பரிந்து சார தையென்று (61)
புகன்ற ழைத்து முதற்பாட்டில்
பெருமை சேர்த்துத் துதிக்கின்றார்
புவனம் போற்றும் சங்கரரே

கரும வினையின் பலனையும்
காணுந் தூல உலகையும்
ஒருமைப் படுத்தி அழித்துநிற்கும்
உத்த மமானப் பெருஞ்சத்தி
பிரம்ம வித்தி யாவென்று (62)
பகருஞ் சார தையென்று
உரைப்பார் பதும பாதரெனும்
உத்த மசங்க ரசீடருமே

கள்ள மில்லா வாழ்வுவாழ்ந்து
கல்வி வேண்டித் துதித்துநிற்க
உள்ளம் மகிழ்ந்து பத்தருக்கு
உவந்து வேண்டும் வரம்பலவும்
அள்ளி தந்த ருள்பவளை (63)
அகிலஞ் சார தையென்று
களித்து மகிழ்ந்து ரைத்திடுமாம்
கூறி நிற்பர் ஞானியரும்

சேயைச் சேமங் கரியென்று
சிறந்த பெயரு மிட்டழைக்கத்
தாயாம் பூமி அவ்வருடம்
தந்து மகிழ்ந்தாள் நல்விளைச்சல்
காயுங் கனியும் அவ்வூரில் (64)
கனிந்து பெருகி விளைந்திருக்க
நோயால் மக்க ளிறந்திலரே
நன்கு மாரி பொழிந்ததுவே

மாரி நன்கு பொழிந்திடவும்
மக்கள் மகிழ்ந்து கழனிகளில்
ஏர்பூட் டிநின்று ழுதுநிற்க
இயற்கை அன்னை மிகமகிழ்ந்து
பேரன் புகொண்டு நல்விளைச்சல் (65)
பரிந்த ளித்து மகிழ்ந்ததுவே
ஊரார் செல்வச் செழிப்புடனே
உள்ளம் மகிழ்ந்தி ருந்தனரே

குடும்பம் பெரிது மேலும்பின்
குறைந்த வருவாய் கழனிமூலம்
அடுத்துத் தினமு மன்னதானம்
அளித்தார் இராமச் சந்திரரும்
விடாது துரத்தும் வறுமையை (66)
விரட்டி யொழிக்க அந்நல்லார்
நட்டார் பருத்திச் செடிகளையும்
நிலத்தில் மூன்றாம் போகமாக

பருத்திக் காய்கள் தனைப்பறிக்கப்
பெண்ணைத் தூக்கிக் கொண்டுசென்று
மரத்தின் நிழலி லிட்டுப்பின்
மற்று சியாமா பறிக்கையில்
பரிந்து தாயும் புரிகருமம் (67)
பார்த்து மகிழ்வாள் சிறுகுழந்தை
விரைவில் குழந்தை இக்கலையை
வியக்கக் கற்றுக் கொண்டதுவே

பஞ்செ டுத்து நூல்நூற்றுப்
பூணூல் செய்த தைவிற்றுப்
பஞ்சம் போக சியாமாவும்
பெரிது முழைத்து நிற்கையில்
பிஞ்சுக் குழந்தை சாரதாவும் (68)
பலவி தமாக உதவிநிற்கக்
கொஞ்சி மகிழ்வர் மனையோரும்
குழந்தைத் திறனுங் கண்டுணர்ந்து

தெய்வ மாகுஞ் சாரதையும்
தாங்கி நிற்பாள் நூல்பலவும்
வியக்கத் தக்க பலவித்தை
விளக்கி நிற்கு மந்நூற்கள்
சியாமா சுந்த ரிசாரதையும் (69)
தாங்கி நின்றாள் பருத்திநூலும்
வயிற்றுப் பசியைப் பருத்திநூலும்
விரட்டித் துரத்தி நின்றதுவே

ஊரி லோடு மோடையை
உள்ளங் கனிந்து கண்டுநிற்பார்
நீரிற் குளித்து மூழ்கிநின்று
நீண்ட நேரம் மகிழ்ந்திருப்பார்
தூரத் தெரியுஞ் சூரியனின் (70)
செந்நி றத்தி லொன்றிநிற்பார்
தீரா வாஞ்சை யுடன்நிலவின்
தண்மை தன்னில் மகிழ்ந்திருப்பார்

தன்வ யதொத்தக் குழந்தைகள்
தினமுஞ் சேர்ந்து கிரீடைகள்
இனிதே புரியஞ் சமயத்தில்
இணங்கி யெல்லோ ருடன்சேர்ந்து
கனிந்து களித்து விளையாடி (71)
கதைகள் கூறி மகிழ்ந்திடுவார்
எனினும் பிணக்கு நேரிட்டால்
இனிதே அவற்றைத் தீர்த்துவைப்பார்

களிம ணெடுத்துப் பொம்மைகள்
கையால் செய்து மகிழ்ந்திடுவார்
பளப ளக்குங் குன்றிமணி
பொம்மை கண்ணா யலங்கரிக்கும்
உள்ள மொன்றிப் பொம்மைகள் (72)
ஒழுங்கு முறையில் செய்துநின்று
களித்துப் பெயருஞ் சூட்டிநின்று
கரங்கு வித்துத் தொழுதிடுவார்

மலரும் வில்வங் கொண்டுவந்து
மனம கிழ்ந்து தூவிநிற்பார்
கொலைவா ளேந்துங் காளிக்குக்
கிராமம் பூசை செயும்வேளை
அலைபாய் மனதை அடக்கிப்பெண் (73)
ஐயை யுடனே ஒன்றிநிற்கப்
பலருங் கண்ட திசயித்துப்
பெரிதுங் குழம்பி நின்றிருப்பர்

இமைகள் மூடித் தியானத்தில்
இருக்குங் குழந்தை தனைக்கண்டு
பொம்மை யிதுவோ குழந்தையோ
பின்னுங் காளி யோவென்று
அமர்ந்தி ருந்து வெகுநேரம் (74)
ஐயப் பாடு கொண்டிருந்து
நிமிர்ந்து நோக்கப் பயந்துபலர்
நீங்கி நிற்ப ரிடம்விட்டு

பெற்றோர் வதியும் சிகாருக்குப்
புறப்பட் டொருநாள் சியாமாவும்
சிறுகு ழந்தை யுடனழைத்துச்
சென்றி ருந்து மகிழ்ந்தொருநாள்
இறைவன் நாம செபம்நடக்கும் (75)
இடத்தை யடைந்து கதைபலவும்
சுற்றத் தோடு கேட்டிருந்து
சிந்தை குளிர்ந்து மகிழ்ந்திருந்தார்

நீண்ட சடையும் பேரழகும்
நிரம்பக் கொண்ட சாரதையை
மீண்டும் மீண்டும் பலரெடுத்து
மகிழ்ந்து கொஞ்சி முத்தமிட்டுக்
காணக் கிடைக்காப் பேரழகைக் (76)
கொண்டி ருக்கும் பெண்ணென்றுத்
தீண்டிப் பெண்டிர் சீராட்டித்
தம்மை மறந்து நின்றனரே

நாம செபமும் நடக்கையில்
நீண்ட நேர மமைதியுடன்
வாமை பெயருங் கொண்டவளும்
விழிவைத் திருந்து கேட்டிருக்கப்
பூமி தன்னில் வானிடிந்து (77)
பொத்தெ னவீழ்ந்து நின்றிடினும்
ஊமை போலும் மோனமிவள்
ஒழுங்கே காப்பா ளெனப்புகழ்வர்

எட்டெட் டாகும் வயதெனக்காம்
என்றன் மனத லைபாய்ந்து
சிட்டுப் போலும் பறந்தோடிச்
சென்று நிற்கு மிங்குமங்கும்
கட்டுப் பாடு கொஞ்சமேனும் (78)
கண்ட தில்லை இதுவரையில்
அட்ட சித்தி கொண்டவள்போல்
அமைதி யாக இவளுள்ளாள்

சிறிது நேர மமர்ந்திருந்து
செபமுஞ் செய்ய இயலவில்லை
இறைவ னடியார் கதைகளையும்
இனிதே கேட்க இச்சையில்
மறைவாய் பலவு மென்மனது (79)
மற்றுச் சிந்தித் திருக்கிறது
சிறுமி யிவளே வெகுநேரம்
சிந்தை யொன்றி யிருக்கின்றாள்

என்று வியந்து பேரிளம்பெண்
இழுத்த ணைத்து சாரதையைக்
கன்னந் தன்னில் முத்தமிட்டு
கூறி நின்றார் பலமேலும்
சின்னக் கிளியே நாமசெபம் (80)
செய்ய யிங்கு வந்தனையா
அன்றி கொழுநன் தனைக்காண
ஆர்வத் தோடு வந்தனையா

என்று கூறிப் பேரிளம்பெண்
இரைந்து நக்கல் செய்திடவும்
அனைவ ருமங்கே உடன்நகைக்க
அதிர்ந்து வெட்கிச் சாரதையும்
தனது முகத்தைப் பேரிளம்பெண் (81)
தோளில் புதைத்துக் கொண்டதுமே
இன்னு மதிக ஆவலுடன்
இயம்ப லானார் பேரிளம்பெண்

வெட்கங் கொண்டு நின்றதேனே
வரனைக் கண்டு கொண்டாயோ
கொடுத்தி டுவேனே கேட்பதெல்லாம்
கொஞ்சுங் கிளியே அரும்பெயர்த்தி
விட்டி டுவாயே நாடகமும் (82)
வேண்டா மிந்த விளையாட்டும்
உட்கார்ந் திருக்கும் பலருள்ளே
உனது கொழுநன் யாரெவனே

வெகுளி நானு மேதறிவேன்
வயது முதிர்ந்த அபலையாம்
மக்கள் பலரு மறிந்திடவே
மணாளன் தன்னைக் காட்டிடுவாய்
புகுந்து நிதயந் தனைக்கவர்ந்த (83)
புருடன் தன்னைக் காட்டுவாயேல்
அகம கிழ்வே னென்கண்ணே
அன்பே காட்டு வாயென்றார்

பலவா றாகப் பேரிளம்பெண்
பேதை சார தையையும்
தலைவன் தன்னைக் காட்டென்று
தொடர்ந்து கேட்டு நின்றிருக்க
மெல்லக் கிழவி தோள்விட்டு (84)
மகிழ்ந்து தூரத் தமர்ந்திருக்கும்
நல்லா ரவரே புருடரென்று
நாணம் நீங்கிக் காட்டிநின்றார்

சற்று தள்ளித் தூரத்தில்
செபத்தி லொன்றி அமர்ந்திருந்து
இறைவி நாமஞ் செபித்திருக்கும்
இளைஞ ரொருவர் தமைக்காட்டி
அறிவீ ரிவரே அகங்கவர்ந்த (85)
அன்பு மணாள னெனமகிழ்ந்து
இறுத்து நின்ற சாரதையின்
இன்சொல் கேட்டுப் பலரதிர்ந்தார்

கணவ ரிவரே யெனக்குழந்தைக்
காட்டி நின்ற திசைதன்னில்
பெண்கள் நோக்கி நின்றிருந்துப்
பேர திர்ச்சி மிகக்கொண்டு
கண்ணுக் கினிய சாரதையும் (86)
காட்டி நின்றாள் பித்தனையே
மணாள னிவனே புருடனென்று
மற்றுப் பேதை யிவளாவாள்

சிரித்துப் பேசி நக்கலுமே
சிறுமி யிடமே செய்திருந்த
அரிவை தெரிவைப் பேரிளம்பெண்
அதிர்ச்சி கொண்டு நின்றனரே
புருட ரென்று பெண்ணிவளும் (87)
பித்தன் தன்னைக் காட்டிநின்றாள்
புரிந்தி லோமே யெனப்பலரும்
பெரிதும் வருந்தி சென்றனரே

பித்த னென்று நல்லுலகம்
பகர்ந்து பழித்துத் தூற்றிநிற்கும்
சித்தங் கலங்கி நிற்பவரைச்
சிறிதுஞ் சிந்தி யாதிருந்து
பத்தா யென்று காட்டிநின்ற (88)
பெண்ணும் வெகுளி யெனவருந்தித்
தத்தம் மனைக்குப் பெண்டிருமே
துன்பத் தோடு சென்றனரே

2. கதாதரர் சரித்திரம்

வெகுளிப் பெண்ணாம் சாரதையும்
விழைந்தோ னிவரே யெனக்காட்டத்
திகைத்து மேலுந் திடுக்கிட்டுத்
தெரிவு செய்த துபித்தனென்று
முகத்தில் வருத்தம் மிகத்தேக்கி (1)
மொழிய வார்த்தை யில்லாது
மகிழ்ச்சி யிழந்து மனம்நொந்து
மற்றுத் தத்தம் மனைபுகுவர்

கதாயி யென்னுங் கதாதரரும்
காமார் புகூராம் கிராமத்தில்
வதித்தி ருந்த அந்தணராம்
விவர மறியா சாரதையும்
மதியிற் சிறந்த முதியோரே (2)
மற்றங் கிருக்கும் நல்மனிதர்
பத்தா வாகு மெனக்கென்று
பகர்ந்து நின்ற திவரையாம்

குதிராம் சந்தி ரமணிக்கும்
குமார ரிருவர் பிறந்தனரே
குதிராம் தீர்த்த யாத்திரையாய்
கயையா மூருஞ் சென்றிருக்க
வதித்துப் புரக்கு மவ்வூரின் (3)
வேத கீத னவர்கனவில்
உதிப்பே னுனது மனையிலென்று
உரைத்து மறைந்தா னொருநாளே

கயையா மூருஞ் சென்றதன்பின்
குமரன் பிறக்கக் குழந்தைக்குக்
கயையில் வாழும் கதாதரனின்
காதிற் கினிய புனிதமான
பெயரைச் சூட்டிப் பெற்றோரும் (4)
பெரிதும் மகிழ்ந்தி ருந்தனரே
இயற்கை யோடு கதாதரரும்
இயைந்து வாழ்ந்து வந்தாரே

வயலும் வரப்புந் தோப்புகளும்
வழங்கி நின்ற னபேரமைதி
மயிலும் மானும் விலங்குகளும்
மனதைக் கவர்ந்து நின்றனவே
உயரப் பறக்கும் புள்ளினமும் (5)
உவந்து கொடுத்த தனுபவங்கள்
மயங்கி யிவற்றில் மனஞ்செலுத்தி
மகிழ்ச்சி கண்டார் கதாதரரே

தேனைச் சொரியும் மலர்கொணர்ந்து
தந்து நிற்பார் தந்தைக்கு
கானம் பாடிக் கேட்பவரைக்
கட்டுண் டிருக்கச் செய்திடுவார்
வானில் நாரைக் கூட்டத்தை (6)
வியந்து கண்டு மனமொன்றி
ஊனை மறந்துத் தேவியிடம்
ஒன்றி யிருந்தா ரொருநாளே

பள்ளி செல்ல மிகவெறுத்துப்
பாட மெதுவும் படித்தாரில்
உள்ளம் தெய்வக் கதைகேட்க
உவந்து துடித்தி ருந்ததுவாம்
களித்து தெய்வ நாடகங்கள் (7)
கிராமந் தன்னில் நடித்திடுவார்
சளுக்கி லாத சன்னியாசி
சங்கம் விழைந்துச் சேர்ந்திருப்பார்

சிவவே டத்தை நடித்திடவே
சடையுந் தரித்து நடிக்கையில்
சிவனோ டைக்கி யமாகிநின்றுச்
சுற்றுச் சூழல் மறந்துநின்றார்
பவித்தி ரமான இறைநாமம் (8)
பகரும் முன்னந் தமைமறப்பார்
குவிந்தொ ருமித்த தவர்மனமும்
கடவுட் பெயரைக் கேட்கையில்

இறந்து பட்டார் குதிராமும்
இல்லி லெதுவு மில்லையாம்
வறுமை மனையி லதிகரிக்க
வழியு மில்லா கதாதரரும்
இறைவன் இராம குமாரென்பார் (9)
இனிதே வதியு மிடமடைந்து
சிறித வர்க்கு தவிநிற்க
சிந்தை விழைந்துச் சென்றடைந்தார்

இராம குமாரா மவரண்ணன்
இனிதே ஒருநாள் தம்பியிடம்
பொருளுஞ் சிறிது சேர்த்துநிற்கப்
பள்ளிப் படிப்பைத் தொடர்ந்திடுதல்
உரிய நல்ல உபாயமென்று (10)
உரைக்கக் கேட்டுக் கதாதரரும்
பெரிதும் தமக்குள் சிந்தித்துப்
பயனே துமில்லை யெனத்தெளிந்தார்

இறைவன் தன்னை அறிந்திடவே
ஏட்டுக் கல்வி உதவாது
இறையு ணர்வு மிகக்கொண்ட
எந்தை போலும் வாழ்ந்திடவே
சிறிது மேட்டுக் கல்வியினால் (11)
செய்த லியலா தாகையால்
வெறுத்து நின்றே னிக்கல்வி
வீணா மிதுவே வேண்டிலேனே

வயிற்றுப் பிழைப்பை நிறைவுசெயும்
வெற்றுக் கல்வி யான்வேண்டேன்
உயர்ந்த ஞான மளிக்கின்ற
ஒப்பில் கல்வி ஒன்றுமட்டும்
தயங்கா துடனே பெறவிழைந்தேன் (12)
தர்க்கம் செய்தே னென்னாதீர்
வியர்த்த மாமிப் படிப்பறிவை
விழைந்தே னில்லை ஒருநாளும்

என்று தமது தமையனிடம்
இறுத்து நின்றார் கதாதரரும்
நன்றென் றியம்பி இராம்குமாரும்
நவில வில்லை அதன்மேலும்
பின்னர் கரையர் குலத்துதித்தப் (13)
பெண்ணாம் இராணி இராசமணி
என்பார் தட்சி ணேசுவரம்
இடத்தி லெடுத்தார் பெருங்கோவில்

அருச்ச கராகப் பணியாற்ற
அன்னை காளி ஆலயத்தில்
இராம்கு மார ராகிநிற்க
இராச மணியுங் கேட்டதுமே
விரும்பி யொத்துக் கொண்டவரும் (14)
வந்து தங்கிப் பணியேற்றார்
வருவா யுதவி புரியவென்று
வேண்டி நின்றார் கதாதரரை

சிறிது காலம் இராம்குமாரும்
செய்து நின்றா ரரும்பணியும்
சிறக்கப் பணியு மவர்புரியச்
செய்தா ருதவி கதாதரரும்
பிறந்தா ரிறத்தல் நியதிபோலும் (15)
பின்ன ரொருநாள் காலனுமே
பற்றிச் சென்றான் இராம்குமாரைப்
பரித வித்தார் கதாதரரே

இராம்கு மாரு மிறந்துபட
இமய வதியின் பூசையைப்
புரிந்து நிற்கக் கதாதரரைப்
புகன்றார் இராணி இராசமணி
பிராய மிருப தாகிநிற்கும் (16)
பனவர் குலத்துக் கதாதரரும்
கருத்தொப் பிநின்று பூசைகள்
காளிக் கியற்ற சம்மதித்தார்

அறிந்தா ரில்லை சமயநூற்கள்
அறிவு றுத்தி நியமங்கள்
கற்பித் திடவே வழிகாட்டி
கிட்டி யதில்லை யவருக்கும்
சிற்ப ரையைக் கண்டிடவும் (17)
சிந்தை தன்னில் பேராவல்
அற்பு தமாக மூண்டெழவும்
அதுவே மூச்சா யாகியதே

சின்னஞ் சிறிய கைக்குழந்தைச்
சததந் தாயின் தரிசனத்தைக்
கனிந்து வேண்டி இடைவிடாது
கதறி யழுது நிற்பதேபோல்
அனந்த விபவை தனைநினைத்து (18)
அரற்றி யழுது கதாதரரும்
இன்னுந் தாம தமேனென்று
இரங்கிக் கேட்டுத் தொழுதுநிற்பார்

சிலையைத் தொட்டுப் பூசித்துச்
சிலையி னழகில் மயங்கிநிற்பார்
சிலையின் முன்னம் நின்றிருந்து
சிலைபோ லசையா திருந்திடுவார்
சிலையைத் தொட்டுத் தரிசனமும் (19)
சற்றுத் தரவு மழுதுநிற்பார்
சிலைக்குச் செய்யு முபசாரம்
செய்ய நினைவு மிருக்காதாம்

கண்ணீர் பெருக்கிச் சிலையின்முன்
காட்சித் தரவும் வேண்டிநிற்பார்
எண்ணம் முழுது மிறைநினைப்பில்
இருக்க அவரும் பூசைகள்
மண்ணில் மற்றோ ரியற்றுதல்போல்
மறந்து மியற்ற மாட்டாராம் (20)
கண்டு நின்ற மாந்தருமே
கண்டா ரில்லைக் காரணமும்

இன்னு முன்னைக் கண்டேனில்
எதுவே குறையுங் கண்டாயே
இன்றும் வீணே கழிந்ததுவே
என்றன் வாணாள் மிகவற்பம்
எனது குறைக ளியம்பிநிற்க (21)
எடுத்துக் களைவே னவற்றையும்
பின்னுஞ் சொல்வ தெத்தனையே
புரிந்தி லேனே அறிவிலியான்

நாள்க ழிந்து வாரமுமும்
நன்கோ டிநிற்க மாதங்கள்
மாள்கின் றதெல்லாங் காண்கின்றேன்
மற்றி துகாண மறந்தனையோ
கோளும் நாளும் பார்க்காது (22)
குறைகள் கண்டு வெறுக்காது
தாளுங் காட்டி அருள்வாயே
தாயே வேறு யாருளரே

மெய்யா கிலுமே அன்னையா
மற்று மகான்கள் கற்பனையா
பொய்யாய் தோன்றும் மாயையா
புவனந் தன்னில் வாழ்ந்திருந்த
உயர்ந்த மகான்கள் மிகவழகாய் (23)
உரைத்துப் போற்று வதெல்லாமும்
மெய்பொ யறியே னென்னன்பே
மற்று ணர்த்தி நிற்பாயே

மண்ணி லினிமே லுயிர்தரித்து
மற்று வாழப் பிடிக்காது
கண்மு னிருக்குஞ் சிலையின்கைக்
கொடுவா ளெடுத்துத் தன்னையும்
கண்ணி மைக்கும் நேரத்தில் (27)
கழுத்தை வெட்டி அர்ப்பணிக்க
எண்ணி நின்று கதாதரரும்
எடுத்து நின்றார் கொடுவாளை

பலமா தங்க ளிவ்வாறாய்
பிங்க லையை இரந்தழுது
சொல்லொண் ணாதத் துன்பங்கள்
தாங்கி நின்றுந் திகம்பரியும்
மெலிந்து தீன மாயழுது (24)
மற்றுப் பித்தன் போலிருக்கும்
நல்லார் கதாத ரமாமுனிக்கு
நல்கி னாளில் காட்சியுமே

அற்பு தமங்கு நிகழ்ந்ததுவே
அன்னை சிலையு மிருந்தவிடம்
சிற்ப ரையு முயிர்கொண்டுச்
சிரித்த வதனத் தோடுதோன்றப்
பொற்பா தங்கள் தனில்வீழ்ந்து (28)
பற்றி யவற்றைக் கதாதரரும்
இறுக்கிப் பிடித்து நின்றிருந்து
இழந்து நின்றார் தம்நினைவு

இதுவோ வாழ்க்கை தாய்தன்னை
இதுநாள் வரையில் காணாமல்
பித்தன் போலும் வாழ்வதேனே
பார்த்து ணர்ந்துப் பேசிடாது
எதற்காம் வாழ்வெ னக்கென்றும் (25)
இதற்குத் தீர்வு காண்பதாக
கதறிப் பதறி நின்றழுது
காளிச் சிலைமுன் நின்றிருந்தார்

பேரொ ளியொன்றெ ழுந்துநிற்கப்
பின்னர் சிலையும் மறைந்துபட
போர்வா ளேது மில்லாதுப்
புன்ன கையோ டம்பிகையும்
சீரை யுடுத்திச் செந்தூரத் (29)
திலக மிட்டுப் செந்நிறத்தில்
பேர ழகோடும் பரிவுடனும்
பொலிவோ டுதோன்றி நின்றிருந்தாள்

உயிர்த ரித்து வாழ்தலிலும்
உபயோ கமில்லை யெனத்தெளிந்து
பயனில் வாழ்க்கை வாழ்ந்திடவும்
பிடிக்கா தவரா யிருந்தவரே
உயிரை விடவுந் தேர்ந்துப்பின் (26)
ஒப்பில் லாத சிலைகரத்தில்
உயிரைக் கொல்லுங் கொலைவாளும்
ஒன்றி ருக்கக் கண்டுநின்றார்

அன்னை தன்னைக் கண்ணெதிரும்
அதிர்ச்சி யுற்றுக் கண்டுநின்று
நினைவி ழந்துக் கதாதரரும்
நெடுந்த ரையில் வீழ்ந்திருந்து
பின்னர் மூன்றாம் நாள்விழித்துப் (30)
புவனை தன்னைக் காணாமல்
இன்னுந் தொடர்ந்து காட்சிதனை
இனிதே அருளென் றழுதுநின்றார்

அழுதுக் கதறி நின்றிருந்து
அதன்மே லன்பு மிகக்கொண்டு
விழித்துத் துயிலுங் கொள்ளாது
வீழ்ந்து புரண்டுச் சுடுதரையில்
கழிவி ரக்கம் மிகக்கொண்டு (31)
கண்டோர் பித்த னெனநகைக்க
தொழுதி ருக்குங் கதாதரர்க்குத்
தருவாள் காட்சி இமயவல்லி

அவ்வப் போது கிடைத்துநின்ற
அதிசி றந்த காட்சிகளும்
இவ்வா றவரே இரந்தழவும்
இடைவி டாது கிடைத்துநிற்க
சிவந்த மேனிச் சிவப்பிரியை (32)
சொரிந்து நின்றாள் பேரன்பை
உவந்து நின்று வார்த்தைகள்
உதிர்த்துப் பேசி நின்றிருப்பாள்

பிரம்ம மாக இருப்பவளும்
பிரம்மந் தன்னை மறைப்பவளும்
அரிய ஞான மஞ்ஞானம்
ஆன தாயு மதன்மேலும்
உருவ மருவ மானவளும் (33)
ஒளியு மிருளு மானவளும்
கருணை கடுமை ஆனவளும்
காட்சி தந்தாள் கதாதரர்க்கு

இன்பந் துன்ப மானவளும்
எழிலுங் கோர மானவளும்
அனலும் புனலு மானவளும்
அண்ட மாகி நிற்பவளும்
இனிதே உடலு மெடுத்துநின்று (34)
இரங்கி யழுது நின்றிருக்கும்
பனவர் முன்னம் தோன்றிநின்று
பரிவோ டுபேசி நின்றிருப்பாள்

சிலையின் கழுத்தி னாரத்தைச்
சரிசெய் துநின்றி ருக்கையில்
சிலையாய் நிற்குந் தாயவளின்
சுவாசக் காற்று சீராக
வலது புறங்கை தனில்வீழ (35)
வியந்து நிற்பார் கதாதரரே
ஒலித்து நிற்கும் நூபுரத்தின்
ஒழுங்குங் கேட்ட வர்மகிழ்வார்

தாயா யானா ளம்பிகையும்
தனய னானார் கதாதரரும்
தாயுஞ் சேயு மாயிருந்து
துவித பாவ மழிந்துநின்று
தாயுஞ் சேயு மொன்றாகித் (36)
தாயோ டைக்கி யமானாரே
போயொ ழிந்த துபேதபாவம்
பிரிக்க வியலா தாகிநின்றார்

இராச மணியின் மருமகனாம்
இனிய மதுர நாதருமே
அருகி லிருந்து கதாதரரை
அனேக விதமாய் சோதனைகள்
புரிந்து நின்று கதாதரரும் (37)
புருடர் காமந் தன்னையும்
துரத்தி யொழித்த மகானென்று
தெளிவா யறிந்துப் போற்றிநிற்பார்

பெண்ணைத் தாயாய் தேவியாகப்
புரிந்துத் துதித்துப் போற்றிநிற்கும்
அண்ணல் கொண்ட கதாதரரை
அண்டி நிற்கக் காமனுமே
கொண்டு நிற்பான் பேரச்சம் (38)
கோடி காத மோடிநிற்பான்
விண்ணும் மண்ணுங் காணாத
வீரத் துறவி கதாதரரே

அறியாப் பேதை சாரதையும்
அங்கே பாரீர் கணவனென்று
சிறிதுங் காம மறியாத
சிற்ப ரையின் கதாதரரைக்
குறித்துக் காட்டி நின்றிருந்தார் (39)
குழந்தை மற்றுங் கதாதரரும்
வெறித்துத் திரியு மிச்சையை
வாட்டி வதைத்தத் தம்பதியாம்

குதிராம் தமக்கை சிகோர்தன்னில்
குடும்பம் நடத்தி வந்திருந்தார்
குதிராம் தமக்கைப் பெண்வயிற்றுக்
காளை இருத யராமென்பார்
கதாயி யென்னுங் கதாதரரைக் (40)
களித்து மாமா வென்றழைப்பார்
அத்தங் காரின் பிள்ளையை
அதிகம் கதாயி விரும்புவரே

குதிராம் மற்று மவர்தமக்கைக்
குடும்ப மன்னி யோன்னியதாம்
கதாயி யுடனே இருதயராம்
களித்தி ருப்பார் கோவிலிலும்
உதவி புரிவார் பூசையில் (41)
உண்டு றங்கி அருகிருந்துக்
கதாயி தன்னைக் கருத்தோடு
காத்துச் சேவை புரிந்திருப்பார்

சிகாரா மூரே இருதயராம்
சொந்த கிராம மாகிடுமே
சிகாரா மூரே சியாமாவின்
சொந்த வூரு மாகிடுமாம்
அகங்க ளிரண்டு மொரேதெருவில் (42)
அமைந்தி ருக்கக் குடும்பங்கள்
மிகவு மதிகப் பரிச்சயமும்
மகிழ்ந்து கொண்டி ருந்தனவே

சொந்தக் கிராமம் சிகோர்தன்னில்
சங்கீர்த் தனமும் நடப்பதாக
சொந்த பந்தங் கடிதத்தில்
சொல்லி அறிவித் திருந்திருக்க
முந்நூ லணிந்த இருதயராம் (43)
மகிழ்ந்து நின்றுக் கதாதரரை
வந்தி ருந்துச் சிறப்பிக்க
வேண்டிக் கேட்டுக் கொண்டாரே

சங்கீர்த் தனமும் மிகச்சிறப்பாய்
செய்து நின்றார் நடத்தியவர்
எங்கும் நில்லா தோடிநிற்கும்
இயல்பு கொண்ட மனத்தையும்
பங்கஞ் செய்த டக்கிநின்றுப் (44)
பழக்கப் பட்டக் கதாதரரும்
பொங்கி மகிழ்ந்து கீர்த்தனையில்
பெரிதும் தம்மை மறந்திருந்தார்

சங்கீர்த் தனத்தைக் கேட்டுநின்றுத்
தாரை யாகக் கண்ணீரும்
பொங்கிக் கொட்டக் கதாதரரும்
பெரிதும் தன்னை மறந்திருந்தும்
கங்கா ளியம்மை காட்சிகண்டு (45)
களித்துச் சிரித்தி ருந்திடவும்
அங்கி ருந்தோர் பித்தனென
ஐயு றவின்றி நினைத்தனரே

மற்றங் கிருந்தோர் கதாதரர்மேல்
மதிப்புச் சிறிதும் வைத்தனரில்
அற்ப னாக நினைத்தவரை
அசிகை செய்துத் தூற்றிநிற்க
சிறுகு ழந்தை கதாதரரைச் (46)
சந்தே கித்துப் பழிக்கவில்லை
உற்றா னவரே யெனக்காட்டி
உள்ளம் மகிழ்ந்தி ருந்ததுவே

3. வதுவையும் இளம்பருவமும்

கணவ னிவரே யெனக்காட்டி
குழந்தை நின்றி ருந்ததையே
பெண்கள் விரும்பி நின்றாரில்
பேதைக் கூற்றென் றொதுக்கிநின்று
கணநே ரத்தில் மறந்துப்பின் (1)
கிருகஞ் சென்று சேர்ந்தனரே
மணாள னிவரே யென்றவரும்
மகிழ்ந்து செயராம் பாடிசென்றார்

பதியா மென்று சாரதையும்
பலர்முன் காட்டி நின்றதையும்
பித்த னென்று பெண்களுமே
பழித்துத் தூற்றி நின்றதையும்
கதாயி யென்னுங் கதாதரரும் (2)
கேட்டா ரில்லை வருந்தினாரில்
சததங் காளி நினைப்பிலவர்
தம்மை மறந்தி ருந்தாரே

மனைக்குச் சென்ற சாரதையும்
மகிழ்ந்து தாய்க்குப் பலவிதமாய்
அனைத்துப் பணியுஞ் செய்துவர
அகத்தி லுள்ளோர் மகிழ்ந்திடுவர்
அன்னை மற்றுஞ் சிற்றன்னை (3)
அகத்தி லில்லா நாள்தன்னில்
மனையி லுள்ளோர் மனம்மகிழ
மற்றுச் சமையல் செய்திடுவார்

ஏரி களிரண் டவ்வூரில்
இருந்தி ருக்கக் கரையருகில்
கோரைப் புல்லும் வளர்ந்திருக்கக்
கொண்டு வருவார் பசுக்களுக்கு
நீருங் காட்டிக் குளிப்பாட்டி (4)
நிழலிற் கட்டி வைக்கோலும்
ஆருஞ் சொல்லா திருந்திருந்தும்
அவையு முண்ணக் கொடுத்திடுவார்

சேற்றி லிறங்கிப் புல்லறுத்துச்
சிரத்தில் தூக்கி மனைவருவார்
சேறு சகதி களில்நடக்கச்
சேற்றுப் புண்ணும் பாதத்தை
ஆறா திருக்கச் செய்திருந்தும் (5)
அதையும் பொருட்ப டுத்தாது
வீறு கொண்டு வேலைகள்
விரைந்து முடித்து மனமகிழ்வார்

முள்ளுங் குத்திப் பாதத்தை
மிகவும் வருத்தி நின்றிருந்தும்
சள்ளல் தன்னால் புண்வந்து
சங்க டங்கள் வந்துநின்றும்
உள்ளம் மகிழ்ந்து சாரதையும் (6)
உவந்து பணிகள் மிகப்புரிந்து
கள்ள மற்றப் பருவத்தைக்
களித்துக் கழித்தார் பணிபுரிந்து

தாயும் மகளும் புல்லறுக்கத்
தினமுஞ் சென்று வந்திடுவர்
தாயுஞ் சிறித றுப்பதற்குள்
தனயை நிறைய அறுத்துவர
சேயின் செயலால் மகிழ்ந்திருந்தும் (7)
செய்த வேகம் வியந்துநின்று
மாயஞ் செய்து கொணர்ந்தனையோ
மற்றி துவென்ன யெனக்கேட்பார்

சிரித்து மழுப்பி சாரதையும்
சொல்லா திருப்பா ருண்மையும்
விரைந்து யானும் புல்லறுத்து
வருவ துகண்டு பலர்வியந்து
உரைக்கக் கேட்க யானெதுவும் (8)
உரைப்பே னில்லை உண்மைகள்
கரையில் புல்லை வைத்ததுமே
கரத்தி லொருத்தித் திணித்திடுவாள்

கரைக்குச் சென்று சிரத்திருக்கும்
கோரைப் புற்கள் நிறைந்திருக்கும்
பெரிய கட்டைக் கீழிறக்கிப்
பின்னும் மேலு மறுத்திடவே
விரும்பி யறுக்கச் செல்கையில் (9)
வடிவந் தன்னி லென்னைப்போல்
இருக்கு மொருத்தித் தானறுத்த
எல்லா மெனக்குத் தந்திடுவாள்

மனையில் பணியும் புரிவேளை
மற்றெ னச்சா யிருக்குமவள்
இனிதே வலிய வந்துநின்று
எனக்குப் பணியி லுதவிடுவாள்
உனது தொழிலைப் பாரென்று (10)
உரைத்து நின்று மவள்கேளாள்
உனக்குத் தோழி சேடியாக
உதவி டவந்தே னறியென்பாள்

இனிதே நாங்கள் பணிபுரிந்து
இருக்கும் வேளை வேறெவரும்
முன்னம் வருதல் கண்டவுடன்
மறைந்து பட்டு நின்றிடுவாள்
பின்ன ரயலார் சென்றவுடன் (11)
பணியி லுதவ வந்திடுவாள்
அனவ ரதமு மருகிருந்து
அனேக பணிகள் செய்திருப்பாள்

குழந்தைப் பருவம் முழுதுமவள்
கூட யிருந்தா ளென்னுடனும்
பழகிக் களித்து மகிழ்ந்திருந்துப்
பணியும் விரைவில் முடித்துப்பின்
நிழல்போ லவளே இருந்துநின்று (12)
நிரம்பப் பாடி யாடிநின்று
பொழுதும் போவ தறியாதுப்
பெரிது முதவி நின்றிருந்தாள்

அறியத் துடித்த அன்னைக்கும்
அருகி லுள்ள அனேகருக்கும்
மறந்துந் தனக்கு தவிநிற்கும்
மற்றுத் தனது தோழிபற்றி
அறைந்தா ரில்லை சாரதையும் (13)
அனேக காலங் கழிந்தபின்னர்
பிற்கா லத்தில் சாரதையும்
புகல்வா ரிதையே சேடிகட்கு

சார தையின் சரிதத்தைச்
சொல்லி மகிழு மாசிரியர்
பாரில் புவனை சாரதையாய்
பிறப்பெ டுத்து நின்றிருக்க
தீராக் காதல் கொண்டவளின் (14)
சேடி உதவ வந்ததாக
ஆர்வங் கொண்டு மிகவழகாய்
அறிவித் துள்ளார் நாமறிய

உடன்பி றந்தா ரறுவருண்டாம்
ஒருவர் தங்கை பிறர்தம்பி
குடும்பந் தன்னி லிவர்தவிர
குடும்பத் தலைவர் தம்பிமூவர்
அடுத்துத் தத்தம் மனைகளுடன் (15)
அன்னி யோன்னி யமாகவாழ்ந்து
கடமை பலவு மாற்றிநின்று
கருத்தொ ருமித்தி ருந்தனரே

தனது தங்கை மேலும்பின்
தம்பி களையும் கருத்தூன்றி
இனிதே வேண்டும் பணிவிடைகள்
இயற்றி நிற்பார் சாரதையும்
பின்னுந் தனது சிற்றப்பா (16)
பணிக்கும் முன்னம் மனமறிந்து
கனிந்து களித்துப் பலசேவைக்
கருத்தா யாற்றி மகிழ்ந்திருப்பார்

பஞ்செ டுத்து நூற்றுநின்றுப்
பூணூல் செய்து நின்றிருப்பார்
பிஞ்சுப் பாதம் வருந்திடினும்
புற்கள் பறித்து வந்திடுவார்
கஞ்சம் பறித்துப் பூசைக்கு (17)
கொண்டு வருவார் தினந்தினமும்
கஞ்சல் திரட்டி மனைவெளியே
கொட்டிச் சுத்தஞ் செய்திருப்பார்

உடன்பி றந்தார் தமையெழுப்பி
ஒழுங்கு முறையி லனைவருமே
கடன்கள் புரியச் செய்துநிற்பார்
கனிந்த வர்க்கு ணவளிப்பார்
அடுக்க ளையில் அன்னைக்கு (18)
அனேக பணிகள் புரிந்திருப்பார்
தடுத்தும் நெல்லைக் குத்திநின்று
தவிடு முமியும் புடைத்துநிற்பார்

சுறுசு றுப்பாய் பம்பரம்போல்
சுழன்று பணிகள் செயக்கண்டு
சிறுமி யொருத்தி சீர்சிறப்பாய்
செய்தல் மிகவு மருமையாம்
அற்பு தமாகத் தனியாளாய் (19)
ஆற்றி நிற்கும் பாங்குகாணீர்
மற்று மணமும் முடித்துநிற்கின்
மகிழ்வாய் குடும்பம் நடத்திநிற்பாள்

என்று கூறி ஊராரும்
ஏற்றிப் புகழ்வர் சாரதையை
இனிதே ஐந்தாம் பிராயத்தில்
இவரை வதுவை செய்திடவே
மனமு வந்து பெண்கேட்டு (20)
மற்றுக் காமார் புகூரிருந்து
பனவர் குலத்துக் கதாதரரின்
பந்தம் வந்து நின்றதுவே

பத்திப் பரவ சமேலிட்டுப்
பாரோர் செயலுக் கெதிராகச்
சததம் செயலும் கதாதரரும்
செய்து நின்றார் கோவிலிலும்
இதையே ஊரார் கதாதரரின் (21)
இனிய அன்னைக் குரைத்ததுமே
அதிர்ந்து தாயுங் கதாதரரை
அழைத்து நின்றா ரூர்வரவும்

பெற்ற தாயும் மருத்துவரை
பிள்ளை நலத்தை எண்ணிநின்று
சிறப்பாய் தேற்ற வரவழைத்து
சிகிச்சை செய்யக் கூறிநின்றார்
அற்பு தமான மருந்தெதுவும் (22)
அளிக்க வில்லைப் பயனெதுவும்
பிறகு மந்தி ரவாதிகளைப்
பரிந்து வரவ ழைத்தாரே

மருந்த ளித்த மருத்துவரும்
மற்று மந்தி ரவாதியுமே
உரைத்து நின்ற தையெல்லாம்
ஒப்பி நடந்தும் கதாதரரை
வருத்தும் பித்த நோய்முதலாம் (23)
வியாதி சிறிதுந் தீராமல்
பெரிதும் வருத்தி நின்றிருந்துப்
பின்னர் நீங்கி நின்றதுவே

பித்தஞ் சிறிது தெளிந்ததென்று
பெரிதும் மகிழ்ந்தா ரவரன்னை
இதுவே தருண மென்றெண்ணி
இராமேச் வரரா மவரண்ணன்
வதுவை செய்து வைத்துவிடில் (24)
வியாதி பித்தந் தீர்ந்திடவும்
உதவு மென்று கரவாக
உரைத்து நின்றார் தாயிடமே

இருவ ருமாக மணப்பெண்ணை
இனிதே அருகி லிருக்கின்ற
கிராமங் களிலே விசாரிக்கக்
கூறி நின்ற படிதூதர்
விரைந்து சென்று கிட்டாமல் (25)
வெறுங்கை யோடு டன்திரும்பி
வருத்தந் தெரிவித் திருந்திடவும்
வழிகா ணாதுத் திகைத்தனரே

அருகி லிருக்கு மூர்மக்கள்
ஆவ லுடனே தூதுவரை
வரனின் பெயரைக் கேட்டறிந்து
வதுவை ஊரி லிலையென்றும்
கிராமம் பலவுஞ் சென்றுதேடக் (26)
கிடைப்பாள் பெண்ணு முமக்கென்று
உரைத்து நிற்க கதாதரரே
உன்மத் தனென்ற றிந்ததுவாம்

பின்னு மந்நாள் மணமகனும்
பெண்ணுக் களிக்கப் பெருந்தொகையும்
கனகம் மற்றும் பொருள்பலவும்
கொடுக்க வேண்டுங் காரணமாம்
மனையில் வறுமை மகிழ்ந்திருக்க (27)
மற்றுத் தனமு மணிகலனும்
ஒன்று மில்லா திருந்திடவே
ஊரார் பெண்ணுந் தந்திலராம்

இவையே கார ணமென்றெவரும்
இயம்பி நிற்கின் முற்றிலுமே
தவறா குமென்று முண்மையில்
தேவி சார தையையும்
தவப்பு தல்வ னுக்கென்று (28)
தேர்வு செய்து வைத்திருக்க
எவரா லதையும் மாற்றிடவே
இயலா தாகு மறிவீரே

துர்கா சப்த சதியென்னும்
தேவித் துதியில் மிகவழகாய்
இருடி முனிவ ரிவ்வாறு
இயம்பி நிற்பார் கேட்பீரே
தருவாய் தேவி நன்மனையைத் (29)
துக்கக் கடலைக் கடந்திடவும்
புரிந்து ணர்ந்து நடக்கின்ற
பத்தி னிவேண்டு மெனக்கேட்பார்

நற்கு லத்தி லுதித்தவளும்
நேசித் திருக்கத் தகுந்தவளும்
பிறகுந் துக்க சாகரமாம்
பாதா ளத்தைக் கடந்திடவும்
சிறப்பா யுதவி புரிபவளும் (30)
சிந்தை யறிந்து நடப்பவளும்
பெறவே தாயே அருளென்றுப்
போற்றி வேண்டு மத்துதியே

பிறப்பும் பண்பும் கொண்டவளாய்
பின்னும் பத்தி னியாகவுமாய்
நற்கு லத்து தித்தவளாய்
நாடிக் காண லெளிதாமோ
சிறப்ப னைத்தும் முழுதாகச் (31)
சேர்ந்தி லங்கும் சாரதையை
சிற்ப ரையும் கதாதரர்க்கு
சொல்லி நின்றா ளொருநாளே

இராமேச் வரரு மன்னையும்
எடுத்த முயற்சி தோற்றுநிற்க
வருந்தி விசனித் திருக்கையில்
வந்தங் கிருந்து கதாதரரும்
உரைத்து நின்றா ருடன்நீவிர் (32)
ஊராம் செயராம் பாடிதனில்
இராமச் சந்தி ரரென்பாரின்
இல்லஞ் செல்வீ ரென்றுரைத்தார்

இராமச் சந்தி ரரென்பாரின்
இல்லந் தன்னி லெனக்கென்றே
துரும்பாம் வைக்கோல் தனைத்தலையில்
தரித்துக் கொண்டுக் காத்திருக்கும்
அருமைப் பெண்ணை மணம்பேச (33)
அனைத்தும் மங்க லமாகுமென்று
கரைந்து நின்ற கதாதரரின்
கிளவி கேட்டு மகிழ்ந்தனரே

கிராமந் தன்னில் தோட்டத்தில்
களித்துச் செழுமை யாய்வளரும்
மரத்துப் பழத்தை இறைவனுக்கு
மகிழ்ந்த ளிக்க எண்ணிநின்று
தெரிவு செய்து வைக்கோலின் (34)
துரும்பைச் சுற்றி வைத்துப்பின்
உரிய காலம் வந்தவுடன்
உள்ளம் மகிழ்ந்த ளித்திடுவர்

எனக்குப் பத்தி னியாக்கிப்பின்
எனக்குத் துணையா யுதவிடவே
அனந்த விபவை பலருள்ளும்
அறியாப் பேதை சாரதையின்
சென்னி தன்னில் வைக்கோலைச் (35)
சுற்றி வைத்தி ருப்பதாக
அன்னை சந்தி ரமணியிடமும்
அறிவித் திருந்தார் கதாதரரே

இராமேச் வரரு மன்னையும்
இன்பம் பெருகிக் களிப்புற்று
கிராமம் செயராம் பாடிசென்று
கதாயி கூறி நின்றிருந்த
இராமச் சந்தி ரரென்பாரின் (36)
இல்லஞ் சென்று பெண்கேட்க
கிருக மிருந்த பெரியோரும்
கூறி னாரி லெதிர்ப்பெதுவும்

வரனின் சித்த நிலைபற்றி
வந்தோ ரிடமே விசாரணைகள்
கிருக மிருந்த பெரியோர்கள்
கேட்டா ரில்லை விந்தையாய்
பரிசம் முந்நூ றுமட்டுந்தான் (37)
பிள்ளை வீட்டார் தருவதாக
உரைத்த தற்கு மெதிர்ப்பெதுவும்
ஒருவ ருமெழுப் பினாரில்லை

இருபத் துமூன்று வயதாகும்
இளைஞ ராவார் வரனென்று
உரைத்த கதாயி வீட்டாரின்
உரையுங் கேட்டுப் பெண்வீட்டார்
பிராயம் பெண்ணிற் கைந்தென்று (38)
பகர்ந்து வயது வேறுபாடு
பெரிதும் கண்டா ரில்லையாம்
பருவ திசெய்த இலீலையால்

கதாயி மற்றும் சாரதைக்கும்
களித்து வதுவை முடித்திடவே
சித்தார்த் தியாண்டுத் தெரிவுசெய்து
சிறப்பாய் மணமும் முடித்துநின்று
சதிப தியாகச் சீவித்து (39)
சகமும் புகழச் செல்வமெல்லாம்
அதிகம் பெறவே பெரியோர்கள்
ஆசி வழங்கி நின்றனரே

வரன்வீட் டிருந்து வரனுடனே
வந்தார் இராமேச் வரர்மட்டும்
கிராமம் செயராம் பாடிமக்கள்
களித்து வந்து தம்பதியைப்
பெருக வாழ்வீ ரெனவாழ்த்திப் (40)
பின்னும் பரிசுப் பொருள்வழங்கி
முரசு முழங்கிக் களித்துண்டு
மற்று மனையுஞ் சேர்ந்தனரே

வதுகை யோடு கூடிநின்று
வமிசந் தொடர்ந்து வளர்ந்திடவும்
புத்தி ரர்கள் பெறுவதையும்
பல்லாண் டன்பாய் வாழ்வதையும்
இதமாய்க் கூறும் மந்திரங்கள் (41)
எடுத்து ரைப்பான் மணமகனும்
இதற்கென் றவனும் கங்கணமும்
இறுக்கத் தரிப்பான் கரந்தன்னில்

இவ்வா றுரைக்கும் மந்திரங்கள்
இனிதே அக்கி னிதேவன்முன்
எவ்வா றுரைப்பார் கதாதரரே
இருந்துங் கரத்தில் கங்கணத்தை
அவருந் தரித்துப் பொய்மொழிகள் (42)
அறைந்தி டுவாரோ இறையின்முன்
தவறாய் கரத்தில் கங்கணத்தை
தரித்து நின்ற தெவ்வாறே

பிறந்த நாளாய் பொய்மொழிகள்
புகன்ற தில்லை கதாதரரும்
இறையைத் தொட்டுப் பூசிக்கும்
இறைவன் பொய்யு முரைப்பாரோ
மறைமொ ழிதன்னை இறைமுன்னம் (43)
மொழிவ தவரே எவ்வாறே
இறைவி எதற்காஞ் சோதனைகள்
இனிதே அளித்தா ளவருக்கே

சிறிய பட்டுச் சீரையும்
சார தையு முடுத்திநின்று
பிறகும் மாமி கொடுத்திருந்த
பொன்னா லான நகையணிந்து
இறையா மக்கி னிதேவன்முன் (44)
இனிதே மகிழ்ந்த மர்ந்திருந்து
குறையே துமின்றி களித்திருந்து
கருத்தூன் றிநின்ற ருகிருந்தார்

பொருள்பொ திந்த மந்திரத்தைப்
புரோகி தருமே சொல்லிநிற்க
வரனு மவற்றைத் தெளிவாக
வாய்விட் டிரைந்து பலர்முன்னே
உரைத்தி ருக்க வேண்டுதுமே (45)
உரையா திருந்துக் கதாதரரும்
கரத்தி ருந்தக் கங்கணத்தைக்
கண்கொட் டாது நோக்கிநின்றார்

கட்டி யிருந்தக் கங்கணத்தைக்
கண்கொட் டாது நோக்கிநின்று
விடாது கதாயி சிலநொடிகள்
விசித்தி ரமாகச் சிரித்திடவும்
தொடர்ந்து தீபச் சுடரேந்திச் (46)
சுற்றி வந்த சுமங்கலிகள்
இடமி ருந்துத் தீப்பொறிகள்
எங்குந் தெறித்து நின்றனவே

கட்டி யிருந்த கங்கணத்தைக்
கண்டு கதாயி சிரித்திடவும்
வட்ட மாகச் சுமங்கலிகள்
வதூவ ரரையும் மிகமகிழ்ந்து
சுடரேந் திவந்துப் பாடியாடி (47)
சுற்றி வரவும் தீப்பொறிகள்
கட்டி யிருந்த கங்கணத்தில்
கடுக விழுந்து நின்றனவே

நெருப்புப் பொறிகள் கங்கணத்தில்
நிறைய வந்து வீழ்ந்திடவும்
சரடு பற்றி எரிந்திடவும்
சிரிப்பைக் கதாயி நிறுத்தாமல்
கரத்தில் கட்டி யிருக்கின்ற (48)
கங்க ணத்தை அவிழ்த்துவிட
எரிந்துச் சரடு சாம்பலாகி
இமைப்ப தற்கு ளாகியதே

அன்னை தனது விருப்பம்போல்
அழகாய் மணமும் நடத்திநிற்க
மனதி லெண்ணித் தன்கரத்தில்
மற்றுக் கங்க ணத்தையும்
இனிதே கட்டிக் கொண்டதின்பின் (49)
இவ்வா றுகதா யிகங்கணமும்
வன்னி பட்டுத் தீக்கிரையாய்
விரைந்து மாற்ற மடைந்ததுவே

ஊரி லேரி இரண்டிருக்க
ஒன்றின் கரையில் கோவில்கள்
நார ணனுக்குந் தேவிக்கும்
நிர்மா ணித்தி ருந்தனரே
ஊரார் மணமும் முடிந்ததன்பின் (50)
உவந்து புதிய தம்பதியை
சீராய் இல்லந் தழைத்திடவே
சென்ற ழைத்துக் கொண்டுசெல்வர்

இறைவி கேட்ட வரமளிக்கும்
இல்லை யென்னாத் தெய்வமாகும்
மறவா தவளை மனமுவந்து
மற்று வேண்டி நின்றிடவும்
மறுக்கா தவளே வேண்டுவதை (51)
மகிழ்ந்த ளிப்பா ளெனக்கூறி
இறைவி யிடமே தம்பதியை
இட்டுச் சென்றார் பெரியோரே

பிள்ளை வரமு மளிப்பதற்குப்
பிரசித் தமாவா ளத்தேவி
களித்து நின்று பெரியோரும்
கதாயி மற்றும் சாரதையைக்
கொள்ளை அழகுத் தேவியிடம் (52)
குழந்தை வரமும் வேண்டிநிற்க
விளக்கி நின்றுத் தேவியையும்
வணங்கக் கூறி நின்றனரே

கோவி லுக்குத் தம்பதியாய்
களித்துச் சென்றா ரிருவருமே
காவா யெம்மை யெனவேண்டிக்
கதாயி நின்றங் கிருந்தாரே
நாவா லவளைத் துதிபாடி (53)
நாடு மெச்சுங் கோடிமக்கள்
ஈவா யென்றி றைவிதனை
இரங்கிக் கேட்டுத் தொழுதுநின்றார்

மணமும் முடிந்த மறுநாளும்
மகிழ்ந்து காமார் புகூருக்கு
மணப்பெண் ணோடு கதாதரரும்
மற்று மவரி னண்ணனுமே
வணங்கி விடையும் பெற்றுநின்று (54)
வந்து சேர்ந்து நின்றனரே
பெண்ணி னினிய சிற்றப்பா
பெண்ணைத் தோளில் தூக்கிவந்தார்

கிருகம் வந்த மணப்பெண்ணைக்
களித்து மகிழ்ந்து சுமங்கலிகள்
வரவேற் றுநின்றார் வாயிலிலே
வெற்றி லையைப் பாக்குடனே
கரத்தில் திணித்த தன்மேலும் (55)
கண்தி ருட்டி ஆரத்தி
பெருகக் காட்டி மனைக்குள்ளும்
பற்றி யழைத்து வந்தனரே

மறுநாள் மனையில் சிறுவிருந்து
மகிழ்ந்து மனையோ ரளித்திருக்கச்
சுற்றம் மற்று முறவினரும்
சிறக்க உண்டுத் தம்பதியை
இறைவ னருளால் நலம்பலவும் (56)
இனிதே பெறவும் வாழ்த்திநின்று
பிறகு தத்தம் மனைசேர்ந்து
புகழ்ந்து நிற்பர் மணப்பெண்ணை

விருந்த ளித்து நின்றபின்னர்
வந்தி ருந்தோர் நீங்கிடவும்
இரவு வந்து நின்றிருக்க
இடைவி டாதுத் தமதன்னை
வருந்தி அழுவ தைக்கண்டு (57)
விவர மறியா கதாதரரும்
தெரியா திருந்துக் காரணமும்
தெரிவித் திடவே கேட்டுநின்றார்

பதியின் நினைப்பு நன்னாளில்
பெருக வந்த துகாரணமோ
புத்தி ரனாகும் மூத்தவரின்
பிரிவுத் துயருங் காரணமோ
பித்த னென்றெ னைமக்கள் (58)
பழித்து நிற்றல் காரணமோ
எதற்கா மழுகை அன்னையே
இயம்பி டுவீரெ னக்கேட்டார்

உலகில் பிறந்த அனைவருமே
ஒருநாள் கால னுணவாவர்
நல்லார் மற்றும் பொல்லாரும்
நீங்கி டவேண்டும் நியதியிதாம்
செல்லா திருக்க நல்பூமி (59)
சுமையைத் தாங்கு தலியலாதாம்
வல்லான் வகுத்த வழிமுறையை
வேறு யாரே மாற்றுவரே

என்று பலவுங் கதாதரரே
இனிதே யெடுத்துத் தேற்றிநிற்க
அன்னை கேட்டுப் பதிலளிப்பார்
அருமை யான நியதிசொன்னாய்
சென்று நின்ற இழப்பிற்காய் (60)
சிந்தி னேனில் கண்ணீரும்
இன்று வந்த துக்கத்தை
இயல வில்லைத் தாங்கிடவே

மனையின் நிலைமை நீயறிவாய்
மனையில் வறுமை மிகுந்துளதே
இனிதே மனையும் புகுந்திருக்கும்
என்ற னினிய மருகிக்குக்
கனக நகைகள் கடன்வாங்கிக் (61)
கழுத்தில் காதில் கரங்களிலும்
மனமு வந்த ளித்திருக்க
மகிழ்ந்துப் பெண்ணு மணிந்துள்ளாள்

நகைக ளனைத்தும் தனதென்று
நம்பி மருகி அணிந்துநின்று
மகிழ்ந்த றையி னாடிமுன்னம்
மற்றுச் சென்றுத் தொட்டணைத்து
வெகுளிப் பெண்ணு மெனைநண்ணி (62)
வணங்கிக் கட்டிக் கொண்டுநின்று
நகைத்து நின்றாள் நாள்முழுதும்
நெகிழ்ந்து கண்டேன் யானிதையே

இரவல் வாங்கி வந்தநகை
எல்லாம் நாளை உரியவர்க்குத்
திருப்பி டவேண்டு முறுதியாக
தனதெ னயெண்ணித் தூங்கிநிற்கும்
மருகி யிடமே திருப்பிடவே (63)
மற்று கேட்ப தெவ்வாறே
பெருக வருத்தும் வறுமையைப்
போக்கி நிற்க வழியறியேன்

வறுமை கொடுமை மற்றெனக்கு
வலிமை இல்லைத் தாங்கிடவும்
சிறுமி யிவளின் மனம்நோகச்
செயலும் புரிய மனமேதே
மறுகி நானும் நினைந்தழுது (64)
மிகவும் வருந்தி நிற்கின்றேன்
இறைவா யெனக்கு வறுமையை
ஏனே கொடுத்தா யறியேனே

என்று பலவுங் கூறிநின்று
இதற்கு வழியு மிலையென்று
தன்னை நொந்து மேலும்பின்
தரித்தி ரத்தை வசைபாடி
இன்னு முரத்த குரலிலவர் (65)
இரங்கி யழவும் கதாதரரும்
மனையாம் சார தையையும்
மற்று நோக்கி நின்றிருந்தார்

திருமு ழுக்குத் தாய்க்கவரும்
தினமும் மகிழ்ந்து புரியும்முன்
திருவா பரண மெல்லாமும்
தொட்டுக் கழற்றி வைப்பதேபோல்
விருந்த னையி னுடலிருந்து (66)
விதவி தமான அணியெல்லாம்
கரத்தால் கழற்றத் தொடங்கியதைக்
கண்டு நின்றா ரவரன்னை

கழுத்தி லிருந்த அட்டிகையைக்
கவனத் தோடெ டுத்துப்பின்
கழற்றி நின்றார் சங்கிலியும்
காதுத் தோடும் கைவளையும்
குழந்தை மருங்கின் ஒட்டியாணம் (67)
கழற்றி நின்றா ரெளிதாக
அழகு விரலின் மோதிரங்கள்
அடுத்துக் கழற்றி நின்றிருந்தார்

ஒவ்வொன் றாக நகையனைத்தும்
ஒழுங்கு முறையில் கழற்றிநின்று
தவிப்போ டருகே வருந்திநிற்கும்
தாயின் கரத்தி லன்போடு
அவற்றை யெல்லா மளித்துநின்று (68)
அமைதி யாக உறங்கிநிற்கும்
உவ்வி முதுகில் தட்டிநின்று
உவந்து பாராட் டிநின்றாரே

மறுநாட் காலை சாரதையும்
மற்றெ ழுந்துத் தன்னுடலில்
நிறையத் தன்னை அலங்கரித்த
நகைக ளெதுவுங் காணாது
பறந்தோ டிவந்து மாமியிடம் (69)
பதற்றத் துடனே நகைபற்றி
அறிவித் திருந்து கண்கலங்கி
அரற்றி விம்மி நின்றிருந்தார்

கரத்து வளையல் கண்டேனில்
காதுத் தோடுங் காணோமே
மருங்கி லிருந்த ஒட்டியாணம்
மிகவு மழகா யிருந்ததுவே
இரட்டை வடத்துச் சங்கிலிகள் (70)
இரண்டுங் கண்டே னில்லையே
விரலி லிருந்த மோதிரங்கள்
விட்டுச் சென்ற தென்னையே

அருமை மாமி உறங்கும்முன்
அனைத்து நகையு மிருந்தனவே
பெரிதும் பகலி லவையிருக்கப்
பொழுது புலர மறைந்தனவே
இரவிற் கள்வர் வந்தனரோ (71)
எனது நகைகள் கவர்ந்தனரோ
தெரியா துறங்கி நின்றபோழ்து
திருடர் கவர்ந்து சென்றனரோ

எங்க ளூரில் திருடர்கள்
எவரும் வந்த தில்லையே
கங்குல் பகலுங் கிராமத்தார்
கதவைத் தாழ்ப்பாள் போடாரே
தங்கிச் செல்லும் வழிப்போக்கர் (72)
தந்து செல்வ ராசிகளும்
இங்கு கள்வர் பயம்பற்றி
எவரு மெனக்கு ரைத்திலரே

என்று பலவும் சாரதையும்
இயம்பித் தேம்பி யழுதுநிற்கக்
கனத்த நெஞ்சு கரைந்துருக
கேட்டு சந்தி ரமணியுமே
பனித்த கண்கள் கண்ணீரைப் (73)
பெருக்கி நிற்கப் புகல்வாரே
என்ற னினிய அரும்பெண்ணே
இனிதே கேளா யுரையென்றார்

பகைவ ரெவரு மெமக்கிலரே
பின்னுங் கள்வர் பயமிலையாம்
திக்கெட் டிருந்தும் பயணிகளும்
தங்கள் பயணந் தொடரும்முன்
மக்க ளிங்கு மகிழ்ந்தளிக்கும் (74)
மிகுந்த சுவையா முணவுண்டு
தகுந்த படியே வாழ்த்திநின்றுத்
தொடர்வர் தமது பயணத்தை

இவ்வா றிருக்க உன்நகைகள்
எடுத்துச் செல்வோ ரில்லையாம்
கவர்ந்து நகையைச் சென்றிருந்தும்
கொஞ்ச மேனும் பயனிலையாம்
அவையே சுத்த தங்கத்தால் (75)
ஆன தில்லை யாதலினால்
கவர்ந்து சென்றுங் கெட்டபெயர்
கிட்டி நிற்கு மவர்க்கென்றார்

உடலி லவற்றை அணிந்திருக்க
உண்டா கிடுமே நோய்பலவும்
பட்டுப் போன்ற உன்மேனி
பிணியும் கொண்டால் தாங்கிடுமோ
கெட்ட தவையா மாதலினால் (76)
கழற்றி வீசி எறிந்துநின்றேன்
கட்டி நின்ற நின்கணவன்
கனக நகைகள் மிகத்தருவான்

குறையே யில்லா நற்கொழுந்தே
குணமு மதிகங் கொண்டவளே
நிறைம தியான முகத்தாளே
நல்ல குலத்த ரும்பெண்ணே
முறையே உன்னை மணம்புரிந்த (77)
மற்றுன் கணவன் மிகவிரைவில்
நிறைய கனகா பரணங்கள்
நானுங் காணத் தந்திடுவான்

என்று சந்தி ரமணிகூற
இனிமே லழாதி ருப்பதாக
கனிந்து கூறி சாரதையும்
கண்ணீர் மீண்டும் பெருக்கிநின்றார்
தனயன் பற்றித் தாயுரைத்தத் (78)
தெளிவாம் மொழிக ளெல்லாமே
பின்னா ளொருநாள் மெய்யாகிப்
பலித்து நின்ற துண்மையாம்

அன்பு பத்தி ஞானமுமாம்
ஆப ரணங்க ளளித்துநின்றார்
நன்றே ஞானம் சீலமுமாம்
நகைக ளளித்து நின்றாரே
பின்னுந் தாயின் வாக்கெல்லாம் (79)
புனித மென்று கருதியவர்
பொன்னா லான ஆபரணம்
பலவு மளித்தார் கதாதரரும்

பொன்னை மற்றும் மண்ணையும்
பேதங் காணா கதாதரரும்
அன்னை வாக்கை மெய்யாக்க
அனேக கனக நகைபலவும்
இனிதே தமது பத்தினிக்கு (80)
இவையுங் கொள்வா யெனக்கூறி
மனமு வந்த ளித்திருக்க
மகிழ்ந்தேற் றுநின்றார் சாரதையும்

ஈச்ச மரங்கள் கிராமத்தில்
எங்கும் நிறைந்தி ருந்தனவே
பாசம் பொங்கிக் கிராமத்துப்
பெண்கள் பழங்கள் பறித்துவந்து
கூச்ச மின்றி உண்ணென்று (81)
கொடுத்து நிற்பர் சாரதைக்கு
மாசி லன்பு கண்டுநின்று
மகிழ்ந்தேற் றுநின்றார் சாரதையும்

இரவல் நகைகள் போட்டுநின்று
இரக்க மின்றி அவற்றையும்
கரவாய் கழற்றி கொண்டுநின்று
குழந்தை மற்றும் பலரையும்
தெரிந்த றிந்து வஞ்சித்துத் (82)
தீய செயலும் புரிந்ததாக
உரைத்து நின்றார் சாரதையின்
உறவா மன்பு சிற்றப்பா

இரவல் நகைகள் போட்டுநின்று
இரக்க மின்றி வஞ்சித்தீர்
பரிச மாக மிகக்குறைந்த
பணமுந் தந்த னைவரையும்
தெரிந்தே வேண்டு மென்றுநீவிர் (83)
திட்ட மிட்டு வஞ்சித்தீர்
பெரிய துரோக மிதையாமும்
பொறுக்கோ மென்று சீறிநின்றார்

பொங்கிச் சினந்து பலபேசி
பின்னுஞ் சீற்றந் தணியாமல்
தங்கக் கிளியா மெம்பெண்ணைத்
தங்கள் மனையில் சேர்ப்பித்து
மங்கிப் புகழுங் கெட்டுநின்றோம் (84)
மற்றுத் தீராப் பெரும்பழியும்
எங்கள் சுற்றம் சுமத்திநிற்க
ஏமாந் துநின்றோ மெனச்சினந்தார்

வெறுத்துப் பேசிப் பழித்துநின்று
வேகஞ் சிறிது மடங்காமல்
சிறுகு ழந்தை சாரதையைச்
சிரமஞ் சிறிதும் பார்க்காமல்
பற்றித் தோளி லேற்றிநின்று (85)
பதற்றத் தோடு விடையெதுவும்
பெறாது காமார் புகூரிருந்து
புறப்பட் டடைந்தார் தமதூரும்

பழித்து நின்று குறைகூறி
பலவா றாக வசைபாடி
இழிசொல் கூறி நின்றிருந்தும்
இராமேச் வரரும் கதாதரரும்
விழித்தி ருந்து கேட்டிருந்தும் (86)
வாத விவாதஞ் செய்யாது
வழக்கா டிநிற்க விரும்பாது
வசைமொ ழிகேட்டி ருந்தனரே

அன்னை சந்தி ரமணிமட்டும்
அருமைப் பிள்ளை களையழைத்து
சினந்து செல்லுஞ் சம்பந்தி
சினத்தைப் போக்கி உடனவரை
மனைக்க ழைத்து வருவதற்கு (87)
முயற்சி செய்ய மொழிந்துநின்றும்
கனத்த மோனம் பிள்ளைகள்
காத்து நின்றி ருந்தனரே

சீறிச் சினந்து வசைபாடி
சார தையைத் தோள்தன்னில்
ஏற்றித் தூக்கித் தமதூரும்
எழுந்து செல்வார் தமைக்கண்டு
கூறி நின்றார் கதாதரரும் (88)
கணவன் மனைவி ஆனதையும்
மாற்றி விடுதல் செய்வாரோ
மற்றுச் சுற்றம் பொறுத்திடுமோ

மணமும் முடிந்து நின்றதன்பின்
மாற்றி நிற்ற லியன்றிடுமோ
கணவன் மனைவி ஆனதன்பின்
கிராம மாசி தந்ததன்பின்
பெண்ணும் பிரிந்து வாழ்ந்திடவே (89)
பெரிதும் விரும்பி நிற்பாளோ
பெண்ணின் பெற்றோர் சீற்றமெலாம்
பிறகு தணிந்து போகுமென்றார்

செயராம் பாடித் திரும்பிவந்த
சார தையைத் தம்பியுடன்
வியந்து கண்டு நடந்ததையும்
விசாரித் தறிந்துத் தன்தம்பி
இயற்றி நின்ற செய்கையை (90)
ஏற்றா ரில்லை சாரதையின்
உயர்ந்த குணத்துத் தந்தையும்
ஒத்து நின்றார் சியாமாவும்

இரவல் நகைகள் போட்டதையும்
எளிதா யெடுத்துக் கொண்டுநின்றும்
பெரிதுஞ் சீறிச் சினந்துநின்று
பெண்ணைப் பிறந்த வீட்டிற்கு
விரைந்த ழைத்து வந்ததையும் (91)
வெறுத்து நின்றார் சாரதையின்
அருமைத் தந்தை தாயாரும்
அமைதி கண்ட துகோபதாபம்

இரண்டாம் முறையாய் கதாதரரே
ஏகி நின்றார் வேட்டகமும்
வரவேற் பதற்கு விரும்பிப்பின்
வாயில் முன்னம் வந்துநின்று
புருடன் பாதங் கழுவிநின்று (92)
பாதம் பட்டு நின்றநீரைச்
சிரத்தில் தெளித்துச் சாரதையும்
சிரித்து மகிழ்ந்து பணிந்துநின்றார்

நடந்து வந்த களைப்பொழிய
நினைத்தங் கிருந்த ஊஞ்சலையும்
அடைந்து நின்று கதாதரரும்
அமரக் கண்டு சாரதையும்
அடிசில் செய்யு மடுப்பறையும் (93)
அடைந்து சென்று விசிறியொன்றை
எடுத்து நின்று பலர்முன்னம்
இனிதே மகிழ்ந்து வீசிநின்றார்

பிராய மேழா மிவளுக்காம்
பதிக்குச் சேவை புரியென்று
உரைத்தா ரில்லை இங்கெவரும்
உள்ள முவந்து பணிவிடைகள்
இருந்து மிவளே ஆற்றிடுதல் (94)
என்னே விந்தை மேலுமிவள்
புரிந்து நிற்கும் பாங்கையும்
பாரீ ரென்ப ரூர்மக்கள்

மகிழ்ந்து நின்று கதாதரரும்
மொழிவார் தமக்குச் சதாகாலம்
பக்க மிருந்து பணிவிடைகள்
புரியும் இருத யராமிடமும்
அகமு டையாள் சாரதையும் (95)
ஆக வேண்டும் மாமிமுறை
மிகவும் நீயு மட்டாங்கம்
மற்றுப் புரியென் றுறைத்துநின்றார்

மாமி முறையா மிவளுனக்கு
மற்று நீயும் பணிந்துநிற்க
காமித் திருக்கு மெல்லாமும்
கிடைக்கு மிவளின் கடைக்கண்ணால்
ஏமன் தன்னை விரட்டிநிற்க (96)
இயலு மிவளா லறியென்றார்
நாமங் கூறி அழைத்துநிற்க
நலமும் பெறுவா யறியென்றார்

அங்க வத்தி ரத்தையும்
அடுத்தி டுப்பி லணிந்துநின்று
பொங்கி மகிழ்ந்துப் பலர்முன்னம்
பணிந்து வணங்க வந்திடவும்
அங்கி ருந்து சாரதையும் (97)
அகன்று சென்றார் மிகவெட்கி
மங்காப் புகழின் இருதயராம்
மற்றுத் தொடர்ந்தா ரவரையும்

நாணி நின்று சாரதையும்
நகர்ந்து சென்றார் வேறிடமே
தூணி னோரம் மறைந்துநிற்கும்
தூய மாமி சாரதையை
வேண்டி நின்றுத் தன்வணக்கம் (98)
விருப்போ டேற்கக் கூறிடவும்
மீண்டும் பலர்முன் வெளிப்போந்து
மகிழ்ந்தேற் றுநின்றார் மரியாதை

இருத யராமும் சாரதையை
இனிதே பணிந்து வணங்கியதைத்
தெருவில் வசித்தோர் கண்டுநின்று
தமது கண்கள் பனித்திருக்க
உரைத்து நின்ற னரிவ்வாறும் (99)
உறவு முறையை அனுசரித்து
பெருமை துலங்கு மிப்பெண்ணைப்
பணிந்து நின்றீர் மிகவருமை

அருமை யான நற்செயலும்
ஆற்றி நின்றீ ரையாநீர்
பெருமைக் குரிய இப்பெண்ணைப்
பிறந்த நாளாய்ப் பார்த்துவரும்
கிராமம் வதியு மெல்லோரும் (100)
களித்து வணங்கி நின்றிடவே
பெரிது மெங்க ளறியாமைப்
பிறழச் செய்கி றதென்றனரே

செயராம் பாடி கிராமத்தில்
சிலநா ளிருந்துப் பின்தமதூர்
இயமா னியாகும் சாரதையை
இனிதே கதாயி யழைத்துவந்தார்
இயற்கை காட்சி கண்டுவரும் (101)
இல்லா ளிடமும் வினவிநின்றார்
இயம்பி நிற்பா யெம்மூரும்
ஏகக் கார ணமேதென்றார்

எனது காமார் புகூராமூர்
ஏகக் கார ணமேதென்றும்
இன்னு மங்கே யாரெவரே
இருப்ப தையு முரையென்று
மனைவி யிடமே கதாதரரும் (102)
மற்றுக் கேட்கச் சாரதையும்
அன்னை வாழு கிறாரென்றும்
அதன்மேல் வதுவை யென்றுரைப்பார்

வதுவை நமக்கி ருப்பதாலும்
வேறோ ரன்னை வசிப்பதாலும்
இதுவே யாகும் காரணமாய்
ஏகி நாமுஞ் செல்வதாகக்
கதைத்து நிற்கும் சாரதைக்கு (103)
கூறி நிற்பார் கதாதரரும்
இதுவே தவறு வதுவையும்
இரண்டாண் டுமுன்னம் முடிந்ததென்றார்

எனக்குப் பிராய மேழென்றும்
இரண்டாண் டுமுன்னம் வதுவையும்
நன்கு முடிந்து நின்றதென்றும்
நவின்று நிற்பா யங்கெவரும்
வினவி நிற்கி னிவ்வாறு (104)
விடையி றுப்பா யென்றன்பாய்
கனிந்து ரைக்கும் கதாதரர்க்கு
களித்தொப் பிநின்றார் சாரதையும்

சிலநாள் காமார் புகாருறைந்து
சித்தை நினைவு படுத்திநிற்க
மலர்ந்து நின்று கதாதரரும்
மற்றுத் தட்சி ணேசுவரம்
செல்லக் கண்டு சாரதையும் (105)
செயராம் பாடி சென்றடைந்து
மெல்லத் தமது தினவழக்கம்
மகிழ்ந்து தொடர்ந்து நின்றிருந்தார்

பள்ளி செல்லும் சிறுமிகளைப்
பார்த்து மகிழ்ந்த வர்போலும்
களித்துப் பள்ளி சென்றிடவும்
கூறி நின்றார் தன்விருப்பம்
உள்ளம் மகிழ்ந்து மனையோரும் (106)
உடனே ஒப்பி நின்றிடவும்
வெள்ளி தோன்றுஞ் சமயத்தில்
வேலை முடித்துப் பள்ளிசெல்வார்

அவலை வறுத்துப் பொரியாக்கி
அணிந்தி ருக்கு முடைதன்னில்
கவன மாக முடிந்துநின்று
கற்று நிற்கப் பள்ளிக்கு
தவறா தவருஞ் சென்றுவரத் (107)
தொடங்கி நின்றார் சாரதையும்
இவ்வா றுநாட்கள் சிலசெல்ல
இதற்கு முடிவும் வந்ததுவே

மன்றல் முடிந்தப் பெண்ணெவரும்
மனையை நீங்கி வெளியிடமும்
சென்று நிற்றல் தவறென்று
சாற்றி நின்ற தாய்சொல்லை
நன்றெ னவொப்பிச் சாரதையும் (108)
நிறுத்தி நின்றார் நிரந்தரமாய்
இனிதே மனையில் சகலருக்கும்
இயற்றி நின்றார் பணிவிடைகள்

பிராயம் பதினொன் றாகிநிற்கப்
பலவா றாக அன்னைக்குப்
புரிந்து வந்தார் பேருதவி
பஞ்சம் நாட்டை வருத்திநிற்கப்
பரித வித்து மிகவிரங்கிப் (109)
பசியால் வாடும் மக்களுக்கு
இராமச் சந்தி ரவள்ளலுமே
இருந்த தெல்லா மளித்துநின்றார்

மனையி லிருந்த தானியத்தை
மக்க ளுண்ணு முணவாக
இனிதே ஆக்கி அளித்துநின்றார்
இல்லில் தினமு மன்னதானம்
மனையில் நெல்லு மிருந்தவரை (110)
மறவா துநாளும் நடந்ததுவே
அன்னைக் குதவி சாரதையும்
ஆற்றி நின்றார் பணிவிடைகள்

பஞ்சம் நாட்டை வருத்திநிற்கப்
பசியால் வாடிப் பலர்மடிய
கெஞ்சிக் கேட்கு மேழைக்கு
கொடுக்கப் பலரும் தயங்கினரே
நெஞ்ச மிரங்கி சிலநல்லோர் (111)
நலிந்தோ ருக்குத் தானியமும்
வஞ்ச மின்றி அளித்துநின்று
வையந் தன்னில் புகழ்பெற்றார்

ஒருநா ளேழைப் பெண்ணொருத்தி
ஓடி இராமச் சந்திரர்தம்
கிரும டைந்து மனைமுன்னம்
கண்டு நின்றாள் தொட்டியொன்றை
எருது மற்றும் பசுக்களுக்கு (112)
இரையாய் தவிட்டை நீருடனே
அருந்த மனையோர் வைத்திருக்க
அதையு மவளே யெடுத்துண்டாள்

பசியால் வயிறுங் காய்ந்திருக்கப்
பிதுங்கி யகண்க ளோடவளும்
புசிக்கத் தொட்டி தனிலிருந்துப்
பதறித் தவிட்டை அள்ளிநிற்க
கசிந்து நின்று சாரதையும் (113)
கையால் தடுத்த பின்னுமவள்
மொசித்து நின்றாள் பசிதீர
மற்று நெகிழ்ந்தார் சாரதையும்

மனையி லிருந்து நல்லுணவு
மற்றுக் கொண்டு வரும்வரையில்
தின்னா திருப்பாய் தவிட்டையும்
தருவேன் நல்ல பொங்கலென்று
சொன்ன பின்பு மவ்வேழை (114)
சிறிது புசித்து விட்டபின்னர்
நினைவு வந்து சொன்னதையும்
நவிலக் கேட்டாள் நலிந்தவளே

பொங்க லிதுவாம் மேலும்பின்
புதிதாய் சிறிது நேரம்முன்
பொங்கி யதாகு மிதையுண்ணப்
போகும் பசியு மென்றுரைத்து
செங்கைப் பெண்ணாம் சாரதையும் (115)
சென்றோ டிவட்டி லொன்றுதனில்
பொங்கிக் கொதிக்கும் பொங்கலையும்
பரம யேழை முன்வைத்தார்

ஆவி பறந்து கொதித்துநிற்கும்
அன்ன மாகும் பொங்கலையும்
ஆவி நீங்கும் நிலையிலுள்ள
அருமைத் தாயே உண்ணென்று
சீவி முடித்த கூந்தலாளும் (116)
சொல்லிச் சென்று விசிறிதனால்
ஆவி போக விசிறிநிற்க
அடைந்தாள் பெண்ணு மானந்தம்

வெப்ப மாக இருக்கின்ற
வாசங் கமழும் பொங்கலையும்
துப்பி நிற்பா ளதன்சூடு
துளியும் பொறுக்கா ளென்றெண்ணி
வெப்பம் போக்க அடுக்களையின் (117)
விசிறி இரண்டு கொண்டுவந்து
சப்ப ணமிட்ட மர்ந்துநின்று
சூடு போக விசிறிநின்றார்

அன்பால் மற்றும் பணிவிடையால்
அனேக விதத்து மக்களையும்
மென்மை யான குணங்கொண்ட
மற்று நமது சாரதையும்
தன்பால் கவர்ந்து நின்றிருந்தார் (118)
தாய்மை யியற்கை யாயிருக்கத்
துன்பம் பொறாது மற்றோர்க்கு
செய்வா ரெல்லா உதவிகளும்

பிராயம் பதின்மூன் றாகிநிற்கப்
பதியின் காமார் புகூரிருக்கும்
கிருகம் வந்தார் சாரதையும்
காமார் புகூரில் கொழுந்தனாகும்
இராமேச் வரரின் குடும்பத்தோர் (119)
இருந்தி ருக்க வேறெவரும்
கிருகந் தன்னி லில்லையால்
கண்டார் சிரமம் சாரதையும்

என்றன் தாயே செய்வதென்ன
என்று வருந்தித் தேவியிடம்
தனது கவலை மனத்துள்ளே
தெரிவித் திருக்கச் சட்டென்று
வனிதை எண்ம ரெங்கிருந்தோ (123)
விரைந்தோ டிவந்து நின்றிருக்க
இனிதே கண்டு சாரதையும்
இதயம் மகிழ்ந்து நின்றாரே

பின்தூங் கிநின்று முன்னெழுந்து
பலரும் பணியுந் துவங்கும்முன்
இனிதே சிலரோ டேரியையும்
ஏகிக் காலைக் கடன்முடித்து
மனையு மடைந்துத் தன்கடன்கள் (120)
மகிழ்ந்து தொடங்கும் பழக்கத்தைப்
பின்பற் றிவந்த சாரதையும்
பிறழா துதிருப்பார் பலவிடத்தும்

நாரி யரெண்மர் வந்திருந்து
நால்வர் நால்வ ராகிநிற்க
பூரித் துடனே சாரதையும்
புகுந்து நின்றா ரைவராக
ஏரிக் கவர்க ளணிவகுத்து (124)
இறும்பூ தெய்திச் சென்றங்கு
நீரா டிநின்ற தன்பின்னர்
நீரெ டுத்துத் திரும்பினரே

ஊரா ரெழும்முன் வழக்கம்போல்
உறக்கங் கலைந்து சாரதையும்
நீரா டிநின்று தன்கடன்கள்
நன்றே துவங்க விரும்பிநின்றார்
ஓர கத்தி உறங்கிநிற்க (121)
உவந்து காத்தி ருந்ததன்பின்
சோர்ந்து தளர்ந்து சாரதையும்
சிந்தா குலமா யிருந்துநின்றார்

மனையின் வாச லடைந்ததுமே
மறைந்து நின்ற னரெண்மருமே
தனது பணிகள் சாரதையும்
தொடங்கி நிற்பா ரொவ்வொன்றாய்
இனிதே அங்கு சாரதையும் (125)
இருந்த காலம் வரையிதுவே
தினமுந் தொடர்ந்து நின்றிருக்கத்
தொல்லை யேதுங் கண்டிலரே

மணமு மாகி நின்றிருக்க
மற்று யானு மேரிக்குத்
துணையே துமின்றித் தனியாகத்
துணிந்து செல்லல் தவறாமே
பணிபு ரிமுன்னம் நீராடல் (122)
பழக்க மாகி யிருந்திடவும்
அணங்கு மகிழப் பூசைகள்
ஆற்ற வியலா தாகியதே

பெண்க ளிடமே சாரதையும்
பேசி நின்றா ரில்லையாம்
துணைக்கு வந்தோர் பற்றியுமே
தெரியா திருந்தார் மற்றவரும்
பணிவி டைக ளம்பிகைக்குப் (126)
புரியும் பெண்க ளவரென்று
விண்டு நிற்பா ரவர்சரிதை
விவரித் திருக்கு மாசிரியர்

செயராம் பாடி ஊரிருக்கும்
சிறிய ஓடை தன்னையும்
உயர்த்தி கங்கை நதியென்று
உரைத்து நிற்பார் சாரதையும்
பெயர தற்காம் ஆமோதர் (127)
பின்னு மதுவே சிற்றோடை
பயின்றா ரில்லை நீச்சலுமே
புகழ்ந்தி ருந்து மந்நதியில்

நீரா டிநிற்கும் சாரதைக்கு
நின்ற னரெண்மர் துணையாக
நீரா டிநிற்கும் போதவரும்
நீந்தி நிற்கக் கற்றறிந்தார்
ஓர கத்தி மகிழ்ந்திடவே (128)
உதவி நின்றார் பலவிதத்தும்
ஊரார் மற்று மோரகத்தி
உயர்த்திச் சொல்வர் சாரதையை

இராமேச் வரரின் பெண்ணாகும்
இலக்கு மிதன்னை சாரதையும்
பெரிதுங் கவர்ந்து நின்றிடவும்
பலவாய் சிறுமி சாரதையைப்
பிரியா திருந்து சித்தியெனப் (129)
புகன்று புகழ்ந்து சுற்றிவர
கிருக மிருந்தோர் மிகவியந்து
களித்துக் கண்டு மகிழ்ந்திருப்பர்

புக்க கத்தில் சிலநாட்கள்
பதியு மில்லா திருந்திடவும்
மகிழ்ந்தி ருந்து சாரதையும்
மற்று நல்ல பெயரெடுத்து
இகத்தில் தனக்கு மிகவுகந்த (130)
இனிய செயராம் பாடிக்கு
அகங்க ளித்து வந்திடவும்
அகத்தோர் மகிழ்ந்து நின்றனரே

இராமச் சந்தி ரவள்ளலுக்கு
இனிய மனையாள் சியாமாவாம்
கருணை கொண்டி றைவனுமே
களித்துத் தந்தான் பலகுழந்தை
பெரிதுங் களித்து சாரதையும் (131)
பலவா றாக அனைவருக்கும்
புரிந்து நிற்பார் பணிவிடைகள்
பாசந் தொண்டு டன்பிறப்பாம்

பிறந்து நின்ற சிலகுழந்தை
பல்வே றுபாதைக் காட்பட்டு
இறக்கக் கண்டு சியாமாவும்
இரவும் பகலு முரத்தழவும்
மறக்க முடியா பாலகர்தம் (132)
முகங்கள் முன்னே தோன்றிநிற்க
உறக்க மின்றி மிகவருந்தி
உள்ளஞ் சோர்ந்தார் சாரதையும்

இதுவும் போதா தென்பதேபோல்
இன்னு மூரார் வருத்தினரே
பதுமை போலும் சாரதையே
புகலக் கேட்டக் கதைகேளாய்
சித்தங் கலங்கி யுன்மணாளன் (133)
செய்து நின்றா னிழிசெயல்கள்
பித்த னாகிச் செயல்பலவும்
புரிகி றானென் றறிந்துநின்றோம்

இறைவிக் களிக்கு முன்னவனும்
இனிதே உண்டான் நிவேதனமும்
பிறகு மவனே உச்சிட்டம்
புசிக்கக் கொடுத்தா னம்பிகைக்கு
பறித்து வந்த மலரையும் (134)
புவனைக் களிக்கா கவன்சூடி
சிற்ப ரைக்க ளித்துநின்று
செய்து நின்றா னென்றுரைப்பர்

தன்வ யதொத்தப் பெண்களுமே
திரும ணத்திற் கழைத்துநிற்க
இன்சொல் கேட்டு மறுக்காமல்
ஏகி நிற்கி னூராரும்
வன்சொல் பலவும் கதாதரர்மேல் (135)
விடாது பேசி சாரதையின்
மனதை நோகச் செய்துநின்று
மிகவு மவரை வதைத்தனரே

நெட்டு யிர்த்து சியாமாவும்
நின்றி ருக்க அதைக்கண்டு
பட்டு நின்றார் சாரதையும்
பின்னுந் துயரம் பெருமளவில்
பட்ட காலில் படுமென்னும் (136)
பழமொ ழிபோலு மிச்சொற்கள்
கொடுத்து நின்ற தளவற்ற
கொடிய துயரம் வருத்தங்கள்

அன்புப் பெண்ணாம் சாரதையும்
ஆற்றி நிற்கும் பணிநோக்கி
அன்னை சியாமா சுந்தரியும்
அதிச யித்து மகளிடமே
வினவி நின்றார் மகளேநீ (137)
விண்ண கத்துத் தேவதையோ
என்ன வென்று தெரிகில்லேன்
இயந்தி ரமாக உழைக்கின்றாய்

பிறவி யிதில்யான் பெரும்பாடு
பட்டு வருந்தி நின்றிருக்க
இறைவ னிடமே பிறவியினி
இனிதே தாரா திருந்திடென்று
இறைஞ்சி வேண்டி நின்றிருந்தும் (138)
எனக்கு மகளாய் நீபிறக்கின்
நிறைய பிறவி யெடுத்திடவும்
நிரம்ப விழைந்தே னென்பெண்ணே

எனக்கு மகளாய் பிறந்திந்நாள்
ஏரா ளமாக உதவிநின்றாய்
உன்னைக் காணி னம்பிகையின்
உருவம் தோன்றி நின்றிருக்க
இன்னு மனேக பிறவிபல (139)
இறைவ னளிக்கி னுன்னுடனும்
இனிதே பிறக்க இச்சித்தேன்
இதுவென் நேர்த்தி யென்றுரைப்பார்

குழந்தைப் பருவஞ் சென்றோட
குமரி யாக சாரதையும்
அழகு பொங்க மாறிநிற்க
அகவை பதிநான் காகியதே
வழக்க மாக இருக்கின்ற (140)
வேட்கை யில்லா திருந்திடினும்
குழந்தை கட்குத் தாயாகிக்
கொஞ்சி மகிழ விரும்பிநின்றார்

பிரம சரியந் தனைப்பேணிப்
பூமி தன்னில் பலகாலம்
இருந்து வாழ்ந்தி றந்துபடும்
இனிய பத்த ரனைவருக்கும்
கரும வினையும் மிகுத்திருக்க (141)
கருணை கொண்டி றைவனுமே
தரணி தன்னில் வேட்கைகள்
தருவ தில்லை ஒருசிறிதும்

அடுத்த டுத்தப் பிறவிகளில்
அவர்கள் தமது சாதனையை
விட்டு நின்ற இடத்திருந்து
வேகங் கெடுத்து மீண்டும்பின்
தொடர வழியு மிறைவனுமே (142)
செய்து நிற்பா னெனவேதம்
நொடித்துச் சிறப்பாய் பகருவதை
நன்றா யறிவர் நாட்டவரும்

இறைவ னவதா ரத்திற்கும்
இன்னு மவனின் தூதருக்கும்
சிறிது மியற்கை வேகங்கள்
செய்யா திருக்கும் கெடுதல்கள்
குறையில் குணத்து சாரதைக்குக் (143)
கொஞ்ச முமில்லை வேட்கைகள்
பிறகு மன்னை யாகிடவே
பிறந்த தாசை அவர்மனதுள்

ஏழாண் டுகளாய் சாரதையும்
இறைவன் தன்னைக் கண்டிலராம்
வாழ்ந்தா ரவரும் தமதூரில்
விழைந்தோன் தட்சி ணேசுவரம்
வாழ்ந்தி ருந்து சாதனைகள் (144)
விதவி மாகப் புரிந்துநின்று
மூழ்கிக் களித்தி றையன்பில்
மகிழ்ந்தி ருந்தார் சதாகாலம்

கோவில் தன்னி லுறைந்திருக்கும்
காளி மற்றும் காண்கின்ற
தேவி யரெல்லாந் தானென்றும்
தரணி தன்னில் மக்களெல்லாம்
சேவித் துநின்று போற்றுகின்ற (145)
தெய்வ வடிவு தானென்றும்
ஆவ ரணிநன் கவர்க்குணர்த்தி
அனைத்துந் தானென் றுரைத்துநின்றாள்

இறைக்குத் தாச னாயிருந்து
இறும்பூ தெய்தி வழிபடலாம்
இறையைத் தோழ னாயெண்ணி
இன்பந் துய்த்து மகிழ்ந்திடலாம்
இறையைக் குழந்தை யாயெண்ணி (146)
இனிதே அன்பு செலுத்திடலாம்
இறையின் பத்தி னியென்றெண்ணி
இன்னும் மகிழ்ந்தி ருந்திடலாம்

வழிகள் பலவு மிருந்திருக்க
விருப்ப மான தொன்றையும்
நழுவா திருக்கிப் பற்றியபின்
நீண்ட காலம் பயின்றுநிற்க
முழுதாய் பலனும் மெய்யடியார் (147)
மற்றுப் பெற்று மகிழ்ந்திடுவர்
அழிவி லிறைவன் தனையடைய
அனேக பிறவி ஆகிடுமே

ஒருவ ழிதன்னைப் பலவற்றுள்
உவந்து தேர்ந்தெ டுத்துநின்று
சரியா யதனைப் பயிற்சிசெய்ய
சிவனும் முத்தி அளித்திடுவான்
தரணி தன்னில் கதாதரரும் (148)
சகமே புகலும் வழிபலவும்
கருத்தொ ருமித்துப் பயின்றுநின்று
கடவுள் தன்னை அனுபவித்தார்

தந்தி ரமார்க்கப் பிராம்மணியும்
திறம்ப டவாற்றும் முறையெல்லாம்
தொந்த ரவெல்லாம் பலவேற்றுத்
திறமை யாகக் கையாண்டு
சிந்தித் திருந்து கதாதரர்க்கு (149)
சிறப்பாய் பயிற்று வித்திடவும்
கந்தங் கமழச் சீடருமே
கற்றுத் தேர்ச்சி பெற்றாரே

குருவா யிருந்து பிராம்மணியும்
கற்ற தெல்லாம் கதாதரர்க்கு
உரைத்து நின்று வழிகாட்டி
உண்மை விளங்கச் செய்துநின்றார்
பெரியோர் மிகுந்த அவைதன்னில் (150)
பெருமை யோடு புகன்றுநின்றார்
இராமன் மற்றும் கிருட்டிணனாய்
இவரே அவத ரித்தாரே

இராம னாக அவதரித்து
இதன்பின் கிருட்டி ணனாகவுமே
திருமா லெடுத்த அவதாரம்
தற்கா லத்தில் கதாதரராய்
உருக்கொண் டிருப்ப துகாணீரே (151)
உரைப்ப திதுவே மெய்யென்று
பெருமை யுடனே பிராம்மணியும்
புகன்று நின்றா ரவையோர்முன்

சாத்தி ரங்கள் கூறுகின்ற
சகல அடையா ளங்களுமே
தோதா யிந்த கதாயியிடம்
தோன்றக் கண்டே னிதுவுறுதி
வாதஞ் செய்வோ ரென்முன்னம் (152)
வரவே நிரூபித் திடுவேனே
ஏது மைய மெவருக்கும்
இருக்கின் வாரீ ரென்றழைத்தார்

விருப்ப மில்லை யெவருக்கும்
வீணே வாதம் புரிந்திடவும்
பிராம்ம ணிகூறி நின்றதையும்
பிரமா ணமாக அனைவருமே
விரும்பி யேற்றுக் கொண்டுநின்று (153)
விழியா லெல்லாங் கண்டுநின்று
உரைத்த தெல்லாம் மெய்யெனவும்
ஒருமித் துரைத்து நின்றனரே

பரவ சபாவ மெல்லாமும்
பார்த்துப் பின்னர் மிகமகிழ்ந்து
குருவாம் பிராம்ம ணிகூறியதில்
கொஞ்ச முமில்லை பிழையென்று
பெருமை மிக்க அவையோரும் (154)
பாதம் பற்றிக் கதாதரரின்
பெருமை யுணர்ந்து மிகப்புகழ்ந்து
போற்றிப் பாராட் டிநின்றனரே

கதாயி தனது மகனென்று
கருதி நின்றார் பிராம்மணியும்
அதீத அன்பு கண்ணனிடம்
அன்னை யசோதைக் கிருந்ததேபோல்
கதாயி யிடமே பிராம்மணியும் (155)
கொண்டி ருந்தார் பேரன்பு
கதாயி மீது பிராம்மணியும்
காட்டி நின்றார் பெரும்பத்தி

அவையோர் பிராம்ம ணிகூறியதை
ஆமோ தித்து நின்றனரே
அவதா ரமென்று பிராம்மணியும்
அறிவித் திருக்கக் கதாதரரும்
உவந்து மகிழ்ந்தா ரில்லையாம் (156)
உன்மத் தனில்லை யென்றொப்ப
கவலை நீங்கி நின்றதாகக்
கூறி மகிழ்ந்தார் கதாதரரும்

அத்து வைத மார்க்கத்தை
அறிவித் திடவும் அவதூதர்
கதாயி வாழு மிடம்வந்து
களித்து மகிழ்ந்துத் தாம்கற்ற
அத்து வைத நிலைகற்க (157)
ஆவ லுள்ள தாவென்று
விதத்து நிற்க கதாதரரும்
விருப்ப முடனுந் தெரிவித்தார்

சன்னி யாச தீக்கையும்
தோதா புரியா மவதூதர்
இனிதே யேற்கக் கூறிநிற்க
இயம்பி நின்றார் கதாதரரும்
அன்னை கைம்பெண் மேலுமவர் (158)
அதிகப் பிராய மாகிநின்றார்
பின்னும் மூத்த மகனையும்
பிரிந்து வாடி யுள்ளாரே

மழித்து நின்றுத் துவருடுத்து
　　மற்றுத் தாயின் முன்வரவும்
அழித்த மூவாரென் அன்னையும்
　　ஆற்ற கில்லே னக்காட்சி
மழிக்கா திருந்து துவருடையும் (159)
　　மற்றுத் தவிர்த்துத் துவரேற்கப்
பழுதி லையேல் சன்னியாசம்
　　பற்றி வாழ விரும்புகிறேன்

மனையி ருந்தும் மற்றவளால்
　　மறந்துந் தொல்லை வாராது
கனிந்து கருத்தி லிதைக்கொண்டு
　　கூறு வீரே நல்வழியும்
என்று மொழிந்த கதாதரர்க்கு (160)
　　இயம்பி நின்றா ரவதூதர்
என்ற னினிய கதாதரனே
　　எனக்குச் சம்ம தமிதுவென்றார்

முடிம ழித்துப் பூணூலும்
　　மற்று நீக்கித் துவருடையும்
உடுத்தி ஓமம் செய்ததன்பின்
　　உவந்து தீக்கை ஏற்றிடுவாய்
அடுத்துன் விருப்பம் போல்நீயும் (161)
　　அகமுஞ் சென்று முன்புபோல
தொடர்ந்து பிரம சரியத்தைத்
　　தாங்கிக் காப்பா யென்றுரைத்தார்

புனிதத் தூய மந்திரங்கள்
　　பலவுங் கூறி மேலும்பின்
புனிதத் தீயு மெழுப்பிவிட்டு
　　பெய்து நின்றா ரதில்நெய்யும்
வன்னி மிகவு மெழும்பிநிற்க (162)
　　விரைந்து சென்னி மயிர்களைந்து
பின்னும் பூணூ லுடன்சிகையைப்
　　புசிக்க மழித்து வீசிநின்றார்

தோதா புரியா மவதூதர்
　　தந்து நின்ற துவராடைக்
காதல் கொண்டு வாங்கிநின்று
　　களித்த தையு முடுத்திப்பின்
காதில் தோதா புரிமுனிவர் (163)
　　கருணை கொண்டு மந்திரங்கள்
ஓதி நிற்கக் கேட்டததன்பின்
　　ஒன்றா கிநின்றா ரிறையுடனே

அத்து வைத நிலையடைந்து
　　அமைதி யாக மூன்றுநாட்கள்
கதாயி சமாதி நிலைதன்னில்
　　களித்தி ருக்க அவதூதர்
நிதமும் வந்து சோதித்து (164)
　　நான்காம் நாளும் மிகமகிழ்ந்து
பதமாய் பிரண வமோதிநிற்கப்
　　புவியின் நினைவு வரப்பெற்றார்

அத்து வைத நிலைதன்னில்
　　ஆறு மாத மிவ்வாறு
கதாயி திளைத்து மகிழ்ந்திருக்க
　　கோரி அவரை மீட்டெழுப்பி
மதமா மிசுலா மியத்தையும் (165)
　　மற்றுங் கிறித்து வத்தையும்
பத்தி செய்து சத்தியத்தைப்
　　புரிந்து நிற்கப் பணித்துநின்றாள்

இசுலா மியத்தை அனுட்டிக்க
　　இறைவி ஆணை யிட்டிடவும்
இசுலா மியத்துத் தத்துவங்கள்
　　எல்லாங் கற்ற னுட்டித்தார்
இசுலா மியமு மிறையடைய (166)
　　இனிதே உதவு மெனக்கண்டார்
இச்சை பின்னர் கிறித்தவத்தை
　　இனிதே பயில எழுந்ததுவே

இறைவி தூண்டி நின்றிருக்க
இனிதே கிறித்த வத்தையும்
முறையாய் கற்ற னுட்டித்து
மெய்யா யதையு மனுட்டிக்க
மற்ற டியாரு மனுபவங்கள் (167)
மகிழப் பெறலா மெனக்கண்டு
அறிந்து நின்றார் கதாதரரே
அனுப வங்கள் பெற்றதன்பின்

பலவி தமான சாதனைகள்
பயின்று நின்ற கதாதரர்க்கு
தொல்லை நிறைய வந்துநிற்க
தேக நிலையுங் கெட்டதுவே
வல்ல பிகோவில் நிருவாகி (168)
வைத்தி யரையு மழைத்துவந்து
நல்ல மருந்து கொடுத்திடவே
நிரம்ப முயற்சி செய்துதோற்றார்

மருந்தால் பயனுங் கண்டிலரே
மற்றி டம்மா றிநின்றிருக்கத்
தெரியும் நல்ல பயனென்று
தெளிந்து கூற கோவிலையும்
நிருவ கிக்கும் மதுரநாதர் (169)
நல்ல தென்று சம்மதித்து
விரைந்து காமார் புகூருக்கு
வழிய னுப்பி நின்றிருந்தார்

தட்சி ணேசு வரம்விட்டு
தேக நிலையைச் சீர்செய்ய
விடாது தனக்குச் சேவைகள்
விரும்பிப் புரியும் இருதயராம்
தொடர காமார் புகூருக்குத் (170)
தூயோன் கதாயி புறப்படவும்
அடுத்துக் குருவாம் பிராம்மணியும்
அவர்க ளோடு புறப்பட்டார்

இராம னாக கிருட்டிணனாய்
இகத்தில் கதாயி உதித்ததாக
பிராம்ம ணிகூறி நின்றதையும்
பரிந்தேற் றிநின்ற ரவரையும்
இராம கிருட்டி ணரெனமக்கள் (171)
இனிதே அழைக்கத் துவங்கினரே
கிராமம் காமார் புகூருக்கு
கதாயி வந்தா ரிருவருடன்

பதியும் காமார் புகூருக்குப்
பிணியோ டுவந்த தாயறிந்து
பதைத்து நின்று சாரதையும்
பதிக்குச் சேவை புரிந்திடவும்
அதிவே கமாக பிறந்தகத்தில் (172)
அனும திபெற்று விரைந்துவந்தார்
சதிப தியேழாண் டின்பின்னர்
சந்திப் பதுவும் மிகவினோதம்

சொந்த ஊரும் புறப்படும்முன்
சிற்ப ரையின் சன்னிதிக்கு
வந்து நின்று கதாதரரும்
வேண்டி நின்றா ரிவ்வாறே
விந்தை கேட்பாய் விண்ணப்பம் (173)
வனிதை யென்றன் வீடடைவாள்
தந்து நிற்பாய் சகலமுமே
தாரா திருப்பாய் காமமுமே

இல்லம் வந்தென் மனைசேர்வாள்
இல்லாள் மீது கருணைகொள்
வல்ல பிரீயு மவளுக்கு
வேட்கை சிறிதும் தாராதே
தலைவி மகிழ சகலமுமே (174)
தந்த ருள்வா யிதுதவிர
பொல்லா காம இச்சைகள்
போக்கிக் காப்பா யென்றுரைப்பார்

பிராம்ம ணிமற்றும் இருதயரும்
பின்தொ டர்ந்து டன்வரவும்
கிராமம் காமார் புகூருக்கு
களித்து வந்தார் கதாதரரே
வரனும் கிராமம் வந்ததையும் (175)
வதுகை சார தைகேட்டு
விரைந்து பதியின் மனைவந்து
வசிக்க லானார் மிகமகிழ்ந்து

சீட ராகும் கதாதரரின்
சானி வருவா ரென்றெண்ணி
நாடிச் சென்று கதாதரர்க்கு
நவின்றார் குருவாம் பிராம்மணியும்
நாட்டங் கொண்டி றைவழியும் (176)
நிற்க விரும்பும் புருடனையும்
ஆட்சி செய்ய மனைவிரும்பும்
அனேகத் தடங்கல் மிகத்தருமே

அருகே மனையும் வசித்திருக்க
அதிக இச்சைப் பிறந்திடுமே
வரனை வதுகை அச்சுறுத்தி
விரும்பி யவாழ்க்கை வாழ்ந்திடவும்
புரிந்து நிற்பாள் சாகசங்கள் (177)
புருடன் வேட்கை தனையடக்க
பெரிதும் பாடு பட்டிருந்து
பிறழ்வான் தனதி லக்கிருந்து

என்று குருவுங் கூறிநிற்க
இயம்பி நின்றார் கதாதரரும்
நன்றென் தாயே சொல்கேளீர்
நாடி இறையைத் தேடுபவன்
என்றுமிழிந்த செயலையும் (178)
இயற்றி நிற்கா னறிவீரே
வனிதை புரியும் சாகசங்கள்
வீணா கிநின்று தோற்றிடுமே

உண்மை யான நாட்டத்தை
உடைய வனென்றும் பிறழானாம்
மண்பெண் பொன்னு மவனையும்
மாசாக் கிடாது மிகமுயன்றும்
புண்ணி யமுதல் விதேவியுமே (179)
பலவா றவனுக் கருளிநின்று
கண்ணுங் கருத்தா யெந்நாளும்
காத்து நிற்பா ளென்றுரைத்தார்

தன்னை வந்து பணிந்தெழுந்த
தாரத் திற்கு கதாதரரும்
கனிந்து நின்று ரைத்திடுவார்
குருவா மெனக்குப் பிராம்மணியாம்
பின்னு மவரை அன்னையாய் (180)
பாவித் துசேவை செய்துநிற்க
அனேக நன்மை அடைந்திடுவாய்
ஐய மில்லை உறுதியென்றார்

பதியின் வார்த்தைச் சிரமேற்று
பிராம்ம ணிபாதம் தனில்வீழ்ந்து
சதத மவர்க்குச் சேவைகள்
செய்து நிற்பார் சாரதையும்
இதமா யெதுவுங் கூறாமல் (181)
எரிச்சல் கொண்டார் பிராம்மணியும்
நிதமுங் குற்றங் கண்டிடவும்
நன்கு தருணம் பார்த்திருப்பார்

அரிய கடின சாதனைகள்
அனேகம் புரிந்த பிராம்மணியும்
பரிந்து பாசம் சாரதைமேல்
பொழியப் புரியா திருந்துநின்றார்
அருமைச் சீடர் தமக்குமட்டும் (182)
ஆகி டுவாரெ னக்கருதி
கருவம் பொறாமை மிகக்கொண்டு
காட்டி நின்றார் வெறுப்பையும்

தனது பிரிய சீடனையும்
தாரே னெவர்க்கு மென்றிருப்பார்
பின்னு மவனைப் பங்குபோட
போட்டி யாக யிவள்வந்தாள்
என்றும் கதாயி எனக்குமட்டும் (183)
என்று நினைத்துச் சதாகாலம்
சினந்து நின்று பிராம்மணியும்
செய்தார் கீழ்மைச் செயல்பலவும்

ஒருநாள் கதாயி யிடம்வந்து
உரைத்து நின்றார் பிராம்மணியும்
அருமைப் பிள்ளா யுன்மனைவி
அதிபேர் சுந்த ரியாகியுள்ளாள்
வரனா முனக்கு மிகக்கவனம் (184)
வேண்டு மின்று மென்றென்றும்
பருவப் பெண்ணு மாணுக்குப்
பேரா பத்தா மறியென்றார்

சிரித்து நின்று கதாதரரும்
சென்றா ரந்த யிடம்விட்டு
உரைத்தா ரில்லை மறுமொழிகள்
உள்ளந் தூய்மை யானவரும்
பருவப் பெண்ணுந் தனிமையும் (185)
புராணை யிருக்கப் பத்தனையும்
நரகில் வீழ்த்தி நின்றிடுமோ
நாட்டில் சரித மேதுமுண்டோ

இரவு நேர மொருநாளே
இனிதே ஊரின் மக்களுமே
விரைந்து தமது கருமங்கள்
வழக்கம் போல ஆற்றிநின்று
கிருகம் நீங்கிக் கதாதரர்தம் (186)
கிருக மடைந்து நின்றிருக்க
பெரிதும் மகிழ்ந்து கதாதரரும்
பலவும் பேசி நின்றிருந்தார்

அன்னி யமென்று பேதபாவம்
ஆகா தென்ற றிந்துநிற்பீர்
அன்னி யோன்னி யமாகவுமே
அனைவ ரையும் நடத்திநிற்பீர்
மனையி லுள்ளோர் தம்மையும் (187)
மற்று நடத்தி நிற்பதேபோல்
மனையி லில்லா தோரையும்
மகிழ்ந்து நடத்தி நிற்பீரே

பலாப்ப ழத்தை அரிபவனும்
பாலு மொட்டா திருந்திடவே
மெல்லி யதாகச் சிறிதெண்ணெய்
மற்றுத் தடவி அரிதல்போல்
இல்லில் பாச மொட்டாது (188)
இருக்க இறைவன் நாமசெபம்
மெல்ல வுரைத்து நின்றிருக்க
மற்று நன்மை பயக்குமாமே

இறையைத் தேடு மிச்சையை
இளமைப் பருவம் முடிந்ததன்பின்
முறையாய் பயில லாமென்று
மனிதர் நினைத்தல் தவறாகும்
மற்று வெண்ணெ யெடுப்பவரும் (189)
மதிய நேரம் முயலாரே
கறுக்கல் நேரம் கடைந்திடவும்
கடுகக் கிடைக்கும் வெண்ணெயுமே

இறையை இளமைப் பருவத்தில்
இனிதே தேடி யறிந்ததன்பின்
முறையா யெல்லாம் விளங்கிடுமே
மனிதர் பின்ன ரில்வாழ்க்கை
சிறந்த முறையில் தொடர்ந்திடலாம் (190)
செல்வம் மக்க ளுலகியல்பு
அறிந்து வாழ்க்கை வாழ்ந்திடவும்
அதிக மெளிதாம் நல்லதுவாம்

இறையைத் தேடல் முதுமையில்
இயலா தாகு மென்றறிவீர்
உறுதி உடலி லிருந்திடினும்
உள்ளங் கவலைக் காட்படுமே
மறதி மற்றும் பலபிணியும் (191)
மறைத்து நிற்குந் தேடலையும்
திறம்ப டஞானம் பெற்றிடவே
தேடிக் காண்பீ ரிளமையில்

புனிதப் பயணந் தொடர்பவரும்
பொருட்கள் பலவும் சத்திரத்தில்
இனிதே இறக்கி வைத்ததன்பின்
இங்கு மங்கும் பலவிடத்தும்
சென்று தேடிக் கண்டறிவர் (192)
சிரம மில்லை இவ்வழியில்
சென்னி மற்றுங் கரந்தன்னில்
தூக்கிச் செல்ப வருண்டாமோ

உலக மென்கு மூருக்கு
உவந்து மனிதர் வந்திருக்க
அலைபாய் மனதைக் காளியெனும்
அழகு விடுதி தனில்வைத்து
மலைம களாகு மம்பிகையை (193)
மற்று வேண்டிக் கொண்டதன்பின்
உலக மென்கு மூர்தன்னில்
உலவி வரலாம் மிகமகிழ்ந்து

புவனை தன்னி னருளின்றி
பொருளு மில்லை வாழ்க்கையில்
கவலை யென்னுங் கடுஞ்சுழலைக்
கடக்க அவளி னருள்வேண்டும்
எவரு மவளை மறந்துநிற்க (194)
இமயம் போலுந் தடங்கல்கள்
புவியில் வாழும் நாள்வரையில்
புதிது புதிதா யெதிர்கொள்வர்

விடுதி யடைந்து பொருட்களையும்
விட்டு நின்று வெளிப்போந்து
நடந்து சென்று வேடிக்கை
நன்கு கண்டு மகிழ்ந்திருந்தும்
விடுதி யடைந்து சிறிதுநேரம் (195)
வசதி யாக ஓய்வெடுத்து
அடுத்து மீண்டும் வேடிக்கை
ஆவ லிருக்கின் கண்டிடலாம்

வீட்டின் புகைதூ ழறைதன்னில்
வசித்தி ருக்கின் கரியுடலில்
கூடி நிற்கும் பெருமளவில்
காண வெறுப்பு வருதல்போல்
தேடிச் சென்று வேடிக்கைத் (196)
தொடர்ந்து கண்டு நின்றிருக்கின்
காடு சேரும் நாள்வரையில்
கவலை தருவாள் மகாமாயை

எச்ச ரிக்கை யுடன்நாமும்
இருந்த பின்னுங் கரியுடலில்
பிசகா திருந்து படிதல்போல்
பெண்ணின் தொடர்பு கெடுத்துநிற்கும்
வசமாய் பத்தன் வரதையை (197)
விடாது பிடித்து நின்றிருக்க
பொசுங்கி நிற்கும் பெண்தொடர்பும்
பின்னு மடங்கா காமமுமே

இரும்பைக் காந்த மீர்ப்பதேபோல்
இழுத்து நிற்கும் பெண்ணாசைப்
பெருத்த காந்த மாயிருக்கும்
புவனை யிடமே சரணடைய
ஒருத்தி அவளே வேட்கையை (198)
ஒடுக்கி யடக்கி அழித்திடுவாள்
பெருத்த தோல்வி புவனைமுன்
பெண்ணா சையுங் கண்டிடுமே

பெண்ணா னென்ற பேதபாவம்
பாரா திருக்கு மடியார்க்குக்
கணமு மில்லை ஆபத்து
கருணை கொண்டு சதாகாலம்
அணங்கு காத்த ருளிநிற்பாள் (199)
அஞ்சு வயதுப் பிள்ளைக்குத்
துணையாய் தாயு மிருப்பதேபோல்
தாங்கிக் காப்பா ளவர்களையும்

நல்ல தல்ல தறியாது
நானி ருந்தேன் வெகுகாலம்
கொல்லும் வாளை யேந்திநிற்கும்
காளி தன்னைச் சரணடைய
எல்லா மவளே விளக்கிடவும் (200)
இனிதே கற்றேன் சிலவற்றை
எல்லா மவளே யென்றிருக்க
இனிதே யவளுங் கற்பிப்பாள்

மக்கள் மகிழ உபதேசம்
மற்று வழங்கி நிற்பதற்கு
மிகவும் கற்க வேண்டியதாம்
மக்க ளையங் களைவதற்கு
வெகுவாய் ஞான மிருந்திருக்க (201)
விளக்க மெளிதில் வழங்கிடலாம்
திகைத்து நிற்கின் மக்களுமே
சிரித்து நக்கல் செய்திடுவர்

உபதே சத்தைக் கேட்டுநிற்கும்
உத்த மபத்தர் சாராம்சம்
செப்பி நிற்ப தைக்கேட்டு
சரியாய் பற்றி நின்றிருக்க
கபாலி அருளா லெல்லாமும் (202)
கிடைக்கப் பெற்று மகிழ்ந்திடுவர்
தப்புஞ் சரியு மறிந்திருக்கத்
துணையா யிருப்பாள் திகம்பரியும்

ஊசி ஒன்றை விழுங்கிநிற்க
உடலை விட்டு யிர்நீங்கும்
காசி னிதன்னில் மற்றவரைக்
கொல்ல வாளும் வேல்வேண்டும்
பேசிப் புரிய வைத்திடவே (203)
பெரிதும் ஞானம் வேண்டுதுமே
ஆசை யாக ஒன்றிரண்டு
அனுட்டித் திருக்க அருள்பெறுவோம்

என்று ரைத்துக் கதாதரரும்
இரைந்து பெரிதாய் நகைத்திடவும்
நின்று கேட்ட ஊராரும்
நிரம்ப மகிழ்ந்தி ருந்தனரே
கனன்று வானி லிடியிடித்து (204)
கண்கள் கூச மின்னிநின்று
கனத்த மழையும் பெருங்காற்றும்
காமார் புகூரைத் தாக்கியதே

ஊர டங்கும் வேளையில்
உரக்கச் சிரித்து நின்றிருக்க
பேரொ லிசெய்து பேய்மழையும்
பெய்து நிற்க தக்கணமே
ஆர்ப்பு நின்ற டங்கிடவும் (205)
அதன்பின் கண்ணீர் கதாதரரும்
சீராய் பெருக்கி நின்றிருந்து
சமாதி தன்னி லாழ்ந்துநின்றார்

இரவு முழுதும் சமாதிதனில்
இருந்து நின்றார் கதாதரரும்
கருக்க லெழுந்து கடன்முடிக்க
காமார் புகூரி னேரிக்கு
பெருமான் சென்று நிற்கையில் (206)
பசுமை நிறைந்த வயல்வெளியைப்
பெரிதுங் கண்ட ழுதுநின்று
பரவ சமாகித் தமைமறந்தார்

நீரெ டுக்க வருகையில்
நிமல னழுது நிற்பதையும்
சார தையுங் கண்டுநின்று
செய்வ தறியா திருக்கையில்
ஈரு டலோரு யிராயிருக்கும் (207)
இணைபி ரியாத இருதயரும்
ஏரிக் கரைக்கு வந்தடைந்து
இருந்த அமைதி கலைத்துநின்றார்

சிவந்த கண்கள் காரணமேன்
சென்ற இரவு மழுதுநின்றீர்
கவலை விளக்கிக்கூறிநிற்கக்
கடந்து செல்லும் வழிபிறக்கும்
உவந்து நீவிர் மறைக்காமல் (208)
உண்மை சொல்வீ ரென்றிறைஞ்சி
தவப்பு தல்வ ரருகுவந்து
சொல்லக் கேட்டார் இருதயரும்

இருத யராமும் கதாதரரை
இரவில் மற்றுந் தற்போதும்
கரைந்து கண்ணீர் பெருக்கியதன்
கார ணத்தைக் கேட்டிடவும்
உரைத்து நின்றா ரிவ்வாறே (209)
உபதே சத்தை மக்களுக்கு
புரியும் படியா யுரைப்பதற்குப்
படித்தி டவேண்டும் நிறையவென்றேன்

நென்ன லிரவு விவரமாக
நிறைய உரைத்து நானிருக்க
சொன்ன தெல்லா மமைதியாக
செவிகொ டுத்தோர் பலருண்டாம்
கனிந்து யானும் பலருக்கு (210)
கூறி நிற்கக் கற்றதென்ன
இனிதே வேதங் கற்றதில்லை
என்றும் பள்ளி சென்றதில்லை

கற்று நின்ற தொன்றுமிலை
கல்விச் சாலை சென்றதில்லை
சிற்ப ரையு மென்மூலம்
செய்ய விழைந்தா ளுபதேசம்
நிற்கா மழையும் பொழிவதேபோல் (211)
நிரும லிபேசச் செய்கின்றாள்
இறுத்து நிற்ப துயானில்லை
இமய வதியே பேசுகின்றாள்

களஞ்சி யத்தி ருந்துநெல்லைக்
கணக்கா யெடுத்துப் பணியாளும்
அளந்து போட்டு நின்றிருக்க
அமைதி யாகச் சீராகப்
பள்ளம் நோக்கி நெற்குவியல் (212)
பதவி சாகச் சரிந்துவிழும்
களித்து நின்றுப் பணியாளும்
கருத்தாய் கருமம் புரிந்துநிற்பான்

மழையு மினிதே பொழிந்துநிற்க
மண்ணும் மிகவும் நெகிழ்ந்திருக்க
உழவன் வயலை உழுதுநிற்க
ஒருவன் பயிரை நட்டுநிற்க
பழுதாங் களையை வேறொருவன் (213)
பற்றி நீக்கி நின்றிருக்கச்
செழித்தக் கதிரை மற்றொருவன்
சிறக்க அறுத்து நின்றிருப்பான்

நெல்லை யளந்து நின்றவனும்
நெல்லுக் குரியோ னாகானாம்
சொல்லி யசொல்லு மெனக்கென்றும்
சொந்த மாகா துண்மையாம்
கல்வி யில்லாப் பாமரனைக் (214)
கவுமா ரியென்னு மென்தாயே
சொல்லச் செய்த ததைநினைத்து
சிரித்துப் பின்ன ரழுதுநின்றேன்

தற்போ தழுத காரணத்தைத்
தெரிவித் திடுவேன் கேட்பாயே
சிற்ப ரையின் பேரருளால்
சிறக்க மழையுங் கொட்டிநிற்க
உற்பத் தியாகி உலகெங்கும் (215)
உள்ள சீவ ராசிகளில்
அற்பு தமாகப் பஞ்சமியும்
அமர்ந்தி ருந்து மகிழ்கின்றாள்

இன்பந் துன்ப மிதன்மேலும்
இருளு மொளியு மாகிநின்றாள்
நன்மை மற்றுந் தீமையாய்
நாத்தி கமாத்தி கமாகிநின்றாள்
பன்மை யொருமை சூனியமாய் (216)
பாசம் வெறுப்பு மாகிநின்றாள்
பின்னும் ஞான மஞ்ஞானம்
பலவு மவளே ஆவாளாம்

வெள்ளை மேகங் கறுப்பாகி
விரைந்து மழையாய் பெய்கையில்
தெள்ளத் தெளிவாய் நிறமற்றுத்
தெரிந்து மதுவே பலநிறத்தில்
உள்ளங் கவருங் காய்கனிகள் (217)
உற்பத் தியாகக் காரணமாம்
எள்ள ளவேனும் பிழையெதுவும்
இல்லை அவளே எல்லாமும்

நண்டும் மீனுந் தவளையும்
நத்தை கொசுவுங் கரையானும்
கண்ணிற் கினிய தாவரமும்
கிருமி மற்றும் சீவராசி
மண்ணில் மழையா லுயிர்பெற்று (218)
மகிழ்ந்து வாழு மச்சமயம்
கணக்கி லாத பூச்சிகளைக்
காலன் கவர்ந்து செல்வானே

பரப்பி ரும்மஞ் சத்தியாகப்
பரிண மித்தி ருந்துநின்று
தெரிந்தே சீவ ராசிகளைத்
திறமை யாக ஆட்டுவிக்கும்
பெரிய மாயா சத்தியுமே (219)
பரிபூ ரணியா மன்னையே
சரியா யவளே மழையாகத்
தெரியக் கண்டே னென்றுரைத்தார்

இவ்வா றுரைத்துக் கதாதரரும்
இனிதே காய்ந்த இடஞ்சென்று
உவந்த மர்ந்தி ருந்திருக்க
உடனே இருத யராம்மனைக்கு
தவப்பு தல்வர் தமைவிட்டு (220)
தனியே சென்ற டைந்துநின்றார்
கொவ்வை இதழ்வாய் சாரதையும்
களித்தங் கிருந்தார் பதிக்கருகே

ஒன்றே யான பரப்பிருமம்
உவந்து மாயா சத்தியினால்
அனேக உருவெ டுத்துநின்று
அதன்பின் மீண்டும் தன்னுடனே
ஒன்றி நிற்க ஞானத்தை (221)
உயிராஞ் சீவ னுக்களித்து
நின்றி ருக்க மாயையும்
நன்கு வழியுங் காட்டியதே

சீவ னுக்கு மனமென்னும்
சொத்தைத் தந்தாள் மகாமாயை
சீவன் மனதைப் பயன்படுத்தி
சிந்தித் திருந்து செயலாற்றும்
சீவன் மனத ழிந்துபட (222)
சீவ னிறையோ டொன்றிடுமே
சீவ னுக்கு வழிகாட்ட
சத்தி கொள்வா ளவதாரம்

மனமெ னுமொன்றைச் சீவனுக்கு
மாயை யாகு மம்பிகையும்
கனிந்து கொடுத்து வேடிக்கை
காட்டி நின்று மகிழ்கின்றாள்
பின்னு மவளே சீவனுமாய் (223)
பிறந்து கருமம் பலபுரிந்து
அனேக அல்ல லனுபவித்து
அரற்றி அழுதி றக்கின்றாள்

சீவ னினுள்ளும் மனந்தந்து
சுயந லமும வளளித்து
மூவா திருக்கு மம்பிகைக்கு
மூல மனமெ னொன்றிருக்கும்
தேவி மனதில் சுயநலமும் (224)
துளியு மிருக்கா தொளிவிடுமே
நோவா துசீவன் தனைக்காக்க
நினைத்த துநிற்கு மெப்போதும்

சீவ ராசி நலன்கருதி
சிந்தித் திருந்து மாயையும்
காவந் துசெய்யக் கருணையும்
கொண்ட தவதா ரபுருடரைப்
பூவு லகிற்க னுப்பிநின்று (225)
புரிந்து நிற்பாள் நல்லுதவி
தேவை யான உபதேசம்
தருவ ரவதா ரங்களுமே

இதேபோல் தேவி அனுப்பிநின்ற
இனிய அவதா ரமாகிடுவர்
கதாயி மற்றும் சாரதையும்
கடவு ளம்ச மாயிருந்தும்
பத்தி செய்ய வேண்டுமென்றும் (226)
பத்தி செய்யும் வழிமுறையும்
பத்தி செய்யும் பலவழியும்
பகரப் பிறப்பெ டுத்தனரே

சீவ னிறையின் தரிசனத்தைச்
சிறக்கக் காண வேண்டிடவும்
சீவன் தனது கருமவினை
சாகச் செய்தி டவேண்டுதுமே
கோவாங் கதாயிக் கொருசிறிதும் (227)
கரும வினையு மிருக்கவிலை
பூவு லகிற்க றிவுறுத்தப்
பெரிது மேற்றார் பலதுன்பம்

பத்தி முற்றி நிற்கையில்
பலவி தமான மாறுதல்கள்
பத்த னுடலி லேற்படுமாம்
பாம ரனாகு மெவருக்கும்
இத்தி றத்து மாற்றங்கள் (228)
ஏற்கா திருக்கு மவனுடலும்
ஒத்து ழைக்கும் பத்தனுக்கு
ஒழுங்கே கிட்டு மானந்தம்

தூய பொன்னா லாபரணம்
செய்த லென்று மியலாது
காய்ச்சி நின்ற தில்செம்பு
கலந்து நிற்க நகைபலவும்
ஓய்ச்ச லின்றிப் பொற்கொல்லர் (229)
ஒழுங்கே செய்து நிற்பதேபோல்
மாயை அவதா ரத்தையும்
மறைத்துச் சிறிது திரித்துநிற்கும்

பூர ணஞான அவதாரப்
புருடர் தோன்று வதில்லையாம்
ஆருந் தோன்றி நின்றிருக்க
அவரால் உத்தா ரணத்தையும்
சீரா யியற்ற லாகாது (230)
செம்பைக் கலத்தல் போல்மாயைப்
போர்த்தி நிற்பா ளவருள்ளே
பொருந்தா அவித்தை மிகச்சிறிதாய்

பொன்னில் சிறிது செம்பையும்
பொருந்தச் சேர்ப்பர் பொற்கொல்லர்
மினுக்கும் பொன்னி லிரும்பையும்
மற்றுச் சேர்த்து நிற்காரே
அனேக கருணை கொண்டுமாயை (231)
அவதா ரத்திற் கருளிநிற்பாள்
என்றும் மாயை அறுபகையை
இம்மி யளவுஞ் சேர்த்திடாளே

பள்ளி சென்று கல்விகற்கா
பரம வெளிய கதாதரனாய்
களித்துப் பிறந்து பத்திசெய்து
கற்றுங் கிட்டா பேறறிவை
எளிய பத்தி யால்பெறவே (232)
இயலு மென்று நிரூபிக்க
உள்ளங் கனிந்து தேவியுமே
உவந்து கொண்டாள் திருவுள்ளம்

நெற்போ ரிருந்து நெல்லையும்
நாரி யளந்து போட்டுப்பின்
நெற்க ளஞ்சி யத்தையும்
நன்கு சரித்து விட்டனளே
சிற்ப ரையே கற்காத (233)
சார தையாய் வாழ்ந்திடவும்
பிறவி யெடுத்துப் பூவுலகில்
பெரிது மன்பைப்பொழிந்துநின்றாள்

கொத்து மல்லித் தானாக
கொடுக்கும் மணமு மிதழ்விரித்து
இதழ்வி ரியாத சம்பகமும்
எங்கும் பரப்பும் நறுமணமும்
பத்தி வெளியே தெரியாமல் (234)
பரம வெளிய சாரதையும்
மெத்தச் சிறந்த சம்பகம்போல்
மிளிர்ந்து வாழ்ந்தார் மேதினியில்

நினைவு வந்த நாள்முதலாய்
நலிவு றுத்து மறுபகைகள்
என்று மிந்தத் தம்பதிக்கு
இடைஞ்சல் தந்த தில்லையாம்
அனேக போராட் டங்களையும் (235)
அதிக மெதிர்த்துப் போராடும்
மனிதர் போலு மிவ்விருவர்
மற்றெ திர்த்த தில்லையாம்

இயற்கை யாகப் பருவத்தில்
இருந்து றையு மிச்சைகள்
உயர்ந்த குணத்துச் சதிபதியை
உறுத்தி வதைத்து நின்றதிலை
முயன்று பத்தி செய்திருக்கும் (236)
முனிவ ரானார் கதாதரரும்
அயரா துழைத்து சாரதையும்
அதிகங் கவர்ந்தார் மக்களையும்

இரவில் பெய்த மழைதன்னால்
இடுக்கில் சிக்கி யமீனொன்று
விரைவில் நீரும் வற்றிநிற்க
வாடித் துடிப்ப தைக்கண்டு
இரக்கங் கொண்டு கதாதரரும் (237)
எடுத்து மீனை ஏரிதனில்
துரித மாக விட்டிடவும்
துள்ளி நீந்திச் சென்றதுவே

நீர்வா ழைக்கா யொன்றிடமும்
நிறையக் கருணை காட்டிநிற்கும்
நாரி பத்தர் கதாதரரை
நிமிர்ந்து கண்டு சாரதையும்
கார்மே கம்போல் கண்ணீரும் (238)
களித்துக் கொட்டி நின்றிருக்க
பூரித் துநின்று பத்தினியைப்
புன்சிரிப்போடுபார்த்துநின்றார்

பதியுஞ் சிரித்து நிற்பதையும்
பார்த்து மகிழ்ந்து சாரதையும்
எதுவுங் விளங்கா திருந்துநின்று
இயம்பக் கேட்டார் விவரமுமே
மதர்த்து நின்று கதாதரரும் (239)
மொழிவார் மிகவு மினிமையாய்
பதமா யுன்னைப் பயிற்றுவிக்கப்
பெரிதும் விழைந்தே னென்றாரே

எதிர்கா லத்து நிகழ்ச்சிகள்
எல்லாம் கண்முன் தோன்றிநிற்க
பத்தி னியாகும் சாரதையைப்
பயிற்று விக்க விழைந்துநின்றார்
நிதமும் பலரும் சாரதையை (240)
நாடி ஞானம் பெற்றிடவே
துதித்து வருவ ரென்றெண்ணித்
துவங்க விழைந்தார் பயிற்சிகளும்

அவர்க ளுக்கு ளிருந்ததெலாம்
அருமை யான உறவாகும்
உவ்வி உற்றா னுறவென்று
உயர்த்திப் பேசு மிவ்வுலகில்
அவரே தம்மைச் சாரதையின் (241)
அன்பு மகனாய் நினைத்திருந்தார்
தவிர எண்ணம் வேறெதுவும்
துளியு மில்லை கதாதரர்க்கு

பதியே தெய்வம் தானவரின்
பணியா ளென்று சாரதையும்
சததம் நினைத்துச் சேவைகள்
சலிக்கா திருந்து செய்துவந்தார்
புதிதாய் பதியுங் குருவாகிப் (242)
பத்தி னிசீட ராகிநிற்க
உதித்தெ ழுந்த திந்நாளும்
உத்த மமான உறவொன்று

சிறிது காலஞ் சென்றதன்பின்
சீராய் வேறோ ருறவொன்று
பிறந்து நிற்கு மவருள்ளும்
பத்தி னியம்பா ளாகிநிற்க
இறைவ னவரி னடியாராய் (243)
இனிதே தமது தவப்பலன்கள்
முறையா யளிக்குங் காட்சியையும்
மற்றுக் காண்போம் விமரிசையாய்

அடிசில் செய்யும் நேரத்தும்
அகத்தின் மற்ற வினைகளையும்
தொடர்ந்து புரியுங் காலத்தும்
தாயாம் சியாமா சுந்தரியும்
விடாது புராணக் கதைபலவும் (244)
விவரித் திருப்பார் சாரதைக்கு
படிக்கப் பள்ளி செல்லாது
பலவு மன்னை யிடங்கற்றார்

நாடோ டிமக்க ளடிக்கடியே
நல்ல தத்து வங்களையும்
வீடு தோறு மழகாக
வீணை சகிதம் வந்தடைந்து
பாடல் பாடி இரந்துநின்று (245)
பலவி தமாக மக்களையும்
நீடு வாழ்க வெனவாழ்த்தி
நெஞ்சம் மகிழ்ந்து சென்றிடுவர்

மக்க ளிவரைப் பாவுலென்று
மற்றுப் பெயரிட் டழைத்துநிற்பர்
தகுந்த நல்ல தத்துவங்கள்
தெளியச் சொல்லு மிவர்கதைகள்
மிகவும் மகிழ்ந்து சாரதையும் (246)
மற்றுக் கேட்டு சாராம்சம்
அகத்தி லிருத்திப் பலருக்கும்
அதன்பின் விவர முரைத்துநிற்பார்

திருவி ழாவின் நாட்களிலும்
தெருவில் நடக்கும் நாடகங்கள்
புராணக் கதைகள் பலவற்றைப்
போற்றிப் புகழ்ந்து நிற்பதையும்
அருகே சென்று செவிகொடுத்து (247)
அமைதி யாகக் கேட்டுநின்று
இருத்திக் கொள்வார் தன்மனதில்
இனிய பெண்ணாம் சாரதையும்

இவ்வா றாகப் பலவிடத்தும்
இருந்து கற்றார் சாரதையும்
உவந்து மனையில் சதாகாலம்
உழைத்து நிற்கும் பத்தினிக்குத்
தவப்பு தல்வர் கதாதரரும் (248)
தொடங்கி நின்றார் பயிற்சிகளை
உவமை உழைப்பில் கண்டறிந்து
உவந்து பதேசித் திருந்துநின்றார்

மழைநீர் காட்டி சாரதைக்கு
மகிழ்ந்து ரைப்பார் கதாதரரும்
மழைநீர் மேட்டு நிலந்தன்னில்
மற்றுத் தேங்கி நின்றிடாது
விழைந்து பள்ளந் தனைநோக்கி (249)
வேக மாக ஓடுதல்போல்
கொழுத்தத் திமிரும் கர்வமுமே
கொண்டா லிறைவ னோடிநிற்பான்

கருவம் மற்றுந் தற்பெருமை
கொண்டி ருக்க இறைவன்தன்
கிருபை யென்று மண்டிடாது
கடவு ளருளும் வேண்டுமெனில்
பெருமை யழகு குடிப்பிறப்பு (250)
பதவி ஞானம் பொருள்பட்டம்
விரட்டித் துரத்தி யடித்திடவும்
வேண்டு மென்ற றிந்திடென்றார்

தடைக ளின்றிச் சூரியனும்
தண்ணீர் தன்னை ஆவியாக்கி
எடுத்து மேலே செல்வதேபோல்
இனிதே சீவன் தன்னையும்
கடவு ளருளும் பெற்றிடவே (251)
கடுக மக்க ளுக்கென்று
தொடர்ந்து ழைத்துப் பிரார்த்தனையும்
செய்து நிற்க வேண்டுதுமே

தானும் மற்று மிறைவனுமே
சேரா திருக்கத் தடைபலவும்
ஞான மில்லா சீவனுமே
ஞாலந் தன்னி லுண்டாக்கி
ஊனு முடலு மிகநொய்ந்து (252)
உயிர்வாழ்ந் துள்ளான் தடையோடு
தீன ருக்கு ழைத்துப்பின்
தொழுதி ருக்கத் தடைவிலகும்

குடத்தில் செம்பில் நீர்நிரப்பி
குடத்தின் மீது செம்பையும்
எடுத்து வைத்த தன்மேலும்
என்னோ டுநீயு முரையாடி
நடைபா தையும் நோக்கிநின்று (253)
நீரும் வீழா திருந்திருக்க
விடாது கவன மாகவரும்
வனிதை யுன்னை வியந்துநின்றேன்

கருமம் பலவும் புரிந்திருந்தும்
கவனம் நீருங் கொட்டாமல்
இருப்ப துபோலு முன்நினைவு
இறைவி யிடமே இடைவிடாது
இருத்தல் வேண்டு மறிந்திடுவாய் (254)
இரும்புத் தூணை யொருகரத்தால்
நெருக்கிப் பற்றி மறுகரத்தை
நெடுக வீசும் பிள்ளைகாண்

இரும்புத் தூணை யொருகரத்தால்
இறுகப் பற்றி மறுகரத்தைக்
கருத்தாய் மேல்கீழ் வீசுதல்போல்
கவன மாகக் கரமொன்றை
இருத்தி நிற்பா யிறைவியிடம் (255)
இனிதே மற்ற கரத்தையும்
கிருகக் கருமங் களில்செலுத்தி
களித்து வாழப் பழகிக்கொள்

தினமும் வேலை முடிந்ததன்பின்
துருவைப் பாதங் களைக்கரத்தால்
மனதொப் பிநின்றுப் பற்றிநிற்க
மகிழ்ச்சி யென்றும் நிலைத்திருக்கும்
பின்னுஞ் சிலநாள் சென்றதன்பின் (256)
பலவுஞ் செய்யுஞ் சமயத்தும்
மனோன்ம ணியிடம் சதாகாலம்
மனமும் முழுதாய் சரணடையும்

நீரில் சிறிது நனைந்திருக்கும்
நெருப்புக் குச்சி தன்னையும்
போரா டிநின்று பற்றவைக்கப்
பாடு படவே வேண்டுதுமாம்
ஊறி லில்ல றத்தார்தம் (257)
உள்ள மிதுபோ லுள்ளதாமே
தேர்ந்த ஞானம் பெறுவதற்கு
சிரமம் மிகவும் படவேண்டும்

நன்கு காய்ந்த குச்சிதனை
நினைத்தக் கணமும் பற்றவைக்க
மனிதர் சிரமப் படவேண்டாம்
மற்றி துபோலும் நிர்மலமாம்
மனது டையோர் தம்மையும் (258)
மிகவு மெளிதாய் ஞானத்தை
கனிந்து பெறவே செய்திடலாம்
கருத்திற் கொள்வாய் சாரதையே

வலியக் காற்றில் ஆலமரம்
வீழா திருந்து நின்றிடுமே
மெல்லி யகாற்றில் வாழையும்
மண்ணில் வீழ்ந்த ழிந்துபடும்
நல்லு பதேசம் பெரும்பலனை (259)
நல்கும் வலிய மனத்தோர்க்கு
தொல்லை யாகு முபதேசம்
சிறிதும் வலிவி லாதோர்க்கு

தினமு மிதுபோல் கதாதரரும்
தெரிவித் திடுவார் நற்கருத்து
மனதி லிவற்றை சாரதையும்
மகிழ்ந்தி ருத்திக் கொண்டிடுவார்
மென்மை யன்பு பணிவடக்கம் (260)
மற்றுஞ் சேவை மனப்பான்மை
இன்னும் நல்ல குணம்பலவும்
இருந்தி ருந்த துசாரதைக்கு

சொல்லால் செயலால் பிராம்மணியும்
செய்து நிற்பார் பெரும்வதையும்
பலவா றுசேவை புரிந்துநின்று
பணிவன் புடனே சாரதையும்
நல்ல துசெய்யு மன்னையே (261)
நிமல னுக்கு நிவேதனமும்
சொல்லி நிற்க வுடனதையும்
செய்வ தாகக் கூறிநின்றார்

உன்றன் கரத்தால் செயப்பட்ட
ஒன்று மெனக்கு வேண்டாமாம்
எனக்குத் தேவை யானபொருள்
எல்லாந் தந்து நின்றிருக்க
ஒன்றும் வேறு வேண்டுவதில் (262)
ஓடிப் பொருளுங் கொண்டுவந்து
எனக்குக் கொடுத்துச் செல்லென்று
இரைந்து நிற்பார் பிராம்மணியும்

இளகி யசார தையிடமே
இரைந்து நின்று பிராம்மணியும்
களித்துக் கிளத்து நின்றதையும்
கேட்டு ரைப்பார் கதாதரரே
மிளகாய் மிளகு முதலான (263)
மற்று காரப் பொருட்களையும்
உளம கிழ்ந்தி டித்தரைத்து
உவந்து கொடென்றார் சாரதைக்கு

கிழக்கு வங்கா ளந்தனிலும்
கிராம முளதா மன்னைக்கு
வழக்க மாக அங்கிருப்போர்
வெகுவாய் கார முண்பவராம்
வழித்தெ டுத்துக் காரமெலாம் (264)
விரும்பி யுண்பா ரங்குள்ளோர்
பழங்க ளுனக்கு மிகவிருப்பம்
பருப்பெ னுக்கு மிகப்பிரீதி

அடிசில் செய்யும் சாரதையை
அண்டி யுரைப்பார் கதாதரரும்
சட்டி தன்னி லரிசியையும்
சகல காய்க றிகளையும்
இட்டு நீரில் கொதிக்கவைத்து (265)
இதன்பி னுண்ணத் தக்கதாக
விடாது கிளறக் கண்டுநின்று
வியந்து நின்றே னுன்திறனை

அரிசி முதலாம் பலபொருளும்
அதிகக் கெட்டி யாயுளதாம்
விரும்பி யெவரு மவற்றையும்
வாயி லிட்டுப் புசிக்காரே
பொருளை நீரில் வேகவைக்கப் (266)
பெரிது மதுவே நன்றாக
மிருது வாகி உண்பதற்கு
மிகவு மெளிதா யாகிறது

பொருளே ஒன்றா யிருந்திடினும்
பக்கு வமாகி நின்றிருக்க
விரும்பி மக்கள் புசித்திடுவர்
வினையு மிவ்வா றாவதற்கு
நெருப்பு மட்டுங் காரணமாம் (267)
நீரும் பொருளும் பானையும்
நிரம்பச் சுட்டுத் தகிக்கிறது
நெருப்பால் வந்த வினையிதுவாம்

மனித ருடலே பானையாம்
மற்றுப் பிரமன் செய்தளித்த
அனேக பொறியா லானதுவாம்
ஆதி பகவ னருளென்னும்
வன்னி தன்னை மூட்டிநிற்க (268)
வெகுண்டு திரியும் பொறியெல்லாம்
உன்ன தமாகும் பக்குவத்தை
உடனே பெற்ற டங்கிநிற்கும்

உடலுக் குள்ளே பலசத்தி
உறைந்தி யங்கி நிற்கிறது
கடவுள் சத்தி யெனும்வன்னி
கட்டி யவற்றை ஆள்கிறதாம்
உடலா கின்ற சட்டிதனை (269)
ஒழுங்காய் நெருப்பி லிட்டுநிற்கத்
தட்டா துடலும் பக்குவத்தைத்
தணலால் பெற்று நின்றிடுமே

பக்கு வமான உணவையும்
பரிமா றிநிற்க அதிலுறையும்
அக்கி னிதன்னை ஊனக்கண்
அறிந்தி டாதி ருந்திடுமே
தகிக்கும் வன்னி இல்லையேல் (270)
தின்னச் சகிக்கா உணவாகும்
பகவ னென்னுஞ் சத்தியொன்றே
பக்கு வமாக்கு கிறதென்றார்

எண்ணெய் நன்கு கொதித்திருக்க
எடுத்துக் கொஞ்ச மப்பங்கள்
அண்ணன் மனைவி இட்டிடவும்
அதிக வொலியு மெழுந்துநின்று
கணக்காய் சிறிது நேரத்தில் (271)
கொட்டம் முழுதா யடங்கிடவும்
கண்டு நின்று கதாதரரும்
கூறி நிற்பார் சாரதைக்கு

பக்கு வமான அப்பங்கள்
பெரிது மமைதி காக்கிறதாம்
பகவ னருளுங் கிட்டாதோர்
பண்ணி நிற்பர் விவாதங்கள்
பகவ னருளும் பெற்றதுமே (272)
பேரொ லிசெய்வ தழிந்திடுமே
பக்கு வமாகப் பகவனருள்
பெரிதும் வேண்டு மென்றறிவாய்

இருப்புச் சட்டி தனில்காயை
இட்டு வதக்கி நிற்கின்றாய்
நெருப்பால் சூடு கொண்டுகாயும்
நன்கு வதங்கி வந்துநிற்க
கருகி வீணா யாகும்முன் (273)
கவன மாகச் சட்டியையும்
விரைந்தி றக்கத் துணியொன்று
வேண்டும் சமைய லறைதன்னில்

சுட்டு நிற்கும் பாத்திரத்தைத்
துரித மாக இறக்கிடவும்
அடுக்க ளையில் துணியொன்றை
அம்மா வைத்துக் கொள்வாயே
அடுத்துத் துணியு மீரமாக (274)
அமைந்தி ருந்தா லதுநலமே
அடிசில் செய்யும் நேரத்தில்
அன்னை நாமம் புகன்றிருப்பாய்

பூசை தன்னைப் பிராம்மணியும்
புரியத் துவங்கி யுள்ளதனால்
வாசம் மிக்க நல்மலரும்
வேண்டு மவர்க்கு மிகநிறைய
தூசு தட்டி அறைதன்னைத் (275)
தூய்மை யாக்கி நின்றனையோ
ஈசைக் குரிய நிவேதனமும்
இசைந்து செய்து நின்றனையா

விளக்கை நன்றாய் விளக்கிவைத்து
விளக்கெண் ணெய்யு மதிலிட்டு
வெள்ளைத் திரியை அதில்வைத்து
வாசம் மிக்க மலராலும்
உளங்க னிந்து மிகவழகாய் (276)
ஒளிப ரப்ப ஏற்றிவைத்தேன்
வளமும் நலனும் வேண்டியதாய்
விண்டு நின்றார் சாரதையும்

இனிதே பூசை முடித்துவிட்டு
இயம்பி நின்றார் பிராம்மணியும்
அன்பு மிகுந்த மனையோரே
ஆவல் கொண்டு இராமனுக்கு
நன்றா யடிசில் செய்துநின்று (277)
நிவேத னத்தை முடித்தளித்தேன்
தின்று மகிழ்வீ ரெனக்கூறித்
தந்த ளித்தார் பிரசாதம்

உறைப்பு மிகுந்த பிரசாதம்
உண்வீ ரென்று பிராம்மணியும்
நிறையக் கொடுத்து நின்றிருக்க
நெடியும் வீசும் பண்டத்தைச்
சிறிது மெவருங் கொண்டிலரே (278)
சாகம் பரியாம் கதாதரரின்
இறைவன் மனையாள் வாய்விட்டு
எடுத்துக் கொள்ளே னெனமறுத்தார்

இறைவன் நுமக்கு இராமனாக
இனிதே பூசை செய்துநின்றீர்
உறைப்பு மிகுந்த பிரசாதம்
உண்ண மறுக்கான் நும்மிறைவன்
சிறிது முண்ணப் பிரசாதம் (279)
செய்யுந் தீங்கெ னக்கென்று
மறுத்து நின்ற கதாதரரை
மற்றுச் சினந்தார் பிராம்மணியும்

இனிப்பு கசப்பு துவர்ப்புறைப்பு
இறைவன் பிரசா தந்தனிலும்
மனித ரெவருங் காண்பதுவும்
மற்றுத் தீங்கை விளைவிக்கும்
அன்பிற் குகந்த சாரதையே (280)
அடியே னளிக்கும் பிரசாதம்
தின்று மகிழ்வா யெனக்கூறித்
திணித்து மகிழ்ந்தார் பிராம்மணியும்

பயந்து நடுங்கி சாரதையும்
பிரசா தத்தை மறுக்காது
தயங்கி வாயில் போட்டுநிற்க
தீய்த்து நின்ற தவர்நாவைப்
பயங்கொண் டெதிரே நடுங்கிநிற்கும் (281)
பரம வெளிய சாரதைக்கு
நயச்சொல் கூறி பிராம்மணியும்
நிரம்பக் கொடுத்தா ருண்டுநிற்க

இறைவி நாமங் கூறிநின்று
எடுத்த ளித்த பிரசாதம்
மறுக்கா திருந்து சாரதையும்
மற்றுண் டிருக்க பிராம்மணியும்
சிறியோர் பலரும் மறுத்துநிற்கச் (282)
சிறக்க வுண்டா யென்மகளே
உறைப்பைக் கூட்டி அடுத்தமுறை
உண்ணத் தருவே னென்றாரே

பிரசா தத்தின் தன்மையும்
புகலக் கேட்கச் சிறந்ததென்று
உரைத்து நின்றார் சாரதையும்
உறைப்பால் கண்கள் மிகச்சிவந்து
பெருகி நின்ற துகண்ணீரைப் (283)
பார்த்து நின்றோர் மனம்நெகிழ்ந்து
வருந்திச் செய்வ தறியாது
வீணே யிருந்தார் நெடுநேரம்

சிறிய விருந்திற் கொருநாளே
செய்தி ருந்தா ரேற்பாடு
சிறக்க உணவுங் கொண்டதன்பின்
சிறிதோய் வெடுக்க ஊராரும்
அறையொன் றடைந்த மைதியாக (284)
அயர்ந்து றங்க வதுகண்டு
அறைந்து நின்றார் கதாதரரே
அருகி ருந்த சாரதைக்கு

உண்ப தற்கு முன்மக்கள்
உரக்கப் பேசி யிருந்தனரே
உண்ப தற்குப் பதார்த்தங்கள்
ஒவ்வொன் றாக வந்திடவும்
கண்டு நின்று பேச்சையும் (285)
கடுகக் குறைத்து நின்றனரே
உண்டு முடித்து நின்றதுமே
ஒழிந்த துபேச்சு முழுதாக

இறையைத் தேடு மடியாரும்
இதேபோல் துவக்க காலத்தில்
நிறைய வாத விவாதங்கள்
நிகழ்த்தி நிற்பர் தவறாமல்
இறையி னருளுங் கிடைத்துநிற்க (286)
இனிதே குறையும் விவாதங்கள்
இறையும் முழுதா யருளிநிற்க
எட்டு மவர்க்கு சமாதிநிலை

இளைய மாமன் தமைத்தேடி
இருத யராமு மங்குவந்து
அளித்து நின்றீர் மாமிக்கு
அனேக உபதே சங்களுமே
விளக்கம் பலவு மிந்நாட்கள் (287)
விடாது தந்து நிற்பதையும்
களித்தேற் றுநிற்க அவருக்குக்
கடின மாகு மென்றுரைத்தார்

இருத யராமு மங்குவர
இடம்விட் டகன்றார் சாரதையும்
இருத யராமின் கரம்பற்றி
இறும்பூ தெய்திக் கதாதரரும்
உரைத்து நின்றார் மிகத்தெளிவாய் (288)
உணர்ந்து கொள்வாய் சாரதையும்
பிரமன் தன்னின் பத்தினியாம்
பெயரும் சரசு வதியாகும்

அரிய ஞானங் கொண்டவளாம்
அசாதா ரணமா னதெதுவுமில்
அரிய ஞானப் பெருங்கடலும்
ஆவா ளவளே அறிந்திடுவாய்
அரிய ஞான மனைத்திற்கும் (289)
அவளே யாவா ளாதாரம்
அரிய ஞான மெல்லாமும்
அவளு ளிருந்து தித்தனவே

அறியா ஞான மெதுவுமிலை
அனைத்து மவளைச் சார்ந்திருக்கும்
அறிவுக் களஞ்சி யமவளாவாள்
அவளின் கடைக்கண் பார்வையால்
அறிவா ளியாவர் மூடருமே (290)
அனைத்து மறிந்து மவள்நம்முன்
அறியா தவள்போல் நடித்துநிற்க
அறிவி லியாக நாமுள்ளோம்

காளி தாச னுக்கருளும்
களித்துப் புரிந்த வளிவளாவாள்
காள மேகப் புலவருக்கும்
கம்பர் ஒட்டக் கூத்தருக்கும்
மாளாப் புகழும் வந்தடைய (291)
மற்றி வளாவாள் காரணமே
கோளும் நாளு மிவளிருக்க
காணா தொழியும் வெகுதொலைவே

எளிமை யாக வாழ்ந்திடவே
எடுத்து நின்றாள் சங்கற்பம்
அளவில் ஞான மத்தனையும்
அறிந்து மொன்று மறியாத
எளிய கிராம மடந்தையாய் (292)
எல்லாம் வியந்து காண்பதேபோல்
ஒளியை மறைத்து நம்முன்னே
உள்ளா ளிவளே சரசுவதி

படிப்பு மின்றி இருக்குமிவள்
பின்னு முள்ளா ளெளிமையாய்
விடாதிவ் வாறி ருந்திருக்க
விரைவி லுறுதி யாயிவளும்
கடவுள் தன்னை அடைந்திடுவாள் (293)
கருத்தி தையு முனக்கின்று
எடுத்து ரைக்க சாரதைக்கு
எடுத்தேன் பாட மென்றுரைத்தார்

இருத யராமிற் கிவ்வாறு
இயம்பி நின்றார் கதாதரரும்
இருந்தும் சிறிதும் இருதயராம்
ஏற்றா ரில்லை முழுமனதாய்
சரசு வதிக்கு நிகராக (294)
சார தையைக் கொண்டாரில்
உரைத்த தெல்லாம் பிதற்றலென்று
உரைத்தா ரில்லை வெளிப்படையாய்

சிறிய மாமன் தனக்குமட்டும்
சொந்த மென்று கருதிநின்று
சிறிது மவரைக் கூறுபோட்டு
சார தைக்க ளித்திடவும்
வெறுத்து நின்றார் இருதயராம் (295)
வீணே வெறுத்தார் சாரதையை
முற்றி நின்ற துபொறாமை
மனதி லசூயை நிலைத்ததுவே

நிழலா யிருந்து மாமனுக்கு
நிரம்பப் புரிந்தேன் வேண்டுவன
பொழுது மவரைக் கண்மணிபோல்
பாது காத்தேன் பலகாலம்
பழிவா ராது சதாகாலம் (296)
புரிந்து நின்றேன் பணிவிடைகள்
முழுது மவரே யெனக்குமட்டும்
மற்றுச் சொந்த மாகிடுவார்

கூறு போட்டுப் பிரித்துநின்று
கொடுக்கே னென்று மவரன்பை
மாறு பட்டு வழக்காட
மற்று வந்து நிற்போரை
ஊறு செய்து முழுதாக (297)
ஒழித்த ழிப்பே னெனக்கறுவி
நீறு பூத்த நெருப்பாகி
நின்றி ருப்பார் இருதயராம்

பிரமா ணியென்று சாரதையைப்
புகன்ற பின்னர் கதாதரரும்
இருத யராமை அழைப்பித்து
இயம்பி நின்றா ரிவ்வாறே
கருத்தொ ருமித்து மிகநன்றாய் (298)
கற்கும் பீதாம் பரனையும்
விரைந்து சென்று நம்கிருகம்
வாவென் றியம்பி வாவென்றார்

அருகில் வசிக்கும் மாணவனாம்
அகவை பத்தாஞ் சிறுவனுக்கு
கிருகம் வந்து சாரதைக்குக்
கற்பித் திடவே அழைத்துவர
உரைத்து நின்றார் இருதயர்க்கு (299)
உரைகேட் டதிர்ந்து வியந்துநின்று
சிரித்து நிற்கும் இருதயரைச்
சொல்லக் கேட்டார் காரணமும்

பிரமா ணியென்று மாமியையும்
பலவாய் புகழ்ந்து நின்றதன்பின்
சரசு வதிக்குப் பாடங்கள்
சொல்லித் தரவே முயற்சிபல
புரிந்து நிற்றல் சரிதானோ (300)
புரிந்தி லேனே இதுவென்று
கரைந்து நிற்கும் இருதயர்க்கு
கூறி னாரில் கதாதரரும்

பீதாம் பரனும் வந்துநிற்க
பதியி னாணை யுடனேற்று
காதல் கொண்டு படித்திடவும்
குனிந்து வந்தார் சாரதையும்
ஓதி நிற்க மகிழ்ந்துடனே (301)
ஓர கத்தி மகளுமங்கு
வாத்தி யிருக்கு மிடம்வந்து
வணங்கி நின்றாள் பணிவுடனும்

அடுப்பூ திநிற்கும் பெண்களுமே
அகர முதலா மெழுத்துகளைப்
படித்த றிந்து நிற்பதனால்
பயனும் விளைவ தென்னவென்று
விடுத்து நின்றா ராயந்தி (302)
வீட்டி னுள்ளே யிருந்துநின்று
கடுகச் சென்று மன்னியிடம்
கூறி நிற்பார் கதாதரரும்

இராமன் கதையும் பாரதமும்
இன்னு மனேக நூல்பலவும்
தெரிந்து படிக்கப் பெண்களுமே
சீராய் குடும்பம் நடத்திடுவர்
கருத்து மிகுந்த கதைபலவும் (303)
குழந்தை கட்குப் போதித்து
நரரில் சிறந்த மாணிக்கம்
நாட்டி லெழவே செய்திடுவர்

கிளியின் சிறிய குஞ்சையும்
கழுத்தில் கோடு வரும்முன்னம்
கிளியின் கூட்டி லிருந்தெடுத்து
கற்றுத் தருவர் பேசிடவே
கிள்ளை நாக்கு முற்றியபின் (304)
கற்று நிற்க வியலாதாம்
இளமை தன்னில் கற்றுநிற்க
எடுத்தோ திநிற்பர் சான்றோரே

பக்க மிருந்து கதாதரரும்
பொருள் விளக்கந் தந்துநிற்பார்
சகன மென்னுஞ் சொல்லிற்குத்
தந்து நின்றா ரரும்விளக்கம்
சகனம் பொறுமை யெனக்கூறி (305)
சதத மிதையு மனைவருமே
மிகவு மதிகங் கடைப்பிடிக்க
மகிழ்ச்சி பெருகு மென்றுரைப்பார்

தினமும் மாலை ஊராரும்
தமது பணிகள் முடித்துநின்று
கனிந்து கதாயி மனைவந்து
கேட்டு நிற்பர் சொற்பொழிவு
வினவி நிற்ப ரவரிடமும் (306)
விதவி தமான ஐயங்கள்
தனக்குத் தெரிந்த தெல்லாமும்
தெரிவித் திடுவார் கதாதரரும்

சுற்றி யிருந்த மக்களுமே
சாது பற்றி விளக்கிநிற்க
இறைஞ்சி வேண்ட கதாதரரும்
இயம்பி நின்றா ரிவ்வாறு
சற்றும் மனதி லெள்ளளவும் (307)
சாது கொள்ளான் சுமையெதுவும்
சிறிது சுமையைப் பற்றிநிற்க
சள்ளை பலவும் வந்தடையும்

சிரத்தில் சுமையை ஏற்றிநிற்க
சிரம முடலைச் சேர்ந்தடையும்
சிரத்து சுமைபோல் மனச்சுமையும்
சள்ளை பலவுந் தருகிறதாம்
சுருக்க முடலில் தோன்றிநிற்க (308)
சுந்த ரமெல்லா மழிகிறதாம்
சரீரம் நோய்வாய்க் காட்படவும்
சொல்லுஞ் செயலுஞ் சீர்கெடுமே

குழந்தைக் கேது கவலையே
களித்துத் திரியுஞ் சதாகாலம்
குழந்தை போலச் சகலருமே
கவலை விடுத்தல் வேண்டுதுமே
குழந்தை மனமும் நீங்கிநிற்க (309)
கவலை பீடித் திருந்திடுமாம்
குழந்தை யாக அனைவருமே
காளிக் காதல் வேண்டுதுமே

இல்ல றமாகும் நல்லதென்று
இயம்பி நிற்பர் சான்றோரும்
இல்ல றத்தி லிருப்பதிலும்
இல்லை தவறு சிறிதளவும்
இல்ல றத்தி லிருந்துநின்று (310)
இயற்றி நிற்பீர் கடமைகள்
இல்ல றத்தை எல்லாமாய்
எண்ணி வாழ்தல் தவறாகும்

படகு நீரி லிருந்திடலாம்
பாத கமேது மில்லையாம்
படகில் நீரு மிருந்திருக்கப்
பேரா பத்து நிகழ்ந்திடுமே
மடமை யாகு மில்லறத்தை (311)
மற்று முழுதாய் நம்பிநிற்றல்
தடாகப் பதும இலைநீர்போல்
தெளிந்து வாழ்வீர் சதாகாலம்

பதும இலையின் நீர்போலும்
பட்டும் படாது வாழ்ந்திருக்க
எதுவுந் தீங்கு வாராதாம்
இவ்வா றிருக்கும் மனிதனுமே
வதுகை யோடு வாழ்ந்திருந்தும் (312
வாரா தெதுவு மாபத்து
துதித்தற் குரிய நாகசாது
தெரிவித் திருந்தா ரெனக்கிதையும்

மனதைச் சுத்த மாகவைத்து
மற்ற தையும் மனோன்மணிக்கு
கனிந்தர்ப் பணித்த மனிதனுமே
கிருகந் தன்னி லிருந்திடினும்
சன்னி யாசி யென்பதற்குச் (313)
சிறிதுந் தடைக ளில்லையாம்
இன்னு மெங்கே யிருந்திடினும்
இல்லை தாழ்வும் பொச்சாப்பும்

மடவா ளெல்லா மம்பாளும்
மற்றெ டுத்த உருவமாகும்
மடவா ளெல்லாந் தாயாகி
மகிழ்ந்திவ் வுலகில் பலர்காண
படாத பாடு பலபட்டு (314)
புரிவர் தியாகம் வாணாளில்
கிடைப்ப தில்லை ஆணுக்குக்
கிடைத்தற் கரிய யிப்பேறும்

ஆணுக் குரிய விதிமுறைகள்
அனைத்தும் பொருந்தும் பெண்ணுக்கும்
ஆணை விடவும் பெண்களுமே
அதிக முயர்ந்த வராவாரே
ஆணை விடுத்துப் பெண்ணையும் (315)
அம்பா ளாகப் பாகவதம்
ஆணித் தரமா யுரைப்பதையும்
அறிவோ மறிவோ முறுதியாக

சரீர இச்சை விலக்கிநின்று
சதத மனேகத் தியாகங்கள்
புரிந்து நின்று கணவன்முன்
புனித மான அம்பிகையாய்
விரைவில் சேர்ந்து நின்றிடவே (316)
விரும்பி வாழ்க்கை வாழவேண்டும்
அரித ரிதான வாழ்வையும்
அடைய முயற்சி செய்திடுவீர்

உசிலை இலையை அம்மிதனில்
ஒழுங்காய் நீர்விட் டரைத்துநின்றுப்
பசைபோ லாக்கித் சிரந்தன்னில்
பொடுகை நீக்கத் தேய்த்துநின்று
பச்சை மஞ்ச ளரைத்ததையும் (317)
பெருகத் தடவிக் குளித்துநிற்க
நசிந்து மடியும் கிருமிகளும்
நலமே பெறுவர் பெண்களுமே

மஞ்சள் உசிலை இலையெல்லாம்
மற்றுத் தடவிக் குளிப்பதேபோல்
கொஞ்சம் விவேகம் மனத்திட்பம்
கொண்டு குடும்ப சாகரத்தில்
அஞ்சி டாது மூழ்கிநிற்க (318)
அகலு மனேக துர்க்குணங்கள்
நஞ்சாம் பிறவிப் பெருங்கடலும்
நன்கு தருமே ஆனந்தம்

பட்ட றைக்க லென்பதுவே
பெரிது முறுதி யானதுவாம்
பட்ட றையி லிதன்மீது
பலப டியான பொருள்பலவும்
எடுத்து வைத்த டித்துநிற்க (319)
இரும்புப் பொருட்க ளுருமாறி
எடுத்து நிற்கும் புதுவுருவும்
ஏரா ளமான அடிபட்டு

பட்ட றைக்கல் தினந்தினமும்
பெரிது மடிபட் டிருந்துநின்றும்
திடமே தனது நிலையிருந்து
சிறிதும் மாறு வதில்லையாம்
அடிபட் டிருந்து மக்கல்லும் (320)
அடலாய் நிலையும் மாறாது
தொடர்வ துபோலும் பொறுமையாய்
திகழ்ந்தி ருந்துப் பொலிவீரே

குடும்ப வாழ்வில் மாற்றங்கள்
கடுக விரைந்து வந்திடலாம்
கெடுதல் மற்றும் நன்மைகள்
கிட்டி நிற்கும் மனிதரையும்
தொடர்ந்து பொறுமை காத்துநிற்க (321)
தொல்லை யெல்லாம் மாற்றிநின்று
முடிவி லின்ப நிலைதன்னை
மற்ற டைந்து நின்றிடலாம்

பொறுமை யென்னு மாபரணம்
பெண்க ளணிந்து நின்றிருக்கச்
சிறுமை யென்று மவர்மனையைச்
சேரத் தயங்கி அஞ்சியோடும்
மறுத்து நிற்க மனைதன்னில் (322)
மூதே விவாசஞ் செய்துநிற்பாள்
அறிந்து நின்ற னைவருமே
அணிவீர் பொறுமை ஆபரணம்

பெண்க ளுக்காந் தருமத்தைப்
போதித் திருந்த கதாதரரை
கண்கள் பனிக்கக் கேட்டுநின்ற
கிராமப் புறத்து மகளிருமே
கணமு மிதையே நினைவுவைத்து (323)
கருமம் புரிவோ மெனக்கூறி
பெண்ணிற் சிறந்த பிராம்மணியே
போதித் தருள்வீ ரென்றனரே

இனிதே நாக சாதுவையும்
ஏற்றிப் புகழக் கேட்டிருந்து
மனமும் வெதும்பிப் பிராம்மணியும்
மற்றங் கிருந்தார் வெறுப்போடு
தனக்கு மட்டும் கதாதரரும் (324)
சொந்த மென்று கருதிநின்று
கனன்று நாக சாதுவையும்
கரித்து வெறுப்பார் பிராம்மணியே

தன்னை மற்றும் சாரதையைத்
திறமை யாக கதாதரனும்
மனதிற் குகந்த வார்த்தையால்
மிகவும் புகழ்ந்து பேசியதாய்
நினைத்து நின்று பிராம்மணியும் (325)
நெஞ்சில் வன்மம் பாராட்டி
சினந்து தகித்துப் பொறுக்காது
சமயம் பார்த்துக் காத்திருந்தார்

மிகவு மழகாய் பெண்தருமம்
மற்றெ டுத்து ரைத்துநின்று
மக்கள் பலரும் பாராட்ட
மாணி யாகும் கதாதரர்முன்
புகல வறியா திருந்துநின்று (326)
பெரிதும் சிறுமை உணர்ச்சிகளும்
முகத்தில் தோன்ற பிராம்மணியும்
மொழியத் தயங்கி அமர்ந்திருந்தார்

சிறுமை உணர்ச்சிப் பெருக்கெடுக்கச்
சினமும் சிரத்தில் வெகுண்டெழவும்
பொறுமை யிழந்து குணமிழந்து
போலிக் கருவந் தலைதூக்க
வெறுமை புன்மை வாட்டிநிற்க (327)
வதைபட் டிருந்த தன்மேலும்
மறந்து நின்றார் பிராம்மணியே
மற்றுச் சீட ரருங்குணத்தை

வெறுத்து நின்று வாயிழந்து
வெட்கம் வாட்டி வதைத்திருக்க
முறுவல் முகத்தி லில்லாது
மற்றுக் களையு மிகவிழந்து
இறுத்து நின்றார் பிராம்மணியும் (328)
இனிதே நுமது கதாதரனும்
அறைந்து நின்ற தெல்லாமும்
அடியே னளித்த கல்வியாகும்

படிப்ப றிவற்றி ருந்தவனைப்
பள்ளி செல்லா திருந்தவனை
வடிவு மாற்றிச் சாத்திரங்கள்
விரிவா யெடுத்து ரைத்துநின்று
முடிவி லின்று நும்முன்னே (329)
மற்று பலவு மறிந்தவனாய்
அடியேன் யானும் மாற்றிநின்றேன்
அறிவீ ரிவனே யென்சீடன்

பலர்மு னிதையும் பிராம்மணியும்
புகன்றி ருக்க வதுகேட்டு
நிலைத டுமாறித் திடுக்கிட்டு
நின்றி ருந்த னரூர்மக்கள்
சிலரே அவருள் பிராம்மணியைச் (330)
சினந்து நின்றும் குரலெடுத்து
வலிசெய் துரைத்தப் பெண்ணையும்
வையா திருந்து பொறுத்திருந்தார்

இருத யராமும் மிகச்சினந்தும்
இருந்து பொறுமை காத்துநின்றார்
தருணம் வரும்போ திவரையும்
தாக்கி தீர்ப்பே னிவர்கருவம்
வருத்தி யிவரை யிங்கிருந்து (331)
விரட்டி யடிப்பே னென்றெண்ணி
சிரமுந் தாழ்த்தி மேற்கொண்டு
செய்வ தறியா திருந்துநின்றார்

என்தா யிவரே மனதுகந்து
எனக்க ளித்த பிச்சையால்
நன்றே யானும் நும்முன்னே
நவின்று நின்றேன் சொற்பொழிவு
எனக்குக் குருவுந் தாயாகி (332)
எல்லா மறிவித் திருந்தவரை
மனது மகிழ்ந்து வணங்குவதாய்
மொழிந்து நின்றார் கதாதரரே

தனது பதியைப் பிராம்மணியும்
தாழ்த்திப் பேசி நின்றதையும்
மனது வருந்திக் கேட்டிருந்தும்
மொழியா திருந்தார் சாரதையும்
கனிந்து பெண்கள் பொறுமையும் (333)
காக்க வேண்டு மெனக்கணவன்
இனிதே கூறி நின்றதையும்
எண்ணிப் பொறுமை காத்துநின்றார்

காலை யெழுந்து வழக்கம்போல்
கடன்கள் முடிக்கக் கதாதரரும்
கால்வாய் சென்று நின்றிருக்க
கணவன் முன்னம் சாரதையும்
ஞாலம் விழிக்கும் முன்னெழுந்து (334)
ஞண்டு மிகுத்த ஏரிக்கு
வேலை பொருட்டுச் சென்றிருக்க
வழியில் சந்தித் திருந்தனரே

கழனி தன்னில் மீன்பறிகள்
கண்டு நின்று கதாதரரும்
மொழிய லானார் சாரதைக்கு
மீனைப் பிடிக்கும் பொறிபாராய்
அழகா யிதுபோல் மாயையும் (335)
அனேக பொறிகள் பலவைத்து
உழன்று திரியும் மனிதனையும்
உவந்து பிடித்து மகிழ்கின்றாள்

அறிவில் கயலு மொருசிறிதும்
அறியா திருந்து விரைந்தடைந்து
பொறியுட் புகுந்த திலிருந்து
புறம்போ வதற்கு மறியாது
சிறிது நேரம் பலமுயன்று (336)
சீவ னிழந்தொ ழிவதேபோல்
பற்றி நிற்கும் மாயைவாய்
பட்ட ழிந்தான் மனிதனுமே

பத்தி செய்தும் மேலும்பின்
பெரிது மன்பு காட்டிநின்றும்
இத்த லத்தில் மாயையின்
இறுக்கும் பிடியை அறுத்திடலாம்
கத்தித் திரியும் புள்ளினம்வாழ் (337)
காட டைந்து வாழாது
சததம் மக்க ளுடன்வாழ்ந்து
சாத னைகள் செயவேண்டும்

வேண்டப் பட்ட வரிவரென்று
விரும்பி நிற்றல் மாயையாம்
வேண்டத் தகாத மக்களையும்
விரும்பிப் போற்ற லன்பாகும்
ஈண்டு மக்க ளுடனிருந்து (338)
இரக்கங் காட்டி வாழ்தலுமே
யாண்டும் நன்மை பயத்திடுமே
யாரும் புரித லரிதாகும்

குடத்தில் நீரை சாரதையும்
கொஞ்சம் சாய்த்து மொண்டுநிற்க
குடத்தி ருந்தொ லியெழும்ப
கேட்டு நின்று கதாதரரும்
நொடித்து நின்றார் மிகமகிழ்ந்து (339)
நிறைகு டமமை திபோல்நீயும்
தொடர்ந்தி ருக்க வேண்டுமென்று
தெளிவு படுத்தி நின்றிருந்தார்

திரும்பும் வழியில் கீரையைத்
தெளிந்து நின்று சாரதையும்
பெரிதும் மகிழ்ந்துப் பறித்துநிற்க
பார்த்து மகிழ்ந்த கதாதரரும்
உரைத்து நின்றா ரவருக்கு (340)
உளையும் போகக் கழுவிநிற்க
விரைந்த கன்று மண்வாசம்
வெளியே செல்ல மணக்குமென்றார்

கரும மெதுவு மற்பமில்லைக்
கரும மெதுவு முயர்ந்ததில்லைக்
கரும மற்ப மாயிடினும்
காலம் கழியப் பெரிதாகும்
பெரிய கரும மொருநாளே (341)
பின்னுஞ் சிறிதாய் மாறிடுமாம்
சிரத்தை யாகக் கருமத்தைச்
செய்து நிற்றல் வேண்டுதுமே

வண்டி யோட்டி ஒருவனுமே
வழியிற் கண்டி ருவரையும்
வண்டி தன்னி லமர்ந்திடவும்
விரும்பி யழைத்த படியவரும்
வண்டி தன்னி லுடனேறி (342)
வீட டைந்து நின்றிடவும்
வண்டி யிருந்து சாரதையும்
வெளியி லிறங்கி மனைபுகுந்தார்

மனையுட் புகுந்த மனையாளை
மற்றுக் கண்டு கதாதரரும்
கனிந்த ழைத்து வண்டிதனில்
கீரைக் கட்டை யுடன்காட்டி
இனிதே யிதைய முன்னுடனே (343)
எடுத்துச் செல்லென் றெனக்கூறி
மனிதர் தமது பொருளெல்லாம்
மறந்து போதல் வழக்கமென்றார்

கமல காந்த ரியற்றிநின்ற
கீத மொன்றைக் கதாதரரும்
அமைதி யாகப் பாடிநிற்க
அன்போ டதையுங் கேட்டுநின்று
இமையும் மூடி சாரதையும் (344)
எளிதில் மனனஞ் செய்துநின்று
சமையல் செய்த வாறொருநாள்
செவ்வை யாகப் பாடிநின்றார்

இனிய குரலில் சாரதையும்
இதயங் கனிந்து பாடுவதை
மனது கந்து கதாதரரும்
மகிழ்ந்து கேட்டுப் பாராட்டி
தினமு முனக்கு முறையாக (345)
தெய்வப் பாடல் பலவற்றைப்
புனைந்த றிவிப்ப தாயுரைக்கப்
பெரிதும் மகிழ்ந்தார் சாரதையும்

இதுகேட் டதிர்ந்து பைரவியும்
இதயங் கனத்துப் பெருங்குரலில்
கத்தி நின்றார் மனையோர்முன்
கிருக மிதுவே கூத்தாடி
மெத்தப் பயிலு மிடமாக (346)
மாறி யதாக அறைந்துநின்று
வதைக்கும் வார்த்தை பலவுரைத்து
வெறுப்பை உமிழ்ந்துச் சினந்துநின்றார்

கிராமந் தன்னி லன்றிரவு
களித்து மகிழ நாடகமும்
அரங்கே றுவதாய் இருதயரும்
அறிவித் திடவு மதைக்காண
கிருகத் திருந்த னைவருமே (347)
கூடி முடிவு செய்துநிற்க
இருந்தும் பதியி னொப்புதலை
எதிர்பார்த் திருந்தார் சாரதையும்

இராமேச் வரரின் பத்தினியும்
இனிதே புகல்வார் கொழுந்தனிடம்
பெருமைக் குரியோய் சிந்திப்பீர்
பெண்ணா மிவளாம் சாரதையும்
புராணக் கதையின் நாடகத்தைப் (348)
பார்க்க விழைந்தாள் சிறுபெண்ணே
வருவ தற்கு மனமுவந்து
வழங்கி நிற்பீ ரனுமதியும்

என்று கூறி நின்றிருக்கும்
இனிய மன்னி தமைநோக்கி
கனிந்து நின்று கதாதரரும்
கூறி நிற்பா ரிவ்வாறே
அனும தித்து நின்றிடவே (349)
அனேக பிழைகள் தொடர்ந்தெழுந்து
மனதைக் கெடுக்குங் கருமங்கள்
மற்றுப் புரியத் தூண்டிடுமே

மனதி லெழுந்த இச்சையை
மற்ற டக்கி சாரதையும்
பின்னு மங்கு நின்றிருக்கப்
பரிவு கொண்டு கதாதரரும்
கனிந்து புகல்வா ரனைவர்முன் (350)
காண விழையும் நாடகத்தை
மனையி லுடனே அரங்கேற்றி
மனையை மகிழ்விப் பதாயுரைத்தார்

பாரி யாளும் மனமுவந்து
பார்க்க விழைந்த நாடகமாம்
பாரி சாத அபகரணம்
பாரி யாள்மு னரங்கேற்ற
நார ணிபத்தர் மனைதன்னில் (351)
நடத்திக் காட்ட விழைந்ததுமே
ஊரார் பலரும் மனைவந்து
உட்கார்ந் திருந்த னராவலுடன்

பரமே சுவரி பார்வதியும்
பல்லு யிராகப் பார்தன்னில்
பரிண மித்து நடிப்பதேபோல்
பஞ்ச பாணி பத்தருமே
உருக்கு மிணியாய் பாமையாய் (352)
உள்ளங் கவருங் கண்ணனுமாய்
மருத்து வானாய் நாரதனாய்
மகிழ்ந்துப் பாத்தி ரமேற்றாரே

சிறுவ னாக இருக்கையில்
சிற்றூ ரதனில் நாடகத்தைச்
சிறக்க நடத்தி நின்றதையும்
சிந்தை தன்னில் நினைவுகூர்ந்து
மறக்கா திருந்து வசனமெல்லாம் (353)
மகிழ்ந்து விடாமல் மொழிந்திருக்க
உறக்கம் மறந்த னைவருமே
உவந்து கண்டு மகிழ்ந்தனரே

மறைமு கமாக உபதேசம்
மற்று வழங்கி நின்றிருந்தார்
மறைவில் நடக்கும் நிகழ்ச்சிகளை
மற்று நடித்துக் காட்டிநின்றார்
குறும்பு செய்யும் நாரதரைக் (354)
கண்முன் காணக் கொண்டுவந்தார்
சிறந்த குரலில் பாடிநின்று
சிந்தை குளிர்வித் திருந்தாரே

நார தராகக் கானமுமே
நன்கு பாடி நின்றிருக்க
ஊரார் பலரும் மெய்மறந்து
உலகக் கவலை மறந்தனரே
கார்நி றவண்ணக் கண்ணனாக (355)
கீத மிசைத்துக் காட்டிநிற்க
காராம் பசுக்கள் கட்டறுத்துக்
கால்ப ரப்பிக் கிடந்தனவே

இரவு முழுதும் நாடகத்தை
இனிதே நடித்துக் காட்டியதும்
பரிதி தோன்றும் நேரத்தில்
பாரி சாத அபகரணம்
ஒருவ ழியாக முடிந்துநிற்க (356)
ஒன்றிக் கேட்ட மக்களுடன்
இருத யரோடு பைரவியும்
இருந்த மர்ந்து கண்டனரே

கருவங் கொண்ட பாமையைக்
காட்டி நின்றார் மிகவழகாய்
உருகி நிற்கும் உருக்மிணியின்
உண்மை அன்பை விளங்கவைத்தார்
செருக்குக் கொண்ட தன்னையும் (357)
சீலம் நிறைந்த மனைவியையும்
பெரிதுஞ் சித்த ரித்ததாகப்
பொருமி நின்றார் பிராம்மணியும்

முடிந்து நிற்குந் தறுவாயில்
மகிழ்ந்து மக்க ளெழுமுன்னம்
பட்டென் றெழுந்துப் பிராம்மணியும்
பெருங்கு ரலெடுத் தோலமிட்டார்
அடுப்பூ திநிற்கும் சாரதையும் (358)
அகத்தை நீங்கக் கௌரவமும்
கெட்டு நிற்கு மெனக்கரைந்து
கூத்து நடத்தி மகிழ்ந்தாயே

கிருகந் தன்னில் கூத்தாடிக்
களித்து நின்றாய் முழுயிரவும்
கிருகந் தன்னைக் கூத்தாடிக்
களிக்கு மிடமாய் மாற்றிநின்றாய்
இரவு முழுதும் நாமசெபம் (359)
இனிதே புரியா திதைக்கண்டு
பெரிதும் தவறி ழைத்ததாகப்
புகன்று நின்றார் பிராம்மணியே

பலரு மினிய நாடகத்தைப்
பார்த்துக் களித்தி ருக்கையில்
மலர்ந்து தன்னை மெய்மறந்து
மற்றுக் களித்துக் கண்டிருந்து
புலரும் வேளை மிகச்சினந்து (360)
பொய்யாம் வார்த்தைப் பலபுகன்று
அலைபாய் மனத்தார் பிராம்மணியும்
அகன்று சென்றா ரிடம்விட்டு

கீரை தன்னை உளைபோகக்
கழுவிப் பின்ன ராயந்தி
தூர யிருக்கு மடுக்களையில்
தண்ணீர் விட்டுச் சமைத்துநிற்கப்
பேரொ லியோடு நறுமணமும் (361)
பெருகி மனையை நிறைத்ததையும்
பாரீ ரென்று பிராம்மணிக்குப்
புகன்றா ரெளிய கதாதரரும்

மனையில் கீரை மணம்வீச
மகிழ்ந்து நின்று கதாதரரும்
கனிந்துக் களித்து பைரவிக்குக்
குதித்துக் கூற பிராம்மணியும்
சினந்து சீறி முழங்கிநின்றார் (362)
சிறியோர் போல மண்வாசம்
இன்னும் வெறுக்கும் பெண்வாசம்
இனிதே நீயும் பற்றிநின்றாய்

மணக்கும் கீரை நறுமணத்தை
மற்று நீயும் மிகவிழைந்தாய்
பெண்ணின் தொடர்பு மவளருகும்
பெரிதும் மகிழ்ந்து விழைந்துநின்றாய்
எண்ண மிவற்றைத் தாங்கிநிற்க (363)
எல்லாம் நரகில் சேர்த்துநிற்கும்
கண்ணை இமையே காப்பதேபோல்
காத்து வந்தே னென்றுரைத்தார்

புவனை பத்த னாகிநிற்க
பலவு மொன்றா மவனுக்கு
சிவந்த ஓடும் இளம்பெண்ணின்
செக்கச் சிவந்த நல்லிதழும்
தவத்தில் சிறந்த பத்தருக்குத் (364)
தெரியு மொன்றா யெனத்தெளிவாய்
விவரித் திருக்கும் மூககவி
விவர மறியார் பிராம்மணியும்

பெண்ணொ ருத்திப் பேரழகாம்
பெரிதும் புகழும் பெற்றவளாம்
கண்ட ழைத்துக் கதாதரரைக்
காட்டிக் காதல் புரிந்துநிற்க
மண்ணில் வேண்டும் பொருள்பலவும் (365)
மற்றுத் தருவ தாயுரைத்துப்
பெண்ணை யனுப்பிச் சோதித்துப்
பெற்றார் தோல்வி மதுரநாதர்

மண்ணில் பொன்னில் இரத்தினத்தில்
மற்று மனேக அரும்பொருளில்
கண்டே னில்லைப் பேதபாவம்
கண்ணைக் கவர்ந்தி முத்துநிற்கும்
பெண்ணில் மற்றுந் தாயிடமும் (366)
பேத பாவ மிலையென்று
விண்டு ரைத்த புருடரிடம்
வதைக்கும் வார்த்தை யுரைத்துநின்றார்

பெண்ணைத் தாயா யம்பாளாய்
போற்றி நின்ற புருடரிடம்
விண்ணும் மண்ணு மதிர்ந்துநிற்கும்
வார்த்தை யுரைக்க வதுகேட்டு
வணங்கத் தக்க ஊர்ப்பெரியோர் (367)
வெகுண்டு பொறுமை காத்திடென்று
பிணங்கிக் கூறிப் பிராம்மணியின்
பிழையைச் சுட்டிக் காட்டினரே

சினந்தே னில்லை ஒருசிறிதும்
செய்தே னில்லை யெப்பிழையும்
தனது பிழையை அறியாதத்
தனயன் தன்னை அதன்தாயும்
முனிந்து நலனுங் கருதிநின்று (368)
மொழிதல் போலும் சொல்லியதை
என்ற னன்புக் குரியோரே
எடுத்துக் கொண்டீர் தவறாக

சினந்தே னில்லை ஒருசிறிதும்
செயலும் பிழைத்த பிள்ளையை
முனிந்து தாயும் திருத்துதல்போல்
மற்றென் சீடப் பிள்ளைக்கு
கனிந்து கூறும் வார்த்தையைக் (369)
கேட்டுத் தவறா யுணர்ந்ததாக
அனேகஞ் சொல்லி பிராம்மணியும்
அனைவர் முன்னு மமர்ந்திருந்தார்

நண்ப கலன்று கதாதரரும்
நிகழ்த்தி நின்றார் பூசைகள்
கண்டு மகிழ்ந்த பலமக்கள்
கிருகந் திரும்பும் தக்கணமே
உண்டு முடித்துத் தாம்பூலம் (370)
உவந்து கொள்ள வேண்டுமென்று
விண்டு நின்ற இருதயரின்
வார்த்தை கேட்டி ருந்தனரே

அனேக மக்கள் வரிசையில்
அமர்ந்தி ருந்து விருந்துண்டு
அனேகம் வாழ்த்தி நின்றனரே
அன்ன முண்ண வந்தவருள்
பனவக் குலத்தைச் சேராத (371)
பெரியோ ரொருவ ரிருந்திருக்க
அன்ன முண்ட இலைதன்னை
அகற்ற முயன்றா ரப்பெரியோர்

பனவ குலத்தைச் சேராத
பெரியோ ரொருவ ரன்னமுண்டு
பின்னர் தனதி லைதன்னைப்
புறமெ டுத்துப் போட்டிடவும்
தனதி ருக்கை விட்டெழவும் (372)
தடுத்து நிறுத்திப் பிராம்மணியும்
மனையி லுள்ள மகளிருமே
மற்றெ டுப்ப ரென்றுரைத்தார்

உயர்ந்தோர் தாழ்ந்தோ ரென்றபேதம்
உண்மை யிலில்லை யிம்மனையில்
பெயர்வீர் நீரே இடம்விட்டு
பெண்கள் இலையை எடுத்திடுவர்
அயரா துசென்று கைகழுவி (373)
ஐயா வந்து தாம்பூலம்
தயங்கா துகொள்வீ ரெனக்கூறி
தடுத்து ரைத்தார் பிராம்மணியும்

மனையில் மூத்த பெண்ணாகும்
மன்னி யென்று சாரதையும்
இனிதே அழைக்கும் இராமேச்வர்
இல்லாள் சாகம் பரியென்பார்
சொன்ன துகேட்டுத் திடுக்கிட்டுத் (374)
தொல்லை வந்த தெனநினைத்தார்
பன்னாள் வழக்கம் தனைமீறப்
பயந்து நடுங்கி மிரண்டுநின்றார்

எச்சி லிலையை எடுத்தெறிய
இல்லை வெறுப்பி லையென்றும்
எச்சி லிலையை எடுத்தெறியின்
எதிர்த்து நிற்ப ரிங்குள்ளோர்
துச்ச மாக எண்ணிநின்று (375)
தொல்லை தந்தொ துக்கிடுவர்
இச்சை யிருந்து மிலைதன்னை
எடுக்கத் தயங்கி நின்றிருந்தார்

முன்பே கொழுந்தன் நடத்திநின்ற
மிகவும் வெறுக்கத் தக்கசெயல்
அனேக மக்க ளறிந்திருக்க
அதேபோ லிங்கும் செய்துவிடின்
பின்ன ரூரா ரொதுக்கிவைத்துப் (376)
பழித்துத் தூற்றிப் பறைசாற்றி
அனேக விதத்தும் தொல்லைகள்
அளிப்ப ரென்று பயந்திருந்தார்

மன்னி தயங்கி நிற்பதையும்
மற்றுக் கண்டு சாரதையும்
பின்னுஞ் செய்வ தறியாது
பதியின் முகத்தை நோக்கிநிற்க
ஒன்றுஞ் சொல்லா தவர்பதியும் (377)
உயரே எங்கோ நோக்கிநிற்க
பனவ குலத்தைச் சேராத
பெரியோ ரெழுந்தா ரிலையெடுக்க

உயர்வு தாழ்வு ணர்ச்சிகளும்
உள்ள தாமா யென்றறிய
வியந்து பலரும் பார்த்திருக்க
வினோத மாகப் பலர்வெறுக்கும்
செயல்கள் பலவும் பலபுரிந்து (378)
சோதித் திருந்து மனநிலையைத்
தயக்க மின்றிக் கண்டுணர்ந்த
தவப்பு தல்வர் கதாதரராம்

தட்சி ணேசு வரந்தன்னில்
தெருவில் கிடக்கும் நரவலையும்
பட்ச பாதம் பாராது
பெரிதும் வெறுத்தொ துக்காது
சட்டி யிலள்ளித் தொலைதூரம் (379)
சென்று கொட்டி வந்துவிட்டு
பட்டும் படாது போலிருந்த
புருட ராவார் கதாதரராம்

கணிகை பலரும் வாழ்கின்ற
கிருக மடைந்த வர்பாதம்
மண்ணில் பட்ட இடமிருந்து
மகிழ்ந்து சிறிது மணலெடுத்து
கண்ணி லொற்றிப் பின்னதையும் (380)
களித்துச் சிரத்தி லிட்டுநின்று
பெண்ணா மிவரே தாயென்று
புகன்ற புருடர் கதாதரராம்

பரத்தை யிவரே பார்வதியின்
பரம வெளிய வுருவாகும்
துர்க்கை யாகு மிவருக்குத்
துராசை சிறிது மில்லையாம்
பெருத்த வறுமை காரணமாய் (381)
பரத்தைத் தொழிலை யேற்றுநிற்கும்
நிரும லியாகு மிவரெனக்கு
நற்றாய்க் கொப்பா மென்றவராம்

சிறிதும் பேதம் பார்க்காத
சொரூபம் சமத்து வமானவரும்
இறைவி தன்னைக் கண்டவரும்
இல்லாள் மன்னிக் கென்றெதுவும்
அறைந்தா ரில்லை அறிவுரைகள் (382)
அமைதி காத்து நின்றிருந்து
மற்றுத் தமது கருத்துகளை
மனையோர் மீதுத் திணித்தாரில்

மறையோர் குலத்து திக்காத
மனித ருடனு மெழுந்திருந்து
குறையே துமில்லை யென்றுரைத்து
கொண்டு வீசி வருவதாக
அறைந்து நிற்க வதுகேட்டு (383)
அதன்மேல் வெகுண்டு பிராம்மணியும்
மறையோ ரிவரே யென்மொழிகள்
மறுத்து மரமாய் நின்றனரே

என்சொ லிவருங் கேட்டாரில்
எனக்கு மதிப்புந் தந்தாரில்
இனிமேல் யானும் பொறுக்கேனே
இப்போ துனதி லையையும்
என்கை கொண்டெ டுத்துவீசி (384)
எனது வார்த்தை மெய்ப்பித்து
அனைவர் முன்னம் நிற்பதாக
அறைந்தார் வெகுண்டு பிராம்மணியும்

வினய மாக இருப்பதாக
வெளியில் காட்டி நடித்துநின்று
கனத்த பேத பாவத்தைக்
களித்தெ ழுப்பும் பிராம்மணியைச்
சினந்து நின்ற னரூர்ப்பெண்டிர் (385)
செய்கை தவறா மெனக்கூறி
அனேக யெதிர்ப்புத் தெரிவிக்க
ஆர வார மெழுந்ததுவே

தனது மாமன் தன்னையும்
தட்டிப் பறித்துச் சென்றதாக
வன்மம் பூண்டு பிராம்மணியை
வெறுத்து நின்ற இருதயரும்
இன்று வாய்ப்பு வந்ததென்று (386)
எழுந்து கூச்ச லிட்டிருக்க
மனையி லெழுந்த பேரொலியால்
முளைத்த தங்கு மனக்கசப்பு

இரைந்து கத்திக் கூச்சலிட்டு
இயம்பி நின்றார் இருதயரும்
கிருகந் தன்னி லதிதியென்று
கொண்டா டிநின்ற இம்மனைக்குத்
துரோகம் புரிந்தீர் பிராம்மணியே (387)
தூற்றி நின்றுப் பழியுரைத்துப்
பிரட்டஞ் செய்துப் புறக்கணிக்கப்
புறப்பட் டிங்கே வந்துள்ளீர்

பொய்யாய் பலர்முன் சமத்துவமும்
பேசி விளக்கி நின்றீரே
மெய்யாய் சகல சீவனையும்
மதங்கி யாகக் கருதிநிற்கும்
உயர்ந்த குணத்து மாமன்முன் (388)
உத்த மராக நடித்திடவே
முயற்சி செய்தல் நன்றன்று
மிகவு மிழிந்த செய்கையாம்

பூணூல் போட்ட நாளன்று
பவதி பிட்சை தாருமென்று
வேண்டிக் கருமான் குலத்துதித்த
வனிதை யிடமே யெம்மாமன்
மாண்டு கழிந்த வருடம்முன் (389)
மற்று பெற்றா ரறிவீரே
காணக் கிடைக்கா மாமன்முன்
கீழ்மைக் குணத்தைக் காட்டாதீர்

பனவ ரில்லா திருந்திடினும்
பரிவுண் டிவர்மே லெங்களுக்கு
பனவ ராகு மெங்களிடம்
பரிவுண் டிவர்க்குப் பெருமளவில்
இனத்திற் குரிய தருமத்தை (390)
இயன்ற வரைக்குங் கடைப்பிடிப்போம்
இனிதே வாழு மெங்களுக்குள்
இயற்ற வேண்டாம் பேதமுமே

தேவை யின்றி யிவருக்குத்
துன்பந் தந்த வமதிப்பு
நீவிர் செய்து வாட்டிநின்றீர்
நிர்ம லமான மனத்துள்ளே
கோவங் கொள்ளும் படிநடந்து (391)
கெடுத்து நின்றீர் நல்லுறவை
மூவார் மற்றும் மண்ணோரும்
மன்னித் திடாரே நும்செயலை

கடுமை யாக இவ்வாறு
கூறி நின்ற இருதயரை
அடுத்துப் பனவ ரல்லாதார்
அண்டி யுரைப்பா ரன்புடனே
குடும்ப மிதுவே யெம்மனைக்குக் (392)
கொடுத்து நின்ற துபேருதவி
நட்பின் பேரி லெங்களுக்கு
நன்மை புரிந்த திக்குடும்பம்

நன்றிக் கடனும் பட்டிருக்க
நாங்கள் நும்மை வெறுத்திடோமே
இன்ப துன்ப நிகழ்ச்சிகளில்
இவர்கள் கொள்வர் பங்கென்றும்
பனவ ரிவர்போல் பாரிலெவர் (393)
பரிவு காட்டி ஆதரிப்பர்
என்று மெமக்கு நும்துணையே
இருக்க வேண்டு மென்றுரைத்தார்

பின்ன ரவரும் பிராம்மணியைப்
பார்த்து ரைப்பா ரிவ்வாறு
பன்னா ளாகப் பேதமின்றி
பேரன் போடு வாழ்ந்திருக்கும்
இனிய குடும்பங் களுக்குள்ளே (394)
ஏனே பேத மியற்றிநின்றீர்
இனியும் நுமது செய்கைகள்
இதமா யெடுக்கோ மென்றுரைத்தார்

பனவ ரல்லா ரிவ்வாறு
பொரிந்து தள்ளி இலையெடுக்க
முனையும் முன்னம் பிராம்மணியும்
மற்றுக் குறுக்கே பாய்ந்துவந்து
பனவ ரல்லார் கையிருந்து (395)
பிடுங்க முயன்றா ரிலையையும்
முனிந்துச் சினந்து கோபித்து
மொழிய லானார் இருதயரே

இனியு மிதுபோல் முயன்றிருக்க
இழப்பீ ரெல்லாம் மரியாதை
இனிதே யானும் பொறுமையும்
இழந்து நின்றே னினிபொறுக்கேன்
வனிதை மற்று மதிதியென்று (396)
வரவேற் றிருந்து பொறுத்திருந்தேன்
பன்னாள் வழக்கந் தனைமீறப்
பரிவே துமின்றி விரட்டிநிற்பேன்

குடும்ப மானம் தனைக்குலைக்கக்
கொண்டீ ரதிகப் பிடிவாதம்
குடும்பந் தன்னைப் பிரட்டித்து
கிராமத் தாரு மொதுக்கிநிற்க
அடாத செயலும் புரிந்திடவே (397)
அனும திதாரே னொருபோதும்
மடவா ளும்மை மனைவிட்டு
முடிவாய் விரட்டு வேனென்றார்

தொட்டு நிற்கு மிலைதன்னைத்
தரையில் வைக்கா திருந்திடிலோ
அடுத்து யானும் நும்மையும்
அடித்து விரட்டி யொழித்திடுவேன்
அடாத செயலை யொருநாளும் (398)
அரங்கேற் றிடவே அனுமதிக்கேன்
மடவாள் நீவிர் மரியாதை
மற்றுக் காப்பீ ரெனக்கனன்றார்

எதிர்பா ராத வார்த்தைகள்
எழுந்து நிற்க பிராம்மணியும்
அதிர்ந்து நின்று மரியாதை
அனைத்தும் முடிவா யிழந்துநிற்க
நிதானந் தவறித் தமைமறந்து (399)
நின்று கூச்ச லிட்டாரே
அதிகச் சினமும் சிரமேற
ஆர்ப்ப ரித்து நின்றிருந்தார்

வீட்டை விட்டு வெளியேற்ற
வீரர் யாரே இங்குள்ளார்
காட்டி நிற்பே னென்சினத்தைக்
கிருகந் தன்னில் பாம்புருவில்
தேடக் கிடைக்கா யோகினியான் (400)
தேவி யருகி லிருந்துவாழ்ந்து
வாட்டி வருத்திப் பலரையும்
வீழச் செய்வே னென்றழுதார்

தன்னை யோகே சுவரியென்று
தெரிவித் திருந்து மீண்டும்பின்
மனையில் பாம்பு ருவெடுத்து
மற்று வாழ்வே னென்றறைந்து
சினந்தி ருந்த பிராம்மணியைச் (401)
செவ்வை யாக நும்மையும்
பன்ன கமென்று வருணித்தீர்
பொருந்தி துமென்றார் இருதயரும்

விடமுங் கொண்ட மராளமாக
வருணித் தீரே நும்மையும்
அடாது செயலுஞ் செயத்துணிந்த
அணங்கென் றவரை இருதயரும்
அடுத்துக் கூற அங்கிருந்தோர் (402)
அகம கிழ்ந்து நகைத்திடவும்
தொடர்ந்தேற் பட்ட அவமானம்
தாங்கா தவரும் துடித்துநின்றார்

எள்ளி நகைசெய் இருதயரை
எதுவுஞ் செய்ய இயலாது
தள்ளி யமர்ந்து தனக்கெதுவும்
தொடர்பே துமில்லை போலிருந்து
களிப்போ வெறுப்போ காட்டாத (403)
காளி பத்த ருக்குடனும்
உள்ளம் வெறுத்த பிராம்மணியும்
ஓடிச் சென்று ரைக்கலானார்

குருவா யென்னைக் கொண்டிலையோ
கல்போ லமரக் காரணமென்
குருவை யொருவர் நிந்திக்க
கேட்டு மகிழ்ந்து நிற்பதேனே
குருவைத் துதித்துப் போற்றுதற்கு (404)
கற்று மறந்து நின்றாயோ
குருவின் மான அவமானம்
குருவின் சீட னுக்கிலையோ

பல்லாண் டுகாலம் மிகவுழைத்துப்
பலவுங் கடின சோதனைகள்
எல்லா மேற்று கற்றவற்றை
எளிதி லுனக்கு வழங்கிப்பின்
கல்வி கற்றப் பண்டிதர்முன் (405)
கடவு ளவதா ரமென்றுரைத்து
புலத்தோ ரொத்துக் கொள்வதற்குப்
பட்ட பாடு மறந்தனையோ

இங்கு மங்குஞ் சென்றோடி
இமையுங் கெஞ்சி நின்றிருந்தும்
தங்கா தலைந்து வேண்டுவன
தேடிக் கொணர்ந்து தந்துனக்கு
மங்காப் புகழு முனைச்சேர (406)
மற்றேற் றுநின்றேன் பலதொல்லை
வங்கங் காணா புருடனென்று
வாழ்த்தி யதெல்லாம் மறந்தனையோ

இன்று பலர்முன் இருதயனும்
இழித்துப் பழித்த வமதித்து
நின்றி ருக்க வதுகண்டும்
நீயே மோனங் காப்பதேனே
என்னைப் பழித்துத் தூற்றியதை (407)
எதிர்த்து நின்று பேசாது
துன்பங் கண்டு துடித்தலறும்
தாயைக் காக்க மனமிலையோ

தெய்வக் குற்றஞ் செய்வோரைத்
தெய்வம் பொறுத்து நின்றிடுமே
தெய்வத் திற்கும் மிகவுயர்ந்த
தன்மை கொண்ட குருவையும்
பொய்யும் பழியும் பலவுரைத்து (408)
பெரிதுந் தூற்றி நிற்பவரை
மெய்யாய் தெய்வ மழிக்குமென்னும்
மெய்யும் மறந்து நின்றனையோ

என்று ரைத்து பிராம்மணியும்
இரங்கத் தக்க நிலையிருந்து
கன்னம் வழியக் கண்ணீரும்
கொட்டி யரற்றி அழுதிருக்க
தனது மோனம் தனைக்கலைத்து (409)
தெளிய வுரைப்பார் கதாதரரும்
அன்னை மற்றுங் குருநீவிர்
அதீத மதிப்பெ னக்குண்டு

தாயே நீவிர் தந்தளித்த
தத்து வபோத உரைகேட்டு
வாயை மூடி மோனியாக
வசிக்கும் ஞானங் கிட்டிநின்றேன்
மாயா உலகை விட்டொழிக்க (410)
மிகவும் விரும்பி நிற்கையில்
தாயாந் தேவித் தங்களையும்
தருவித் திருந்தா ளென்னிடமே

தரையிற் கிடந்து மாடியேற
தவித்து நின்ற என்னையும்
சிரமப் பட்டுப் படிப்படியாய்
சீரா யுச்சிக் கொண்டுசெல
கரமும் பற்றித் தாங்கிநின்று (411)
களித்துற் சாக வார்த்தைகள்
உரைத்த வாறு வழிதன்னில்
ஊக்கந் தந்து சேர்த்தீர்கள்

கிடைத்தற் கரிய அனுபவங்கள்
கிடைத்த தெல்லாந் தங்களாலே
முடவன் தன்னை மரவுச்சி
மகிழ்ந்துத் தூக்கிச் கொண்டுசென்று
அடுத்துத் தேனும் யான்பெறவும் (412)
அன்னை தாங்கள் காரணமாம்
படாத பாடு பட்டுநின்று
பெருமை சேர்த்தீ ரன்னையே

அடுக்கு மாடிக் கட்டிடத்தில்
அனேக தளங்கள் காண்போமே
கட்டி டத்துத் தளத்தையும்
காரைச் செங்கல் மணலெடுத்துக்
கட்டி நிற்ப தறிவோமே (413)
காணு மெல்லா தளம்பலவும்
கொட்டிக் கலந்தி வற்றையும்
கட்டி யிருப்ப துண்மையாம்

மாயை யாகு மிவ்வுலகில்
மற்றுக் காணும் பொருளிலெல்லாம்
மாயை தவிர வேறெதையும்
மற்று யானுங் கண்டேனில்
மாயை ஒன்றே ஓசையாய் (414)
மணமாய் மண்ணாய் கண்டுநின்றேன்
மாயை ஒன்றே பலவுருவில்
மற்றென் கண்முன் தோன்றுகிறாள்

பனவ ரல்லார் பணிவுதன்னில்
புவனை யுருவைப் பார்த்துநின்றேன்
துன்பங் கொண்ட தங்களிலும்
தோன்றி நின்றா ளம்பிகையும்
அனேக உருவ மவளெடுத்து (415)
அரற்றிச் சிரித்துச் சினக்கின்றாள்
இன்ப துன்ப மனுபவித்து
இகத்தி லியைந்து வாழ்கின்றாள்

பேசக் கூறி ஆணையும்
பிறப்பித் தீரே சற்குருவே
ஆசை யிருந்தும் வார்த்தைகள்
அகத்தில் முடங்கி யுள்ளனவே
ஈசை பேச வேண்டுமென்று (416)
இருந்து காத்தேன் மோனமுமே
ஓசை செய்யி னவளொலியை
ஒருவ ரெவரே கேட்டிடுவர்

தேவிக் கென்று மொழியுண்டு
தேனை யொத்த சொல்லையும்
ஆவ லோடு கேட்டிடவும்
அமைதி காக்க வேண்டுதுமே
நாவா லவளும் நவிலுவதை (417)
நன்கு கேட்க வேண்டுமெனில்
கூவிக் கத்தி நிற்பதையும்
குறைத்து நிறுத்திக் கொளல்வேண்டும்

குருவே யென்றன் சற்குருவே
கொஞ்சம் பேசச் சொல்லிநின்றீர்
குருவே ஞானப் பாலளித்தீர்
கூறு வதற்கு யாதுளதே
துருவை யிடமே வேண்டிநிற்கத் (418)
தாயு மவளே மொழிந்திடுவாள்
கிரிசை பேச்சைக் கேட்டிவே
காத்து நிற்பீர் பேரமைதி

இவ்வா றாகக் கதாதரரும்
இயம்பி யிருக்குந் தக்கணமே
புவியின் மற்று முடல்நினைவும்
போக்கி நின்றுப் பரவெளியில்
புவனை பேச்சைக் கேட்டிடவே (419)
புயல்போல் பாய்ந்து சென்றிருக்க
தவப்பு தல்வ ரருந்தாளைத்
தொட்டு பணிந்த னரங்கிருந்தோர்

தன்னை மறந்து சமாதிநிலை
தன்னி லிருக்கும் கதாதரரின்
கனிந்த வார்த்தை பிராம்மணியும்
கேட்டு நின்ற திலிருக்கும்
நனிசி றந்த மெய்பலவும் (420)
நன்கு ணர்ந்த தன்பின்னர்
கன்னம் வழியக்கண்ணீரும்
கொட்டி யுருகி நின்றழுதார்

குருவென் றென்னைக் கதாதரனும்
கொண்ட தெல்லாம் பெயரளவில்
குருவாய் இராமன் வசிட்டரையும்
கண்ணன் சாந்தீ பனியையும்
தரணி தன்னி லேற்றதெல்லாம் (421)
தொன்று தொட்ட வழக்கத்தைக்
கருத்தில் மனிதர் கொள்வதற்கு
காட்டி நின்ற துபோலாகும்

இராமன் கண்ணன் குருபோல
இருந்து வாழ இயலவில்லை
குருகு லவாசஞ் செய்திருந்து
குருவின் பெருமை காட்டினரே
இருவ ரிவரின் குருக்களுமே (422)
ஏற்றம் பெற்ற துண்மைபோல்
சரிவ ரயானும் ஞானநிலை
சற்றும் பெற்றே னில்லையே

எண்ணி நின்று பிராம்மணியும்
இதயங் கனிந்த ழுதுநின்றார்
கண்கள் கலங்கி அழுதுநின்ற
குருவும் மிகவு மரியவராம்
கணக்கில் தந்தி ரசாத்திரங்கள் (423)
கற்றுத் தேர்ந்த நிபுணரவர்
அணங்கு யோகே சுவரியாவார்
அப்பி சயித்தப் பண்டிதையாம்

பத்தி புரிந்து கரைந்தவரும்
பின்னாள் குணமும் மாறிநின்றார்
வித்தை கற்ற தாலகந்தை
வந்த டைந்த தவரையும்
அதிகா ரமாக உரிமையும் (424)
அனேகம் பெற்று நின்றிருக்க
இதுவெ னக்கு ரியதென்ற
எண்ணம் வலுத்து நின்றதுவே

கருவ மற்றி ருந்தபோது
கதாயி யருமை கண்டுநின்று
பெரிதும் விரும்பி அவதார
புருட னெனவே போற்றிநின்றார்
சிரத்தில் கருவ மேறிடவும் (425)
சார தையை வெறுத்துநின்று
பெருமைக் குரிய சீடரிடம்
பதைக்கும் வார்த்தைப் புகன்றுநின்றார்

நாளு மகந்தை வளர்ந்திருந்து
நிறைய மாற்ற மடைந்ததுவே
ஆளாக் கிடவே மிகவுழைத்து
அதன்பின் நிறைய கற்பித்து
காளை யிவனு மவதாரக் (426)
கடவு ளெனவே நிரூபிக்க
கோள்க ளறியும் முயற்சியென
கொண்டு நின்றா ரெண்ணமுமே

பெருகி நின்ற கருவமின்று
பனவ ரல்லா ரிலைதன்னைக்
கரந்தொட் டெடுத்து வீசிடவும்
கொண்டு நின்ற துபேருருவு
பெருமைக் குரிய சீடனின்று (427)
புகன்ற வார்த்தைக் கேட்டதுமே
உருவம் மாறிக் கருவமின்று
ஒழிந்து மறைந்த ழிந்ததுவே

பனவ ரல்லா ரிலைதன்னைப்
பற்றி யெடுத்து வீசிநிற்க
இனிதே தடைகள் பிராம்மணியும்
இயற்ற வில்லை அதன்பின்னர்
கனிந்து நின்றுக் கதாதரரும் (428)
கூறி நின்ற வார்த்தைகள்
மனதி லெண்ணி அமைதியாக
மற்றங் கமர்ந்தார் பிராம்மணியும்

ஒன்றன் பின்ன ரொன்றாக
உண்மைக் கண்முன் தெரிந்ததுவே
மனக்கண் முன்னம் தானிழைத்த
மன்னித் திடவே இயலாத
அனேக விதமாம் பலபிழைகள் (429)
அவரை வருத்தி நின்றனவே
வன்சொல் கூறிக் கதாதரரை
வாட்டி யதெல்லா முணர்ந்துநின்றார்

கட்டுப் பாடு பலவிதித்து
கருணை யின்றிப் பேசியதும்
மட்டந் தட்டிப் பலர்முன்னம்
மற்றி கிழ்ந்து ரைத்ததுவும்
சட்டாம் பிள்ளை போலிருந்து (430)
சததம் குற்றங் கண்டதுவும்
கட்ட ளைக ளிட்டதுவும்
கண்முன் தோன்றி வருத்தியதே

குள்ளக் குளிரப் பணிவிடைகள்
கருத்தாய் புரிந்து நின்றவரைத்
தளர்ந்து போகத் தீச்சொற்கள்
தொடர்ந்து ரைத்து நின்றபின்னும்
உள்ளம் மகிழக் குற்றேவல் (431)
உடனுக் குடனே புரிந்துநின்ற
எளிய வினிய சாரதையை
எண்ணி வருந்தி நின்றிருந்தார்

அகந்தை தன்னை ஞானியிடம்
அதிகம் தோன்றச் செய்திருந்து
அகங்கா ரத்தால் மோகத்தில்
ஆழ்த்தி நிற்பாள் இறைவியென்னும்
சகம்பு கழ்சண் டிவாக்கியத்தைச் (432)
சிந்தித் திருந்து செயலுக்குப்
புகைந்து மனமும் மிகவருந்திப்
பெரிதுங் கொண்டார் கழிவிரக்கம்

கருவ மளித்துப் பருப்பதியும்
கொடுத்து நின்றாள் மயக்கத்தை
கருவங் கொண்டு கதாதரரை
கரித்துக் கொட்டி நின்றிருந்தேன்
கருவ மழித்து மயக்கத்தை (433)
கடுகப் போக்கி கிரிசையும்
பரிவோ டுகாத்த தாயெண்ணி
புகன்றார் நன்றி யவளுக்கே

வேள்வி நடக்கு மிடஞ்சென்று
வணங்கிக் கண்ண னுணவுவேண்ட
வேள்வி நடக்கு மிடம்விட்டு
வேள்விக் கான உணவுகொண்டு
வேள்வி நடத்தும் வேதியரின் (434)
வீட்டாள் பலருங் கொடுத்துநிற்க
கேள்வன் பலரும் மனைவியர்மேல்
கோபங் கொண்டு நின்றனரே

அடாத செயலைப் பழித்துநின்று
அதன்மேல் கோபம் கொண்டவர்க்கு
கடவு ளாகும் கண்ணனுமே
கருணை காட்டி ஞானத்தைக்
கொடுத்து நிற்க அறிவுபெற்று (435)
கோபம் விடுத்து மனைவியரை
மட்டி லாத மகிழ்ச்சியுடன்
மற்றுப் போற்றிப் புகழ்ந்தனரே

மிகவு மெளியப் பெண்டிரிவர்
மற்றுக் கற்ற தேதுமிலை
சகமும் போற்றுஞ் சடங்குகளும்
செய்தா ரில்லை யிப்பெண்டிர்
உகந்து தத்து வவாதங்கள் (436)
உவ்வி யிவர்கள் புரிந்ததில்லை
மகிழ்ந்து பத்தி புரிந்துநின்று
மாலின் கருணைக் காளானர்

குருவா யிருந்து பலருக்குக்
களித்துச் செய்தோ முபதேசம்
கருவங் கொள்ள உபதேசம்
கொடுக்க வில்லைப் பயனெதுவும்
கருவங் கொண்டு நின்றிருக்க (437)
கடவு ளருளும் கிட்டவில்லை
பரமன் மாயை யோகியரைப்
பெரிதும் மயக்கி நிற்கிறதாம்

மேற்கோ ளாகச் சாத்திரங்கள்
மகிழ்ந்து காட்டிக் கதாதரரை
சாற்றி நின்றா ரவதாரஞ்
செய்யப் புகுந்த பரமனென்று
கூற்றை நிபுண ரொத்துநின்று (438)
கும்பிட் டனரே கதாதரரை
போற்றி நின்ற பிராம்மணியும்
பின்னர் தூற்றி நின்றாரே

கல்வி கற்கா சாரதையும்
கடமை யாகப் பணிபுரிந்து
சொல்லால் செயலா லெண்ணத்தால்
சததங் கணவன் சொல்லேற்று
நல்ல வராகப் பலர்முன்னும் (439)
நின்று பெற்றார் நற்பெயரும்
இல்லா ளிவரே வேதியரின்
இல்லா ளினுமே சிறந்தவராம்

கடவுள் மற்று மம்பிகையும்
கருணை கொண்டு ஞானத்தை
அடிய வருக்க ளிக்காது
அகந்தை யளித்து மோகத்தில்
நடத்தி நிற்கும் காரணத்தை (440)
நவிலக் கேட்டல் நலமாகும்
திடமா யிருந்து செருக்கையும்
தவிர்க்க வேண்டு மென்பதாலே

இல்ல றத்தி லிருந்துவாழும்
ஏரா ளமான மக்கள்போல்
இல்லா திருந்துச் சுகம்பலவும்
ஏற்கா திருந்து துறந்திருந்து
நலமே செய்து வருவதனால் (441)
நாட்டில் சிறந்த வரென்றயெண்ணம்
மெல்ல ஞானி உள்ளத்தில்
மேவிச் செருக்கை ஏற்படுத்தும்

செருக்கைத் துறந்து வாழ்ந்துநின்று
சரண டைந்தெ ளிமையாக
இருத்தல் வேண்டு மென்றெண்ணி
இறைவ னடியார் பலரையும்
கருவங் கொள்ளச் செய்தவரின் (442)
கருவ மழித்த தன்பின்னர்
கருணை கொண்டு காப்பதுவே
கடவுள் நடத்தும் நாடகமாம்

தன்னைச் சரண மடைந்தவரைத்
தொடர்ந்து வந்த வர்நலத்தைக்
கனிந்து கடவு ளிறுதிதன்னில்
காத்து நிற்கும் சரிதங்கள்
அனேக முண்டா மவனியிலே (443)
அதேபோல் கடவுள் பிராம்மணியை
இன்று காத்து நாடகத்தை
இனிதே அரங்கேற் றிநின்றானே

எச்சி லிலையைப் பனவரல்லார்
எடுத்து வெளியி லெறிந்துநிற்க
கசப்பைக் கிளறி யவாக்குவாதம்
கணநே ரத்தில் முடிந்ததுவே
பொச்சாப் பெல்லா மொழிந்திடவும் (444)
பலரும் மகிழ்ந்தி ருந்துநின்று
வசிக்குந் தத்த மிடமகல
வழக்கு முடிந்த தொருவழியாய்

பின்னர் மலர்கள் பறித்துவந்து
பெரிய மாலை தொடுத்துவந்து
கனிந்து மணமு மேற்றிநிற்க
கந்தந் தன்னைக் குழம்பாக்கி
இனிதே மாலை தனில்தடவி (445)
எடுத்து வந்து மாலையை
மனம கிழ்ந்து பிராம்மணியும்
மற்ற ளித்தார் சீடருக்கு

கழுத்தில் மாலை சூட்டிநின்று
களித்து மேலும் பூவிரண்டைக்
கழலில் வைத்துப் பிராம்மணியும்
கண்ணீர் பெருக்கி கதாதரர்முன்
குழைந்து தனது குறைபலவும் (446)
கொள்ளா திருக்க வேண்டிநின்று
மெழுகா யுருகி அழுதிருந்து
மன்னிக் குமாறு வேண்டிநின்றார்

இதுகேட் டுருகி கதாதரரும்
இயம்பி நின்றா ரிவ்வாறு
பதைக்கச் செய்த திலிருந்துப்
பணிவை யழகாய் சாரதைக்கு
விதத்து நின்றாள் பருப்பதியும் (447)
வினய மாக இருப்பதினால்
சிதைந்து போகுங் கருவமென்று
சிறக்க வுரைத்தாள் அன்னையும்

மன்னிப் பதற்குக் குற்றமுமே
மற்றுத் தாயே புரிந்தீரில்
ஒன்றும் பிழையே புரியாத
உத்த மரையு மேன்பொறுத்தல்
பின்னு மெல்லா மம்பிகையும் (448)
புரிந்து நடத்தி யநாடகமாம்
அன்னை தாங்க ளென்றெனக்கும்
அதன்மேல் தாங்கள் குருவன்றோ

குருவி னருமைச் சீடர்தம்
கூற்று கேட்டு பிராம்மணியும்
உரைத்து நின்றா ரிவ்வாறே
உன்னைப் பழித்துக் குறைகூறி
பெருமைக் குரிய சாரதையைப் (449)
படாத பாடு படுத்தியபின்
தரும மன்றோ மன்னிப்பு
தரவே வேண்டி நிற்றலென்றார்

பிழைபொ றுக்கக் கூறிநிற்கின்
பிராணன் விடுவாள் சாரதையும்
குழைந்து மகிழ்ந்து பணிவிடைகள்
கடுகப் புரிந்தாள் பெண்ணிவளும்
பழகிக் களிக்க யெளியவள்தன் (450)
பாதந் தன்னில் வைப்பதேபோல்
கழலா முன்றன் திருவடியில்
கிடத்தி நின்றே னிருமலர்கள்

கூற்றி துகேட்டு கதாதரரும்
கும்பிட் டிருந்து கரைந்திடுவார்
மாற்றங் கேட்டு வேதனைகள்
மாற்றுப் பெண்ணு மடைந்திடுவாள்
தேற்றி நிற்க வியலாதுத் (451)
தேம்பி யழுது நின்றிடுவாள்
சாற்றி யமாலை கண்டிடவே
சார தையைக் கரைந்தழைப்பீர்

உன்றன் கணவன் கழுத்துதனில்
உளம கிழ்ந்து மாலையும்
கனிந்து நெகிழ்ந்து போட்டதையும்
கணவன் சைதன் யபிரபுபோல்
நன்கு தோன்று கிறானென்றும் (452)
நவின்று நின்று சாரதையை
முன்னங் கூட்டி வரக்கூறி
மகிழ்ந்தி ருந்தார் கதாதரரும்

பணிவி டைகள் புரிவதற்குப்
பெருத்த குரலில் பிராம்மணியும்
பெண்ணிற் சிறந்த சாரதையை
பலருங் கேட்க விளித்தழைப்பார்
புண்ணி யமுதல் விகண்திறக்கப் (453)
பரிந்த ழைத்துச் சாரதையை
கணவன் சைதன் யபிரபுபோல்
காண்ப துகாண வாவென்றார்

மனையி லோர கத்தியுடன்
மகிழ்ந்து கருமம் புரிந்திருக்கும்
இனிய குணத்து சாரதையும்
இனிமை ததும்பும் குரல்கேட்டு
கனிந்த ழைத்த காரணத்தைக் (454)
கணவன் குருவின் முன்வந்து
நின்று கேட்க பிராம்மணியும்
நவின்று நின்றார் சாரதைக்கு

அன்புப் பெண்ணே சாரதையே
அழகுக் குழந்தாய் ஆருயிரே
பொன்னி றத்துப் பேரழகே
பூவி னுமென்மை யானவளே
எனது மனதிற் குகந்தவளே (455)
எளிய குணத்தாய் நன்மகளே
அன்பன் சைதன் யபிரபுபோல்
அளிக்குங் காட்சி தனைப்பாராய்

என்று ரைக்கும் பிராம்மணியின்
இனிய சொல்லுங் கேட்டதன்பின்
தனது கணவ னருமுகத்தைத்
தரிசித் திடவே வெட்கிநிற்க
பின்னும் விடாது பிராம்மணியும் (456)
பற்றி முகத்தை நேர்நிறுத்தி
கனிந்து கருணை பொழிகின்ற
கணவன் தன்னைக் காணென்றார்

கணவன் தன்னைக் காணென்று
கவிழ்ந்த தலையை நிமிர்த்திநின்று
கண்டு மகிழக் கூறியதும்
கணநே ரத்தில் கணவனையும்
கண்டு நின்ற சாரதையை (457)
கணவ னழகை விவரிக்க
விண்டு நின்ற வரிடமவர்
வெட்கி யுரைத்தா ரழகரென்று

கணநே ரத்தில் தலைநிமிர்ந்து
கனிந்து திகழும் முகத்தையும்
கண்டு நின்று கணவரிவர்
கண்ணுக் கினிய அழகரென்று
விண்டு நின்று மனைக்குள்ளே (458)
விரைந்து வெட்கி யோடிடவும்
கண்டு நின்ற பிராம்மணியும்
கூற்றைக் கேட்டு மகிழ்ந்துநின்றார்

பின்ன ருடனே பிராம்மணியும்
பரிவு கொண்டு கூறிடுவார்
இனியும் யானு மிங்கிருத்தல்
ஏதும் பயனு மிலையென்று
அனைவ ரிடமும் விடைபெற்று (459)
அவ்வூர் விட்டுச் சென்றுநின்றார்
பின்ன ரவரை சாரதையும்
பார்த்தா ரில்லை வாணாளில்

கழுத்தில் மாலை யுடனிருந்து
களிப்போ டிருக்கும் கதாதரரை
விழிவைத் திருந்து பார்த்துவிட்டு
வினவி நின்றார் இருதயரும்
அழகு மாலை தனைச்சாற்றி (460)
அருச்சித் திருந்து மக்களிடம்
மொழியா திருந்து பிராம்மணியும்
மனைவிட் டேகிச் சென்றனரா

என்று வினவித் தன்களிப்பை
இருத யராமும் தெரிவிக்க
ஒன்றும் விடையே இறுக்காமல்
ஊமை போலு மிருந்துநின்று
பின்னர் இருத யராமிடமே (461)
பேச லானார் கதாதரரும்
பன்னாள் முன்னம் நிகழ்ந்ததையும்
பகிரச் சொன்னார் இருதயரை

காழ்ப்பு ணர்ச்சி மிகக்கொண்டு
கூறா திருப்பாய் பழிச்சொற்கள்
ஏழாண் டுமுன்னம் நாமிருவர்
ஏகி நின்றோம் சாரதையூர்
ஆழப் பரந்து விரிந்திருக்கும் (462)
அழகுக் குளத்தில் நீராடி
பூழி களைந்து மலர்பறித்து
பின்னர் செய்த தென்னவென்றார்

குளத்தி ருந்து மலர்பறித்து
கொண்டு வந்து மாமிபாதம்
களித்து வைத்துப் பணிந்தெழுந்துக்
கும்பிட் டிருந்து வணக்கத்தை
மெள்ளத் தெரிவித் துநின்றதாக (463)
மொழிந்து நின்றார் இருதயரும்
உள்ளம் மகிழச் செய்ததையும்
உரைத்தா ரில்லை யெவருக்கும்

அன்னைத் தான மெனநினைத்தும்
அதுவே முதல்சந் திப்பெனவும்
எனது மனைவி யுமென்றெண்ணி
இனிதே பணிந்து வணங்கிடவும்
நினைத்தி ருக்கு மெண்ணத்தை (464)
நன்க றிந்து நிறைவேற்ற
உன்னை யவள்முன் வணங்கிநிற்க
உரைக்கக் கேட்டொ ளிந்துநின்றாள்

பிராய மேழாய் நடந்திருக்கப்
பயந்து நின்று சாரதையும்
பெரிய பிராயத் துன்வணக்கம்
பெரிது மேற்க விரும்பினாளில்
விரைந்தோ டியெங்கோ அவளொளிய (465)
விடாது நீயுந் தொடர்ந்தோடி
அருச்சித் திருந்தாய் பலமலரால்
அதேபோல் செய்தார் பிராம்மணியும்

செய்கை யுனது சரியென்றால்
செய்கை யிதுவுஞ் சரியாமே
உயர்ந்த குருவும் பகவனாக
உன்னி யென்னை வணங்கிநின்றார்
செய்து நின்ற வர்செய்கை (466)
சத்தி யமாகச் சிறப்பாகும்
உயர்ந்த தாகு மொருபடிமேல்
உணர்வா யென்றார் கதாதரரும்

பண்டா ரியென்னுஞ் சிறுவரையும்
பாடங் கற்றுத் தருவதற்கு
விண்டி ருந்தார் கதாதரரும்
விழைந்தோன் விருப்பஞ் சிரமேற்று
துணையுங் கொழுந்தன் மகளுடனே (467)
தினமும் பாடங் கற்றுவந்தார்
பெண்கள் கல்வி கற்பதையே
பெரிதும் வெறுத்தார் இருதயரும்

மனையில் பாடம் பெண்களுமே
மற்று படிக்கக் கண்டுநின்று
மனமும் வெறுத்த இருதயரும்
மாம னிடமே சென்றடைந்து
தனக்கி ருக்கு மாட்சேபம் (468)
தெரியச் செய்து நின்றிருக்கப்
புன்ன கைத்துக் கதாதரரும்
பதிலி றுக்கா ரொருபோதும்

ஒருநாள் மதிய மவரிருவர்
உணவ ருந்தி யிருக்கையில்
பெரிதும் மன்னி செய்திருந்த
பலவி யஞ்ச னங்களையும்
அருமை யென்று பாராட்டி (469)
அதற்கீ டேது மிலையென்றும்
அரிய நிபுண ரவரென்றும்
அனேக முரைத்து மகிழ்ந்துண்பார்

கடிது ழைத்துச் சாரதையும்
களித்துச் செய்த பலபதார்த்தம்
விடாது வயிறு புடைத்திடவே
வேண்டிக் கேட்டுத் தின்றுநின்று
முடிவில் கற்றுக் குட்டியுமே (470)
முயற்சி செய்த தெனக்கூறி
அடாத பழியும் போட்டுநின்று
அனேகம் பழித்து நகைசெய்தார்

பரிவைக் காட்டும் விதமாக
பகிர்ந்து நின்றார் இருதயரும்
விருந்து தினமுங் கிடைத்திடாது
வயிறு வாடி வருந்திடுமாம்
அருமைக் கற்றுக் குட்டியுமே (471)
அறிந்து கற்றுச் சிலநாளில்
விருந்து போலு மடிசிலையும்
வட்டி லிலிடு வாரென்பாரே

உண்மை யிதுவே முழுவுண்மை
உரைத்தா யில்லைப் பொய்யெதுவும்
பெண்ணா மெனது பத்தினியும்
பரிந்தெ னுடனே இருந்திடுவாள்
பணிவி டைகள் சதாகாலம் (472)
பரிந்து புரிவாள் சாரதையும்
எண்ணெ யாக எள்ளெனும்முன்
இவளி ருப்பா ளென்தோழி

என்று ரைத்து கதாதரரும்
இறும்பூ தெய்தி சாரதையை
தினமும் வஞ்சப் புகழ்ச்சியாகச்
செய்து நிற்பார் நக்கலுமே
தனது திறமை கண்டுபதி (473)
தெரிவித் திருக்கப் பத்தினியும்
மனது மகிழ்ந்து புன்னகைத்து
மதியூ கத்தைப் போற்றிநிற்பார்

மனையி லொருநாள் கதாதரரும்
மற்றி லாதி ருக்கையில்
தனது கருத்தை இருதயரும்
தெரிவிக் கலானார் திடமாக
இனிய புராணம் படித்திடவும் (474)
எழுத்த றிவிந்நா ளவசியமாம்
என்று மாமன் கூறுவதில்
எனக்கு டன்பா டில்லையாம்

கற்று நிற்கப் பலவற்றைக்
கற்றுக் கொள்ள மனம்விழையும்
கற்று நிற்க இந்நாளும்
கீழ்த்த ரமாகப் பலவுண்டு
கற்று நிற்கக் கழிசடையாய் (475)
காலம் மாற்றி நின்றுவிடும்
கற்ற துபோது மென்மாமி
கற்றல் நிறுத்தி நிற்பீரே

முன்பு யானும் மாமனுக்கு
மொழிந்தே னெனது கருத்துகளை
ஒன்றுஞ் சொல்லா திருந்தவரும்
உதிர்த்து நின்றார் புன்னகையும்
நன்றே நீவி ரிதுபற்றி (476)
நவின்றி டுவீரே அவரிடமே
என்று கூறி இருதயரும்
எதிர்பார்த் திருந்தா ரொப்புதலும்

அருகி லிருந்த கதாதரரின்
அண்ணன் மகளும் இருதயரின்
கருத்தை வெறுத்துக் கடுமையாக
கரைந்து வெறுப்பைக் காட்டிநின்றார்
விரைவி லாசான் வருமுன்னம் (477)
விடைகள் காண வேண்டுவதால்
இராது பெயர்வீ ரிடம்விட்டு
இடைஞ்சல் செய்யா தீரென்றார்

சிறுபெ ணொருத்தி மாமியின்முன்
சிறுமை செய்ய இருதயரும்
கறுவி நின்று மரியாதை
கைவிட் டுடனே வெகுண்டுநின்று
பொறுமை யிழந்து சாரதையின் (478)
புத்த கத்தைக் கரத்திருந்து
பறித்த தையும் வீசிநின்று
பின்னர் சிறுபெ ணிடம்பாய்ந்தார்

சிறுபெ ணிடமே இருதயரும்
சீறிப் பாய்ந்து புத்தகத்தைப்
பற்றிப் பிடுங்க முயன்றிடவும்
பெருங்கு ரலெடுத் தப்பெண்ணும்
முறைமை தவறி யென்னிடமே (479)
மற்று நீயும் வந்திடிலோ
அறிந்து நிற்பாய் மரியாதை
அனைத்து மிழப்பா யென்றறைந்தார்

இடிமு ழக்கம் போலறைந்து
இழப்பா யுனது மரியாதைப்
பிடுங்க நினைக்கு மெண்ணத்தைப்
புறத்தே தள்ளி அகலென்று
விடுத்து நின்ற சிறுமியின்சொல் (480)
வேகங் கண்டு மிகப்பயந்து
இடம்பெ யர்ந்தி ழுந்திருந்தார்
இருத யராமும் மரியாதை

கரும மேதோ புரிந்திடவே
கிருகம் நீங்கிச் சென்றிருந்து
விரைந்து கருமம் முடித்துவிட்டு
வந்தார் மனையும் கதாதரரும்
உரைத்தா ரில்லை சாரதையும் (481)
உள்ளம் நோகச் செய்ததையும்
கரத்தி ருந்து புத்தகத்தைக்
கீழே வீசி எறிந்ததையும்

பொறுமைக் கவரே இலக்கணமாம்
பூமி கற்ற திவரிடமாம்
குறைகள் கண்டு தூற்றுவாரில்
கோபங் கொண்டு நின்றதுமில்
முறையுந் தவறி மொழிந்ததுமில் (482)
மோகங் கொண்டு நின்றதுமில்
நிறையுங் குறையு மிவர்க்கொன்றாம்
நிர்ம லமான மனதிவர்க்காம்

மறுநா ளிருந்து பண்டாரி
மனைக்கு வருவ துநின்றதுவே
கற்றுக் கொடுக்க பண்டாரி
கிருகம் வாரா திருந்திடவும்
மற்று இராமேச் வரர்மகளும் (483)
மகிழ்ந்து பள்ளி சென்றிடுவார்
கற்று நின்ற தையெல்லாம்
கற்பித் திடுவார் சாரதைக்கு

உரலில் நெல்லைக் கொட்டிப்பின்
உலக்கை யெடுத்தி டித்துநின்று
தரையில் கொட்டி முறமெடுத்துத்
தவிடு புடைத்த தன்பின்னர்
அருகி லிருக்குஞ் சல்லடையால் (484)
அழகாய் கல்லுஞ் சலித்திருக்க
விரைவில் தவிடு படிந்திடவும்
வேலை செய்வார் சாரதையும்

சலித்து நிற்கும் சாரதைக்கு
சிரித்து ரைப்பார் கதாதரரும்
கல்லுஞ் சேர்த்து வைத்திருந்து
கீழே அரிசி தனைக்கொட்டும்
சல்ல டையின் செயல்காணாய் (485)
சல்ல டைபோ லுமில்லாது
நல்ல வற்றை இம்முறமும்
நன்கு வைத்துக் கொள்கிறதாம்

நல்லோ ருறவை நீக்கிவிட்டு
நிற்பர் சிலரே சல்லடைபோல்
சிலரே தீயோ ருறவையும்
தள்ளி நிற்பர் முறம்போல
இல்லாள் நீயும் முறம்போல (486)
இருந்து வாழ்வா யெந்நாளும்
பொல்ல துநீக்கப் பலநன்மைப்
பற்றித் தொடரு மென்றறைந்தார்

குழந்தை சகதி தனில்விழவும்
கைகொ டுத்தெ டுக்காது
விழுந்து நின்ற காரணத்தை
விவர மாக விவாதித்து
கழித்து நேரங் கடத்துவது (487)
கொடிய குற்ற மாகாதோ
பழிக்குஞ் செயலை யொருபோதும்
புரியே னென்றார் சாரதையும்

நல்லா ரிவரே யெனக்கருதி
நாடித் தொடர்பு கொள்ளுதலும்
அல்லா தாரு மவரென்று
அகற்றி விரட்டி நிற்பதையும்
தலைவா யானு மொருபோதும் (488)
தரணி தன்னில் செயவிரும்பேன்
நல்லார் புல்ல ரெனயானும்
நிர்ண யிக்க விரும்பிடேனே

என்று மிகவுந் தெளிவாக
எடுத்து ரைத்தார் தன்பதிக்கு
மனையின் வார்த்தை கேட்டதன்பின்
மணாள னேதும் மொழிந்தாரில்
தனது வாணாள் முழுதுமவர் (489)
தவறு செய்வோர் தம்மையும்
முனிந்து சினந்து தொடர்பையும்
முறித்து நின்று வெறுத்ததுமில்

தவறு புரிந்து நின்றதுமே
தெரிந்து நின்றார் சாரதையும்
தவறு புரிந்து நின்றவர்க்குத்
தெரியச் செய்தா ரிதமாக
தவறி ழைத்தோர் திருந்திநிற்க (490)
திளைத்து மகிழ்ந்தார் மகிழ்ச்சிதனில்
தவறி ழைத்தோர் தவறிநிற்க
தவரா திவரும் பொறுத்திடுவார்

கருத்தைத் தெளிவா யெடுத்துரைத்து
காணேன் பிறரின் குறையென்று
உரைத்து நின்றப் பத்தினியை
உண்மை நல்ல திதுவென்று
கரைந்து நின்றுப் பாராட்ட (491)
களித்து மகிழ்ந்து சாரதையும்
கிருகந் தன்னில் பலர்புகழப்
புரிந்து நின்றார் கருமங்கள்

இலாகா என்னுந் தனவானும்
இருந்து வசித்தா ரவ்வூரில்
இல்லந் தன்னில் பணிப்பெண்கள்
இருந்து பணியும் புரிந்தனரே
இலாகா மனையின் பணிப்பெண்ணும் (492)
ஏதோ வேலை பொருட்டொருநாள்
மலர்ந்து வந்தார் கதாதரரின்
மனைக்கு குழந்தை இருவருடன்

இடுப்பில் சிறிய குழந்தையை
இனிதே தூக்கி வந்துநின்று
அடுத்துப் பெரிய குழந்தையை
அன்போ டுபற்றி மனைவந்து
விட்டி றக்கி அதன்பின்னர் (493)
வீட்டா ரோட ளவளாவி
மட்டி லாத மகிழ்ச்சியுடன்
மற்றங் கிருந்தார் பணிப்பெண்ணும்

கண்ணே மணியே கற்கண்டே
களித்தென் மடியி லமரென்று
விண்டு நின்ற வர்களையும்
வெகுவாய் கொஞ்சி மகிழ்ந்திருக்கக்
கண்டு நின்று கதாதரரும் (494)
கூறி நின்றார் சாரதைக்கு
பணிப்பெ ணிவளும் மிகக்களித்து
பாசங் காட்டி நிற்கின்றாள்

குழந்தை களையும் மிகக்கொஞ்சி
களித்து நின்றுக் குளிப்பாட்டி
அழகாய் மிகவு மலங்கரித்து
அதன்பின் சுவைமி குவுணவூட்டி
மெழுகாய் கரைந்து கதைசொல்லி (495)
மெத்தை தன்னி லுறங்கவைத்து
பழுது மின்றி தன்வேலை
பாசத் துடனே புரிகின்றாள்

இருந்து மவளே தன்மனதுள்
இவர்க ளெனக்குப் பிறந்தவரில்
பரிவும் பாசங் காட்டிநின்றும்
பணிப்பெ ணாவே னென்றறிவாள்
புரிந்து நின்றுப் பணிப்பெண்போல் (496)
புவியில் வாழும் நாள்வரையில்
இருந்து நின்று பற்றெதுவும்
இல்லா திருந்து வாழவேண்டும்

புவியில் மக்க ளுக்கிடையில்
பலவும் புரிந்து வாழ்ந்திருந்தும்
இவரி லெவரும் நம்மவராய்
இருத்த லியலா தென்றெண்ணிப்
புவனை தன்னை உடையவராய் (497)
பாவித் திருந்து வாழ்ந்திருக்க
கவலை யெதுவு மணுகாமது
காலங் கடத்த லாமென்றார்

ஒட்டி நெருங்கி உறவாட
உள்ள மொருநாள் சோர்ந்திடுமே
விட்டொ ழித்துக் காடடைந்து
வாழத் தேவை சிறிதுமிலை
பட்டும் படாது வாழ்ந்திருக்க (498)
பெரிதுந் துன்ப மணுகாது
உடையாள் மட்டு முறவாகும்
ஒருவர் வேறு முறவாகார்

பத்தி னியாகும் சாரதையைப்
பார்த்துக் கூறி நின்றிடவும்
ஒத்துக் கொள்ளா தவராக
உரைத்து நின்றார் சாரதையும்
சதத மெல்லா உறவையும் (499)
சரிச மமாகக் காண்பாரோ
மெத்தச் சிறந்த தாய்சேயை
மறுத்து யாரே தள்ளுபவர்

தாய்சே யுறவைத் தள்ளிநிற்போர்
தரணி தன்னில் வெகுசிலரே
தாயா யிருக்கும் பெண்ணென்றும்
தனது சேயைத் தாதிபோல
நேயங் காட்டி நின்றிடாளாம் (500)
நெஞ்சு நிறைந்த வள்காட்டும்
நேய மென்று முயர்ந்ததாகும்
நீவிர் மறந்த தெப்படியோ

என்று ரைத்து சாரதையும்
இனிதே தானும் தாயாகும்
பன்னா ளாசை வெளிக்காட்டிப்
பனித்தக் கண்ணீர் துடைத்திருக்க
கனிந்து நின்று கதாதரரும் (501)
கூறி நிற்பா ரிவ்வாறே
நினைவில் கொள்வா யம்பிகையே
நமது தாயென் றறியென்றார்

அம்பா ளொருத்தி யேயன்னை
அகிலத் திற்க வள்தாயாம்
நமக்கு மவளே அன்னையாம்
நாமே யவளின் சேயாவோம்
அம்மா வாகி நின்றிடவே (502)
ஆவ லேதுங் கொள்ளாதே
சம்ப வித்த மரணங்கள்
சற்றே நினைவில் கொண்டிடுவாய்

பிறந்த பிள்ளை சிலரிறக்கப்
பெற்ற தாயும் பலமாதம்
இறந்து போன தற்காக
இரங்கிக் கதறி அழுததையும்
மற்றுக் கண்டுத் துக்கித்து (503)
மார்பி லடித்த ழுததையும்
மறந்து நின்ற தெவ்வாறு
மொழிவா யென்றார் கதாதரரும்

கொஞ்சி நின்று சிசுக்களிடம்
காட்டி நின்றாய் பேரன்பு
கொஞ்ச நாளி லவரிறக்கக்
கதறி நின்றா ரன்னையும்
கொஞ்சி மகிழ்ந்த சிசுவுடலைக் (504)
கொண்டு காட்டில் புதைத்திடவும்
அஞ்சிக் கதறி நின்றதையும்
அன்பே மறந்தா யாயென்றார்

மறுநாட் காலை சாரதையும்
மனைக்கு முன்னம் நீர்தெளித்து
சிறிது கோல மாவெடுத்து
சிறக்கக் கோலம் போட்டிருக்க
கறுக்க லெழுந்து கதாதரரும் (505)
குச்சி யெடுத்துப் பல்விளக்க
முறையாய் கோலம் போட்டிருக்கும்
மனைவி கண்டு நின்றிருந்தார்

சிறிது நேரஞ் சென்றிருக்க
சங்கு முழக்கங் கேட்டதுவே
சிறந்தொ லிக்கும் மேளதாளச்
சத்த முமங்கெ ழும்பியதே
மறையோர் மந்தி ரவொலிகேட்டு (506)
மொழிய லானார் கதாதரரும்
பிறந்த பிள்ளைக் கிவ்வாறு
பலவும் நிகழ்ச்சி புரிகின்றார்

பெற்றோர் தமது குழந்தையின்
பிறப்பை மகிழ்ந்து கொண்டாடிப்
பிறகு மனேக நிகழ்ச்சிகளைப்
புரிந்து நிற்றல் காண்பாயே
மறலி யொருநா ளுயிரையும் (507)
மற்றுக் கொண்டு சென்றதுமே
இறந்த குழந்தை உடலையும்
எடுத்துச் செல்வ ரிடுகாடு

இவ்வா றுரைத்துக் கதாதரரும்
இருந்தி ருக்க வதுகேட்டு
சிவந்த சீரை உடுத்திநிற்கும்
சார தையும் தலைநிமிர்ந்து
புவியி லெல்லா குழந்தையும் (508)
பிறந்த வுடனே இறந்துபடில்
எவ்வா றுலக மியங்கிடுமே
எடுத்து ரைப்பீ ரென்றாரே

பிறக்கும் குழந்தை யெல்லாமும்
புவியி லுடனே இறந்துபட
வெறுமை யாகி நில்லாதோ
விளக்கி நிற்பீ ரெனக்கேட்டு
மற்றங் கிருந்த சாரதையின் (509)
மிகவும் நியாய தருமமான
சொற்கள் கேட்டு கதாதரரும்
சொல்லி ழந்து நின்றிருந்தார்

சொல்லி யசொல்லின் பொருளுணர்ந்து
சற்ற திர்ந்தார் கதாதரரும்
மெல்லி யல்பு கொண்டவளும்
மாறி நின்றா ளிப்போது
வல்லார் கையின் வில்லிருந்து (510)
வேகச் செல்லும் பாணம்போல்
வல்லி யிவளு மென்னையும்
வார்த்தை கொண்டு தாக்கிநின்றாள்

அரவின் வாலை மிதித்துநிற்க
அதிவே கத்தி லதுசீறித்
துரத்திக் கடிக்க வருவதேபோல்
துணையா மிவளும் நஞ்சுமிகு
பெரிய வார்த்தைப் புகன்றுநின்றாள் (511)
பெண்ணா மிவளைக் வெகுளியெனக்
கருதி நின்ற யெனக்கிவளும்
கக்கி நின்றாள் விடமென்றார்

தீயை உமிழும் வார்த்தைகள்
சொன்னா ரில்லை சாரதையும்
காய்ந்து நின்று கதாதரரே
கொடிய வார்த்தைப் புகன்றுநின்றார்
தூய கணவன் சொற்களையும் (512)
தாங்க மாட்டா சாரதையும்
சாய்ந்த தலையோ டோடிநின்று
சமைய லறையுள் மறைந்துநின்றார்

மறுநாள் காலை சாரதையும்
மனைக்குள் பணியும் புரிந்திருக்க
உற்றா னங்கு வந்துநின்று
உரைக்க லானார் கனிவுடனும்
கற்றுக் கொடுத்தப் பாடத்துள் (513)
கணமு மிரண்டை மறவாதே
உறுதிப் பாட்டைப் பத்தியுடன்
உள்ளந் தன்னி லிருத்திவைப்பாய்

பற்றி நிற்பாய் பற்றின்மைப்
பின்னும் பத்தி யேற்றிருப்பாய்
இறுத்து நின்ற பலவற்றுள்
இவையே மிகவும் பிரதானம்
கற்று நின்று கடைப்பிடிக்கக் (514)
களித்துப் பலவுங் கைகூடும்
பிற்பா டெதுவும் தேவையில்
பலவுங் கிட்டும் வெகுயெளிதில்

கனிந்து நின்று கதாதரரும்
கூறி நிற்க அதைக்கேட்டு
மனதி லிருத்தி வைப்பதாக
மகிழ்ந்து கூறி சாரதையும்
சினந்து நேற்று சொன்னதையும் (515)
சிறிதும் மனதில் கொள்ளாது
கனத்த இதயம் நெகிழ்ந்துநிற்கக்
காணப் பட்டார் களிப்புடனே

அனுப வத்திற் பெரியவராம்
அகவை யிலுமே மூத்தவராம்
பின்னு மவரே யென்பதியாம்
பற்றி வாழ்வே னவர்சொல்லை
இனிதே பத்தி புரியென்றார் (516)
இதுவே யெனக்கு மிகவெளிதாம்
பன்னா ளாகப் பகவனிடம்
பத்தி புரிந்து வந்துள்ளேன்

பற்றுக் கொள்ளா திருவென்றார்
பாசம் விலக்கி வாழென்றார்
மற்றெ னக்கு குழந்தைமேல்
மிகவும் பாச மிருந்திருக்க
பற்றே துமின்றி வாழ்தலுமே (517)
பெரிதுங் கடினச் செயலாகும்
உற்றா னிவரே சொல்வதிலே
உண்மை யிருக்கு மெனநினைத்தார்

என்று மவர்க்குக் காமத்தீ
எள்ள ளவுமி லையுறுதி
பின்னு மவர்க்குப் குழந்தைமேல்
பாசம் மிகுத்தி ருந்ததுவே
இனிதே தானுந் தாயாக (518)
இருந்த தவர்க்கு மிகவிச்சை
இன்று பிள்ளை பெறவிழைந்த
இச்சை யொழித்த ழுதுநின்றார்

உடன்பி றந்த சிலகுழந்தை
உடல்ந லமற்றி றந்துபட
சுடுகாட் டிற்கு கொண்டுசென்று
சுற்றம் புதைத்து நின்றிருக்க
துடித்துக் கதறி யசாரதையும் (519)
தனது குழந்தை ஆசையை
விட்டொ ழித்துக் குழிதன்னில்
வீசி யெறிந்த ழுதுநின்றார்

சிறிது நேரங் கழிந்துநிற்க
சார தையைக் கண்டுநின்று
வெற்றி லையைச் சுருளாக
வெகுநேர்த் தியாக மடிப்பதையும்
கற்றுத் தந்தார் கதாதரரும் (520)
கற்றுத் தேர்ந்தார் சாரதையும்
பிற்பா டிதையே உணவுண்ட
பின்னர் கொள்வே னென்றுரைத்தார்

மதிய உணவு கொண்டதன்பின்
மகிழ்ந்து தாம்பூ லத்தையும்
பதவி சாக சாரதையும்
பக்கம் வந்து தந்துநிற்க
அதக்கி யுண்டு நின்றதன்பின் (521)
அனேகம் புகழ்ந்து நின்றிருந்தார்
மதனி யிடமே தைப்பதையும்
மகிழ்ந்து கற்கக் கூறிநின்றார்

மன்னி யிடமே சமைப்பதற்கு
மற்றுக் கற்றுத் தேர்ந்துநின்றாய்
பின்னு மவரே தைப்பதிலும்
பெரிய நிபுண ராவதினால்
கனிந்து நின்று கலையதையும் (522)
கற்றுக் கொள்ள கதாதரரும்
இனிதே கூற சாரதையும்
இசைந்து கற்றார் வெகுவிரைவில்

பூசை செய்யும் முறைமையும்
பூசு ரருப சரிப்பையும்
நேசத் தோடு விருந்தோம்பி
நிற்ப தையும் மனையோரைப்
பாசத் தோடும் பணிவுடனும் (523)
பரிந்து நடத்தும் வழிகளையும்
மாசி லாத சாரதையும்
மற்றுக் கற்றுத் தேர்ந்துநின்றார்

கற்றுக் கொடுத்த தையெல்லாம்
கற்றார் சார தையென்று
நிறைவு கொண்டு கதாதரரும்
நிம்ம தியாக இருந்திருந்தார்
இறைவி தட்சி ணேசுவரம் (524)
இருந்த ழைப்ப தாயெண்ணி
இறுத்து நின்றா ரனைவருக்கும்
இனிதே தமது விருப்பத்தை

ஏழு திங்க ளொன்றாக
இனிதே மனையில் சதிபதியாய்
வாழ்ந்தி ருந்த அவர்வாழ்வு
வெகுவாய் போற்றத் தக்கதாகும்
கீழ்மை யுணர்ச்சி யில்லாது (525)
குருவுஞ் சீட னாயவரும்
வாழ்ந்து காட்டி நின்றனரே
வினோத மான சதிபதியும்

தட்சி ணேசு வரஞ்செல்லும்
தமது விருப்பம் தெரிவிக்க
உடனே ஊரார் கதாதரர்தம்
உறையுள் வந்த டைந்தனரே
அடுத்து நின்றுத் தமதையம் (526)
அனேக மெழுப்பி நின்றிருக்க
விடியும் வரைக்கும் கதாதரரும்
விடைய ளித்த வாறிருந்தார்

பெயராம் பிரசன் னாவென்பார்
பரிவோ டங்கு வந்திருந்தார்
வயது முதிர்ந்த பேரிளம்பெண்
வாழ்த்தி ஜய மெழுப்பிநின்றார்
உயர்ந்த சமாதி நிலைதன்னை (527)
உவந்து விரைவி லடைகின்றாய்
தயங்கா தந்த நிலைதன்னைத்
தெரிவிப் பாயே யெனக்கேட்டார்

மூலா தாரந் தனிலிருந்து
முடங்கிக் கிடக்கும் சத்தியுமே
மேலெ ழுந்து மிகவிரைவாய்
மற்றுச் செல்லும் வழிதன்னில்
நாலொ டிரண்டாஞ் சக்கரங்கள் (528)
நின்ற டைந்த வற்றையும்
சால ஊக்கி எழுப்பிநின்று
சிரசைச் சேர்ந்த டைந்திடுமே

சக்க ரமாறி ருந்திருக்க
சத்தி யடைந்த வற்றையும்
மிகவு மூக்கி யெழுப்பிடவும்
மனித னனேக அனுபவங்கள்
மிகுத்துப் பெறுவான் கண்கூடாய் (529)
மற்றுச் சத்தி இருதயத்தில்
புகுந்து நிற்கப் பெருஞ்சோதி
பெரிதுந் தோன்றி நின்றிடுமே

கடவுள் நினைப்பே மிகுத்திருக்கும்
கழுத்தைச் சத்தி அடைந்திடவும்
அடுத்தென் முன்னம் இலௌகீகம்
அறைந்தி ருக்கச் சிரந்தன்னில்
தடிக்கொம் பெடுத்த டித்ததேபோல் (530)
துடித்து நிற்பேன் பெரும்வலியால்
தொடர்ந்து மேலும் விளக்கிடவே
தீரா ஆவல் கொண்டுள்ளேன்

தோன்றி நிற்குஞ் சோதிபற்றித்
தெரிவித் திடவே பேராவல்
ஊன்றி நாமஞ் செபித்தலையும்
உவந்து விளக்க விரும்புகிறேன்
வானே இடிந்து வீழ்ந்திடினும் (531)
விளக்க முயற்சி செய்திடுவேன்
ஆனால் விளக்க இயலவில்லை
அன்னை தடுத்து நிற்கின்றாள்

சொல்லி நிற்குஞ் சமயத்தில்
சமாதி நிலையு மடைந்துநின்றார்
பலரும் நாம முரைத்துநிற்கப்
பின்னர் நினைவு வரப்பெற்றார்
கலங்கி நின்ற னைவரிடம் (532)
கூறி நிற்பா ரிவ்வாறே
எல்லாங் கூற உண்டிச்சை
இருந்துந் தாயே மறுக்கின்றாள்

என்று ரைத்து கதாதரரும்
இரங்கி வருந்தி நின்றிருக்க
பின்னர் பிரசன் னாவென்பார்
பாதம் பணிந்து வணங்கிநின்று
எனக்கும் மற்று மிங்கிருக்கும் (533)
எல்லோ ருக்கும் பரவசத்தைக்
கனிந்து வழங்கி நின்றிருந்தாய்
கிடைத்தற் கரிய அனுபவமாம்

திங்க ளேழு மிங்கிருந்து
தினமு மரிய நல்லுரைகள்
எங்க ளுக்குத் தந்திருந்தாய்
இதுவே யெங்கள் நல்வினையாம்
தங்கிப் போக வியலாதோ (534)
தகிக்கோ மிந்தப் பிரிவென்றுப்
பொங்கிக் கண்ணீர் பெருக்கிநின்றுப்
புகன்றா ரவரே யிவ்வாறு

இரவு நேர மாகிடவும்
இடம்விட் டெவருஞ் செலவில்லை
இருத யராமு மங்கிருந்து
இயம்பி நின்றா ரனைவருக்கும்
அருமை மாம னூரிருந்து (535)
அகல்வா ரென்று வருந்திநின்றீர்
கருத்தில் கொள்ளா மாமியுமே
கொண்டா ருறக்கங் காணீரே

சமயங் கிடைக்கும் போதெல்லாம்
சார தையை இருதயரும்
நமைத்து நிற்கத் தவராரே
நெஞ்செ ரிச்சல் கொண்டவரும்
கமுக்க மின்றி சாரதையைக் (536)
கொடிய சொற்கள் கூறிநிற்பார்
நிமிர்ந்தெ திர்த்துப் பேசாது
நின்றி ருப்பார் சாரதையும்

விடாது மனையில் வேலைகள்
வியர்க்கச் செய்து சிறிதுநேரம்
படுத்து றங்க வியலாது
பக்கத் திருக்குந் தூண்தன்னில்
குடும்ப னுரையைக் கேட்டவாறு (537)
கொஞ்சஞ் சாய்ந்து றங்கிநிற்க
சுடுசொ லுரைத்து சாரதையைச்
செய்தார் நக்கல் இருதயரும்

அருகி ருந்த சிலபெண்கள்
அயர்ந்து றங்கும் சாரதையை
வருந்திப் பார்த்து ரைத்திருப்பர்
விடாது மனையி லுழைத்துநின்று
உரையுங் கேளா தனுபவமும் (538)
ஒருசே ரயின்றி ழுந்ததாக
கருதி கரைந்து நின்றிருக்கக்
கேட்டு ரைப்பார் கதாதரரே

கொஞ்சம் பாலை அண்டாவில்
கொட்டிக் காய்ச்சி நின்றிருக்கக்
கொஞ்ச நேரந் தன்னிலது
கொதித்து விளிம்பு வரைவருமே
அஞ்சி உடனே அண்டாவை (539)
அடுப்பி ருந்து கீழிறக்க
எஞ்சி யிருப்ப தண்டாவில்
எதுவு மில்லை யெனக்காண்பீர்

நிறையப் பாலை அண்டாவில்
நிரப்பிக் கொதிக்கக் காய்ச்சிடவும்
நிறைய நேர மெடுத்துநின்று
நன்கு கொதித்து வழிந்திடுமாம்
பிறகு மந்த அண்டாவில் (540)
பாலு மிருக்கக் கண்டிடலாம்
அறவே பாலி லண்டாவாய்
ஆகா ததுவும் காண்பீரே

பெற்று நின்றீ ரனுபவமே
பாலி லாத அண்டாபோல்
குறைந்த நேரம் தனிலெழுந்து
கொட்டி நின்ற தனைத்தையும்
நிறைந்தி ருந்த அண்டாவில் (541)
நிரம்பி வழிந்த பின்னுமதில்
சிறிது பாலு மிருப்பதேபோல்
சார தையி னனுபவமாம்

நிறைந்தி ருக்கு மண்டாவாம்
நிர்ம லமான சாரதையும்
குறைக ளேது மில்லாத
குணக்குன் றவளா மறிவீரே
சிறிது நேர மெடுத்துநின்றும் (542)
சிறிது மிழக்கா ஏனுபவங்கள்
உறங்கி நின்ற துநல்லதற்காம்
உறங்கா திருக்க கேடதுவாம்

உறங்க வைத்த துபுவனையாம்
உறங்கா திருக்கப் பரவசத்தில்
மறந்திவ் வுலக நினைப்பிழந்து
மற்றுத் தனதி ருப்பிடத்தைச்
சிறக்கச் சென்று சேர்ந்திருப்பாள் (543)
சார தையின் சத்தியையும்
அறிந்த வரில்லை இங்கென்று
அறைந்து புகழ்ந்தார் கதாதரரும்

4. தட்சிணேசுவரத்தில் தவம்

தட்சி ணேசு வரத்திற்குத்
திரும்பிச் சென்றார் கதாதரரும்
அடுத்து நாட்கள் சிலசெல்ல
அவ்வூர் விட்டு சாரதையும்
விடைபெற் றுடனே பெற்றோரும் (1)
வாழும் செயராம் பாடிக்கு
நடந்து வந்து சேர்ந்திருக்க
நாட்கள் நகர்ந்து சென்றனவே

மணமும் புரிந்து நின்றிருந்தும்
மணவாழ்க் கையில் சதிபதியும்
இணங்கிச் சேர்ந்து வாழாமல்
இருந்து நின்ற சேதியையும்
அணுகி நின்றுக் கேட்டறிந்த (2)
அன்னை மற்றுஞ் சுற்றமுமே
சுணக்க முற்றுப் புரியாது
செய்வ தறியா திருந்தனரே

கணவன் மனைவி போலவரும்
குடும்பம் நடத்த விலையென்று
கண்டு நின்று பெருங்கவலை
கொண்டு வருந்தி நின்றிருக்க
மணப்பெண் தன்னைக் கண்டவரும் (3)
மகிழா திருந்து குறைபலவும்
விண்டு நிற்க சாரதையும்
வருந்தி யிருந்தார் சதாகாலம்

நாளொ டுமாதம் பலகழிய
நான்காண் டுகாலம் முடிந்ததுவே
நாளும் கணவ னிடமிருந்து
நலமுங் கேட்டு நற்கடிதம்
ஆள னுப்பு மெனநினைத்து (4)
அனேக ஆவல் மிகக்கொண்டும்
கோளை வேண்டி நின்றிருந்தும்
காலங் கழித்தார் சாரதையும்

புக்க கத்தி லிருந்தபோது
பலவுங் கூறிக் கற்பித்து
பக்க மிருந்து ரையாடி
பயிற்சி தந்து பரிவோடு
நகையுஞ் செய்து நல்லனவும் (5)
நிறைய வுரைத்து நின்றிருந்த
மகிணன் மறந்த காரணத்தை
மற்று நினைந்த ழுதிருப்பார்

எனது நலனைக் கேட்டதில்லை
எழுதிக் கடிதம் வரைந்ததில்லை
தனது நலனு முரைத்ததில்லை
தூதா யாளு மனுப்பவில்லை
தனமோ பொருளோ சீரையோ (6)
தந்த னுப்ப வில்லையே
முனிந்து நின்ற காரணத்தை
மடவாள் யானு மறியேனே

திருநா ளுக்கு வந்தாரில்
தனது மனைக்குஞ் சென்றாரில்
வருவா யென்ற ழைத்தாரில்
வருவ தாகச் சொன்னாரில்
திரும ணத்தை முடித்துவிட்டுத் (7)
திரும்பி யென்னைப் பார்த்தாரில்
கருணை யுள்ளங் கொண்டவரும்
கடுக மாறி நின்றதேனே

இன்று கடிதம் வருமென்று
எதிர்பார்த் திருந்து நொந்துநின்றேன்
தினமுங் காலை மாலையும்
தெருவில் வருவோர் போவோரை
மனதுக் குந்த மணாளனுமே (8)
மற்ற னுப்பி யுள்ளாரோ
என்று நினைத்துத் தினந்தினமும்
எதிர்பார்த் திருந்து கலங்கிநின்றேன்

சுகவீ னமுற்று நின்றாரா
சேதி யனுப்ப உடன்சேவை
பக்க மிருந்து புரிந்திடுவேன்
பின்னும் வேண்டு வதொன்றுமிலை
அகத்துக் கார ரிருக்குமிடம் (9)
ஆகி நிற்கு மகமெனக்கு
சுகமுஞ் சொத்தும் கணவனகம்
சொந்த பந்த மவரொன்றே

தன்னை மறந்துச் சமாதிதனில்
திளைத்து மகிழ்ந்தி ருக்கையில்
இனிதே யானு மருகிருந்து
இறைவன் நாம முரைத்திருந்து
கனிந்து நின்று ணர்வுவர (10)
கடுக முயற்சி செய்திடுவேன்
தினமும் வேளா வேளைக்கு
தின்னத் தருவேன் நல்லுணவு

சமாதி தன்னில் திளைத்திருக்கச்
சதத மொத்து ழைப்பையும்
அமைதி யாகத் தந்துநிற்பேன்
அருகி லிருந்து சேவையும்
மமதை யின்றி மகிழ்ச்சியுடன் (11)
மற்றுப் புரிந்து நின்றிடுவேன்
இமையும் கண்ணு மாயிருக்க
இறைவ னருள வேண்டுதுமே

என்று பலவும் நினைத்திருந்து
எதிர்பார்த் திருந்தார் நற்கடிதம்
பின்னும் பலரே பத்திதனில்
பித்த னானா ரென்றனரே
அன்னை யுமந்த ஐயமுமே (12)
அடைந்து வருந்தி நின்றிருந்தார்
மனைக்குச் சுற்றம் வந்திருந்து
மிகவும் வருத்தி நின்றதுவே

அழகுப் பெண்ணைப் பித்தனுக்கு
அளிக்க வாழ்க்கை கெட்டதுவே
உழைப்பில் சிறந்த உத்தமியை
உன்மத் தனுக்குக் கொடுத்தனரே
பழுதி லாதப் பெண்வாழ்க்கைப் (13)
பாழாய்ப் போகி நின்றதுவே
தொழுதோ மிவளைக் காத்திடென்று
சொல்வ ரூரா ரிறைவனிடம்

கிராமந் தன்னி லிருப்பவரும்
கிருகம் வந்துன் மணாளனுமே
வருவ தென்னா ளெனக்கேட்டு
வாட்டி வதைத்து நின்றிருக்க
உரைக்க மொழிக ளில்லாமல் (14)
ஒன்றும் பேசா ஊமைபோல்
பெரிதுந் தனது நிலையெண்ணிப்
பெயர்ந்தி ருப்பா ரிடம்விட்டு

என்ன வனேதோ காரணத்தால்
என்னை யழைத்துச் சென்றாரில்
என்னைக் கணவன் மறந்திருத்தல்
இயல்பா கிடுமோ அறியேனே
அன்னை மற்றுந் தந்தையும் (15)
அனுப்பா திருக்கக் காரணமென்
பின்னும் பெற்றோ ரிடம்யானும்
புகல்வ தெவ்வா றென்றழுவார்

நுளம்பு மிகுத்துப் பெருகிநின்று
நோயைப் பரப்பி நின்றிருக்க
இளம்பெண் சார தையுமிதால்
இரவும் பகலும் சுரங்கண்டு
வளப்பங் குன்றி அடிக்கடியே (16)
வாடி வருந்தி நின்றிருந்தார்
களிப்பி ழந்து நலங்குன்றி
கவலை கொண்டு வாழ்ந்திருந்தார்

உருக்கு மிணிக்கு விப்பிரரும்
உதவி நின்றார் தூதுவராய்
இராம தூதன் சானகிக்கு
இருந்து நின்றார் தூதுவனாய்
வருந்தி நிற்கும் சாரதைக்கு (17)
வருவா ரெவரே தூதுசொல்ல
கரம்பி டித்த கணவனுக்கு
கூறத் தெரியா திருந்தாரே

கணவ னுக்குத் தூதுசொல்ல
கிடையா தெவரு மவருக்கு
கணவ னிடமே அனுப்பிவைக்க
கூற நாணந் தடுத்ததுவே
கணவன் மனைவி வேதனையும் (18)
காணா திருந்த நிலைகாணீர்
பெண்ணின் நிலையைப் புரிந்துநின்றும்
பெற்றோர் பொறுமை காத்தனரே

பின்ன ரொருநாள் சாரதையும்
பானு மாமி தமையணுகி
தனது நிலையை விவரித்துத்
தந்தைக் கறிவு றுத்திடவே
கனிந்து கூற வேண்டிடவும் (19)
கசிந்து நின்று பானுமாமி
அன்னை போலு முதவிடவே
அளித்து நின்றார் வாக்குறுதி

கதாயி மற்றும் சாரதையைக்
கிரிசன் கிரிசை யாய்கண்டு
மெத்தக் களித்துப் பாடிநின்று
மகிழ்ந்த வராவார் பானுமாமி
பித்த னென்று கதாதரரைப் (20)
புகல்வோர் பித்த ரெனக்கூறி
சததம் சியாமா சுந்தரியை
சிந்தை மகிழச் செய்திடுவார்

வருடப் பிறப்பு நன்னாளில்
விரும்பி கங்கா சாகரத்தில்
விரத மிருந்து நீராடி
வருவ தாகப் பலமக்கள்
உரைத்து நின்ற னரென்னிடமும் (21)
உற்றா ரோடு சென்றுவர
விரும்பி நின்றாள் பெண்ணென்று
விண்டார் தந்தை யிடம்மாமி

பெண்ணுந் தனது பதியிடமும்
போக விரும்பு கிறாளென்று
கண்ட றிந்து தந்தையும்
கூட்டிக் கொண்டு டன்வரவும்
விண்டு நிற்க சாரதையும் (22)
வெகுவாய் மகிழ்ந்து நின்றிருக்க
கண்ணீர் பெருக்கி சியாமாவும்
கண்ணே றுநீக்கிக் களித்துநின்றார்

பெற்ற தாயின் தாள்பணிந்து
பிறந்த மண்ணைப் பூசிநின்று
சுற்றத் திடமும் விடைபெற்றுத்
தோழி களையுந் தேற்றிநின்று
தற்கொண் டானும் வாழுமிடம் (23)
தந்தை துணையா யுடன்வரவும்
புறப்பட் டுடனே சாரதையும்
பெரிதும் மகிழ்ந்து செல்லலானார்

தட்சி ணேசு வரமூரும்
தொலைவ றுபது கல்லாகும்
இடையி லனேக கிராமங்கள்
இருந்து களிப்ப ளித்தனவே
நடந்து செல்லும் வழித்தடத்தில் (24)
நிறைய இயற்கைக் காட்சிகளை
மட்டி லாத மகிழ்ச்சியுடன்
மற்றுக் கண்டு செல்லலானார்

செயராம் பாடி யிருந்துமக்கள்
சிலரு முடனே வந்திருக்கப்
பயணக் களைப்புத் தெரியாமல்
பலவும் பேசிக் களித்துநின்று
வயலும் வரப்பும் பசுஞ்சோலை (25)
வளமுங் கண்டு ரையாடி
மயிலுங் குயிலுங் கண்டுநின்று
மகிழ்ந்து நடந்து சென்றாரே

இரவு நேரம் வந்திடவும்
இனிதே பயணம் நிறுத்திநின்று
மரத்தி னடியில் படுத்துறங்கி
மறுநாள் மகிழ்ந்துப் பயணத்தைக்
கருக்கல் நேர மெழுந்துநின்று (26)
காலைக் கடன்கள் முடித்துவிட்டு
விருப்ப முடனே தொடர்ந்துநின்று
வழியி லுணவுங் கொண்டிடுவர்

நாட்கள் மூன்று கழிந்திருக்க
நடந்த கால்கள் வலித்தனவே
பாடாய்ப் படுத்துங் காய்ச்சலுமே
பரிவோ டவரைப் பற்றியதே
வாட்டி வதைக்குங் காய்ச்சலோடு (27)
வலியும் பெருகி நின்றிருக்க
தாடே துமின்றித் தள்ளாடித்
தரையில் வீழ்ந்தார் சாரதையும்

குடிசை யொன்ற ருகிருக்க
கண்டு நின்ற தந்தையும்
குடிலுக் குள்ளே கொண்டுசென்று
கிடத்தி நின்றார் தரைதன்னில்
படுத்துக் கிடந்த சாரதையைப் (28)
பார்த்துத் தவித்தார் தந்தையும்
விடாது தொடர்ந்து காய்ச்சலுமே
வாட்டி வதைத்து நின்றதுவே

சுரத்தின் நடுவில் பலவெண்ணம்
சூழ்ந்து நின்று வருத்தியதே
வரனைக் காணா தென்னுயிரும்
விண்ணில் கொண்டு சேர்த்திடுமோ
பிரிந்தி ருந்தேன் நான்காண்டு (29)
பதியைக் காணா திருந்தேனே
மரண மென்னைப் பற்றிநிற்க
முற்றுப் பெறாதோ யென்னாசை

பதியைப் பார்த்து நின்றதன்பின்
பற்றிக் காலன் செல்லட்டும்
விதியே சிறிது பரிவுடனே
வாணாள் தன்னை நீட்டிநிற்பாய்
பத்தா தன்னைக் கண்டிடவும் (30)
பின்ன ரென்னைப் பற்றிநிற்பாய்
சதிசெய் தென்னைப் பற்றாது
சற்றே கருணை கொள்ளென்பார்

பிறந்த நாளும் முதலாக
பரிந்து வேண்டி யதெதுவுமில்
முறையாய் கடமை புரிந்துநின்று
மற்று பூசைப் புரிந்ததுண்டு
இறைவா கருணை கொண்டென்னை (31)
இறைவ னுடனே சேர்த்துவைப்பாய்
பிறகு காலன் பற்றிநிற்க
பெரிதும் வருந்தி வேண்டேனே

இறைவ னிடமே இவ்வாறாய்
இனிதே முறையிட் டிருந்திருக்க
பற்றி யிருந்த காய்ச்சலுமே
பெரிதுங் குறைந்து குளிர்ச்சியுமே
நிறைந்தி ருக்கக் கண்டவரும் (32)
நிரம்ப மகிழ்ந்தி ருக்கையில்
கறுப்பி யொருத்தி வந்தங்கு
கோதி நின்றா ளவர்தலையை

அழகுக் குவமை அவளேயாம்
அவளே அழகுக் குவமையாம்
மொழியே கிளியின் மொழியையும்
மற்றுப் பழித்து நின்றிடுமாம்
நிழல்போல் கறுத்து நின்றவளும் (33)
நிரம்ப கருணை கொண்டுநின்று
விழிவைத் திருந்து சாரதையை
விடாது பார்த்த வாறிருந்தாள்

விழித்தி ருக்கும் நேரத்தில்
வந்தா ளங்கு சிறுபெண்ணே
அழகி நிறமும் கருப்பாகும்
அருகே வந்த சிறுபெண்ணும்
பழகிக் களித்து நின்றவள்போல் (34)
பரிந்து நோக்கிச் சிரமுதலும்
கழலல ணிபாதம் வரைதடவக்
காய்ச்சல் தணிந்து மறைந்ததுவே

காய்ச்சல் தாக்கங் குறைந்துபட
கனிந்து நன்றி யுடன்நோக்கித்
தாய்போ லன்பு மிகக்காட்டித்
தலையை வருடி அன்புடனே
சேயா மெனக்க ருளிநிற்கும் (35)
செல்லப் பெண்ணே கடன்பட்டேன்
நேயங் காட்டி ஊர்ப்பெயரும்
நாம முரைப்பா யெனக்கேட்டார்

தட்சி ணேசு வரத்திருந்து
தானும் வருவா தாயுரைத்த
மடவா ளுரையைக் கேட்டதுமே
மகிழ்ந்து ரைப்பார் சாரதையும்
உடனி கழ்வா னங்கிருக்க (36)
உவந்து செல்லும் வழிதன்னில்
கொடிய காய்ச்சல் வருத்தியதாய்
கூறி நின்றார் சாரதையும்

சுரமு வருத்தி நின்றிருக்கச்
சொல்லொ ணாத வேதனையில்
அரிது பிழைத்த லென்றெண்ணி
அசுகை கொண்டி ருக்கையில்
பெரிது முதவி நின்றிருக்கும் (37)
பெண்ணே நன்றி யுனக்கென்று
உரைத்து நின்ற சாரதைக்கு
உரைப்பா ளந்தச் சிறுபெண்ணும்

உடல்நி லையுஞ் சரியாகி
உற்றா னிடமே சேர்ந்திடுவாய்
உடனி கழ்வான் தன்னையும்
உனக்கென் றங்கு வைத்துள்ளேன்
உடன்பி றந்த யென்னையும் (38)
உடன்ம றந்த பெண்ணானாய்
விடியும் வரைக்கு மிங்கிருந்து
வீடு செல்வே னென்றிறுத்தாள்

உறக்கம் வரவே சாரதையும்
உடனே கண்ண யர்ந்திடவும்
சிறுபெ ணங்க ருகிருந்துச்
சிறுவி ரலாலுந் தடவிநிற்கச்
சிறக்க வுறங்கி அதிகாலைச் (39)
சுரமும் முழுதாய் விட்டிருக்கச்
சிறுபெண் பின்னு மங்கிருக்கச்
சிந்தை மகிழ்ந்தெ ழுந்துநின்றார்

சிறுபெ ணுடனே விடைபெற்றுச்
செல்லக் கண்டு சாரதையும்
உற்சா கத்தோ டுடன்கிளம்பி
உவந்து சாலை வழியாக
பெற்ற தந்தை யுடன்வரவும் (40)
பயணந் தொடர்ந்து நின்றிருக்க
பிறகு பல்லக் கொன்றுவர
பயணந் தொடர்ந்தா ரதிலேறி

சிவிகை கங்கைக் கரையடைய
சார தையு முடனிறங்கி
சிவிகை சுமந்து வந்தவர்க்கு
சிறிது பணமுங் கொடுத்ததன்பின்
கவன மாக நடந்துசென்று (41)
கரையி லிருக்கும் படகொன்றில்
உவந்து கங்கை நதிகடந்து
உற்றா னிருக்கு மிடம்வந்தார்

தட்சி ணேசு வரமடைந்து
தாயின் கோவில் தனைக்கண்டு
மட்டி லாத மகிழ்ச்சியுடன்
மக்க ளிடமே கணவன்வாழ்
இடமுங் கேட்ட றிந்துப்பின் (42)
இதயந் துடிக்க மிகவிரைவாய்
நடந்து சென்றி ருக்கையில்
நிமலை பத்தர் குரல்கேட்டார்

இருத யராமைக் கதாதரரும்
இதுவே மாமி முதன்முறையாய்
கிருக மிதற்கு வருகின்றார்
கால நேரம் சரியாமோ
உரைப்பா யென்று கேட்டிடவும் (43)
உயரி யநேர மென்றவரும்
உரைத்த நேரம் சாரதையும்
உற்றான் முன்னம் வந்துநின்றார்

பதியைக் கண்டு மகிழ்ந்துநின்று
பாதந் தன்னில் வீழ்ந்தெழுந்து
சதிசெய் தென்னை வல்விதியும்
சந்திக் காது செய்ததென்று
மதிமு கத்தார் சாரதையும் (44)
மற்றுக் கண்ணீர் பெருக்கிநின்று
வதனம் கவிழ்த்து வரன்பாதம்
வியந்து பார்த்த ழுதுநின்றார்

வரவேற் றவரைக் கதாதரரும்
விண்டு நின்றா ரன்புடனே
தரையி லமர முயன்றிருக்கத்
தடுத்து நிறுத்திப் பாயொன்றை
விரித்துப் போட இருதயரை (45)
விளித்த படியே இருதயரும்
புரிந்து நிற்க சாரதையும்
பாயி லமர்ந்து மகிழ்ந்திருந்தார்

மனையைத் தாயே யென்றழைத்து
முகமன் கூறி வரவேற்று
நன்றே யிங்கு வந்ததென்று
நவின்றுப் பின்னர் இருதயரை
உனது மாமி அமர்ந்திருக்க (46)
ஓடிச் சென்று பாயொன்றை
இனிதே யெடுத்து வாவென்று
இருந்தா ரங்கு கதாதரரும்

பதியைக் கண்டு நின்றதுமே
பதியின் நலமு மறிந்துநின்றார்
பதியின் வார்த்தைக் கேட்டதுமே
பதியின் நலத்தி லுறுதிகொண்டார்
சித்தப் பிரமை அடைந்தவராய் (47)
சித்த ரித்த துதவறென்றும்
பித்த னென்று ரைத்தவரும்
பெரிய பித்த னென்றுணர்ந்தார்

தரையில் பாயில் சாரதையும்
தடுமா றிநின்ற மர்ந்திருக்க
வரனுங் கண்டுத் தேனொழுகும்
வார்த்தை தன்னில் வினவிநின்றார்
சுரமும் வழியில் தாக்கிநிற்க (48)
சோர்ந்து நின்றுத் துடித்தனையோ
குரலும் நடுங்கி நிற்கிறதே
கண்கள் பொலிவி ழந்துளதே

இரக்கம் மிகவுங் கொண்டுநின்று
இயம்பி நின்றார் கதாதரரும்
மருத்தன் தன்னை அழைத்துவந்து
மருந்து தந்து நின்றிருக்க
பெரிய மனிதர் மதுரநாதர் (49)
புவியி லில்லை உயிருடனே
கரமு மொடிந்த துபோலுணர்ந்து
காலங் கழித்து வருகின்றேன்

இருந்தும் நாளைக் காலையில்
இருத யராமை அனுப்பிநின்று
மருத்தன் தன்னை அழைத்துவந்து
மருந்த ளிப்பே னுடனடியாய்
பெருமைக் குரிய மாமியுடன் (50)
பின்னு முனது டன்பிறந்தார்
பரிவு காட்டுஞ் சுற்றத்தார்
பலரின் நலமு முரையென்றார்

உடன்பி றந்தார் நலத்துடனும்
உற்றார் மற்று மூர்நிலையும்
அடுத்து ரைத்து விளக்கியபின்
அங்கி ருந்து மாமியுமே
படுத்து றங்கு மறைசெல்லப் (51)
பாயி ருந்து டனெழுந்து
விடைகேட் டுநின்ற சாரதைக்கு
விடியும் வரையிங் குறங்கென்றார்

செயராம் பாடி யிருந்துபலர்
சார தையோ டுவந்திருக்க
அயர்ந்து சங்கீ தமண்டபத்தில்
அசதி தீரப் படுத்துறங்க
சயனித் திடவே சாரதையும் (52)
தனது மாமி அறைசெல்ல
முயன்றி ருக்க கதாதரரும்
மற்றங் குறங்கக் கூறிநின்றார்

எனது தாயி னறைதன்னில்
இருவர் நிற்க இடமுண்டு
நன்றே ஒருவ ருறங்கிடலாம்
நல்ல திதுவே உடல்நிலையும்
நன்கு சீரா கிடும்வரையே (53)
நிரம்ப மகிழ்ந்திங் குறங்குவதில்
ஒன்று மில்லை தவறென்று
உரைத்து நின்றார் கதாதரரும்

பெண்ணொ ருத்தித் துணைகொண்டு
படுத்து றங்கக் கூறிநின்ற
கணவன் சொல்லை யுடனேற்று
கிழவி யொருத்தி தனையழைத்து
மணாள னறையில் பாய்தன்னில் (54)
மற்றுக் கிழவித் துணையோடு
கண்ண யர்ந்து சாரதையும்
கிடத்தி நின்றார் தன்னுடலை

எவரு முணவு கொளவில்லை
என்ற றிந்து கதாதரரும்
அவலை உடனே எல்லோர்க்கும்
அளிக்கக் கூறி நின்றபடி
அவலைக் கொண்டு வந்துநின்று (55)
அளித்து நின்றார் இருதயரும்
உவந்து நின்று வந்தவரும்
உண்டு மகிழ்ந்து றங்கினரே

மருத்த னொருத்தர் தனையழைத்து
மறுநாட் காலை கதாதரரும்
சுரமுங் கொண்டு நின்றிருக்கும்
சார தைக்கு மருத்துவமும்
பரிந்து செய்ய இருநாளில் (56)
பூர ணமாகக் குணமடைய
இரண்டொ ருநாளில் சாரதையும்
இடம்பெ யர்ந்தார் வேறறைக்கு

ஒற்றை மாடிக் கட்டிடமும்
ஒன்றங் கிருக்க அதைமக்கள்
இறுத்து நிற்பர் நகவமென்று
இருந்த தங்குப் பலவறைகள்
சிறிய தான அறையொன்றைச் (57)
செப்ப னிட்டுச் சீர்செய்து
உறைவி டமாக மாற்றிநிற்க
உவந்து பெயர்ந்தார் சாரதையும்

வெளிச்சம் பகலி லிராதங்கு
வதனம் மறைத்து நிற்குமவர்
குளிக்கக் காலைக் கடன்முடிக்கக்
கண்டு நின்றார் பெருந்தொல்லை
புள்ளி னங்க ளெழுஞ்சமயம் (58)
புறப்பட் டுடனே கங்கையில்
வெளியார் வருமு னனைத்தையும்
விரைவி லாற்றி டவேண்டுதுமே

அருமை மகளும் படுகின்ற
அல்லல் பலவுங் கண்டுநின்று
வருந்தி மனமு டைந்துநின்று
வாடி யிருந்தா ரவர்தந்தை
தரணி தன்னி லில்லறமும் (59)
செய்யும் மக்கள் போல்மகளும்
பொருந்தி வாழ வாய்ப்பேதும்
பெரிது மில்லை யெனக்கண்டார்

மனமும் மிகவும் வருந்திநின்று
மகளைக் கண்டு நின்றுதந்தை
இனியு மிங்கு தங்கிவாழ்தல்
இல்லை பயனு மாகையால்
நன்று நாமு மிடம்விட்டு (60)
நமதூர் செல்லல் நலமென்று
பனித்த கண்க ளுடன்கூற
புகல்வார் மகளுந் தந்தைக்கு

மனையே யிதுவா மெனக்கென்றும்
மறவே னிதையே தந்தையே
மனையின் நிலையை நன்கறிவேன்
மணாளன் வாழு மிடமொன்றே
மனையே யாகும் மனைக்கென்றும் (61)
மற்றி துவுண்மை நீரறிவீர்
தனியே தாங்கள் நும்மனைக்குத்
திரும்பிச் செல்வீ ரென்றுரைத்தார்

இனியு மிங்கி ருப்பதிலும்
இல்லைப் பயனு மென்றெண்ணி
தனியே சென்றார் சாரதையின்
தந்தை தமது நல்லூரே
பின்ன ரவரே தன்மனைக்குப் (62)
புகன்றார் தாமுங் கண்டதையும்
தனது மகளின் தவவாழ்க்கைத்
தெரிந்த சியாமா அழுதுநிற்பார்

பதிக்குச் சேவை செய்திருந்து
பெரிதும் மகிழ்வார் சாரதையும்
பதியின் தாயு மங்கிருக்க
புரிவார் சேவை அவருக்கும்
பதியைக் காண வந்துநிற்கும் (63)
பத்தர் குழாமு மவர்சேவை
நிதமு வேண்டி நின்றிருக்க
நல்கி நிற்பா ரவர்களுக்கும்

மனைவி யாக மருகியாக
மேலும் குருவின் பத்தினியாய்
கனிந்து நின்று சாரதையும்
கருத்தொ ருமித்துப் பணிவிடைகள்
தினமும் செய்து மனமகிழ்வார் (64)
சேவை செய்து தேய்ந்துநிற்பார்
பின்னு மவரே யெவரிடமும்
பிரதி பலனுங் கேட்டாரில்

பதியுந் தனது நிதவழக்கம்
பற்றித் தொடர்ந்து செய்திருப்பார்
மதிமு கத்தார் சாரதைக்கு
மகிழ்ந்து மீண்டும் பயிற்சிகளைப்
பதமாய் தொடர்ந்த ளித்திடுவார் (65)
பின்னுந் தேடி வருவோர்க்கு
பத்தி புரியும் முறைகூறி
பலவு மெடுத்து ரைத்திருப்பார்

சொல்லுஞ் சொல்லில் கவனங்கொள்
செய்யுஞ் செயலில் கருத்தூன்று
நல்ல தருண மென்பதையும்
நினைவி லிருத்திச் செய்யென்பார்
சொல்லுஞ் செயலுந் தருணமுமே (66)
தெரிந்து புரிவா யென்றறைவார்
நல்கி நிற்பா ரறிவுரைகள்
நாளு மவரே நாயகிக்கு

மணம்பு ரிந்த நாளன்று
மகிழ்ந்து நின்ற வர்தாயும்
மணப்பெண் தன்னை அலங்கரிக்க
மற்று இலாகா மனையிருந்து
கணிச மான அணிகலன்கள் (67)
கடனாய் பெற்றுத் தந்துநின்று
மணமும் முடிய உடனவற்றை
மறைவாய் களைந்து கொண்டாரே

உறங்கும் பெண்ணி னுடலிருந்து
ஒழுங்கு முறையி லணிகலனை
மறைவாய் களைந்து கதாதரரும்
மற்றுத் தாய்க்குத் தந்திருக்க
மறுநாள் நகைகள் காணாது (68)
மருகி யழவு மென்பிள்ளை
நிறைய நகைகள் பின்னொருநாள்
நல்கு மென்றா ரவர்தாயும்

பதினைந் தாண்டு முன்பிதுவும்
பெண்ணுஞ் சிறிய வராயிருக்க
பதியாய் தானு மணிகலன்கள்
பலவுங் களைந்து பத்தினியை
அதிகம் நோகச் செய்ததையும் (69)
அனுகன் நினைவு கூர்ந்துநின்று
துதிக்கத் தகுந்த தாய்சொல்லைச்
செயலாற் றிடவே முடிவெடுத்தார்

தன்னை இராதா ராணியாக
தியானித் திருந்து கண்ணனையும்
தனது மணாள னாயெண்ணி
சாத னைகள் செய்சமயம்
பின்ன லிட்டுச் சேலையும் (70)
பூவுந் தரித்து நிற்கையில்
அன்பிற் குரிய மதுரநாதர்
ஆப ரணங்கள் பலவளித்தார்

நத்து மாரம் கங்கணமும்
நீண்ட பெரிய அட்டிகையும்
முத்து மாலை பலவளைகள்
மேலும் சிலம்பும் மெட்டிகளும்
அதன்பின் பட்டுச் சேலைகள் (71)
அனேகம் வாங்கி மனமகிழ்ந்து
மதுர நாதர் கதாதரர்க்கு
முன்ப ளித்தி ருந்தாரே

பத்தி ரமாக இவற்றையும்
பெட்டி யொன்றில் இருதயரும்
பொத்தி வைத்துக் காத்திருக்க
பெட்டி தன்னை வரவழைத்து
பதியும் பத்தி னிக்களித்து (72)
பெற்ற தாயின் சொல்லிற்கு
மதிப்ப ளித்து நிறைவேற்றி
மகிழ்ந்தி ருந்தார் கதாதரரும்

பின்னும் இருத யராமையும்
பக்க மழைத்து ரைத்துநின்றார்
என்னைக் காண வந்துநிற்கும்
ஏரா ளமான மக்களுமே
தனமும் நிறையத் தந்திடுவர் (73)
தடுத்து யானும் மறுத்திடினும்
அனைத்தும் நீயே பெட்டிதனில்
அள்ளிச் சேர்த்து வைத்துள்ளாய்

பெட்டி தன்னி லிருப்பதையும்
புறமே கொண்டு வந்துநின்று
கடுகக் கணக்கிட் டதைநீயும்
கரைவா யென்று கட்டளையும்
இட்டு நிற்க இருதயரும் (74)
இணங்கிச் சென்ற தையெண்ணி
பெட்டி யுள்ளே முந்நூறு
பணமு முள்ள தென்றுரைத்தார்

பணத்தில் தங்கக் காப்பொன்று
பண்ணி வந்து சாரதையும்
அணிந்தி ருக்கக் கொடுத்திடுவாய்
அழகாய் வைரக் கல்லொன்றும்
கண்ணைக் கவரும் வகைதன்னில் (75)
காப்பில் பதித்தி ருக்கவேண்டும்
வணங்கத் தக்க மாமியுமே
விரும்பும் படிக்கி ருக்கவேண்டும்

தன்னைத் தூக்கிச் சென்றபோது
தரையில் சகல நகைகளையும்
அன்னை சீதை எறிந்தபின்னும்
அணிந்தி ருந்தார் கங்கணமே
பின்னும் வைரக் கல்லொன்று (76)
பதித்தி ருந்த துகங்கணத்தில்
எனக்குக் காட்சி தந்தபோது
இவற்றை யானுங் கண்டிருந்தேன்

அன்னை சீதை தரிசனமும்
அளித்த போத வர்கரத்தில்
பொன்னா லான கங்கணத்தில்
பொலிந்த வைரக் கல்லையும்
நன்கு கண்டு நின்றதுமே (77)
நினைவில் வந்து நிற்கிறது
மின்னும் வைரக் கல்லையும்
மற்றுப் பதித்துக் கொணர்ந்திடென்றார்

மணநா என்று கரத்திருந்த
மங்க லமாகுங் கங்கணத்தைக்
கண்டு சிரித்து நின்றிடவும்
கடுகச் சரடெ ரிந்துவிழ
மணமே டையி லமர்ந்திருந்த (78)
மணம கனாகும் கதாதரரும்
கணவ னாகி மனைவிக்குக்
கங்க ணமும ளித்துநின்றார்

கங்க ணத்தை அன்றெரித்து
களித்து நகைத்த கதாதரரும்
தங்கத் தாலா னகங்கணத்தைத்
தனது மனைவிக் களித்துநின்று
பொங்கிச் சிரித்து மகிழ்ந்திருந்த (79)
பரம பவித்தி ரகோலத்தைச்
சங்கத் தமிழில் பாடுவதில்
தெவிட்டா இன்பம் கிடைக்கிறதாம்

இருத யராமும் கங்கணத்தை
இனிதே அளித்து நின்றிருக்க
விரைந்து வாங்கி கதாதரரும்
வினவி நின்றா ரதன்விலையை
இருநூ றென்று கேட்டுநின்று (80)
இருக்கும் மீதிப் பணத்தையும்
கருத்தாய் மாமி யிடங்கொடுக்கக்
கூறி நின்றார் கதாதரரே

இனிமேல் கணக்கு வழக்கெல்லாம்
இனிதே மாமி ஏற்கட்டும்
மனையை நடத்தும் இயமானி
மாமி யாகு மென்றறிவாய்
தனமுந் தேவை யாயிருக்கத் (81)
தயங்கா துநீயுங் கேட்டுநிற்க
அனைத்துப் பொறுப்பு மவளேற்று
அளிப்பா ளவளே வேண்டுவதை

என்று மாமன் கூறிநிற்க
எதிர்பா ராத திர்ந்துநின்று
பின்னு முரைக்க மொழியின்றி
பெரிதும் வாடி இருதயரும்
தனக்குங் காலம் வருமென்று (82)
தனது வெறுப்பை மறைத்துநின்று
மனமும் நொந்து களிப்பின்றி
மற்றுத் தருணம் நோக்கிநின்றார்

பணத்தை யெடுத்து மாமியிடம்
பெரிதும் மகிழா இருதயரும்
சுணக்கங் கொண்டு கொடுத்திருக்க
சார தையும் பெற்றுநின்றார்
உண்ப தற்கு நலிந்துநிற்கும் (83)
உறவி னர்க்கும் பெற்றோர்க்கும்
எண்ணிச் சிறிதுங் கொடுத்தாரில்
என்றுஞ் செய்யார் வீண்செலவே

வணங்கிச் செல்லு மடியாரின்
வயிறு நிறைய உணவளிக்கப்
பணத்தைக் கொண்டு பண்டங்கள்
பலவும் வாங்கி வைத்திருந்தார்
உண்டு மகிழ்ந்த பத்தருமே (84)
உலக ளாவப் புகழ்ந்துநின்று
தணிந்து செல்வர் பசிநீங்கி
தாயென் றவரைப் பணிந்துநின்று

செஞ்சாந் திட்டு சிவப்புநிறச்
சேலை தரித்து காசுமாலை
நெஞ்சில் தவழ நாசிதனில்
நத்து மணிந்து சிலம்புடனும்
விஞ்சி நிற்கும் பேரழகு (85)
வளையு மணிந்து சடைபின்னி
எஞ்சி யநகை யுமில்லாமல்
எல்லா மணிந்தார் சாரதையும்

பின்னர் மாடி யேறிநின்றுப்
பணிந்து நின்றார் மாமியையும்
தன்னைப் பணிந்து நின்றிருக்கும்
சார தையை யிழுத்தணைத்துக்
கனிந்து நின்றுக் கண்ணீரும் (86)
கடுகப் பெருக்கி கதாதரரின்
அன்னை மிகவும் மகிழ்ந்துநின்று
அளித்தா ரனேக ஆசிகளும்

பதியைப் பிரியா நல்வாழ்வைப்
பெறுகெ னவாழ்த்தி நின்றாரே
பதினா றுமான வளங்களையும்
பெறவேண் டுமென்று வாழ்த்திநின்றார்
சததஞ் சுகித்தி ருந்திருக்கத் (87)
தனதா சிகளையு மளித்துநின்றார்
நிதமும் விடாது பதிசேவை
நன்காற் றிநிற்கக் கூறிநின்றார்

தனக்கு நகைகள் வேண்டுமென்று
தெரிவித் தாரில் சாரதையும்
தனக்குப் பட்டுச் சேலைகள்
தந்தி டுமாறு கூறினாரில்
பின்னுங் கூறி யிருந்திடினும் (88)
பிழையோ தவறோ ஏதுமிலை
பொன்னை விரும்பி னாரென்று
பொருமி நின்றார் இருதயரே

பதியே விரும்பிப் பத்தினிக்கு
பலவு மளித்தார் மிகமகிழ்ந்து
மதுர நாதர் கதாதரர்க்கு
மகிழ்ந்த ளித்தார் நகைபலவும்
பித்தம் பிடித்த இருதயரின் (89)
பணத்தில் வாங்கி யதில்லையாம்
சித்தங் கலங்கி இருதயரும்
தெரிவித் திருந்தார் தன்வெறுப்பை

இருத யராமும் தன்வெறுப்பை
எடுத்து ரைத்துக் காட்டிடவும்
பரிவோ டுரைப்பார் கதாதரரும்
பெண்க ளதிக நகையணிய
விரும்பி நிற்றல் கூடாது (90)
வறட்டுப் பெருமை தவறாகும்
பெரிதுந் தவிர்த்து நிற்காது
பெண்கள் நகைக ளணியவேண்டும்

அறவே தவிர்த்த லறிவீனம்
அணியா திருத்தல் மதியீனம்
சிறித ணிந்தி ருத்தலுமே
சாலச் சிறந்த தாகிடுமே
அறிவின் தேவி கலைவாணி (91)
அணிவ துபோலு மணிந்திருத்தல்
சிறப்பும் பெருமை தருவதினால்
சார தையு மணிந்துள்ளாள்

வெள்ளைச் சீரை அணிந்துநின்று
வீணை கரத்தி லேந்திநின்று
களித்து மிகவு மெளிமையாய்
காட்சி தருவாள் கலைவாணி
வெளியு முள்ளு மெளிமையாய் (92)
விளங்கி நிற்கும் சாரதையும்
அளவாய் நகைக ளணிந்துநின்றாள்
அறிந்து மகிழ்வா யென்றுரைத்தார்

சிறிய அறைக்குக் குடிபெயர
சார தையும் கதாதரரின்
அறைக்குச் சென்று ரையாடல்
அரிதா யாகிப் போனதுவே
இறைவ னோடு ரையாட (93)
ஏரா ளமான மக்களுமே
அறைக்குள் வரவும் சாரதையும்
அங்கே செல்லா திருந்தாரே

மதிய நேரஞ் சிறிதுணவை
மற்றுக் கொண்டு கொடுத்துவிட்டுப்
பதியு முண்ணுஞ் சமயத்தில்
பக்க மமர முடியாது
விதியை நொந்த றையிருந்து (94)
வெளியே றிநின்றுத் தனதறைக்கு
மதிமு கத்தார் சாரதையும்
மனம்வெ றுத்துத் திரும்பிடுவார்

பலவி தமான உபதேசம்
பத்தி னிக்குத் தரவிரும்பிப்
பலரு மிருக்கும் பகல்நேரம்
பெரிதும் பயனுந் தராதென்று
வல்ல பிபத்தர் கதாதரரும் (95)
வல்ல பையை இரவுநேரம்
கல்வி கற்க வரச்சொல்ல
களித்து வந்தார் சாரதையும்

கிழவி யொருத்தி துணைக்கொண்டு
கணவ னறையில் சாரதையும்
வழக்க மாக உறங்குவதை
வைத்தி ருந்தார் பலநாட்கள்
பழக்க மிதனை கதாதரரும் (96)
பிறகு நிறுத்தி விட்டுநின்று
கிழத்தி தன்னைத் தனதறையில்
களித்து றங்கக் கூறிநின்றார்

தினமு முண்ட தன்பின்னர்
சார தையு மிரவுநேரம்
அன்புப் பதியி னறைவந்து
அமர்ந்தி ருந்து கதாதரரும்
கனிந்து ரைக்கும் மொழிகேட்டு (97)
களித்துக் கேள்வி பலகேட்டு
தனதை யங்கள் நீங்கிநின்று
திளைத்தி ருப்பார் மிகமகிழ்ந்து

பேதை யென்றும் பித்தனென்றும்
பழித்த வராயி ரமுண்டாமே
ஆதி பகவ னவதாரம்
ஆகா ரென்றோர் பலருண்டாம்
பாத கமாகப் பிரமசரியம் (98)
பிறழ்ந்தா ரென்றா ரிலையங்கு
சோதித் திருந்து தோற்றவரும்
சொல்லிப் புகழ்வ ரவர்குணத்தை

இரவில் தனியே ஓரறையில்
இனிதே உறங்கி நின்றனரே
குருவாய் மற்றுஞ் சீடனாக
களித்துக் கழித்தா ரிராப்பொழுதைப்
பரிவு காட்டுந் தாயாக (99)
பிள்ளை யாக இருந்தனரே
முரண்பா டில்லா சதிபதியாய்
மற்று வாழ்ந்து காட்டினரே

ஒருநா ளிரவு கதாதரரும்
உரைத்து நின்றார் சாரதைக்கு
வரனு மாவேன் யானுனக்கு
வாழும் மற்ற சதிபதிபோல்
இருக்க வேண்டு மெனுமாசை (100)
இருந்தால் நீயுங் கூறிநிற்க
விருப்ப மதனை நிறைவேற்றி
வைத்த லெனது கடமையாம்

உலக வழக்கந் தனையொட்டி
உனக்கு வாழ விருப்பமுண்டேல்
சொல்லி நிற்பா யதையெனக்குச்
சுகமுந் தரவே கடனுண்டு
சலிக்கும் சிற்றின் பத்தையும் (101)
சொர்க்க போகச் சுகமென்று
பலரும் நினைத்த டிமையாகப்
படுகு ழிதன்னில் வீழ்கின்றார்

என்று ரைத்து கதாதரரும்
இருந்தி ருக்க சாரதையும்
அனலிற் பட்டப் புழுப்போல
அலறித் துடித்து ரைத்திடுவார்
நன்றெ னயெண்ணி ஒருமார்க்கம் (102)
நீவி ரெடுத்து நின்றிருக்க
என்னா லான உதவிகளும்
இனிதே புரிவேன் நுமக்கென்றும்

மார்க்க மொன்றைத் தெரிவுசெய்து
மற்றுப் பயணம் புறப்பட்டீர்
வீரி யத்தோ டுடன்செல்ல
வந்து நின்றேன் துணையாக
தேர்ந்தெ டுத்த மார்க்கத்தைத் (103)
திருப்பி வேற்று வழிசெல்ல
மூர்க்கை யாக ஒருபோதும்
முயற்சி செய்யே னென்றுரைத்தார்

மற்றப் பெண்கள் போலென்னை
மதித்து நிற்றல் தவறாகும்
மற்றெ னக்கு டல்பொருள்மேல்
முற்று மில்லை இச்சைகள்
சற்றே னுமிச்சை நுமக்கிருக்கின் (104)
சரீர மிதுவே நுமக்கென்றும்
சிறிதும் வேண்டாம் சங்கோசம்
சொல்வீ ரென்றார் சாரதையும்

பெருமை யுடனே பத்தினியைப்
பார்த்து மகிழ்ந்தார் கதாதரரும்
பரிவோ டுடனே கதாதரரைப்
பார்த்து மகிழ்ந்தார் சாரதையும்
இருவ ரவருக் கொருசிறிதும் (105)
இல்லை சரீர இச்சைகள்
புரித லிருந்த சதிபதியும்
புனித ராவர் பாரதத்தில்

பின்ன ரொருநாள் சாரதையும்
பதியின் பாதம் நீவிவிட்டு
நின்றி ருந்தார் வழக்கம்போல்
நீண்ட நேரம் கதாதரரும்
வனிதை தன்னை உற்றுநோக்க (106)
வதுகை அவரைக் காரணமும்
தனக்கு ரைக்கக் கேட்டுநிற்கத்
தயங்கா துரைப்பார் கதாதரரும்

உற்று நோக்கி நின்றிருக்கும்
உடனி கழ்வான் தமைப்பார்த்து
கற்பாள் வினாவு மெழுப்பிநின்றார்
கனிந்து நோக்குங் காரணத்தை
மற்று விளக்கி நின்றிடவும் (107)
மகிழ்வே னென்று ரைத்திருக்க
உற்றான் நெகிழ்ந்து காரணத்தை
உரைத்து நின்றார் பத்தினிக்கு

கோவில் தன்னி லென்தாயும்
குடிகொண் டுள்ளா ளவளும்பின்
கோவில் விட்டுப் புதுவுருவில்
குழந்தை யெனக்கு யிர்கொடுத்து
மேவி நின்று மாடிதனில் (108)
மகிழ்ந்து வாழ்ந்து புதுவுடலில்
நீவி விட்டுச் சேவையும்
நன்றே யாற்றி வருகின்றாள்

கிரிசை யாக அம்பிகையாய்
காண்கின் றேன்யா னுன்னையும்
தரணிக் கெல்லாந் தாயாகும்
துருவை யென்றே காண்கின்றேன்
உருவும் உயிரும் கொடுத்தவளாய் (109)
உன்னை யானுங் காண்கின்றேன்
பிரித்து நின்று வேறொன்றாய்
பார்த்து நின்றே னில்லையாம்

சொல்லி நிற்குஞ் சமயத்தே
சமாதி நிலையு மடைந்துநின்றார்
சொல்கேட் டிருக்குந் தலைமகளும்
சுயநி னைவி ழந்துநின்றார்
உலகி லிதுபோல் வாழ்ந்தவரை (110)
ஒருவ ரெவருங் கண்டிலரே
நல்லோர் வாழும் நன்னாட்டில்
நிகழு மிதுவே வேறிடமில்

பிறிதோ ரிரவில் மிகக்களைத்து
பாயில் படுத்து றங்கிநிற்கும்
கற்பாள் தன்னை கதாதரரும்
கண்டு தனக்கு ளுரைத்துநிற்பார்
வெறுமே குருதி சதையென்பால் (111)
வெகுநேர்த் தியாக உருவத்தை
இறைவன் செய்து யிர்கொடுத்து
இயங்கச் செய்தான் பெண்ணாக

பிண்ட மிதுவே மாமிசத்தால்
படைக்கப் பட்ட தாகிடுமே
பெண்ணின் சுகமே பெரிதென்று
பித்த ராகி நிற்கின்றார்
பெண்சு கத்தை யேற்றுநிற்க (112)
பொறிவாய்ப் பட்ட எலியாவர்
திண்ண மவரும் பரம்பொருளைச்
சேர்த லென்று மியலாது

மனமே நாட்டம் வைத்திருந்து
மறைத்துப் பொய்யாய் நடித்திடாதே
புன்மை யெண்ணம் மறைத்துவைத்துப்
புனித னாக நடித்திடாதே
சின்ன தாக ஆசையும் (113)
சித்தந் தன்னி லில்லையோ
இன்பம் வேண்டா மெனுமெண்ணம்
இம்மி யளவு மில்லையோ

உடலின் சுகமும் வேண்டுமெனின்
உன்மு னிருக்கக் கண்டிடுவாய்
கிடக்கு மிந்த பெண்ணுடலைக்
களித்துத் தொட்டுச் சுகங்காண்பாய்
மடவாள் சுகமு மறியாத (114)
மற்று யதியாய் நினைத்திருக்கும்
மடமைக் குணத்து மனமேநீ
மற்றேன் காத்து நிற்கின்றாய்

என்று தனக்கு ளுரைத்துப்பின்
எட்டிக் கரத்தை நீட்டிநின்று
தன்னைச் சோதித் திடயெண்ணி
சார தையைத் தொடுவதற்கு
முனைந்தக் கணமே தம்நினைவு (115)
முற்று மிழந்து சமாதிநிலை
தன்னி லாழ்ந்து பகலிரவு
தெரியா திருந்தார் கதாதரரே

தொடப்ப டுகின்ற பொருளென்றும்
தொட்டு நிற்கும் மனிதனென்றும்
தொடுத லென்ற செயலென்றும்
தனித்தி யங்கக் கூடுமோ
முடிந்த முடிவாய் சராசரத்தில் (116)
மற்றே துமுண்டோ யெனைத்தவிர
உடையாள் பேத மேதென்று
உணர்வு நீங்கி ஒன்றிநின்றார்

பின்தூங் கிநின்று முன்னெழுந்துப்
பணியும் புரியும் சாரதையும்
தன்னை மறந்து சமாதிதனில்
செயலி ழந்து நிற்பதையும்
பனித்த கண்க ளுடன்கண்டுப் (117)
பதறிக் கதறி இருதயரை
சென்றெ ழுப்பி அழைத்துவந்து
சொல்லி நின்றா ரறிந்ததையும்

இருத யராமு மம்பிகையின்
இனிய நாமம் பலமுறையே
அருமை மாமன் செவிதன்னில்
அழகா யுரக்க யுரைத்திருக்கப்
பரமா னந்த நிலையிருந்துப் (118)
புறம்போந் துநின்று சுயநினைவு
திரும்பப் பெறவும் சாரதையும்
திகைப்பு நீங்கி மகிழ்ந்துநின்றார்

பயந்து நடுங்கிப் பதறிநின்று
பின்னுஞ் செய்வ தறியாது
மயங்கி மதியுங் கலங்கிநின்ற
மனைவி நிலையுங் கேட்டறிந்து
உயிர்க்கி ழவனும் மிகநெகிழ்ந்து (119)
உரைத்தார் சமாதி நிலைபலவும்
மயிர்க்கூச் செறிந்து சாரதையும்
மகிழ்ந்த றிந்தார் செய்வனவும்

சமாதி நிலையு மெதுவென்று
சொல்லி நிற்கு மடையாளம்
அமைதி யாக விளக்கிநின்று
அதற்குத் தகுந்த மந்திரத்தால்
சமாதி நிலையி ருந்தெழுப்ப (120)
சாங்கோ பாங்க மாயுரைத்து
குமைந்தி ருந்த சாரதைக்கு
கொடுத்து நின்றா ருற்சாகம்

அதீத நிலையை எய்துதற்கு
அறைந்து நிற்பர் மந்திரங்கள்
அதீத நிலையி லிருப்பவரை
அதிலி ருந்து கலைத்திடவும்
பதியின் செவியில் பத்தினியும் (121)
புகன்றி ருப்பார் மந்திரங்கள்
புதிய வினோத சதிபதியும்
புவியுங் கண்டு நின்றதுவே

இந்நாள் பதியும் பத்தினிக்கு
இயம்பி நின்றார் தாமறிந்த
மந்தி ரங்க ளெல்லாமும்
மறந்தா ரில்லை யெதனையும்
தந்தை மகனுக் குரைப்பதேபோல் (122)
தெளிவித் திருந்து தெரிவித்தார்
சொந்த பந்த மென்னபயன்
சொந்தம் மந்தி ரமொன்றேயாம்

மந்தி ரத்தை வாய்வழியாய்
மற்று ரைத்து நிறுத்தினாரில்
மந்தி ரத்தை கதாதரரும்
மகிழ்ந்து நாவி லெழுதிநின்றார்
இந்நாள் வரைக்குந் தாமறிந்த (123)
எல்லா மந்தி ரங்களையும்
செந்நா மேலுஞ் சிவந்துநிற்க
சிறப்பா யெழுதி நின்றிருந்தார்

பலவி தமான மந்திரங்கள்
பாரோ ரறிவர் மிகநன்றாய்
நல்ல சத்தி தனையழைக்க
நிரம்ப வுண்டு மந்திரங்கள்
பொல்லா ததையும் வரவழைக்கப் (124)
பலவாம் மந்தி ரங்களுண்டு
நல்ல ஞான நிலையெய்த
நிறைய வுண்டு மந்திரங்கள்

மனதை மகிழச் செய்விக்கும்
மந்தி ரங்கள் கற்பித்தார்
நன்மை புரியும் மந்திரங்கள்
நிறைய நாவி லெழுதிநின்றார்
நன்மை தின்மை அறிவிக்கும் (125)
நெறியும் நிறையத் தெரிவித்தார்
நன்மை புன்மை பேதங்கள்
நன்கு காணக் கற்பித்தார்

எதிர்கா லத்தை நன்கறிந்த
எந்தை சார தைமூலம்
அதிக மக்கள் பயன்பெறவே
அனேக மந்தி ரங்களையும்
அதீத கதியில் சாரதைக்கு (126)
அமைதி யாகப் போதித்து
பதிதன் பலரைத் திருத்திடவும்
பெருமு யற்சி கைக்கொண்டார்

கற்று நின்ற மந்திரங்கள்
கருத்தாய் செபிப்பார் சாரதையும்
கறுக்கல் மூன்று மணியளவில்
களித்தெ ழுந்து செபித்திடுவார்
பிறகு மணியு மைந்தாகப் (127)
பல்து லக்கிக் கடன்பலவும்
முறையாய் முடித்த னைவருக்கும்
மற்ற டிசிலுஞ் செய்திடுவார்

அடிசில் செய்து பரிமாறி
அன்ன முண்டு பாத்திரங்கள்
மடவாள் துலக்கித் துடைத்துநிற்பார்
மற்ற டிசிலும் செய்நேரம்
விடாது மந்தி ரங்களையும் (128)
வாய்க்கு ளுரைத்து நின்றிருப்பார்
பட்டப் பகலி லுறங்குவது
புரியா ரவரே ஒருபோதும்

விளக்கேற் றிவைத்தி றைவனையும்
வழிபா டுசெய்து வணங்கிவிட்டு
களித்து மந்தி ரங்களையும்
கூறி நின்றுத் தியானித்து
மெள்ளத் தமது கருமங்கள் (129)
மகிழ்ந்து புரியச் சென்றிடுவார்
உள்ளங் குவிந்து சதாகாலம்
உரைத்தி ருப்பார் மந்திரங்கள்

ஒருநா ளிரவு சாரதையும்
உலவச் சென்றார் நதிக்கரையில்
கருமே கமில்லா திருந்திருக்க
காணப் பட்ட துமதிவானில்
உரசிச் சென்ற நற்காற்றில் (130)
உள்ளங் களித்து நடந்துநின்றார்
அருகே பின்னர் கதாதரரும்
அங்கு வந்து சேர்ந்துநின்றார்

மதியைக் காட்டி சாரதைக்கு
மொழிய லானார் கதாதரரும்
மதியைக் காட்டிப் பிள்ளைகள்
மாமா வென்ற ழைத்துநிற்கும்
வித்தி யாசங் காட்டிநின்று (131)
வெகுண்டு சண்டை யிட்டிருந்தும்
இதுவே மாமா யெனமதியை
இணங்கிக் காட்டிக் களித்திருப்பர்

உரைக்கும் மொழிகள் பலவாகும்
உறவு முறைக ளிருக்காது
பெரிய தனவான் பிள்ளையும்
பரம ஏழைப் பிள்ளையும்
இரவில் தோன்றும் மதியையும் (132)
இனிதே மாமா யெனக்காட்டும்
கருத்தாய் மாமா யெனமதியைக்
காட்டிச் சண்டை மறந்திருப்பர்

வகுப்புப் பலவா யிருந்திருக்கும்
வயதும் வேறு பட்டிருக்கும்
மிகுந்த பேதம் தோல்நிறமும்
மற்றுக் கொண்ட வரிருப்பர்
சகத்தி லுள்ள பேதமெல்லாம் (133)
சிசுக்க ளிடையில் கண்டிருந்தும்
மகிழ்ந்து நின்ற வர்மதியை
மாமா யென்று காட்டிநிற்பர்

இருப்ப தொன்றோ ஒருமதியாம்
இருந்து மெல்லா குழந்தைக்கும்
பெருமைக் குரிய மாமாவாம்
பாலர் விரும்பும் வெண்மதியே
கருத்தி துபோலும் மக்களுக்கு (134)
கடவு ளொருவன் ஒரேயுறவாம்
பரம னொருவன் நிலாபோலும்
பார்வாழ் மக்க ளுக்குறவாம்

இறைவ னொருவன் சகலருக்கும்
இனிய உறவாய் கொண்டிருக்க
பொறையி லெவரு மன்னியரில்
பலரு முறவா யாகிடுவர்
அறிந்து நின்று சகலரையும் (135)
அன்பாய் நடத்தி வாழவேண்டும்
பிறகு நீயே வெண்மதிபோல்
பலரின் தாயா யாகிடுவாய்

நிலத்தி லுள்ள அனைவருமே
நமக்கு றவின ரென்றாகின்
உலகி லெவ்வா றவ்வுறவை
உரைப்ப தென்று கேட்பாயேல்
நிலவை மாமா யென்பதேபோல் (136)
நீயுந் தாயா யாகிடுவாய்
எல்லா மக்க ளுமுன்னுடைய
இளஞ்சி சுவென்று கண்டறிவாய்

இறைவன் மற்றும் மக்களுக்கும்
இடையி லுள்ள தொடர்பையும்
உறுதி யாக வரையிறுத்தல்
உண்மை யிலேயே மிகக்கடினம்
பிறகும் பூர ணமாயிருக்கும் (137)
புனிதத் தாய்சே யுறவென்று
அறிந்து நிற்க அவ்வுறவு
அளப்ப ரியப்ப யன்தருமே

மனித ராகப் பிறந்தவரை
மகளாய் மற்றும் மகனாக
நன்றே கருதி நடத்திநிற்க
நன்மை யடைதல் மிகத்திண்ணம்
கனிந்து நின்று கதாதரரும் (138)
கூறி நிற்கக் கேட்டுநின்ற
வனிதை நெகிழ்ந்து வாய்விட்டு
விம்மி யழுது நின்றிருந்தார்

நெகிழ்ந்து வாய்விட் டழுதுநிற்கும்
நிர்ம லமான சாரதைக்குப்
புகன்றி ருப்பார் கதாதரரும்
பத்தி னியாகு முன்னையும்
மக்கள் முன்னந் தாயென்று (139)
மற்ற ழைத்து நிற்பதேபோல்
அகம கிழ்ந்து குழந்தைகள்
அழைக்க விரும்பி நின்றனையே

அன்னை யென்று சகலருமே
அழைத்து நிற்க விரும்பிநின்றாய்
பின்னு மன்னை யென்றெவரும்
புகலா திருக்க நோகவேண்டாம்
அன்னை யாக யிருந்துநின்று (140)
அனைவ ரையும் நேசிப்பாய்
சின்னப் பெண்ணா யிருப்பதாலும்
சொல்லா ரெவருந் தாயென்றே

குழந்தா யென்று சகலரையும்
கூவி யழைத்துத் தாய்மையைப்
பொழிலில் காட்டத் தேவையில்
பெரிதும் நாணங் கொண்டவளே
விழியுங் கயல்போல் கொண்டவளாம் (141)
விசுவ மாதா மறைந்திருந்து
பொழிந்து நிற்கு மன்பேபோல்
பொழிவா யன்பை அனைவரிடம்

அன்பிற் கடக்கங் கிடையாது
அறைந்து நிற்கு மிவ்வுலகம்
அன்பை மற்று மடக்கத்தை
அணிக லனாக அணிந்திடுவாய்
பின்ன ரொருநாள் சாரதையும் (142)
பாரில் சார தாமணியாய்
அனேக புகழும் பெற்றிருக்க
அன்னை யாக மிளிர்ந்தொளிர்வாய்

இற்றை அடக்க மாய்வாழ்ந்து
இருந்த மைதி காத்துநிற்பாய்
பிற்பா டொருநா ளுன்னையும்
பாரோர் சார தாமணியாய்
அறிந்துத் தேடி வந்தடைந்து (143)
அனேக முறையுந் தாயென்று
பறைய றிவிக்கும் வரைநீயும்
பொறுமை காத்தி டவேண்டுமென்றார்

அம்மா யென்று பலருன்னை
அன்போ டழைத்து வந்துநிற்பர்
நம்பித் தீர்வுங் கிடைக்குமென்று
நவின்று நிற்பர் தொல்லைகள்
இம்மை மற்றும் மறுமைக்கும் (144)
எளிய தீர்வு மளித்துநிற்பாய்
அம்மை நாவி லமர்ந்திருந்து
அனேக ருக்கு வரமருள்வாள்

பலரு மம்மா யென்றுன்னைப்
புகன்று மகிழ்ந்துப் பயனடைவர்
பலமொ ழிபேசி பலவகுப்பார்
பலநி றத்தார் வந்திடுவர்
பலருள் வெள்ளைக் காரருமே (145)
பன்னாட் டிருந்தும் வந்தடைவர்
எல்லோ ருமம்மா யென்றுன்னை
இயம்பி மகிழ்ந்துப் போற்றுவரே

பலரு மம்மா யென்றுன்னைப்
புகலும் முன்னர் மிகமகிழ்ந்து
மலைம களாகுந் தாயென்று
மற்றம் மாவென் றுன்னையும்
மலர்ந்த ழைத்தென் மகிழ்ச்சியையும் (146)
மறவா துகாட்டி நிற்கின்றேன்
எல்லை யற்ற கருணையால்
என்னைச் சேயாய்க் கொள்ளென்றார்

பெற்ற தாயோ டமர்ந்திருந்து
புசித்து நிற்பார் கதாதரரும்
உற்றா னுக்கு மவர்தாய்க்கும்
உவந்து சமைத்துப் பரிமாறி
பிறகு தானு முட்கொள்வார் (147)
பத்தி னியாகும் சாரதையும்
குறிப்பு ணர்ந்து வியஞ்சனங்கள்
களித்த ளிப்பா ரனைவருக்கும்

பதியி ழந்து கதாதரரின்
பெற்ற தாயுந் துடித்துநின்றார்
விதவை யவரின் மூத்தபிள்ளை
விருந்தா கிநின்றார் காலனுக்கு
சதிக்குப் பூசை செய்தபேரன் (148)
சந்தி ரமணிக் குகந்தவனாம்
விதிவ சத்தா லவனிறக்க
வெறுத்து நின்றார் கதாதரர்தாய்

வாழ்க்கை வெறுத்த மாமியையும்
வெகுவாய் மதித்தார் சாரதையும்
வாழ்வி லெந்தப் பிடிப்புமின்றி
வாழ்க்கை வெறுத்து வாழ்ந்திருந்தார்
ஆழ்ந்த துயரந் தனிலிருக்கும் (149)
அவரை மிகவும் தேற்றிநின்று
தாழ்மை யோடு மனங்களிக்கத்
தென்ப ளிப்பார் சாரதையும்

அருமை மாமி மாடிதனில்
அறையில் வசித்து வந்திருந்தார்
மருகி யாகும் சாரதையும்
மகிழ்ந்து கீழே வசித்துவந்தார்
மருகி தன்னை மாமியுமே (150)
மற்ற ழைத்து நின்றிருக்க
விரைந்தோ டிநின்று சாரதையும்
விவரங் கேட்டு நின்றிருப்பார்

கதவி னுயரம் மிகக்குறைவாய்
கட்டி யிருக்கக் கருத்தாக
அதற்குள் நுழைந்து செலவேண்டும்
அவச ரமாக எவரேனும்
அதிக விரைவு காட்டிநின்று (151)
அகன்றி ருக்க சிரந்தன்னில்
கதவின் நிலையுந் தாக்கிநிற்கக்
காய மேற்பட் டிருந்திடுமாம்

தன்னை மாமி யழைத்திருக்கத்
துள்ளிக் குதித்து விரைந்துநிற்கும்
இனிய குணத்து சாரதையை
ஏனே இந்த வேகமென்றும்
இன்னுஞ் சற்று நிதானமாக (152)
ஏகி நிற்றல் நல்லதென்றும்
கனிந்து காண்போர் கூறிநிற்க
கேட்டு நிற்கார் சாரதையும்

வயதில் மிகவும் மூத்தவராம்
வாழ்க்கை வெறுத்து நின்றவராம்
உயர்ந்த நிலையி லுள்ளவராம்
உத்த மியன்னைக் குயர்ந்தவராம்
பெயரைச் சொல்லி அழைத்துநிற்க (153)
பெரிது மின்றி யமையாத
உயர்ந்த பணியின் நிமித்தமாக
உரத்த ழைத்தி ருக்கிறாராம்

என்று ரைத்து வேகமாக
எழுந்தோ டிவிரைந் துசாரதையும்
குனிந்து மாடி யேறிநின்றுக்
கரைந்த ழைத்த விவரத்தைக்
கனிந்து கேட்டு நிறைவேற்றிக் (154)
களித்தி ருப்பார் மிகமகிழ்ந்து
தினமு மிதுபோல் பலமுறையும்
தளரா தவரும் பணிசெய்வார்

வந்தே னென்று கூறிடவும்
வெகுநே ரமாகு மெனநினைத்து
சிந்தித் திடவுஞ் செய்யாது
சேர்ந்தோ டிநிற்பார் மிகவிரைந்து
முந்தி யோடி முகக்குறிப்பை (155)
மற்று ணர்ந்து பணிவிடையும்
அநிசஞ் செய்து சதாகாலம்
அயரா துழைப்பார் சாரதையும்

மருகி யிடமே மாமிக்கு
மிகவு மதிக அன்புண்டாம்
அருமை மகனும் மருகியுடன்
அழகாய் நடத்துங் குடித்தனமும்
நிரம்ப அறிந்து நின்றிருக்க (156)
நிறைய அன்பு மழைபொழிந்து
பெருமை யுடனே மருகியையும்
பாராட் டிநிற்பார் பலகாலும்

புக்க கத்தில் நடந்துநின்ற
பழைய கதைகள் பலபுகன்றும்
பக்கந் தன்னி லமரவைத்துப்
பரிவோ டுகூந்தல் வாரிவிட்டும்
அகம கிழ்ந்து கதாதரரும் (157)
ஆற்றி நின்ற குறும்புகளும்
மகிழ்ந்து ரைப்பார் மருகிக்கு
மற்று சந்தி ரமணியுமே

ஒருநாள் மாமி முதுகுதன்னில்
உவந்து நின்று சாரதையும்
கருஞ்சி வப்புக் கடுகெண்ணெய்
கரத்தி லெடுத்துத் தேய்த்திருக்க
உரைக்க லானார் மாமியுமே (158)
ஒளியா திருந்து தன்கருத்தை
இருத யாராமு முனைப்பற்றி
இயம்பி நின்ற துகேளென்றார்

பலரும் மாமன் தனைக்கண்டுப்
பணிந்து வணங்கிப் பதார்த்தங்கள்
பலவுங் கொண்டு தந்துநிற்க
பழமும் பண்ட மனைத்தையும்
மலர்ந்து நின்று மிச்சமின்றி (159)
மக்க ளுக்க ளித்துடனே
செலவ ழித்து விடுவதாகச்
சொல்லிக் குறையுங் கூறிநின்றான்

தகுதி மற்றும் தராதரமும்
தெரிந்து செலவு செய்யாது
சகட்டு மேனிக் கனைவருக்கும்
தந்து நீயும் செலவழித்து
மகிழ்வ தாகக் குறைகூறி (160)
மற்றுச் சென்றான் சிறுபிள்ளை
இகத்தில் கொடுத்து நிற்பதிலும்
இன்ப முள்ள தறியாதான்

மனையைத் தேடி வந்துநின்று
மற்று யாசித் திருப்போர்க்கு
கனிந்து நின்று கரந்தன்னில்
கிடைத்த வற்றை வழங்கிநிற்பேன்
முனிந்தென் பதியும் சிறிதுமீதம் (161)
மற்று வைக்கக் கூறிநிற்பார்
தனமும் பொருளும் தானமாகத்
தாரா ளமாகத் தரவேண்டும்

தனமும் பொருளும் தானமாகத்
தந்து நிற்க வூராரும்
மனம்வி ரும்பி வந்துநிற்க
மற்றென் பதியும் வெறுத்துநிற்பார்
வனிதை யானும் தானமாக (162)
வாங்கக் கூடா தென்றவரும்
மனையி லாணை யிட்டிருக்க
மற்றென் நிலையுஞ் சங்கடமாம்

பதியின் பத்தி சீலமுமே
பலத ரத்து மக்களையும்
பதமாய் கவர்ந்தி ழுத்துநிற்கப்
பண்டம் பொருளு மிவர்க்களிக்க
அத்த னுக்க ளித்தபயன் (163)
அடைவோம் யாமே யென்றெண்ணி
நிதமும் மனைமுன் பொருள்பலவும்
நிறையக் கொண்டு வந்துநிற்பர்

மனையில் பதியு மிருந்திருக்க
மறுத்துத் திருப்பி அனுப்பிடுவார்
கனிந்து வேண்டி நிற்பவர்க்கு
களித்தா சிகூறி நலங்கேட்டு
நன்றி பலவு முரைத்திருந்து (164)
நிறைய மனையி லுளதென்றும்
பின்னர் கொள்வ தாயுரைத்தும்
போய்வ ருமாறுங் கூறிநிற்பார்

மறுத்து நிற்கி னிம்மக்கள்
மனையு மெடுத்துச் சென்றதையும்
சிறக்க உண்டு நின்றிடுவர்
சிந்தை மகிழ்ந்து கொடுப்பதையும்
மறுக்கா துவாங்கி சமைத்துநின்று (165)
மற்றே ழைக்குக் கொடுத்துநிற்கின்
வறியோ ருண்ட ளித்தவரை
வாழ்த்து வரென்று நினைத்திடுவேன்

இவ்வா றெண்ணி யென்பதியும்
இல்லி லில்லா திருக்கையில்
உவந்த ளிக்கும் பல்பொருளும்
உடனே பெற்றுச் சமைத்ததையும்
தவத்தி ருசீல ரேழைக்கும் (166)
தந்து மகிழ்ந்து நின்றிருப்பேன்
தவறா மெனது செய்கையும்
தெரிந்தி ருந்தும் புரிந்திடுவேன்

பலநாட் திருட னொருநாளும்
பிடிபட் டிடுவா னென்பதேபோல்
சிலச மயத்தி லென்பதியும்
செய்கை கண்டுச் சினந்திடுவார்
நல்ல செய்கை நல்வினையை (167)
நல்கி டாது மாறாக
புல்வி னையைப் புரிந்தபழி
பெறுவா யென்று பழித்துரைப்பார்

தானஞ் செய்த புண்ணியமும்
துணைவி நீயும் பெறுவாயில்
தானம் பெற்ற வல்வினையும்
தயங்கா துன்னைச் சேருமென்பார்
தானம் பெற்ற தையெல்லாம் (168)
தாச ரதிக்கு நிவேதித்துத்
தீன ருக்க ளித்துநிற்கத்
தோட மாகா தென்றுரைப்பேன்

இறைவ னுக்க ளித்ததன்பின்
இல்லை தோட மெனநீவிர்
நிறைய முறைக ளுரைத்திருக்க
நிவேதித் திருந்த தையெல்லாம்
வறியோ ரிடமே சென்றளித்து (169)
வந்து நின்றே னெனக்கூற
முறுவ லித்து நின்றவரும்
மற்ற கன்று சென்றிடுவார்

கண்ட துமில்லை நீயவரைக்
கேட்ட துமில்லை யவர்குரலும்
கொண்டா னவரே கோபிக்கும்
கொடிய வரென்று கொள்ளாதே
கண்ட படியே தானத்தைக் (170)
கொண்டால் மட்டுஞ் சினந்திடுவார்
மண்ணி லவரே மிகப்பொறுமை
மற்றுக் கொண்ட வரவராவார்

பத்தி செய்து மகிழ்ந்திடுவார்
பரமன் நினைப்ப வர்க்கென்றும்
நிதமும் பூசை செய்துநின்று
நேர மறியா திருந்திடுவார்
பதமெ டுத்து நடக்கையில் (171)
பரிந்து நமது குலதெய்வம்
சததம் பின்னே செல்வதாக
சித்தந் தன்னில் தோன்றிநிற்கும்

இலாகா யென்பார் தம்மையும்
இனிய பெண்ணே அறிவாயே
இலாகா வீட்டுத் தோட்டத்தில்
இருந்து மலரும் பறித்திடவே
இல்லா ளெனது நற்பதியும் (172)
ஏகிச் செல்வார் தினந்தினமே
புலரும் முன்னர் மலர்பறித்துப்
பூசை செய்த லவர்வழக்கம்

செடியில் மலர்க ளன்றொருநாள்
சொற்ப மாக இருந்திடவும்
செடியி னடியில் வீழ்ந்திருந்த
சிலவற் றையுங் குடலையில்
எடுத்துப் பொறுக்கிப் போட்டிருக்க (173)
எழில்மி குபேதைப் பெண்ணொருத்தி
திடுமென் றங்குத் தோன்றிநின்று
செப்ப லானா ளென்பதிக்கு

அப்பா யென்றென் பதியையும்
அவளு மழைத்துக் கூறலானாள்
இப்பால் செடியின் கிளையொன்றில்
இருக்கும் மலரைப் பறித்திடவும்
முப்பு ரிநூலு மணிந்தவரே (174)
மற்றுக் கிளையைத் தாழ்த்திநிற்பேன்
அப்போ துடனே மலர்பலவும்
அரும்போ டெல்லாம் பறித்திடுவீர்

சிறுபெ ணவளு மிதைப்புகன்று
சிறிது கிளையைத் தாழ்த்திநிற்க
நிறைய மலரு மென்பதியும்
நெகிழ்ந்து பறித்துக் குடலையைத்
திறந்த திலிட்டு மிகமகிழ்ந்து (175)
தெரிவித் திருந்தார் நன்றிபல
பிறகு பெண்ணின் பேரழகைப்
பார்த்து வியந்து பேசிடுவார்

நறும ணமிக்க மலர்பலவும்
நிறையப் பறிக்க உதவிநின்றாய்
கறுக்கல் தன்னி லிங்குவந்து
கிளையைத் தாழ்த்திப் பிடித்துநின்று
சிறந்த உதவி புரிந்துநின்ற (176)
செல்லப் பெண்ணே உனைப்பற்றி
அறியச் சொல்வா யெனக்கேட்டு
அமைதி காத்து நின்றிருந்தார்

அன்புப் பெண்ணே உனைப்பற்றி
அறியச் சொல்லக் கேட்டுநின்ற
என்றன் பதிக்குச் சிறுபெண்ணும்
இயம்பி நின்றா ளிவ்வாறு
பனவர் குலத்துப் பெருமானே (177)
பக்க மிருக்கும் ஆல்தாரின்
மனையில் வசிக்கும் பெண்ணென்று
மொழிந்து மறைந்தாள் திடுமெனவே

ஆல்தார் என்னும் பெயர்கொண்ட
அன்ப ரெவரு மங்கில்லை
ஆல்தார் என்னும் பெயர்கொண்ட
ஆழம் மிகுந்த ஏரியொன்று (178)
காலா தீத மாயிருந்து
கணக்கி லுதவி புரிந்திருக்கும்
பாலைக் கிழத்தி தானென்று
புகன்ற தாக அறிந்துநின்றார்

கிராமந் தன்னைக் காத்துநிற்கும்
காவல் தெய்வந் தானென்று
உரைத்து நின்று சிறுபெண்ணும்
உடனே மறைந்து சென்றிடவும்
வரனும் மயிர்க்குச் செறிந்துநின்று (179)
வியந்து வியர்த்து மனையடைந்தார்
பெருமைக் குரிய யென்பதியும்
பரம பாக வதராமே

என்றன் பதியு மிவ்வாறு
இருந்து வாழ்ந்து நின்றிருக்க
மனையி லிறைவ னவதாரம்
மற்றெ டுத்தா னெனக்கூறி
கனிந்து சந்தி ரமணியுமே (180)
கண்ணீர் பெருக்க சாரதையும்
மனமும் மிகவும் நெகிழ்ந்துநின்று
மற்று விம்மி விசித்தழுதார்

பதியி னிடமும் சாரதையும்
புறப்பட் டுவந்து மண்டலமும்
மெதுவா யாகி யிருந்திருக்க
மகிழ்ந்து நின்று கதாதரரும்
பத்தி தன்னைக் காட்டிடவும் (181)
பெரிதும் விரும்பி நின்றிருந்து
அதற்கு நாளா மானிமாத
அமாவ சியையுந் தேர்ந்தெடுத்தார்

வருடம் ஆங்கீ ரசமாகும்
வியாழ னுக்கு முதல்நாளாம்
கிருத்தி கையில் அமாவாசை
களித்து வந்த துநன்னேரம் (182)
இரவில் காளி தேவியையும்
இனிதே வங்க மக்களுமே
உரைத்துப் பலகா ரிணியென்று
உவந்து பூசை செய்திடுவர்

கருமப் பலனக ளனைத்தையும்
களித்து முழுதா யழித்துநிற்கும்
புராணை தன்னை வங்கமக்கள்
பலகா ரிணியென் றழைத்திடுவர்
வரதைக் கன்று மக்களுமே (183)
விதவி மான பழங்களையும்
விரும்பிக் கொணர்ந்து நிவேதித்து
வழிபா டுசெய்து மகிழ்ந்திடுவர்

பழமும் பூசைக் குரியபல
பொருளும் வாங்கி வந்திடவும்
மொழிந்து நின்றார் கதாதரரும்
மேலு மவற்றைத் தமதறையில்
ஒழுங்கு படுத்தி வைத்திருக்க (184)
உத்த ரவிட்டார் கதாதரரும்
முழங்கி நின்ற கதாதரரின்
மொழியேற் றனரே பணியாளர்

கோவில் தன்னில் பூசைக்கு
களித்துத் தனியே திரவியங்கள்
தேவை யான அளவிற்கு
சேக ரித்து நிற்பீரே
தேவி தன்னை இருதயரும் (185)
செய்வார் பூசை கோவிலிலே
தேவி பூசை எனதறையில்
செய்வே னென்றார் கதாதரரும்

ஆல யத்துப் பணியாளர்
அனைத்துப் பொருளும் வாங்கிவந்து
நீலி பத்த ரறைதன்னில்
நன்றா யொழுங்கு படுத்திவைத்து
நீல கண்டி கோவிலுக்கு (186)
நகர்ந்து சென்றி ருக்கையில்
மாலை நேரம் மெதுவாக
மற்றுச் சென்று மறைந்ததுவே

கோவில் பூசை புரிந்திடவும்
களித்துச் சென்றார் இருதயரும்
தேவி கோவில் பூசாரி
தீனு யென்பார் கதாதரர்க்குத்
தேவை யான உதவிகளும் (187)
செய்து நின்றார் சிறப்பாக
தேவி பீடந் தனைத்தீனு
சிறப்பா யலங்க ரித்திருந்தார்

பலவி தமானப் பழங்களுண்டு
பல்வே றுநாற்ற மலர்களுண்டு
துலங்கி நின்ற துநல்விளக்கு
தேனும் பாலு மிருந்ததங்கு
கலைந யமிக்கக் கோலங்கள் (188)
காணக் கண்ட தன்றங்கு
தலைவிக் கங்கு நிவேதனமும்
தட்டில் நிறைய இருந்தனவே

வெற்றி டமாகப் பீடமங்கு
வெகுவா யலங்கா ரத்தோடு
மற்றி ருக்கக் கண்டுநின்று
மணையி லெதையே வைப்பதென்று
முற்று மறியா தீனுவுமே (189)
மதங்கி பத்தர் முகம்நோக்க
அறைந்தார் நீயும் சாரதையை
அனுப்பி வைத்துச் செல்லென்றார்

இனிதே சென்று சாரதையை
இங்க னுப்பிப் பின்நீயும்
அன்னைக் கோவி லுக்கேகி
அங்கு நடக்கும் பூசைக்கு
அனேக உதவி புரியென்று (190)
அறைந்து தீனு வையனுப்பி
மனைவி வருகை எதிர்பார்த்து
மற்றங் கிருந்தார் கதாதரரும்

5. பதியின் பூசையை ஏற்றருளுதல்

பதியுங் கூப்பிட் டனுப்பியதாய்
புகன்று தீனு சென்றிடவும்
மதிமு கத்தார் சாரதையும்
மகிழ்ந்து புறப்பட் டாருடனும்
பதியி னறைவா சலில்நின்று (1)
பூசைக் குரிய பலவகையாம்
பதார்த்தம் பலவுங் கண்டுநின்று
பெரிது முணர்ச்சி வசப்பட்டார்

அதீத நிலையில் சாரதையும்
அசையா திருந்தார் வாயிலிலே
அதீத வினோத நிலைதன்னில்
அமர்ந்தங் கிருந்தார் கதாதரரும்
பதினா றெழுத்து மந்திரத்தைப் (2)
பத்தி யோடு புகன்றிருக்க
பதினா றாகும் சோடசியும்
பலனு மளிப்பாள் மிகவிரைந்து

திரிபு ரசுந்த ரியென்றவளைத்
தோத்தி ரித்து மகிழ்ந்திடுவர்
இராச ராசேச் வரியென்றும்
இயம்பித் துதித்துப் புகழ்ந்திடுவர்
திருநா மமாகும் சோடசியைத் (3)
தாங்கி நிற்ப தவளாகும்
உரைத்து நின்று சங்கற்பம்
உணர்ச்சி பூர்வ மாய்முடித்தார்

பதினா றுவகைப் போற்றுதலும்
பத்தி யுடனே புரிந்திடுவர்
சுத்தி செய்தார் தன்னுடலைச்
சுத்தஞ் செய்தா ரிடத்தையும்
பத்தி யோடு கலசபூசைப் (4)
புரிந்து நின்றார் கதாதரரே
இதமாய் சோட சிபூசையை
இதற்க டுத்தி யற்றவேண்டும்

மணையும் வெறுமை யாயிருக்க
மற்றுத் தமது பத்தினியைக்
கணவ னாகும் கதாதரரும்
கனிந்து நோக்கிப் பீடத்தைக்
கண்ணால் காட்டி நின்றிடவும் (5)
காந்தை களித்துப் பீடத்தைக்
கண்டு மகிழ்ந்த மர்ந்துநின்று
கணவன் முகமும் நோக்கிநின்றார்

கொண்டா ரில்லை ஐயங்கள்
கொஞ்ச முமில்லைத் தயக்கமுமே
கண்டா ரில்லைத் தவறெதுவும்
களிப்பும் வெறுப்புஞ் சிறிதுமிலை
கணக்கிட் டாரில் சரிதவறும் (6)
கால நேரச் சிந்தனைகள்
கொண்டா ரில்லை சாரதையும்
கண்முன் பீடங் கண்டமர்ந்தார்

பதியைத் தெய்வ மாய்காண
புகன்றி ருக்கும் நல்லுலகு
பதியை மெய்யா யவதார
புருட ரென்று ணர்ந்துநின்று
எதிர்த்து வார்த்தை சாரதையும் (7)
என்றும் புகன்ற தில்லையாம்
மதித்து நடந்து தம்கணவர்
மொழியைப் பணிவா யேற்றிடுவார்

இயற்கை யாக சாரதையும்
இருப்பா ரமைதி காத்துநின்று
வயதில் மூத்த மக்களையும்
வணங்கி நிற்பார் காண்கையில்
உயிர்க்கி ழவனு மழைத்துநிற்க (8)
உடனே விரைந்து பணிவிடைகள்
வியக்கும் வண்ணம் மிகவிரைவில்
வனிதை யாற்றி முடித்திடுவார்

பீடந் தன்னி லமர்ந்திடவும்
பதியுங் கூறி நின்றதுமே
வீட்டா ளெதிர்த்துப் பேசாது
விரைந்து பீடந் தனிலமர
தாட்டான் பிராணப் பிரதிட்டைத் (9)
தட்டா துடனே செய்வித்து
சோட சோப சாரத்தைத்
துவக்கி வைக்க முற்பட்டார்

கலசத் திருந்து நீரெடுத்து
காந்தை உடலில் தெளித்ததன்பின்
சொல்லி நின்றா ரிவ்வாறு
சர்வ சத்திக் காதார
வல்ல பியென்ற னம்பிகையே (10)
வந்தா விர்ப்ப வித்திடுவாய்
இல்லை யென்னா துமங்களங்கள்
எல்லா மிவளுக் கருள்வாயே

இவளுட் புகுந்தி ருந்துநின்றும்
இன்னு முடலை மனதையும்
பவித்த ரமாக்கி மங்களங்கள்
பலவு மளித்து வாழ்த்திடுவாய்
சிவசத் தியாகுஞ் சுந்தரியே (11)
சௌந்த ரியான பார்வதியே
உவந்தென் வேண்டு கோளேற்று
உணர்வ றிவித்தெ ழுப்பிடென்றார்

பின்ன ரவரும் பத்தினியின்
பல்வே றங்கங் களிலுடனும்
அனேக திவ்வி யவட்சரங்கள்
அமரச் செய்து நிலைநிறுத்தும்
புனித மந்தி ரங்களையும் (12)
புகன்று சத்திப் புகுத்திநின்றார்
என்று மழியா ஞானரூபம்
என்ற ழைத்துச் சிறப்பித்தார்

புரத்தை அழகு செய்பவளைப்
புகல்வர் திரிபு ரசுந்தரியாய்
திரிபு ரசுந்த ரியாக்கிநின்றார்
திவ்வி யபோத மளித்துநின்று
இராச ராசேச் வரியென்றும் (13)
இனிதே ஆக்கிச் செய்துநின்றார்
திரிலோ கத்தும் பேரழகில்
திளைக்கச் செய்தார் கதாதரரும்

பூத உடலு மழிந்துநிற்கப்
பிறக்குஞ் சூக்கு மவுடலாகும்
பூத சூக்கு மவுடலுக்குப்
பற்றுக் கோடு நுண்ணுடலாம்
பூத சூக்கு மநுண்ணுடலைப் (14)
புனித மாக்கி அழகாக்கும்
சாத்த விமற்றும் மாதேவி
திரிபு ரசுந்த ரியாவாளே

பிரம நிலையை அடைந்துநிற்க
 பேதங் கரும மணுகூடப்
பிரம மாகத் தோன்றிடுமே
 பின்னும் மாயை தன்னையும்
பிரம மென்று கருதிநிற்கப் (15)
 பெரிது முணர்ச்சி தந்துநிற்கும்
திரிபு ரசுந்த ரியிதையும்
 தருவா ளிந்த உணர்வையும்

எழுஞா யிறுபோ லிளஞ்சிவப்பாய்
 இருப்பாள் திரிபு ரசுந்தரியும்
விழிகள் கருணை பொழிகிறதாம்
 வெப்ப மில்லா குளிர்ச்சியுடன்
அழகு தேவி முத்தொழிலை (16)
 அசைவில் புரிந்து நிற்கின்றாள்
நழுவ விடாது நம்பிநிற்கும்
 நல்லோ ரையுங் காக்கின்றாள்

கரங்கள் நான்கு கொண்டவளாம்
 கரமொன் றுபாச மேந்திநின்று
விரட்டும் பத்தர் பாசத்தை
 வெறுப்பைத் துரத்து மங்குசமும்
கரமாம் மூன்று பலமலரைக் (17)
 களித்துத் தாங்கி நின்றிருக்கும்
கரும்பு வில்லைக் கொண்டதுவே
 கரமாம் நான்கி றுதியாக

கரும்பு வில்லும் பூவம்பும்
 காமந் தன்னை அடக்கிநிற்கும்
கரமா மிந்த நான்கினாலும்
 காத்து நிற்பாள் பத்தரையும்
இராச ராசே சுவரியாக (18)
 இவளுக் குண்டாம் பத்துகரம்
கரங்கள் வீணை சுவடிமாலை
 களித்துத் தாங்கிக் காப்பளிக்கும்

கரங்கள் வீணை சுவடிமாலை
 களித்துத் தாங்கிக் காப்பளிக்கும்
கரங்க ளின்னும் இரண்டிருக்க
 காட்டு மபய வரதத்தை
கரங்கள் பத்து மிவ்வாறு (19)
 கொண்டு நின்றி ருப்பவளை
இராச ராசே சுவரியென்று
 இயம்பி நிற்பர் ஞானியரும்

பலவா றாகச் சாதனைகள்
 புரிந்து நின்ற கதாதரரும்
வல்ல பியாகு மம்பாளின்
 விதவி மான உருவங்கள்
பலவுங் கண்டு மகிழ்ந்திருந்து (20)
 போற்றி யிருந்த துண்மையாம்
எல்லா வற்றி லுமவரையும்
 இனிதே கவர்ந்த திலலிதையே

அன்னை யினெல்லா உருவமுமே
 அழகு மிளிரு மையமிலை
பின்னு மவளின் இலலிதையே
 பெரிது மென்னைக் கவர்ந்ததுவாம்
மனதைக் கவர்ந்த அவ்வுருவு (21)
 மற்ற உருவை விடமேலாம்
நினைத்து நிற்கப் பெருமகிழ்ச்சி
 நெஞ்சில் நிலைத்தி ருக்கிறதாம்

மற்ற உருவங் களைவிடவும்
 மிகவும் வித்தை உருவமாக
இறைவி காட்சி தந்துநின்றாள்
 இனிதே சிவந்த ஒளிப்பிழம்பாய்
சிறந்த காட்சி கொடுத்துநின்று (22)
 சகல திக்கும் பரவிநின்று
மறைந்து போனா ளன்னையும்
 மறக்க முடியா தென்றுரைப்பார்

செம்பட் டுடுத்தி இலலிதையும்
செவ்வா னம்போல் நிறங்கொண்டு
நம்பி நின்றோர்க் கருளிநிற்கும்
நாரி திரிபு ரசுந்தரியை
அமைதி யாகக் கருமபலன் (23)
அளிக்கும் சத்தி யாயெண்ணி
தமர்மை யோடு பூசையும்
செயவி ழைந்தார் கதாதரரும்

மனையைத் தேவி யாகயெண்ணி
மகிழ்ந்து பூசை புரியலானார்
இன்சொல் புகன்ற ழைத்ததன்பின்
இருக்கை யளித்து பசரித்தார்
பின்னர் பாதந் தனில்நீரும் (24)
பெய்தன் புடனுந் துடைத்துவிட்டார்
அனைத்துஞ் செய்யத் தயங்கினாரில்
அனைத்து மேற்றார் பத்தினியும்

கரமுங் கழுவ அர்க்கியமும்
கொப்பு ளிக்க நீரளித்தும்
புரோக்க ணித்தும் செய்துநின்றார்
பீதாம் பரமும் போர்த்திநின்று
அரைத்த கந்தம் கழுத்திலப்பி (25)
அதன்பின் வகிட்டில் திலகமிட்டுத்
திருவ டிதன்னி லரக்கிட்டு
சங்கு வளைய லணிவித்தார்

மணக்கும் மலரால் பூமாலை
மகிழ்ந்து சூட்டி மனம்நெகிழ்ந்தார்
அணங்கின் கழுத்தில் தாய்சேயின்
அடையா ளமாக மாலையும்
புண்ணி யமுதல் விபத்தருமே (26)
போட்டுப் பூசித் திருந்துநின்றார்
எண்ணி றந்த மந்திரங்கள்
இயம்பிப் போற்றித் துதித்திருந்தார்

நூற்றி யெட்டுப் பெயரையும்
நவின்று நின்று கதாதரரும்
போற்றித் துதித்துப் பலமலரைப்
பாதந் தன்னி லிட்டுநின்றார்
ஆற்றி நின்ற நற்பூசை (27)
அகில மென்றுங் கண்டதில்லை
சாற்றி நின்ற மந்திரங்கள்
சாத்தி ரங்கள் மொழிந்ததுவாம்

சத்தி மற்று மனந்தனுமே
தாயுஞ் சேயா யிருந்துநின்றும்
பத்தி னிமற்றும் பதியாக
பாரி லறியப் படுவதேபோல்
சித்தை பத்தர் கதாதரரும் (28)
சார தையும் பலவுறவில்
தித்தித் திருக்கு முறவேற்று
செவ்வை யாக வாழ்ந்தனரே

குருவும் மாண வியாகவுமே
களித்து வாழ்ந்தி ருந்தனரே
வரனும் வதுகை உறவவர்க்கு
வினோத சேய்தா யுறவுமுண்டாம்
நெருங்கி யநண்ப ராகவுமாய் (29)
நட்போ டிருந்து காட்டினரே
பரதே வதையாய் கருதியின்று
பூசை புரிந்தார் கதாதரரும்

சர்வா தார பூமியாக
சுகந்தம் பூசி மகிழ்ந்ததன்பின்
சர்வா னந்த விண்வெளியாய்
சுகந்த மலரு மளித்துநின்று
சர்வ பிராண வாயுவாகச் (30)
சுகந்த தூபங் காட்டிநின்றுச்
சர்வ ஞானாக் கினியாகத்
தீப மேற்றி மகிழ்ந்திருந்தார்

சர்வ கருணைச் சத்தியாகச்
சுவைமி குந்த நிவேதனமும்
கரத்தி லெடுத்து சாரதையின்
கனிவாய் தன்னில் கனிவாக
விருப்பத் தோட ளித்திடவும் (31)
வதுகை யனைத்து முண்டிருக்கத்
திருவாய் தன்னில் தாம்பூலம்
தந்து மகிழ்ந்தார் கதாதரரும்

வெண்சுண் ணத்தை யெடுத்துநின்று
வெற்றி லையில் தடவிநின்று
புண்ணி யமுதல் விபத்தருமே
பாக்கைச் சிறிய தூளாக்கித்
துணைவி வாயி லூட்டிநிற்க (32)
சிவந்து நின்ற தவரதரம்
உண்டு நின்ற போதவரும்
உட்கொண் டாரே தத்துவங்கள்

உண்டார் சர்வ தத்துவங்கள்
உண்டார் சர்வ கருமங்கள்
உண்டார் சர்வ தருமங்கள்
உண்டார் சர்வ தேசகாலம்
உண்ட தெதுவோ அதையுமவர் (33)
உண்டு மகிழ்ந்த மர்ந்திருந்தார்
உண்டு முடிக்கச் சமாதிதனில்
ஒன்றி யிருந்தார் சாரதையும்

பொருட்கள் பலவும் நிவேதித்த
பருப்ப திபத்தர் தம்மையும்
கிருகி ணிக்கு நிவேதித்துக்
களித்து சமாதி தனிலாழ்ந்தார்
இருவ ருமாக சமாதிதனில் (34)
இருந்து மகிழ்ந்து நின்றனரே
பெரிய நீண்ட இரவுதனில்
பேரின் பத்தி லிருந்தனரே

இருத யராமும் நள்ளிரவில்
இனிதே பூசை முடித்துப்பின்
அருமை மாம னறைக்கருகில்
அனேக நேரங் காத்துநின்று
இருள்சூ ழறையைத் திறந்திடவும் (35)
இம்மி யளவும் விருப்பமின்றித்
திரும்பிச் சென்றுத் தமதறையில்
துயிலுங் கொள்ளச் சென்றுநின்றார்

பொழுது புலரும் முன்னருமே
புங்க விபத்தர் நினைவுபெற்று
எழுந்து நிற்கத் தக்கணமும்
இனிதே சமாதி நிலையிருந்து
முழுதாய் நினைவு சாரதையும் (36)
மற்றுப் பெற்று நின்றிருக்கத்
தொழுது சுற்றி அவரையும்
தெண்ட னிட்டார் கதாதரரே

சுற்றி மூன்று முறைவந்து
சார தையை கதாதரரும்
மற்றுத் தெண்ட னிட்டிருந்து
மகிழ்ந்து பாதந் தொட்டுநின்று
அறைந்து நின்றா ரிவ்வாறே (37)
அம்பை தாயே நின்பாதம்
மறைமீ தாணை யாகயானும்
மகிழ்ந்த ளித்தேன் கருமபலன்

கரும பலன்க ளனைத்தையும்
களித்துன் பாதந் தனிலளித்தேன்
புரிந்த பூசை செபதியானம்
பாரா யணத்தின் பலனைத்தும்
அருமைத் தாயே யெனக்கெனவும் (38)
அணுவ ளவேனும் வைத்திடாது
பரிபூ ரணமா யர்ப்பணித்தேன்
பெற்ற ருள்வா யெனப்புகன்றார்

எனக்கென் றெதுவும் வைத்திடாமல்
எல்லாப் பலனு முனக்களித்து
நின்றே னென்று செபமாலை
நாச்சி பாதந் தனிலிட்டு
பனித்த கண்க ளுடனவரும் (39)
பாதந் தன்னில் வீழ்ந்தெழுந்து
நின்றி ருந்தார் கதாதரரும்
நிரும லமான மனத்துடனும்

துறவ றமேற்று நின்றிருந்தும்
துறவு டையு மணியாது
பற்றே துமின்றி வாழ்ந்திருந்து
புண்ணி யமெல்லா மொருநொடியில்
துறந்து நின்று சாரதைக்கு (40)
தயக்க மின்றி அளித்துநின்று
துறவிற் கிலக்க ணமாய்வாழ்ந்து
திகழ்ந்து நின்றார் கதாதரரும்

வேலைப் பளுவைத் தாங்கிநிற்கும்
வனிதை வித்யா சுமையையும்
காலை வேளை தனிலேற்று
களித்துத் தாங்கிக் கொண்டுநின்றார்
காலம் பலவாய் கதாதரரின் (41)
கடின ஞானக் களஞ்சியத்தை
வாலை யின்று மகிழ்ந்தேற்று
வைத்துக் கொண்டார் தன்னுள்ளும்

மங்க லத்துள் மங்கலமே
மகாமங் லத்தின் மறுவுருவே
பொங்கி மகிழ்ந்து பத்தருக்குப்
பலவு மருளும் பார்ப்பதியே
எங்கும் நிறைந்த பேரருளே (42)
எல்லாந் தன்னுள் கொண்டவளே
கங்குல் பகலுங் காலமுமே
கடந்து நிற்கு மென்தாயே

மூவ ருக்கும் மூத்தவளே
முக்கண் ணனுக்கு மருள்பவளே
தேவா திதேவர் துதித்துநிற்கும்
சிறப்பு கொண்ட சங்கரியே
காவற் கடவு ளுக்கருளும் (43)
காமாட் சியென்னும் பேரன்பே
நாவால் துதித்து வணங்கிநின்றேன்
நலமு மருளிக் காத்திடென்றார்

கணவன் தன்னைக் கண்கண்ட
கடவு ளாகக் காணென்பர்
துணைவி தன்னைக் கண்கண்ட
தெய்வ மாகக் கண்டுநின்று
பணிந்து வணங்கி நின்றெழுந்து (44)
பலவா றுபோற்றித் துதித்துநின்று
பெண்ணிற் கவரும் நற்சிறப்பு
பெரிதுஞ் செய்து மதித்துநின்றார்

தனக்குப் பூசை புரிந்துநின்று
திருக்க ரத்தா லூட்டிவிட்டுப்
பின்னர் நெடுஞ்சாண் கிடையாகப்
பணிந்து வீழ்ந்து நின்றிருந்த
அன்புப் பதியை சாரதையும் (45)
அடியும் பற்றிப் பணிந்தெழுந்து
நின்றங் கெதுவுஞ் சிறப்பாக
நடவா ததுபோல் நின்றிருந்தார்

பெருமை இல்லைக் கருவமிலைப்
பகட்டுச் சிறிது மில்லையாம்
வரனும் பாதம் பற்றிநின்று
வணங்கி நின்ற வண்மையில்
செருக்கு மற்று மாணவமும் (46)
சிறிதுங் கொண்டா ரில்லையாம்
பரவிப் பதியின் பாதங்கள்
பணிந்து நின்றார் சாரதையும்

எழுந்து நின்று பதிமுகத்தை
ஏறிட் டுநோக்கி நின்றிருந்து
மொழிந்து நின்றா ரிவ்வாறு
மற்றுப் பீதாம் பரத்தையும்
அழகுச் சங்கு வளையையும் (47)
அடுத்துச் செய்வ தென்னவென்று
கிழத்தி கேட்க கழற்றிநின்று
கொடுப்பா யன்னை யிடமென்றார்

பட்டுப் பீதாம் பரத்தையும்
பின்னுஞ் சங்கு வளையையும்
தொட்டுக் காட்டி யிவற்றையும்
செய்வ தென்ன யெனக்கேட்டு
மெட்டி யணிந்த சாரதையும் (48)
மற்றுக் கேட்டு நின்றிருக்க
தட்டா திவற்றை நின்தாய்க்கு
தானஞ் செய்து பணிந்தெழென்றார்

மனைவி தன்னைப் பூசித்து
மற்று வணங்கி மகிழ்ந்திருந்த
நன்னா ளோடு கதாதரரின்
நீண்ட காலச் சாதனைகள்
இனிதே நிறைவு பெற்றனவாம் (49)
இகத்துச் சமய மெல்லாமும்
ஒன்றே யாகு மிறைவனையும்
உணரச் செய்யு மெனக்கண்டார்

தவம்பு ரிந்து நின்றாரில்
சாத னைகள் செய்தாரில்
உவந்து நின்று குருவிற்கு
உயர்ந்த சேவை புரிந்ததுமில்
புவியில் மறையுங் கற்றதுமில் (50)
பூசை யென்றும் புரிந்ததுமில்
சிவனை மற்றுந் தேவியையும்
சேவித் திருந்து நின்றதுமில்

இருந்தும் பதிக்கு மவர்தாய்க்கும்
இயன்ற வரைக்கும் சேவைகள்
புரிந்து நின்று மெய்ஞானம்
பதியின் கருணை யாலின்று
நிரம்பப் பெற்றார் மிகவெளிதாய் (51)
நிறையப் பெற்றார் பூரணமாய்
அரிதிற் கரிதாம் ஞானத்தை
அறிந்து நின்றார் சாரதையும்

மெய்வ ருத்திப் பல்லாண்டு
முயற்சி செய்த சாதனையின்
பயனாய் காணும் பொருளையும்
பருப்ப தியாகக் கண்டறிந்தார்
உயர்ந்த ஞான மிதனையும் (52)
உவந்து நின்ற வர்தரவும்
அயர்ச்சிச் சிரம மேதுமின்றி
அனாயா சமாகப் பெற்றுநின்றார்

ஒன்றுந் தெரியா திருந்தவரும்
உயர்ந்த ஞானக் களஞ்சியத்தை
மின்னல் வேகந் தனில்பெற்று
மிளிர்ந்து நின்றார் யோகினியாய்
இனிதே கொள்ளை கொடுத்தவரும் (53)
இழக்கா திருந்தார் ஞானத்தை
தனது மகனின் தியாகத்தைத்
தாயுங் கண்டுப் பரிசளித்தாள்

பிள்ளை தனத னுபவத்தைப்
பெரிதுந் தியாகஞ் செய்துநிற்க
கொள்ளை போன களஞ்சியத்தைக்
காளி கண்டு மிகமகிழ்ந்து
அள்ளிக் கொட்டிக் களஞ்சியத்தை (54)
அழகாய் மீண்டும் நிரப்பிநிற்க
கள்ளி மற்று மிழந்தவரும்
களித்து மகிழ்ந்தி ருந்தனரே

அருகே வந்து கொழுந்தன்பெண்
ஆண்டு பலவுஞ் சென்றோட
பெருமைக் குரிய சித்தியிடம்
பேரா வலோடு கேட்டுநின்றார்
கரத்தைத் தொட்டு சிறியதந்தை (55)
கங்க ணத்தை நுங்கையில்
விரும்பி அணிவித் திருக்கையில்
விளக்கக் கேட்டா ரனுபவத்தை

பீதாம் பரத்தைப் போர்த்திநின்று
பழங்கள் வாயி லூட்டிநின்று
பாதந் தன்னில் செவ்வரக்குப்
பூசி நின்று மேலும்பின்
காதல் கொண்டு நிவேதனமும் (56)
களித்து வாயி லூட்டிநின்ற
போது தங்க ளனுபவத்தைப்
புரியச் சொல்வீ ரெனக்கேட்டார்

நெற்றி தன்னில் சிந்தூரம்
நிறைய இட்டு நின்றபோதும்
வெற்றி லையுஞ் சுண்ணமுமே
வாயி லூட்டி நின்றபோதும்
பற்றற் றானின் பரிசத்தைப் (57)
பெரிதும் நாணங் கொண்டவரே
பொறுத்துத் தாங்கி நின்றதையும்
புகல்வீ ரென்று கேட்டுநின்றார்

சிற்றன் னையி னனுபவத்தைச்
சிறிய கொழுந்தன் மகள்கேட்க
சற்றும் நாணி நிற்காது
சார தையும் புகன்றிடுவார்
சிற்றப் பாவு மெனைத்தொட்டு (58)
சிறப்பாய் பூசை செய்தபோழ்து
புறநி னைவே துமில்லாது
பரத்தோ டிருந்தே னென்றிறுத்தார்

சிற்றப் பாவும் பீடத்தைச்
சிறக்கக் காட்டி அமர்ந்திடவும்
சிறிதுந் தயங்கி நிற்காது
சென்ற மர்ந்து நின்றதன்பின்
இறைவன் கூறி நின்றபடி (59)
இசைந்து செயலும் புரிந்திருக்க
மறந்து நின்றேன் உடல்நினைவும்
மற்று நிகழ்ச்சி களுமென்றார்

அற்பு தமான அனுபவங்கள்
அனைத்தும் மனைவிக் களித்ததன்பின்
சிற்ப ரையும் மிகமகிழ்ந்து
சாத னையின் பலன்களையும்
மறுப டிமீண்டும் கதாதரர்க்கு (60)
மற்ற ளித்து நின்றிருக்க
சிறந்த சமாதி நிலைகளிலும்
திளைத்து மகிழ்ந்தார் கதாதரரும்

இரவு நேர மாறுமாதம்
இனிதே சமாதி நிலையிருந்து
பரவ சமாகி நின்றிருக்க
பயந்து நின்று சாரதையும்
அருகே அறையி லமர்ந்திருந்து (61)
அனேக நாமஞ் செபித்துநின்று
பெரிதுங் கேடு நிகழாமல்
பார்த்துக் காத்து நின்றிருந்தார்

இரவு முழுதுங் கண்விழித்து
இருந்து சேவை தினந்தினமும்
புரிந்து சிரமம் சாரதையும்
பட்டு நின்றா ராறுமாதம்
உரக்கச் சிரித்து நிற்கையில் (62)
உடலும் விழுமோ யெனப்பயந்தார்
உருகிக் கதறி யழுகையில்
ஒன்றுந் தோன்றா திருந்திருப்பார்

தனக்குத் தானே பேசிநின்று
தொடர்ந்து கண்ணீர் பெருக்கிநிற்பார்
கனத்த குரலில் சிரித்துநின்று
கணநே ரத்தில் நிலைமாறி
மனது யானும் நொந்திருக்க (63)
மயங்கி வீழ்ந்த ழுதுநிற்பார்
கனிந்து யானு மருகிருந்தும்
காய மேற்பட் டிருந்திடுமே

கல்லாய் சமைந்த மர்ந்திருப்பார்
கண்கள் மூடி யிருந்திருக்க
மெல்லச் சென்று நாசிவழி
மூச்சும் வருகி றதாவென்று
அலைபாய் மனத்தோ டுபார்க்கையில் (64)
அறியா திருப்பே னவர்நிலையும்
வலிந்து லுக்கி நினைவுவர
வெகுவா யுழைத்துத் தோற்றுநிற்பேன்

பயந்து நின்ற வர்செவியில்
புவனை நாம முரைத்திருக்க
நயந்து செல்ல நாவறண்டு
நின்றி ருக்கத் தோற்றிருப்பேன்
நயன முறங்கங் காணாது (65)
நீரைப் பெருக்கி நின்றிருக்கும்
அயர்ந்து சோர்ந்து செய்வதுவும்
அறியா துவாடி யழுதிருப்பேன்

பொழுதெப் போது விடியுமென்று
புலம்பிக் காத்து நின்றிருப்பேன்
விழிகள் கண்ணீர் பெருக்கிநிற்க
விடியும் வரைக்கும் படபடத்து
தொழுது பயந்து சோர்ந்துநின்று (66)
தலையில் வலியு முணர்ந்திருப்பேன்
அழுத ரற்றி யிருக்கையில்
அணுவ ளவேனுந் தென்பிராது

குணதி சையில் கதிரவனும்
களித்தெ ழுந்து நிற்பானோ
கணவன் தன்னைக் கண்டெவரும்
குலுக்கி யுலுக்கி யெழுப்பிடாரோ
மணாளன் சமாதி தன்னையும் (67)
மற்று யாரே கலைத்திடுவார்
மண்ணின் நினைப்புக் கொண்டுவர
மற்று செய்வ தறியேனே

ஒருநா ளிரவென் பதிதேவர்
உலக நினைப்பு சிறிதுமின்றி
இருந்தி ருக்க யான்கண்டு
இறந்து பட்டா ரெனப்பயந்து
இரைந்தோ லமிட்ட ழுதுநிற்க (68)
இதுகேட் டிருந்து பணிப்பெண்ணும்
விரைந்தோ டிவந்து விவரங்கள்
விவரித் துரைக்க வேண்டிநின்றாள்

பணிப்பெ ணிடமே பதிநிலையும்
பகன்றி ருக்க அவள்விரைந்து
அணங்கென் நிலையு மவர்நிலையும்
அழகாய் இருத யர்க்குரைக்க
துணிவு கொண்டு விரைந்துவந்து (69)
துணக்க மின்றி செவிதன்னில்
மணிக்க ணக்காய் இறைநாமம்
முழங்கக் கணவர் நினைவுபெற்றார்

எனது கண்க ளிடுங்கிநிற்க
இடைவி டாது கண்ணீரும்
கன்னந் தன்னில் வீழ்ந்திருந்தும்
கண்கள் சிவந்து நின்றிடவும்
கன்னம் வீங்கி நின்றிருந்தும் (70)
கண்டு நின்று கணவருமே
துன்பங் கொண்டு துடித்திருந்தும்
தவித்தும் பதைத்து முரைத்திடுவார்

தாயே இதுபோல் தினந்தினமும்
துன்பங் கொண்டு நின்றனையோ
பேய்போ லிரவு விழித்திருந்து
பெரிதுந் துயிலும் மறந்தனையோ
காய்ந்து வறண்டு நாவிருக்கக் (71)
குரலு மெழாதி ருந்தனையோ
வாயைத் திறந்து பகல்நேரம்
விவரித் திருக்க வேண்டாமோ

பகலி லோய்வு னக்கிலையே
பணியின் சுமையும் மிகவதிகம்
பகலில் விடாது பணிபுரிந்து
பின்னு மிரவி லெனக்கென்று
முகமும் வீங்க விழித்திருந்து (72)
முடியா திருந்தும் மொழியாமல்
சகத்திற் கெடுத்துக் காட்டுபோலும்
செய்து நின்றாய் பணிவிடைகள்

விடாது ழைத்துத் தேய்ந்துநின்றாய்
வருத்தம் வலியும் புகன்றாயில்
கடமை சிறிதுந் தவறாது
கண்ணுங் கருத்தாய் செய்துநின்றாய்
மடவாள் நீயு மெனக்கென்று (73)
மற்றுத் துயிலுங் கொண்டாயில்
படாத பாடு பட்டுநின்று
பணிவி டைகள் புரிந்துநின்றாய்

பட்டு நின்ற தொல்லைகள்
பகர்ந்தா யில்லை யென்னிடமே
தொடர்ந்தா றுமாத காலமாக
துன்பம் பொறுத்துப் பணிவிடைகள்
விடாது புரிந்து நின்றிருந்து (74)
விவர மெவர்க்கு முரைக்காது
வெட்கி நாணி யானிருக்க
வனிதை செய்தாய் சேவைகள்

இனியும் தாயே இவ்வறையில்
இரவு நேர மருகிருந்து
எனக்குத் தொண்டு புரியவேண்டாம்
என்றந் தாயும் போதிக்கச்
சொன்ன தெல்லாந் தெளிவாகச் (75)
செப்பி முடித்தேன் நிறைவாக
கனிந்தென் தாயே நகவத்தில்
கண்ண யர்ந்து றங்கிடுவாய்

என்னைப் பற்றிக் கவலைகள்
எதுவுங் கொள்ளத் தேவையில்
என்மு னிருக்கக் கவலைகள்
இடைவி டாது னைவருத்தும்
கனிந்தென் காளி யென்னையும் (76)
கட்டிக் காத்து நின்றிடுவாள்
பின்னு மிந்த உண்மையும்
பிரிய சகியே அறிந்திடுவாய்

முன்பு போலும் நகவத்தில்
மற்றென் தாயே துயில்புரிவாய்
தினமும் மதிய முண்டுநிற்க
தந்து நிற்பாய் சிறிதன்னம்
அன்னங் கொண்டு வரும்நேரம் (77)
அறிவிக் கவேண்டி யசெய்திகளை
இனிதே யுரைப்பே னென்றுரைத்து
இறைவன் கூறி யதாயுரைப்பார்

நண்ப கலுண்ணும் நேரத்து
நாச்சி கொஞ்ச மன்னத்தைக்
கொண்டு வந்து நிற்கையில்
கூடிப் பலரு மங்கிருக்க
கணவ ரோடு ரையாட (78)
கிடைத்தி டாது நேரமுமே
மண்ணி லந்த மடவாளும்
மிகவும் வருந்தி நின்றிருப்பார்

ஒருநா ளெவரு மவரறையில்
உரையா டிநிற்கக் காணாது
விரைந்து வந்து சாரதையும்
வணங்கி நின்றார் தன்பதியை
வரனும் முன்புத் தன்னையும் (79)
வரதை யாக வணங்கியதை
கிருகி ணிநினை வுகூர்ந்தவரைக்
காளி யாகக் கருதிநின்றார்

புவனை யாகக் கணவனையும்
பாவித் திருந்து சாரதையும்
உவந்து சுற்றி வந்துநின்று
உடலும் தரையில் படும்படியாய்
தவப்பு தல்வர் தாளையும் (80)
சேவித் திருந்து நின்றிருக்க
பவதிக் கேவல் புரிகின்ற
பாங்கி யராவோம் நாமென்றார்

பட்டுச் சேலை கொண்டுவந்து
பதிக்க தையும் மிகவழகாய்
இடுப்பில் கட்டி அதன்மேலும்
எழில்சேர் ஒட்டி யாணத்தைக்
கட்டி விட்டுச் செந்தூரம் (81)
களித்து வகிட்டில் தீற்றிவிட்டு
மெட்டி தன்னைப் பாதத்தில்
மென்மை யாக அணிவித்தார்

முன்பு தனக்குப் பதிதேவர்
மகிழ்ந்து புரிந்த அலங்காரம்
நன்கு நினைவு வைத்திருந்து
நாச்சி யின்று செய்துநின்று
தனது கடனைச் சிறப்பாகத் (82)
திருப்பிச் செலுத்திப் பதிமுகத்தை
இனிதே நோக்கிச் சேடியராய்
இறைவிக் கானோ மென்றிறுத்தார்

நுளம்பு மிகுத்துப் பெருகிநிற்க
நோய்கண் டுவாடி சாரதையும்
இளைத்து நிற்க வதுகண்டு
இறைவ னுடனே மருத்துவரை
விளித்த ழைத்து மருந்துகளும் (83)
வல்ல பைக்குத் தரச்செய்தும்
களைத்துச் சோர்ந்து சாரதையும்
களிப்பி ழந்து நின்றிருந்தார்

பணிவி டைகள் புரிவதற்குப்
பிறந்தி ருக்கு மெனக்கின்று
பணிவி டைகள் பலரிங்கு
புரிவ தையும் வெறுத்துநின்றேன்
இணங்கி நிற்பீர் யானுமென்னூர் (84)
ஏகி டவேண்டு மென்றிறுத்து
கணவ ரனும திகேட்டுநின்றார்
கிருகி ணியாகும் சாரதையே

சிறிதும் வருத்தங் காட்டாது
சிற்ப ரையின் பத்தருடன்
பிறந்த கத்தைச் சென்றடைந்து
பின்னர் தேறி நின்றபின்னர்
மறுப டிமீண்டும் வாவென்று (85)
மொழிந்து நின்றார் கதாதரரே
தற்கொண் டானின் தாள்பணிந்து
சார தையும் புறப்பட்டார்

தட்சி ணேசு வரத்திருந்து
தமதூர் செல்ல விரும்பிநின்று
விடையும் பெற்று மிகமகிழ்ந்து
விரையும் முன்னம் புக்ககமும்
அடைந்துத் தங்கிப் பின்தமதூர் (86)
அடைய விழைந்தார் சாரதையும்
குடும்பத் தினரு மவரையும்
களித்து வரவேற் றிருந்தனரே

துருவை பத்தர் கதாதரரின்
தமையன் இராமேச் வரரென்பார்
இருத யரோடி றைவிக்கு
இணைந்து பூசை புரிந்துவர
ஒருநாள் குடும்பந் தனைக்காண (87)
உவந்து வந்து சிலநாள்முன்
இருந்தி ருக்க சாரதையும்
இனிதே வந்து சேர்ந்துநின்றார்

இராமேச் வரரும் தமதூரும்
ஏகி நின்றி ருக்கையில்
ஒருநா ளெச்ச ரிக்கையை
உதறித் தள்ளி மனைவியையும்
கரும்பன் கணையால் சேர்ந்திடவும் (88)
கபவா தசுரத் தாக்குதலும்
கருத்தா யேற்பட் டிருந்திடவும்
குடும்பங் கவலை கொண்டதுவே

மனைவி தன்னைச் சேர்ந்திருக்க
மரண மேற்பட் டிடுமென்று
கனிந்தெச் சரிக்கை கதாதரரும்
கொடுத்தி ருக்க மீறிநின்று
மனையோ டுறவுங் கொண்டிடவும் (89)
மரணந் தன்னை யெதிர்பார்த்து
முன்னேற் பாடு பலவுமவர்
மற்றுப் புரியத் தொடங்கிநின்றார்

மனையின் முன்னம் மாமரமும்
மகிழ்ந்து வளர்ந்து பெரிதாக
நின்றி ருந்து நற்கனியும்
நிழலும் நிறையத் தந்திருக்க
கனிவு சிறிதுங் காட்டாது (90)
கார ணமேதோ கூறிநின்று
துன்ம திகொண்டு வெட்டிநின்று
தீமைச் செயலும் புரிந்தனரே

இராமேச் வரரும் மிகநொந்து
இயம்பி நின்றா ரிவ்வாறு
மரத்தின் கனிகள் பறித்துநின்று
மகிழ்ந்து மனையோர் உண்டிடவும்
வருடா வருடம் கொடுத்துநின்றேன் (91)
விருட்ச மிதனின் நீழலிலும்
கிரீடை அனேகம் புரிந்திருக்க
கீழே மரமும் வீழ்ந்ததுவே

மரத்தின் கட்டை கொண்டெனக்கு
மற்றுச் சிதையும் மூட்டிடுவீர்
விருப்ப மிதுவு மில்லையேல்
வழிப்போக் கருமே செல்கின்ற
விரிந்த சாலை யோரத்தில் (92)
வெட்டிக் குழியைத் தோண்டிநின்று
சரீர மிதனைப் புதைத்துநிற்க
சகல நன்மை கிட்டிடுமே

சாலை யோரங் குழிவெட்டி
சரீர மிதனைப் புதைத்துநிற்க
காலை மாலை வேளையில்
கணக்கி லாத சாதுக்கள்
சாலை தன்னில் செலும்போது (93)
சகதி சேறுந் தூசியுமே
மேலாங் கதியை மறுபிறப்பில்
மகிழ்ந்த ளிக்கு மென்றிறுத்தார்

இதையும் புகன்று நின்றிருந்த
இராமேச் வரரு மன்றிரவு
கதறிப் பலரு மழுதிருக்கக்
கால கதியு மடைந்திடவும்
மதனிக் காறு தல்கூறி (94)
மற்றங் கிருந்து சிலநாளில்
மதிமு கத்தார் சாரதையும்
மற்றுச் சென்றார் தமதூரும்

துயரஞ் செறிந்த சூழ்நிலையில்
துன்பஞ் சிறிதும் பிறர்க்களிக்கத்
தயங்கி நின்று சாரதையும்
தமதூர் செல்ல விடைபெற்று
செயராம் பாடி வந்துசேரத் (95)
திளைத்து மனையோர் மகிழ்ந்தனரே
அயர்ச்சி தீரப் பிறந்தகமும்
அண்டி நின்றும் பயன்காணார்

உடம்புஞ் சிறிதுந் தேறவில்லை
ஊரார் வம்புஞ் சேர்ந்ததுவே
விடாது தாயுந் தன்குமறல்
வெளிக்காட் டிநின்று வதைத்திருக்க
பட்டுப் பீதாம் பரத்தையும் (96)
பேர ழகான வளைகளையும்
உடனே தனது தாய்க்களித்து
உவந்து மகிழ்ந்தார் சாரதையும்

கணவர் கூறி யிருந்தபடி
களித்துச் சேலை வளைகளையும்
துணைவி யாகும் சாரதையும்
தந்து மகிழ்ந்தார் தாய்க்குடனும்
அணிந்துத் தாயும் மகிழ்ந்திருக்க (97)
அதன்பி னொருநாள் தம்பிக்கு
முண்டித் துடனே உபநயனம்
முடித்து மகிழ்ந்தார் மனையோரும்

உபந யனத்தை நடத்திநின்று
உவந்து மகிழ்ந்தார் மனையோரும்
அப்பால் நான்கு நாட்களாக
அயோத்தி இராமன் நவமிவர
எப்போ தும்போல் பூசைகள் (98)
இனிதே இராமச் சந்திரரும்
குபல மின்றி நடத்திநின்று
கால கதியு மடைந்துபட்டார்

இராமன் பெயரைத் தாங்கிநின்று
இராம நாமஞ் சதாவுரைத்து
இராம நவமி நாளன்று
இராம நவமி கொண்டாடி
இராம னுக்கு நிவேதித்து (99)
இராம நாம முரைத்தபடி
இராமன் பாத மடைந்துநின்றார்
இராமச் சந்தி ரநல்லாரும்

விதவை யாகி சியாமாவும்
வண்ணப் பீதாம் பரங்களைந்தார்
அதன்பின் கரத்து வளைகளையும்
அகற்றி ஓல மிட்டழுதார்
இதன்பி னவரு மெந்நாளும் (100)
இவற்றை அணிதல் கூடாதாம்
பதியு மிறக்கப் பெண்வாழ்வுப்
பெரிதுந் துன்பம் நிறைந்ததுவாம்

இடியுந் தலைமேல் வீழ்ந்ததேபோல்
இருந்து நின்று வருந்தினரே
குடும்பம் பெரிது பொருளில்லைக்
குழந்தை பலரு மிருந்திருக்க
அடுத்துப் பொருளு மீட்டிநிற்க (101)
ஆட வரெவ ருமங்கில்லை
உடன்பி றந்த சகோதரருள்
ஒருவர் புரிந்தார் புரோகிதமும்

விளைநி லத்தில் நெற்பயிரும்
விளையா தொழியும் பலசமயம்
களையும் பூச்சி பெருந்தொல்லைக்
கொடுக்கப் பயிரு மழிந்துபடும்
களித்து நின்று தொழிலாளர் (102)
கொடுப்பர் தொல்லைப் பலகாலும்
களைத்துச் சோர்ந்து குடும்பமுமே
கண்ணீர் பெருக்கிக் கதறியதே

தட்சி ணேசு வரமருகில்
தங்கி யிருந்து புரோகிதமும்
உடன்பி றந்த சகோதரருள்
ஒருவர் செய்து சிறிதுபொருள்
குடும்பத் திற்க னுப்பிநின்றும் (103)
கொடிய வறுமை வாட்டிநிற்க
துடித்துப் பசியால் குழந்தைகள்
துவண்டு சோர்ந்தி ருந்தனரே

வறுமை மனையில் மிகுந்திருக்க
வயிறு காய்ந்த குழந்தைகள்
பொறுக்க முடியா தழுதிருக்க
பின்னு மங்கி ருத்தலுமே
சிறுமை யாகு மென்றெண்ணி (104)
சார தையு மூர்விட்டு
தற்கொண் டானும் வாழ்ந்திருக்கும்
தட்சி ணேசு வரம்வந்தார்

பசியால் வாடும் சிசுக்களையும்
பார்த்து வருந்தி சியாமாவும்
உசித மிதுவே யென்றெண்ணி
உழைத்துப் பொருளுஞ் சேகரிக்க
இசைந்து நின்று நெற்குத்தி (105)
ஈட்டி நின்றார் சிறிதுபொருள்
தசைநார் வலித்தும் சியாமாவும்
தளரா துழைத்து நின்றிருந்தார்

கோட்டை அடுப்பு மூட்டிநின்று
களித்துத் தனவான் மனைகளுக்கு
வீட்டி லடிசி லாக்கியதை
வினியோ கித்துச் சிறிதுபொருள்
ஈட்டி நின்றும் மனைதன்னில் (106)
இருந்து நின்ற துவறுமையும்
ஊட்டங் குறையச் சிலரையும்
உற்றார் மனைக்க னுப்பிவைத்தார்

வயிற்றுப் போக்கு நோய்கண்டு
வாடி நின்றார் சாரதையும்
அயர்ச்சி கண்டு துவண்டிருக்க
அங்கி ருந்தோ ரருமருந்து
முயற்சி செய்து கொடுத்திருந்தும் (107)
மற்றுக் குணமுங் காணாதும்
அயரா துழைத்து மாமிக்கு
அனேக சேவை புரிந்திடுவார்

கால னுக்குத் தன்மகனைக்
கொடுத்தி ருந்த மாமிக்குக்
காலந் தவறா திருந்துநின்று
களித்துச் சேவை பலபுரிந்த
வாலை வாடி யிருந்திருக்க (108)
வீழ்ந்து பட்ட தந்தைக்காய்
சீலி நொந்தா ளென்றெண்ணி
சிந்தித் திருந்தா ரவர்மாமி

இராச ராசேச் வரியென்றும்
இறைவி யென்றும் பூசைகள்
புரிந்து நின்ற கதாதரரும்
பத்தி னிவாடி நிற்பதையும்
பொருட்ப டுத்தா திருந்தாரே (109)
பின்னும் மனையின் வேதனையும்
கருத்திற் கொள்ளா திருந்துநின்று
காளி நினைப்பி லாழ்ந்திருந்தார்

புரிந்து நின்ற சாதனையின்
பலனை யெல்லாம் சாரதைக்கு
நிரம்ப மகிழ்ந்து வழங்கிநின்று
நிர்ம லமாகக் கதாதரரும்
இருந்தி ருக்க அம்பிகையும் (110)
இனிதே அனும திக்காது
திரும்ப சகல சத்தியையும்
தந்த ளித்தா ளவருக்கு

திருடர் மிகுந்த நாடுதனில்
தேடி யடக்கி யொடுக்காது
கரமும் மடித்துக் கண்மூடி
காவல் கார ரிருந்திடுதல்
சரியோ அறமோ தருமமுமோ (111)
சகமும் தூற்றி நின்றிடாதோ
பெரிது மிதையே நினைத்ததேபோல்
புவனை செயலு மாற்றிநின்றாள்

கலியில் மக்கள் பொய்மதங்கள்
காட்டி நிற்கும் வழிசென்று
தொல்லை பலவுங் கொடுத்துநின்று
தீமை புரியத் தொடங்கிடுவர்
செல்லுந் தவறாம் வழியையும் (112)
சுட்டிக் காட்டி அவர்களையும்
நல்வ ழிப்ப டுத்திடவும்
நினைத்து நின்றா ளம்பிகையே

புதிதா யெதுவுஞ் சாதனைகள்
புரியா திருந்தும் மேலும்பின்
இதுவ ரையும் புரிந்துநின்ற
இமய மளவுச் சாதனையின்
அதிசி றந்த பலன்களையும் (113)
அன்பு மனைக்க ளித்தபின்னும்
சித்தை யெல்லா பலன்களையும்
திரும்பத் தந்தாள் கதாதரர்க்கு

கோவில் கொண்ட அம்பிகையும்
கலியு கத்துச் சீரழிவும்
நோவு பலவுந் தீர்த்திடவே
நிறைய மக்கள் மூலமாக
காவல் செய்யு மமைப்பையும் (114)
கருணை கொண்டுத் தோற்றுவிக்க
ஆவல் கொண்டு பெருஞ்சத்தி
அள்ளித் தந்தாள் கதாதரர்க்கு

நரேந்தி ரநாதன் போலிளைஞர்
நிறையத் தேடிக் கண்டதன்பின்
அரிய பயிற்சி அளித்துநின்று
அவர்கள் மூலம் நிறுவனத்தை
உருவாக் கிநின்றுத் தருமத்தை (115)
உலகிற் களிக்க அம்பிகையும்
விரும்பி மீண்டும் கதாதரர்க்கு
வழங்கி நின்றாள் பெருஞ்சத்தி

கருணை கொண்டு தேவியுமே
காட்டி நின்ற சீடருக்கு
நிரம்ப வாரி வழங்கிடவே
நிறைய ஆத்து மசம்பத்து
கருத்தா யளித்தி ருப்பதாக (116)
கருதி நின்ற வர்வரவை
பெரிதும் விரும்பி எதிர்பார்த்து
பரித வித்தார் கதாதரரும்

தன்னி டமுள்ள சம்பத்தை
தாயுங் காட்டி யசீடருக்கு
கனிந்து கொடுத்துத் தன்பாரம்
குறைக்க விரும்பி கதாதரரும்
அனுதி னமும வர்வரவை (117)
ஆவ லோடெ திர்பார்த்து
மனோன்ம ணிக்கு வேண்டுகோளும்
மறக்கா துவிடுத் துநின்றிருந்தார்

கனத்த மடியின் தாய்ப்பசுவும்
கன்றின் வரவை எதிர்பார்த்து
தனத்தின் கனத்தைக் குறைத்திடவும்
தவித்துக் கதறி அழைப்பதேபோல்
அனுப வையுங் காட்டிநின்ற (118)
அடியார் வரவிற் கேங்கிநின்று
தினமுந் தமது கவலைகள்
தெரிவித் திருப்பா ரம்பிகைக்கு

ஒளிந்தி ருக்குங் பிள்ளைகாள்
ஓடி வந்தென் சம்பத்தை
அள்ளி யெடுத்துச் சென்றுலகில்
அனேக ருக்கும் வழங்கிடுவீர்
களித்து யானு மும்வரவைக் (119)
காலம் பலவா யெதிர்பார்த்து
துளியும் நிம்ம தியில்லாது
தவித்து நிற்ப துகாணவாரீர்

கற்றா தனது மடிகனத்துக்
கன்றிற் காகக் கதறுதல்போல்
சிற்ப ரையும் காட்டிநின்ற
சீட ருக்காய் கதறிநிற்கும்
பற்றற் றானும் பத்தினியைப் (120)
பெரிதும் வருத்தும் நோய்பற்றிச்
சிறிது மறியா திருந்திடுவார்
சார தையும் புகல்வாரில்

ஓராண் டுகால மிவ்வாறு
உபாதை தன்னைப் பொறுத்துநின்று
காரார் குழலார் மாமிக்கும்
கணவர் மற்று மடியார்க்கும்
சீராய் செய்தார் பணிவிடைகள் (121)
சொல்வா ரில்லைத் தம்தொல்லை
சார தைக்க ளித்துநின்ற
சிகிச்சை பலனு மளிக்கவில்லை

பத்தி னிவீட்டு வறுமையைப்
புவனை பத்த ரறிந்திருந்தார்
மெத்தத் தனமும் பெற்றிருக்கும்
மற்றுத் தனது பத்தரிடம்
இதமாய் சிறிது விளக்கிநிற்க (122)
இரங்கிக் கேட்டு மிகநெகிழ்ந்து
பத்தர் சிலரும் பெருமளவில்
பொருளு மளித்து நின்றிருப்பர்

சிற்ப ரையின் பத்தருமே
செய்தா ரில்லை அவ்வாறு
மறந்து மவரே எவரையும்
மற்றுத் தனமுங் கேட்பாரில்
பற்றற் றானும் சீடரையும் (123)
பெற்று நிற்க முனைந்திருந்தார்
வறுமை போக்க சாரதையும்
வேண்டிக் கேட்டா ரில்லையாம்

உபாதை மிகவு மதிகரிக்க
உடல்நி லையைச் சரியாக்க
அப்தம் முடிந்து நின்றதுமே
அன்னை வீடுஞ் சென்றடைய
செப்பி நின்றார் தம்விருப்பம் (124)
சிற்ப ரையின் பத்தரிடம்
ஒப்பி யவரும் நின்றிருக்க
ஊர்சென் றடைந்தார் சாரதையும்

வயிற்றுப் போக்கு நோய்மிகவும்
வன்மங் கொண்டு தாக்கிநிற்க
செயராம் பாடி தன்னிலவர்
சாவின் விளிம்பைச் சென்றடைய
உயிரு மூச லாடியதாம் (125)
ஊழ்த்து ணையின் நிலையறிந்து
உயிர்க்கி ழவனும் பதறிநின்று
உரைப்பார் இருத யராமிடமே

பலரும் பாரில் பிறந்துநின்று
பின்ன ரிறந்து போகின்றார்
உலகில் புரியும் நற்செயலும்
ஒன்று மில்லை கூறிநிற்க
எல்லோர் போலும் சாரதையும் (126)
இயற்றிச் செயலும் புரியாது
வலியக் காலன் கயிறுபட்டு
விட்டுச் சென்று நிற்பாளோ

ஆற்றி நிற்கப் பணிபலவும்
அனேக முள்ள திவ்வுலகில்
ஏற்று நின்றென் பாரத்தை
எளிதாக் கிடுவா ளெனநினைத்தேன்
காற்றி லொன்றி சாரதையும் (127)
கண்முன் கலந்து மறைவாளோ
போற்றுந் தாயின் சங்கற்பம்
புரிந்தி லேனே யென்றழுதார்

சிறிது நேரஞ் சென்றவுடன்
சிற்ப ரையின் சங்கற்பம்
அறிந்து நின்று கதாதரரும்
அரற்றி நிற்றல் விடுத்துநின்று
முற்றும் மனைவி உடல்நிலையை (128)
மறந்தொ ழித்துக் காட்டிநின்ற
அற்பு தமான சீடரையும்
ஆவ லோடெ திர்பார்த்தார்

ஏரிக் கரைக்கு வந்தடைந்து
இருந்து தனது பிம்பத்தை
நீரில் நோக்க சதைநீங்கி
நிறைய என்பு கண்டுநின்று
சீர்கு லைந்த உடல்கண்டு (129)
சிந்தை கலங்கி நின்றிருந்தார்
வாரி சாதை யளித்துநின்ற
வனப்பு நீங்கக் கண்டுநின்றார்

அழகில் விருப்பஞ் சிறிதுமிலை
அழகு செய்த துமில்லையாம்
அழகும் வனப்பு மிழந்ததற்கும்
அணுவ ளவேனும் வருத்தமிலை
அழகும் வனப்பு மெத்தனைநாள் (130)
அடுத்த நொடியை ஆரறிவர்
அழகும் வனப்பும் விடுத்துநிற்க
அடைந்தி ருப்பா யமைதியென்றார்

ஏரிக் கரையில் வீழ்ந்திருந்து
எழுந்து நிற்கத் தென்பிலாது
சோர்ந்தி ருந்து நின்றவரும்
செத்து நிற்க விழைந்துநின்றார்
நாரி புவனை சாரதையை (131)
நமனும் பற்ற விடுவாளோ
ஊரார் சிலரு மங்குவந்து
உவந்து மனையில் சேர்த்தனரே

வயிற்றுப் போக்கு நோயுமுடன்
விசித்தி ரமாக நின்றதுவே
மெய்யுஞ் சிறிது தேறுவதாய்
மனையோர் கண்டு மகிழ்ந்திருக்க
பொய்யே யாகி அவருடலும் (132)
பருக்கக் கண்டு மனையோரும்
பயந்து நின்று மருத்துவரைப்
பக்க மழைத்துக் காட்டினரே

துர்நீர் பரவி நிற்பதாகத்
தெரிவித் திருந்தார் மருத்துவரும்
அரும ருந்து தந்துநின்றும்
அளிக்க வில்லை குணமெதுவும்
பெருகி நின்ற துதுர்நீரும் (133)
பெருத்த அளவில் கண்ணிருந்து
வருந்தி மனையோர் பார்த்திருக்க
வீழ்ந்து கிடந்தார் பாய்தன்னில்

உடன்பி றந்த சகோதரருள்
ஒருவ ரருகில் வந்தமர்ந்து
கொடுத்து நின்றார் மிகவெளிய
குறையு மில்லா நற்கருத்து
கொடுவா ளேந்துங் காளியிடம் (134)
கூறி நிற்பா யிவ்வாறு
எடுத்து நிற்கே னினியுணவும்
இந்நோய் இருக்கும் வரையென்பாய்

தாயே நோவு முள்ளவரைத்
　　தொடா திருப்பே னுணவென்று
மாயை யாகுந் தேவியிடம்
　　மொழிந்தி ருக்க மற்றவளும்
நோயைத் தீர்ப்பா ளுறுதியென்றும் (135)
　　நோவைத் தீர்க்கா தவளிருக்க
மாய்ந்து நிற்றல் நலமென்றும்
　　மொழிந்தா ரவரின் சோதரனும்

என்சொ லேற்றென் கரம்பற்றி
　　என்னோ டுநீயும் வந்திருக்க
உன்னைக் காளி கோவிலிலே
　　உடன ழைத்துக் கொண்டுசென்று
மனையும் வருவே னென்றுரைத்த (136)
　　மகனே போலும் சோதரனின்
இன்சொ லேற்றுக் கோவிலுக்கு
　　இசைந்து சென்றார் சாரதையும்

குடிசை போலுங் கோயிலிலே
　　கொண்டு சென்று சோதரனும்
விட்டுச் செல்லத் தனியளாக
　　வருந்தி யவரு மங்கிருக்க
விட்டுச் சென்ற பேதியுமே (137)
　　வீரி யத்தோ டுவந்திடவும்
படாத பாடு பட்டுநின்று
　　பருப்ப திதன்னை நினைத்தழுவார்

இரவு நேர மாகிடவும்
　　இருந்து தவித்தார் பேதியாலும்
துர்நீர் தொடர்ந்து கண்ணிருந்து
　　தாரை யாகக் கொட்டிநிற்க
இரவும் பகலுக் கானபேதம் (138)
　　எதுவு மறியா திருந்துநின்று
பருப்ப திதன்னைத் தமதுயிரைப்
　　பற்றிச் செல்ல வேண்டிநின்றார்

தனியே யவருங் கோவிலிலே
　　தவித்து நிற்க அருகிருந்த
அன்னை போலும் மாதொருவர்
　　அடிக்க டியங்கு வந்துநின்று
கனிந்து சொல்லுஞ் சிலசொல்லி (139)
　　காட்டி நின்றார் கருணையும்
அன்னை காளி யதன்பின்பும்
　　அறிவித் தாளில் சூசகமும்

மனையில் சியாமா சுந்தரியும்
　　மற்றுச் சமையல் புரிந்திருந்து
தனது மகளின் வாழ்வுபற்றி
　　சிந்தா குலமா யிருந்துநின்றார்
வனிதை பலரும் மிகமகிழ்ந்து (140)
　　வாழ்க்கை நடத்தி வருகையில்
எனது பெண்ணு மதுபோலும்
　　இனிய வாழ்க்கை பெற்றாளில்

இன்று பெண்ணும் பலநோய்க்கு
　　இலக்கா கிநின்ற வத்தையும்
அனேகம் பெற்று நிற்கின்றாள்
　　அவளின் துன்ப மென்துன்பம்
மனையில் தனமும் பண்டமுமே (141)
　　மற்றே துமில்லை ஒருசிறிதும்
முன்பு யானுந் தீவினைகள்
　　மிகுத்துப் புரிய வாடியுள்ளேன்

பட்ட காலில் படுமென்னும்
　　பழைய மொழியை நன்கறிவேன்
உடனி கழ்வா னிறந்துநிற்க
　　உள்ளம் நொந்து நிற்கையில்
அடுத்துப் பெண்ணும் நோயுற்று (142)
　　அவத்தை பட்டு நிற்கின்றாள்
உடையாள் தனது கடைக்கண்ணால்
　　உளங்க னிந்து நோக்கிடாளோ

துன்பந் தொடர்ந்து வருகிறது
தொல்லை தொலைவ தெந்நாளோ
கனிந்து காளி கடைக்கண்ணால்
காணும் நாளு மெந்நாளோ
முன்னை வினையின் தீவிரமும் (143)
மாயும் நாளு மெந்நாளோ
அன்னை யுன்னை அடைக்கலமாய்
அடைந்தேன் காப்பு தாவென்றார்

திடுமென் றங்குச் சிறுபெண்ணும்
தோன்றி நின்றாள் மனைமுன்னம்
இடமும் பெயரு மியம்பினாளில்
இவ்வூ ரவளி னூருமிலைப்
பொட்ட ணமொன்றைத் திணித்துவிட்டுப் (144)
பெண்ணிற் குடனு மிம்மருந்தைக்
கொடுக்கக் குணமு டையுமென்று
கூறி மறைந்தாள் தக்கணமும்

பெயரு மூருங் கூறாது
பொட்ட ணமொன்றைத் திணித்துவிட்டு
சியாமா முன்னம் மறைந்துபட்ட
சிறுமி யுடனே சாரதையும்
மயங்கிக் கிடக்கு மிடமடைந்து (145)
மற்றெ மூப்பி அரும்பெண்ணே
தயங்கா தென்சொ லுடனேற்கத்
தீரு முனது வியாதியென்றாள்

சுரைப்பூ பறித்து நன்கரைத்து
சேர்த்து நிற்பாய் சிறிதுப்பு
பருத்தித் துணியை அதில்நனைத்துப்
பிழிந்து பின்னர் வடிகட்டிக்
கருவி ழியோரம் சிறிதுவிட்டுக் (146)
கட்டி நிற்கக் காலையில்
பெரிதுந் தீரும் வியாதியென்று
புகன்று மறைந்தாள் சிறுபெண்ணும்

சிறுமி மறைந்து நின்றிடவும்
சியாமா அங்கு வந்துசேர்ந்து
நிற்கத் தென்பு மில்லாத
நயனங் கண்ணீர் சொரிந்துநிற்கும்
பற்று மிகுந்தத் தன்பெண்ணைப் (147)
பற்றி யழைத்து மனைவந்து
சிறுமி யளித்தப் பொட்டணத்துத்
திவ்வி யமான மருந்தளித்தார்

சுரைப்பூ மருந்தைக் கண்களிலும்
சொட்டு சொட்டாய் விட்டுநிற்க
விரைந்து கொட்டி யதுர்நீரும்
வற்றி நின்ற துடனடியாய்
இரண்டு மருந்துஞ் செயல்புரிய (148)
எங்கோ பறந்த னநோய்களுமே
விரைவில் நோய்கள் மறைந்திடவும்
வனப்பு மீண்டும் பெற்றுநின்றார்

தென்பு வரவு முடல்தேற
திளைத்து மகிழ்ந்தார் சாரதையும்
மனைக்கு வருவோ ரனைவருக்கும்
மொழிவா ரவரு மிவ்வாறு
கனிந்து மருந்து தந்தவளும் (149)
காளி யன்றி யெவருமிலர்
அன்னை கருணைக் களவிலையாம்
அணுவு மசையா தருளின்றி

குணமா கிநிற்கும் சாரதையைக்
கிராமத் தாரு மருகிருந்து
கண்டு நின்று மிகவியந்து
காளி சத்தி தனைப்போற்ற
அண்டை கிராம மக்களுமே (150)
அறிந்து நின்று காளிதனை
வணங்கிப் பணிந்து வழிபட்டு
வருடந் தோறும் விழாவெடுப்பர்

வறுமை போக்க வேண்டுதலும்
வியாதி தீர்க்கக் கோருதலும்
சிறுமைச் செயலாய்க் கருதிநிற்கச்
செப்பி நிற்பர் ஞானியரும்
பிறப்பி றப்பு தவிர்த்திடவும் (151)
பத்தி வேண்டு மெனக்கேட்டும்
சிறந்த ஞானம் தந்திடென்றும்
செப்பி நிற்க வேண்டுமென்பர்

ஆரம் பநிலை யிலடியாரும்
அனேக மிதுபோ லிறையிடமும்
கோரி நிற்றல் தவறிலையாம்
கொஞ்சம் ஞான மடைந்துநிற்க
தேர்ந்த ஞானச் செல்வத்தைத் (152)
தந்த ளிக்க வேண்டுமென்று
நேர்ந்து நிற்றல் நலமென்று
நவின்று நிற்பர் ஞானியரே

அதீத சத்தி தனைநம்பி
அர்ப்ப ணித்து நின்றிருந்து
நிதமும் தமது சிரமங்கள்
நவின்று தீர்வு கேட்டுநிற்க
பத்தி மெச்சி ஆண்டவனும் (153)
பலனு மளிப்பா னென்பதையும்
நிதரி சனமாய் சியாமாவின்
நிகழ்ச்சி நன்கு ரைக்கிறதாம்

சிறுவ யதிருந்து சாரதைக்கு
சிம்ம வாகி னியென்கின்ற
இறைவி மீது பெரும்பத்தி
இருந்து திருந்த தெப்போதும்
சிற்ப ரையின் கோவில்மண் (154)
சிறிய பெட்டி தனில்வைத்து
அறையில் தன்னோ டுவைத்திருந்து
அதையு மவ்வப் போதுண்பார்

நுளம்பு மிகுத்துப் நோய்தாக்க
நலிந்து நின்றார் சாரதையும்
மள்ளங் கொண்டு நின்றவர்தம்
மண்ணீ ரலுமே வீங்கியது
வெளியூர் சென்று கோவிலொன்றில் (155)
விரைந்து மருந்து கொடுத்திடவே
களைத்துச் சோர்ந்த சாரதையைக்
கொண்டு சேர்த்தா ரவர்தாயும்

அருகி லுள்ள ஊரொன்றில்
அசுர சிகிச்சை அளித்திடுவர்
அரவ ணிந்த சிவன்கோவில்
அடைந்து குளித்து நின்றதன்பின்
தரையிற் படுக்க வைத்துநின்று (156)
தாருந் தள்ளி யநல்வாழை
மரத்தி நிலையை வயிற்றின்மேல்
வைத்துச் சூடுங் கொடுத்திடுவர்

வயிற்றில் வாழை இலைதன்னை
வைத்துக் கொள்ளிக் கட்டையைப்
பயந்து வலியால் நோய்கண்டோர்
பெரிதுங் கதறி அலறிநின்று
வியர்த்து வேர்த்த ழுதுநிற்க (157)
வேக மாகத் தேய்த்திடுவர்
வியாதி நீங்கி யதாகவுமே
விண்ட வரங்கெ வருமில்லை

கொள்ளிக் கட்டை தனையெடுத்து
கொண்டு வரவும் நோய்கண்டார்
துள்ளிப் பயந்தெ ழுந்தலறித்
தூர ஓடு வரென்றெண்ணி
வெளியே செல்லா தவாறவரை (158)
வெகுவா யிறுக்கிப் பிடித்துசிலர்
உள்ளே வைத்தி ருப்பதையும்
உவந்து கண்டார் சாரதையும்

சூடு பொறுக்கா திருந்துநின்று
சதையும் வெந்து நின்றிடுமாம்
போட்டச் சூடு பொறுத்துநிற்க
பின்னர் நோயும் தீருமென்று
வேட்கை கொண்டு நோய்கண்டார் (159)
வலியும் வதையும் மிகப்பொறுப்பர்
வாடி வருந்தி சியாமாவும்
வினோத சிகிச்சை கண்டுநின்றார்

நெருப்புத் தண்டங் கையேந்தி
நின்றி ருந்து சாரதையை
அருகில் வரவே அழைத்துநிற்கும்
அச்ச மூட்டும் மருத்தனிடம்
சர்வ சாதா ரணமாக (160)
சார தையும் சென்றிருக்க
பெரிதும் பயந்து சியாமாவும்
பார்த்து நடுங்கி நின்றிருந்தார்

அழுத்தி யிறுக்கிப் பிடித்திருக்க
அருகி ருந்த பெண்நால்வர்
கொழுந்து விட்டெ ரிந்துநிற்கும்
கோலுங் கொண்ட மருத்தனிடம்
எழுந்து வந்து சாரதைக்கு (161)
இயன்ற உதவி புரிவதாக
மொழிந்து நிற்க சாரதையும்
மறுத்து நின்றா ரவருதவி

நடுக்க மச்ச மில்லாது
நடந்து வந்து மருத்துவரின்
இடமு மடைந்து சிகிச்சையை
இனிதே தொடரக் கூறிநின்று
படுத்து நின்றார் தரைதன்னில் (162)
பயமும் பதட்ட முமில்லாது
நடுங்கி சியாமா பார்த்திருந்து
நிறைய வேண்டி நின்றிருந்தார்

சிகிச்சை யென்று கூறிநின்று
சித்தி ரவதை புரிந்துநிற்க
முகத்தில் கலக்கஞ் சிறிதுமின்றி
மகிழ்ந்தேற் றுநின்றார் வைத்தியமும்
சகித்துத் தாங்கிப் பெருவதையைச் (163)
சார தையும் பொறுத்துநின்றார்
முக்கல் முனக லேதுமின்றி
மரக்கட் டையா யிருந்துநின்றார்

மற்றுச் சிகிச்சை முடிந்துநிற்க
மண்ணீ ரலுமே சுருங்கியதே
சிற்ப ரையி னருளென்றும்
சிகிச்சை கார ணமாயென்றும்
பொறுமை கொண்ட தாலென்றும் (164)
பெற்ற தாயி னாசியென்றும்
கற்புங் கணவன் பொருட்டென்றும்
கூறி நின்றார் காரணங்கள்

தட்சி ணேசு வரமிருந்து
செய்தி யொன்று வந்ததுவே
கட்டி நின்ற புருடரையும்
கனிந்து பெற்ற தாயாரும்
அடைந்தார் சிவப தமெனக்கேட்டு (165)
அதிர்ச்சி கொண்டார் சாரதையும்
உடலைத் தகனஞ் செய்ததாக
உரைத்து நின்ற தச்செய்தி

கிராமந் தன்னில் பலமக்கள்
களித்து வாழ்ந்து வந்தனரே
கருத்து வேறு பாடுகளும்
கிராமந் தன்னி லெழுந்திருந்து
பிரித்துக் கெடுக்கும் நல்லுறவைப் (166)
பேதம் பார்த்தி ருந்திடவே
விரைவில் கெடுதல் மறந்திருக்க
வாழ்க்கைச் சிறந்து விளங்கிடுமே

நிரம்பத் தனமுங் கொண்டவராம்
நன்கு பெயரும் பெற்றவராம்
கிராமத் தாரு மவரையும்
களித்து நவநா தனென்றழைப்பர்
கருத்து வேறு பாடுகொண்டு (167)
கறுவி வெறுப்பார் சியாமாவை
பரம எதிரி யென்றெண்ணிப்
பாராட் டிநிற்பார் வன்மமுமே

நவநா தன்தம் மனைதன்னில்
நிரும லியாகும் காளிக்கு
உவந்து பூசை புரிந்திடவே
உத்தே சித்தி ருந்திருக்க
அவ்வூர் மக்கள் பலபொருட்கள் (168)
அளித்து நிற்க சியாமாவும்
புவனைப் பூசைக் களித்திடவும்
பெரிதும் விரும்பி நின்றிருந்தார்

அன்னம் வடித்து சியாமாவும்
அளிக்கக் கொண்டு நவநாதன்
மனையுஞ் சென்று நின்றிருக்க
மற்றுப் பலரின் முன்னிலையில்
சினந்து நின்று நவநாதன் (169)
சிறிதுங் கொள்ளே னிதையென்றும்
இனியு மிங்கு நின்றிருத்தல்
இல்லை பயனு மென்றிறுத்தார்

அன்ன மேற்கா திருந்துநின்று
அதன்மேல் பலர்மு னவமதித்து
நின்றி ருக்க சியாமாவும்
நிரம்ப வெறுத்துப் பாத்திரத்தை
மனைக்கு மீண்டும் கொண்டுவந்து (170)
மொழியா திருந்து விடாதுகண்ணீர்
அனேகம் பெருக்கிப் பாய்தன்னில்
அழுது படுத்த யர்ந்துநின்றார்

அன்னந் தன்னை மனைதன்னில்
அள்ளி யெவரும் புசித்தாரில்
அன்னந் தன்னை சிசுக்களுக்கு
அளிக்க அன்னை விரும்பினாரில்
மனையி லன்னம் புசிக்காது (171)
மகிழ்ச்சி யிழந்து பாய்தன்னில்
அனைவ ருமங்கு றங்கிநிற்க
அழுதி ருந்தார் சியாமாவும்

அன்னந் தன்னை வீணடிக்க
அனேக தனமு மில்லையாம்
அன்னந் தன்னைச் செய்துநிற்க
அதிகம் பாடு பட்டரிசி
தினமுஞ் சிறிதாய் சேர்த்திருந்து (172)
திளைத்து மகிழ்ந்து செய்துசென்றேன்
அன்னம் நீயுங் கொள்ளாமல்
அடியோங் கொள்ளோ மென்றுரைத்தார்

தன்னைப் பழித்துப் பிறந்ததற்கு
திரும்பத் திரும்ப வருந்திநின்று
மனையி லன்ன மெடுக்காது
மற்று றங்கும் சியாமாவை
கனிந்து தட்டிப் பெண்ணொருத்திக் (173)
கதவிற் கருகே நின்றிருக்க
கனவோ நனவோ யென்றையம்
கொண்டி ருந்தார் சியாமாவும்

சிவந்த நிறத்துப் பெண்ணொருத்தி
சிவப்புப் சேலை உடுத்திநின்று
கவலை வேண்டாங் கண்ணீரும்
கொட்டி நிற்ப தேதெற்கு
உவந்து நீயு மளித்துநிற்கும் (174)
உணவை யேற்பேன் தாவென்று
நவின்று சப்ப ணமிட்டமர்ந்து
நாரி புசிக்க விழைந்துநின்றாள்

என்னைச் சக்கம் மாவென்று
இயம்பி நிற்ப ரிவ்வுலகோர்
உனது பூசை தனையேற்று
உவந்து நீயுஞ் செய்திருக்கும்
அன்னந் தன்னை உண்டுபூசை (175)
அங்கீ கரித்த னைவருக்கும்
அனேக ஆசி வழங்கிடவே
அண்டி நின்றே னென்றுரைத்தாள்

பின்னர் சியாமா விழித்தெழுந்து
பார்த்து நின்ற துகனவென்றும்
கனிந்து புவனை தன்கிருகம்
கருத்தாய் வருவா ளெனநினைத்தும்
மனமும் மிகவும் மகிழ்ந்திருந்து (176)
மறுநாள் மகளுக் கன்புடனும்
கனவை விரிவா யெடுத்துரைத்து
கேட்டுத் தெளிந்தார் தமதையம்

சப்ப ணமிட்ட மர்ந்திருக்கும்
சிவந்த நிறத்துப் பெண்தெய்வம்
செப்பு வாயெ னக்கேட்க
சக்கம் மாவா மவளென்று
கப்பு மஞ்ச ளரைத்துநின்று (177)
குளிக்குந் தங்க மகளுரைக்க
ஒப்பி மகிழ்ந்து வந்துநின்றார்
உள்ளங் கனிந்த சியாமாவும்

தனது மனையில் காளிபூசை
சிறப்பாய் புரிய உன்னிநின்று
தினமுங் கடுமை யாயுழைத்துத்
தேவை யான பொருட்களையும்
அனேகஞ் சேர்த்து நிற்கலானார் (178)
அண்டை வீட்டு விசுவாசின்
மனையில் பணியும் புரிந்திருக்க
மிகுத்த நெல்லு மவரளித்தார்

நன்கு பெருக்கி வாயிலையும்
நிறையச் சுத்தஞ் செய்தபின்னர்
அனைத்து நெல்லைப் பரப்பிவிட்டு
அடுக்க ளையுள் புகுந்துநின்று
தனது பணியில் மூழ்கிடவும் (179)
திடுமென் றுடனே மழைபெய்யும்
கனத்த ஓசை கேட்டதிர்ந்து
காளி யென்ற லறிநின்றார்

மழையும் நெல்லைத் தெருதன்னில்
மற்றடித்துச் சென்றிடுமே
மழையில் நெல்லு மீரமாகி
மற்றுக் கெட்டுப் போய்விடுமே
விழாவிற் கதனைப் பயன்படுத்தல் (180)
வீணே யாகு மறியாயோ
தொழுது வணங்கிப் பூசையும்
செய்ய விழைந்த துதவறாமோ

துன்பந் தொடர்ந்து தந்துநின்று
திளைத்து மகிழ்தல் நின்செயலோ
என்னா லாகா தென்றறிந்து
எனக்குத் தொல்லை மிகக்கொடுத்து
மனது மகிழ்த லேனென்று (181)
மடவாள் யானு மறியேனே
கனவில் தோன்றி நிவேதனத்தைக்
கொடுக்கக் கேட்டு நின்றனையே

கனவில் வந்து நிவேதனமும்
கேட்டு நிற்க வதன்படியே
அனைத்துப் பொருளும் பலரிடமும்
அண்டி யாசித் திருந்துநின்று
மனது களிக்கப் பூசையும் (182)
மற்றுப் புரிய விழைந்தவளின்
மனதும் நோக மழையனுப்பி
மிகவும் கெடுத்தா யென்றழுதார்

பதறி யடித்துக் கொண்டுவாசல்
பாய்ந்தோ டிவந்து நின்றவரும்
அதிச யமான காட்சிகண்டு
அதன்பின் கண்ணை நம்பாது
அதிர்ச்சி யுற்றுப் பேரொலியும் (183)
அதிவே கத்தோ டெழுப்பிடவும்
எதிர்வீட் டிருந்த மனையோரும்
இன்னும் பலரும் வந்தனரே

கண்ட காட்சி நம்பினாரில்
கிருகம் விட்டு வந்தபலர்
கண்க ளையும் நம்பினாரில்
கொட்டி நின்ற மழைதன்னில்
பெண்கள் மற்று மாடவரும் (184)
பெரிதும் நனைந்து சியாமாவை
நண்ணி நின்று பேரதிர்ச்சி
நிரம்பக் கொண்டு நின்றனரே

மனைமுன் வந்த சியாமாவும்
மழையும் நெல்மேல் பொழியாது
நின்றுச் சுற்றிப் பெய்திருக்க
நிகழ்ந்த திதுவே இறையருளாம்
என்று நினைத்துக் காளிதனை (185)
ஏரா ளமாகத் துதித்துநிற்க
நனைந்து வந்த ஊராரும்
நம்ப முடியா திருந்தனரே

கொட்டி நின்ற மழைதன்னில்
கொஞ்ச மேனும் நனையாது
கிடந்த நெல்லைக் கண்டுமக்கள்
காளி மகிழ்ந்து வினோதத்தை
நடந்தி நின்றா ளென்றியம்பி (186)
நன்றி பலவு முரைத்திருந்து
விடாது தொடர்ந்து பலருக்கும்
விவரித் திருந்து மகிழ்ந்தனரே

நெல்லுங் காய்ந்து நின்றிருக்க
நாரிக் கென்று மண்பதுமை
குலால ரொருவர் மிகவழகாய்
களித்துச் செய்து கொடுத்திருக்க
நல்ல நாளுந் தேர்ந்தெடுத்து (187)
நிரும லிக்குப் பூசையும்
மலர்ந்து நடத்த சியாமாவும்
முடிவு செய்து நின்றிருந்தார்

தனது தம்பி ஒருவரையும்
தட்சி ணேசு வரஞ்சென்று
மனையில் நடக்கும் பூசையை
மகிழ்ந்து ரைத்த ழைத்துவர
இனிதே யுரைத்த னுப்பிவைத்து (188)
எதிர்பார்த் திருந்தார் சாரதையும்
சொன்ன வண்ண மவர்தம்பி
சென்றார் தட்சி ணேசுவரம்

தமக்கை சொல்லை யுடனேற்றுத்
தட்சி ணேசு வரஞ்சென்று
தம்பி தமக்கை உரைத்ததையும்
தெரிவித் திருந்துத் தன்னுடனும்
அம்பி கையின் பூசைக்கு (189)
அழைத்து நிற்க வதுகேட்டு
சம்ப வையின் பத்தருமே
செப்பி நின்றார் தம்மகிழ்ச்சி

வறுமை வாட்டி நிற்பதாக
விவர மறிந்து வருந்திநின்றேன்
சிறிது சோறும் பெறுவதற்கு
சிலரின் மனையி லன்னையும்
கறுக்க லிலிருந் துநாள்முழுதும் (190)
கடின மாக உழைப்பதாக
அறிந்து வருந்தி நிற்கின்றேன்
அகன்று வறுமை ஒழிந்ததாமா

விழாவு மெடுக்கப் பெருந்தனமும்
விதவி மான தானியமும்
பழமும் மலரும் பதுமையும்
பெற்று நின்ற தெவ்வாறு
கொழிக்கும் வளமை இல்லாதும் (191)
களித்து செய்வ தறிந்திலேனே
முழுதும் விவர மறிவிக்க
மகிழ்ந்து கேட்க விரும்புகிறேன்

தனமும் பொருளு மில்லாதும்
துருவை பூசை செய்துநிற்க
அனேக ரிடமும் பொருள்பலவும்
ஆவ லுடனே பெற்றுநின்று
வினய மாக ஆற்றிநிற்க (192)
விழைந்தி ருந்து விமலையும்
இனிதே தோன்றி அனைவருக்கும்
இசைந்து தருவா ளாசியென்றார்

அன்னை மற்றுந் தமக்கையும்
அழைப்ப னுப்பி நின்றிருக்க
கனிந்தெ னுடனே நீர்வரவும்
களித்து மகிழ்வர் நும்வரவால்
இனிதே யெமத ழைப்பையும் (193)
ஏற்று வாரீ ரெனக்கூறும்
மனையின் தம்பிக் கன்புடனும்
மொழிந்து நின்றார் கதாதரரே

அருமை யான பூசையும்
ஆற்றி நிற்க அம்பிகையும்
வருவா ளுறுதி மேலுமவள்
வரமும் பலவு மருளிடுவாள்
வருத்தம் வேண்டாம் சென்றுடனும் (194)
விழாவைச் சிறப்பா யாற்றிநிற்பாய்
சர்வ மங்க லமுண்டாகும்
சத்தி யமாகு மென்றுரைத்தார்

தனியே தம்பி திரும்பிவந்து
தெரிவித் திருந்தார் நடந்ததையும்
இனிதே காளி பூசையும்
இயற்றி நின்றார் சியாமாவும்
அனேக உள்ளூர் மக்களுடன் (195)
அயலூ ராரும் வந்திருந்து
கனிந்து பூசை கண்டுநின்று
களித்துண் டுவாழ்த்திச் சென்றனரே

பதுமை தன்னை நீர்நிலையில்
பூசை முடிந்த மறுநாளும்
பொதுவாய் மூழ்கச் செய்திடுவர்
பின்னும் வியாழ னாயிருக்கப்
பதுமை தன்னை மூழ்கடித்தல் (196)
பிழையா மென்று சாரதையும்
இதமா யெடுத்து ரைத்திருக்க
இனிதே மக்க ளொப்பினரே

மறுநாள் வெள்ளிக் கிழமையாம்
மாதக் கடைசி நாளாகும்
இறுதி நாளில் பதுமையை
எடுத்துச் செல்லல் தவறாகும்
பிறக டுத்த துமாதத்தின் (197)
புனித முதல்நா ளாகிடுமாம்
முறைமை இல்லை மாதத்தின்
முதல்நா ளன்று மூழ்கடித்தல்

இவ்வா றாக அதிகநாட்கள்
இல்லந் தன்னில் மகிழ்ந்திருந்து
புவனை சியாமா பூசையைப்
பெற்றாள் பலரும் பாராட்ட
புவனைப் பதுமை தன்னையும் (198)
பூசை யாற்றி நான்காம்நாள்
உவந்து மூழ்க டித்திடவே
ஊரா ரெடுத்துச் சென்றனரே

இறுதி நேரம் நெருங்கிடவும்
இமய வதியின் காதோரம்
அறைந்து நின்றார் சியாமாவும்
அடுத்த டுத்த வருடங்கள்
சிற்ப ரையே இதுபோலும் (199)
சிறிய யெனது குடிசைக்கு
மறுக்கா திருந்து வாவென்று
மொழிந்து வேட்கை தெரிவித்தார்

தினமுங் கைப்பி டியரிசியைச்
சமைக்கும் முன்ன மெடுத்ததையும்
மனையில் பெரிய பானையில்
மகிழ்ந்து போட்டுச் சேகரித்தார்
இனிதே வருட முடிவுதன்னில் (200)
இவ்வா றதுவும் நிரம்பியதே
பின்னர் பருப்பும் பலசரக்கும்
பானை களிலே நிரப்பிநின்றார்

விழாவைச் சிறப்பா யாற்றிநிற்க
வருமே நல்ல பலனென்று
மொழிந்து நின்ற கதாதரரின்
மொழியும் மெய்யா யாயிற்று
விழாவிற் கழைத்த மைத்துனரும் (201)
வேள்வி மற்றும் புரோகிதமும்
செழித்த தனவான் மனைகளிலும்
செய்ய அழைப்பு பெற்றுநின்றார்

இன்னு மிரண்டு தம்பியரும்
இருந்தி ருக்க அவர்களுமே
முனைந்து வயலில் விவசாயம்
மற்றுப் புரிய அதிலிருந்து
கனகம் போலும் நெல்மணிகள் (202)
காய்த்து நிற்கக் குடும்பத்தில்
தனமும் பெருகி நின்றிருக்க
தேய்ந்தொ ழிந்த தவர்வறுமை

கடைசித் தம்பி மிகநன்றாய்
கல்வி கற்று நின்றிருக்க
படிப்பிற் காகுஞ் செலவையும்
பரிந்தேற் பதாக உறவினரும்
அடுத்துக் கூறி நின்றிருக்க (203)
அகத்தோர் மிகவும் மகிழ்ந்தனரே
கடுகப் பூசை நாள்நெருங்க
களித்து மகிழ்ந்தார் சியாமாவும்

உடலு ழைப்பு மதன்மேலும்
ஓயா தொழியா தலைந்துநின்று
விடாது பலரைச் சந்தித்து
வாங்கிப் பொருளுஞ் சேகரிக்க
மடவா ளுனது தவிவேண்டும் (204)
மறுத்தி டாதே யெனத்தாயும்
அடுத்துச் சார தையிடமே
அன்பா யியம்பி நின்றிருந்தார்

மனது கந்து விழாநடத்த
மற்று விரும்பி நின்றிருந்தீர்
இனிதே அம்பாள் கிருபையால்
எல்லாம் நடந்த துசென்றவாண்டு
எனக்கு மின்னும் பலருக்கும் (205)
ஏனே தொல்லை யளிக்கின்றீர்
இனிமேல் தொல்லை யேற்றிருக்க
எனக்கு விருப்ப மில்லையாம்

என்று ரைத்து சாரதையும்
இனிதே மறுத்தா ருதவிடவும்
கனவொன் றவரு மன்றிரவு
கண்டு நின்று மிகவியந்தார்
இனிய மூன்று தேவதைகள் (206)
எழிலாய் காட்சி கொடுத்தனரே
மனதிற் குகந்த செந்நிறத்து
மாது சப்ப ணமிட்டிருந்தார்

நடுவி லிருந்த தேவதையும்
நன்கு சிவந்த நிறத்தவளாம்
அடுத்துச் சப்ப ணமிட்டமர்ந்த
அவளும் பேசத் தொடங்கிநின்றாள்
இடது பக்கம் விசயாவும் (207)
இருக்கக் கண்டு வலப்புறத்தில்
துடிப்பா யிருக்கு மிவளையும்
தெரிந்து நிற்பாய் செயாயென்று

சக்கம் மாவென் றெனையழைப்பர்
சிறிது மறிந்த தில்லையோ
பக்க மிருக்கும் செயாவிசயா
பற்றி நீயு மறியாயோ
தகுந்த வரவேற் பளித்திருக்கத் (208)
தங்கி யிருப்போ முன்னுடனும்
மகிழா திருக்க மனைநீங்கி
மற்றுச் செல்வோ மென்றுரைத்தாள்

என்னை விட்டு வேறெங்கும்
ஏகி நிற்கா திருந்திடுவீர்
என்னை விட்டுச் சென்றிடவும்
இயம்பி நிற்கே னொருநாளும்
மனையில் மகிழ்ந்து நீவிருமே (209)
மற்றி ருக்க மகிழ்ந்திடுவேன்
தென்புண் டாகு மெனச்சொல்லித்
தாள்ப ணிந்தார் சாரதையும்

கனவு முடிந்து நின்றிருக்க
களித்தி ருந்தார் சாரதையும்
இனிதே மறுநாள் தாயிடமும்
இயம்பி நின்றார் பூசைக்குத்
தன்னா லியன்ற சேவைகள் (210)
செய்து நிற்ப தாயுரைத்து
கனிந்து சேவை பலபுரிந்து
களித்தி ருந்தார் சாரதையும்

தனமும் பொருளும் கணவரிடம்
தந்து நிற்கக் கேட்பாரில்
அனேக பத்துப் பாத்திரங்கள்
அனைத்துந் தாமே ஒருவராக
நன்கு சுத்தஞ் செய்தபின்னர் (211)
நீரும் போகத் துடைத்துநின்று
பின்ன ரடுக்கி வைத்திருந்து
பணிகள் பலவும் புரிந்திருப்பார்

சியாமா பெயரில் நான்காண்டு
சங்கற் பித்துப் புரிந்தனரே
சியாமா மறுக்க சாரதையை
சங்கற் பித்து நான்குமுறை
அயரா தாற்றிச் சாரதையின் (212)
அன்பு மிகுந்த சிறியதந்தை
பெயரைச் சங்கற் பித்துநின்று
புரிந்தார் பூசை நான்குமுறை

இதன்பின் பூசை நிறுத்திடவும்
இச்சித் திருந்தார் சாரதையும்
சித்தை மீண்டு மவர்கனவில்
தோன்றி பூசை தனைத்தொடரக்
கதைத்தி ருந்த வாறதையும் (213)
களித்தாற் றிவந்தார் சாரதையும்
பத்தர் நிதியு மளித்திருக்கப்
பூசை விடாது தொடர்ந்ததுவே

பிற்கா லத்தி லடியார்கள்
பொன்னும் பொருளுந் தானமாக
நிறைய வழங்கி நின்றிருக்க
நல்ல விளைச்சல் நிலம்வாங்கி
நெற்ப யிரிட்டு வருமானம் (214)
நன்கு கிடைக்கப் பூசையும்
சிறப்ப ரைக்கு நடத்திடவும்
செய்தார் நல்ல ஏற்பாடு

இன்றும் சக்கம் மாவிற்கு
இடைவி டாது பூசைகள்
நன்கு நடந்து வருகிறதாம்
நன்மை கிட்டி நின்றிடவும்
கனிந்து கருணை சக்கம்மா (215)
காட்டி நின்று வருகின்றாள்
தொன்மை பழக்க மனைத்தையும்
தொடர்கின் றனரு மிந்நாளும்

6. சாரதை மீண்டும் தட்சிணேசுவரம் செல்லுதல்

கங்கா சாக ரிடஞ்சென்று
கிராமத் தாரும் மிகக்களித்து
மங்க லநாளில் நீராடி
மற்றுத் திரும்ப விழைந்திருக்க
மங்கை சார தாமணியும் (1)
மணாளன் வதியு மிடஞ்செல்ல
பொங்கி மகிழ்ந்துப் புறப்படவும்
பலருங் குழுவாய் கிளம்பினரே

இராமேச் வரரின் மனையிருந்து
இலக்கு மிமற்றும் சிவராமும்
வருவ தற்கு விரும்பிநிற்க
வழித்து ணையா யிருப்பரென்று
கருதி சார தாமணியும் (2)
குழுவில் சேர்த்துக் கொண்டுநிற்க
பெரிதுங் களித்து நின்றகுழு
புறப்பட் டதுவே கால்நடையாய்

இடமாம் தேலோ பேலோவும்
இருந்த தங்கு வழிதன்னில்
அடித்துக் கொலையும் புரிந்துநின்று
அதன்பின் கொள்ளை செய்கின்ற
கொடிய கள்வர் கூட்டமங்கு (3)
காட்டி லிரவு நேரத்தில்
நடத்தி மகிழுந் தம்தொழிலை
நடுங்கி நிற்பர் வழிப்போக்கர்

பகல்நே ரத்தில் கொள்ளையர்
பதுங்கி யிருப்பர் காடுதனில்
பகலில் பயணஞ் செய்வதையும்
பயணஞ் செய்வோர் விரும்பிநிற்பர்
மிகவும் விரைவா யிவ்விடத்தை (4)
மற்றுப் பகலில் கடந்திடுதல்
தகுந்த முடிவாய்க் குழுக்கருதி
தீர மாக நடந்தனரே

திருடர் பயமும் மிகக்கொண்டு
தீர மாகக் குழுவினரும்
விரைந்து நடக்க முடிவெடுத்து
விளம்பி நின்ற னரெல்லோர்க்கும்
பெரிதும் நோயின் தாக்கத்தால் (5)
பலமு மிழந்த சாரதையும்
விரைந்து நடக்க வலுவின்றி
வெகுவாய் பின்தங் கிநின்றிருந்தார்

விரைந்து நடக்கக் குழுவினரும்
வற்பு றுத்தி நின்றிருக்க
அரிவை நடக்க முடியாமல்
அடியெ டுத்து வைத்திடவும்
பெரிதும் முயன்று தோற்றுநிற்க (6)
பயணி பலருஞ் சிலமுறைகள்
பரிவோ டுகாத்து நின்றிருந்து
பயந்துத் தம்வ ழிசென்றனரே

தாம தித்து நின்றிருக்க
திருடர் தாக்கி நின்றிடுவர்
நாமெல் லோரு மொருவருக்காய்
நலமு மிழந்து யிரிழப்போம்
சேம மிதுவே நாம்விரைந்து (7)
செல்லல் நலமென் றார்பலரும்
ஓம்பி காளி காக்குமென
ஒப்ப டைத்துச் சென்றனரே

திருடர் பயமுங் கொண்டுகுழு
தவிக்க விட்டுச் செல்கிறதாம்
பரிந்து நாமுஞ் சித்தியுடன்
பயணித் திருக்க நம்மையும்
திருடர் தாக்கி நிற்பரென்று (8)
சார தையைத் தவிக்கவிட்டு
விரைந்து இலக்கு மிசிவராமும்
விடைபெ றாது சென்றனரே

சாயங் காலம் விரைந்துவர
சட்டென் றிருட்டி நின்றிருக்க
நோயுங் கண்டு நலிந்திருக்கும்
நாரி நிரம்பப் பயந்துநின்று
வாயி லிறைவி நாமத்தை (9)
விடாது புகன்ற டியெடுத்து
பாயும் புலிக்குங் கள்வருக்கும்
பயந்து பயணந் தொடர்ந்திருந்தார்

மனதில் பயமும் நிறைந்திருக்க
மடியில் தனமு மில்லாது
தனியாய் இளம்பெண் காட்டுவழி
தடுமா றிநின்று செல்கின்றார்
வனாந்தி ரத்தில் துணையுமின்றி (10)
வலியும் பெருகி நின்றிருக்க
நினைப்பு முழுதும் இறைவிதனால்
நிறைந்தி ருக்க நடந்துசென்றார்

இருளும் வந்து நிறைந்திருக்க
இம்மி யளவும் தென்பின்றி
பெரிதும் சிரமப் பட்டுநின்று
பச்சைக் குழந்தை தவழ்வதேபோல்
பருப்ப திநாம முரைத்துநின்று (11)
படாத பாடு பட்டுநின்று
கரவாய் கள்வர் மறைந்திருக்கும்
காட்டு வழியில் சென்றிருந்தார்

நெடிய கரிய உருவமொன்று
நிலவு மில்லா இரவுதன்னில்
திடுமென் றுதம்முன் வரக்கண்டு
சிந்தை செயலு மிழந்துநிற்க
திடுக்கிட் டிருந்து செல்வதையும் (12)
தாள்க ளுடனே நிறுத்திநிற்க
நடப்ப தையு முடன்நிறுத்தி
நடுங்கி நின்றார் சாரதையும்

ஓடி நிற்கத் தென்புமிலை
ஓட்டம் பிடித்தும் பயனேதே
மாட்டிக் கொண்டே னென்மானம்
மகதி காப்பாற் றெனவேண்டி
கோடி நாம முரைத்திருந்து (13)
கண்கள் மிரளக் கால்தளர
வாடி வாழ்க்கை வெறுத்துநின்று
வியர்த்துப் பயந்தார் சாரதையும்

கறுத்த நிறமும் மணிக்கட்டில்
காப்பு மணிந்து கரந்தன்னில்
அறுக்கும் பெரிய வாளுடனும்
அபலை முன்னம் வந்துநின்று
சிறுத்தை சீறி நிற்பதேபோல் (14)
சிந்தா குலமா யிருந்தங்கு
நிற்கும் சார தாமணியை
நோக்கிக் கள்வன் பேசலானான்

இருட்டில் தனியாய் செல்வதெங்கு
இருக்கும் பொருளு மேதுமுண்டோ
அரிவை நீயு மிளம்பெண்ணாம்
அறிவா யிந்த நேரத்தில்
திருடர் கள்வர் பயத்தையும் (15)
சிந்திக் காது வந்ததேனே
விரைவி லுன்னைப் பற்றியெல்லாம்
விவரித் திடுவா யெனக்குடனும்

துணையு மில்லைத் தனியாளாம்
திருடர் மிகுந்த வழிதன்னில்
பெண்ணே தனியாய் செல்வதற்குப்
பெரிதுந் திடமும் வேண்டுதுமே
கணவன் தந்தை சோதரனும் (16)
கூட வாரா திருந்திருக்கத்
துணிந்து பயணித் திடுகின்றாய்
துணிவோ யில்லை மடமையோ

திடமென் றுரைத்துச் சொல்வேனோ
சிறும தியென்று ரைப்பேனோ
மடவாள் நீயு மிளம்பெண்ணாம்
மற்றுத் தனியே செல்பவரும்
மடமை யாக இரவுதனில் (17)
மகிழ்ந்து பயணம் செல்வாராம்
விடையி றுக்கா திருந்திடவும்
வெட்டிச் சாய்ப்பே னெனப்புகன்றான்

நாக்குக் குழறி நின்றிருக்க
நாரி யேது முரைத்திலாரே
கூக்கு ரலிட்டுக் கத்திடவும்
கொஞ்ச மேனுந் தென்பில்லை
வாக்காள் நாமந் தரித்தவரும் (18)
வேர்த்து வியர்த்து நின்றிருந்து
காக்குந் தேவி காளிநாமம்
கூறி யவாறி ருந்தாரே

கள்வ னருகில் வந்துநிற்க
கொண்டு நின்றார் பேரச்சம்
மெள்ளத் தனது சேலையால்
முகத்தை மூடி நின்றதுமே
வளியும் மிகுத்து வீசிடவும் (19)
விழுந்த துசேலை முன்றானை
கொள்ளை செய்யுங் கள்வனுமே
கண்டா னவரின் திருமுகத்தை

உற்று நோக்கிக் கள்வனுமே
உடலும் நடுங்கி நிற்பவரின்
அற்பு தமானத் திருமுகத்தை
ஆடா தசையா திருந்துகண்டு
பெற்று நின்றான் பெருமாற்றம் (20)
பேச்சி ழந்தும் நின்றிருந்தான்
சிற்ப ரையின் திருமுகத்தைத்
தரிசித் திருந்தா னக்கள்வன்

பார்த்து நின்றக் கள்வனுமே
பேர திர்ச்சிக் கொண்டுநின்றான்
பார்வை தன்னில் காமமிலை
பொருளை விரும்பு மெண்ணமிலை
பார்த்து நின்றான் கொற்றவையைப் (21)
பாசம் பரிவுங் கொண்டுநின்றான்
பார்த்து மகிழ்ந்தான் பார்வதியைப்
பார்த்துத் தன்னை மறந்துநின்றான்

தன்னை மறந்து நின்றவனும்
சுயநி னைவு பெற்றதுமே
தன்னை மறந்து சாரதையைத்
தாயென் றழைத்துக் கூறிநின்றான்
என்னைப் பார்த்து மிருட்டிற்கும் (22)
எள்ளத் தனையும் பயம்வேண்டாம்
என்னைத் தந்தை யெனநினைப்பாய்
என்பி னுனது தாய்காண்பாய்

மனைவி பின்னே வந்துநிற்க
மகளே அச்சங் கொளல்வேண்டாம்
உனதி டத்தைச் சேர்ந்திருக்க
உதவி நிற்போ முறுதியாகும்
என்று கள்வன் சொல்கையில் (23)
ஏகி வந்தா ளவன்மனையும்
தன்னை மறந்து சாரதையைத்
தரிசித் திருந்தா ளப்பெண்ணும்

திருடன் தன்னை சாரதையும்
தந்தை யென்று விளித்தழைத்து
உரைத்து நின்றா ரன்புடனும்
ஊரா ருடனும் புறப்பட்டு
புருட ரூருஞ் சென்றடைய (24)
பயணப் பட்டு வந்துநிற்க
கிருபை கொண்டு நிருமலியும்
காட்டி நின்றாள் நுங்களையும்

உடனும் வந்த நல்லூரார்
ஒத்து ழைத்தி துவரையும்
நடத்தி யழைத்து வந்திருக்க
நோய்கொண் டிருந்த காரணமாய்
உடலில் வலிவி லாதுபோக (25)
ஓய்வு வேண்டி அவர்களையும்
தொடர்ந்து செல்ல வற்புறுத்த
சென்று நின்றா ரவர்களுமே

தட்சி ணேசு வரந்தன்னில்
தங்கள் மருகன் கோவிலிலே
சடாத ரிக்குப் பூசைகள்
திறம்ப டயாற்றி வருகின்றார்
மடவாள் யானு மவரிடமும் (26)
மற்றுச் செல்ல விரும்பிநிற்க
நடந்து துணையா யவ்விடமும்
நீவிர் வரவே அவர்மகிழ்வார்

மகளு மாவே னுங்களுக்கு
மற்றென் பெயராம் சாரதையாம்
துக்கித் திருந்துத் தனியாளாய்
திகிலுங் கொண்டு நடக்கையில்
மகதி யருளால் நும்மையும் (27)
மகிழ்ந்து கண்டேன் வழிதன்னில்
தகுந்த துணையு மில்லாதாள்
திளைத்து மகிழ்ந்தேன் நும்வரவால்

தட்சி ணேசு வரம்வரையும்
துணையாய் நீவிர் வருவீரேல்
உடையாள் பத்தர் நும்மருகன்
உள்ளங் களித்து வரவேற்பார்
கடமை யிதுவே மகளுக்குக் (28)
காப்புத் தருதல் வேண்டுமாமே
மடவா ளெனது வேண்டுகோளை
மற்றேற் றுநிற்பீ ரென்றுரைத்தார்

திருடர் தம்மைப் பெற்றோராய்த்
திளைத்து மகிழ்ந்த ழைத்திருக்கத்
திருட ரென்ற வர்களையும்
சொல்லி நிற்றல் தவறாகும்
கரவர் வரவால் சாரதையும் (29)
காப்புப் பெற்று மகிழ்ந்திருக்க
வரவேற் போம்நா மவர்களையும்
வனவா சியென்ற ழைத்திருந்து

வனாந்தி ரத்தில் வசிப்பவரும்
விண்டி ருந்தா ரிவ்வாறு
தனியே பயணஞ் செல்பவளே
தாயே நீயும் மகளாவாய்
இனிமே லச்ச முனக்கிலையாம் (30)
இனிமேல் காப்பெம் பொறுப்பாகும்
எனக்கும் மனைக்கு மிடையிலுமே
எழிலாய் நடந்து வந்திடுவாய்

இவ்வ ழியாமும் நன்கறிவோம்
இன்னுஞ் சற்றுத் தூரத்தில்
குவளை மலரும் நிறைந்திருக்கும்
குளத்திற் கருகே குடிசைகள்
தவச்சீ லர்கள் தங்கிடவே (31)
தெரியக் காண்பா யெம்மகளே
உவந்து தங்கி உண்டுறங்கி
உடனே நாளைப் புறப்படுவோம்

என்று ரைத்து வனவாசி
இனிதே சார தையையும்
வனாந்தி ரத்துப் பாதையில்
வழிந டாத்திக் கொண்டுசென்று
முனிவர் பலரும் வாழ்கின்ற (32)
மனையொன் றிற்க ழைத்துநின்று
கனிந்து தங்கக் கூறிப்பின்
கடுக வெளியே சென்றுநின்றார்

கொடுவா ளேந்தி வனவாசி
களித்து முன்னம் நடந்துசெல
அடுத்து நடுவில் சாரதையும்
அமைதி காத்துச் சென்றிருக்க
கடைசி யாக வனவாசி (33)
கிழத்தி நடந்து வந்திருக்க
முடிவி லவரும் முனிவர்வாழ்
மனையு மடைந்து நின்றனரே

வனவா சிபின்னர் வெளியேறி
வெல்லம் பொரியுங் கொண்டுவந்து
தின்னச் சொல்லிக் கொடுத்திடவும்
தயங்கி டாது வாங்கிநிற்க
வனாந்தி ரத்தி லிதுதவிர (34)
வேறு பொருளும் கிடைத்திடாது
தின்று பசியைத் தீர்த்திடென்று
தெரிவித் திருந்தா ரன்போடு

பொரியை வெல்லத் தோடுண்டுப்
பசியைப் போக்கி நின்றிருந்தார்
அருகில் குளத்து நீரையும்
ஆவ லோடு குடித்திடவும்
உரைத்தி ருந்தார் வனவாசி (35)
உடலுங் களைத்து வந்துள்ளாய்
தரையி லுடலைக் கிடத்திநின்று
துயிலும் புரிவா யமைதியாக

கள்வர் பயமுங் கொண்டுநின்று
கெடுத்தி டவேண்டா முறக்கத்தைக்
கள்வ ருனக்குத் தீங்கெதுவும்
கடுக ளவேனும் புரியும்முன்
வெளியே காவ லிருக்குமெனை (36)
வெட்டிச் சாய்த்தல் வேண்டுதுமே
பள்ளி யெதுவு மெனைவெட்டும்
பாட மெடுக்க இங்கில்லை

வாளை யேந்தி வனவாசி
வாயில் காவல் புரிந்திருக்க
ஊளை யிட்டு நரிபலவும்
உரக்கக் குரலு மெழுப்பிநிற்கக்
காளி நாம முரைத்திருந்து (37)
கடவு ளுக்கு நன்றிகூறித்
தாள்வ லிதீரத் தரைதன்னில்
துயிலுங் கொண்டு றங்கிநின்றார்

கருக்கல் தன்னி லெழுந்திருந்து
காலைக் கடன்கள் முடித்துநின்று
விரைந்து குளத்தில் நீராடி
வெல்லம் பொரியு முண்டுநின்று
பெரிதும் வலியும் நீங்கிடவும் (38)
புத்து ணர்ச்சி மிகப்பெற்று
பெருமைக் குரிய நல்லோரைப்
பணிந்து வணங்கி நின்றெழுந்தார்

வெளிச்சம் வருமு னவர்களுமே
விரைந்து நடக்க லானாரே
களித்து வழியில் மரத்திருந்து
கனியுங் காயும் பலபறித்து
கிள்ளை மொழிபோல் பேசுகின்ற (39)
குயிலே அருமைப் பெண்ணேநீ
உள்ளம் மகிழ்ந்தி வையெல்லாம்
உண்பா யென்றுக் கொடுத்தனரே

நடந்த டைந்தா ரவர்களுமே
நல்லூர் தார கேசுவரம்
பட்டி னியாக யென்பெண்ணும்
புசித்தா லில்லை நேற்றிரவு
அடுத்து வெளியில் சென்றுடனே (40)
அன்னம் மற்றும் வியஞ்சனமும்
கடையி ருந்து வாங்கிவர
கரைந்தார் பெண்ணுங் கணவரிடம்

வனவா சிதன்னை அவர்கிழத்தி
வெளியே சென்று பொருள்பலவும்
தனங்கொ டுத்து வாங்கிவரத்
தெரிவித் திருந்த படியவரும்
சென்றி ருக்க அச்சமயம் (41)
செயராம் பாடி குழுவினரும்
தென்பட் டிருக்க அனைவருமே
திளைத்து மகிழ்ந்து நின்றனரே

நல்ல படியாய் சாரதையும்
நிற்கக் கண்டு குழுவினரும்
வல்ல பிக்கு நன்றிபல
விண்டு ரைக்க வனவாசி
இல்லாள் தன்னை அறிமுகமும் (42)
இனிதே செய்வித் திருந்துநின்று
பலவுங் கூறி அவருதவி
புகழ்ந்து ரைத்தார் சாரதையும்

தன்னைத் தனியே காட்டிடையே
தவிக்க விட்டுக் குழுவினரும்
சென்ற தற்கு சாரதையும்
சிறிதுஞ் சினந்தா ரில்லையாம்
வன்மஞ் சிறிதுங் கொள்ளாது (43)
வழக்கம் போலும் நடந்துநின்று
அனைவ ரிடமும் நட்புடனே
அன்பு கொண்டு பழகிநின்றார்

வெளியே சென்ற வனவாசி
வாங்கி வந்தார் பொருள்பலவும்
உள்ளம் மகிழ்ந்து சாரதையும்
உடனே அவரைக் குழுவினர்க்கு
கள்ள மில்லா மனிதரென்று (44)
காட்டிச் செய்தா ரறிமுகமும்
களித்துச் சமையல் செய்துநின்று
கூட்டாஞ் சோறு கொண்டனரே

கள்வர் பற்றி மிகநிறையக்
கேட்டி ருந்த குழுவினரும்
கள்வ ரொருவர் குடும்பமுமே
காட்டி நிற்கும் பாசத்தைத்
தெள்ளத் தெளிவாய் கண்டுநின்று (45)
தெளிவு பெற்ற பிப்பிராயம்
களைந்து மகிழ்ந்து நல்லோர்க்குக்
கொடுத்து நின்றார் மரியாதை

பின்ன ரந்தக் குழுவினரும்
புறப்ப டவிரும் பிநின்றிருக்க
வனாந்தி ரத்துத் தம்பதியும்
விடைகேட் டிருந்தார் பிரிந்துசெல
கனிந்து நின்று பாதுகாப்பு (46)
கொடுத்தோர் தம்மை சாரதையும்
இனிதே தட்சி ணேசுவரம்
ஏகி நிற்க வேண்டிநின்றார்

குழுவி லிருந்த மற்றவரும்
களித்து மகிழ்ந்து தம்பதியை
எழில்சேர் கங்கா சாகரத்தில்
இறங்கி மூழ்கி நீராட
அழைத்த பின்னும் வனவாசி (47)
அதன்பி னொருநாள் வருவதாக
மொழிந்து தமது வாக்குறுதி
மற்றுக் கொடுத்து நின்றனரே

கண்கள் கண்ணீர் பெருக்கிநிற்கக்
காட்டில் வாழும் நன்மக்கள்
பெண்ணைப் பெற்றப் பெற்றோர்போல்
பிரிய மாட்டா திருந்தழுது
அணங்கைக் கட்டித் தழுவிநின்று (48)
அமைதி யிழந்து தவித்திருந்து
கண்ணே மணியே சாரதையே
கொடுப்பாய் விடையே யென்றனரே

தனது மடியில் முடித்திருந்த
சிறிது பொரியை சாரதைக்கு
வனாந்தி ரத்து நற்பெண்ணும்
விரும்பித் திணித்து நின்றிருந்து
பொன்னே யென்றென் நல்லுயிரே (49)
பெரிது மென்னை மறக்காது
நினைவில் வைத்தி ருந்திடென்று
நவின்று விடையுங் கேட்டுநின்றார்

தட்சி ணேசு வரத்திற்குத்
தவறா தொருநாள் வருவதாக
கொடுப்பீ ருறுதி மொழியென்று
கேட்டுப் பெற்று நின்றதன்பின்
விடைகொ டுத்து சாரதையும் (50)
விழியில் நீரும் மிகப்பெருக்கி
அடிகள் பட்ட மண்ணையும்
அள்ளித் தலையில் தெளித்துநின்றார்

சிறிது காலஞ் சென்றிருக்க
சீலம் மிகுந்த தம்பதியர்
வறுமை தன்னில் வாடிநின்றும்
வெறுங்கை யோடு வாராது
நிறையத் தேனும் தினைமாவும் (51)
நெஞ்சம் மகிழ்ந்து கொண்டுவந்து
மறக்கா துதட்சி ணேசுவரம்
மகளின் கிருகம் வந்தனரே

பத்தி னிசொல்ல வனாந்திரத்து
பதிபத் தினியை கதாதரரும்
அதியற் புதமா யவர்களிடம்
அன்பைப் பொழிந்து நடத்திநின்று
மெத்தச் சிறந்த வரவேற்பு (52)
மிகவும் களித்துக் கொடுத்திடவும்
சதிப தியானோ ரதன்பின்னர்
சங்கோ சமின்றி வரலானார்

பெற்றோ ரிவரும் மிகவெகுளி
புரியா ரெந்த சூதுவாதும்
கற்ற றிந்த திலையெனினும்
கள்ளங் கபடு மறியாராம்
சிறந்த குணமும் நேர்நோக்கும் (53)
சிறக்கக் கொண்ட வரிவராவர்
அறுத்தார் சிலரின் சிரமென்று
அறிந்து நிற்க வியப்படைந்தேன்

என்று ரைத்து சாரதையும்
இனிதே புகழ்வார் பெற்றோரைக்
கனிந்து மகளைக் கண்டதுமே
கொலையுங் கொள்ளை விட்டொழித்து
வனாந்தி ரத்தில் முனிகள்போல் (54)
வனப்பி ரத்த வாழ்க்கையும்
பின்னர் வாழ்ந்து நின்றதாகப்
புகல்வார் மகளாம் சாரதையும்

மகளைக் கண்டு விடைபெற்று
    மற்றுச் செல்லுஞ் சமயத்து
பக்கம் வந்து தழுவிநின்று
    பெரிதும் விம்மி யவாறிருந்த
மிகவு மெளிய தம்பதியை (55)
    மகளுங் கண்டு கேட்டுநின்றார்
தகுந்த பாது காப்பளித்துத்
    துணையாய் கூட வந்திருந்தீர்

காட்டு வழியில் தனியாளாய்
    கும்மி ருட்டில் வருஞ்சமயம்
வேட்டை யாடும் மிருகங்கள்
    வேற்றா ளிடமுங் காப்பளித்து
கூட்டத் தோடு சேர்த்துவைக்கக் (56)
    கூட வந்தீர் துணையாக
காட்டி நின்றீர் பேரன்பு
    கடன்பட் டுள்ளேன் பெற்றோரே

நன்மை செய்த நுங்களிடம்
    நன்றிக் கடனும் பட்டிருந்து
அனேக அன்பு காட்டுதலில்
    அதிக வியப்பு சிறிதுமிலை
கனிந்து நீவிர் பேரன்பு (57)
    காட்டி நிற்ற லெதற்காமோ
அன்பு செலுத்துங் காரணத்தை
    அறிவிப் பீரே யெனக்கேட்டார்

பிறந்த நாளாய் நாங்களுமே
    பருப்ப தியாகுந் தெய்வத்தை
மறவா திருந்து தினந்தினமும்
    மகிழ்ந்து வழிபட் டுவந்துள்ளோம்
சிறந்து பணியில் வெற்றிபெற (58)
    சொல்லித் துதிப்போ மவள்புகழை
இறைவி புகழைப் பேசாது
    இருந்த நாளு மில்லையாம்

பணியைச் செய்யப் புறப்படும்முன்
    புவனை தன்னை வணங்கிநின்று
பணியில் வெற்றி பெறவேண்டி
    பலவா றவளைத் துதித்ததன்பின்
பணிக்குப் பயணஞ் செய்திடுவோம் (59)
    பல்லாண் டான பழக்கமிதாம்
பணமும் பொன்னு மனுதினமும்
    பெற்று மகிழ்வோ மவளருளால்

உன்னைக் கண்ட நாளன்றும்
    உமையைத் தொழுது புறப்பட்டோம்
முன்றா னையும் பெருங்காற்றால்
    மற்று விலகி நின்றிருக்க
அன்றென் தாயாங் காளியையும் (60)
    அதிர்ச்சி யுற்றுக் கண்டுநின்று
வனிதை நீயும் காளியென்ற
    விவர மறிந்தெ மைமறந்தோம்

மற்ற பெண்ணைப் போல்நீயும்
    மனிதப் பிறவி யில்லையாம்
பிறந்தி றக்கும் மனிதராகப்
    பார்த்தோ மில்லை உன்னையும்
முற்பி றப்பில் நல்வினையும் (61)
    மற்று யாமும் புரிந்திருக்க
பெற்று நின்றோ முன்னையும்
    பற்று மிக்கப் பெண்ணாக

ஒளியா துன்றன் மெய்யுருவை
    உவந்து காட்டி நின்றிருந்தாய்
களித்து நாங்கள் கடைத்தேற
    கருணை புரிந்தா யெங்களுக்கே
பிள்ளை பெண்ணுங் குருதெய்வம் (62)
    பெண்ணே நீயே யெமக்கென்றும்
ஒளிவி ளக்கா யிருந்தென்றும்
    உதவி புரிவா யென்றனரே

மனப்பி ரமையா யிருந்திருக்கும்
மற்று மிருட்டு நேரமாகும்
மனோன்ம ணியையும் சதாகாலம்
மகிழ்ந்து பூசித் திருந்திருக்க
இனிதே காணும் மனிதரிடை (63)
இறைவி தன்னைக் கண்டுநின்ற
உன்ன தமான மக்களென்று
உயர்த்தி யுரைத்தார் சாரதையும்

சொன்ன தெல்லாம் மெய்யென்றும்
சிறிது மைய மிலையென்றும்
கனவு மற்றும் கண்பார்வைக்
கோளா றில்லை மேலும்பின்
நனிசி றந்த கள்ளையும் (64)
நாவா லருந்த விலையென்றும்
அன்னைக் காளி முகத்தையும்
அன்று கண்டோ மென்றனரே

கள்வ னாக வாழ்ந்திருந்தும்
காட்டில் வேட்டை யாடிநின்றும்
களவுங் கொலையும் புரிந்திருந்தும்
காளி நாம முரைத்திருக்க
களித்து மகிழ்ந்து பருப்பதியும் (65)
கருணை கொண்டு சாரதையின்
எளிய உருவில் தன்னுருவை
இரங்கிக் காட்டி அருள்புரிந்தாள்

நடந்து சென்ற சம்பவத்தை
நவில விரும்பி நிற்காரே
மடவாள் தன்னை இறைவியென்று
மொழிய மிகவும் வெறுத்துநின்றார்
விடாது விவரம் விவரிக்க (66)
வேண்டா மென்று மறுத்திடுவார்
தொடர்ந்து பலரும் கேட்டிருக்கத்
திடமாய் மறுத்து ரைத்திடுவார்

வனவா சியாகு மென்பெற்றோர்
விண்ட தெல்லாங் கொண்டவன்பால்
பின்னும் இலக்கு மிசிவராமும்
பயணித் திருந்து நடுவழியில்
தனியே யென்னை நடுக்காட்டில் (67)
தவிக்க விட்டுக் குழுவோடு
சென்ற னரென்று சொல்வதுவும்
சிறுமை யாகு மறிவீரே

இரக்கஞ் சிறிதுங் காட்டாது
இலக்கு மிமற்றும் சிவராமும்
பெரிது மென்னைத் தவிக்கவிட்டுப்
பிரிந்து சென்று நின்றதாக
உரைத்து நின்ற வர்களையும் (68)
உலகின் முன்னம் தாழ்த்திநிற்றல்
பெரிதும் பிழையா மாதலினால்
புகல விரும்பேன் நிகழ்ச்சியென்பார்

இருவ ருமென்றன் குழந்தைகள்
இவரைச் சிறுமை யாக்கிநின்று
விரும்பேன் பெருமை யொருபோதும்
வேண்டா மெனக்குப் புகழாரம்
பிருது விதன்னில் பிழைகளுமே (69)
புரியா தாரு முண்டாமோ
கருணை கொண்டு நிகழ்ச்சிபற்றிக்
கேட்கா திருக்க வேண்டுமென்பார்

நிகழ்ச்சி யொன்று பின்னொருநாள்
நடந்து நின்ற திதுபோலும்
அகமு டையா னுலகுவிட்டு
அகன்ற தன்பின் சாரதையும்
புக்க கத்தி ருந்துநின்று (70)
பிறந்த மனையுஞ் சென்றிடவே
மகிழ்ந்து துணையாய் வருவதாக
மொழிந்து நின்றார் சிவராமும்

சிற்றன் னையின் துணிமூட்டைச்
சுமந்து வருவ தாயுரைத்துப்
புறப்பட் டுடனே மூட்டையைப்
பற்றிச் சிரத்தில் வைத்திருந்து
நிறையப் பேசி சிவராமும் (71)
நடந்து வரவும் மூட்டையை
இறக்கி வைத்து நடப்பதையும்
இனிதே வழியில் நிறுத்திநின்றார்

விடலைப் பருவ சிவராமும்
விரைந்து மூட்டை தனையிறக்கி
நடுவ ழிதன்னில் வைத்துவிட்டு
நினைவில் மூழ்கி நின்றிருந்தார்
நடுவ ழிதன்னில் சித்தியையும் (72)
நோக விட்டுச் சென்றதையும்
அடுத்துக் காட்டு வாசிகளும்
ஆத ரித்த தறிந்திருந்தார்

பன்னாள் முன்னம் சிற்றன்னைப்
பார்வ தியாக தரிசனமும்
வனாந்தி ரத்து மக்களுக்கு
வினோத காட்சி அளித்ததையும்
நினைவு கூர்ந்த தைப்பற்றி (73)
நன்க றிந்து நிற்பதற்கு
நினைத்து மேலும் நடப்பதையும்
நிறுத்தி நின்றார் சிவராமும்

தனது பதியின் நினைவுதனில்
திளைத்து மூழ்கி சாரதையும்
முன்னே சென்று கொண்டிருக்க
மற்றி ளைஞன் நடக்காது
பின்னே தங்கி விட்டதையும் (74)
பாரா துசென்ற வாறிருந்து
பின்னர் கண்டுத் திரும்பிவந்து
பரிவோ டுகேட்டார் காரணமும்

சாலை ஓரந் தனில்சுமையைச்
சிரத்தி ருந்தி றக்கிவைத்து
மேலும் நடக்கா திருந்துநிற்கும்
மைத்து னர்தம் மகனிடமும்
வாலை யாகும் சாரதையும் (75)
வந்து கேட்டார் மென்மையாய்
காலும் நோவு கண்டதாமோ
களைத்துச் சோர்ந்து நின்றதேனே

இன்னுஞ் சிறிது தூரத்தில்
இருக்கும் மனையை அறிவாயே
நன்றா யிருட்டி நிற்கும்முன்
நாமும் வீடு சேரவேண்டும்
சென்று சேர்ந்து மனைதன்னில் (76)
சிறக்க ஓய்வு கொளல்நலமாம்
இனிதே நடந்து நிற்பதையும்
ஏனே நிறுத்தி நின்றனையே

விடமுள் மற்றும் விடதாலி
வழியில் மிதிக்க நேரிடுமே
சட்டென் றிருட்டில் மேடுபள்ளம்
சிறிதும் புலப்ப டாதிருக்கும்
விடாது பயணம் தொடர்ந்திருக்க (77)
விரைவில் வீடு சென்றடைவோம்
நடையை நிறுத்தி யகாரணத்தை
நவிலக் கேட்டார் சாரதையும்

வலியு மில்லை கால்தன்னில்
வெகுவாய் சுமையுங் கனக்கவில்லை
புல்லி னுமறப மென்றென்னைப்
புறந்தள் ளாமல் வெகுவிரைவில்
மலர்ந்தென் கேள்விக் கொருபதிலும் (78)
மற்றுத் தந்தி ருந்திடவும்
இல்லஞ் செல்ல லாமென்று
இயம்பி நின்றார் சிவராமே

அன்புப் பிள்ளாய் சிவராமே
அடுத்து நீயு மச்சமூட்டி
நின்றி ருப்ப தெதற்கென்று
நவிலக் கேட்க உடனவரும்
எனக்கொ ளியாதி ருந்துநின்று (79)
இயம்பி நிற்பீர் மெய்யாக
கனிந்து விவரங் கூறிநிற்க
கிருகஞ் செல்ல லாமென்றார்

மெய்யா கிலுமே யாரென்று
மொழிவீ ரென்று சிவராமும்
வியந்து நிற்கும் சாரதையை
விளம்பி நின்று வற்புறுத்த
தயங்கா துடனே சாரதையும் (80)
தாமு மவரின் சித்தியென்று
நயமாய் மொழிய வதுகேட்டு
நிரம்பச் சினந்தார் சிவராமும்

சிற்றன் னையென் றுரைத்திடவும்
சீறிச் சினந்து சிவராமும்
சிறிது முண்மை வுரைத்தீரில்
செல்வீர் யில்லந் தனியாக
பொறுப்பு மின்றிப் பொய்புகன்றீர் (81)
போவீர் நீவிர் நும்வழியே
வெறுத்து நின்றேன் நும்விடையால்
வாரேன் யானே யெனச்சினந்தார்

இரவு வந்து நின்றிருக்க
இருளில் தனியாய்த் துணிமூட்டைச்
சிரத்தில் வைத்தென் கிருகத்தைச்
சென்ற டைவ தெப்படியே
அருமை மகனே யென்பிள்ளாய் (82)
அடம்பி டிக்கா துடன்நீயும்
வருவா யென்ற னில்லமென்று
வேண்டி நின்றார் சாரதையும்

துணையாய் நீயும் வாராது
தவிக்கச் செய்து மகிழ்ந்திடவும்
எண்ணங் கொண்டு நின்றனையோ
இருட்டில் தனியா யென்னில்லம்
நண்ணிச் செல்ல லறியாது (83)
நாடி வேண்டி நின்றிருக்கும்
பெண்ணின் மீது கருணையும்
புரிந்தி டென்றார் சாரதையும்

மிகவு மெளிய பெண்ணென்றும்
மற்று மெனது சித்தியென்றும்
புகன்று நின்று பொய்யுரைத்தீர்
பொய்வி டுத்து மெய்யென்றால்
அகமும் நீவிர் தனியாக (84)
அள்ளி மூட்டைச் சுமந்துநின்று
சுகமாய் போவீர் யென்றுரைத்து
சிலைபோ லிருந்தார் சிவராமும்

அருகில் நெருங்கி சாரதையும்
அன்போ டுவந்து காதருகே
உரைத்து நின்றார் மிகத்தெளிவாய்
உண்மை யறிய வேண்டிநின்றாய்
பிருது விதன்னில் பலருமென்னைப் (85)
பருப்ப தியாகுந் தெய்வமென்று
கரைந்து நிற்ப ரறியென்று
கூறி நின்றார் சாரதையும்

இதுகேட் டதிர்ந்து சிவராமும்
இரண்டாம் முறையாய் சாரதையை
சித்தி நீவிர் காளியாமோ
சொல்வ தெல்லா முண்மையோ
சத்தி யமென்று ரைத்திடவும் (86)
சார தையை வற்புறுத்த
இதிலே ஐய மிலையென்று
இயம்பி நின்றார் சாரதையும்

மெய்யாய் தாமுங் காளியென்று
மொழிந்து நின்ற சாரதையை
வியந்து பார்த்து சிவராமும்
வினாவிற் கின்று விடையறிந்து
மெய்யென் றறிந்து மகிழ்ந்ததாக (87)
மொழிந்துத் தன்னைப் பின்தொடர
இயம்பிப் பயணம் சிவராமும்
இனிதே தொடர்ந்து சென்றாரே

நகவத் தென்னும் கட்டிடத்தில்
நிற்ப தற்குச் சிறிதிடமும்
வெகுவாய் குறைந்தி ருந்திடவும்
வேறு வழியு மில்லாமல்
அகமாய் சிறிய அறையொன்றில் (88)
அடைந்து கிடந்தார் சாரதையும்
மிகவும் வருந்தி சம்புபாபு
மனைவி கண்டு நொந்துநின்றார்

வார மொருநாள் சம்புபாபு
வதுகை மிகவு மன்புடனும்
சார தையைத் தம்மனைக்கு
சாயங் காலங் கொண்டுசென்று
நீரால் பாதங் கழுவிப்பின் (89)
நிறைய மலரைப் பாதத்தில்
சேர்த்து வணங்கிக் கிருகத்தில்
திரும்ப வழைத்து வந்திடுவார்

அருகில் சிறிது நிலத்தையும்
அன்பர் சம்பு பாபுவுமே
பெருந்தொ கையில் வாங்கிநின்று
பின்னர் சிறிய குடில்போலும்
கிருக மொன்றை யெழுப்பிநின்று (90)
களித்த தையும் சாரதைக்கு
விரும்பி யளிக்கக் கதாதரரை
வேண்ட அவரு மொப்பிநின்றார்

கிருகங் கட்டி நின்றிருக்க
களித்துத் தேவை யாயிருக்கும்
மரங்க ளனைத்துந் தருவதாக
மொழிந்தா ரன்ப ரொருவருமே
பெரிய கட்டை மூன்றெடுத்து (91)
பின்னர் நதியில் மிதக்கவிட
இரண்டு கட்டை கரையடைய
இழுத்துச் சென்ற துநதியொன்றை

மூன்று கட்டை நதிதன்னில்
மற்றெ டுத்து விட்டிருக்க
மூன்றி லிரண்டை நீரோட்டம்
மகிழ்ந்தி ழுத்துக் கரைசேர்க்க
மூன்றாங் கட்டை தனைநீரும் (92)
மற்றுக் கடலில் சேர்த்ததுவே
தோன்றி யதெல்லாம் இருதயரும்
துன்பு றுத்திச் சொல்லிடுவார்

மனையு மொன்று மாமிக்கு
மற்றுக் கிடைப்ப தறிந்துநின்று
மனமும் மிகவுந் துக்கித்து
மிகுந்த அசூயை கொண்டுநின்று
சினமுங் கட்டுக் கடங்காது (93)
சொல்லி நின்றார் இருதயரும்
சென்று நிற்கு மிடமெல்லாம்
துர்ப்பாக் கியமுந் தொடர்ந்திடுமே

இருத யராமும் சாரதையை
ஏறிட் டுநோக்கி உரைத்துநின்றார்
துர்ப்பாக் கியமுந் தொடர்ந்திடுமே
சென்று நீவிர் சேருமிடம்
பெரிய மனிதர் சம்புபாபு (94)
பரிந்து கிருகங் கொடுத்துநிற்க
விரைவில் கேடு விளையுமென்று
வருந்தி னேனென் றவருரைத்தார்

கெடுதல் சம்பு பாவுக்கு
கடுக வரலா மென்கின்ற
கொடிய வார்த்தைப் பலித்ததுவே
கால னவரை ஆண்டொன்றில்
பிடித்துச் சென்று நின்றிருந்தான் (95)
பயனில் சொற்க ளடிக்கடியே
விடுத்து நிற்கும் இருதயரின்
வார்த்தை பலித்து நின்றதுவாம்

கட்டை ஒன்றைக் கங்கையும்
கடலில் சேர்த்து நின்றிருக்க
கட்டை முன்ன ரனுப்பியவர்
கொடுத்து நின்றா ரின்னுமொன்று
குடிலு மெழுந்து நின்றிருக்கக் (96)
குடிபு குந்தார் சாரதையும்
அடுத்துத் துணைக்குப் பணிப்பெண்ணும்
அவரோ டுசேர்ந்து றைந்திருந்தாள்

புதிய மனையில் சாரதையும்
பணிப்பெ ணோடு றைந்திருக்க
அதனைக் கண்டு பொறுக்காமல்
அங்கு தனது மனைவியையும்
வதித்து நிற்க இருதயரும் (97)
விரைந்து சேர்த்து வைத்திருந்து
அதீத அசூயை வெளிக்காட்டி
அகம கிழ்ந்தி ருந்தாரே

குடிலில் தங்கி சாரதையும்
கணவ ருக்குத் தினந்தினமும்
அடிசி லாக்கிக் கொண்டுசென்று
அமர்ந்தங் கிருந்து பரிமாறி
முடிவில் பாத சேவையும் (98)
மகிழ்ந்து புரிந்து ரையாடி
கொடுத்த பணிகள் முடித்துநின்று
குடிலை வந்த டைந்திடுவார்

குடிலில் தங்கி வாழ்ந்திருக்கும்
கிழத்தி நலனைக் கண்டறிய
உடையாள் பத்தர் கதாதரரும்
உவந்து சிலநாள் வந்திடுவார்
மடவா ளுடனு மொருமாலை (99)
மகிழ்ந்து பேசி யிருக்கையில்
கொட்டி நின்றப் பெருமழையால்
குடிலில் தங்க நேர்ந்ததுவே

கனத்த மழையால் தமதறைக்குக்
கிளம்ப முடியா திருந்திருக்க
வனிதை யளித்த உணவுண்டு
வெறுந்த ரையில் பாய்விரித்து
மனம கிழ்ந்து கதாதரரும் (100)
மற்றுப் படுத்தி ருக்கையில்
தனக்குத் தானே சிரித்திருக்க
சார தையுங் கண்டுநின்றார்

அருகில் மனையும் வந்திருக்க
அறைந்து நின்றார் கதாதரரும்
விரைந்து பூசை முடித்துவிட்டு
வீட டைந்துப் பின்னுண்டு
தரையில் பாயும் விரித்துடனும் (101)
தாம்பூ லத்தைத் தரித்துப்பின்
அர்ச்ச கருமு றங்குதல்போல்
அடியேன் யானுஞ் செய்கின்றேன்

இவ்வா றுரைத்துக் கதாதரரும்
இரைந்து ரக்க நகைத்திடவும்
அவரோ டுசேர்ந்து சாரதையும்
அகம கிழ்ந்து நகைத்துநின்றார்
புவனங் காணா தம்பதியும் (102)
புவியில் வாழ்ந்த நாள்வரையில்
உவந்து பிரம சரியத்தை
ஓம்பி நின்றி ருந்தனரே

வயிற்றுக் கடுப்பு நோய்வந்து
வாடி யிருந்தார் கதாதரரும்
அயரா தவர்க்குச் சேவையும்
அருகி ருந்து புரிந்திருக்க
நயந்து நின்றார் சாரதையும் (103)
நகவத் தென்னுங் கட்டிடத்தில்
பயனு மில்லா அறைகண்டு
பரித வித்த வரிருந்தார்

கலங்கி நிற்கும் சாரதையைக்
களித்தி ருக்கச் செய்வதற்கு
மலர்ந்த முகத்தோ டொருமாது
மற்றங் குவந்து கதாதரர்க்குப்
பலவி தமான பணிவிடையும் (104)
பெரிதுங் களித்துப் புரிந்திருக்க
சிலரு மவரின் சரித்திரத்தைச்
செப்பு மாறு கேட்டனரே

காசி நகரே ஊரென்று
கூறி நின்றா ரக்கிழவி
நேசங் கொண்டு கதாதரர்க்கு
நியம மாகப் பணிவிடைகள்
ஆசா ரத்தோ டாற்றிநிற்க (105)
அங்கி ருந்து வந்ததாக
மாசில் பேரி ளம்பெண்ணும்
மொழிந்து நின்றார் கேட்டவர்க்கு

பணிவி டைகள் பலநாட்கள்
புரிந்த பின்னும் வாடிநின்று
பெண்ணே யென்றன் சாரதையே
பகர்வ திதுவுங் கேட்டிடுவாய்
பணியு முன்போல் புரிந்திடவே (106)
பேரி ளம்பெண் யெனக்கின்று
வண்மை யில்லை யாதலினால்
வந்திங் கிருந்து புரியென்றார்

அன்பே யென்ற னாருயிரே
அழகுக் குடிலை விட்டுநீங்கி
இனிதே நகவத் வந்தடைந்து
இறைவ னுக்குப் பணிவிடைகள்
கனிந்து நீயும் புரிந்திருக்க (107)
காசி கிளம்பிச் சென்றிடுவேன்
பின்னும் இருத யராம்மனையைப்
பற்றிக் கவலை கொளல்வேண்டாம்

என்று கிழவி அறைந்திருக்க
ஏற்று நின்று சாரதையும்
முன்போல் நகவம் வந்தடைந்து
மனையா மறையைச் சீர்செய்தார்
அன்பு மிகுந்த கிழவியுமே (108)
அவரை அழைத்துக் கதாதரர்முன்
இனிதே நிறுத்தி முன்றானை
எடுத்து விலக்கிக் காட்டிநின்றார்

மனையின் முகத்தைப் பலமுறையும்
மகதி பத்தர் கண்டிருந்தும்
கனிந்து கருணை பொழிகின்ற
கிழத்தி முகத்தில் தேவியையும்
இனிதே கண்டு கதாதரரும் (109)
எட்டிப் பரவ சமாகிநின்று
வனிதை மற்றுங் கிழவியிடம்
விடாது பேசத் தொடங்கிநின்றார்

பருவ மழையால் பேராற்றில்
பெருகி யோடும் வெள்ளம்போல்
கிருகி ணிதன்னில் தேவியையும்
கண்டு நின்று கதாதரரும்
உரையா டிநின்றார் முழுயிரவும் (110)
உற்றுக் கேட்டு நின்றிருந்த
இருவ ருமன்று துயில்சிறிதும்
இன்றிக் கட்டுண் டிருந்தனரே

இரவு நேரங் கழிந்ததுமே
இனிய உரையும் நின்றதுவே
கருத்தாய் சேவை புரிந்துநின்ற
கிழவி விடைபெற் றிருந்திருக்க
இருப்பி டத்து விலாசத்தை (111)
இனிதே கிழவி சாரதைக்கு
உரைத்தி ருக்க அதையெழுதி
உடன்வைத் திருந்தார் பத்திரமாய்

பின்னர் கிழவி காசிக்குப்
பயணஞ் செய்து நின்றிருக்க
அனேக வருடங் கழிந்ததன்பின்
அளித்தி ருந்த விலாசத்தில்
சென்று தேடி சாரதையும் (112)
சகல ரிடமும் கிழவிபற்றி
தினம்ப லவிடா திடம்பலவும்
தேடித் தோல்வி கண்டுநின்றார்

இருத யராமின் கிராமமாகும்
எழில்சேர் சிகோரெ னும்நல்லூர்
கிராம மிதுவே சியாமாவும்
களித்து வாழ்ந்த வூராகும்
கிராம மிதனில் கதாதரரைக் (113)
காட்டி யிவரே கணவரென்று
பிராய மைந்தில் சாரதையும்
புகன்று நின்ற திவ்வூரில்

கிராமம் சிகோரை சென்றடையக்
களித்து விழைந்தார் கதாதரரும்
இருத யராமும் சாரதையும்
இதயங் களித்துச் சென்றனரே
செருக்குக் கொண்ட இருதயராம் (114)
சின்ன மாமன் தனக்குமட்டும்
உரிய வராவா ரென்றெண்ணி
உவந்து வெறுத்தார் சாரதையை

குருவா யிருந்து போதித்து
களித்தி ருந்து சீடனுமே
உரிய வனாவான் தனக்குமட்டும்
உலகி லெவரு மவரையும்
உரிமை கோரல் தவறென்ற (115)
ஒருபே ரரிய பிராம்மணியும்
கருதி நின்ற துபோலவுமே
கருதி நின்றார் இருதயரும்

பிராம்ம ணியையும் இருதயரும்
பெரிதும் வெறுத்து நின்றிருந்து
தருணங் கிடைக்கின் தவறாமல்
சிறிதுங் கருணை காட்டாது
உரைத்து நிற்பார் சுடுசொற்கள் (116)
ஊரி ருந்தும் விரட்டிநின்றார்
கிருகி ணியாக இருப்பவரைக்
களித்து விரட்ட இயலவில்லை

பிராம்ம ணியையும் மனையிருந்து
போகச் செய்து நின்றதேபோல்
கிருகி ணியாகும் சாரதையைக்
கிருகத் திருந்து வெளியேற்ற
இருத யராமா லாகவிலை (117)
இருந்தும் விடாது சாரதையைப்
பெரிதும் தனது வார்த்தையால்
புண்ப டுத்தி மகிழ்ந்திருப்பார்

சொல்லால் செயலால் இருதயரும்
சார தையை வதைத்துநின்றார்
பலரும் போற்றும் மாமன்தம்
பத்தி னியென்று மதித்தாரில்
உலகில் புரியுஞ் செயற்களையும் (118)
ஒருவன் கடவுள் கண்டுநின்று
பலனு மளிக்கு மென்றபயம்
பின்னு மவருக் கிருந்ததிலை

படகி லாட வரேறிநிற்கப்
பின்னர் களித்து சாரதையும்
கடைசி யாக யேறிநிற்கக்
கண்டு நின்று கதாதரரும்
எடுத்த றிவித்தி ருந்துநின்றார் (119)
எல்லோர் முன்னும் வண்டிதனில்
குடும்பி னியேறிப் பொருள்பலவும்
கருத்தாய் காணல் வேண்டுதுமாம்

முடிவில் பொருளை இறக்கியதை
மற்றுக் கண்டி றங்கவேண்டும்
கடமை யிதனைக் கருத்தாகக்
கிழத்தி யாற்றி நின்றிருக்க
விட்டொ ழியாது பொருள்பலவும் (120)
வீட டைந்து சேர்ந்திருக்கக்
குடும்பந் தன்னில் குழப்பங்கள்
கொஞ்ச மேனு மிராதென்றார்

நாவாய் தன்னில் பயணமுமே
நன்கு தொடங்கி நின்றதுமே
நாவால் கொடிய வார்த்தைகள்
நவின்று நின்றார் இருதயரும்
கோவஞ் சிறிதுங் கொள்ளாது (121)
காது கேளா செவிடர்போல்
நோவு கண்டும் சாரதையும்
நவின்றா ரில்லை மறுமொழியும்

பொறுத்துப் பார்த்து கதாதரரும்
பொறுமை யிழந்து கனன்றுநின்றார்
அறிவி லிமூடா இருதயனே
அளவு மீறிக் கொதித்துநின்றாய்
சிறும தியாளன் நீயெனக்கு (122)
சேவை செய்தாய் மிகநிரம்ப
சிறக்கச் செய்த பணிவிடையால்
சிந்தை மகிழ்ந்தே னின்றுவரை

இருந்தும் நீயே தாய்க்குநிகர்
இனிய யென்ற னில்லாளை
வருத்தி நின்றாய் வன்சொல்லால்
விண்டெச் செரிக்கு மென்மொழியைக்
கருத்தில் கொண்டு புரிகருமம் (123)
குணமும் மாறி யென்னையும்
கரித்து நின்று வெறுத்தபின்னும்
கழிவாய் கிட்டி நின்றிடலாம்

என்னை வெறுத்துச் சுடுசொல்லும்
இயம்பி நிற்கப் பொறுத்தருள்வேன்
என்ற னினிய மனையையும்
இழிவாய் நடத்தி நின்றிருக்க
என்தா யிவளு ளுறைகின்ற (124)
எல்லை யில்லா பெருஞ்சத்தி
உன்னை யழித்தொ ழித்திடுமாம்
உணர்ந்து திருந்தி நின்றிடுவாய்

தாயா மிவளு ளுறைகின்ற
சத்தி விழிப்புற் றெழுந்திடிலோ
காய்ந்த ழித்துச் சிதைத்துநிற்கும்
கடவுள் மூவர் முயன்றிடினும்
தீய சொல்லும் சொல்லிநின்ற (125)
துர்க்கு ணனுன்னைக் காத்திடவே
பாய்ந்து வந்து தடுத்திடினும்
பயன ளிக்கா தறியென்றார்

கனன்று பேசா கதாதரரும்
கொதித்தெச் சரித்து நின்றிருந்தார்
இனிய குணத்தார் சாரதையை
இழிந்த குணத்தார் இருதயரும்
நன்க றிந்து நின்றதினால் (126)
நினைவில் கொண்டா ரில்லையாம்
சினந்து நின்ற சாரதையைச்
சிறும தியாளர் கண்டதிலை

கனன்று கொதித்த சாரதையைக்
கண்ட வரெவ ருமில்லையாம்
சினந்து நின்று சபித்துநிற்கும்
சார தையைக் கண்டவரில்
இன்னா செய்தார் தம்மையும் (127)
இனிதே பொறுக்கும் சாரதையை
அனேகர் கண்டு நின்றிருக்க
அறிந்தி ருந்தார் இருதயரும்

நடுவ ழிதன்னி லிறங்கிநின்று
நல்லா ரொருவர் விருந்தோம்பல்
மட்டி லாத மகிழ்ச்சியுடன்
மகிழ்ந்தேற் றுநின்றார் கதாதரரும்
விடாது மழையும் பெய்துநிற்க (128)
விருந்தோம் பலையும் மூன்றுநாட்கள்
உடையாள் பத்த ரேற்றுநிற்க
உபச ரித்தா ருளம்மகிழ்ந்தார்

புதிய மனையுங் கட்டிநின்று
பேரும் புகழும் பெற்றிருக்கும்
சித்த முனிபோ லிருப்பவரைச்
சிலநாள் தங்க வைத்திருக்கச்
சித்தந் தன்னில் நினைத்திருக்கச் (129)
சித்தை யருளா லதுபலித்து
மெத்த மகிழ்ச்சி யளித்ததென்று
மொழிந்தா ருபச ரிப்பாளர்

இறுதி யாக கதாதரரும்
எழில்சேர் சிகோரும் வந்தடைந்தார்
அற்பு தசங்கீர்த் தனங்களங்கு
அனேகம் தினமும் நடத்திநிற்க
உற்சா கத்தோ டூர்மக்கள் (130)
உவந்து கலந்து மகிழ்ந்திருக்க
பிற்பா டருகி லிருந்துமக்கள்
பலரும் பார்த்துப் போற்றினரே

செயராம் பாடி ஊருக்கு
சார தையும் கதாதரரும்
பெயர்ந்து வரவும் சாரதையைப்
பெற்றெ டுத்த அன்னையாம்
சியாமா தமது மகிழ்ச்சியையும் (131)
சொல்லி நிற்பார் நிறைவோடு
பெயருக் கதையும் பலர்கேட்டு
புறம்போந் துநின்று பேசிநிற்பர்

பெருமை கொள்ளக் காரணமேன்
பெயருக் கிவரே தம்பதியாம்
கருத்தொ ருமித்துத் தம்பதியாய்
குடும்பம் நடத்தி நின்றிடினும்
இருவ ரிவரு மேகாங்கி (132)
இதனால் பெருமை யேதுமிலை
கிருகி ணியாகும் சாரதையைக்
கெடுத்து நின்றா ரவர்கணவன்

மலடி யாக சாரதையை
மணாளன் வைத்துச் சிதைத்திருக்கக்
குலம களாக மங்கலமாம்
கருமெ மெதையும் புரிவதற்கு
மலர்ந்த முகத்தோ டுமக்களுமே (133)
மற்ற ழைத்து நின்றிடாரே
நிலத்தி லவருஞ் சாரதைக்கு
நிறையக் கொடுமை புரிந்துள்ளார்

கன்னி கழியா இல்லாளும்
கிருகந் தன்னில் நற்கருமம்
இனிதே யாற்றத் தகுதிகளும்
இழந்து நிற்பா ளாதலினால்
மனமும் மகிழ்ந்துத் தம்பதியை (134)
மற்றுப் போற்றி நின்றிருத்தல்
நன்மை யாதா கிடுமென்று
நவிலக் கேட்ட னரூர்மக்கள்

பெண்கள் சிலரு மிவ்வாறு
புகலக் கேட்ட சியாமாவும்
கண்க லங்கி நின்றிருக்க
காதில் விழுந்த தீச்சொல்லால்
கண்ணீர் பெருக்கி சாரதையும் (135)
கலங்கி நிற்க கதாதரரும்
துணைவி மூலங் காரணத்தைத்
தெரிந்த றிந்து கூறிடுவார்

கண்க லங்கி அழுதிடவும்
கார ணமில்லை வொருசிறிதும்
மண்ணி லனேக தவம்புரிந்தும்
மற்றுக் கிட்டா புத்திரர்கள்
கண்ணே யுன்னைத் தாயென்று (136)
களித்த ழைத்து நின்றிடுவர்
கண்டு களித்துத் திண்டாடும்
காலம் விரைவில் வருமறிவாய்

அம்மா வென்று பலருன்னை
அழைக்குங் காலம் வந்துநிற்கும்
சுமையாய் கருதுங் காலமுமே
சடுதி தன்னில் வந்துநிற்கும்
நம்பி யுன்னை அண்டிநிற்கும் (137)
நல்லோ ரையுங் கண்டுநின்று
திமிதஞ் செய்து களிக்கும்நாள்
துரித மாக வந்தடையும்

அன்போ டுன்னைத் தாயென்று
அழைத்து நிற்கப் புத்திரரை
அனேக மிங்கு கொடுத்தளித்து
அதன்பின் விடுவேன் பூதவுடல்
இன்சொ லிதுவும் வெகுவிரைவில் (138)
இனிதே பலிக்கக் கண்டிடுவாய்
மனம்வ ருந்தி நிற்காது
மகிழ்ந்தி ருப்பா யென்றுரைத்தார்

மனம்வெ றுத்து சியாமாவும்
மருகன் கேட்டு நின்றிருக்க
சினந்து நின்று வெகுண்டொருநாள்
செப்பி நின்றார் தம்வருத்தம்
தன்னை அம்மா வென்றழைக்கும் (139)
தனைய ளில்லா தென்மகளும்
தனியா ளாக வாழ்ந்திருக்கத்
தவித்து நிற்கு மெனதுள்ளம்

பட்ட மரமாய் தனியாளாய்
பற்றே துமில்லா பிக்குணியாய்
அடாத சொல்லும் பெரும்பழியும்
அனேகங் கேட்டுத் துன்புற்று
நடைப்பி ணமாக யென்பெண்ணும் (140)
நலிந்து வாழ்க்கை வாழ்கின்றாள்
கடவு ளெமக்கு பிறப்பெதற்குக்
கொடுத்த தேனே யென்றழுதார்

இதுகேட் டதிர்ந்து கதாதரரும்
எழுந்துச் சினந்தா ரில்லையாம்
எதிர்த்து நின்று மாமியையும்
இழிசொல் கூறி வைதாரில்
எதிரே சென்று மாமியிடம் (141)
இனிதே புகல்வா ரன்பொழுக
சத்து வகுணத் துமக்களையும்
சித்தை யருள்வாள் சாரதைக்கு

நிறைய பிள்ளை பலர்வந்து
நாவா லன்பு பெருகிநிற்க
நிறைந்த மனத்தோ டுசாரதையை
நெகிழ்ந்த ழைப்பர் தாயென்று
மறந்து மென்றும் பொய்புகலேன் (142)
மனதில் கொள்வீ ரென்வார்த்தை
இறைவி பிள்ளை பலரளிக்க
இன்பம் பெறுவீ ரென்றுரைத்தார்

இரவு நன்குண் டிருந்தபின்னர்
இனிதே யுறங்கி கதாதரரும்
திரும்ப விழித்தெ ழுந்திருந்துத்
தாளா பசியால் துடிப்பதாக
உரக்கக் குரலு மெழுப்பிநிற்க (143)
உடனே யெழுந்து சாரதையும்
விரைந்து சமைய லறைசென்று
வெறுங்கை யோடுத் திரும்பிவந்தார்

அடுக்க ளைக்குச் சென்றவுடன்
அன்ன மெதுவுங் காணாது
வெட்கி நின்று சாரதையும்
வந்து ரைப்பார் கணவரிடம்
குட்சி நிறைய அரிசியையும் (144)
கணநே ரத்தில் சமைத்திடுவேன்
பட்டி னியாக சிறிதுநேரம்
பசிபொ றுப்பீ ரென்றுரைத்தார்

பழஞ்சோற் றுடனே வியஞ்சனமும்
பசிபோக் கிடவே கொணரென்று
மொழிந்து நின்றார் கதாதரரும்
மிகவும் வெட்கி சாரதையும்
பழைய வமுதும் வியஞ்சனமும் (145)
பதிக்க ளித்து நின்றிருக்க
விழுங்கி மகிழ்ந்துப் பசிநீங்கி
வனிதை தன்னைப் புகழ்ந்துநின்றார்

செயராம் பாடி யிருந்துநீங்கிச்
சென்றார் காமார் புகூருக்கு
துயரத் தாலும் வருந்திநின்ற
தமையன் மனையைத் தேற்றிநின்று
பயணஞ் செய்து சென்றடைந்தார் (146)
பின்னர் தட்சி ணேசுவரம்
சியாமா வோடு சாரதையும்
சிலநாள் கழித்தா ரின்பமாக

சார தையும் தாயுடனே
செயராம் பாடி ஊர்நீங்கித்
தார கேசு வரஞ்சென்றுத்
தலைம யிரையுங் களைந்துநின்றுச்
சேர்ப்பித் திருந்தா ரிறைவனுக்குச் (147)
சிறிய காணிக் கையுடனும்
கார்கு ழலின்றித் தாயுடனும்
கணவர் மனைக்கு வந்தடைந்தார்

தனது மனைக்குத் தாயுடனும்
தட்சி ணேசு வரம்வந்து
மனம கிழ்ந்து கணவர்முன்
மற்றி ருக்க வதுகண்டுச்
சினம டைந்து மதங்கொண்டுச் (148)
சீறி வுரக்க இருதயரும்
அனேகர் முன்னம் வன்சொற்கள்
அனேக முரைக்கத் தொடங்கிநின்றார்

காழ்ப்பு ணர்ச்சி மிகக்கொண்டு
கத்த லானார் இருதயரும்
வாழ வகையுஞ் சிறிதுமின்றி
வந்து நிற்ற லேனெதற்காம்
பாழ்செய் திடவே முடிவுகட்டிப் (149)
பெற்ற வளோடு ரிமைகோரி
ஆழக் காலு மூன்றிநிற்க
ஆவ லோடு வந்தீரா

ஊரை விட்டு வந்ததேனே
உடனுங் கொண்டு வந்ததென்ன
சேர்த்து வைத்தப் பெருஞ்செல்வம்
சிறிது முளதா இங்கேதும்
பாரில் பாடு பட்டுநின்று (150)
பணத்தை யிங்கு வைத்துவிட்டு
சேர்ந்த ழிக்க வந்தீரா
சொல்வீ ரெண்ண மெனச்சினந்தார்

மருகன் மனைக்கு முதன்முதலாய்
மாமி வந்து நிற்கையில்
வரவேற் பிவ்வா றமைந்திடவும்
வெறுத்து நின்று சியாமாவும்
வருந்தி யுரைப்பா ரிவ்வாறு (151)
வந்து நின்ற தென்தவறாம்
வருந்தி நின்றேன் மன்னிப்பாய்
வந்த வழியே சென்றிடுவேன்

எனக்கிம் மனையி லுரிமைகள்
எதுவு மில்லை மெய்யாகும்
பின்னும் மகளு மிங்கிருக்கப்
பிழையா கிடுமோ தவறாமோ
என்ற னினிய நன்மகளை (152)
எங்கே விட்டுச் செலவேண்டும்
அன்புப் பிள்ளாய் விடையிறுக்க
அகல்வேன் யானு மிங்கிருந்து

மருகன் வாழு மிம்மனையில்
மகளும் வாழத் தடையுமுண்டோ
பெரியோர் முன்னம் மந்திரங்கள்
பலவும் புகன்று நன்மருகன்
கரம்பி டிக்கும் வேளையில் (153)
காப்பே னென்று மொழிபுகன்று
வருவ தற்குத் தடைசொல்லல்
விதியோ அழகோ முறையாமோ

பதியை விடுத்துப் பத்தினிக்குப்
பற்று வேறு முண்டாமோ
பதியின் கிருகம் பத்தினியும்
பரிவோ டுவாழ உரிமைகள்
எதுவு மிலையோ தருமமிதோ (154)
இயம்பி நிற்பாய் நற்பிள்ளாய்
வதியு மிடமு முரைத்திருக்க
வந்த வழியே சென்றிடுவேன்

கணவன் மனையில் மனைவிக்குக்
களித்து வாழ உரிமைகள்
மண்ணு லகத்தோர் தராதிருக்க
முறையோ மற்றும் தருமமுமோ
மணநா ளன்று பலர்முன்னும் (155)
மண்ணி லெல்லாஞ் சரிபாதி
திண்ண முனக்குத் தருவதாக
சொல்வ தெல்லாம் பொய்யாமோ

வழித்து ணையாகப் பெண்ணிற்கு
வந்து நின்றே னிவ்வூரும்
வழியில் கள்வர் பயமென்று
வந்தே னென்றன் மகளுடனும்
அழகுப் பதுமை நோய்கண்டு (156)
அனேகம் வாடி யிருந்திருக்க
வழியில் விபத்தைத் தவிர்த்திடவும்
வந்தேன் துணையாய் மகளுடனே

மனையு முண்டு மேலும்பின்
மற்று வயலுந் தோட்டமுண்டு
பின்னும் பிள்ளை பணிபலவும்
புரிந்து குடும்பம் காப்பதுண்டு
தனவான் மனையில் பணிபுரிந்து (157)
தனமு மீட்டத் தென்புமுண்டு
கனிந்தென் மருகன் கிருகத்தில்
காப்பு வேண்டி வந்தேனில்

உடலில் வலுவும் மிகவுளதாம்
உள்ளஞ் சோர்ந்து நின்றேனில்
கடமை கருதி யென்பெண்ணைக்
காப்ப ளித்த வள்கணவர்
இடமு மழைத்து வந்திருக்க (158)
இனிய நல்ல வரவேற்பு
கிடைத்தி ருக்கப் பெண்ணிற்கு
கொடுப்பார் யாரே ஆதரவு

என்று பலவுங் கூறிநின்று
எதிர்பார்த் திருந்தார் மறுமொழியும்
அனேகந் தூற்றி வந்தவரை
அவம தித்து மிகச்சினந்து
வன்சொ லுரைத்த இருதயரை (159)
வையா திருந்து கதாதரரும்
கனத்த மோனஞ் சாதித்துக்
கண்டும் பேசா திருந்தாரே

மோனங் காத்துக் கதாதரரும்
மற்றங் கிருந்த மர்ந்திருக்க
மோன மாக சாரதையும்
மற்றுக் காத்தி ருந்ததன்பின்
ஆனந் திவாழு மாலயத்தின் (160)
அருகில் சென்று ரைத்திடுவார்
வான மறிய மண்ணறிய
வருவே னிங்க ழைத்ததன்பின்

தாயே யிந்த யிடம்விட்டுத்
திரும்பிச் செல்ல விழைந்துள்ளேன்
சேயா மென்னைக் கைவிடாது
சததங் காத்து நிற்பவளே
வாயால் நீயும் வருவதற்கு (161)
விண்ட பின்பே வந்திடுவேன்
போய்வ ருவதா யவருரைத்துப்
புறப்பட் டுநின்றார் தாயுடனும்

பதியை யிகழ்ந்து நின்றாரில்
பதியைக் குறையுஞ் சொன்னாரில்
பதியின் மோனந் தனைக்கண்டுப்
பதறிக் கதறி நின்றாரில்
பதியி னுறவாம் இருதயரைப் (162)
பழித்துத் தூற்றி நின்றாரில்
சித்தை யருளை வேண்டிநின்று
சிறக்கக் கேட்டா ரடைக்கலமும்

வெறுத்து நின்றுத் தன்மனையும்
வீட்டை விட்டுச் செல்வதையும்
பற்றற் றானும் பார்த்திருந்து
பரம மோனங் காத்திருந்தார்
முற்றுந் துறந்த முனிவரேபோல் (163)
மோனங் காத்துக் கதாதரரும்
கற்பாள் வெளியே செல்வதையும்
கண்ட மைதி காத்திருந்தார்

இராமேச் வரரின் மகனொருவர்
இராம்லா லென்பார் கோவிலிலும்
புரிந்தி ருப்பார் பூசைகள்
பார்த்தி ருந்து நடந்ததையும்
வருந்திக் கண்டு சிற்றன்னை (164)
வசதி யாகப் பயணிக்க
அருகி ருந்தப் படகொன்றை
அமர்த்திக் கொடுத்து தவிநின்றார்

சித்தை பத்தர் மனநிலையைச்
சிறிதூ கித்து ணர்ந்திடலாம்
சித்தம் பிறழ்ந்த இருதயரும்
துன்பு றுத்து மெனநினைத்தும்
அதற்கும் மேலும் தான்மனையை (165)
ஆத ரித்து நின்றிருக்க
பித்தஞ் சிரமே லேறிநின்று
புரிவார் கொடுமை யெனநினைத்தார்

பெருமைக் குரிய மகனையும்
பின்னு மினிய மருகியையும்
இருத யராமும் பொறாமையால்
இரக்க மின்றிக் கொலைகூடப்
புரிவா ரென்று கதாதரரின் (166)
பெற்ற தாயும் மிகப்பயந்துக்
கரமுங் குவித்துக் காளியையும்
காப்பு வேண்டி நின்றதுண்டாம்

சிறும திகொண்ட இருதயரும்
சார தைக்க ருகிருந்து
வெறுப்பை உமிழ்ந்துப் பெருந்தொல்லை
வழங்கு மென்றெ னக்கருதி
சிற்ப ரையின் பத்தருமே (167)
சிந்தித் திருந்து சாரதைக்கு
மறுமொ ழியேதுங் கூறாது
மற்ற மைதி காத்திருந்தார்

அன்னை சந்தி ரமணியுமே
அசூயை கொண்ட இருதயரின்
அனேக தொல்லைக் காளாகி
அவத்தைப் பட்டு நின்றதுண்டாம்
அனேக நாட்க ளத்தாயும் (168)
அச்சங் கொண்டு நடுநடுங்கித்
தினமு மிறைவி தனைவேண்டித்
துதித்தி ருத்தல் வழக்கமென்பர்

திரிகா லஞானி கதாதரரும்
தட்சி ணேசு வரந்தன்னில்
இருத யராமு மெத்தனைநாள்
இருப்பா ரென்ற நிந்தமையால்
அருமை மனைக்கு றுதுணையாய் (169)
ஆத ரவளிக் காதிருந்து
கரும பலனைத் துருவையும்
கொடுப்பா ளென்றொ துங்கிநின்றார்

சார தையும் சியாமாவும்
தட்சி சிணேசு வரம்நீங்க
வாரஞ் சிலவுங் கழிந்ததன்பின்
விழாவொன் றங்கு துவங்கியதே
கோரி கோவில் தாபனநாள் (170)
கொண்டா டிநிற்ப ராண்டுதோறும்
சீருஞ் சிறப்பாய் கொண்டாட்டம்
செய்து களிப்பர் நிறுவியவர்

இருத யராமு மத்தினத்தில்
இதயங் களித்துப் பூசையும்
புரிய விரும்பி மதுரநாதர்
பெயர்த்தி தன்னை அழைப்பித்துப்
பெரிதா யவரை அலங்கரித்துப் (171)
புரிந்தார் கௌரி பூசையும்
திரைலோ கநாத ரெனும்தந்தை
தருவார் பரிசென் றெனநினைத்து

மகிழ்ந்து நின்று மதுரநாதர்
மகனாம் திரைலோ கநாதருமே
வெகும தியாகத் தனதானம்
வேண்டு மளவு தருவரென்று
மிகுத்துக் கனவு கண்டுநின்று (172)
மற்றெ திர்பார்த் துநின்றிருக்க
வெகுண்டு திரைலோ கநாதருமே
வெளியேற் றிநின்றார் இருதயரை

சிற்ப ரையின் பத்தருமே
சித்த யோகி மாபுருடர்
கற்பா ளுக்கும் பூசைகள்
களித்துச் செய்து மகிழ்ந்திடலாம்
அற்ப ராகும் இருதயரும் (173)
ஆற்றி நிற்ற லநியாயம்
கற்ற றிந்தோ ரிதையென்றும்
கொள்ளா ரென்று கொதித்தனரே

கரையர் பெண்ணைப் பனவனுமே
கௌரி பூசைக் கழைத்துநின்றுப்
புரிதல் பூசைப் பெரும்பிழையாம்
பின்னு மிவரும் கதாதரர்போல்
அரிய ஆற்றல் கொண்டவரில் (174)
ஆற்றி நின்ற பூசையால்
வருமோ தீங்கெ னப்பயந்து
வெகுண்டார் திரைலோ கநாதருமே

இருத யராமின் கௌரிபூசை
ஏற்று நின்ற மகளுக்கு
வருமோ தீதென் றெனநினைத்து
வெகுவாய் பயந்துத் துடித்துநின்று
திரைலோ கநாதர் இருதயரால் (175)
தீங்கு மீண்டும் வருமென்று
கருதி யவரைப் பணியிருந்து
கடுக நீக்கித் துரத்திவிட்டார்

திரைலோ கநாதர் தமையணுகி
சற்றுக் கருணை காட்டிநிற்க
பருப்ப திபத்தர் கதாதரரும்
புகன்றி ருக்க நிறுவனரும்
இருத யராமைக் கடுமையாய் (176)
எச்ச ரித்துப் பணிதன்னில்
இருந்தி ருக்கச் செய்திருப்பார்
எனினு மவருஞ் செய்தாரில்

பணியி ருந்து நீக்கிடவும்
புறம்பெ யர்ந்தார் இருதயரும்
கண்ணுங் கருத்தாய் பல்லாண்டு
கடமை யுணர்வு மிகக்கொண்டு
பணிவி டைகள் பலபுரிந்து (177)
புவனை பத்தர் தமைக்காத்துத்
துணையா யிருந்த இருதயரும்
தொடர்பு நீங்கி மறைந்துநின்றார்

செருக்குக் கொண்ட பிராம்மணிபோல்
திமிராய் நடந்த இருதயரும்
பிரிந்து சென்றார் கதாதரரைப்
பிரிவு நிரந்த ரமாகிநிற்க
பருப்ப திபத்தர் வாழ்விலவர் (178)
பின்ன ரென்றும் வந்தாரில்
இருந்து மவரே கதாதரரின்
இணைபி ரியாதத் தோழராவார்

இருத யராமின் பணிதன்னை
இராமேச் வரரின் மகனாகும்
இராம்லா லென்பா ரேற்றுநிற்க
இடையில் வந்த நல்லுயர்வால்
பெரிதுஞ் செருக்குத் தலைக்கேறப் (179)
பணிவி டைகள் கதாதரர்க்குப்
புரியா திருக்க கதாதரரும்
பெரிதும் துன்பப் பட்டிருந்தார்

பரவ சநிலை யடைந்துநின்று
பசியுந் தாகம் மறந்திருப்பார்
அருகி ருந்தெ ழுப்பிநின்று
அமைதி யாக நீராட்டி
கருத்தா யுணவு மூட்டிநின்று (180)
கண்ண யர்ந்து றங்கிநிற்கப்
பெரிதும் முயற்சி செயாதிருக்கப்
பாழா கிநிற்கு மவருடலும்

கண்ணை இமையுங் காப்பதேபோல்
கருத்தாய் இருத யராமுடனும்
துணைவி யாகும் சாரதையும்
செய்து மகிழ்ந்து களித்திடுவர்
பணிவி டைகள் புரிவதற்குப் (181)
பக்க மிவரு மிலாதிருக்க
அண்ணன் மகனாம் இராம்லாலும்
அலட்சி யத்தோ டிருந்தாரே

உடலும் பாழா கிநின்றிருக்க
உதவி புரிவோ ரிலாதிருக்கப்
படாத பாடு பட்டுநின்று
பெரிதும் பொறுக்க முடியாது
கடமை மறவா பத்தினியைக் (182)
கருத்தில் கொண்டு கதாதரரும்
தட்சி ணேசு வரம்வரவும்
செய்தி சொல்லி அனுப்பிநின்றார்

இலக்கு வனென்னு மன்பரையும்
இனிதே செயராம் பாடிசென்று
சொல்லி நிற்பாய் சாரதைக்கு
சகல விவர மெல்லாமும்
நலமி ழந்து டல்நிலையும் (183)
நிரம்பக் கெட்டி ருப்பதனால்
பல்லக் கொன்றில் விரைந்துவரப்
பகிர்ந்த தாக வுரையென்றார்

இராம்லால் பூசா ரியாகிநின்று
எனக்குச் சிறிதும் பணிவிடைகள்
புரிவ தில்லை மேலுமவன்
பூசா ரிகளோ டுசேர்ந்துநின்றுப்
பெரிதும் புறக்க ணித்திருக்கப் (184)
படாத பாடு படுவதாக
உரைத்து வாவென் றனுப்பிநின்று
உவந்து வரவை எதிர்பார்த்தார்

சிவிகை யொன்றை ஏற்பாடு
செய்து நின்று விரைந்திங்கு
உவந்தெ னக்குப் பணிவிடைகள்
உடனே புரிய வரவேண்டும்
புவனை யருளால் மனையோரும் (185)
பெரிதும் நலமா யிருந்திடவும்
பவதா ரிணியைப் பிரார்த்தித்துப்
பிரசா தமும னுப்பிநின்றேன்

இதுகேட் டுடனே வாவென்று
இயம்பி யிருந்த மொழிகேட்டுப்
பதிக்குச் சேவை புரிந்திடவும்
பயணஞ் செய்ய விழைந்துநின்றார்
பொதுவாய் வியாழக் கிழமையில் (186)
பயணஞ் செய்தல் தவிர்த்துநிற்பர்
பதியின் நிலையால் வியாழன்று
புறப்பட் டுவந்தார் சாரதையும்

பரவ சநிலை யடைந்துநின்று
பெரிதும் தடுமா றிநின்றிருந்து
பொருளி ருப்ப தறியாது
பாதந் தடுக்கிக் கீழ்விழவும்
பெருத்த வோசை கேட்டுபலர் (187)
பக்க மோடி வந்திருக்கக்
கரத்தி னெலும்பு பிசகிநிற்கக்
கண்டு பலரும் நின்றனரே

வலியால் துடிக்குங் கணவரையும்
வந்து சூழ்ந்த மக்களையும்
தொலைவி லிருந்து பார்த்துநின்று
துணைவிப் பதறி யோடிவந்து
நிலைய றிந்து மனம்வருந்தி (188)
நிற்கும் போத வர்கணவன்
தலைவி கிளம்பி யநேரத்தைத்
தெரிவித் திடவே கேட்டுநின்றார்

பதியின் முன்னம் வந்துநின்று
பணிந்து வணங்கி நின்றெழுந்தார்
அதிக வலியால் துடித்துநின்ற
அகத்துக் காரர் நிலையையும்
பத்தி னியறிந் துநிற்கும்முன் (189)
புறப்பட் டெப்போ தெனப்பதியும்
விதத்து நிற்கக் குருவாரம்
விளக்கேற் றுநேர மெனமொழிந்தார்

வியாழக் கிழமை மாலையில்
வீட்டை விட்டுப் புறப்படுதல்
வியர்த்த மாகு மேலுமது
விபத்தைத் தருமென் றறியாயோ
வியப்பே துமில்லை யென்கரமும் (190)
விபத்திற் குள்ளா னததனாலும்
பெயர்ந்து நிற்பா யுன்னூரும்
பின்னர் நன்னாள் வாவென்றார்

திரும்பிச் சென்று நன்னாளில்
திரும்ப வாவென் றுரைத்துநின்ற
வரனின் வார்த்தை யுடனேற்று
வெளியே செல்லும் சாரதையை
சிரமந் தீர இன்றுதங்கி (191)
செல்வாய் நாளை யெனப்புகன்ற
புருடர் வார்த்தை யேற்றுநின்று
பயணஞ் செய்தார் மறுநாளே

இராம்லால் மணமும் வந்துநிற்க
இனிதே காமார் புகூர்சென்று
விரைந்து கண்டு வாழ்த்திப்பின்
வந்தார் தட்சி ணேசுவரம்
வரனி னிறுதி நாள்வரையில் (192)
விடாது தொடர்ந்தங் கிருந்துநின்று
கருத்தாய் பதிக்குச் சேவைகள்
கனிந்து புரிந்து மகிழ்ந்திருந்தார்

அன்பு மாமி ஓரகத்தி
அதன்பின் பைர விநிழலிலும்
பின்னர் இருத யராமுடைய
பேச்சுங் கேட்டு வாழ்ந்திருந்து
அனேக சேவை ஆற்றிநின்று (193)
அதன்பி னின்று தொல்லைகள்
இன்றி நல்ல குலமகளும்
இனிதே சேவை புரிந்திடுவார்

7. பதிக்குச் சேவைபுரிதல்

காலை மூன்று மணிக்கெழுந்து
கண்கள் மூடித் தியானித்து
மாலை யிட்ட மணாளனுமே
மகிழ்ந்த ளித்த மந்திரத்தை
வாலை வெளியே வந்தடைந்து (1)
வாசற் படியி லமர்ந்திருந்து
பூலித் திருந்து செபித்திருப்பார்
புவன நினைப்புச் சிறிதுமின்றி

பொழுது புலரும் முன்னருமே
புவனை பத்தர் கதாதரரும்
விழித்தெ ழுந்து நதிக்கரைக்கு
வந்து செல்லல் வழக்கமாகும்
அழகு முகத்தை மூடிநிற்கும் (2)
அகலக் கரையின் முன்றானை
விழுந்து நிற்ப தறியாத
வனிதை கண்டு நகைத்திடுவார்

செபமும் முடிந்து சாரதையும்
சென்று நதியில் நீராடி
தப்பி தமின்றிக் கடன்பலவும்
செய்து முடித்த றையையும்
துப்பு ரவாக்கிப் பத்தருக்கும் (3)
துணைவ னுக்கு மடிசிலையும்
உபய மின்றித் தனியளாக
ஒழுங்காய்ச் செய்து முடித்திடுவார்

சீடர் பலருங் கதாதரரைச்
சிறக்கக் குருவா யேற்றுநின்று
நாடி வந்து கதாதரரும்
நவில்வ தெல்லா மன்புடனும்
கேட்டு நிற்கத் துவங்கிடவும் (4)
கூட்டம் பெருகி நின்றிருக்க
சீடர் பசியைப் போக்கிநிற்கச்
சமையல் செய்வார் சாரதையும்

குருவாய் சீடர் கதாதரரைக்
கண்டவ் வாற ழைத்துநிற்பர்
குருவை யெவரு மப்பனென்று
களித்த ழைத்த தில்லையாம்
பெருமைக் குரிய சாரதையைப் (5)
பரிந்து தாயென் றழைத்துநிற்க
பரிவோ டுதாயு மவர்களையும்
பெற்ற தாயா யறிந்துநின்றார்

பூர ணனென்னுஞ் சிறுவனுமே
பாலப் பருவ முடையவராம்
சார தைமு னழைத்துவந்து
சொல்லி நின்றார் கதாதரரும்
ஆரம் பூசி அதன்பின்னர் (6)
ஆரங் கழுத்தி லிட்டுநின்று
மூரல் வயிறு நிறைந்திடவும்
மற்ற ளிப்பா யென்றுரைத்தார்

ஆரம் பூச சாரதையும்
அமைதி கொண்டார் மனந்தன்னில்
ஆரங் கழுத்தி லிட்டுநிற்க
அன்னை யன்பு பெருகியது
மூரல் மகிழ்ச்சி யுடனளிக்க (7)
மைந்த னவரு முண்ணுவதாய்
சார தையுங் கண்டுநிற்க
சிரித்து மகிழ்ந்தார் கதாதரரும்

உண்டு முடித்து பூரணனும்
உள்ளம் மகிழ்ந்து கைகழுவ
தண்ணீர் மொண்டு சாரதையும்
தந்து மகிழ்ந்து நின்றிருந்தார்
கண்ணீர் பெருக்கி நீரெடுத்துக் (8)
கொப்பு ளிக்கக் கொடுத்துநின்றார்
கண்டு மகிழ்ந்து கதாதரரும்
களித்தங் கிருந்தார் வெகுநேரம்

இராகால் என்னுஞ் சீடருமே
இனிதே மணமும் முடித்துநின்று
கிருகி ணியோடு வந்துநிற்க
கண்டு நின்று கதாதரரும்
அருகி லிருந்த ஒருவரிடம் (9)
அறைந்து நின்றா ரிவ்வாறு
விரைந்து வரச்சொல் சாரதையை
வரவேற் பளிக்க வேண்டுதுமே

மருகி தன்னை முதன்முதலில்
மாமி காணுஞ் சமயத்தில்
கரத்தில் சிறிது பணமளித்தல்
காலந் தொட்டு வரும்பழக்கம்
கருத்தி லிதையும் சாரதையும் (10)
கொண்டு பணமு மெடுத்துவர
உரையென் றுகூறி சாரதைக்கு
உவந்து செய்தி அனுப்பிநின்றார்

பத்தர் பலராம் மனைவியுமே
பெரிதுங் காய்ச்சல் கண்டுநிற்க
சித்தை பத்தர் சாரதையை
சென்று கண்ட றிந்ததன்பின்
இதமாய் பேசிப் பின்வரவும் (11)
இயம்பி நிற்க வண்டிகண்டு
மெதுவாய் சென்று வருவதாக
மொழிந்து நின்றார் சாரதையும்

இதுகேட் டதிர்ந்து கதாதரரும்
இயம்பி நின்றா ரிவ்வாறு
பத்தர் பலராம் மனைவியுமே
பெரிதுங் காய்ச்சல் கண்டிருக்க
மெதுவாய் செல்லா துடன்நீயும் (12)
மற்று நடந்து டன்சென்று
அதன்பின் நடந்து வாவென்று
அறைந்து நின்றார் கதாதரரும்

கண்டிப் புடனே கதாதரரும
கடுக நடந்து சென்றிடென்று
விண்டு நிற்க சாரதையும்
வெளியே நடந்து செல்லுகையில்
வண்டி யொன்றை ஒருபத்தர் (13)
விரைந்து கொண்டு வந்திடவும்
வண்டி யிலேறி சாரதையும்
வெளியே சென்று கண்டுவந்தார்

நடந்து கொள்ளும் முறைபலவும்
நவின்றி ருப்பார் சாரதைக்கு
நடந்து கொள்ளும் பலமுறைகள்
நவின்றி ருப்பார் சீடருக்கும்
படாத பாடு சாரதையும் (14)
பட்டு நின்று கோதுமைமா
தொடர்ந்து பிசைந்து களைத்திருக்கத்
தூயோன் கண்டு நின்றிருந்தார்

இலாட்டு பெயருங் கொண்டவரும்
இனிதே தியானம் புரிவதையும்
வல்ல பிபத்தர் கண்டுநின்று
விரைந்து சென்றெ ழுப்பிப்பின்
மலைத்துச் சோர்ந்து களைத்திருக்கும் (15)
மாதா வாகும் சாரதைக்கு
பலவி தத்து மருகிருந்து
புரிவா யுதவி யென்றறைந்தார்

தியானம் செய்யும் இலாட்டுவையும்
திகம்ப ரிபத்த ரெழுப்பிநின்று
பெயர்ந்து சென்றுன் தாய்க்குடனும்
புரிவா யுதவி இனியென்றும்
வியர்த்துக் களைத்த சாரதைக்கு (16)
வேண்டு முதவி யெல்லாமும்
தயங்கா துடனே செய்யென்றும்
சொல்லி நின்றார் கதாதரரும்

இராமேச் வரரின் பெண்ணாவார்
இலக்கு மிநாமந் தரித்தவரும்
பிராயம் பன்னி ரெண்டாகப்
பெரியோர் வதுவை யவருக்குப்
பெரிதுங் களித்துச் செய்துவைக்கப் (17)
பின்னு மோராண் டிற்குள்ளே
கிருகம் நீங்கி மணமகனும்
காணா தொழிந்து மறைந்துசென்றார்

மணாளன் பின்ன ரிறந்ததாக
மற்றுச் செய்தி கேட்டுநின்று
கண்க லங்கி மனையோரும்
களிப்பி ழந்துப் பின்தேறிப்
பெண்ணைத் தட்சி ணேசுவரம் (18)
பரிந்த ழைத்துக் கொண்டுவந்து
மண்ணில் சோகம் போக்கிநிற்க
மிகவும் முயன்று நின்றனரே

இலாட்டு வீட்டு வேலையில்
இனிதே உதவி புரிந்துநின்றார்
இலக்கு மியோடும் பணிச்சுமையும்
இலகு வாகக் குறைந்திருக்க
தொல்லை சிரம மதிகமின்றி (19)
தனது பணிக ளனைத்தையும்
மலர்ந்து முடித்து சாரதையும்
மனது மகிழ்ந்தி ருந்தாரே

பெண்கள் பலரும் பத்திகொண்டு
புவனை பத்த ரிடம்வந்து
பணிந்து வணங்கி நின்றிருப்பர்
பெண்கள் சிலரும் சாரதையை
வணங்கி வாழ்ந்து நின்றவருள் (20)
வயது முதிர்ந்த கௌரிமாவும்
அணுக்கங் கொண்ட யோகின்மா
அதன்பின் கோலாப் மாவுமாவர்

அன்பு கொண்டு கதாதரரும்
அணுகிக் கேட்டார் கௌரிமாவை
இனிதே எங்க ளிருவரிலும்
எவரே நும்மைக் கவர்ந்தவராம்
என்மே லதிகப் பாசமுண்டோ (21)
இல்லை யிவள்மேல் காதலுண்டோ
இன்சொல் கூறு மென்தாயே
இயம்பு வீரே யெனக்கேட்டார்

துன்பங் கொண்டோர் கண்ணனையும்
துணைக்க ழைத்து நின்றிடுவர்
துன்பங் கொண்ட கண்ணனுமே
தையல் இராதை தனையழைத்துத்
தென்பு பெற்று நின்றிடுவான் (22)
சிறிது மைய மிலையாமே
அன்பெ னக்கெ வரிடத்தில்
அதிக மென்ற றிந்திலேனே

என்று ரைத்து கௌரிமாவும்
இனிதே தனது பதிலளித்தார்
வினவி நின்ற கதாதரரும்
விடைகேட் டிருந்த சாரதையும்
நனிசி றந்த உட்பொருளை (23)
நிரம்ப வுணர்ந்து நகைத்துநின்று
மனம கிழ்ந்து பலருக்கும்
மற்றுச் சொல்லி நின்றனரே

சிவந்த நிறத்து மேனியராம்
சித்தை பத்தர் கதாதரரும்
சிவப்பு நிறத்து மனிதருமே
சீட ரானார் கதாதரர்க்கு
புவனை பத்தர் பலரையும் (24)
பகிரங் கமாக யெங்களிலும்
சிவந்த தேசு டையவரைச்
சுட்டிக் காட்டு வீரென்றார்

இருவ ரையும் நோக்கிப்பின்
ஏகோ பித்து கதாதரரே
பெரிதுந் தேசு டையவராய்
புகன்றி ருக்க கதாதரரும்
சரியாய் கருத்துக் கூறுபவர் (25)
சார தையே யெனக்கூறி
கருத்துத் தெரிவித் திடுமாறு
கேட்டு நின்றார் சாரதையை

உற்று நோக்கி நின்றிருந்து
உரைத்து நின்றார் சாரதையும்
சிறிது மைய மேதுமிலை
சிறந்த தேசு டையவராய்
தற்கொண் டானின் சீடருமே (26)
தோன்று வதாக உரைத்திருக்க
கற்பாள் கருத்து சரியென்று
கூறி நின்றார் கதாதரரும்

தருக்கம் செய்யுஞ் சமயத்து
தீர்ப்ப ளிக்க நடுவராக
சரச வாணி தம்மையும்
செய்தி ருந்த ததுபோலும்
பெரிய ஞான பண்டிதையாய்ப் (27)
புவனை பத்தர் சாரதையைக்
கருதி நின்று மதிப்பளித்துக்
கருத்துக் கேட்டு நின்றிருப்பார்

துன்மார்க் கத்தில் மூழ்கிநின்றுத்
தோன்றி யவாறு வாழ்ந்துநின்ற
மனிதர் பெயராம் காளிபாதர்
மிகவுங் கலங்கி யவரையும்
நன்னெ றிக்கு வழிப்படுத்த (28)
நல்ல தான மந்திரத்தைத்
தனக்கு ரைக்கக் கேட்டுநின்றுத்
தேடி வந்தா ரவர்மனையும்

வசியப் படுத்தும் மந்திரத்தை
விண்டு ரைக்கக் கேட்டுநின்று
வசியை வந்து கதாதரரை
வற்பு றுத்தி நின்றிருக்க
வசியஞ் செய்யும் மந்திரத்தை (29)
வீணன் யானு மறியேனே
வசியம் புரிந்து தன்வசமும்
வைத்தி ருக்கும் மனையிடஞ்செல்

வசியஞ் செய்துத் தன்வசமும்
வைத்தி ருக்கு மென்மனையும்
வசியஞ் செய்யும் நிபுணியாகும்
வல்ல வராகு மவரையும்
கசிந்து வேண்டிக் கேட்டிருக்கக் (30)
கணநே ரத்தில் மந்திரமும்
இசைந்து ரைப்பா ராதலினால்
இப்போ துசெல்வீ ரென்றுரைத்தார்

வழக்கம் போலும் பூசையை
வெகுவாய் மகிழ்ந்து முடித்துநின்று
எழுந்தி ருக்குஞ் சமயத்தில்
இனிதே தனது வேண்டுகோளை
மொழிந்து நின்றார் காளிபாதர் (31)
மனைவி சார தையிடமே
கழிவி ரக்கம் மிகக்கொண்டு
கேட்டு நின்றார் சாரதையும்

வசியம் செய்யும் மந்திரமும்
விரும்பிக் கற்ற துமில்லையாம்
வசியம் செய்யத் தேவையும்
வேண்டி யிருக்க வில்லையாம்
பசிக்குப் புசிக்க உணவாக்கும் (32)
பணியை மட்டு மறிந்திருக்க
விசித்த நின்ற ழுதுநிற்கும்
வனிதைக் கேது கூறிடுவார்

துன்பம் பெருகி அழுதுநிற்கும்
தெரிவை யிடமு மன்பாக
இன்சொ லேதுங் கூறாது
இரக்கஞ் சிறிதுங் கொள்ளாது
கனிந்து கருணை காட்டாது (33)
கணவர் களித்த லைக்கழித்து
நின்றி ருக்குஞ் செயலுக்கு
நிரம்ப வருந்தி நின்றிருந்தார்

செய்ய வேண்டு வதெதனையும்
சிறிது மறியா சாரதையும்
மயங்கி நின்றுப் பின்தெளிந்து
மொழிந்து நின்றா ரன்பாக
நியமும் மற்றும் மந்திரமும் (34)
நன்க றிந்த நாயகனை
நயந்து வேண்டப் பேரன்பால்
நவில்வார் வழியு மென்றுரைத்தார்

வெகுளிப் பெண்ணும் கதாதரரை
வந்து வேண்டி அழுதிருக்க
நகவத் தன்னில் வாழ்ந்திருக்கும்
நாரி யிதுபோ லடிக்கடியே
மிகவும் குறும்பு செய்துநின்று (35)
மகிழ்ந்து நகைத்து நின்றிருப்பார்
மிகவு மெளியார் போலிருக்கும்
மாது பெரிய நிபுணியாவார்

வசியஞ் செய்யும் வல்லவராம்
வசியம் நன்க றிந்தவராம்
வசியஞ் செய்யுங் கலையையும்
வனிதை யெனக்க ளித்தவராம்
வசிய மிவர்போல் செய்வதிலும் (36)
வல்லா ருலகில் வேறுளரோ
உசித மிதுவே அவரிடமே
உதவி கேட்பீ ரென்றுரைத்தார்

கண்க லங்கி காளிபாதர்
கிழத்தி சார தையிடமே
அணுகி நின்று கதாதரரும்
அறைந்து நின்ற தெல்லாமும்
விண்டு நின்று தவிகேட்டு (37)
விசும்பி யழுது நின்றிருக்க
கண்ணீர் பெருக்கி சாரதையும்
கருணை பெருக்கெ டுத்துநின்றார்

அருச்சித் திருந்த வில்வயிலை
அவர்தங் கண்ணிற் பட்டுநிற்க
பெரிது மெழுச்சி மிகக்கொண்டு
பற்றி யெடுத்துத் தியானித்துக்
கரத்தி லளித்தி தைமனையில் (38)
கருத்தாய் தினமுங் கண்டுவர
விரும்பி யதெல்லாம் பூர்த்தியாகும்
வெற்றி கிட்டு மெனமொழிந்தார்

வில்வ யிலையைக் கொடுத்திடவும்
வனிதை வாங்கி மிகமகிழ்ந்து
குலமும் குடியுங் காத்துநிற்க
கருணை பெருகிக் கொடுத்துநின்றீர்
நலமும் விரைவில் விளையுமென்று (39)
நம்பி மனையுஞ் செல்கின்றேன்
உலகம் வாழும் நாள்வரையும்
உமது புகழும் நிலைக்குமென்றார்

வனிதை பின்பு மனைசெல்ல
விளைந்து நின்ற துமாற்றமுமே
துன்மார்க் கத்தை காளிபாதர்
துறந்து நின்றார் நிரந்தரமாய்
சன்மார்க் கத்தைச் சேர்ந்துநின்று (40)
சித்தை பத்த ரிடமடைந்து
அனேக பயனும் கதாதரரால்
அடைந்து வாழ்வி லுயர்ந்துநின்றார்

பின்ன ரொருநா ளம்மாது
பணிந்து வணங்கி சாரதைக்கு
அனைத்து முரைத்து நின்றதன்பின்
அதிச யித்தி துவனைத்தும்
கனிந்து நின்று கதாதரரும் (41)
கருணை காட்டி யதாலென்று
மனமும் நெகிழ்ந்து நன்றிபல
மொழிந்து நின்றார் கதாதரர்க்கு

தன்னால் விளைந்த திதுவென்று
தெரிவித் தாரில் சாரதையும்
கனிந்து நின்று கதாதரரும்
கருணை காட்டி நின்றதாக
அனைவ ருக்கும் சாரதையும் (42)
அன்பு மிகுத்து மொழிந்திடுவார்
என்று மெளிமை யவரினிமை
எல்லோ ருக்குந் தாயவரே

வெற்றி லையால் தாம்பூலம்
வெகுநேர்த் தியாக சாரதையும்
நிறையச் சுருட்டி வைத்திருக்க
நவின்று நின்றார் யோகின்மா
வெறுமை யாக ஒருசுருளை (43)
வைத்தி ருக்கும் காரணத்தை
அறிவித் திடவே கேட்டுநிற்க
அன்போ டுரைப்பார் சாரதையும்

நறும ணத்துப் பொருளெதுவும்
நீக்கி நின்றே னொருசுருளில்
பெறுவா ரிதையும் கதாதரரும்
பெருமா னென்று மெனக்குரியர்
நறும ணத்துப் பொருள்பலவும் (44)
நிறைய வைத்தேன் மற்றவற்றில்
பெற்று மகிழும் பத்தருமே
பெரிது மென்னை மறக்காராம்

வெற்றி லையில் சுண்ணாம்பும்
வேறு பலவாம் பொருட்களுமே
மற்று வைக்கா திருந்திடினும்
மகிழ்ந்தென் பதியுங் கொண்டிடுவார்
தற்கொண் டான்போல் மற்றவரும் (45)
தாம்பூ லத்தைத் தரித்திடாரே
சிறிது சுவையுஞ் சேர்ந்திருக்க
சுவைத்து மகிழ்வ ரென்றுரைத்தார்

உண்டு முடித்து கதாதரரும்
உள்ளே சென்றார் கைகழுவ
கண்டு நின்று யோகின்மா
கரத்தில் நீரு மூற்றிநிற்க
தொண்டை தன்னில் நமைச்சலுமே (46)
துன்பந் தந்து நின்றிருக்க
தணிந்து நிற்க உபாயமொன்று
தெரிவித் திடென்றா ரம்மாதை

பொன்னுக் குவீங்கி நோயென்னைப்
பெரிதும் வாட்டும் போலிருக்க
கனிந்து கருணை கொண்டுநீயும்
குணப்ப டுத்தும் மந்திரத்தை
நன்க றிந்த அம்மையே (47)
நன்றே செபித்துப் போக்கிடென்று
அனந்த விபவை பத்தருமே
அறைந்தார் யோகின் மாவிடமும்

எவரு மறியா இரகசியம்
எவ்வா றறிந்தா ரிவரென்று
விவர மறியா திருந்ததன்பின்
வேண்டி யவாறு மந்திரத்தை
உவந்து செபித்து முடித்துநின்றார் (48)
உடனே சென்று நிகழ்ந்ததையும்
பவ்வி யமாக சாரதைக்குப்
புகன்று விவரங் கேட்டுநின்றார்

இனிதே யானுங் கற்றறிந்த
எவரு மறியா இரகசியம்
பனவ ரிவரு மறிந்ததுவே
பெரிய புதிரா யிருக்கிறதாம்
அன்பிற் குரிய சாரதையே (49)
ஐயை பத்த ரறிந்ததுவும்
வினோத மாக யிருந்திருக்க
விளக்கிச் சொல்வா யெனக்கேட்டார்

மனிதர் மனத்து ளிருப்பதையும்
மகதி பத்த ரறிந்திடுவார்
பின்னும் நேற்று நடந்ததையும்
பின்னர் நாளை நடக்கின்ற
அனைத்து மவரு மறிந்திடுவார் (50)
அறியா தெதுவு மவரறியார்
அனைவர் மனத்து ளுறைந்திருக்கும்
அந்த ராத்மா அவராவார்

பொன்னுக் குவீங்கி குணப்படுத்தும்
புனித மந்தி ரத்தையும்
இனிதே யானுங் கற்றறிந்து
இருந்தே னமைதி காத்திருந்து
பின்ன ரொருநா ளென்பதியும் (51)
புகன்றா ரருகே வந்துநின்று
நன்மை விளைய இறைவியையும்
நாடிச் சமர்ப்பித் திடுவென்றார்

கற்று நின்றாய் மந்திரமும்
கெடுத லேது மதிலில்லை
கற்கத் தேவை யில்லையாம்
கற்று நின்ற தையுடனும்
மற்று னிட்ட தேவதைக்கு (52)
மகிழ்ந்து சமர்ப்பித் திடுவென்று
அறைந்த வாறு செய்ததாக
அனைத்து முரைத்தார் சாரதையும்

சிறுவ னொருவர் சீடனாகச்
சேர்ந்து மந்தி ரோபதேசம்
மறுக்கா தளிக்கக் கேட்டிடவும்
மறவோன் தன்னை மனைவியிடம்
பெறுமா றுரைத்த குருவையும் (53)
பார்த்துச் சிறுவன் நின்றிருக்க
சிற்ப ரையின் பத்தருமே
சிந்தை யொன்றிப் பாடலானார்

இராதை சத்தி எவரறிவர்
இம்மி யளவு மறிவற்ற
கரிய குணத்து மூடருமே
கருணை யறித லியன்றிடுமோ
இராமன் கண்ண னனைவரையும் (54)
ஈன்று புரந்து நிற்பவளைப்
புரிந்து கொள்வ தெளிதாமோ
புவியு மியங்கு தலவளாலே

பின்னர் சிறுவன் சாரதையைப்
பணிந்து வணங்கி மந்திரமும்
பனித்த கண்க ளுடன்பெற்றுப்
பயனு மடைந்து நின்றிருந்தார்
அனேக விதமாம் மந்திரங்கள் (55)
அன்புப் பதியு முரைத்திருக்க
மனித ருக்கு கந்தவொரு
மந்தி ரத்தைத் தந்திடுவார்

குளித்து முடித்து செபஞ்செய்யக்
கதிர வனுதித் திருந்திடுவான்
களித்துச் சமையல் செய்துநின்று
கணவர் தனியா யிருந்திருக்க
குளிரச் செய்யுங் கடுகெண்ணெய் (56)
கணவ ருக்குத் தேய்த்திடுவார்
குளிக்கக் கணவர் சென்றதுமே
குடிக்க நீரு மெடுத்துவைப்பார்

அமரப் பலகை யெடுத்துவைத்து
அதன்பின் குடிக்க நீர்வைத்து
சமைத்து வைத்தப் பதார்த்தங்கள்
தட்டி லிட்டுக் கொண்டுவந்து
நிமலன் முன்னம் வைத்தங்கு (57)
நின்றி ருந்து விசிறிதன்னால்
செம்மை நிறத்து சாரதையும்
சோறா றிநிற்க விசிறிநிற்பார்

அன்ன மதிக மெனக்கூறி
அமர்ந்தி ருப்பா ருண்ணாமல்
என்று பயந்து பிசைந்துகொண்டு
எடுத்துச் சென்று கதாதரர்முன்
அன்ன வட்டில் தனைவைத்து (58)
அமைதி யாக விசிறிநின்று
பின்னுஞ் சிறிது கொண்டிடவும்
பதியை வேண்டி நின்றிருப்பார்

நலமுங் குன்றி யிருக்கையில்
நீரஞ் சேர்ந்த பொருளெதையும்
வல்ல பிபத்தர் கொள்வதையும்
விடாது மருத்தன் தடுத்திருக்க
மலைத்து நின்று கதாதரரும் (59)
மாது ளையின் முத்தையும்
மெல்லப் பிழிந்து சக்கையை
மற்ற ளிக்கக் கூறிநின்றார்

நீரஞ் சேர்ந்த பொருளெதையும்
நியம மென்று மறுத்திருந்தும்
சீர மளிக்கத் தடையெதுவும்
சொல்லா திருந்தார் மருத்தனுமே
சீராய் நிறையப் பாலையும் (60)
சுண்டி நிற்கக் காய்ச்சிநின்று
சார தையும் கணவருக்குத்
தந்து நிற்பார் வெகுநாட்கள்

வயிறு முட்டப் பாலையும்
வனிதை நிறைய அளித்திருக்க
இயலா திதையுங் கொள்வதென்று
இயம்பி மறுப்பார் கதாதரரும்
வியர்த்த மாகும் பால்நிறைய (61)
வயிற்றில் கொள்ள லெனமறுத்து
உயிர்க்கி ழவனு ரைத்திருக்க
ஒருசேர் பாலே கொண்டதென்பார்

ஒருசேர் பாலே கொடுத்ததாக
உரைத்து நின்றார் சாரதையும்
கிருகி ணிவேறு வேலையாய்
கடந்து சென்று நின்றவுடன்
அருகில் கோலாப் மாவென்னும் (62)
அடியா ரிருக்க அவரிடமும்
உரைக்கக் கேட்டார் பால்கணக்கை
உண்மை யுரைத்தார் கோலாப்மா

இரண்டி ரண்டு சேர்பாலும்
　　இனிதே தினமும் சாரதையும்
தருவிப் பதாக கோலாப்மா
　　தெரிவித் திடவும் கதாதரரும்
செரியா திருக்குங் காரணமும் (63)
　　சீரங் கொண்ட தாலென்றுப்
பெரிதும் வெகுண்டு சாரதையைப்
　　பக்கம் வரவே கனன்றுநின்றார்

சிறுபெ ணாகும் கோலாப்மா
　　சிறிது மறியா ளளவேதும்
அறியா மடந்தை யிவள்கூற்றை
　　அறிஞ ரேற்று நிற்காரே
குறையும் நிறையுஞ் சிறிதளவும் (64)
　　கணக்கிட் டளக்க இவளென்றும்
அறியா தாளா யிருந்திருக்க
　　அறிவி லிபேச்சா மென்றுரைத்தார்

பின்னுந் தானே உரைப்பதெல்லாம்
　　பெரிது முண்மை சத்தியமாம்
என்று கோலாப் மாவுரைக்க
　　இறுக்கத் துடனே கதாதரரும்
சினந்து நிற்க சாரதையும் (65)
　　சற்றே கண்டிப் புடனவரை
முனிந்து நோக்கிப் பின்நெகிழ்ந்து
　　மொழிந்தி ருந்தா ரன்புடனும்

தனசம் பத்தைச் செலவழிக்கச்
　　செல்வர் கணக்குப் பார்த்திடுவர்
தினமுந் தின்னுஞ் சோற்றிற்கு
　　தெரியா தாரே கணக்குவைப்பர்
அன்பால் யானு மளிப்பதையும் (66)
　　அளந்து நிற்கா திருந்துநின்று
கனிந்து கொள்வீ ரெனச்சொல்லி
　　கிழத்தி யுரைத்து நின்றிருந்தார்

அன்பே நீயுஞ் சொல்வதெல்லாம்
　　அனைத்து முண்மை யாயிருந்தும்
எனக்குச் செரியா திருந்திருக்க
　　இந்நோ யென்னைப் பற்றியதே
என்று ரைத்து கதாதரரும் (67)
　　இருந்து நின்ற தக்கணமும்
நினைத்த வாறே நோயவரை
　　நாடிப் பற்றி நின்றதுவே

தனது பிழையை கோலாப்மா
　　சிந்தித் துணர்ந்து சாரதையை
மன்னித் திடவும் வேண்டிநிற்க
　　மொழிந்தி ருந்தார் சாரதையும்
மனிதர் நலத்தை முன்னிட்டு (68)
　　மற்றுச் சிறிது பொய்யுரைக்கத்
தனமோ பொருளோ இழப்பதில்லைத்
　　தெய்வக் குற்ற முமாகாதே

கெஞ்சி நின்றும் பொய்யுரைத்தும்
　　கற்பா ளுணவு தரவேண்டும்
கெஞ்சி நின்றுப் பயனிலையேல்
　　கணவ ரருகே வந்துநின்று
கொஞ்சி யுணவ ளிக்கவேண்டும் (69)
　　கொஞ்சிக் கெஞ்சிப் பயனிலையேல்
வஞ்சி கடுமை காட்டிநிற்க
　　வரனு முணவு கொள்வரென்றார்

இதேபோல் யானுந் தினந்தினமும்
　　இமய வல்லி தனைவணங்கும்
பத்த ரிடமும் பொய்யுரைத்துப்
　　பலவுங் கூறி ஏமாற்றி
இதமா யுரைத்துக் கெஞ்சிநின்று (70)
　　இணங்கா திருக்கச் சினந்துநின்றும்
உதரம் நிறைய உணவூட்டி
　　உள்ளம் மகிழ்வ தாயுரைத்தார்

பத்தி னியாகும் சாரதையே
பணியைப் புரிய இயன்றிடுமாம்
சித்தை பத்தர் கதாதரரும்
சார தையின் கரத்திருந்து
நிதமு முணவு கொண்டிருக்க (71)
நிரம்ப மகிழ்வார் சாரதையும்
மதர்த்து நின்று சாரதையும்
மணாள னுக்கு ணவளிப்பார்

ஒருநாள் மகிழ்ந்து சாரதையும்
உணவ ளித்தி ருக்கையில்
கரம்பி டித்த நற்கணவர்
கற்பா ளிடமு மன்பாகப்
பரவ சநிலை யடைந்துநின்று (72)
பலரு மளிக்கு ணவுதன்னை
விரும்பிக் கொள்ளுங் காலத்தில்
விட்டு நிற்பே னுயிரென்றார்

பலர்க ரத்து ணவுதன்னைப்
புசிக்கத் தொடங்கி நின்றிருக்க
வல்ல பியென்னைத் தன்னுடனும்
விரும்பிக் கொள்வாள் வெகுவிரைவில்
இல்லா ளென்ற னாருயிரே (73)
இதையும் நினைவிற் கொள்ளென்று
வல்ல பைக்கு கதாதரரும்
வரப்போ வதையு மறிவித்தார்

பதியு முண்ண உணவையும்
பரிவோ டெடுத்து வருஞ்செய்தி
சித்தை பத்த ரறையிருக்கும்
சகல ருக்கு மறிவிக்க
பத்த ரெல்லாம் புறஞ்செல்வர் (74)
பின்னர் சார தாமணியும்
மதங்கி பத்த ரறைவந்து
மகிழ்ந்த ளிப்பார் சிறிதுணவு

முகத்தை மூடி சாரதையும்
மற்று வாழ்ந்து வருவதையும்
மிகவும் விரும்பி வரவேற்பார்
மதங்கி பத்தர் கதாதரரும்
புக்க கத்தில் சாரதையும் (75)
பெரிது மிருக்கு மறைதன்னில்
அகத்தோர் சார ளமொன்றமைக்க
ஆட்சே பித்தார் முன்னருமே

தண்மை யாகக் காற்றுவர
தெருவைப் பார்த்துச் சாளரமும்
இணங்கி வைத்தல் தவறென்று
இயம்பி நிற்பார் கதாதரரும்
பெண்கள் வருவோர் போவோரைப் (76)
பார்த்து நிற்றல் பிழையென்றும்
கணக்கில் தொல்லை வருமென்றும்
கூறி நிற்பார் கதாதரரும்

கிராமந் தன்னில் பெண்களுமே
கிருகம் விட்டு நீங்காது
இருந்து வாழ்ந்து நின்றதன்பின்
ஏகி நகரஞ் சென்றடைந்து
பரிச்ச யமில்லா தாருடனும் (77)
பழகிக் களிக்க கதாதரரும்
பெரிதும் கண்டு சாரதையைப்
பற்றிக் கவலை கொண்டிருந்தார்

மற்ற நகரப் பெண்போலும்
மகிழ்ந்து நகர வொழுக்கத்தில்
கற்பாள் மூழ்கிப் பலருடனும்
களித்துக் கலந்து பழகிடவும்
நிற்பா ளென்னு மையத்தில் (78)
நிறைய கவலை கொண்டிருந்து
பிற்பா டதுபோ லாகாமல்
பெரிது மிருக்க மகிழ்ந்துநின்றார்

சிறிதும் மாறா திருந்திருக்கும்
சார தையைக் கண்டுநின்று
சிற்ப ரையின் பத்தருமே
சிலாகித் திருந்து பலரிடமும்
கற்பாள் குணத்தை மிகப்போற்றக் (79)
கேள்விப் பட்டு சாரதையும்
தற்கொண் டானி னம்பிகையைத்
துதித்துத் துணையும் வேண்டிநிற்பார்

சம்ப வையின் பத்தருமே
சார தைக்கும் இலக்குமிக்கும்
அம்பா ளுடைய பிரசாதம்
அளித்து நின்று டன்வரவும்
தம்மோ டிருக்கும் இருதயர்க்கு (80)
தெரிவித் திடவு மவர்சென்று
வம்பு பலவும் பேசிநின்று
வந்து நின்றார் மிகமெதுவாய்

சிரித்துப் பேசி நக்கலுமே
செய்த பின்னர் மெதுவாக
இருத யராமும் வந்திருக்க
இடிபோ லிடித்து கதாதரரும்
உரைத்து நின்றார் கடுஞ்சினந்தில் (81)
உறவி னராயும் பெண்களிடம்
கருத்தா யிருந்து வந்தவேலை
கடுக முடித்தல் வேண்டுமென்றார்

இனிமே லிதுபோல் வம்புபேச
இம்மி யளவும் பொறுக்கேனே
உனக்குச் சிறிதுந் தொடர்பிலாத
உரையு மாற்றி நின்றிடாதே
என்று சினந்து கதாதரரும் (82)
எச்ச ரிக்கை செய்துநிற்க
தனது தவறை உணர்ந்துநின்று
திரும்பிச் சென்றார் இருதயரும்

இராமேச் வரரின் மகனாகும்
இராம்லால் தன்னை அழைத்துநின்று
உரைத்து நின்றார் கதாதரரும்
உள்ளங் கனிந்து சித்தியென்றும்
பரிவோ டக்கை யென்றழைத்தும் (83)
பேசி நேரங் கடத்தாமல்
இருந்தி டென்று கதாதரரும்
இனிமை விடுத்துக் கூறிநின்றார்

துருவை பத்தர் பத்தினியும்
தட்சி ணேசு வரம்வந்து
வருடம் பலவுங் கடந்தபின்னர்
விந்தை கோவில் கணக்காயர்
உரைத்து நின்றா ரொருவரிடம் (84)
உமையின் பத்தர் பத்தினியும்
இருப்ப தாக அறிந்திருந்தும்
இதுநாள் வரையுங் கண்டதில்லை

பெண்ணு மடங்கி வாழ்வதற்கும்
பெண்ணை யடக்கி வைப்பதற்கும்
கண்டு நிற்போம் பெரும்பேதம்
கோரி பத்தர் பத்தினியை
வணங்கிப் பூசை செய்திருக்க (85)
வாட்டிக் கொடுமை செய்திடவும்
எண்ணி யதில்லை யென்பதற்கு
எடுத்துக் காட்டு பலவுண்டு

கணவ ரெவரும் மனைவிக்கு
களித்துப் பூசை புரிந்ததாக
உண்டோ நாட்டி லுதாரணமும்
உவந்து காளி யாய்நினைத்து
பணிந்து பூசை புரிந்துநின்று (86)
பலனும் பாதந் தனிலளித்து
வணங்கி யெழுந்த உத்தமராம்
விமலை பத்தர் கதாதரரும்

ஒருமை யிலென்றும் பத்தினியை
ஒருபோ துமவ ரழைத்ததில்லை
உரிமை யுடனு மொருமையில்
உவ்வி தன்னை விளித்ததில்லை
வரனும் நாட்டில் மனைதன்னை (87)
விளித்த ழைப்ப ரடியென்று
கருணை மற்று மன்புடனும்
கொடுத்து நிற்பார் மரியாதை

அடிசில் செய்து சாரதையும்
அனேக விதமாம் பதார்த்தங்கள்
வட்டி லிட்ட வற்றையும்
விமலை பத்தர் வாழுமறை
எடுத்துச் சென்று வைத்ததன்பின் (88)
ஏதோ நினைவா யறையிருந்து
கடுக வெளியே வந்திடவும்
குரல்கேட் டுநின்றார் சாரதையும்

தினமு முணவு கொடுத்துநின்று
தின்று முடிக்கும் வரையிருந்து
பின்ன ரறையி ருந்துபுறம்
போந்து கதவை மூடிவிட்டு
மனம கிழ்ந்து தமதறைக்கு (89)
மற்றுச் செல்லும் சாரதையும்
இன்று மறந்து கதவையும்
இழுத்து மூடா துசென்றுநின்றார்

அண்ணன் மகளாம் இலக்குமியும்
அறைக்குள் வந்து வட்டிலிலும்
உணவைக் கொண்டு வைத்துவிட்டு
ஒழுங்கு படவுங் கதவையும்
துணைவி தினமும் செய்வதேபோல் (90)
திருத்த மாகச் செய்யாமல்
பண்பு மறந்து செல்வதாகப்
பெரிதுங் கருதிக் குரல்கொடுத்தார்

அடியே பெண்ணே கதவையும்
அகலத் திறந்து வைத்துவிட்டு
சிட்டு போலும் பறந்துடனும்
செல்கின் றாயே அழகுனக்கோ
கட்டு திட்ட மாயுனது (91)
கருணை மிக்க சிற்றன்னை
நடந்து நிற்கும் பழக்கத்தை
நன்கு மறந்த தேனடியே

என்று ரைத்து கதாதரரும்
இரைந்து பேசுங் குரல்கேட்டு
தனது பழக்கம் மறந்ததற்கு
சிந்தை நொந்து சாரதையும்
மன்னித் திடுவீர் மறந்துநின்றேன் (92)
மறுப டிமீண்டும் நடத்திநிற்கேன்
என்றன் பிழையும் பொறுத்தருள்வீர்
என்று ரைத்துத் திரும்பிவந்தார்

சட்டெ னவந்தார் கதாதரரும்
சார தையின் குரல்கேட்டு
மட்டி யானு மறியாது
மொழிந்து வன்சொ லுரைத்துநின்றேன்
அடியே யென்ற ழைத்துநின்று (93)
அடாத சொல்லு முரைத்துநின்றேன்
துட்ட னெனது திட்டுதலைத்
தாரம் பொறுத்தி டவேண்டுமென்றார்

இலக்கு மிவந்து கதவையும்
இறுக்கிச் சாத்த விலையென்று
பொல்லாங் குகண்டு நின்றிருந்து
புன்சொல் புகன்றே னென்தாயே
வல்ல பைநீ மனதிலிதை (94)
வைக்க வேண்டா மெனக்கூறி
சொல்லி யசொல்லை நினைத்துநின்று
சிந்தை வருந்தி நின்றிருந்தார்

அடியே யென்ற ழைத்துநிற்க
அதப்புக் குறைவு மிலையென்றும்
குடும்ப னுரிமை யுடனழைக்கக்
கற்பாள் களிப்பா ளென்றுரைத்தும்
அடுத்துத் தானு மிதிலெதுவும் (95)
அதமங் கண்ட திலையென்றும்
எடுத்து ரைத்துத் தேற்றிநின்று
இலேசாய் சென்றார் சாரதையும்

மறுநாட் காலை சாரதையும்
மகிழ்ந்து றையு மிடஞ்சென்று
முறைமை யின்றி மொழிந்ததையும்
மிகவும் நினைத்து வருந்திநின்று
உறக்க மின்றித் தவித்ததாக (96)
உரைத்து மீண்டும் வருத்தத்தைக்
குற்ற வுணர்ச்சி யுடன்கூறிக்
குனிந்தி ருந்தார் கதாதரரும்

தன்னோ டுறையும் இருதயரை
செல்ல மாக இருதனென்பார்
மனைவி பெயரை யெவர்முன்பும்
மற்று ரைத்து நிற்காராம்
கனிந்து இராம்லால் சித்தியென்றும் (97)
களித்து இலக்கு மிசித்தியென்றும்
பின்னும் இருதன் மாமியென்றும்
பலர்முன் கூறி நின்றிருப்பார்

நிதமு முண்டு முடித்ததன்பின்
நிரம்ப மகிழ்ந்து சாரதையும்
பதிக்குச் சேவை தினம்புரிவார்
பாதம் நீவி விட்டிடுவார்
பதிக்குச் சேவை புரிவதிலும் (98)
பத்தி னிமகிழ் கிறாளென்று
அதையே தினமு மனுமதித்து
அதன்பின் கைகூப் பிநின்றிருப்பார்

பதிசே வையும் முடிந்ததுமே
பத்தி னியெழுந் துநின்றிருக்கப்
பதியும் நன்றி யறிதலாகப்
பணிந்து கைகூப் பிநின்றிருப்பார்
மெத்தச் சிறந்த தம்பதியாய் (99)
மற்று வாழ்ந்து காட்டிநின்ற
பதிபத் தினியை இப்பாரும்
போற்றித் துதிக்க வேண்டுதுமே

மணநா ளன்று மணமகனும்
மகிழ்ந்து மொழிவான் மந்திரங்கள்
துணையே நாமுந் தோழரானோம்
தோழ மையுந் தொடர்ந்திருப்போம்
பெண்ணே நமது சங்கற்பம் (100)
பின்ன மாகா தொன்றாக
இணைந்தி ருக்க வேண்டிநின்று
இணைபி ரியாது வாழ்ந்திருப்போம்

அன்பு மொளியும் பகிர்ந்தளித்து
அனேக இனிய நல்லெண்ணம்
இனிதே கொண்டு வாழ்ந்திருப்போம்
இன்னுந் தின்னு முணவுகூட
ஒன்றே யாக இருந்துநிற்க (101)
ஒரேபோல் சத்தி பெற்றுநின்று
பின்னும் மனங்க ளொன்றுபட்டு
பிரியா திருப்போம் மிகமகிழ்ந்து

விரதம் பலவு மனுட்டிப்போம்
விருப்ப மொன்றா யாகட்டும்
இருப்பாய் நீயு மிசையாக
இருக்க விழைந்தேன் சந்தமாக
பரந்த நீல வானமானாய் (102)
பசுமை மிகுந்த பூமியானேன்
பொருள்பொ திந்த சொல்நீயே
பொருளை நினைக்கும் மனம்யானே

இவ்வா றாகப் பொருள்பொதிந்த
ஏரா ளமான மந்திரங்கள்
விவாக நிகழ்ச்சி சமயத்தில்
வரனு முரைத்து நிற்கின்றான்
புவனை பத்தர் கதாதரரும் (103)
பத்தி னியாகும் சாரதையும்
உவந்தி தையுங் காட்டினரே
உலகம் பயனும் பெற்றிடவும்

செயலைச் செய்யும் முன்னரவர்
சார தையைக் கலந்துநின்று
செய்து முடித்து மகிழ்ந்திடுவார்
செயலும் நல்ல பலனளிக்க
வியந்து நின்று சாரதையின் (104)
விசால மான அறிவுரையை
தயங்கா திருந்து பலருக்கும்
சொல்லி மகிழ்ந்து போற்றிடுவார்

பத்தி னிதன்னைச் சோதிக்க
பெரிதும் விரும்பிச் சிலசமயம்
உத்தி போலுங் கேட்டிருப்பார்
உதார ணத்திற் கிதுகேட்பீர்
பத்தா யிரமாம் பணத்தையும் (105)
பத்த ரொருவர் தருவதாக
சித்தை பத்த ரிடங்கூற
சிரமுந் துண்டா னதாயுணர்ந்தார்

தனவா னொருவர் கதாதரர்க்குத்
தான மாகப் பெருந்தொகையும்
மனமு வந்த ளிப்பதாக
மொழிந்து நிற்க கதாதரரும்
தனது சிரத்தை இரம்பத்தால் (106)
திருட ரெவரோ அறுப்பதேபோல்
துன்பப் பட்டி ருந்ததாகத்
தெரிவித் திருந்தார் மனம்வெறுத்து

பணத்தைப் பறிகொ டுத்தவர்போல்
பெரிது மலறிப் பொறுக்காது
புண்ணி யமுதல் விமகதிக்கு
புகன்றி ருப்பா ரிவ்வாறு
அணங்கே ஆண்டு பலகடந்தும் (107)
அடியே னென்னைச் சோதிக்க
எண்ணி நின்றா யிதுமுறையோ
என்மேல் சினமோ கூறென்றார்

தன்னைக் காளி சோதனையும்
தொடர்ந்து செய்து வருவதேபோல்
மனையைத் தாமுஞ் சோதிக்க
மிகவும் விரும்பி சாரதையை
அன்போ டழைத்தி துபுகல்வார் (108)
அடியார் பத்தா யிரம்பணமும்
எனக்க ளிக்க மறுத்துநின்றேன்
இனிதே நீயுங் கொள்ளென்றார்

பிடிவா தமாக பத்தனென்னைப்
பெற்றுக் கொள்ள வேண்டிநிற்கப்
பிடிவா தமாக நான்மறுக்க
பத்தி னிக்க ளித்துநிற்க
விடுத்து நின்றான் வேண்டுகோளும் (109)
வேண்டா மென்று மறுக்காமல்
எடுத்துக் கொள்ளல் நலமாகும்
ஏற்று நிற்பா யென்றுரைத்தார்

தவறே துமில்லை யாதலாலும்
தனத்தைப் பெற்றுக் கொள்ளென்றுப்
புவனை பத்தர் சாரதைக்குப்
புகன்றி ருக்க சாரதையும்
தவறே யாகும் பெறுதலுமே (110)
தவறு யானும் புரிந்திருக்க
தவறு தாங்கள் புரிந்ததாக
தரணி சொல்லி நின்றிடுமே

தனத்தை யானும் பெற்றிருக்கத்
தனமும் பொருளு மெல்லாமும்
இனிதே யவற்றைத் தங்களுக்கும்
இதன்மேல் தங்கள் பத்தருக்கும்
வனிதை யானும் செலவழிப்பேன் (111)
வனிதை வாங்கிக் கொண்டதெல்லாம்
பின்னுந் தாங்கள் பெற்றதாக
பொருளு மாகு மறிவீரே

பலரு மிங்கு வந்துநின்று
பாதந் தன்னில் வீழ்ந்தெழுந்து
கலந்து பேசி உரையாடக்
கார ணமாகும் தங்களது
சொல்லற் கரிய துறவறமே (112)
சொல்லா மிதையும் புறக்கணித்து
செல்வம் பெற்று நிற்பதுவும்
சிறுமை யாகும் நமக்கென்றார்

தனத்தை யானும் பெறுவதுவும்
தனத்தைத் தாங்கள் பெறுவதுவும்
ஒன்றே யாகு மென்பதையும்
ஒத்துக் கொள்வீ ருலகுடனும்
என்னைத் தனியாய் பிரித்தொதுக்கல் (113)
எனக்குச் செய்யு மிழிவாகும்
என்னில் பாதி தாங்களுமே
இதுவு முரைக்க வேண்டுதுமோ

மணமும் புரிந்த நாளிருந்து
மற்று நாமு மொருவரன்றோ
பெண்ணை மற்றும் மணாளனையும்
பிரித்துப் பேச லழகாமோ
கணவ னையுங் கண்கண்ட (114)
கடவு ளாக நினைத்திருக்கும்
பெண்ணா மெனக்க றிவுரையும்
பெரிதுந் துன்பந் தருகிறதாம்

சன்னி யாச தருமத்தைச்
சிறிதும் பிறழா தேற்றிருக்க
அனேக ரிங்கு வந்துநின்று
அதீத மதிப்புத் தருகின்றார்
தனத்தை யேற்று நின்றதுமே (115)
தள்ளிக் காத மோடிநிற்பர்
இனிதே தனத்தை யேற்காது
இருத்தல் நமக்கு நலமென்றார்

கிருகி ணியிவ்வா றுரைத்திருக்கக்
களித்து மகிழ்ந்தார் கதாதரரும்
பெருந்தொ கையா மப்பணத்தைப்
பதிபத் தினியு மிவ்வாறு
திரக்க ரித்து நின்றிருக்கத் (116)
தனவான் மகிழ்ந்துச் சதிபதியை
பெரிதும் போற்றிப் புகழ்ந்திருந்து
பலரி டத்தும் புகன்றிடுவார்

பதியின் கருத்தை யறிந்திருந்து
பெரிது மனுச ரித்திருந்து
அதன்ப டியும வர்வாழ்ந்து
அடைந்து நின்றார் பெருமகிழ்ச்சி
உதார ணத்திற் கிதுகேட்பீர் (117)
உற்ச வமொன்றைக் காண்பதற்கு
பதியோ டுபெண்கள் புறப்படவும்
பதியைக் கேட்டா ரனுமதியும்

அடியா ரொருவர் கதாதரரை
அழைத்து நின்றார் விழாகாண
நடக்கும் விழாவைக் கண்டிடவும்
நாரி பத்த ரொப்பிநின்றார்
மடவாள் பலரு மதிலிருக்க (118)
மற்றுத் தாமும் வருவதற்கு
உடையா னிடமு மனுமதியும்
உவ்வி கேட்டு நின்றிருந்தார்

விருப்ப மிருக்கின் வதுகையும்
வரலா மென்று கதாதரரும்
உரைத்தி ருக்க சாரதையும்
உட்பொ ருளும றிந்திருந்து
கருத்தை மாற்றிக் கொண்டதாக (119)
கணவ ருக்குச் செய்திசொலி
கிருகந் தன்னில் சாரதையும்
காளி நாமஞ் செபித்திருந்தார்

விழாவைக் கண்டு களித்துநின்று
வருஞ்ச மயத்துப் பெண்களுமே
விழாவில் மகிழ்ந்து கதாதரரும்
வினோத நிலையை அடைந்ததையும்
முழுது மாக சாரதையும் (120)
மற்றுக் காணா திருந்துநின்று
இழந்தார் நல்ல வாய்ப்பென்று
இயம்பி நின்றி ருந்தனரே

கிழத்தி மிகவும் முதிர்ச்சிகொண்ட
கிருகி ணியாவா ளறிவீரே
விழாவில் பலரு மெனைக்கண்டு
வெகுவாய் புகழ்ந்தி ருக்கையில்
விழாவி லெனது பக்கத்தில் (121)
வதுகை யிருக்க பலருமென்னை
இழித்துப் பழித்துப் பேசிடவும்
இடங்கொ டுத்தி ருந்திருக்கும்

நல்ல வேளை சாரதையும்
நம்மோ டுவாரா திருந்துநின்றார்
புல்ல னென்று பலருமென்னைப்
பரிக சிக்க விடாதவரும்
நல்ல துசெய்தெ னைக்காத்தார் (122)
நிரம்ப மகிழ்ந்தே னவர்செயலால்
இல்லா ளவர்போல் நல்லவரும்
இல்லை யென்றார் கதாதரரும்

நடந்த தெல்லாம் பெண்களுமே
நகவத் சென்று சாரதைக்கு
எடுத்துக் கூறி வாராது
இருக்க நோக்கங் கேட்டிடவும்
மடவாள் தனது மணாளனுமே (123)
மொழிந்த சொல்லின் சொல்லிருந்து
கிடக்கை யறிந்து நின்றதாகக்
கூறி நின்றார் சாரதையும்

ஒருவர் கருத்தை மற்றொருவர்
உயர்வாய் மதித்த தன்படியும்
பெரிதும் வாழ்ந்து காட்டினரே
பத்தி னிக்கு மிகச்சிறிய
விருப்ப மிருப்பின் கதாதரரும் (124)
விவர மறிந்த னுமதிப்பார்
வரனும் விரும்பா திருந்திடவும்
வதுகை விருப்பங் கொள்ளாரே

இசையில் விருப்பம் சாரதைக்கு
இருந்தி ருக்க கதாதரரும்
இச்சை தன்னைப் பூர்த்திசெய்ய
இரைந்த குரலி லறையிருந்து
கசிந்து பாடி நின்றிருக்க (125)
காது கொடுத்து சாரதையும்
அசையா தாடா திருந்துநின்று
அமைதி யாகக் கேட்டிடுவார்

அடியா ரொருவ ரொருநாளும்
ஆண்டு பலவு மாகிநிற்க
சடாத ரிபத்தர் பாடிநின்ற
சிறந்த பாட்டைப் பாடுவதைக்
கட்டோ டுகேட்டுக் கூறிநின்றார் (126)
கணவர் போலும் வேறெவரும்
அடியோ யொன்றிப் பாடிநிற்கார்
அகத்துக் காரர்க் கீடவரே

இனிய குரலி லவர்பாட
இசையி லொன்றி நின்றிருப்பேன்
என்றன் கானி லவர்கானம்
இடைவி டாதொ லித்திருக்க
மனமு மொன்றி மற்றவரும் (127)
மகிழ்ந்து பாடி யிருந்திடினும்
என்னா லிரசித் திருந்திடவும்
இயல வில்லை ஒருசிறிதும்

வரன்போல் பாட வல்லவரும்
வையந் தன்னி லில்லையாம்
கிரீசன் மற்றும் நரேந்திரனும்
கானம் சிறிதி னிமையாக
உருகிப் பாடி யிருந்திடினும் (128)
உடனி கழ்வான் குரல்போலும்
இருக்கப் பெற்ற னரில்லையாம்
இதுவே உண்மை முழுமையாய்

இரவி லொருநாள் சாரதையும்
இன்னும் இனிதே இலக்குமியும்
பெரிது முருகிப் பாடலொன்றுப்
பாடி நிற்க வதுகேட்டு
குரலு மினிது சந்தமுமே (129)
கூட்டி நின்ற தழகையும்
கருத்து மினியப் பாடலையும்
கேட்டு மகிழ்ந்தே னென்றுரைத்தார்

பவதா ரிணியின் கோவிலுக்குப்
பத்தர் சென்று நின்றிருக்கக்
கவினு றுமாலை மிகவழகாய்
காளி கழுத்தை அலங்கரிக்க
உவந்து நின்று வெகுநேரம் (130)
உற்றுப் பார்த்து மாலையை
உவ்வி தொடுத்து நின்றதாக
உரைக்கக் கேட்டு மிகமகிழ்ந்தார்

பவதா ரிணியை யிம்மாலைப்
பெரிது மலங்க ரித்திருக்கப்
பவதா ரிணியி னழகையும்
பார்க்க வேண்டும் சாரதையும்
தவறா துடனே சாரதையைத் (131)
தரிசித் திடவே வாவென்று
விவரங் கூறி அழைத்துவர
விண்டார் சீட ரொருவருக்கு

அடியார் பலரு மங்கிருக்க
அதனைக் கண்டு சாரதையும்
தொடர்ந்து செல்லா திருந்துநின்று
தொலை விலுள்ள பின்புறத்து
படிக ளேறி வந்திடவும் (132)
பெரிதும் முயன்று நின்றிருக்க
உடனே கண்டு சாரதைக்கு
உரைத்து நின்றா ரிவ்வாறு

படிக ளுயர மாயிருக்கப்
பத்தி ரமாக ஏறவேண்டும்
நடந்தி றங்கி வரும்போது
நாரி யொருத்தி வீழ்ந்திறந்தாள்
நடந்த திதுவே சிலநாள்முன் (133)
நலனுங் கருதி முன்வாயில்
படிக ளேறி வாவென்று
பதியு முரைத்து நின்றிருந்தார்

குருபத் தினியும் வருவதையும்
கண்டு நின்ற வடியாரும்
விரைந்து சென்றொ துங்கிநிற்க
வாயிற் புறமாய் சாரதையும்
கருவ றைக்க ருகடைந்து (134)
காளி யழகு மிகக்கண்டு
பெரிதும் மகிழ்ந்து நிற்பதையும்
பதியுங் கண்டு மகிழ்ந்துநின்றார்

கிருகந் தன்னில் பலபணியும்
களித்துப் புரியுஞ் சமயத்தும்
உரைத்து நிற்பார் நாமசெபம்
ஓயா தொழியா தெப்போதும்
நரலு தலின்றி நாமசெபம் (135)
நூறா யிரமும் தினமுமவர்
கருத்தா யுரைத்து மந்திரத்தில்
கரைந்தி ருப்பார் சாரதையும்

அரவ மேதுங் கேட்டுநிற்கின்
அமைதி யானத் தியானமுமே
பெரிதுங் கலைய அவரிதயம்
படப டத்துத் துடித்துநிற்கும்
பிருந்தா வென்னும் பணிப்பெண்ணும் (136)
பெரிய வெள்ளித் தட்டையும்
கரத்தி ருந்து நழுவிவிட
கேட்டு நின்ற துபேரொலியே

இதயந் தன்னை கத்தியொன்றால்
இரண்டாய் பிளப்ப தாயுணர்ந்து
சத்தங் கேட்டு சாரதையும்
தியானங் கலைந்து நின்றெழுந்தார்
அதீத மாக ஒன்றிநின்றும் (137)
ஆடிப் பரவ சமானதில்லை
இதனால் சற்று மனவருத்தம்
இருந்து நின்ற தவருக்கு

பரவ சநிலை யடைந்துநின்று
பாடி யாடி கௌரிமாவும்
இருப்ப தையும் சாரதையும்
இனிதே கண்டார் பலமுறையே
பெரிதும் வருந்தி பரவசமும் (138)
பெறாதி ருத்தல் குறையென்று
கருதித் தனது வருத்தத்தைக்
கூறி நின்றார் இலக்குமிக்கு

இலக்கு மிசென்று சிற்றன்னை
இச்சை தன்னை கதாதரர்க்குச்
சொல்லி விளக்கி அனுக்கிரகம்
சிறித ளிக்க வேண்டிநிற்க
வல்ல பிபத்தர் கேட்டுநின்று (139)
வேண்டா விளைவால் பெண்களுமே
தொல்லை பெறுவ ராதலினால்
தவிர்த்து நிற்றல் நலமென்றார்

பெண்ணின் பலமே அடக்கமாகும்
பிறழ்ந்து நிற்கப் பலங்குறையும்
பெண்கள் காளி காட்டையும்
போந்து நின்று கன்னிகைக்கு
பண்டு தொட்டு காளிபூசை (140)
பரவ சமாகிச் செய்திடுவர்
கண்டு நிற்கும் பெண்களுமே
கூத்து நிகழ்த்தி மிகமகிழ்வர்

நளின முடையோர் பெண்களாவர்
நாதி யற்ற அபலைகள்
நளினங் காக்கத் துணையற்ற
நாரி மிகவும் மென்மையாய்
விளங்கி யிருத்த லவசியமாம் (141)
வீண்ப ழியேதும் வாராதாம்
எளிமை இனிமை இவையென்றும்
ஈட்டுத் தருமாம் வெற்றியையும்

பரவ சமாகி கௌரிமாவும்
பலரு மிருக்க ஆடிநிற்பார்
புருடர் குணமுங் கொண்டுநின்று
பரவ சமாதல் தவறாகும்
புருடர் குணமும் சிலருக்கு (142)
பெரிது மிருக்கக் காண்கின்றேன்
திரக்க ரித்துப் புருடகுணம்
தேசு பெறுதல் நலமென்றார்

இவ்வா றுரைத்து கதாதரரும்
ஏகி வந்தார் நகவத்தும்
உவ்வி தன்னை அன்புடனே
உற்று நோக்கி யுரைத்துநின்றார்
உவந்து நிற்கு மதீதநிலை (143)
ஒத்து வாரா துனக்கென்றும்
தவமும் புரிவோர் போல்நீயும்
தகைமை பற்றி யிருவென்றார்

இலக்கு மிக்கும் புருடகுணம்
இருக்கின் றதுவே மிகநிறைய
பலருங் கண்டு களிக்கின்ற
புராண கதையின் நாடகங்கள்
எல்லா வற்றின் வசனங்கள் (144)
எளிதா யுரைத்து நடித்துநின்றும்
மலர்ந்து கனிந்தும் பாடுகின்றாள்
மற்றி துவேண்டா முனக்கென்றார்

ஒருநாள் யோகின் மாவென்பார்
உரைத்தார் காளி பத்தரிடம்
அருமைத் தோழி சாரதையின்
அதீத பெருமை மற்றவர்க்கு
தெரியச் செய்யத் தாங்களுமே (145)
சிறிது கருணை புரிவீரே
கிருபை யின்றி யவரருமைக்
கிடக்கை யறியா துளதென்றார்

இதுகேட் டுநின்று கதாதரரும்
இறுத்தா ரில்லை மொழியெதுவும்
சித்தைப் பத்தர் சிலைபோல
சிறிது மசையா திருந்துநின்று
பதித்து நின்றார் தம்பார்வை (146)
பத்தை யோகின் மாமீது
கதிக லங்கி யோகின்மா
கடுக விரைந்தார் நகவத்தும்

உள்ளே பூசை சாரதையும்
உவந்து புரியக் கண்டுநின்றார்
மெள்ளே அருகே சென்றிடவும்
மிகவுந் துணிவி ழந்துநின்று
கள்வர் போலுங் கதவிடுக்கில் (147)
கண்கள் பொருத்தி நோக்கிடவும்
களித்து நகைக்கும் சாரதையைக்
கண்டு பயமுங் கொண்டுநின்றார்

உரத்த குரலில் சாரதையும்
உள்ளே நகைக்கக் கண்டுநின்றார்
சிரித்து சமாதி தனில்நிற்கும்
சித்தை பத்தர் நகைப்புப்போல்
இருந்து நின்ற தவர்சிரிப்பும் (148)
இன்னும் நொடியில் நகைநீங்கி
பெருத்த குரலி லழுவதையும்
பயந்து கண்டார் யோகின்மா

பரவ சநிலை யடைந்துநின்று
பாவ சமாதி தனிலிருந்து
குரலெ டுத்து நகைத்துப்பின்
கதறி யழுது நிற்கின்ற
இராம கிருட்டி ணர்போலும் (149)
இருந்து நின்றார் சாரதையும்
சிரிப்பா ரழுவார் மீண்டுமவர்
சிரித்துக் கொண்டே அழுதிருப்பார்

நிலையும் மாறி சாரதையும்
நிசப்த மாகி சமாதிநிலை
மலர்ந்த டைந்து நின்றிருக்க
மற்றுக் கண்டு மிகப்பயந்து
நிலைகு லைந்துத் தடுமாறி (150)
நிலைக்க தவையு முடன்சாத்தி
ஒலியுஞ் செய்யா துவெளியேறி
ஒன்றும் புரியா துவந்துநின்றார்

சிறிது நேர மாகிடவும்
சார தையு முறைந்திருக்கும்
அறைக்குள் யோகின் மாவரவும்
அமைதி யாக சாரதையும்
சிற்ப ரையின் பத்தரையும் (151)
சென்று கண்டீ ராவென்று
இறுத்து நிற்க யோகின்மா
இசைந்து நின்றார் வினாவிற்கு

பரவ சநிலை யொருசிறிதும்
பெறுவ தில்லை யெனச்சொல்ல
பரிந்து நின்றுன் கணவரிடம்
பேசி நின்றேன் பிச்சியேபோல்
உரைத்து முடிக்கும் முன்னமேயே (152)
உயர்ந்த நிலையி லுன்னையும்
பெருகிக் களிக்கக் கண்டுநின்று
பெரிது மதிர்ந்தே னென்றுரைத்தார்

சிரித்து மழுப்பி சாரதையும்
சொன்னா ரில்லை விடையெதுவும்
உரைத்தா ரில்லை தாம்பெற்ற
உன்ன தநல்ல அனுபவங்கள்
ஒருநாள் யோகின் மாவையும் (153)
உலர்ந்த வில்வ பத்திரத்தால்
துருவை தனக்கு வழிபாடு
செய்வ துண்டோ வெனக்கேட்டார்

இதுகேட் டதிர்ந்து யோகின்மா
இயம்பி நின்றா ரிவ்வாறு
புதிய வில்வ இலைகளுமே
பார்த்த லரிது மனையருகில்
பத்தி ரங்க ளிவ்விடத்தில் (154)
பெருகிக் கிடக்கப் பறித்துநின்று
வதங்கி வாடி யிருந்திடினும்
வழிபா டுசெய்வே னவற்றாலும்

வில்வம் மற்றுந் துளசியுமே
வாடி வதங்கி யிருந்திடினும்
வல்ல பிமற்று மனேகருக்கும்
வழிப டயேதுந் தடையிலையாம்
மலர்ந்து நின்று காய்ந்திருந்தும் (155)
மற்று யானும் காளிக்கு
வில்வ இலையை அர்ப்பணித்து
வழிபட் டிருப்பேன் பலசமயம்

காய்ந்த இலையால் காளிக்குக்
களித்துச் செய்யும் பூசையை
மாயை மட்டு மறிந்திடுவாள்
மற்று யாரு மறிகிலாரே
தாயே நீவி ரறிந்ததையும் (156)
தெரிவித் திடுவீ ரெனக்கேட்டு
வாயு லர்ந்து விழிபிதுங்கி
வேண்டி நின்றார் யோகின்மா

தியானங் காலை புரிகையில்
தெரியக் கண்டேன் காட்சியொன்று
மயக்க மில்லைக் கனவுமிலை
மற்றுத் தெள்ளத் தெளிவாக
வியந்து யானுங் கண்டிருக்க (157)
வல்ல பிக்கு வழிபாடு
செய்து நின்றீ ருலர்ந்திருந்த
சருகு வில்வத் தாலென்றார்

வியர்த்து நின்று யோகின்மா
விரைந்து சென்று சாரதையும்
வியந்து நிற்கத் தழுவிநின்று
விட்டி ருந்தார் கண்ணீரும்
பயந்துப் பின்னர் செய்ததுவும் (158)
பிழையோ வென்று குழம்பிநின்று
நயந்து தரையில் வீழ்ந்தெழுந்து
நீண்ட நேர மழுதிருந்தார்

ஒருநா ளிரவு யோகின்மா
உறங்கி யிருந்தார் நகவத்தில்
பிரியாத் தோழி யருகிலுமே
படுத்தி ருந்தார் சாரதையும்
முரளி யெடுத்து நதிதன்னில் (159)
மகிழ்ந்து நின்று படகோட்டி
ஒருவர் கீத மிசைத்துநிற்க
உறக்கங் கலைந்தார் சாரதையும்

இனிய கீத வொலிகேட்டு
எழுந்து நின்றார் சாரதையும்
தனது படுக்கை தனிலமர்ந்து
தெய்வீ ககானங் கேட்டுநின்று
கனிந்து பெரிதாய் நகைத்திடவும் (160)
கேட்டெ ழுந்தார் யோகின்மா
வினோத நிலையில் சாரதையை
வியந்து கண்டு வெளிப்போந்தார்

கிருகி ணியாக வாழ்ந்துநின்ற
காலந் தன்னை நினைத்துநின்று
பெரிதுந் தூய்மை காத்தொளிரும்
பெண்கு லத்துத் திலகத்தின்
அருகில் நெருங்கி நின்றிருக்க (161)
அவரின் தூய்மை கெடுமென்று
கருதி நின்று யோகின்மா
கடுக வெளியே சென்றுநின்றார்

புராண நூற்கள் பலவற்றைப்
படித்து விளக்கி கதாதரரும்
பெரிதும் மகிழ்ந்து ரைத்திடுவார்
பத்தி னிமற்றும் இலக்குமிக்கும்
விரைந்து புல்லை மேய்ந்ததின்பின் (162)
வீட டைந்து பசுக்களுமே
தரையிற் படுத்த சைபோடும்
தன்மை யுணரச் சொல்லிநிற்பார்

அனேக முறையு மாநிரையும்
அசைபோட் டிருக்கக் கண்டிருப்பாய்
தினமும் பகலில் யானுரைக்கும்
திவ்வி யமான கதைகளையும்
இனிதே நீயும் சாரதையும் (163)
இரவில் நினைவு வைத்திருந்து
கனிந்து ரையா டவேண்டுமென்று
கூறி நின்றார் இலக்குமிக்கு

பகலில் யானுங் கூறிநிற்கும்
புராணக் கதைக ளனைத்தையும்
மகிழ்ந்து நீவிர் இரவினிலே
மற்று நினைவு வைத்துப்பின்
அகமுங் குளிரப் பேசிநிற்க (164)
அகலா தென்று கதாதரரும்
புகல இலக்கு மிசாரதையும்
பின்பற் றிநிற்பர் தினந்தினமும்

உடலி லுள்ள சக்கரங்கள்
உள்ள வாறு காகிதத்தில்
படமாய் வரைந்து கதாதரரும்
பத்தி னிக்கு விவரமாக
எடுத்து ரைத்து விளக்கிநின்று (165)
இதன்பி னதையும் மிகமகிழ்ந்து
கொடுத்து யோக சாத்திரத்தின்
கல்வி யளித்து நின்றிருந்தார்

வெகுளிப் பெண்ணாய் கருதிநின்று
வணங்கி நின்றும் சாரதைக்கு
முக்கி யத்து வத்தையும்
மற்றுப் பலருங் கொடுப்பாரில்
மக்க ளிவ்வா றெண்ணிநின்றும் (166)
மகதி பத்தர் சாரதையைப்
புகழ்ந்து நின்ற வர்புலமைப்
பெரிது மறிந்து நின்றிருந்தார்

கற்பாள் தன்னை அழைத்துநின்று
கூறி நின்றா ரிவ்வாறு
வெற்றி லையை எடுத்துவைத்து
விரைந்து படுக்கை தட்டிவைத்து
அறையை சுத்தம் செய்திடுவாய் (167)
அகசை தன்னை வணங்கிநின்றுப்
பிறகு வருவே னென்றன்பாய்
புகன்று சென்றார் கதாதரரும்

பதியுங் கூறி யவாறுடனும்
பணியைப் பத்தி னிசெய்திருக்க
சித்தை பத்தர் தமதறைக்குத்
திரும்பி வந்தார் தள்ளாடி
எதையோ குழறி யுரைத்திருக்க (168)
இன்னுங் கண்கள் சிவந்திருக்க
பத்தி னிகையைப் பிடித்திழுத்து
புறம்போ காது நிறுத்திநின்றார்

சதியே சகியே அன்னையே
சற்று விளக்கந் தெரிவிப்பாய்
மதியுங் கலங்கி நிற்பதாக
மெய்யா யுணர்ந்து நின்றுள்ளேன்
எதற்காம் பாதம் நடுங்குவதாம் (169)
இன்னும் நாவுங் குழறுவதே
மதுவைக் குடித்து நின்றேனோ
மற்றென் நிலையை உரைத்திடென்றார்

கரத்தைப் பற்றி நின்றிருந்து
கணவர் கேள்வி கேட்டிடவும்
கிருகி ணிகேட்டுப் பதறாமல்
கூறி நின்றா ரிவ்வாறு
நிரும லிதந்த அமுதத்தை (170)
நிறையக் குடித்து நின்றிருக்கத்
திருவாய் குழறிக் கண்களுமே
சிவக்கத் தள்ளா டிவந்தீரே

கள்கு டித்து நின்றவர்போல்
கண்கள் சிவந்து குழறிநின்று
தள்ளா டிவந்து சாரதையைத்
தனது நிலையைத் தெரிவிக்க
விளக்கங் கேட்ட வரனுக்கு (171)
வல்ல பிதந்த அமுதத்தைக்
களித்துண் டுவந்தி ருப்பதாகக்
கூறி நின்றார் சாரதையும்

அற்புத மான விளக்கமென்றும்
அறைந்த துண்மை யாமென்றும்
கற்பாள் கூற்று மெய்யென்றும்
களித்து நின்று பாராட்டி
அறைக்குச் செல்ல அனுமதியும் (172)
அளித்துப் பின்னர் கதாதரரும்
உறையுள் வந்து தியானத்தை
உடனே தொடங்கி மகிழ்ந்திருந்தார்

உச்சிப் பொழுதில் கதாதரரும்
உண்டு முடித்த பின்னருமே
உச்சிட் டத்தை சாரதையும்
உவந்து சிறிது கொண்டிடுவார்
புசித்து நின்ற பதிக்குடனும் (173)
பாக்கோ டுவெற்றி லையையும்
அசதி காணா திருந்துநின்று
அளித்து மகிழ்வார் கணவருக்கு

அணங்கின் புகழைக் கூறிநிற்கும்
அனேக பாடல் பாடிநிற்பார்
சணலா லையின் சங்கொலியும்
சார தையுங் கேட்டதுமே
உணவு சிறிது கொண்டிருந்தும் (174)
உறங்கி டாரே ஒருபோதும்
குணவ திநீண்ட கூந்தலுமே
காய வெளியி லமர்ந்திருப்பார்

திரிகள் திரித்து விளக்குகளைச்
சுத்தஞ் செய்து நின்றிருப்பார்
இரண்டாம் முறையாய் நீராடி
இறைக்கு விளக்கு களேற்றிநிற்பார்
குரலு மினிமை கொண்டவரும் (175)
கனிந்து பாடல் பாடிநின்று
நிரம்ப மகிழ்ந்து தியானமுமே
நியதி வழுவா துசெய்திருப்பார்

பதிக்கும் மற்றும் பத்தருக்கும்
பசியைத் தீர்க்க வியஞ்சனமும்
ததியோ தனமும் செய்துநிற்பார்
தனிய ளாகப் பலருக்குப்
பதார்த்தம் பலவுஞ் செய்துநின்று (176)
பரிவோ டுபதி யறைக்கனுப்பி
உதரம் நிறையப் பரிமாற
உரைத்தி ருப்பார் சாரதையும்

பெண்ண டியாரும் சிலர்தனியே
பருப்ப திபத்த ருரைகேட்டு
கண்டு மகிழ வருவதுண்டு
களங்கன் தோன்றி நிற்கையில்
கண்டு நின்று கதாதரரும் (177)
களித்துத் தங்கிச் சென்றிடவும்
விண்டு ரைத்த வாறுபெண்கள்
வனிதை அறையு ளுறங்கிநிற்பர்

தனியே இரவில் பயணத்தைத்
தவிர்க்கக் கூறி கதாதரரும்
மனைவி யறையி லுறங்கிநின்று
மறுநாள் செல்ல லாமென்று
கனிந்து ரைத்த வாறுபெண்கள் (178)
களித்து வந்து சிறுவறையில்
சென்று றங்கி மறுநாளும்
சென்றி ருப்பர் தம்மனையும்

சிறிது நேரம் நண்பகலில்
சோறு கொள்ளும் நேரத்தில்
தற்கொண் டானைச் சந்திக்க
தாரம் பெறுவார் முழுநாளில்
மற்ற நீண்ட பொழுதிலவர் (179)
மகளி ருக்குப் பணிவிடைகள்
உற்றா னாணைப் படிபுரிந்து
உவந்து தியானித் திருந்திடுவார்

கணவ ரையுஞ் சந்திக்கக்
கிட்டா தவர்க்கு வாய்ப்பெதுவும்
உணவு சமைத்துப் பெண்களுக்கு
உறங்கப் படுக்கை விரித்துநின்றும்
பணிவி டைகள் பலபுரிந்தும் (180)
பதியைத் தரிசிக் காதிருந்து
சிணுக்கஞ் சிறிதுங் கொள்ளாது
செய்து நிற்பார் தனியளாக

உழைத்திவ் வாற வரிருக்க
உற்றான் விரும்பி வரவேற்பார்
உழைக்க வேண்டுஞ் சகலருமே
ஓய்வெ டுத்துச் சோம்பிநிற்க
இழிவா னயெண்ணம் மனந்தன்னில் (181)
எழுந்து தோன்றிக் குணத்தையும்
பழுது செய்யு மென்றுரைப்பார்
பருப்ப திபத்தர் கதாதரரும்

தனத றையி லிருந்தபடி
சார தையும் செய்துநிற்கும்
அனைத்துக் கரும மெல்லாமும்
அறிந்து நிற்பார் கதாதரரும்
மனைவி பணியும் புரியாது (182)
மற்றி ருப்பா ரெனத்தோன்றின்
கனவே கத்தி லறையடைந்து
கொடுத்து நிற்பார் பணிபலவும்

சணற்கண் டொருநாள் யெடுத்துவந்து
சதிக்க ளித்துக் கூறி நின்றார்
சணலை நன்றாய் முறுக்கிப்பின்
செய்தி ருப்பா யுறியைந்து
சணலு றியெல்லா மெனதறையில் (183)
சிறக்கக் கட்டித் தொங்கவிட
கொண்டு வருவோர் பழங்களையும்
கொடுத்து நிற்பே னுறியிருந்து

என்னைக் காண வரும்பத்தர்
இனிதே யளிக்கும் பழவகைகள்
அனைத்து முறியில் வைத்திருந்து
அதன்பின் பத்தர் பலருக்கும்
மனமு வந்த ளித்திடவும் (184)
மற்றிவ் வுறிகள் பயன்படுமாம்
தினமி ரண்டி லுறியைந்து
செய்து தருவா யென்றுரைத்தார்

சொன்ன வாறு சாரதையும்
செய்து முடிக்க கதாதரரும்
அனேக முறையும் பத்தினியை
அகம கிழ்ந்து புகழ்ந்துநின்றார்
பின்னுஞ் சணலும் மிஞ்சிநிற்க (185)
பையி லவற்றைச் சேர்த்தடைத்து
கனிந்து திண்டு செய்ததனைக்
கணவ னுக்குக் கொடுத்துநின்றார்

பிற்கா லத்தில் பத்தருமே
பிடிவா தமாக பஞ்சுமெத்தை
உறங்கி நிற்க வாங்கிவந்து
உவந்த ளித்து நிற்கையில்
முறுக்கி நின்ற சணல்கயிறும் (186)
மற்று முறியும் நினைவுகூர்ந்து
மறுத்து நின்றார் பஞ்சுமெத்தை
மறுத்தும் பத்த ரளித்தனரே

தரையில் முரட்டுப் பாய்தன்னில்
தலைய ணையு மில்லாது
கரத்தை வைத்துத் துயில்கொண்டு
களித்தி ருந்தேன் வெகுகாலம்
மிருது வான பஞ்சுமெத்தை (187)
மகிழ்ச்சி யளித்த வாறன்றும்
பரம சுகமு மப்போது
பெற்ற தாகத் தெரிவித்தார்

சிரம மெனக்குத் தோன்றியதில்
சேவை பதிக்கா மெனநினைத்து
தெரியா திருந்தே னுடலசதி
தினமும் மகிழ்ந்தென் கடன்களையும்
விருப்பத் தோடு புரிந்துநிற்க (188)
வேலைப் பளுவுஞ் சுமைகளுமே
கருத்திற் கொண்டு நின்றதில்லை
கால மோடி மறைந்ததுவே

பெண்ண டியாரும் பலர்வந்து
பருப்ப திபத்தர் தம்மிடமும்
அணுகி நின்று நெடுநேரம்
அருகி ருந்து ரையாடக்
கண்டு நின்றும் சாரதையும் (189)
கடுக ளவேனு மசூயையும்
கொண்ட தில்லை யொருபோதும்
கரித்துக் கொட்டி யதில்லையாம்

பெண்ண டியாரும் நீண்டநேரம்
புவனை பத்த ருடனிருந்து
கண்டு களித்து ரையாடும்
கிடைத்தற் கரிய நல்வினையும்
துணைவி யாகும் சாரதைக்குத் (190)
துளியு மில்லை அனுமதியும்
மணாளன் பத்தை களுக்குமவர்
மகிழ்ந்து சமையல் செய்துநிற்பார்

தினமும் மதிய நேரத்தில்
திளைத்து மகிழ்ந்து சாரதையும்
இனிதே உணவைக் கொண்டுசென்று
இறைவ னுக்குப் படைத்திடுவார்
மனமு மகிழ்ந்து சிறிதுநேரம் (191)
மற்று ரையா டிநின்றிருப்பார்
பின்னு மிதையும் கோலாப்மா
பொறுக்கா தொருநா ளுரைத்திடுவார்

தினமும் நீவி ருணவெடுத்து
துருவை பத்த ருண்டிடவும்
சென்று நிற்ப தெதற்காமோ
சேவை புரிய பலரிருக்க
மனமு வந்து வாய்ப்பிதையும் (192)
மற்ற வருக்கும் வழங்குவதில்
துன்பம் நீவிர் பெறுவதென்ன
தெரிவிப் பீரே யெனக்கேட்டார்

இனிதே இந்த நல்வாய்ப்பை
எங்க ளுக்கு வழங்கிநிற்க
இன்பம் சிறிது பெற்றிடுவோம்
இனிமேல் யாங்கள் பரிமாற
அனும தியின்றே தந்திருக்க (193)
அடைவோம் யாங்கள் பெரும்பேறு
மனது மகிழ்ந்து நற்பேற்றை
மற்ற ளிப்பீ ரெனக்கேட்டார்

தனது கணவர் தம்மையும்
தரிசித் திருக்கும் வாய்ப்பையும்
இனிதே அன்றே துறந்துநின்றார்
இதுவே அவரின் தியாகவுள்ளம்
தனது பதிக்குச் செயும்சேவை (194)
தியாகஞ் செய்தொ ளிர்ந்துநின்றார்
மனித குலத்தி லிதுபோலும்
மாதைக் கண்ட வருண்டாமோ

பலமா தங்கள் தொடர்ந்தாற்போல்
படைத்தா ரில்லை கணவருக்கு
பலமா தங்கள் கணவரையும்
பார்த்து மகிழ்ந்த தில்லையாம்
மலர்ந்து நின்று கணவருமே (195)
மோனங் காத்து நின்றிருந்தார்
நலிந்து மனதுள் வாடிநின்றும்
நவின்றா ரில்லை சாரதையும்

தேவி கோவிற் பிரசாதம்
தந்து நிற்பர் பணியாளர்
சேவித் திடவே வந்திருந்து
சூழ்ந்தி ருக்கும் பலருக்கும்
ஆவ ரணியின் பத்தருமே (196)
அளித்து நிற்க விஞ்சியதைப்
பூவை கிளிக்கு டன்கொடுக்கப்
பணித்தி ருப்பார் இராம்லாலை

இன்னும் சிறிது பிரசாதம்
இருந்தி ருக்க இராம்லாலை
கனிந்த ழைத்தி தைக்கொண்டு
கூண்டி லிருக்கும் கிளியுண்ண
சென்று கொடுத்து வாவென்க (197)
சிறிதுங் காலங் தாழ்த்தாது
அனந்த விபவை பூசாரி
ஆணை யேற்றுச் சென்றிடுவார்

கிரிசை பத்தர் கதாதரரும்
கிளியை வளர்த்து வருவதாக
அருகி ருக்கும் சிலபத்தர்
அனுமா னித்தி ருந்திருக்க
பெருமை யுடனே கிளியென்று (198)
புகன்று நின்றார் சாரதையை
தெரியா திருந்துப் பின்னருமே
தெரிந்தி ருக்க வியந்தனரே

இரண்டு கிளிகள் கூண்டிற்குள்
இனிதே வாசம் புரிவதாக
உரைத்து நிற்பார் பலரிடமும்
உடையாள் பத்தர் கதாதரரும்
இராமேச் வரரின் பெண்ணாகும் (199)
இலக்கு மிமற்றும் சாரதையை
இரட்டைக் கிளிக ளென்றுரைத்து
இலாவ ணியமுஞ் சேர்த்திருப்பார்

சிறைப்ப டுத்தி கதாதரரும்
செய்தா ரில்லைக் கொடுமையும்
சிறைப்பட் டிருந்து தானாக
சிந்தை மகிழ்ந்து சாரதையும்
உறைந்தி ருந்தார் நகவத்தில் (200)
உளங்க ளிந்து சிறைவாசம்
மறைந்து வாழ்ந்த னுபவங்கள்
மிகவும் நிறையப் பெற்றிருந்தார்

பதியி னறையி ருந்துபல
பரவ சநாத மெழுந்துநின்று
பத்தி னியாகும் சாரதையும்
பரமா னந்தத் துடனுறையும்
அதிசி றுவறை தனில்புகவும் (201)
அகம கிழ்ந்து சாரதையும்
அதீத நிலையு மடைந்துநின்று
அனைத்தும் மறந்து மகிழ்ந்திருப்பார்

பதியின் பரவ சநாதங்கள்
பெரிதுங் கேட்க மிகவிரும்பி
அதிவே கத்தில் பலபணியும்
அழகாய் முடித்து வெளிவந்து
கதவி னருகே நின்றிருந்து (202)
காது கொடுத்துக் கேட்டிருப்பார்
நதியி லிருந்து குளிர்காற்று
நன்கு வீச நடுங்கிநிற்பார்

பனியும் மிகவும் பெய்துநிற்கப்
பளிங்கு போலும் நிறங்கறுத்து
அனேக நோய்கள் தாக்கிநிற்க
அவத்தைப் பட்டார் சாரதையும்
துன்பம் தனியாய் வாராதாம் (203)
சொல்லி நிற்பர் பழமொழியும்
முனிந்து வந்த துகீல்வாதம்
மூட்டு வலியுந் தொடர்ந்ததுவே

மனையில் விசர்க்கம் செய்திடவும்
மற்று வசதி களேதுமில்லை
பின்னுஞ் சிறுநீர் கழித்திடவும்
பகலில் வாரா திருப்பாரே
அனேக தொல்லைக் காட்பட்டு (204)
அறைந்தா ரில்லை தன்சிரமம்
வனிதை தன்னை வாதநோயும்
விரைந்து பற்றிக் கொண்டதுவே

பெண்ணொ ருத்திச் சுடுசொல்லால்
பதிக்கு மதிய உணவையும்
கொண்டு கொடுக்கும் நல்வினையைக்
களித்துத் தியாகஞ் செய்துநிற்க
கண்ட றிந்து கதாதரரும் (205)
கரைந்தா ரில்லை யெவருக்கும்
புண்ணி யமுதல் விபத்தருமே
பொறுத்தி ருந்தார் பலமாதம்

மாதம் பலவுங் கழிந்திடவும்
மகிழா திருந்த கதாதரரும்
போது மிந்த தொல்லையைப்
பொறுக்க முடியா தென்றெண்ணி
காதல் கொண்டு பத்தினியைக் (206)
களித்த ழைத்து தமக்குமீண்டும்
நோத லின்றிப் பரிமாற
நவின்று நின்றார் மிகக்களித்து

அனேக சீடர் கதாதரரை
அண்டி நிற்கத் தொடங்கினரே
அனைவ ருக்கும் சாரதையின்
அன்னம் கிடைக்கும் நண்பகலில்
தனித்து வாழும் சீடருக்கு (207)
தினமு மளிக்கு முணவையும்
கனிந்து நலனுங் கருதிநின்று
கூறி நிற்பார் கதாதரரும்

பெயரோ டன்ன அளவையும்
புகன்றி ருந்தார் கதாதரரும்
தயங்கிக் கேட்கா துசீடருமே
தாங்கி நிற்பர் பசியையும்
நியம விதிகள் மாற்றாது (208)
நடந்தி டவேண்டு மெனப்பதியும்
இயம்பி நிற்க சாரதையும்
இதையு மெதிர்த்து நின்றிடாரே

பிரம சாரி சீடருக்குப்
பரிமா றிநிற்கும் உணவென்றும்
இருத்தல் வேண்டும் மிதமாக
என்றி யிம்பி கதாதரரும்
இருந்தி ருந்தார் சாரதைக்கு (209)
இதையொ ருபோதும் சாரதையும்
பரிபா டியென்றும் நடந்ததில்லை
பசியும் போக்க உணவளிப்பார்

மிதமா யுணவு சீடருக்கு
மற்ற ளிக்க சாரதைக்கு
சதியின் பத்தர் கூறிநிற்க
சரியென் றொப்பி நின்றிருந்தும்
உத்த ரவிதை யொருபோதும் (210)
ஒட்டி நிற்கா தெப்போதும்
உதரம் நிறையப் பரிமாறி
உளமும் மகிழ்வார் சாரதையும்

தினமுந் தமது சீடரையும்
தொடர்ந்து கண்கா ணித்திருக்கும்
அனுப வையின் பத்தருமே
ஐயங் கொண்ட வர்களையும்
தனித்த னியாக வினவிநிற்க (211)
தெரிந்த றிந்தார் கட்டளையை
வனிதை தினமும் முழுமனதாய்
வழுவி நடப்ப தறிந்துநின்றார்

சினந்து நின்று கதாதரரும்
சார தையு முறைந்திருக்கும்
இனிய நகவத் தென்னுமிடம்
ஏகி நின்று கேட்டிடவும்
அன்பே உருவாம் பத்தினியும் (212)
அளிக்கு முணவைக் கணக்குவைத்துத்
தன்னா லளித்தல் சாத்தியமும்
சிறிது மில்லை யெனப்புகன்றார்

அன்பு காட்டி நிற்பதாக
அறிவீ னமாக நடக்கின்றாய்
தின்னு முணவு மிகக்குறைவாய்த்
தெரிந்த றிந்து கொண்டிருக்க
அனேக பயனுங் கிட்டிநிற்கும் (213)
அளவு மீறி உண்டிருக்க
அனைத்துத் தீங்குஞ் சேர்ந்துவிடும்
ஆன்ம ஞானம் பெறாதிருப்பர்

உடம்பை வளர்க்கு முபாயத்தை
உணர்ந்து நின்று வளர்த்திடவும்
திடமே சீடர் மெய்ஞானம்
சேர்ந்த டையப் பெற்றிடுவர்
உடம்பை வளர்க்க அறியாமல் (214)
உணவ ளித்துச் சீடரையும்
கெடுத்து வருதல் நிறுத்திடவும்
கூறி நின்றார் கதாதரரும்

கொஞ்ச முணவ திகமாகக்
கொடுத்த தற்கு கலங்குதலும்
கொஞ்ச மேனு மழகில்லைக்
களித்தெ னுணவு கொண்டவரின்
எஞ்சி நிற்குங் காலத்தை (215)
ஏற்றுக் காத்து நின்றிடுவேன்
அஞ்ச வேண்டாம் பொறுப்பேற்றேன்
அறிவீ ரென்றார் சாரதையும்

அறைந்து நின்ற மொழிவேகம்
அதன்மே லுத்த ரவாதமுமே
தற்கொண் டானுங் கேட்டுநின்று
திளைத்து நின்றார் மகிழ்ச்சிதனில்
கற்பா ளுறுதி கண்டுநின்று (216)
கரையா திருந்தி டம்பெயர்ந்தார்
பிறகு சீட ருணவுபற்றிப்
பேசு வாரில் கதாதரரும்

சூல மேந்தித் திலகமிட்டு
சடாதா ரிணியாய் பெண்ணொருத்தி
கோலம் பயங்க ரமாயிருக்க
கடுக வருவா ளாதலினால்
சேலை யொன்றில் சாயமிட்டு (217)
தந்த ளிக்க வைத்திடென்று
கால தாம தமில்லாமல்
கழன்று நின்றார் கதாதரரும்

சொன்ன வண்ணஞ் சாரதையும்
சாய மிட்ட சேலையும்
அன்ப ளிப்பாய் வழங்கிடவும்
அருகில் வைத்தி ருந்திருக்க
கனிவென் பதையு மறியாத (218)
காளி பத்தைப் பைரவியும்
முனிந்து சினக்கும் முகத்தோடு
மற்றங் குவந்து சேர்ந்துநின்றார்

சினந்து நின்று பைரவியும்
சேர்ந்தார் தட்சி ணேசுவரம்
கனிந்து காலங் கழிவதையும்
காணா திருந்து பைரவியும்
தனித்துப் பெருமா னுடன்பேசி (219)
திளைத்து மகிழ்ந்து ரையாடி
மனம கிழ்ந்தி ருந்திருந்தும்
மிரட்டி நிற்பார் சாரதையை

அச்சு றுத்தி சாரதையை
அனேகம் மிரட்டி நின்றிருப்பார்
அச்சங் கொண்ட சாரதையும்
அவரை வெறுத்தா ரில்லையாம்
பச்சைத் தண்ணீர் சோற்றினிலே (220)
பெரிது மூற்றி வைத்திடுவாய்
இச்சை யுண்டாம் பழையமுதில்
இனிதே காலை யிலளியென்பார்

பழைய முதையுங் காலையில்
பரிந்த ளிக்கா திருந்திடிலோ
கழிகொண் டடித்துச் சூலத்தால்
குத்திக் கொலையும் புரிந்திடுவேன்
மெழுகு போலு மினிமையும் (221)
மென்மை குணமுங் கொண்டவளாய்
மொழிந்தி ருப்ப ரென்னையும்
மற்று நீயு மறியென்றார்

மிரட்டி நிற்கும் பைரவிக்கும்
மனங்கோ ணாது சாரதையும்
புரிந்து நிற்பார் பணிவிடைகள்
பலவும் சிறிதும் மறுக்காது
இருந்து மவரைக் கண்டஞ்சி (222)
இருந்தி ருக்க கதாதரரும்
உரைத்து நிற்பா ரவளுன்னை
ஒன்றுஞ் செய்யா ளென்றுரைப்பார்

சினமுங் கொள்வாள் திடுமெனவும்
சொல்லால் செயலால் மிரட்டிடுவாள்
கனிந்து பேச வொருசிறிதும்
கற்றா ளில்லை இதுவரையில்
பின்னு மவளும் பருப்பதியின் (223)
பைர வசம்பி ரதாயத்தை
அனுட்டித் திருக்கு முபாசகியாம்
அச்சந் தவிரென் றுரைத்திடுவார்

கிரீசன் போன்ற பதிதரையும்
களித்துத் தமது குழாந்தன்னில்
அரவ ணைத்துச் சேர்த்துநின்று
அனேக விதத்து முதவிநின்று
கருணை காட்டி கனிந்துநின்று (224)
காப்ப ளித்துக் கைவிடாது
கரைசேர்த் திருக்க உறுதிமொழி
கூறி யவராம் கதாதரரும்

குணமுங் கொண்ட சீடருக்கு
கொடுப்பார் மதிப்பு கதாதரரும்
குணமு மிழிந்து நின்றவரைக்
கண்டொ துக்கி நின்றிடுவார்
குணமு மிழிந்து நின்றிருந்தும் (225)
கைவிட் டிடாரே அன்னையும்
கண்டோ டிநின்று சாரதையும்
கருத்தா யுதவி நின்றிருப்பார்

கணிகை யொருத்தி யௌவனமும்
கழிந்த பின்னர் சாரதையை
அணுகி நின்றுத் தன்னையும்
அறவ ழிதன்னில் செலுத்திநிற்க
விண்ணப் பித்துக் கதறியழ (226)
வருந்தி நிற்கு மம்மாதைக்
கண்டு நின்று சாரதையும்
களித்து ரையா டிநின்றிருந்தார்

வழக்கத் திற்கு மதிகமாக
வெகுவாய் கணிகை வாழ்க்கையைக்
கழிவி ரக்கம் மிகக்கொண்டு
கூறி நிற்க சாரதையும்
மொழிந்த தெல்லாங் கேட்டுநின்று (227)
மாலின் நாம மகிமையை
அழகா யெடுத்து ரைத்திருக்க
அதிக நேரஞ் சென்றதுவே

கணிகை யுடனும் வெகுநேரம்
கற்பாள் நேரங் கழித்திருக்கக்
கண்டு நின்று கதாதரரும்
கடுக டுப்பு மிகக்கொண்டுக்
கணிகை சென்று நீங்கியதும் (228)
கயத்தி யுடனும் நீண்டநேரம்
அணுகி யிருந்த விவரத்தை
அறையக் கேட்டு நின்றிருந்தார்

அரற்றி நின்ற பெண்சரிதம்
அன்போ டுகேட்டல் தவறாமோ
அரியைப் பற்றி அப்பெண்ணும்
ஆர்வங் கொண்டு கேட்டிருக்க
உரைத்து நின்றேன் தெரிந்ததையும் (229)
உவந்து பெண்ணுங் கேட்டுநின்றாள்
விரைந்து நேரஞ் சென்றதையும்
வெகுவாய் மறந்த தாயுரைத்தார்

பெருங்கா யத்தைக் கொண்டிருந்தப்
பாத்தி ரத்தி லதன்மணமும்
இருந்தி ருக்கும் வெகுகாலம்
என்று ரைப்ப ரான்றோரும்
கருத்தி லிதையுங் கொள்ளாமல் (230)
கணிகை யுடனும் நீண்டநேரம்
உரையா டுவதும் தவறென்று
உரைத்து வெறுப்புத் தெரிவித்தார்

பொதும களோடு பேசிநின்று
பிரசங் கமுமே செய்துநின்று
அதையும் நியாயப் படுத்திநின்று
அநீதி செய்தாய் பெருந்தவறு
இதையும் யானு மொருபோதும் (231)
ஏற்றுச் சகித்தி டேனென்று
உதிர்த்து நின்றுத் தம்வெறுப்பை
உணர்த்திச் சென்றார் கதாதரரும்

மறுநா ளந்தப் பொதுமகளும்
மகிழ்ந்து தட்சி ணேசுவரம்
பற்றற் றானின் பத்தினியைப்
பார்த்துப் பேச வந்துநின்றார்
தற்கொண் டானி னெதிர்ப்பையும் (232)
தீரா வெறுப்புப் பேச்சையும்
அறிந்து நின்றும் சாரதையும்
அளவ ளாவி யிருந்திருந்தார்

தொடர்ந்து கணிகை வந்துநின்று
தீரா ஆவல் தீர்ந்திடவும்
மடவாள் சார தையிடமே
மாலின் கதைகள் கேட்டறிந்து
மட்டி லாத மகிழ்ச்சியுடன் (233)
மனைக்குச் சென்று நின்றிடுவார்
கட்டி நின்ற கணவருமே
கடுக டுத்துச் சோர்வடைந்தார்

ஒருநா ளிரவு சமைத்துப்பின்
உணவுத் தட்டை சாரதையும்
கரத்தி லெடுத்த றையிருந்து
கணவ ரறைக்குச் செல்கையில்
பரத்தை யொருத்தி சாரதையைப் (234)
பரிவோ டன்னை யென்றழைத்து
விரும்பித் தட்டைக் கொண்டுசென்று
வைக்கக் கேட்டு நின்றிருந்தார்

தட்டைத் தானுங் கொண்டுசென்று
தலைவ னறையில் வைத்திடவும்
கொடுக்கு மாறு சாரதையைக்
கெஞ்சிக் கேட்டு நின்றிருக்க
வட்டில் தன்னை யவர்கரத்தில் (235)
வைத்து நின்று பரத்தையைத்
தொடர்ந்து சென்ற றைவெளியே
தலைவி காத்து நின்றிருந்தார்

பரத்தை வட்டில் தனைப்பெற்று
பெரிதும் மகிழ்ந்து கதாதரரும்
இருக்கு மறைக்குள் சென்றவர்முன்
இனிதே வைத்தி மைக்கும்முன்
விரைந்து வெளியே சென்றோட (236)
வெளியே யிருந்த பத்தினியும்
வரனு மிருக்கு மறைக்குள்ளும்
வந்து நின்றார் வரன்முன்னம்

சிலைபோல் நின்று கதாதரரும்
செயலி ழந்து திடுக்கிட்டு
மலைத்தி ருந்துப் பின்தெளிந்து
மற்று நீயுஞ் செய்தசெயல்
கொலைக்குச் சமான குற்றமாகும் (237)
கணிகை யிடமுங் கொடுத்துநின்றாய்
உலக முன்னைப் பழிக்குமென்று
உணர்ந்தி டாயோ வெனக்கேட்டார்

பரத்தை யொருத்தித் தீண்டிநின்ற
பாத்தி ரத்தி லிருப்பதையும்
வரனும் யானுங் கொள்ளேனே
வதுகை நீயு மவள்பற்றித்
தெரிந்தி ருந்து மெவ்வாறு (238)
தந்து நின்றா யெனக்கேட்டு
திரக்க ரித்து வட்டிலையும்
தொடாதி ருந்தார் கதாதரரும்

நியமம் மற்றும் வரைமுறையும்
நன்கு யானு மறிவேனே
கயமைக் குணத்தா ளவளென்று
கற்பாள் யானு மறிவேனே
தயக்கம் விடுத்துத் தயாபரனே (239)
தார மெனது பிழைபொறுத்து
வியர்த்த மாக்கா துண்ணுமாறு
வேண்டிக் கெஞ்சி நின்றிருந்தார்

தராத ரத்தைப் பாராது
தருவே னில்லை யெவரிடத்தும்
வரனுக் கென்று மென்கரத்தால்
வட்டி லெடுத்து வருவதாக
உரைத்து வாக்குக் கொடுத்திடவும் (240)
உண்பே னிதையு மென்றுரைத்து
கிருகி ணிதன்னைச் சத்தியமும்
கொடுக்கக் கேட்டார் கதாதரரும்

பிரபு யென்றன் பதிதேவே
பொய்யாய் வாக்க ளித்திடவும்
பெரிது மென்னா லியலாது
பரிவோ டன்னஞ் சமைத்துநின்று
பரிமா றிநிற்க முயன்றிடுவேன் (241)
பின்னு மிவற்றைத் தனியளாக
புரிவ தற்கு முயன்றிருப்பேன்
பிறரி னுதவி கேட்பேனில்

வட்டி லெடுத்து வருஞ்சமயம்
வாய்விட் டென்னைத் தாயென்று
கிட்டே நெருங்கி அழைத்துப்பின்
கொடுக்கத் தட்டைக் கேட்டுநிற்க
முடியா தென்று மறுத்திடவும் (242)
முடியா தென்னா லொருபோதும்
தடையே சொல்லே னென்னையுந்
தாயென் றழைத்து நிற்பவர்க்கு

அம்மா வென்ற ழைத்துநின்று
அதன்பி னெதுவுங் கேட்டுநிற்க
நம்பி வந்து நின்றவரை
நோகச் செய்யே னொருபோதும்
அம்மா கொடுக்க விலையென்றால் (243)
அளிப்பார் யாரே இவ்வுலகில்
பொம்மை யில்லை யானென்றும்
பெயரு முயிருங் கொண்டவளாம்

ஒருத்தி யானு மளிக்கின்ற
உணவை மட்டுங் கொள்வதாக
பெருமான் நீவிர் புகன்றுநின்றீர்
பெருமை கொண்டேன் நல்லுரையால்
பெருமான் நீவிர் எனக்குமட்டும் (244)
பெரிது முரித்த வராவீரோ
தரித்தி ரிதன்னில் சகலருக்கும்
தாங்க ளுரிய வராவீராம்

எனக்குத் தாங்க ளுரியவராம்
எள்ளத் தனையு மையமில்லை
எனக்கு மட்டு முரியவராய்
என்றுங் கருதி நின்றேனில்
எனக்கும் மற்றுஞ் சகலருக்கும் (245)
என்று முரிய வராவீரே
தன்ன லமென்று மெனக்கில்லைத்
தாங்கள் பெருமான் சகலருக்கும்

பெருமான் நீவிர் சகலருக்கும்
பொதுவா னவரா மறிந்திடுவீர்
கருத்தி லிதையும் கொண்டுநின்று
கணிகை குணத்தைப் பொறுத்தருளி
விரைந்திவ் வன்ன முண்பதற்கு (246)
வெகுவாய் தகுதி யிழக்கும்முன்
விரும்பி யுண்பீ ரெனவேண்டி
வதுகை பலவு முரைத்துநின்றார்

மதுர மாகத் தெளிவாக
மற்றுத் தமது கருத்துகளைப்
பதிக்க ழகாயெ டுத்துரைக்கப்
பெரிதும் மகிழ்ந்து கதாதரரும்
மதியூ கியென்று பாராட்டி (247)
மற்றங் கிருந்த உணவையும்
உதரம் நிறைய உண்டுநின்று
உதிர்த்து நின்றார் புன்னகையும்

பதிக்குச் சொந்தங் கொண்டாடிப்
பெண்கள் தம்மை விரட்டினாரில்
பதியை கடவு ளெனக்கருதிப்
பணிவி டைகள் பலபுரிந்தும்
பதிக்குத் தன்னைப் போல்பலரைப் (248)
பணிவி டைகள் புரிந்திடவும்
இதயங் கனிந்த னுமதித்தார்
இறைவி யாகும் சாரதையும்

8. பதிதேவர் இறையோடு ஒன்றாதல்

தட்சி ணேசு வரம்வந்து
திகம்ப ரிபத்தர் தம்மையும்
விடாது கண்டு பெண்ணொருத்தி
வணங்கி நிற்பார் பரவசமாய்
தொடர்ந்து வந்து நின்றிருக்கும் (1)
சாத கிதன்னைப் பிச்சியென்று
முடிவெ டுத்து மக்களுமே
மிகவும் பரிவு காட்டினரே

முதலி லவரைப் பிச்சியென்று
மக்கள் பரிவு காட்டினரே
பத்தி செய்யும் பெண்ணென்றும்
பிச்சி யில்லை யென்றறிந்தும்
மதுர பாவ வழிதன்னை (2)
மற்றுக் கடைப்பி டித்திருக்கும்
சித்தந் தெளிந்த மாதென்றும்
தெரிந்து மதிப்ப ளித்தனரே

கருதி நின்றார் கதாதரரைக்
கடவு ளாக அப்பெண்ணும்
மிருது வான காதலியாய்
மதுர பாவ சாதகரும்
கருதி நின்றுக் கடவுளையும் (3)
காத லனென்று கொண்டுநிற்பர்
கருத்தில் கொண்டு கதாதரரைக்
காத லனாகக் கண்டுநின்றார்

முறையாய் மணமும் புரிந்துநின்றும்
மற்றுத் தாயாய் மனைவியையும்
அறிந்துத் தொழுது வாழ்ந்துவரும்
அகசை பத்தர் தம்மையும்
சிறிது மறியா திருந்துநின்று (4)
சிற்ப ரையின் பத்தரையும்
தற்கொண் டானாய் கருதிநிற்கத்
தலைப்பட் டிருந்தா ரப்பெண்ணும்

ஒருநாள் சென்று கதாதரர்க்கு
உரைத்தா ருள்ளக் கிடக்கையும்
பரிவாய் தன்னை முழுதாகப்
பத்தி னியாகப் பாவித்து
நிரம்ப மகிழ்ந்து சேர்ந்திடவும் (5)
நவின்று நிற்க வதுகேட்டு
துருவை பத்தர் குதித்தெழுந்துத்
திட்ட லானார் வசைபாடி

தம்மை யொருத்தி காந்தனாக
தெளிந்து நின்ற தாயறிந்து
வெம்மை கொண்டுப் பதறிநின்று
வாயில் வந்த படிவைது
அமர்ந்தி ருந்த ஆசனத்தை (6)
அதிரச் செய்து குதித்தெழுந்துத்
திமிர்தஞ் செய்த றையெங்கும்
திரக்க ரித்து மிழ்ந்துநின்றார்

பெண்ணின் சொல்கேட் டதிர்ந்துநின்று
பதறித் துடித்து வசமிழந்து
கண்ட படியே பெருங்குரலில்
கொடிய வார்த்தை புகன்றுநின்றார்
புண்ணி யமுதல் விமகதிக்குப் (7)
புகல்வார் மேலும் கதாதரரும்
மண்ணும் பெண்ணும் பொன்னுடனும்
மற்றுத் துறந்த தறியாயோ

பகையா மாறைத் துறந்துநின்றுப்
பல்லாண் டாகி நின்றதுவே
மிகவுங் களித்து மோகத்தில்
மற்ற ழுத்த விரும்பினையோ
தகுந்த தில்லை யெனக்கருதித் (8)
தள்ளி யொதுக்கி நின்றபின்பும்
உகந்து நீயும் சோதிக்க
உத்தே சித்து நின்றனையோ

அனுப்பி நின்றப் பெண்ணிவளும்
அன்னை யுன்ற னுருவிலையோ
அன்னை யோடு கூடுபவர்
ஆரு முண்டோ பாத்திபத்தில்
இன்னும் நீயு மெத்தனைநாள் (9)
இவ்வா றென்னைச் சோதிப்பாய்
உன்னை யல்லால் வேறுகதி
உள்ள தாமோ யென்றழுதார்

பதியி னறையி லாரவாரம்
பெரிதா யெழும்பி நின்றிருக்கப்
பத்தி னியாகும் சாரதையும்
பக்கத் திருக்கு மறையிருந்து
சித்தை பத்தர் செயல்பலவும் (10)
சிறக்கக் கண்டு வரனுடைய
அதீத தூய்மைத் தெளிந்தறிந்து
அனேகக் கண்ணீர் பெருக்கிநின்றார்

கணவர் தூய்மை யால்நெகிழ்ந்து
கண்ணீர் பெருக்கி நின்றிருந்தார்
பெண்ணும் சாத கியாயிருந்து
பெரிதும் மதுர பாவத்தில்
கணவ னென்று கடவுளையும் (11)
கருதி னாளெ னத்தெளிந்து
மண்ணில் கண்ணீ ருதிர்த்துநின்று
மற்று வருந்தி நின்றழுதார்

கீழ்மை யுணர்ச்சி கொண்டாளில்
காம விகார மேதுமிலை
தாழ்ந்த செயலுஞ் செய்கின்ற
தரத்தைச் சேர்ந்தப் பெண்ணிலையாம்
ஆழ்ந்த மதுர பாவத்தில் (12)
ஆண்ட வனுக்குத் தன்னையும்
மூழ்கித் தன்னை அர்ப்பணிக்கும்
மகளூ மென்று கருதிநின்றார்

அனேக நிந்தை மொழிகளையும்
அபலை கேட்க நேர்ந்ததென்று
கனிந்து நின்ற ருகிருக்கும்
கோலாப் மாவுக் குரைத்திடுவார்
முன்னும் பின்னும் யோசியாது (13)
மொழிந்தா ளந்தப் பேதையும்
சினந்து பெண்ணைக் கண்டபடி
சீற்றங் கொண்டு தூற்றலாமோ

கோள்வி னையா லப்பெண்ணும்
கூறி நிற்கப் பொறுத்துப்பின்
ஆள னவளை அன்புடனும்
ஆச்சாள் போலும் தமைக்கருதி
வாளா திருந்த னுப்பிவைக்க (14)
வகையாய் யானு மறிவுறுத்தித்
தோள்கொ டுத்துத் தோழியாகத்
தெரிய வுரைத்தி ருப்பேனே

கடுகப் பதியி னறைசென்று
கண்ணீர் பெருக்கி நின்றிருக்கும்
மடவாள் தன்னை யென்முன்னம்
மற்ற ழைத்து வாரீரே
திடுக்கிட் டிருக்கும் பெண்ணிற்கு (15)
தடங்க லின்றி முன்னேற
கொடுப்பே னுரையு மெனக்கூறி
கோலாப் மாவை அனுப்பிவைத்தார்

உடனே சென்று கோலாப்மா
உமையாள் பத்த ரறையடைந்து
மடக்கொ டிதன்னை அழைத்துவந்து
மகிழ்ந்து நிறுத்தப் பெண்ணிடமும்
நொடித்து நின்றார் சாரதையும் (16)
நிமல னிடமுஞ் சென்றுநிற்க
கடுக டுத்த தவர்வெறுக்க
கண்ணே யென்னோ டிருந்திடுவாய்

உன்னைக் காண வென்பதியும்
உள்ளம் வெறுத்துத் தூற்றிநிற்க
இனியு மங்கு செல்லாமல்
இனிதே யிங்கு வந்திடுவாய்
என்று மிந்த அறைதன்னில் (17)
எளிதில் பேரன் புகிட்டிநிற்கும்
உன்னை மகளாய் கண்டுநின்று
உளம கிழ்ந்தே னென்றுரைத்தார்

பதியைச் சேரத் துடித்துநின்ற
பெண்ணி டத்தும் பேரன்பு
அதீத மாகக் காட்டிநின்ற
அதிச யமான நாரியுமே
முதலில் பாருங் கண்டதாமே (18)
மற்று வேறு பெண்ணொருத்தி
இதமாய் கொண்டு நடத்திடாரே
இதுபோ லெவருங் கண்டதுண்டோ

குணத்தில் வேறு பாடெதுவும்
கொஞ்ச முமில்லை சாரதைக்கு
மணமு டிக்கு முன்னமவர்
மற்றி ருந்த மாதிரியே
பணிவும் பண்புங் கொண்டிருக்கப் (19)
பின்பு முருவில் பெருமாற்றம்
திண்ண மாகத் தெரிந்திருக்கத்
தேசு குறைந்தி ருந்ததுவே

பிணியும் பலவுந் தாக்கிநிற்க
பளிங்கு போலும் நிறம்மாறி
வண்ணங் கறுத்து நின்றதுவே
வயது முப்பத் தொன்றாக
கண்கள் தோலுஞ் சுருங்கிடவும் (20)
களையி ழந்து சோர்ந்திருந்தார்
கண்டோர் மாற்றங் கண்டுநின்று
கவலை கொண்டு நின்றனரே

அழகு முகத்தில் சொலித்திருக்க
அனேகர் விகாரித் திருந்துநின்று
பொழுதும் பார்க்கத் துடிப்பரென்று
பார தியின்று தன்னுடைய
அழகு குன்றி சாரதையாய் (21)
அவத ரித்து நிற்பதாக
மொழிந்து நின்றார் கதாதரரும்
மற்றுச் சதியை நோக்கிநின்று

பலருங் கண்டு சாரதையைப்
புகன்றி ருப்ப ரிவ்வாறு
பலரும் போலும் சாரதையும்
பெரிதும் ஞான சூனியராய்
இல்ல மொன்றே எல்லாமாய் (22)
இருப்ப தாகக் கூறிடுவர்
புல்லி னுமற்பச் சொல்லிதுவாம்
புவியி னற்பர் வாக்கிதுவாம்

சரசு வதியாய் சாரதையும்
சகத்தில் திகழ்ந்தும் இலக்குமிபோல்
இருந்தும் வாழ்ந்த துண்மையாம்
இல்லந் தன்னில் கனிகளோடு
இருந்த தங்குத் தின்பண்டம் (23)
இல்லா தெதுவு மங்கில்லை
பெருந்த னத்தை உடையவரும்
பொருளுங் கனியு மளித்தனரே

பவதா ரிணியி னாலயத்துப்
பிரசா தங்கள் கிடைத்தனவே
உவந்து பணிய வந்தவரும்
உமையாள் பத்த ருக்களிக்க
சுவையாங் கனிகள் தின்பண்டம் (24)
சிறக்கக் கொடுத்து மகிழ்ந்தனரே
குவிந்து கிடக்கும் கனிவகைகள்
கொடுத்துக் களிப்பார் சாரதையும்

அன்ன பூர ணேசுவரி
ஆகி நின்று சாரதையும்
கனிவ கைகள் தின்பண்டம்
களித்துச் செய்வார் வினியோகம்
அனேக கரையர் குலத்துமக்கள் (25)
அகம கிழ்ந்து வந்துநிற்க
அனைவ ருக்கும் பிரசாதம்
அள்ளி வழங்கி நின்றிருப்பார்

கரையர் குலத்து மக்களுமே
கங்கைக் கரையில் வசித்திருக்க
சிரத்தில் மீன்கூ டையையும்
சுமந்து வந்துப் பெண்களுமே
தரையில் இறக்கி வைத்துவிட்டு (26)
தத்தங் கதைகள் சாரதைக்கு
உரைத்து நின்றுப் பிரசாதம்
உளம கிழ்ந்து கொண்டுசெல்வர்

அன்போ டழைப்பார் கதாதரரும்
அம்மா வென்று சாரதையைப்
பின்னு மவரை சாரதையும்
புதல்வ னாகக் கருதாது
நனிசி றந்த குருவாக (27)
நாத னாகப் பிரபுவாக
இன்னு மினிய இறைவனாக
இறும்பூ தெய்திக் கருதிநிற்பார்

பிள்ளை யென்று சாரதையும்
பதியைக் கருதி நின்றாரில்
பிள்ளை களாகச் சீடரையே
போற்றி நின்றார் சாரதையும்
பிள்ளைப் பாசம் பெருகிநிற்கப் (28)
பதியை யவரும் புறந்தள்ளி
களித்து நிறையப் பிரசாதம்
கொடுத்து மகிழ்வார் சீடருக்கே

சிலச மயத்தில் பிரசாதம்
சிறிதும் பதிக்கெ னவைக்காது
மலர்ந்து நின்று சீடருக்கும்
மற்று மனேக மக்களுக்கும்
வலுத்தி ருக்கு மன்புமிக (29)
வழங்கிக் களிப்பார் சாரதையும்
எல்லா மளித்து நின்றிருக்க
எள்ளத் தனையுந் தாம்கொள்ளார்

கறுத்த நிறத்துக் கண்ணனாகக்
கோபா லாகத் தோன்றிநின்ற
சிற்ப ரையின் பத்தரையும்
சொந்த மகனாய் பாவித்துக்
கற்கண் டோடு நவநீதம் (30)
களித்தூட் டிநின்றும் கொஞ்சிநின்ற
பற்றே துமில்லா கோபால்மா
புகல்வார் சார தையிடமே

வரனுக் கென்று பொருளெதுவும்
வைக்கா திருந்த னைத்தையும்
பெரிதும் மகிழ்ந்து தந்தளித்த
பெண்ணாம் சார தையிடமும்
உரைத்து நின்றார் கோபால்மா (31)
உத்த மகோபா லனுக்கென்று
பொருளும் வைக்கா தளித்தாயே
பிழையென் றறிந்தா யில்லையா

கெட்டுப் போகா தின்பண்டம்
கனிக ளையும் வைத்திருப்பாய்
கொட்டி நிற்கும் மழையாலும்
கனவே கத்துக் காற்றாலும்
தடையேற் பட்டு மக்களுமே (32)
தட்சி ணேசு வரத்தையும்
அடையா திருக்கும் நாட்களிலும்
அளிக்க வியலும் பிள்ளைக்கு

பத்தர் வாரா நாட்களிலும்
பழமும் நல்ல தின்பண்டம்
பத்தி ரமாகப் பாதுகாத்து
பிள்ளைக் களிக்க இயலுமன்றோ
மெத்தச் சிறந்த மருமகளே (33)
மற்றி தையும் நினைவுவைத்து
மதித்தெ னுரையு மேற்றிருந்து
மற்றுன் பதிக்க ளித்திடுவாய்

அன்பு பெருகி கோபால்மா
அறிவித் ததையுஞ் சிந்தித்து
கனியும் மற்ற வையெல்லாம்
களித்துப் பத்தர் பதிக்கென்று
மனமும் மகிழ்ந்துத் தந்திருக்க (34)
மறந்தி தையு மவருக்கு
தின்னக் கொடுக்கா திருந்ததற்குத்
தேம்பி யழுது நின்றிருந்தார்

வருந்தி நிற்குஞ் சமயத்தில்
வந்து நின்றாள் பெண்ணொருத்தி
கரத்தில் நிறையத் தின்பண்டம்
களித்தெ டுத்து வந்திருக்க
பெரிதும் மகிழ்ந்து சாரதையும் (35)
பதிக்க ளித்து தன்வருத்தம்
விரட்டி யிருந்தும் மறுநாளே
வழக்கம் மீண்டுந் தொடர்ந்துநின்றார்

சேர்த்து வைக்கும் பழக்கத்தைப்
சிறிதுங் கொள்ளா கதாதரரும்
பாரி யாளை யொருநாளும்
பார்த்துப் புகன்று நின்றிருந்தார்
நாரி நீயும் சதாகாலம் (36)
நிறையப் பொருளுங் கிடைக்குமென்று
வாரி வழங்கி வருகின்றாய்
வழக்கம் விடுவா யெனமொழிந்தார்

தாரா ளமாகப் பொருட்களையும்
சகல ருக்கும் வழங்கிநிற்கும்
சார தையைக் கண்டுநின்று
செப்பி நின்றார் கதாதரரும்
வாரி வழங்கிப் பொருட்களையும் (37)
வள்ள லாகி நிற்கின்றாய்
தீரா துநின்று பொருட்களுமே
தடையே துமின்றிக் கிடைத்திடுமா

பிரசா தத்தை அளவோடு
பகிர்ந்த ளிக்க வேண்டுதுமே
பிரசா தத்தை அளவின்றி
பகிர்ந்த ளித்தல் தவறாகும்
வருங்கா லத்தை மனந்தன்னில் (38)
வைத்து நிற்க வாழ்க்கையில்
வருந்தா திருக்க லாமென்று
விரித்து ரைத்தார் கதாதரரும்

சற்று ரத்த குரல்தன்னில்
செப்பி நின்றார் கதாதரரும்
தற்கொண் டானின் சொல்வேகம்
தாங்கா திருந்து சாரதையும்
இறுத்து நிற்கா துடன்கிளம்பி (39)
ஏகி நின்றார் தமதறைக்கு
கற்பாள் சினந்தா ரெனக்கருதி
கவலை கொண்டார் கதாதரரே

இராம்லா லையு முடனழைத்து
இயம்பி நின்றார் கதாதரரும்
விரைந்து சென்றுன் சிற்றன்னை
வேகந் தணித்து நின்றிடுவாய்
கிருகி ணியிவ்வா றுசினந்துநிற்க (40)
கட்டை அழிந்து பட்டிடுமே
எரிச்சல் கொண்ட அன்னையை
இனிதே அமைதிப் படுத்தென்றார்

விரைந்து சென்று இராம்லாலும்
விதர ணமாகப் பேசிநிற்க
பெரிதும் மகிழ்ந்து சாரதையும்
பதியி னறைக்கு வந்துநிற்க
வரனு மவரின் பதார்த்தங்கள் (41)
வழக்கம் போல வழங்கிவர
சரியென் றொப்பி நின்றிருக்க
சினமுந் தீர்ந்து மகிழ்ந்தனரே

பிராம முகூர்த்தம் தனிலெழுந்து
பணியும் புரியும் பழக்கத்தை
விரும்பி நிற்பார் கதாதரரும்
வதுகை தினமு மதிகாலை
வரனு மெழுமு னெழுந்திடுவார் (42)
வெகுவாய் மகிழ்ந்து தியானமுமே
புரிந்து நதியில் நீராடி
பின்னர் காலைக் கடன்முடிப்பார்

இளைய வயதில் விதவையாய்
இருக்கும் பெண்ணாம் இலக்குமியும்
களித்துத் தனது சித்தியுடன்
கூட வாழ்ந்தி ருந்திருக்க
குளிர்கா லத்தி லவரையும் (43)
கிரணம் வீசும் முன்னெழுப்ப
துளியும் விரும்பா சாரதையும்
துயிலெ ழுப்பா திருந்திடுவார்

ஓர கத்தி பெண்ணையும்
உறக்கத் திருந்தெ ழுப்பிவிட
சார தையும் விரும்பாது
சற்று நேர முறங்கிநிற்க
ஓர்ந்து நின்று தான்மட்டும் (44)
உவந்து தியானம் புரிந்திருப்பார்
ஆர வாரங் கேட்குமென்று
அறையின் தாழ்ப்பாள் திறக்காரே

அதிகா லையி லெழுந்திருந்து
அடுத்தி ருக்குந் தோப்பிற்கு
சித்தை பத்தர் செல்லும்முன்
சார தையி னறையருகில்
கத்தி நிற்பார் பெருங்குரலில் (45)
கண்ணு றக்கம் விடுத்திடுவீர்
மதர்த்து றங்குந் தேவியரே
மற்றெ ழுந்து நிற்பீரே

புள்ளுஞ் சிலம்பி நிற்கிறதே
பருப்ப திகோவில் தனிலிருந்து
வெள்ளை சங்கின் பேரொலியும்
வேக மாக ஒலித்திருக்க
குள்ளக் குளிர நீராட (46)
கங்கை நதிக்குப் பெண்களுமே
பள்ளிக் கிடக்கா துசெல்கின்ற
பேரொ லிகேட்டெ ழுந்திடுவீர்

உரத்த குரலில் கதாதரரும்
உறக்கங் கலைக்கக் கத்திநிற்க
பெருத்தக் குரலொ லிகேட்டெழுந்துப்
பதறி நிற்கும் இலக்குமியை
அரவ ணைத்துப் படுக்கையில் (47)
அழுத்தித் தூங்கக் கூறிநின்றுச்
சுருட்டி வைத்தப் போர்வையைச்
சார தையும் போர்த்திநிற்பார்

பொழுதும் புலரா திருக்கையில்
புள்ளின் குரலுங் கேட்கவில்லை
ஒழுங்காய் தூங்கா திருக்குமுன்றன்
ஒப்பில் நல்ல சிற்றப்பா
விழித்தெ ழுந்து மற்றவரை (48)
வீணே விழித்தெ ழவைக்கின்றார்
அழகுக் குழந்தை யென்பெண்ணே
அமைதி யாக உறங்கிநிற்பாய்

அனைத்து மறிந்த கதாதரரும்
அன்புப் பெண்ணாம் இலக்குமியை
இனிதே தூங்க விடாதிருந்து
எடுத்துக் குவளைக் குளிர்நீரைச்
சன்னல் வழியே வீசிநிற்க (49)
சரீரம் முழுதாய் ஈரமாகி
நனைந்து றங்கங் கலைந்துநின்று
நடுங்கி நிற்பார் இலக்குமியும்

வினோத மாகக் குடும்பமுமே
வாழ்ந்து வந்து நின்றிருக்க
மனைவி யாக சாரதையும்
மிகவும் கருத்தாய் கவனித்து
அனேக சேவை யாற்றிநின்றும் (50)
ஆளன் மனதிற் கேற்றாற்போல்
முனைந்து நடந்து வந்திருந்தும்
மற்று நிகழ்ந்த துவிபரீதம்

இருத யராமும் இருக்கையில்
இந்நி கழ்ச்சி நடந்ததுவே
செரிக்க உதவும் பொருட்களையும்
சிலரே கொடுக்க சாரதையும்
இருத்தி வைத்தி ருந்திருக்க (51)
இல்லா ளனுமே அவரறைக்கு
வருகை புரிய கிராம்பையும்
வதுகை யளித்தா ருட்கொள்ள

வதுகை யளித்த பொருளையும்
விரும்பி யுண்ட பதிக்குமீண்டும்
பத்தி னிமேலும் பொட்டணத்தில்
பரிந்து சிறிது தந்துநின்று
இதையும் நீவிர் தினந்தினமும் (52)
இனிதே சிறிது கொண்டிருக்க
உதவுஞ் செரிக்க யெனவதுகை
உரைத்து நின்றா ரன்புடனும்

கிராம்பு முதலாம் பொருட்களையும்
களித்துச் சதியும் பொட்டணத்தில்
கருத்தாய் வைத்துக் கணவரிடம்
கொடுத்த தையு மவரறையில்
இருத்தி வைத்துச் செரிமானம் (53)
இல்லா சமயந் தனிலுண்ண
பெரிது முதவு மெனக்கூறப்
பதியும் பெற்றுப் புறப்பட்டார்

பொட்ட ணத்தை வாங்கிநின்று
பதியும் நேராய் மிகவிரைவாய்
நடந்து சென்றார் நதிநோக்கி
நாரி கண்டு தக்கணமே
நடக்கப் போவ தறிந்துநின்று (54)
நடுங்கி மிகவும் நிலைகுலைந்து
படப டத்துப் பெருங்குரலில்
பயந்த ழைத்தார் இருதயரை

வெள்ளப் பெருக்கில் கங்கையும்
வேக மாகக் கரைதொட்டு
களித்தோ டிநிற்க வதைநோக்கிக்
கணவர் செல்லக் கண்டுநின்று
துளக்கங் கொண்டு சாரதையும் (55)
தொலைவி லிருக்கும் இருதயரை
விளித்த ழைத்துக் கணவரையும்
விரைந்து காக்கக் கூவிநின்றார்

நதியில் விழுந்து யிர்மாய்க்க
நினைத்தி ருந்த மாமனையும்
அதிவே கத்தில் சென்றோடி
அபாயத் திருந்து காத்துநின்று
அதன்பி னவரை அவரறைக்கு (56)
அழைத்து வந்தார் இருதயரும்
குதித்து யிரையும் மாய்த்திடவே
கார ணத்தைக் கேட்டுநின்றார்

பதியைக் காக்கக் கூவிநின்று
பயத்தால் மயக்க மடைந்துநின்ற
சதியாம் சார தையையும்
சிலரும் நீரைத் தெளித்தெழுப்பி
விதிவ சத்தால் கதாதரரின் (57)
விபத்தைத் தவிர்த்து நின்றதாயும்
பதமா யெடுத்து ரைத்திடவும்
பயமும் நீங்கி யெழுந்துநின்றார்

குதித்தி றக்க சென்றுநின்ற
கார ணத்தைக் கேட்டுநிற்க
சதியும் பொருட்கள் சிலவற்றைச்
செரிக்க உதவு மெனக்கொடுக்க
அதனை யதியாம் யான்பெறுதல் (58)
அதம மாகு மெனநினைத்து
நதியில் மூழ்கி உயிர்விடவும்
நினைத்தோ டிநின்றேன் பொருளோடு

பிற்கா லத்திற் குதவுமென்று
பொருளைச் சேர்த்தல் சன்னியாசி
மறந்துஞ் செய்த லாகாது
மற்றுப் புரிந்து நின்றிருக்க
குற்ற மாகு மச்செயலும் (59)
கனவில் கூட விரதபங்கம்
சிற்ப ரையு மனுமதிக்காள்
சாகத் துணிந்தே னதனாலும்

விரத பங்கஞ் செய்துநின்று
வதுகை கொடுத்தப் பொருளையும்
கரத்தில் வைத்து நடந்துவர
கணநே ரத்தி லாவேசம்
நிரம்ப யெழும்பி நின்றிருக்க (60)
நீரில் மூழ்கித் துஞ்சிநிற்க
விரும்பி நதிக்குச் செல்கையில்
வந்து தடுத்தா யெனவெகுண்டார்

விரத பங்க மாகுமென்று
வாங்கா திருந்தா ரில்லையாம்
விரத பங்க மாகுமென்று
விண்டு நின்றா ரில்லையாம்
விரத பங்க விதிமுறைகள் (61)
விளம்பி நின்றா ரில்லையாம்
வரனின் வினோத செயல்களையும்
வதுகை யெவ்வா றறிந்திடுவார்

தினமு மிதுபோல் பலசெயலும்
திகைத்துச் செய்யுங் கணவர்தம்
அனேக விதமாங் குணத்தையும்
அனுச ரித்து சாரதையும்
மனைய றத்தை நடத்திநின்று (62)
மிகவும் பாடு பட்டுநின்று
மனோதி டத்தை இழக்காது
மற்று வாழ்ந்து வந்துநின்றார்

கிளியுங் கூட்டில் வாழ்ந்திருக்கக்
கீல்வா தமுமே வந்தடையும்
பளிங்கு போலும் நிறம்மாறி
பிணியு முன்னைச் சேர்ந்ததுவே
மெள்ளச் சென்று சோலையில் (63)
மாலை நேரம் நடைபயின்று
களித்தி ருப்பா யெனக்கூறி
கருத்தா யிருப்பார் கதாதரரும்

அறைக்கு ளடைபட் டிருக்காது
அனேக நல்லார் பலரருகில்
உறைந்து வாழ அவர்மனையில்
உள்ள நல்ல பெண்களோடு
சிறிது நேர முரையாடி (64)
சாவ காச மாயிருந்து
பிறகு வாவென் றுரைத்திடுவார்
பதியும் தமது பத்தினிக்கு

இராகால் என்னுஞ் சீடரொடு
எழில்சேர் சோலை ஒன்றிலுமே
இரவு தங்கித் தியானித்து
இதன்பின் தாமும் மறுநாளே
வருவ தாக சாரதைக்கு (65)
விளம்பிச் சென்றார் கதாதரரும்
இருவ ருமாகச் சோலையில்
இருந்து தியானம் புரிந்தனரே

சிறிது நேரஞ் சென்றிருக்க
சோலை வாழும் பூதங்கள்
சிற்ப ரையின் பத்தர்தம்
சான்னித் தியத்தைத் தாங்காது
பற்றற் றானின் முன்தோன்றி (66)
புறப்பட் டுடனே செல்வதற்கு
இறுத்து நிற்க இரங்கிநின்று
இறைவ னுடனுந் திரும்பிவந்தார்

தட்சி ணேசு வரம்வரவும்
தாம தமாகி நின்றதுவாம்
நடுச்சா மத்தி லிருவருமே
நடந்து வந்த டைந்தனரே
அடுத்துத் தமத றைக்கதவை (67)
அகசை பத்தர் திறந்துநிற்க
கொடுத்து நின்ற வோசையைக்
கேட்டெ ழுந்தார் சாரதையும்

இரவு நேர உணவையும்
இனிதே மறுத்துச் சென்றிருக்க
வரனுக் கென்று வொருசிறிதும்
வைத்தா ரில்லை உணவெதுவும்
பரிவு கொண்டு சாரதையும் (68)
பதிக்குச் சிறிது ணவளிக்க
விரைவி லளித்த லரிதென்று
வருந்தி யிருந்தா ரியலாமை

பணிப்பெ ணொருத்தி அருகிலுமே
படுத்து றங்கி யிருந்திருக்க
கண்டு நின்று சாரதையும்
கவலை கொண்டெ ழுப்பிநின்று
பெண்ணே சமையல் செய்திடவும் (69)
பிடித்து நிற்குஞ் சிறிதுநேரம்
மணாளன் பொறுத்தி ருப்பாரோ
மற்றென் செய்கே னென்றழுதார்

பெரிதும் மெலிந்த குரல்தன்னில்
பணிப்பெ ணோடு சாரதையும்
உரையா டிநிற்க கதாதரரும்
உவந்து கேட்டு நள்ளிரவில்
கிருகி ணியையும் வருத்திடவும் (70)
கொஞ்ச மேனும் விரும்பாது
இரைந்த குரலி லுண்டதாக
இயம்பி நின்றார் சாரதைக்கு

மெய்யா கிலுமோ உண்டாரோ
மற்று ரைத்து நின்றதுமே
பொய்யோ யாதென் றறியோமே
பதியும் சதியை நள்ளிரவில்
வயிற்றுப் பசிக்குச் சிறிதுணவும் (71)
வழங்கக் கேட்கா திருந்துநின்று
உயர்ந்த மதிப்பு வழங்கிநின்று
உயர்ந்து நின்றார் நெஞ்சினிலே

தலைவ லிவந்து சாரதையும்
துன்பப் பட்டி ருந்திருக்க
தொல்லைப் பட்டு நின்றிருக்கும்
துணைவி துன்பம் பொறுத்திடாமல்
அலமர்ந் திருந்து இராம்லாலை (72)
அவத்தை கொண்டாள் மனையென்று
பலவா றுரைத்து கதாதரரும்
பிணியை இராம்லா லிடந்தந்தார்

சதிமே லிருந்த பேரன்பால்
சததம் சிந்தித் திருந்திருப்பார்
எதிர்கா லத்தை நினைத்துப்பின்
ஏற்பா டுகளுஞ் செயமுயலும்
பதியின் செய்கை சாரதைக்குப் (73)
பெரிதும் பயத்தை ஊட்டியது
சதத மவரைச் சார்ந்திருக்க
செய்கை அச்ச மூட்டியது

எதிர்கா லத்தை எண்ணிநிற்க
ஏது தேவை இப்போது
பதியின் செய்கை பயத்தையும்
பெரிது மளித்து நின்றதுவே
பதியுந் தன்னை நிரந்தரமாய் (74)
பிரிய நினைத்த தாயெண்ணி
மதங்கி யிடமும் பலவாறு
மொழிந்து வேண்டி யழுதிருப்பார்

அவ்வப் போது சாரதையை
அகசை பத்தர் கண்டுநின்று
விவரஞ் சிலவுஞ் சொல்லிநிற்க
வதுகை மிகவும் நடுநடுங்கி
கவலை கொண்டு கண்கலங்கி (75)
கங்கா ளியையுங் காத்தருள
தவறா துநாளும் வேண்டிநின்று
தவித்தி ருப்பார் சாரதையும்

திங்க ளொன்றுக் காகிநிற்கும்
செலவைக் கணக்கிட் டிருந்திடவும்
நங்கை கண்டு வேதனையில்
நடுங்கித் துடித்த ழுதுநின்றார்
சங்க ரிபத்தர் செலவுபற்றி (76)
சிந்தித் திருக்க வதுகண்டு
பொங்கிப் பெருகுங் கண்ணீரைப்
புடவைத் தலைப்பால் துடைத்துநிற்பார்

தரும பத்தி னியாகவந்துத்
தம்மை நம்பி வாழ்கின்ற
கிருகி ணிக்குத் தங்கடமை
கருத்தாய் புரிய வேண்டுமென்று
கருதி நின்று கதாதரரும் (77)
கணக்கி டலானார் செலவுகளை
விரத பங்க மேற்றவரும்
வழிசெய் துநின்றார் வதுகைக்கு

முழுமா தத்து செலவுகளை
மற்றுக் கேட்ட றிந்துநின்று
பழுதே யில்லா பெருமானும்
பணமா யறுநூ றுமூலதனம்
செழித்த தனவா னிடம்தரவும் (78)
திங்க ளுக்குப் பணமைந்து
வழங்கி நிற்பார் வட்டியாக
வாழ்க்கை நடத்தப் போதுமென்றார்

மூல தனமா யறுநூறு
மற்றுத் தனவா னிடங்கொடுக்க
காலம் முடியும் வரையவரும்
கொடுப்பார் மாத மைந்துபணம்
சீலம் நிறைந்த உனக்கிதுவும் (79)
சோற்றுக் கென்றும் வழிசெய்யும்
சோலைக் கிளியே மற்றவரைச்
சார்ந்தி ருக்கத் தேவையேன்

பதியு மிவ்வா றுரைத்திடவும்
பயந்துப் பதறி சாரதையும்
கதறி நின்ற ழுதிருக்க
கணவ ரவரைத் தேற்றிநின்றார்
சித்தை கோவி லிருந்தவர்க்கு (80)
சம்ப ளமாக மாதமேழு
மதங்கி பத்தர் பெற்றபணம்
மிகவும் சேர்ந்தி ருந்ததுவே

ஆல யத்து நிருவாகி
அளித்து வந்த பணத்திருந்து
நீலி பத்த ரறுநூறு
நெருங்கி யசீட ரொருவரிடம்
பூலித் திருந்து கொடுத்துநின்றார்
பணத்திற் குரிய வட்டியையும் (81)
சீலம் நிறைந்த சாரதையின்
செலவிற் களிக்கக் கூறிநின்றார்

பலராம் பாபு யெனுஞ்சீடர்
பெருமா னுக்கு கந்தவராம்
செல்வம் மிகுந்த சீடரிடம்
சார தையின் பிரதிமாத
செலவிற் களிக்க மூலதனச் (82)
சேமிப் பாக அறுநூறு
மலர்ந்து கொடுத்து வட்டியையும்
மனைவிக் களிக்கக் கூறிநின்றார்

பணமா யறுநூ றுபெற்றுநின்று
பலராம் பாபு பின்னருமே
கணக்கா யாறு திங்களின்பின்
கொடுத்து நிற்பார் சாரதைக்கு
பணமாம் முப்ப துதவறாமல் (83)
பலவ ருடமு மிதுதொடரப்
பணத்தே வையும் சாரதைக்குப்
பெரிதுந் தீர்ந்து நின்றதுவாம்

பிற்கா லத்தில் பத்தினிக்குப்
பணமுந் தேவை யெனநினைத்தும்
கற்பாள் தன்னை நிர்க்கதியாய்
காலங் கழிக்க விட்டிருத்தல்
குற்ற மாகு மெனநினைத்தும் (84)
காளி பத்தர் நிதித்தேவை
நிறைவு செய்து மனநிறைவு
நிறையக் கொண்டி ருந்தாரே

பதியும் செய்து நிற்கின்ற
பலவி தமான செய்கையால்
சதியுஞ் சிறிதும் மகிழ்ந்தாரில்
சகுனம் பலவுந் தீதென்று
சததம் நினைத்து மேற்கொண்டு
செய்வ தறியா திருந்துநின்று (85)
பதப தைத்துக் கண்ணீரும்
பெருக்கி நின்றார் தனியளாக

மனையின் கையா லுணவேற்று
மகிழ்ந்தி ருந்த கதாதரரும்
கனிந்து பலரும் மனைக்கழைத்துக்
கொடுத்து நிற்கு முணவெல்லாம்
மனங்க ளிக்க உண்பதையும் (86)
மனைவி கண்டு முன்பவரும்
சொன்ன வார்த்தை நினைவுகூர்ந்து
சொல்ல வொண்ணா துயர்கொண்டார்

அன்னந் தவிர மற்றவற்றை
அகசை பத்தர் இந்நாளும்
அனைவர் மனையு மிருந்தேற்க
அதனைக் கண்டு சாரதையும்
மனதில் பயமும் மிகக்கொண்டு (87)
மற்று முன்ப வருரைத்த
இனிமை யற்ற எச்சரிக்கை
எண்ணி நொந்த மூதிருந்தார்

எல்லோர் கையி லிருந்துணவும்
ஏற்று யானு முண்டிருக்க
வல்ல பியென்னைத் தன்னுடனும்
விரைந்து கொள்வா ளறியென்று
சொல்லி நின்ற வார்த்தைகள் (88)
சார தையும் நினைவுகூர்ந்து
பொல்லா காலம் வந்ததென்று
புரிந்து பதைத்த மூதிருப்பார்

தட்சி ணேசு வரம்நீங்கித்
தங்கி யிரவைப் பிறர்மனையில்
படுத்து றங்கி யிருந்திருக்கப்
பருப்ப தியென்னை வெகுவிரைவில்
எடுத்துக் கொண்டு நின்றிடுவாள் (89)
என்று முரைத்து நின்றதையும்
அடுத்து சதியும் நினைவுகூர்ந்து
அலைபாய் மனத்த ராயிருந்தார்

பலராம் பாபு தன்மனைக்கு
பரிந்த ழைத்து நின்றிருக்க
வல்ல பிபத்த ரிந்நாட்கள்
வரவேற் பேற்று சென்றதன்பின்
இல்லந் தன்னி லிரவையும் (90)
இனிதே கழித்து நின்றிருக்க
இல்லாள் கண்டு செயலிழந்து
இருந்து விடாத மூதிருந்தார்

வயிற்றுக் கோளா றுகாரணமாய்
வெகுநாள் நரேந்தி ரநாதனுமே
துயங்கி யிருந்து பெருமானின்
தட்சி ணேசு வரத்திற்குப்
பெயரா திருக்க அவரையும் (91)
புறப்பட் டுடனே வருவதற்கு
செய்தி யனுப்ப அவருமுடன்
சேர்ந்த டைந்தார் குருவிடமே

நரேந்தி ரநாதன் வந்தவுடன்
நாரி பத்தர் தமக்காக
அருகில் வைத்தி ருந்திருக்கும்
அன்னம் மற்றும் கஞ்சிதனைப்
பெருமைக் குரிய சீடனுக்குப் (92)
படைத்த பிறகு மிஞ்சியதை
விரும்பித் தமக்குத் தருமாறு
வதுகை யிடமுங் கூறிநின்றார்

சீட னுண்ட சேடத்தைச்
சீலம் மிக்கக் குருவுண்ணல்
நாடு காணா முறையென்றும்
நல்ல செயலு மிலையென்றும்
கேடு விளைவித் திடுமென்றும் (93)
கடுகத் தானும் சமைத்துவந்து
போட்டு நிற்ப தாகவது
புகன்றார் தமது பதியிடமும்

குருவிஞ் சேடம் சீடனுமே
கொள்ளப் பயனும் பெற்றிடுவான்
அரிய உச்சிட் டத்தையும்
ஆவ லுடனே கொண்டிடவே
உரைத்து நிற்கும் நூல்பலவும் (94)
உரையா மிதற்கு மாறாக
குருவுஞ் சீடன் சேடத்தைக்
கொள்ளல் தகாதென் றதுவுரைக்கும்

அன்புப் பதியே ஆருயிரே
அடியேன் சொல்லைக் கேட்பீரே
சென்று யானும் விரைந்துணவு
சமைத்துக் கொண்டு வரும்வரையும்
மனது வைத்துப் பொறுத்திருப்பீர் (91)
மற்றுத் தகாத செய்கையும்
கனவி லேனும் நினையாது
கேட்ட ருள்வீ ரென்றுரைத்தார்

பலவா றிதுபோல் சாரதையும்
பதியின் தாளைப் பணிந்துநின்று
குலம களாகுந் தன்சொல்லைக்
கேட்டு நிற்க வேண்டிநின்றும்
கலத்தி லிருக்குஞ் சேடத்தை (92)
களித்து வந்து கதாதரரும்
மலர்ந்த முகத்தோ டுண்டிருந்து
மகிழ்ச்சி காட்டி நின்றிருந்தார்

பிடிவா தமாகச் சேடத்தைப்
பதியு முண்டு களித்திருக்க
மடவாள் கண்டு மௌனமாக
மற்றுக் கண்ணீர் பெருக்கிநின்று
முடிவில் யானும் தோற்றுநிற்க (93)
மகதி நீயு முன்விருப்பம்
தடைக ளின்றி நிறைவேற்றித்
தனிய ளாக்க முடிவுசெய்தாய்

பதியைக் கொள்ள முடிவுசெய்தாய்
பதியு மின்றி வாழ்க்கையில்
பதியே யெல்லா மெனக்கூறும்
பாரு மென்னை நகைத்திடவே
சதியுஞ் செய்தென் பதியையும் (94)
சதியி டமிருந் தகற்றுகின்றாய்
விதியை மாற்ற வியலாதாள்
வாழ்வ தெவ்வா றுரைத்திடுவாய்

இயற்கை தன்னை மீறுபவர்
இகத்தி லில்லை யென்பதுவும்
மெய்யே யாகு மிதைமாற்ற
மடவாள் யானு மென்செய்கேன்
நியதி பலவும் வகுத்துநிற்கும் (95)
நீயே வொருத்தி நினைத்ததன்பின்
முயற்சி செய்தல் வியர்த்தமாகும்
மற்றுக் காத்த ருளென்பாரே

விதியும் நீயே விதியையும்
வகுத்து நிற்ப துநீயேயாம்
விதியை வகுத்து விதிப்படியும்
வழங்கி நிற்பா யெல்லாமும்
விதியை வகுத்து நீதியையும் (96)
வழங்கு முன்னை வையகத்தில்
எதிர்த்து நிற்க யெவராலும்
இயலா தியலா தியலாதே

பத்த ரென்னைப் பகவனாகப்
பாவித் திருந்து பகவனையும்
துதித்து மலரால் பூசைகள்
செய்து மகிழ்தல் போலென்னை
மதித்துப் பூசை செயத்தொடங்க (97)
மரணம் மகிழ்ந்தி ருந்தென்னை
அதிக விரைவில் பற்றுமென
அறியென் றுரைத்தார் சாரதைக்கு

ஒருநாள் பதியும் சாரதையை
உவந்த ழைத்துக் கூறிடுவார்
பரம னுக்குப் பூசைகள்
புரிவ துபோலும் மக்களுமே
விரும்பி யெனக்குப் பூசைகள் (98)
வேட்கை கொண்டு செயத்தொடங்க
மரண மென்னை வெகுவிரைவில்
மகிழ்ந்து பற்று மறியென்றார்

மறுநாள் பூசை சாரதையும்
மகிழ்ந்து புரிந்தி ருக்கையில்
தற்கொண் டானுந் தக்கணமே
திடீரென் றங்கு வந்திருந்து
சிற்ப ரையின் படத்தருகில் (99)
தமது படத்தைக் கண்டுநிற்க
சிறிது திகைத்து சாரதையும்
சிரமுந் தாழ்த்தி நின்றிருந்தார்

அருமை யான பூசையை
ஆற்றி வந்தா யனுதினமும்
தெரியா திருந்தே னென்தாயே
தினமும் நீயும் புரிபூசை
கருத்தொ ருமித்து மலர்தூவி (100)
காட்டி நின்றாய் கர்ப்பூரம்
பெரிதும் மகிழ்ந்தே னெனக்கூறிப்
படத்தை அருச்சித் திருந்துநின்றார்

பதியே தெய்வ மெனக்கூறும்
பழமொ ழிதன்னை யேற்றிருந்து
நிதமுந் தமது பதிபடத்தை
நல்ல மலரா லருச்சித்து
மதுர கீதம் பாடிநிற்பார் (101)
மனைவி யாகும் சாரதையும்
இதுநாள் வரையு மெவருக்கும்
இயம்ப தில்லை யிதுபற்றி

தாரம் மலரா லர்ச்சினையும்
தமது படத்தில் புரிந்திருக்க
கோரி பத்தர் கதாதரரும்
கண்டு மகிழ்ந்து மலர்களையும்
வாரி யள்ளித் தம்படத்தில் (102)
விதர ணமாக அருச்சிக்க
நாரி கண்டுத் தன்செயலில்
நிரம்ப மகிழ்ந்து நின்றிருந்தார்

எனக்கும் மற்றும் படத்திற்கும்
இறைக்குச் செய்வ துபோல்பூசை
கனிந்து பத்தர் புரிந்திருக்க
காளி யென்னை வெகுவிரைவில்
தன்னோ டுகொள்வா ளென்றுரைத்த (103)
தலைவ னுரையால் மிகப்பயந்து
மனம்வெ றுத்த சாரதையும்
மகிழ்ந்தி ருந்தா ரிப்போது

படத்தை வைத்துப் பூசையும்
புரியா திருக்க நினைத்திருந்த
மடவா ளின்று தன்பதியும்
மகிழ்ந்து பூசை தம்முடைய
படத்திற் காற்றி நிற்பதையும் (104)
பார்த்து மகிழ்ந்து தம்பூசை
மடமைச் செயலு மிலையென்று
மற்று ணர்ந்து மகிழ்ந்திருந்தார்

ஒருவ ருக்கு மற்றொருவர்
உவந்து பூசை நடத்துதலில்
பெரிதும் தவறி லையென்று
புரிந்து மகிழ்ந்து சாரதையும்
வருடம் முன்னர் பதிதேவர் (105)
விமரி சையா யாற்றிநின்ற
இராச ராசே சுவரிபூசை
இனிதே யெண்ணி மகிழ்ந்துநின்றார்

தெளிவு பிறந்து நின்றிருக்க
செய்த பூசை தனில்பிழையும்
துளியு மில்லை யென்றறிந்து
திடங்கொண் டிருந்து சாரதையும்
களித்து மகிழ்ந்துத் தன்பதியும் (106)
கரைந்த துமற்ற வருக்கென்று
திளைத்து மகிழ்ந்தி ருந்திருக்க
தொடர்வார் பூசை படத்திற்கு

பதியாம் சைதன் யரையுமவர்
பத்தி னியாகும் பிரியாவும்
முதலில் பூசித் திருந்ததேபோல்
மகிழ்ந னுக்கு சாரதையும்
இதயங் கனிந்து முதன்முதலில் (107)
இயற்றி நின்றார் பூசையும்
அதன்பின் சகல மக்களுமே
அருச்சித் திருக்கத் தொடங்கினரே

தத்து வஞான போதனைகள்
சன்னி யாசி கொடுத்திருக்க
மெத்தச் சிறந்த பூசைக்கு
மற்றுச் சதியுங் காரணமாம்
தத்து வஞான மாண்மையைத் (108)
தெரிவித் திருக்கு மச்சமயம்
மெத்தச் சிறந்த பூசையும்
மென்மை காட்டி நிற்கிறதாம்

தாயே போல்வார் கதாதரரும்
தளரா துவைராக் கியத்தோடு
மாயை தன்னை வென்றுவாழ
மற்றுச் சதியும் பொறுப்பிலாது
காயா புரியில் நகையணிந்து (109)
களிக்கி றாறென் றொருத்தியுமே
வாய்விட் டுரைத்து நின்றதாக
விண்டு நின்றார் கோலாப்மா

இங்கி தமென்னுஞ் சொற்பொருளை
இம்மி யளவு மறியாது
பங்க மாகத் தினம்பிதற்றி
பெரிதும் வருத்தும் கோலாப்மா
செங்க மலத்து முகத்தாராம் (110)
சார தையின் முன்வந்து
நங்கை யொருத்தி பிதற்றலையும்
நிறைய மகிழ்ந்துப் பிதற்றிநின்றார்

பிதற்றி நின்று வருத்துவதைப்
பிறழா துசெய்வார் கோலாப்மா
பிதற்றல் கேட்ட சாரதையும்
பூண்டி ருந்த நகையெல்லாம்
பதறிக் கழற்றி வைத்துவிட்டுப் (111)
பரிதி யில்லா பகல்போலும்
அதீத களையு மிழந்துநின்று
அமங்க லமாகத் தோன்றிநின்றார்

கரத்தி லிருந்த வளைதவிர
கடுக மற்ற நகையெல்லாம்
விரைந்து கழற்றி சாரதையும்
வைத்தி ருந்தார் பெட்டிதனில்
வரனு மளித்த நகையணிந்து (112)
விளங்கும் நல்ல குலமகளும்
கரியர் கூற்றை மதித்துநின்று
கழற்றி வைத்தார் நகையெல்லாம்

மறுநாள் காலை யோகின்மா
மற்றங் குவந்து சாரதையை
வெறுமை யாகக் கண்டுநின்று
வியர்த்து பயந்து துணுக்குற்று
மறுப டிமீண்டும் நகையணிய (113)
மற்று விடாது கூறிநின்று
வற்பு றுத்தி யபின்னருமே
வனிதை யணிந்தா ரொன்றிரண்டு

அடாத செயலாம் சுமங்கலியும்
அணியா திருத்தல் நகையென்று
விடாது கூறி யோகின்மா
வற்பு றுத்தி நின்றிருக்க
மடையர் கூற்றை மதித்துநின்ற (114)
மடவா ளுடனே ஒன்றிரண்டை
உடலி லணிந்து நின்றதுமே
உவந்து மகிழ்ந்தார் யோகின்மா

அனைத்து நகையு மணியவில்லை
அணிந்தா ரொன்றி ரண்டையும்
பின்ன ரவரு மெப்போதும்
பூண்டா ரில்லை யெல்லாமும்
இனிய துசெய்து நிற்பதாக (115)
இன்னல் செய்வார் கோலாப்மா
முனிந்து சினந்து பேதைக்கு
மொழிப வரில்லை அங்கெவரும்

நிகழ்ச்சி யிதுவும் நடந்ததன்பின்
நாட்கள் சென்ற னநான்கைந்து
திகம்ப ரிபத்தர் கதாதரரும்
தொண்டை தன்னில் வலியென்று
புகன்று நின்றா ரொருநாளே (116)
படுக்கை தன்னில் வீழ்ந்தவர்க்குச்
சிகிச்சை செய்தோர் புற்றுநோயாய்
தெளிந்து செப்பி நின்றனரே

புற்று நோயும் வந்ததாகப்
புகன்றார் வந்த மருத்துவரும்
புற்று நோய்க்குச் சிகிச்சையும்
புரிய தட்சி ணேசுவரம்
சிறிதும் வசதிப் படாதிருக்க (117)
சியாம்பு கூரா மிடத்திற்கு
மற்றி ருப்பி டத்தையும்
மாற்றி நிற்க விழைந்தனரே

மகோன்ன தமான புகழ்பெற்ற
மகேந்தி ரலாலாம் மருத்துவரும்
திகம்ப ரிபத்தர் கதாதரர்க்கு
திறம்ப டநன்கு கண்டறிந்து
சிகிச்சை யளிக்க ஒப்பிநிற்க (118)
சீடர் சியாம்பு கூர்தன்னில்
மகிழ்ந்து குருவும் வசித்திடவும்
மனையு மொன்று கண்டனரே

புதிய விடத்தில் சங்கடங்கள்
பலவு மிருந்தும் சீடருமே
சித்தை பத்தர் கதாதரரை
சியாம்பு கூருங் கொண்டுசெல்ல
பதியைப் பிரிந்து சாரதையும் (119)
பரித வித்துத் தனியளாக
வெதும்பித் தமதி ருப்பிடத்தில்
வெற்று வாழ்க்கை வாழ்ந்திருந்தார்

தட்சி ணேசு வரந்தன்னில்
தற்கொண் டானு மில்லையாம்
விடாது பிடித்த வியஞ்சனமும்
வேண்டும் பதியின் சீடருடன்
முடிவி லாத பணிச்சுமையும் (120)
மற்றி லாதி ருந்திருக்க
படாத பாடு பட்டுநின்று
பொழுதைக் கழித்தார் சாரதையும்

அகத்தில் களித்தி ருந்திடுவார்
அடக்க மாக சாரதையும்
முகத்தை மூடி மற்றவர்முன்
மற்று வாரா திருந்திடுவார்
அகத்துள் பணியில் மூழ்கிநின்று (121)
அமைதி யாக நாமசெபம்
புகன்றி ருக்க யிவைபுரிய
புதிய மனையி லியலாதாம்

இதனை யெண்ணிச் சீடருமே
இறைவன் வாழ்ந்தி ருக்கின்ற
புதிய மனைக்குச் சாரதையைப்
பரிந்த ழைத்துச் செல்லாது
பதமாய் விளக்கி நின்றவுடன் (122)
பதவி சாக சாரதையும்
பதிசே வையு மாற்றாது
பரித வித்து நின்றிருந்தார்

அடிக்க டிவாயால் வருத்துகின்ற
அறிவி லிமூட கோலாப்மா
இடித்து யோகின் மாவிடமும்
இயம்பி நின்றா ரிவ்வாறு
மடவா ளாகும் சாரதையும் (123)
மற்றுப் பொருளை வள்ளல்போல்
கிடைத்த தனைத்தும் கொடுத்துநின்று
களித்தி ருப்பார் சதாகாலம்

அரசோச் சிநிற்கும் இராணியாக
அனைவ ருக்குங் களித்துநின்று
பொருளை வாரி வழங்கிநிற்கப்
பெரிதும் வெறுத்த வர்பதியும்
பிரிந்து சென்றார் சியாம்புகூராம் (124)
பதியின் சினமுங் கொண்டதற்கு
பொருளாள் கார ணமாகுமெனப்
பொய்பு கன்றார் கோலாப்மா

அந்த ராத்மா தானென்றும்
அறியா தெதுவு மிலையென்றும்
மந்த புத்தி கோலாப்மா
மிகவு மெண்ணிக் கண்டபடி
சிந்தை தன்னில் தோன்றியதைச் (125)
சீல மின்றிச் செப்பிநின்றார்
புந்தி யின்றி உமிழ்ந்ததையும்
புகல வந்தார் யோகின்மா

அன்பிற் குரிய யோகின்மா
அருகே வரவும் சாரதையும்
புன்ன கைத்துக் கூறிநின்றார்
பின்னி நின்று கொண்டையும்
முன்ன மொருநாள் போட்டதையும் (126)
மிகவும் விரும்பி இரண்டொருநாள்
சென்னி நனைத்துக் குளிக்காது
சீவா திருந்தே னென்றுரைத்தார்

இதுகேட் டதிர்ந்து யோகின்மா
எண்ணி நின்றா ரிவ்வாறு
பதியு மங்கு வாழ்விற்குப்
போரா டிநிற்க யிப்பெண்ணும்
எதுவு மறியா திருந்துநின்று (127)
இறும்பூ தெய்திப் பின்னலையும்
மதித்து மகிழ்ந்து ரைக்கின்றார்
மனதி லிருப்ப தறியேனே

புற்று நோயி லிவர்பதியும்
படாத பாடு பட்டுநிற்க
சற்றும் நிலையு மறியாது
சார தையும் பின்னலையும்
குறித்து மகிழ்ந்தி ருக்கின்றார் (128)
கூந்தல் மற்று மலங்காரம்
சிறந்தி ருப்ப தெத்தனைநாள்
சிற்ப ரையே அறிவாளாம்

பதியின் நிலையு மறியாது
பின்னல் தன்னில் மகிழ்ந்திருக்கும்
மதிமு கத்தார் சாரதைக்கு
மற்றுக் கூந்த லலங்காரம்
எதுநாள் வரையுந் தாங்கிடுமோ (129)
இறைவி யிவரைக் காத்துநிற்பாய்
துதித்து நிற்பே னுனையென்று
துயருற் றிருந்தார் யோகின்மா

பின்ன ரவரும் கோலாப்மா
பொய்யா யுரைத்த செய்தியையும்
ஒன்று விடாதெ டுத்துரைக்க
ஓயா தழுது நின்றிருந்து
தன்னை நொந்துப் பிரிவிற்குத் (130)
தாமே கார ணமென்றெண்ணிப்
பின்னும் விடாது தொடர்ந்தழுவார்
பத்தி னியாகும் சாரதையும்

வண்டி யொன்றை அமர்த்திநின்று
விரைந்து சியாம்பு கூரடைந்து
கணவர் தன்னைச் சென்றடைந்து
கண்ணீர் பெருக்கிக் கதறிநிற்க
மணாள னாகும் கதாதரரும் (131)
மற்றுக் கேட்டார் காரணமும்
கண்ணே யென்றன் கண்மணியே
கண்ணீர் பெருக்கக் காரணமேன்

அருகி லமர்ந்த ழுதுநிற்க
அன்போ டுநோக்கி கதாதரரும்
பெருக வழுத லேனென்றுப்
புகலக் கேட்க சதியுமுடன்
பெருகச் சினந்து நின்றதேனே (132)
புரிந்த குற்றம் பிழையேதாம்
உரைத்தி டுவீரே யெனச்சதியும்
உற்றா னிடமுங் கேட்டுநின்றார்

சினந்து நின்று நீவிரிங்கு
சியாம்பு கூரும் வந்ததாக
அன்புப் பெண்ணாம் கோலாப்மா
அறைந்தா ளென்று சாரதையும்
மனைக்கி ழவனுக் குரைத்திடவும் (133)
மணாள னுரக்கச் சிரித்துநின்று
தன்மேல் சினமுங் கொண்டவரைத்
தரணி கண்ட துண்டாமோ

அழவிட் டுன்னை அனுப்பிநின்ற
அறிவி லிபிச்சி கோலாப்மா
பிழையைத் தவிர வேறெதுவும்
புரியா வறியா ளறிவிலியாம்
மொழிந்து நிற்க அறியாத (134)
மூடப் பெண்ணா மவளாவாள்
பழிச்சொல் புகன்ற பாதகியைப்
பிரிய சகியே அனுப்பிடுவாய்

சினமு முன்மேல் கொள்வதற்கு
சித்தை அனும திக்காளாம்
உன்மே லிதுநாள் வரையென்றும்
உற்றான் யானுஞ் சினந்ததையும்
நினைவி ருந்தா லுரைத்திடுவாய் (135)
நாணி வெட்கிப் பலர்முன்னும்
மன்னிப் பையும் வேண்டிடுவேன்
மனையே நீயு மென்னுயிராம்

அசடா மறிவி லிகோலாப்மா
அறியாள் நீயு மாரென்று
பொச்சாப் புரைத்த பாதகியைப்
பிரிய சகியே அனுப்பிடுவாய்
துச்ச மான மொழிகளையும் (136)
தள்ளி யொதுக்கி நின்றிருப்பாய்
கசிந்து கதறா திருந்துடனே
கிளம்பிச் செல்வா யென்றுரைத்தார்

தொண்டை தன்னில் வலியிருந்தும்
துருவை பத்தர் மிகவன்பாய்
துணைவி மகிழ யெடுத்துரைக்கத்
துயருற் றிருந்த சாரதையும்
மணாள னுரையால் மிகமகிழ்ந்து (137)
மற்று விடையும் பெற்றுநின்று
வணங்கி தட்சி ணேசுவரம்
வந்து கவலை விட்டிருந்தார்

பின்னர் பிச்சி கோலாப்மா
பருப்ப திபத்த ரிடம்வரவும்
வன்மை யாக கதாதரரும்
வெகுண்டு சினந்துக் கடிந்துரைப்பார்
எனக்கு மன்னை சாரதையாம் (138)
இன்னு மிகத்திற் கவளன்னை
உன்னா லவளை அறிவதுமே
ஒருபோ துமாகா துணர்ந்திடுவாய்

மற்ற பெண்கள் போலவளை
மனதி லெண்ணி நின்றாயாம்
சற்றும் சத்தி தனிலவளும்
சிறிது மெனக்குக் குறைந்தவளில்
முற்று மவளே யென்சத்தி (139)
முழுது முண்மை அறிவாயே
மறைத்துத் தனது சத்தியையும்
மிகவு மொளித்து நிற்கின்றாள்

கனிந்து ஞான மளித்திடவும்
காசி னிதன்னில் பிறந்துள்ளாள்
அனைத்து ஞான உருவவளாம்
அறியா தெதுவு மில்லையாம்
தனது ஞான வாரியையும் (140)
தரணி தன்னில் மறைத்துவைத்து
அனந்த கோடிப் பிரபையை
அறியா தொளித்து வாழ்கின்றாள்

சாம்பல் நிறத்துப் பூனையும்
திறமை யாகத் தன்னையும்
சாம்ப லுக்கு ளுறைந்திருந்து
சிறிதும் வெளிக்குக் காட்டாது
கோம ளமாகப் பதுங்கிநின்று (141)
காத்தி ருப்ப துபோலுமவள்
கூம்பித் தனதொ ளியனைத்தும்
காட்டி நின்றா ளில்லையாம்

அவளுக் கீடுத் தொல்லுலகில்
அவளொ ருத்தி யாகிடுவாள்
அவள்கு ணத்தில் குறைகண்டு
அனேகம் வருத்தி நின்றாயே
குவித்தக் கரத்தோ டவளிடமும் (142)
கழிவி ரக்க மன்னிப்பு
சுவச்ச மாகக் கேளென்று
சித்தை பத்தர் கடிந்துரைப்பார்

வசைமா ரிகேட்டுத் தன்மீது
வெறுப்புங் கொண்டு கோலாப்மா
கசிந்து தட்சி ணேசுவரம்
கிளம்பி வந்து கதாதரரும்
அசைத்துச் சினந்து நின்றதையும் (143)
அறிவித் திருந்து தவற்றிற்கு
விசித்து விம்மி யழுதிருந்து
வேண்டி நின்றார் மன்னிப்பும்

பிழைபொ றுத்து மன்னிக்கும்
பண்பு மிகவுங் கொண்டவரும்
அழுத ரற்றி நின்றிருக்கும்
அறிவி லிகோலாப் மாவிடமும்
மொழியா திருந்துத் தழுவிநின்று (144)
மௌன மாக கோலாப்மா
பழிச்சொல் பலவும் மறந்ததாக
பகர்ந்து நட்பு தொடர்ந்திருந்தார்

பதியை யிழந்து மகனையும்
பின்னர் தனது மகளையும்
விதிவ சத்தால் இழந்துநின்று
வாழ்க்கை வெறுத்து நின்றிருந்த
விதவை கோலாப் மாவையும் (145)
வலிந்த ழைத்து யோகின்மா
இதமாய் தட்சி ணேசுவரம்
இட்டு வந்து நின்றிருந்தார்

அன்பு மழையும் பொழிந்துநின்று
அனேக முறையி லாதரவும்
இனிய நட்புந் தோழமையும்
ஏரா ளமாக வழங்கிநிற்க
கனிந்து நின்று கோலாப்மா (146)
காலன் தந்த ளித்துநின்ற
துன்பம் பலவும் மறந்துநின்றார்
தட்சி ணேசு வரந்தன்னில்

பதிக்குச் சோறு கொண்டுசெலும்
பாக்கி யத்தை வலிந்துகேட்டு
சதியும் பதியும் சந்திக்கும்
சிறிய நேரம் தன்னையும்
விதவைத் தோழி கோலாப்மா (147)
வீண டித்து நின்றிருந்தும்
வதுகை யாகும் சாரதையும்
வெறுத்தா ரில்லைத் தோழியையும்

உணவு கொண்டு சென்றிருந்து
உரையா டிவிட்டு கோலாப்மா
மணிக்க ணக்கில் சாரதையை
மற்றுக் காக்க வைத்திடுவார்
உணவைப் பூனை முதலான (148)
உயிரி னங்கள் தீண்டாமல்
கண்ணுங் கருத்தாய் சாரதையும்
காத்தி ருப்பார் வெகுநேரம்

தூக்கந் தன்னைத் தொலைத்துவிட்டுத்
துணையைக் காணா திருந்துநின்று
காக்க வைத்துப் பழிவாங்கும்
கேன கோலாப் மாவையும்
நோகச் செய்யா ரொருபோதும் (149)
நொந்து தானும் வருந்திநின்றும்
மூக்கங் கொண்டு சாரதையும்
மொழிவா ரில்லை வன்சொல்லும்

பொறுக்க முடியா தொருநாளும்
பெரிதும் வருந்தி சாரதையும்
சற்றுச் சினந்து நின்றிருந்து
சாதந் தன்னை நாய்பூனை
பற்றித் தின்று மகிழட்டும் (150)
பாது காக்கே னெனக்கூறி
பொறுமை யிழந்து நின்றதையும்
பதியு மறிந்து கேட்டுநின்றார்

உற்றான் கேட்டு சாரதையின்
உபத்தி ரவங்க ளறிந்துநின்று
சிறிதும் நாண மின்றிநீயும்
சார தையைக் காக்கவைத்தாய்
புறப்பட் டுடனே செல்லென்று (151)
பெருமா னுரைக்க கோலாப்மா
பற்றே துமில்லா யெனக்கவரும்
பெற்ற தாயு மாகிடுவார்

பெற்றெ டுத்தப் பெண்ணாகப்
பெரிதுங் கருதி வாழ்பவரும்
குற்றங் குறைகள் கண்டிடாரே
கோபங் கொண்டு சினந்திடாரே
மற்றிவ் வையம் வெறுத்திடினும் (152)
மறந்து மென்னைக் கைவிடாரே
பற்றே துமில்லா யெனையவரும்
பற்றிக் காத்து நின்றிடுவார்

என்று ரைத்து கோலாப்மா
இனிதே தொடர்ந்தி றைவனுடன்
முன்பு போல மணிக்கணக்கில்
மகிழ்ந்து நெடிய உரையாடல்
அனேக முறையும் செய்திருப்பார் (153)
அன்புப் பெருக்கால் சாரதையும்
சினந்தொ ருசொல்லுஞ் சொல்லிடாது
சினேகங் கொண்டு நடந்திடுவார்

சினந்து சீற்றங் காட்டிநின்றும்
சீட ரெவரு மொருபொருட்டாய்
என்றுங் கொண்ட தில்லையாம்
எவரும் வருந்தி யதில்லையாம்
அன்னை யவரே அன்புமவர் (154)
அதுவே அவரி னிறுதிமூச்சாம்
கனிவு கருணை யென்பதற்கு
காட்டா கிநின்றார் சாரதையே

தட்சி ணேசு வரந்தன்னில்
        தனியா யிருந்த சாரதையும்
படிப்பைத் தொடர விரும்பிநிற்கப்
        பனவர் வீட்டுப் பெண்ணொருத்திப்
படிக்கச் சொல்லிக் கொடுத்திடவும் (155)
        பயின்று பாடங் கற்றுவந்தார்
முடிவில் படிக்கக் கற்றுநின்றும்
        முடியா துதோற்றா ரெழுதுவதில்

தொண்டைப் புண்ணின் காரணமாய்
        துளியு முண்ண வியலாது
புண்ணி யமுதல் விபத்தருமே
        பெரிது மவத்தைப் பட்டிருக்க
கண்டு நின்று சீடருமே (156)
        குருவைக் கலந்தா லோசிக்க
எண்ணித் தயங்கி இறுதியாக
        இறைவ னிடமும் கேட்டனரே

அம்மா வென்றுந் தாயென்றும்
        அகசை பத்தர் பத்தினியை
அம்பா ளாகப் பாவித்து
        அழைத்து நிற்க சீடருமே
அம்மா வென்று சாரதையை (157)
        அழைப்ப தென்றும் வழக்கமாகும்
அம்மா வந்து சமைத்தன்னம்
        அளித்தல் நலமென் றுரைத்தனரே

திரையிட் டிருக்கு மென்னன்னைத்
        தங்கி யிருத்தல் சங்கடமாம்
தரிசித் திடவே பலருமிங்கு
        தினமும் வந்து நின்றிருப்பர்
தெரியா தறியா தார்முன்னம் (158)
        தார மிருப்ப தெப்படியே
இருந்து மவரு மிங்குவந்து
        இருக்க விரும்பி னழைத்துவாரீர்

இங்கு வரவுந் தடையெதுவும்
        இல்லை யென்று கருதிநின்று
தங்கிப் பணிவி டைகளுமே
        தாரம் புரிய விரும்புவதை
நங்கை நல்லா ளிடங்கேட்டு (159)
        நீவிர் வாரீ ரென்றுரைத்து
சங்க ரிபத்தர் சீடரையும்
        சதியி டமனுப் பிநின்றிருந்தார்

தட்சி ணேசு வரமடைந்து
        திகம்ப ரிபத்தர் நிலைமையை
எடுத்து ரைத்த சீடருடன்
        இனிதே கிளம்பி சாரதையும்
படுத்த படுக்கை யாயிருக்கும் (160)
        பதிக்குச் சேவை புரிந்திடவும்
தடையுஞ் சொல்லா துடன்வந்து
        தற்கொண் டானைக் கண்டுநின்றார்

திரையிட் டிருந்தும் பணிவிடைகள்
        திறமை யாக ஆற்றிநின்றார்
இரவி ரண்டு மணிக்கெழுந்து
        இறைவி நாம செபம்முடித்து
கரவா யவருங் குளிர்நீரில் (161)
        குளித்து முடித்த டிசில்செய்து
வரனுந் தனியா யிருக்கையில்
        வந்து பரிமா றிநின்றிடுவார்

இரவில் பலருஞ் சென்றதன்பின்
        இறைவ னிருக்கு மறைக்கருகில்
இருக்குஞ் சிறிய அறையடைந்து
        இரங்கி இறையை வேண்டிநின்று
வரனைக் காக்க அழுதுருகி (162)
        வனிதை சோர்ந்து றங்கிநிற்பார்
இரண்டு திங்க ளாகிநிற்க
        இறைவன் நோயும் முற்றியதே

காற்றோட் டமுள்ள இடத்திற்கு
கொண்டு செல்ல மருத்துவரும்
கூறி நிற்க வதன்படியே
காசிப் பூரா மிடத்திற்கு
மாற்றங் காண இடம்பெயர (163)
மற்றுப் புதிய மனைதன்னில்
தேறி நிற்பா ரெனநம்பி
சீடர் கொண்டு சென்றனரே

புதிய இடமும் வசதிபல
பெற்றி ருக்க வுடலசதி
மதிமு கத்தார் கொண்டாரில்
மணாளன் நோயும் முற்றிவரச்
சதையு மின்றி உடலிளைத்துச் (164)
சோறுங் கொள்ளா திருக்கின்ற
பதியின் நிலையைக் கண்டுமனம்
பதறி நிற்பார் சாரதையும்

மரணம் பற்றி முன்னமேயே
மகதி பத்தர் சாரதைக்கு
உரைத்தி ருந்தச் சூசகமும்
ஒன்றிந் நாளும் நிகழ்ந்ததுவே
துருவை பத்தர் தமைத்தேடித் (165)
தட்சி ணேசு வரஞ்சென்றோர்
அருச்சித் திருந்து நிவேதனமும்
அவரின் படத்திற் களித்தனரே

குருவின் படத்தின் முன்னிருந்து
கடவு ளாகப் பாவித்து
அருச்சித் திருந்து நிவேதனமும்
அளித்து நின்ற னைவருக்கும்
பிரசா தத்தை வழங்கிநிற்கப் (166)
பருப்ப திபத்தர் கேள்வியுற்று
துருவை யிருக்கப் படத்திற்கு
தந்த ளித்த தேனென்றார்

உயிரு முடலுங் கொண்டொருவர்
உலகில் வாழ்ந்தி ருக்கையில்
நயந்து நின்று படத்திற்கு
நிவேதித் திருத்தல் தவறென்று
பயந்து நடுங்கி சாரதையும் (167)
பதியின் முன்னங் கதறியழ
உயிர்க்கி ழவனுங் கண்டுநின்று
உரைத்து நின்றா ரிவ்வாறு

அன்புச் சகியே யிதுகேளாய்
அழுது நிற்றல் தேவையேன்
இனிமே லெனது படத்தையும்
இல்லந் தோறும் வைத்திருந்து
கனிந்து நின்று மக்களுமே (168)
களித்துப் பூசை புரிந்துநின்று
பின்னர் நிவேதித் திருந்துடனும்
பரிந்த ளிப்பர் தாம்பூலம்

சதியே யிதையும் நம்பிநிற்பாய்
சிறிதும் பொய்ம்மை யில்லையாம்
சத்தி யவாக்கா மெனக்குமக்கள்
செய்து மகிழ்வர் பூசைகள்
நிதமும் மக்கள் நிகழ்த்துவதை (169)
நிரம்பக் காண்பாய் வெகுவிரைவில்
கதறி நீயுங் கண்கலங்கக்
கொண்டேன் யானுந் துயரமென்றார்

அருகி லிருக்கும் இராம்லாலை
அன்போ டுநோக்கி உரைத்திடுவார்
புரிந்து நிற்பாய் பூசையும்
பவதா ரிணிக்கு நீயென்றும்
வருமா னத்திற் கொருகுறைவும் (170)
வாழ்க்கை தன்னி லிருக்காது
பெருமை பலவு முனைச்சேர
பல்லாண் டுவாழ்வா யென்றுரைத்தார்

சதியை நோக்கி இனிமையாய்
செப்பி நின்றா ரிவ்வாறு
மதிமு கத்துப் பேரன்பே
மகிழ்ந்து காமார் புகூர்சென்று
மதிப்போ டுவாழ்ந் திருந்திருப்பாய் (171)
மற்றும் இலக்கு மிதன்னையும்
சததங் கருத்தாய் கண்டுநின்று
செய்து நிற்பா யுதவிபல

அன்னம் மற்றும் வத்திரமும்
அவளுக் கிருக்கப் பொருளுதவி
ஒன்றுஞ் செய்யத் தேவையில்
ஊரை விட்டு மற்றவளும்
சென்று நில்லா தபடிநீயும் (172)
சற்றுக் கண்கா ணித்துவர
நன்மை பயக்கு மிருவருக்கும்
நீடு வாழ்வா யென்றுரைத்தார்

பின்னர் மீண்டும் இராம்லாலைப்
பரிந்து நோக்கிப் புகன்றிடுவார்
இனிதே காமார் புகூர்தன்னில்
இருந்து வாழ சாரதைக்கு
அனைத்து தேவை யானவையும் (173)
அளிப்பாய் பிள்ளா யெனக்கூற
அன்பென் பதத்தின் பொருளறியா
அசடர் கேட்டுப் புகன்றிடுவார்

விரும்பி நிற்கு மிடந்தன்னில்
வாழ்ந்தி ருப்பார் சிற்றன்னை
பெருமை மிக்க சோதரரும்
பலரு மிருக்க யானெதற்கு
புரிந்தி டவேண்டு முதவியென்று (174)
பொறுப்பேற் றிருக்க விரும்பாத
இராம்லால் கூற வதுகேட்டு
இறைவ னவரைக் கடிந்துநின்றார்

சிற்றன் னைக்குப் பிள்ளையாம்
சமயந் தன்னி லுதவுவது
நற்பண் பென்று கேட்டிலையோ
நன்மை பயக்கு மறியாயோ
சிற்றன் னையும் பெண்ணென்று (175)
சிறந்த பாது காப்பளித்தல்
அறமா கிடாதோ அதன்பின்னும்
ஆணும் புரிதல் வேண்டாமோ

என்று ரைத்து கதாதரரும்
ஏதும் பேசா திருந்திருக்க
மன்னுந் தாமே விடைபெறவும்
முடிவெ டுத்து நின்றதாக
மனையாள் தெள்ளத் தெளிவாக (176)
மற்ற றிந்து நின்றிருந்து
தனக்குத் தார கேசுவரன்
செய்த உதவி நினைவுகூர்ந்தார்

முன்பு தார கேசுவரன்
மற்றுத் தானும் வேண்டிநிற்க
கனிந்து கருணை காட்டியதைக்
கருத்தில் கொண்டு சாரதையும்
முனைந்து மணாள னுயிர்ப்பிச்சை (177)
மற்று நேர்ந்து கேட்டிடவும்
நினைத்துத் தனது பதியிடமும்
நவின்று நின்றார் தம்கருத்தை

தார கேசு வரஞ்சென்று
தரிசித் திருந்து திரும்பிடவும்
தாரம் தனது பதியிடமும்
தெரிவித் திடவு மவரொப்ப
நேரந் தாம திக்காது (178)
நேர்ந்து தார கேசுவரம்
சேர்ந்த டைந்து சன்னிதியில்
சிவனை வேண்டிக் கிடந்தழுதார்

பதியி னுயிரைக் காத்திடவும்
பலவா றுவேண்டி வெறுந்தரையில்
வதுகை வீழ்ந்தி ரண்டுநாட்கள்
விட்டொ ழித்தார் பசிதாகம்
பத்தா பிழைக்க வரம்பெறுவேன் (179)
பிறழ உயிரும் விட்டுநிற்பேன்
பதிலு மிறைவன் தரும்வரையும்
பொறுத்தி ருப்பே னென்றிருந்தார்

இரண்டு நாட்கள் கடந்திருக்க
இனிதே இரவு வந்ததுவே
அருகி லெவரோ பலபானை
அனைத்துஞ் சேர்த்து வைத்திருந்துப்
பெருந்த டிகொண்டு டைத்துநிற்கும் (180)
பேரொ லிகேட்டி ருக்கையில்
மரணச் சமயச் சங்கொலியும்
மற்றெ ழுந்தி ருந்ததுவே

பிண்டப் பானை உடைவதாக
புரிந்த றிந்தார் சாரதையும்
பிணமு மான சேதியையும்
புகலுஞ் சங்கி னொலிகேட்டார்
கணவ னென்பான் யாராவான் (181)
கிழத்தி யென்பாள் யாராவாள்
பிணங்கி உயிரும் விட்டிடுதல்
பிழையென் றெவரோ புகன்றுநின்றார்

மனது ளெவரோ அமர்ந்திருந்து
மொழிவ துகேட்டு நின்றிருந்தார்
மன்னென் போனும் யாராவான்
மனையென் பவளும் யாராவாள்
என்னே உறவி வரிடையே (182)
எவரே கணவர் மனைவியெவர்
உன்னி உயிரை விடுமெண்ணம்
உடனே விடுவா யென்றதுவே

செவிசாய்த் திருந்த வர்விருப்பம்
சிவனுங் கேட்டு நின்றானில்
துவண்டு நின்ற வர்வாட
செய்தா னில்லை அலட்சியமும்
அவர்ம னத்தந் தராத்துமாவாய் (183)
அனேக மொழியும் புகன்றிருந்தான்
உவந்து பரம பற்றின்மை
உபதே சித்து நின்றிருந்தான்

இறைவன் சங்கற் பத்தையும்
எவரும் மாற்ற வியலாது
இறைவ னளிப்ப தனைத்தையும்
ஏற்று நிற்க வேண்டுமாமே
இறைவ னளிப்ப தெல்லாமும் (184)
இறுதி தன்னில் நலம்பயக்கும்
இறைவன் விருப்ப மிறுதியென்றும்
இனிதே உணர்ந்தார் சாரதையும்

என்க ரத்தி லெதுவுமில்லை
எல்லா முன்றன் விருப்பமாமே
உன்னை மீறிச் செயல்புரிய
ஒருவ ராலு மாகாதாம்
பின்னு முரிமை கோரிநிற்றல் (185)
பிழையா கிடுமென் றறிவேனே
இனிமே லெல்லா முன்கையில்
என்றி யிம்பி அழுதுநின்றார்

கண்ணீர் பெருக்கி அழுதிருந்து
கிடந்த விடத்தி ருந்தெழவும்
கண்டு நின்றார் குளமாகக்
கிடங்கி லபிடே கநீரையும்
அணுகி நின்றுக் கைநிறைய (186)
அள்ளிக் குடித்து விரதத்தைப்
புண்ணி யமுதல் விபத்தர்தம்
பாரி யாளும் முடித்துநின்றார்

விரதம் முடித்துத் தோல்வியுடன்
வந்த டைந்தார் காசிப்பூர்
வரனு மவரைக் கண்டுநின்று
வினவி நின்றார் விவரங்கள்
தெரியச் சொல்வா யென்தாயே (187)
தார கேசு வரனுனக்கு
உரைத்த விவர மெல்லாமும்
ஒளியா துரைப்பாய் பேரன்பே

சென்றாய் தார கேசுவரம்
சிவனு மென்ன உரைத்தனனே
சென்ற விடத்தில் கிடைத்ததென்ன
செப்பி நிற்பா யென்சகியே
உன்றன் வதனம் வாடிநிற்க (188)
ஒன்றும் பெற்றா யிலையென்று
நன்கு தெளிவா யறிகின்றேன்
நீயே கேட்பா யென்கனவை

மருந்து தேடிக் களிறொன்று
மேதி னிதன்னில் பலவிடத்தும்
திரிந்த லைந்துக் கிடைக்காது
தாலந் தன்னைத் தந்தத்தால்
விரைந்து தோண்டக் கண்டுநின்றேன் (189)
வந்து மருந்து டனெனக்குத்
தருமென் றிருக்க கோபாலும்
தட்டி யெழுப்பிக் கெடுத்துநின்றான்

மருந்தைக் கண்டுக் களிறுமுடன்
மற்றுக் கெல்லி யெடுக்கும்முன்
விரைந்து வந்து கோபாலும்
வலியக் கூவி யெழுப்பிநின்றான்
அருமை யான யென்கனவும் (190)
அரைகு றையாய் முடிந்ததுவே
கிருகி ணிநீயும் கனவுதனில்
கண்ட தையு முரையென்றார்

கனவில் கண்ட காட்சியிதாம்
கழுத்தை வளைத்து காளிநிற்க
கனிந்து நின்று சாரதையும்
கார ணத்தைக் கேட்டிடவும்
மன்னின் மிடறைக் காளிகாட்டி (191)
மிகவு மதுவே வருத்திநிற்க
தன்னால் நிமிர முடியாது
துன்புற் றிருப்ப தறிவித்தாள்

கழுத்தைச் சற்று சாய்த்திருக்க
கழுத்தின் வலியுங் குறைவதாக
அழகுச் சொரூப காளியுமே
அறிவித் திடவும் மேற்கொண்டு
மொழியா திருந்து சாரதையும் (192)
மனது எழுத வாறிருந்து
விழித்தெ ழுந்து கனவென்று
விவர மறிந்து நின்றிருந்தார்

நோயின் வலியைக் குறைத்திடவும்
நிமிரா திருந்து காளிதேவி
சாய்த்து நின்றாள் தன்கழுத்தை
சிறிதும் கழுத்தைச் சாய்க்காது
நோயின் வலியைப் பூரணமாய் (193)
நிமிடந் தோறு மனுபவித்துப்
பாயி ருந்தெ ழாதிருக்கும்
பதியைக் கண்டு நொந்தழுவார்

கொடூர மான வலியையும்
கணவ ரனுப விப்பதேனே
அடாத மொழியும் புகன்றதில்லை
அதமச் செயலும் புரிந்ததில்லை
படாத பாடு கணவருமே (194)
பட்டு நிற்கக் காரணமென்
கொடுத்த தெதற்குத் தண்டனையே
கொடுமை யென்றார் சாரதையும்

சதியின் மனதை யறிந்துநின்று
சிற்ப ரையின் பத்தருமே
இதமா யெடுத்து ரைத்திடுவார்
இஞ்சை வந்த துநல்லதற்காம்
இதுபோல் கொடிய இஞ்சைகள் (195)
இரக்க மின்றிச் சீடரையும்
மதர்த்துத் தாக்கா தென்னையும்
மற்று வாட்டு கிறதென்றார்

பழவி னைக ளவர்க்கில்லைப்
பத்தர் பலரின் பிராரத்தம்
கழிந்து நிற்க வலிந்தவரும்
கருணை பொங்கி யேற்றுநிற்க
செழித்துப் பத்தர் சிறந்தோங்கச் (196)
சொல்ல வியலா துன்பங்கள்
வழுவா தேற்றுத் துயருற்று
வாழ்ந்து காட்டி நின்றிருந்தார்

உடலும் வேறா மதனுள்ளும்
உறையு மான்மா வேறாகும்
உடலி னவத்தை ஒருபோதும்
உறையு மான்மா விற்கில்லை
உடலு மழிந்த பின்னருமே (197)
உறையு மான்மா இருக்குமென்றும்
விடாது கூறி வந்தவரும்
வாழ்ந்து காட்டி நிரூபித்தார்

அருமைச் சீடர் பலருக்கும்
அண்ட விருக்கும் பலவினைகள்
பெருமான் தாமே யேற்றுநின்று
பட்ட னுபவிப் பதாகவுமே
உரைத்து நின்றார் சாரதைக்கு (198)
உவந்து நின்று பிற்காலம்
குருவின் சீடர் மற்றவரின்
கொடுமை யேற்று நின்றனரே

வாழை மரமுந் தன்கன்றை
வாழச் செய்து மடிவதேபோல்
வாழைக் கன்றுந் தன்கன்றை
வாழச் செய்து மடிகிறதாம்
வாழை யடிவா ழையாக (199)
வைய கத்தி லிதுநடக்க
வாழ்வு பெற்ற சீடருமே
வாழ்வ ளித்து நின்றனரே

நோகச் செய்தா ரில்லையாம்
நொந்தா ரில்லை நோயாலும்
மூக்கங் கொண்டு மொழிந்ததில்லை
மெய்யின் வருத்த மற்றுமிலை
ஊக்கங் கொண்டு சீடருக்கு (200)
உரைத்து நின்றார் நல்மொழிகள்
நோக்கி நிற்கும் கண்களுமே
நிறைய வன்பைப் பொழிந்தனவே

படிக ளேறிப் பாலெடுத்துப்
பதிக்க ளிக்க மாடிக்கு
நடந்து வந்த சமயத்து
நிலைகு லைந்து சாரதையும்
தடுக்கி விழுந்து விட்டிருக்க (201)
தொடர்ந்த சத்தங் கேட்டுபெண்கள்
அடுத்து விரைந்து வந்தவரை
அள்ளித் தூக்கிக் கிடத்தினரே

எலும்பு பிசகி நின்றிருக்க
எடுத்த டிவைக்க இயலாது
வலியுங் கொண்டு சாரதையும்
வரனைக் காண வியலாது
வலிவி ழந்து மிகநொந்து (202)
வாழ்க்கை வெறுத்துத் தமதறையில்
நலிந்தி ருக்கக் கண்டுசீடர்
நிரம்பப் பயமுங் கொண்டனரே

நடந்து நின்ற நிகழ்ச்சியையும்
நிரம்பப் பீதி கொண்டதையும்
சடாத ரிபத்த ரறிந்துநின்று
சீடர் பயத்தைப் போக்கிநிற்க
படாத பாடு பட்டிருந்தும் (203)
புகன்று நின்றார் நகைச்சுவையாய்
அடிபட் டிருந்துத் தமதறையில்
அன்னை கொண்டா ளோய்விந்நாள்

அன்னை ஓய்வெ டுத்ததில்லை
அயரா துழைத்துஞ் சோர்ந்ததில்லை
இன்ற டிபட்டு நம்மன்னை
இனிதே ஓய்வுங் கொண்டிருக்க
என்றன் நிலையும் பரிதாபம் (204)
எவரே புரிவர் பணிவிடைகள்
பின்புஞ் சேவை அவர்போலப்
புரித லியலா தெவராலும்

கஞ்சி கொடுப்பார் யாரெவரே
கஞ்சிச் சுவையு மவர்கொடுக்குங்
கஞ்சிச் சுவைக்கு நிகராமோ
காளி யென்றன் சதிகாலை
வஞ்சித் திருந்து டைத்துநிற்க (205)
வேத னையை யெவர்க்குரைப்பேன்
கொஞ்சங் கருணை காளிகாட்ட
குடிக்க வியலும் நற்கஞ்சி

பெருமான் சற்று நகைச்சுவையாய்ப்
பேசி நிற்கச் சீடருமே
பெரிதும் நகைத்து நின்றிருக்கப்
பீதி யகன்று சென்றதுவே
அருகி லிருந்த வொருசீடர் (206)
அமர்ந்த நிலையில் அன்னையும்
பெருகச் சுவைக்குங் கஞ்சிசெய்யப்
பருகச் செய்வார் யாரெவரே

அன்னை கஞ்சி செய்துநின்று
அதையுஞ் சொட்டுச் சொட்டாக
இனிக்கப் பேசி வாய்தன்னில்
இட்டு நிற்ப துபோலெவரும்
கனிந்து செய்த லாகாதாம் (207)
கருமங் கடின மானதுவாம்
என்று ரைக்கப் பெருமானும்
இனிதே மேலும் புகன்றிடுவார்

உரைத்து நின்ற வடியாரை
உற்று நோக்கி அன்புடனும்
பெருமான் கூறி நின்றிருந்தார்
பாபு ராமே நத்தணிந்த
பெருமைக் குரிய அன்னையைப் (208)
பற்றிக் கூடை தனில்வைத்து
சிரத்தில் தூக்கி வாவென்று
செப்பி நகைத்தார் கதாதரரும்

அன்பு மனையாம் சாரதையை
அபிந யித்துக் காட்டிநிற்க
மனதில் பீதி கொண்டிருந்தோர்
மனம்நெ கிழ்ந்து நகைத்திடவும்
கனத்தி ருந்த சூழ்நிலையும் (209)
கடுக மாறி நின்றிருக்க
இனிதே பீதிப் பயம்நீங்கி
இயல்பு நிலையு மடைந்தனரே

அடுத்த மூன்று நாட்களுமே
அன்னை வடித்த கஞ்சிதனை
எடுத்து வந்து கோலாப்மா
இறைவ னுக்க ளித்திருக்கக்
குடிக்க முயன்றுப் பெருமானும் (210)
கொண்டா ரில்லைக் கொஞ்சமேனும்
துடித்து நின்றும் வலிபொறுத்து
துணைவி கஞ்சி யெடுத்துவந்தார்

வலியி ருந்தும் பொறுத்திருந்து
வனிதை கஞ்சி யெடுத்துவந்து
மெல்ல நெருங்கி பதிக்கன்பாய்
மொழிந்தார் கஞ்சி தனைப்பருக
வலியி ருந்தும் மறந்திருந்து (211)
வான வெளியில் பெருமானும்
உலவி வருவ துபோலுமவர்
உரைக்க லானார் மிருதுவாக

மெலிந்த குரலில் பெருமானும்
மொழிந்தார் தமது பத்தினிக்கு
நலிந்து நிற்கும் மக்களுமே
நெளிகின் றனரே புழுப்போல
துலங்கி நிற்கு மென்தாயே (212)
துணையா யிவர்க்கி ருந்திடுவாய்
மலர்ந்த முகத்தோ டிவரையும்
மற்றுக் கருத்தாய் காத்திடுவாய்

மக்கள் பலரும் புழுப்போல
மற்று நெளிந்தி ருக்கின்றார்
சிக்கி நின்றுத் துன்பத்தில்
செய்வ தறியா திருக்கின்றார்
திகைத்துப் பதைத்து நிற்கின்றத் (213)
திக்கற் றவர்க்குத் துணையாகப்
பக்க பலமா யிருந்திவரைப்
பாது காப்பா யென்றுரைத்தார்

அபலை மற்றும் பெண்ணாவேன்
ஆவ தெதுவே யென்னாலும்
செப்பி நிற்கத் திறனேது
சிறந்த பயிற்சி யுமில்லையாம்
அப்பா யென்னா லாகாத (214)
அரிய கருமங் களையெல்லாம்
எப்ப டியாற்றி நின்றிடுவேன்
எனக்கு வேண்டாம் பொறுப்பென்றார்

உடலைத் தொட்டுக் காட்டிநின்று
உமையாள் பத்த ருரைத்திடுவார்
உடலால் யானும் புரிந்ததென்ன
உற்று நோக்கி னொன்றுமிலை
நடக்கப் போகும் நாட்களிலும் (215)
நிறையச் செய்வ துன்பொறுப்பு
கடமை மறவா திருந்தினிமேல்
கருமம் நிறைய ஆற்றிடுவாய்

என்னை விடவு மதிகமாக
இயற்ற வேண்டும் பலகருமம்
என்னை விடவுஞ் சிறப்பாக
இயற்றி நிற்பாய் சேவைகள்
என்னை விடவும் மிகநன்றாய் (216)
இயற்ற முடியு முன்னாலும்
எனது பொறுப்பு னக்களித்தேன்
ஏற்று நிற்பா யென்றுரைத்தார்

நடக்க வேண்டுங் கருமமெல்லாம்
நிகழுங் காலப் போக்கிலுமே
கடவுள் செய்ய வேண்டுவதைக்
கிரம மாகச் செய்திடுவார்
பட்டி னியாகக் கிடக்காமல் (217)
பசியும் நீங்கச் சிறிதுகஞ்சி
குடித்து டுவீரே யெனப்பதியைக்
கெஞ்சி நின்றார் சாரதையும்

புரியச் சொல்லி கருமங்கள்
பருப்ப தியளித் ததையெல்லாம்
புரிந்து நின்று கதாதரரும்
பெருமை கொண்டா ரில்லையாம்
புரிய வேண்டும் கருமங்கள் (218)
பலவு மிருக்கக் கண்டுநின்று
கிருகி ணிக்க ளித்துநின்று
கருத்தா யாற்றக் கூறிநின்றார்

இதுநாள் வரையும் புரிந்ததுவும்
எள்ள ளவாகு மெனக்கண்டு
சதியு மாற்ற வேண்டியது
சஞ்ச யமின்றிப் பெரிதென்றும்
மதர்த்துத் தம்மைப் பின்பற்றும் (219)
மக்கள் மிகவுங் குறைவென்றும்
சித்தை பத்தர் கண்டுநின்று
சதியை யாற்றக் கூறிநின்றார்

பொறுப்பே துமின்றி தவவாழ்க்கைப்
புவியி லேற்று வாழ்வோரும்
குறைவா யிருப்ப ரெனக்கண்டும்
கனிவ டக்க முழைப்பெளிமை
நிறையப் பெற்றச் சதியைப்போல் (220)
நிரம்ப மக்க ளுளரென்றும்
அறிந்து நின்ற வர்போலும்
அகிலம் வாழ விரும்பிநின்றார்

உன்ன தவாழ்க்கை வாழ்வதையும்
உவந்து வாழ்ந்து காட்டிநின்றார்
கனிந்து போது மெனக்கருதி
கடுக மறைய முடிவெடுத்தார்
வனிதை எளிய வாழ்க்கையை (221)
வாழ்ந்து காட்ட வேண்டுமென்று
மனையை மண்ணில் வாழ்ந்திடென்று
மொழிந்து விதித்தார் கட்டளையும்

அவதா ரத்தின் பத்தினியும்
அவதா ரத்தின் முன்னமேயே
புவியி ருந்து மறைந்தனரே
பெருமான் நும்மை முந்திநிற்க
உவந்த விந்தை கூறிடவும் (222)
உரைக்கக் கேட்டார் பின்னொருவர்
பவனம் தாய்மை அறிந்திடவும்
பெருமா னிருத்தி யதாயுரைத்தார்

பத்தர் கேள்வி பிழையாகும்
பதியாம் கண்ணன் மறைந்ததன்பின்
பத்தி னியாகும் உருக்குமிணி
பின்னும் பலருந் தீக்குளித்து
முத்தி பெற்று நின்றிருக்க (223)
மற்றும் பாமை முதலானோர்
உத்த மசீலத் தவவாழ்க்கை
உவந்தேற் றுநின்று மறைந்தனராம்

பதியும் பெண்க ளனைவரையும்
பாவித் திருந்தார் பருப்பதியாய்
மெத்தச் சிறந்த அன்னையின்
மதிப்பைப் புவியு மறிந்திடவும்
சதியா மென்னைத் தமக்குப்பின் (224)
சகத்தில் வாழ்ந்து காட்டிநிற்க
பதித்து வைத்தா ரிப்பாரில்
பலருங் கண்டு ணர்ந்திடவும்

உலகை யெல்லா மம்பாளாய்
உணரும் பாவம் பதியுரைத்தார்
சொல்லி நின்ற தையுமவர்
செய்து காட்டி வாழ்ந்துநின்றார்
உலகை யம்பாள் பார்ப்பதையும் (225)
உணர்த்தி நின்றார் சாரதையும்
பலருங் காண சாரதையும்
பாவித் ததையுங் காட்டிநின்றார்

பதியுந் தமத வதாரத்தின்
பணிகள் பற்றிப் பேசிடுவார்
பதியுஞ் சதியுஞ் செயவேண்டும்
பணிகள் பற்றி விளக்கிநிற்பார்
தத்த மவதா ரநோக்கத்தைத் (226)
தெளிவா யெடுத்து ரைத்திருப்பார்
நிதமு மிதுவு மடிக்கடியே
நிகழ்ந்து நிற்கும் நாள்முழுதும்

விரும்பி யானு மேற்றதுயர்
விளம்பி நிற்ப தெவரிடமே
செருப்புங் கடித்து வலிகொடுக்க
செருப்ப ணிந்தோ னேயறிவான்
வரனின் மனையும் முதன்முறையாய் (227)
வந்து வெளியே வரத்தயங்கும்
விருந்த னையாய் யானிருக்க
வருத்தம் விளக்கு வதெப்படியே

பெண்ணாய்ப் பிறந்துப் படுந்தொல்லைப்
பகர யெவரு மறியாரே
கணமு மெழும்புந் தொல்லைகள்
கணக்கி லடங்கா தாகிடுமே
விண்ணை முட்டு மெதிர்பார்ப்பு (228)
விளக்கி முடிக்க வியலாது
கண்ணே யானும் படுந்தொல்லைக்
கரைவே னெப்ப டியென்தாயே

எனது துயர மெனக்குமட்டும்
இல்லை தாயே உனக்குமுண்டாம்
எனது துயர மெல்லாமும்
இசைந்து விரும்பி யேற்றதுவாம்
எனது துயரில் பெரும்பகுதி (229)
ஏற்று நிற்பா யென்தாயே
எனது சுமையை நின்சுமையாய்
எண்ணிப் பார மேற்றுநிற்பாய்

இவ்வா றவரே சாரதைமுன்
இனிதே பாடிப் படுத்திருந்தார்
அவத ரித்த மகாபுருடர்
அவத்தை யெல்லா மழகாக
விவரித் திருந்து கதாதரரும் (230)
வெகுளிப் பெண்ணாய் தமைக்கருதி
கவலை கொண்டு சாரதைமுன்
கீதம் பாடி நின்றிருந்தார்

ஒருநா ளவரும் சாரதையை
உற்று நோக்கி யவாறிருக்க
கிருகி ணியிவ்வா றுரைத்திடுவார்
கூறி நிற்க விழைவதையும்
கருத்தில் கொண்டே னென்னுயிரே (231)
கட்டுப் படுத்தி நிற்காது
உரைத்தி டுவீரே யெனச்சதியும்
உற்றா னிடமுங் கேட்டுநின்றார்

சதியே யென்ற னருஞ்சகியே
செப்பி நிற்கக் கேட்டுநின்றாய்
பதியாம் யானு மெல்லாமும்
பெரிதுந் தனியாய்ப் பணிபலவும்
உதித்து நின்ற நாள்முதலாய் (232)
உலகில் புரிந்தி டவேண்டுதுமோ
உதவி புரிந்து சிறிதுசுமை
உவந்து நீயு மேற்காயோ

என்று பதியுங் கேட்டுநிற்க
இனிதே சதியும் விடையிறுப்பார்
கனிந்து யானுங் கூறுவதைக்
கேட்டு நிற்பீர் தேவரீரே
வனிதை யானும் படிப்பிலாதாள் (233.)
விவரம் பயிற்சி இல்லாதாள்
என்னா லியன்ற தெதுவுமிலை
ஏதே சத்தி யென்னிடமே

இயலா மையை சாரதையும்
இனிமை யாக யெடுத்துரைத்தும்
இயம்பி நின்றார் கதாதரரும்
இயலா தென்று சொலவேண்டாம்
மயக்கங் கொண்டு றங்கிநிற்கும் (234)
மக்கள் தம்மை யெழுப்பிநிற்க
முயற்சி செய்யப் பயனுண்டு
மனதி ரங்கிப் புரியென்றார்

அடியார் பலரின் தீவினைகள்
அன்பா லேற்று கதாதரரும்
பட்டு நின்றார் பெருந்துன்பம்
பலமா தங்க ளிவ்வாறு
விடாது தொடர்ந்து போராடி (235)
வலிமை முழுது மிழந்துநின்றுப்
படுத்த படுக்கை யாயிருந்துப்
பெருமா னெலும்புக் கூடானார்

இவ்வா றிருக்க ஒருநாளே
இனிய காட்சி சாரதையைக்
கவர்ந்தி ழுத்து நின்றதுவே
கட்டில் தன்னில் சரீரத்தைச்
சிவதூ திபத்தர் திருப்பிடவும் (236)
சத்தி யில்லா திருப்பவரும்
சவலைக் கன்றி னோட்டம்போல்
சடுதி யிலோடக் கண்டுநின்றார்

பிட்டந் தன்னில் கால்படவும்
பதியு மோடக் கண்டுநின்று
திடுக்கிட் டிருந்து சாரதையும்
தாமி ருந்த அறைவிட்டுக்
குடும்பன் வாழு மறைவந்து (237)
கட்டில் தன்னில் கணவருமே
படுத்தி ருக்கக் காணாதுப்
பிரமை பிடித்த துபோலிருந்தார்

இராம பாணம் செல்லுதல்போல்
இல்லா ளனுமு மறைவிட்டு
விரைந்து சென்று மறைந்திருக்க
விவர மேது மறியாது
கிருகி ணிதம தறையடைந்து (238)
கண்ட காட்சி தனைநினைத்து
இருந்து நிற்கச் சவலைபோல்
இறைவ னறையுஞ் செலக்கண்டார்

புரியா திருந்து சாரதையும்
பதியி னறைக்குச் சென்றிருக்க
வரனும் படுத்தி ருந்திடவும்
வியந்து கட்டி லருகமர
உரைத்தா ரில்லை கதாதரரும் (239)
உற்றான் தம்மை சாரதையும்
விரைந்தோ டிநின்ற காரணத்தை
விளக்கக் கேட்டா ரன்புடனும்

பனைம ரத்தி லேறிநின்று
பதநீ ரிறக்கிக் குடித்திடவும்
நினைத்து நின்று நண்பருடன்
நிரஞ்சன் தோட்டஞ் சென்றிருக்க
பன்ன கமொன்று பனைமரத்தில் (240)
பெருத்தச் சீற்றத் துடனிருக்க
இனிதே கண்டு விரைந்தோடி
இயம்பி நின்றே னதற்கன்பாய்

அரவங் கண்ட தற்கன்பாய்
அறைந்து நின்றே னினிமேலும்
இருந்தி டாது வேறெங்கும்
ஏகி வாழக் கூறிநின்று
விரைந்த தையு மனுப்பிவிட்டு (241)
விபத்தி ருந்து காத்துநின்றேன்
குருவா யிதையுஞ் செய்வதுமே
கடமை யாகு மென்றுரைத்தார்

கனிந்து நின்று கதாதரரும்
காத்து நின்றார் சீடரையும்
அன்பு கொண்டு சீடருக்கு
அனேக விதத்து முதவிநின்றார்
முன்பு காளி காணாது (242)
மிகவு மாற்றி நின்றவரும்
பின்னர் சீட ருக்காகப்
பெரிது மழுதுப் புலம்பிநின்றார்

இன்னு மொருநாள் காணாமல்
ஏகி நின்ற தாயலறி
நின்றி ருந்த கதாதரரும்
நீவிர் வருநா ளெந்நாளோ
ஒன்று மறியே னென்றழுது (243)
உமையி டமுங்க தறிநின்று
மனம்நெ கிழ்ந்து வேண்டிநிற்பார்
மற்றுத் தமது சீடருக்காய்

கதறி நின்ற கதாதரரின்
குரலுங் கேட்டு காளியுமே
சுதனும் மகிழ்ந்தி ருந்திருக்கச்
சீடர் பலரை அனுப்பிநின்றாள்
பதமாய் சீடர் பலருக்கும் (244)
பெருமா னுபதே சித்திடவும்
இதமா யேற்று சன்னியாசம்
ஏற்கத் துணிவர் சீடருமே

இராம கிருட்டி ணசங்கமுமே
இனிதே யெழுந்த திந்நாளில்
மரணப் படுக்கை தனிலிருக்க
மகதி பத்தர் சீடரையும்
ஒருநா ளருகே அழைத்துநின்று (245)
உவந்து பிச்சை யெடுத்துவந்து
குருவா யென்னைக் கருதிநின்று
கொடுக்கக் கேட்டா ரனைவரையும்

குருவின் வார்த்தை கேட்டுநின்று
களித்துச் சீடர் நின்றனரே
நரேந்தி ரநாதன் நண்பருக்கு
நவின்று நின்றார் மிகவழகாய்
அருமை அன்னை யிடஞ்சென்று (246)
அளிக்கக் கேட்போம் முதற்பிச்சை
தெருவில் பின்னர் யாசிக்கச்
செல்வோ மெனவு மொப்பினரே

ஒன்று கூடி அனைவருமே
ஓடிச் சென்று மட்பாண்டம்
ஒன்றெ டுத்துக் கொண்டுவந்து
உவந்து சென்று சாரதையை
அன்னை நீவி ரெங்களுக்கு (247)
அளிப்பீர் பிச்சை யெனக்கேட்கப்
பனித்த கண்கள் கண்ணீரைப்
பெருக்கி நிற்க வந்துநின்றார்

வெற்றுக் கலய மொன்றெடுத்து
வந்து நின்ற சீடரிடம்
பற்று விடற்குப் பிச்சையும்
பெறுதல் வேண்டு மெனக்கூறி
மற்றுப் பாண்டம் தனிலன்னம் (248)
மகிழ்ந்த ளித்து நின்றதன்பின்
மற்றொ ருபாண்டங் கொடுத்ததிலும்
மகிழ்ந்த ளித்தார் பணஞ்சிறிது

உண்டு மகிழ அன்னத்தை
உவந்த ளித்த பின்னருமே
பணம்ப தினாறு சீடருக்குப்
பரிந்த ளித்தார் சாரதையும்
கண்டு மகிழ்ந்துச் சீடருமே (249)
கரமுங் கூப்பி நின்றனரே
அண்டை வீடு களுக்கேகி
அன்ன பிச்சை யேற்றனரே

மடமும் பின்ன ரெழுந்தபின்பு
மற்றுச் சீடர் துறவியாகி
கிடைக்கும் பணத்தைத் தம்பெயரில்
கொள்ள லாகா தாகையால்
தடுத்து நிறுத்தி யபின்னருமே (250)
துறவ றமேற்கா சாரதைக்குக்
கொடுத்து மகிழ்ந்து மடத்தையும்
களித்து நடத்திச் சென்றனரே

பிருந்தா வனமுஞ் சென்றிடவும்
பெரிதும் விரும்பி யோகின்மா
பருப்ப திபத்த ரிடம்வந்து
பிரியா விடையும் பெறவரவும்
பெரிதும் மகிழ்ந்து விடையளித்துப் (251)
பின்னர் சதியி னாசியையும்
கருத்தாய் பெற்றுச் செலக்கூறி
காட்டி நின்றார் சாரதையை

பிரிய யென்றன் யோகின்மா
பிரியா விடையும் சதியிடமும்
கருத்தாய் பெற்றுச் சென்றிடுவாய்
காலம் நேரம் துணைபுரியும்
சரிவ ரயெல்லாம் நடந்திடவும் (252)
சதியி னனும திபெற்றிடுவாய்
நிரம்ப உதவு மிவராசி
நீயே பெறுவா யென்றுரைத்தார்

குருவின் வார்த்தை கேட்டுநின்று
கூறா திருந்தார் யோகின்மா
அருகி லிருந்த சாரதையும்
ஆசி பலவும் தாங்களுமே
பெருக வழங்கி நின்றிருக்கப் (253)
பின்னர் யானும் வழங்குவது
பொருத்த மாகா தெனக்கருத்தைப்
பதிக்கு ரைத்து நின்றிருந்தார்

சதியி னுரையைக் கேட்டபின்னும்
சதியின் கணவ ருரைத்திடுவார்
மதித்து நின்று சாரதையின்
மனம்நி றைந்த நல்லாசி
துதித்துப் பெற்று நின்றால்தான் (254)
துலங்கி நிற்கு முன்பயணம்
வதுகை அனும திபெற்றிடென்று
விண்டார் யோகின் மாவுக்கு

மறுநாள் பிருந்தா வனத்திற்கு
மகிழ்ந்து கிளம்பும் முன்மீண்டும்
புறப்பட் டுவந்து யோகின்மா
பெருமான் முன்னம் வணங்கிநின்று
பிறகு சார தையையும் (255)
பணிந்து வணங்கி யெழுந்திருக்க
நிறைய ஆசி சாரதையும்
நவின்று வழங்கி நின்றிருந்தார்

பணிந்து நின்ற தோழியையும்
பற்றி யள்ளி யெழுப்பிநின்று
அணைத்துக் கரத்தை யவர்சிரத்தில்
அன்போ டுவைத்த மூத்திநின்று
கணீரென் றவரி னிட்டதெய்வ (256)
காளி தேவி மந்திரத்தை
விண்டு ரைத்துப் பலமுறையும்
வழங்கி நின்றா ராசிகளும்

பெருமா னுயிரோ டிருக்கையில்
பத்தி னிதன்னைத் தம்சார்பாய்
பெருகக் களித்தா சிகளையும்
பின்னு மனும திகளையும்
வருவோ ருக்கு வழங்கிநிற்க (257)
வரனுங் கூற சாரதையும்
விரைந்து மறைவார் பதியென்று
விடாது கண்ணீர் பெருக்கிநின்றார்

பெருகி வந்த பத்தரிடம்
பேச வியலா திருந்துநின்றும்
பெருமான் பேசி நின்றிருந்தார்
பேசி நிற்கு மாசையும்
விரைவில் தீர்ந்து மறைந்திடவும் (258)
வதுகை தன்னை அழைத்துவர
உரைத்து நிற்க வதுகேட்டு
உவந்து வந்தார் சாரதையும்

உபதே சிக்கு மாசையும்
ஓடி யொழிந்த தெங்கேயோ
இப்போ துபிரம் மமொன்றையும்
இன்றி வேறு நினைவேதும்
அபிவி ருத்தி யாகவிலை (259)
அன்பே கார ணமேதென்று
செப்பி நிற்பா யெனச்சதியைச்
சித்தை பத்தர் வினவிநின்றார்

அவத ரித்து நின்றவரும்
அடைவார் சித்தி உறுதியென்று
கவினு றவறிந் துநின்றிருந்து
கண்ணீர் பெருக்கி சாரதையும்
சிவந்த கண்கள் குருதியையும் (260)
சிந்தி நிற்க அழுதிருந்து
பவதா ரிணியின் நாமத்தைப்
புகன்ற வாறு நின்றிருந்தார்

வருடம் பார்த்தி பமாகிடுமே
வந்த தாடித் தேய்பிறையும்
பிரத மையின் ஞாயிறாகும்
பின்னு மவிட்ட நன்னாளாம்
பெருமான் நினைவி ழந்திருக்கப் (261)
பேச்சி ழந்தா ரெனச்சீடர்
கருதி நின்ற சமயத்தில்
கிருகி ணிவந்தா ரவ்விடமே

இறைவ னிருக்கு மிடத்திற்கு
இலக்கு மிகையை சாரதையும்
இறுகப் பற்றி வந்ததுமே
இனிதே நினைவு வந்துநிற்க
இறுத்து நின்றார் கதாதரரும் (262)
இல்லா ளென்றன் பேரன்பே
அறையி லுன்னைக் கண்டுநின்று
அடைந்தேன் மகிழ்ச்சி யென்தாயே

உன்னை யிங்குக் கண்டுநின்று
உவந்து மகிழ்ந்தி ருக்கின்றேன்
என்ற னருகி லுனைக்காண
இன்பங் கொண்டு மகிழ்கின்றேன்
இனிதே யானு மெங்கேயோ (263)
ஏகி நிற்ப துபோலறிந்தேன்
புனையை அளைந்து நின்றெங்கோ
போவ துபோலு முணர்கின்றேன்

என்று பெருமான் கூறிநிற்க
இதயம் பிளப்ப தாயுணர்ந்து
கன்னம் வழியக் கண்ணீரும்
கொட்டி யழுது சாரதையும்
நின்றி ருக்கப் பதிதேவர் (264)
நவின்றா றுதலுங் கூறிநின்றார்
அன்பே யென்ற னாருயிரே
அழாதி ருப்பாய் துக்கித்து

இதுநாள் வரையு மிருந்தாற்போல்
இனியு மிருப்பா யிறுதிவரை
மெத்தச் சிறந்த சீடருமே
மற்றுத் துணையா யிருந்திடுவர்
இதுநாள் வரையு மெனக்கவரும் (265)
இயற்றி நின்ற துபோலுனக்கும்
சததஞ் சேவை செய்திருப்பர்
சஞ்ச யமேனும் கொளவேண்டாம்

பதியை யிழந்த இலக்குமிக்குப்
பக்க பலமா யிருந்தவளை
நிதமுங் கருத்தா யருகிருந்து
நலனைக் கொள்வாய் மனந்தன்னில்
உதவி புரிவ ரருஞ்சீடர் (266)
உள்ளம் மகிழ்ந்து செயல்புரியும்
உத்த மராகு மவரென்று
உரைத்து நின்றார் சாரதைக்கு

எழுந்தி ருந்த திலிருந்து
இனந்தெ ரியாத அச்சமொன்று
குழுமி யிருக்க மனந்தன்னில்
கொண்டு நின்றார் பெருங்கவலை
விழுமி யநல்ல சீடருக்கு (267)
வடித்த சாத மடிப்பிடிக்க
விழித்து மலைத்து மேல்சாதம்
வழங்கி நின்றார் சாரதையும்

பேதைப் பருவம் முதற்கொண்டு
பழகி வந்த கலையின்று
நூத னமாகத் தோற்றிடவும்
நொந்து நின்று மேற்சாதம்
சேத மின்றிச் சீடருக்குச் (268)
சிறக்க வளித்த தன்பின்னர்
மீத மிருந்த அடிப்பாகம்
மற்றுண் டிருந்தார் சாரதையும்

குளித்து முடித்துக் கூரையில்
கூறைப் புடைவை தனையுலர்த்தி
விளக்கேற் றிடும்மு னதையெடுக்க
விரைந்து செல்லக் காணாது
வளியி லெங்கோ தொலைந்ததாக (269)
வருந்தி யறிந்து நொந்துநின்றார்
களைத்துச் சோர்ந்து சாரதையும்
கிருகத் துள்ளே வந்தடைந்தார்

சட்டி யொன்றை சாரதையும்
சமையல் செய்ய விரைந்துநின்று
எடுத்த வுடனே விழுந்ததுவும்
இரண்டு மூன்று துகள்களாக
உடைந்து நிற்க சாரதையின் (270)
உள்ள முமுடைந் துநின்றதுவே
தொடர்ந்து நடந்த அபசகுனம்
தீராத் துன்பம் தந்ததுவே

இரவு மணியு மொன்றாகி
இரண்டு நிமிட மாகியதாம்
அருகில் நரேந்தி ரநாதனுமே
அமர்ந்து கவலை யோடிருந்தார்
பெருமான் காளி நாமத்தைப் (271)
புகன்றார் மூன்று முறைதொடர்ந்து
உரைத்து நின்ற வாறவரும்
ஒன்றா கிநின்றார் காளியுடன்

சுமங்க லியாக இருந்தபோது
சகச மாக மக்கள்முன்
விமலை பத்தர் பத்தினியும்
வாரா திருந்துத் தற்கொண்டான்
அம்பி கையை அடைந்திடவும் (272)
அலறி யடித்துப் பலர்காண
தம்மா னிருந்த யிடம்வந்து
தாளா துயரோ டலறிநின்றார்

முறுவ லித்த முகத்தோடு
மற்றுக் கிடக்கு முடலருகில்
கற்பாள் கதறி யழுதிருக்கக்
கண்டு பலருங் கலங்கினரே
பற்றற் றானு மிருந்தவரைப் (273)
பரம மதுரக் குரலையும்
சற்றுங் கேளா ரழுகுரலும்
செவியைத் தாக்கக் கேட்டனரே

பிழையும் புரிந்த தென்னவென்று
புகலா திருந்து விட்டகன்றீர்
இழைத்த பிழையு மென்னவென்று
இயம்பா திருந்து கைவிட்டீர்
மொழிந்த ருக்க மற்றுயானும் (274)
மறுப டிமீண்டும் புரிந்திடேனே
இழப்பிற் கீடு தரணியுமே
இதமாய் தருத லியலாதே

சினமுங் கொண்டு சென்றீரோ
சிலரும் பழியு முரைத்தனரோ
சினேகந் தீமை பயக்குமென்றுச்
சிந்தை நொந்துச் சென்றீரோ
வினய மில்லா தாளென்று (275)
விட்டு மறைந்துச் சென்றீரோ
துன்பங் கொடுத்தா ளிவளென்றுத்
தூர மகிழ்ந்து சென்றீரோ

இவளா லேதும் பயனிலையாம்
இவளு மிருக்கத் தொல்லையாம்
இவளே யிங்கி ருந்துநின்று
இகத்தி லின்ப துன்பங்கள்
உவந்து பெற்று மடியட்டும் (276)
உலகச் சுமைக ளழுத்திநிற்கத்
தவித்து நிற்க வேண்டுமென்றுத்
தெரிந்தே விட்டுச் சென்றீரோ

அறியா துசெய்த பிழையேதோ
அடிமைக் குரைத்தல் தகாதாமோ
சிறுமைக் குணமுங் கண்டதென்ன
சொல்லத் திருந்தி நின்றிருப்பேன்
முறுவ லித்த முகங்கண்டு (277)
மகிழ்ந்தீ ரென்று நினைத்திருக்க
துறந்து தவிக்கச் செய்தெனக்குத்
துன்பந் தந்தீர் பெரியோனே

பெண்ணாய் பிறந்து பூவுலகில்
பட்டு நிற்பர் பெருந்துன்பம்
பெண்ணாய் மேலுங் கைம்பெண்ணாய்
பாரில் வாழ்தல் பெருங்கொடுமை
மணமு டித்த நாள்முதலாய் (278)
மற்றுத் துன்பங் கொடுத்ததென்ன
மணாளன் நீவி ரென்மனமும்
மற்ற றியாதி ருந்ததேனே

செல்லும் முன்ன மென்னையும்
செத்தி றக்கச் செய்யாமல்
உலகி லிருத்திச் சென்றதேனே
ஒருத்தித் தனியாய் விதவையாய்
துலங்கி வாழ்த லெவ்வாறு (279)
துளியுந் தென்பு சிறிதுமிலாள்
மலைத்து நிற்பே னென்பதையும்
மறந்து விட்டுச் சென்றதேனே

கல்வி யுண்டோ தனமுண்டோ
கற்ற றிந்தச் சுற்றமுண்டோ
நிலபு லமுண்டோ வளமுண்டோ
நல்ல தொழிலோ பணியுண்டோ
நலமும் விரும்பும் மக்களுண்டோ (280)
நூல றிவுண்டோ ஞானமுண்டோ
கலிகா லமென மறந்ததேனே
கைவிட் டேகிச் சென்றதேனே

தனியா யென்னை யிருத்திவிட்டு
தனியாய் நீவிர் சென்றதெங்கு
தன்ன லமென்றுங் கருதாது
தவமும் புரிந்து வாழ்ந்திருந்த
தன்னே ரில்லா தலைமகனே (281)
தவிக்க வாழச் செய்துவிட்டு
முன்னே முந்திச் சென்றதேனே
மற்று யானு மென்செய்கேன்

அன்னை தந்தை குருவாக
அருகி லிருந்த றிவுறுத்தி
அனேக முரைத்த தன்படியும்
அமைதி யாக வாழ்ந்திருந்து
பின்னு மென்மீ தன்பையும் (282)
பெருகப் பொழிந்து நின்றிருந்து
மனையா மென்னைத் தவிக்கவிட்டு
மற்றுச் சென்ற தேனெதற்கு

என்னை விட்டுப் பிரிந்தீரே
இனிதே கணத்தி லுயிர்துறக்க
மனமு முண்டுத் திடமுமுண்டு
மற்றுப் பொறுப்புக் கொடுத்திருக்க
இனிதே யானு முயிர்துறத்தல் (283)
இயலா தாகி நின்றிருக்க
கனிந்தென் மீது கருணையும்
காட்டி யென்னைக் கொள்வீரே

பொறுப்ப ளிக்கா திருந்திடிலோ
பட்டென் றுயிரை விட்டுநிற்பேன்
இறந்து நிற்க இவ்வுலகம்
இழித்துப் பழித்துத் தூற்றிநிற்கும்
தற்கொண் டானி னறிவுரையைத் (284)
தள்ளிச் சென்றா ளெனும்பழியைக்
கற்பாள் யானு யேற்றிடவும்
கொண்டு நின்றேன் பேரச்சம்

கண்ணி மைக்கும் நேரத்தில்
கலியா ணவாழ்வா மாண்டுபல
கண்ணி லிருந்து மறைந்ததுவே
காலன் வருநாள் வரைநாளும்
பெண்ணா மெனக்கு யுகமாகிப் (285)
பெரிதும் வருத்தி வாட்டிடுமே
கண்ணிற் கினிய சுந்தரரே
கருணை காட்டி நின்றிடுவீர்

கொடுத்து நின்ற பொறுப்பையும்
கருத்தாய் முடிக்க சத்தியையும்
கடுக முடிக்க நற்றிறனும்
கருணை கொண்ட ருளிநின்று
முடிவில் விரைவா யெனைமீண்டும் (286)
மற்ற ழைத்துக் கொண்டிடுவீர்
மடவாள் மீது சதாகருணை
மகிழ்ந்து காட்டி நிற்பீரே

அருகி லமர்த்திப் பலதுறையின்
அதிச யமான விளக்கங்கள்
பெருக விளக்கி யென்னையும்
பரிவாய் முதலாம் மாணவியாய்
பரிந்தேற் றிநின்று பெருமையும் (287)
பேரன் புடனும் செய்துநின்று
குருவாய் பலவுங் கொடுத்தென்னைக்
கொண்டா டிநின்றீர் தலைமகனே

வரனு மெவரும் வையத்தில்
வதுகை தன்னைத் தேவியாக
கருதிப் பூசை புரிந்ததாகக்
கேட்ட தில்லைக் கண்டதுமில்
இராச ராசே சுவரிபூசை (288)
இனிதே யெனக்குப் புரிந்துநின்று
மரியா தையுஞ் செய்துநின்ற
மணாள னும்மைக் காண்பதெந்நாள்

எனது கண்க ளினியும்மை
என்றுங் காண வியலாது
மனது ளமர்ந்து பிரியாது
மற்றுச் செய்ய வேண்டுவதைக்
கனிந்து ரைத்து நின்றிருந்து (289)
கருத்தா யாற்ற சத்தியுமே
எனக்கு வழங்கி வெகுவிரைவில்
என்னைப் பிரியா தேற்றிடுவீர்

எனக்குத் துணையாய் வேறெவரும்
இல்லை யென்று சதாகாலம்
என்னு ளந்த ராத்துமாவாய்
இனிதே அமர்ந்து வழிகாட்டி
என்னை விரைவில் ஏற்றுநிற்பீர் (290)
என்று பலவாய் சாரதையும்
பனித்த கண்கள் கண்ணீரைப்
பெருக்கி நிற்கக் கதறிநின்றார்

பருப்ப திக்கு சாரதையும்
புரிந்தா ரில்லை அபசாரம்
தரணி தன்னி லெவ்வுயிர்க்கும்
தீங்கி ழைத்த துமில்லையாம்
பிரார்த்த மேது மவர்க்கில்லைப் (291)
பரிசுத் தமான சாரதையைத்
துருவை கைம்பெ ணாக்கிநின்றுத்
துன்பந் தந்த தேனெதற்கு

முப்பத் துமூன்றாம் பிராயத்தில்
மற்றுக் கைம்பெ ணாக்கிநின்று
செப்பற் கியலா துன்பத்தை
சார தையும் தாங்கிவாழ
கபாலி வழங்கி நிற்பதற்கு (292)
கார ணமென்ன வாகுமென்று
தப்பே துமின்றி சாரதையும்
தெரிந்த றிந்தார் பிற்பாடு

தரணி தன்னில் காளியுமே
தனதம் சமாக கதாதரரை
உருக்கொண் டவத ரித்திடவும்
உள்ளம் விழைந்த னுப்பிவைத்தாள்
அரிய அனுப வங்களையும் (293)
அனேகம் பெற்று கதாதரரும்
பருப்ப திகூறி யவாறுவாழ்ந்து
பாரோர் காணக் காட்டிநின்றார்

உன்ன தவாழ்க்கை வாழ்ந்தவரின்
உவ்வி யாகத் தனதம்சம்
அனுப்பி நின்றா ளனுபவையும்
அவரே சார தாமணியாம்
அன்போ டொன்றா யுறைந்திருந்தும் (294)
அரிய தவவாழ்க் கையையில்
இனிதே தூய்மைக் காத்திருந்து
இகமுங் காண நின்றனரே

அரிதின் முயன்று கதாதரரும்
அடைந்து நின்ற அனுபவங்கள்
சிரம மெதுவும் பட்டிடாமல்
சிறக்கப் பெற்றார் சாரதையும்
துருவை யருளால் மிகவெளிதாய் (295)
தற்கொண் டானும் பெற்றதெல்லாம்
சர்வ சாதா ரணமாகச்
சதியும் பெற்ற டைந்துநின்றார்

உன்ன தமான பதியாகும்
உத்த மநல்ல கதாதரரை
மென்மை யான பத்தினியும்
மற்றுச் சரணா கதிசெய்து
தனித்தி யங்கா துவாழ்ந்திடவும் (296)
தரணி நியதி யாயிருக்க
மென்மை பெருமை மிளிர்ந்திடவும்
மகதி கொண்டாள் கதாதரரை

பதியு முயிரோ டுள்ளவரை
பாரில் மனையின் பெருமையும்
மதர்த்துத் திகழ்த லரிதென்று
மகதி யெண்ணி உலகிருந்து
முதலில் பதியைக் கொண்டுசெல (297)
முடிவெ டுத்து கதாதரரை
சதியுந் தன்னோ டேற்றுநின்று
சதியைப் பாரி லிருத்திவைத்தாள்

பெண்ணாய்ப் பிறந்து கடிதுழைத்துப்
பலவ கையா னதுன்பங்கள்
கண்டு நின்ற னுபவித்துக்
கிடக்கை தன்னில் கிடந்திருக்க
எண்ணி நின்றி றைவியுமே (298)
இருத்தி வைத்தா ளெனச்சிலரும்
விண்டு ரைப்பார் விமலையும்
வையந் தன்னில் வைத்ததற்கு

துன்பம் பலவா யிருந்திருந்தும்
துணையை யிழந்து சுமங்கலியும்
நின்றி ருத்த லளவில்லா
நோத லென்று ரைத்திடுவர்
அனேக துன்ப மனுபவித்தும் (299)
அகிலந் தன்னி லிழப்பிதுவும்
துன்பத் துள்ளே தலையாய
துன்ப மென்கும் வையகமே

உத்த மசீலர் கதாதரரின்
ஒப்பி லாத ஆத்துமாவும்
சதியாம் சார தைமனத்துள்
சென்று றைந்து கொண்டதுவாம்
பதியு முடலை விட்டிருந்தும் (300)
பதிந்துத் தனதந் தராத்துமாவாய்
இதயத் தமர்ந்தி ருப்பதாக
இல்லா ளுணர்ந்து நின்றிருந்தார்

கிராமந் தன்னில் கதாயியாகக்
களித்த ழைத்து நின்றிருக்க
இராம கிருட்டி ணரென்னும்பேர்
இன்னுஞ் சிலருஞ் சூட்டிநிற்க
குருவாய் பலரு மழைத்திருக்க (301)
குருவும் மறைந்த பின்னுடலை
எரித்துச் சாம்ப ராக்கிநின்று
எடுத்துக் குடத்தில் வைத்தனரே

பெருமான் மறைந்த மறுநாளே
படுத்தி ருந்த கட்டில்மேல்
எரித்துச் சாம்ப ராக்கியபின்
என்பி ருக்கு மத்திதனைக்
குருவின் சீடர் கொண்டுவந்துக் (302)
குடத்தி லிட்டு வைத்திருக்க
கிருகி ணிநோக்கி யவாறிருந்து
கண்ணீர் பெருக்கி யழுதிருந்தார்

இறுதிச் சடங்கு முடித்தபின்னர்
இறந்தார் மனையு மணிகலன்கள்
மறந்து முடலில் தரித்திடாராம்
மங்க லமாகு மனைத்தையும்
துறந்து நிற்ப ரிறுதிவரைத் (303)
தொல்லு லகத்துப் பழக்கமிதாம்
இறந்தப் பதிமூன் றாம்நாளில்
இறுதிச் சடங்கு செய்துநிற்பர்

இறந்த மறுநாள் கட்டில்மேல்
இருக்குங் குடத்தைக் கண்டுநின்று
தற்கொண் டானை நினைத்தழுதுத்
தாளா துயரம் மிகக்கொண்டு
கற்பாள் தாமு மணிந்திருந்த (304)
கனக நகைக ளெல்லாமும்
வெறுத்து நின்று கழற்றிவிட
விரும்பி நின்றார் விடாதழுது

காதி ருந்து தோடுகளைக்
களைந்து கழற்றி வைத்துநின்றார்
மோதி ரத்தைக் களைந்ததன்பின்
மூக்கி ருந்து நத்தையும்
காத லிகளைந் திறுதியாகக் (305)
கரத்தி லன்பாய் கதாதரரும்
நீத மென்று தந்திருந்த
நல்வ ளையுங் களையலானார்

வலக்கை கொண்டி டக்கையின்
வளையல் தன்னைக் கழற்றிவிட
நல்லார் முயலுஞ் சமயத்து
நாரி நாடி நரம்புகளும்
சிலிர்த்தெ ழுந்து நின்றிருக்க (306)
சார தையும் நடுங்கிநின்றார்
இல்லா ளன்தன் கரங்களுமே
இறுகப் பிடித்தி ருந்தனவே

கரமொன் றெடுத்து மறுகரத்துக்
காப்பைக் கழற்ற முயன்றிருக்க
இருக ரத்தை கதாதரரின்
இரண்டு கரமும் பற்றிநிற்க
பரவ சமுற்றுத் தடுமாறிப் (307)
பேச்சி ழந்து நாக்குழறிக்
கரத்தைப் பிடித்த கரங்களையும்
கண்டு நோக்கி அழுதிருந்தார்

கண்டு நிற்ப தென்னவென்றுக்
குழம்பி அறியா திருந்ததன்பின்
கணிக்கத் தெரியா தன்னையும்
கண்டித் திருந்துப் பின்தெளிந்து
கண்கள் கண்ட துமெய்யென்றும் (308)
கரத்தி லுணர்ச்சி உணர்ந்துநின்றும்
கணவர் முன்னே இருப்பதையும்
கண்டு மகிழ்ந்தார் சாரதையும்

பற்றி யிருந்த கரத்தையும்
பெரிதும் நெகிழ்ந்து பார்த்திருந்து
சற்றுச் சிரத்தை நிமிர்த்திநோக்க
சகல சத்தி யுடன்தமது
தற்கொண் டானை மிகச்சுகமாய் (309)
தெளிந்த தேசு மிளிர்ந்திடவும்
கற்பாள் கண்ட வர்பாதம்
களித்துப் பற்றித் தேம்பிநின்றார்

நோய்வாய்ப் படுமு னிருந்தபடி
நன்கு காணப் பட்டிருக்க
வாயுங் குழறிப் பேச்சிழந்த
வனிதை யுடனு மெழுந்திருந்து
தீயில் பட்ட ழிந்ததாக (310)
தற்கொண் டானை நினைத்ததற்கு
மாயோ ளென்றுத் தன்னையும்
மற்றுத் தூற்றி வருந்திநின்றார்

கரத்தைப் பற்றி யவாறிருந்து
கனிந்து நின்று கதாதரரும்
கிருகி ணிதன்னை அன்புடனும்
கேட்டு நின்றா ரிவ்வாறு
கரத்தி ருந்து மங்கலமாம் (311)
காப்பைக் கழற்ற முற்பட்டாய்
மரண மென்னைத் தழுவியதாய்
மற்று நினைத்து நின்றாயோ

இறந்து பட்டே னெனநினைத்து
இறும்பூ தெய்தி யானளித்த
சிறப்பு மிகுந்தக் காப்பையும்
சிந்திக் காது கழற்றிநிற்கக்
கற்பாள் நீயுந் துணிந்தனையோ (312)
கால னென்னை யொருநாளும்
பற்றிச் செல்ல லியலாதாம்
பிறப்பி றப்பெ னக்கில்லை

பிறப்பி றப்பு மில்லாதப்
பரம்பொ ருளென்று கருதாயோ
அறமுந் தரும மறிவிக்க
அகம கிழ்ந்து ருவெடுத்தேன்
சிற்ப ரையுங் கூறிநின்ற (313)
செயலும் முடிக்க அவளென்னை
மறுப டிமீண்டும் தன்னுடனே
மகிழ்ந்தேற் றுநிற்க மறைந்துபட்டேன்

அருவ முருவ முமானவன்யான்
அடியார் விரும்பு முருதன்னில்
கருத வியலா காட்சிகளும்
கொடுக்குந் திடமு முள்ளவன்யான்
மரண மில்லா பெருவாழ்வு (314)
மகிழ்ந்த ளிக்கும் வல்லமையும்
பெரிதுங் கொண்ட வனென்றவரும்
கூறி மறைந்துச் சென்றாரே

கணவர் கூறி யதெல்லாமும்
களித்துக் கேட்டு மகிழ்ந்திருந்து
கண்கள் சிறிது மூடிநிற்க
கரத்தைப் பரிசித் திருத்துநின்ற
உணர்ச்சி நீங்கி நின்றிடவும் (315)
உடனே உணர்வு பெற்றுநின்று
கண்கள் திறந்த சாரதையும்
கண்டா ரில்லை கணவரையும்

வளையல் கழற்ற முற்படவும்
வரனைக் கண்ட வர்வார்த்தைத்
தெளிவாய் கேட்டு நின்றதன்பின்
தங்கக் காப்பி ரண்டையும்
களித்துக் கழற்றா ரதன்பின்னர் (316)
கைம்பெண் காப்ப ணிந்திருத்தல்
களங்க மென்று சாரதையும்
கருதி நின்றா ரில்லையாம்

வதனம் மூடி நிற்பவரும்
வெளியார் முன்னம் வாராது
சததம் சமூக நியதிகளைச்
சிந்தித் திருந்து நடப்பவரும்
விதவை யான பின்னருமே (317)
வளைய லணிந்து நிற்பதுவும்
பதியைக் கண்ட காரணத்தால்
புதுமை யில்லை அறிவோமே

இறந்து பட்டப் பதியையும்
இனிதே கண்டு நின்றதன்பின்
கற்பாள் காப்பு கழற்றிடாரே
கணவர் கழற்றா திருந்திடவும்
இறுத்த வார்த்தை ஒப்பிநின்ற (318)
இல்லாள் காப்பைக் கழற்றுவது
முறைமை யில்லைத் தவறாகும்
மற்று மவரே குணவதியாம்

பிராய மைந்தில் மணம்புரிந்து
பதியு மவரைத் துறவியாக
இருத்தி வைத்தா ரிறுதிவரை
இல்லாள் துறவுக் கோலத்தை
விரும்பி யிருக்க யின்றவரும் (319)
வளையல் களையா திருந்திடென்று
உரைத்து மறைந்து நின்றதுமே
ஒப்பி லாத செய்கையாம்

திரும ணநன்னாள் கதாதரரும்
தமது கரத்துச் சரட்டையும்
எரித்து நின்று விரதத்தை
ஏற்கா திருந்தார் விசித்திரமாய்
பருப்ப தியோடு சேர்ந்தபின்னும் (320)
பத்தி நிகையின் வளையலையும்
இருத்தி வைக்கக் கூறுகின்ற
இவரே விசித்தி ரமானவராம்

மணாளன் கரத்தி லணிந்திருந்த
மந்தி ரத்த கட்டையும்
வணங்கி யெடுத்துத் தன்கரத்தில்
வைத வியமான சாரதையும்
அணிந்து மகிழ்ந்துத் தம்முடனும் (321)
அகத்துக் காரர் வாழ்வதாக
எண்ணிக் களித்தி றும்பூதும்
எய்தி நின்றார் வினோதமாக

அகல மான கரையுடைய
அதிசி வப்புச் சேலையை
மகிழ்ந்த ணிந்து நின்றிடுவார்
மடவாள் சார தாமணியும்
மகித லத்தில் வெண்மையாம் (322)
மற்றுக் கரையில் சேலையை
மகிழ்ந நில்லா பெண்டிருமே
மேனி தன்னி லுடுத்திடுவர்

கண்கள் கண்ணீர் பெருக்கிநிற்கக்
கரத்தில் வெள்ளை நிறச்சேலைக்
கொண்டு வந்த அடியாரும்
கொடுத்தார் கோலாப் மாவிடமும்
தணியா துக்கம் மிகக்கொண்டு (323)
சார தைக்கு கோலாப்மா
அணியக் கொடுக்கச் சென்றிடவும்
அதனைக் கண்டார் சாரதையும்

விதவை உடுத்து நின்றிடுவர்
வெள்ளை நிறத்துச் சேலையை
அதையு மொப்பி வொருவடியார்
அளிப்ப தற்கு வாங்கிவந்து
விதவை கோலாப் மாவிடமும் (324)
வருந்திக் கொடுக்க கோலாப்மா
அதனை யெடுத்து சாரதைக்கு
அளிக்கச் சென்றார் கரமேந்தி

வெள்ளைச் சேலை கண்டுநின்று
வனிதை சார தையுமுடன்
அளவி லதிகக் கரைகொண்ட
அரியக் கரையின் பெரும்பகுதி
துளக்க மின்றிக் கிழித்தெறிந்து (325)
துலங்கி நின்றார் மங்கலமாய்
வெள்ளை நிறத்துச் சேலையை
வாங்கி னாரில் சாரதையும்

வளையல் கழற்ற முயன்றதையும்
வரனுந் தன்முன் வந்ததையும்
களித்துத் தடுத்து நின்றதையும்
கூறி நின்றார் சகலருக்கும்
தெள்ளத் தெளிவாய் சாரதையும் (326)
தெரிவித் திடவு மருகிருந்தோர்
உள்ளங் களித்துக் கேட்டிருந்து
உரைத்தா ரில்லை மறுமொழியும்

கணவ ருரைத்த படிநின்று
கழற்றா திருந்தார் காப்பையும்
அணிவா ரில்லை அவரென்றும்
அகலக் கரையின் சேலையும்
வெண்ணி றத்து சேலையும் (327)
வனிதை யுடுத்து வாரில்லை
பெண்ண ணங்கு நெற்றிதனில்
பொட்டும் வைப்பா ரில்லையாம்

கழற்றி நின்ற நகையெதையும்
கோதை மீண்டு மணிவாரில்
பொழிலில் வழங்கும் வழக்கத்தைப்
பற்றி நின்று வாழ்ந்திடுவார்
விழைந்தோ னுரையும் மகிழ்ந்தேற்று (328)
வாழ்ந்தி ருப்பா ரதன்பின்னர்
வழக்கம் மீறி வாழ்வதையும்
வனிதை மிகவும் வெறுத்துநின்றார்

பதியு முள்ளா ராயினுமே
பரித வித்துத் தவித்துநிற்கும்
சதியா யென்முன் சதாகாலம்
சமுச யமின்றித் தோன்றிடாரே
சத்த மிட்ட வர்பேசும் (329)
சலிக்கா நல்ல வார்த்தைகள்
எதையுங் கேட்க இயலாது
இருந்து வாழ வெறுத்துநின்றார்

பணிவி டைகள் செய்வதிலும்
பெரிதுங் கண்டேன் மகிழ்ச்சியுமே
கொண்டான் தன்னைக் காணாது
காலம் வீணே கழிக்கின்றேன்
கண்டு மகிழ்ந்தே னவருருவைக் (330)
கண்க ளின்று இருப்பதுவும்
தண்ட னையா கவுள்ளதாகத்
தவித்துத் தெரிவித் திருப்பாரே

பதியின் பிரிவு சாரதையைப்
பெரிதும் வாட்டி வதைத்திருக்கச்
சததம் பதியை நினைத்தழுது
செய்வ தெதுவுந் தெரியாது
நிதமும் தம்மை நொந்துநின்று (331)
நிரம்ப தூனி யமாயுணர்ந்து
விதியை வகுத்த இறைவனையும்
வெகுவாய் பழித்து நின்றிருந்தார்

மனையை விட்டுச் சகலருமே
மற்றுச் செல்ல வேண்டுமென்றும்
இனியும் வீட்டு வாடகையை
ஏற்க வியலா தெனச்சிலரும்
சினந்து நரேந்தி ரநாதனிடம் (332)
சொல்லி நிற்க உடனவரும்
கனிந்து சிறிது பொறுத்திருக்கக்
கூறி வேண்டி நின்றிருந்தார்

வீட்டிற் குரிய வாடகையும்
வீணென் றுரைத்து சிலவடியார்
காட்டுத் தனமாய் கத்திநிற்க
கேட்டு வருந்தி சாரதையும்
வாடி கோலாப் மாவிடமும் (333)
வீட்டை விட்டுச் செல்வதாகக்
கூட்டம் போட்டு நின்றவர்க்குக்
கூறி நிற்க உரைத்துநின்றார்

தனது சிரமந் தனையெவரும்
தாங்க வேண்டா மெனக்கருதி
மனையை விட்டுச் செல்வதாக
மடவாள் கூறி நின்றிருந்தார்
பின்னு மவருஞ் செல்வதெங்கே (334)
பிள்ளை யெவரு மவர்க்கில்லை
மனையோ தனமோ பணியுமில்லை
மடவாள் நிலையே பரிதாபம்

அரிய சீடர் சிலரிருக்க
அவத்தை யவரு முணவிற்குப்
பெரிதும் பட்டி ருந்திருக்க
புரிவ தெதுவே உதவிகளும்
வரனும் காமார் புகூர்சென்று (335)
வாழ்ந்தி ருக்கக் கூறிநின்றும்
வரனி னண்ணன் மறைந்துபட
வேறு யாரே உதவிடுவர்

கருணை சிறிது மில்லாத
கொழுந்தன் மூத்த மகனாகும்
இராம்லால் உதவி புரியாராம்
இனிய செயராம் பாடிசென்று
இருக்க விழைந்து மங்குசெல (336)
இடையூ றுகளு மெழுமென்று
வருந்தி யிருந்தார் சாரதையும்
வேறெங் கவருஞ் சென்றிடுவார்

உடன்பி றந்த தம்பிகளும்
ஊரி லிருந்து மவர்மனைகள்
கொடுப்பர் தொல்லை யென்றெண்ணி
கண்ணீர் பெருக்கி நின்றிருந்தார்
மடவாள் நிர்க்க தியாயிருந்து (337)
மற்று நிலையை நினைந்தழுவார்
கடவுள் சிறிது மிரக்கமின்றிக்
கொடுத்து நின்றான் பெருந்தொல்லை

ஒருவா றாக இதையெல்லாம்
ஊகித் தறிந்த அடியாருள்
ஒருவர் பலராம் பாபுவென்பார்
உதவி புரிய முன்வந்து
உரைத்து நின்றார் சாரதைக்கு (338)
உத்த மியாகு மென்மனையும்
விரும்பி யழைத்தாள் தங்களையும்
வந்தெம் மனையைச் சீர்பெருக்க

பலராம் பாபு யென்பவரும்
பரிவோ டன்பாய் வேண்டிநின்றார்
இல்ல மெனது மிகப்பெரிதாம்
இருந்து தங்கி நின்றிருப்பீர்
தொல்லை யின்றிப் பலவருடம் (339)
தங்கி மகிழ்வீ ரெனவேண்ட
நல்ல தென்று சாரதையும்
நவின்றார் பலராம் பாபுவிடம்

குடத்தி லிருந்த அத்திதனைக்
களித்துத் தோப்பில் புதைத்திடவும்
விடாது சிலருங் கூறிநிற்க
வெறுத்து மறுத்தார் நரேந்திரனும்
விடலைச் சீடர் நிலம்வாங்கி (340)
விமரி சையாய் நினைவிடமும்
அடுத்தெ ழுப்பி அத்தியையும்
அங்கு வைக்க விரும்பினரே

இருத ரப்பாய்ப் பிரிந்துநின்று
இடைவி டாது விவாதித்துக்
கருத்து வேறு பாடுகொண்டு
கடைசி முடிவா யத்தியையும்
இருபங் காகப் பிரித்துநின்று (341)
எடுத்துச் சென்று மகிழ்ந்தனரே
சரிபா தியத்தி சாரதையைச்
சென்ற டைந்து நின்றதுவே

இருகு ழுவாகப் பிரிந்துநின்று
இடைவி டாது பத்தருமே
கருத்து வேறு பாடுகொண்டு
கனத்து விவாதித் திருந்திடவும்
பெரிதும் வெறுத்து சாரதையும் (342)
புகல்வார் கோலாப் மாவிடமும்
பரம புருடன் மறைந்தபின்னர்
புரித லமரு மேனென்பார்

கருத்து வேறு பாடுகொண்டு
கனத்த வாத விவாதங்கள்
பெரிது மெழவுங் கேட்டுநின்று
புகல்வா ரன்னை சாரதையும்
பரம புருட னெடைக்கெடையாய் (343)
பொன்னுங் கொடுக்கப் போதாதாம்
பரமன் போன பின்பிவரும்
புரிகின் றனரே அமரென்பார்

இனிமேல் யாமும் சாரதையை
இனிதே அன்னை யென்றழைப்போம்
அன்னை பலராம் பாபுமனை
அடைந்து நின்றா ரழைப்பேற்று
பின்ன ரடியார் தோட்டத்தில் (344)
பெருமா னத்தி வைத்திருக்க
அனைவ ருமங்கு சென்றிருக்க
அகன்ற துபேத பாவங்கள்

விடியும் முன்ன மெழுந்திருந்து
விரைந்து காலைக் கடன்களையும்
முடித்து நின்று முழுநாளும்
மணாள னுக்குப் பணிவிடைகள்
விடாது தொடர்ந்து புரிந்திருக்க (345)
வரனுக் கென்று தற்சமயம்
கடமை யில்லா திருந்திடவும்
கொண்டார் அன்னைப் பெருந்துயரம்

கசந்து நின்ற தவர்வாழ்க்கைக்
கணமும் யுகமாய் மிகமெதுவாய்
அசைந்து செல்ல வெறுத்துநின்றார்
அடுத்துப் பார மாயிருக்க
இசைவி லாதி ருந்திடவும் (346)
இரங்கி நிலையை நினைத்தழுதுப்
புசிக்கா திருந்து நாள்முழுதும்
படாத பாடு பட்டுநின்றார்

இனியு முலகில் வாழ்வதிலும்
இல்லை பயனு மெனக்கருதி
மனமும் வெறுத்துப் பாரமாக
மற்று வாழ விரும்பாது
மன்னோ டொன்றாய் சேர்ந்திடவும் (347)
மனதைத் திடப்ப டுத்திநின்று
வனிதை உயிரை மாய்த்திடவும்
விரைந்து முடிவெ டுத்துநின்றார்

பொங்கிப் பாயு முணர்ச்சிகளைப்
பெரிது மடக்க முடியாது
கங்குல் பகலுஞ் சதாகாலம்
கண்ணீர் பெருக்கி நின்றுப்பின்
இங்கி ருத்த லினிமேலும் (348)
இயலா தென்று யிர்விடவும்
சங்கற் பித்து நின்றிருக்க
செவியில் கணவர் குரல்கேட்டார்

தெள்ளத் தெளிவாய் செவிதன்னில்
தேனி னுமினி யநற்குரலில்
அளக்கர் தன்னி லிருவென்று
அறைந்து கணவர் மறைந்திடவும்
புளகி தமுற்று முடிவையும் (349)
புறமுந் தள்ளி நின்றிருந்தும்
அளவில் துக்கந் தாங்கிநின்று
அமைதி யிழந்துத் தவித்திருந்தார்

அநாதை யானு மதன்மேலும்
ஆத ரவற்ற விதவையாம்
இந்நி லையி லென்னாலும்
இயற்று வதென்ன வறியேனே
அநுக னாணை யிட்டகல (350)
ஆற்று மாறு மறிகில்லேன்
அந்த ரிநீயும் வழிகாட்டி
ஆத ரவாக யிருவென்பார்

உயிரை மாய்க்கு மெண்ணத்தை
உடனே கைவிட் டிருந்துநின்றார்
உயிர்வாழ்ந் திடவு முள்ளத்தில்
உவகை சிறிது மவர்க்கில்லை
உயிரை விட்டு நின்றிருக்க (351)
உற்றா னனும திதாராரே
மயங்கித் தவித்து சாரதையும்
மொழியி ழந்த ழுதுநிற்பார்

அன்னை நிலையை அருகிருந்தோர்
அறிந்து நின்று வருந்தினரே
சின்னா ளன்னை இடம்பெயர
சோகம் நீங்கு மெனக்கருதி
புனிதப் பயணம் மேற்கொள்ள (352)
பலருங் கலந்து முடிவெடுத்துப்
பின்னர் அன்னைக் கறிவித்துப்
பயண நாளுங் குறித்தனரே

9. புனிதப் பயணம் மேற்கொள்ளுதல்

பெருமான் மறைந்து நாட்களுமே
பதினா றாகி நின்றிருக்கப்
பிருந்தா வனமுஞ் சென்றிடவும்
பயணம் மேற்கொண் டிருந்தாரே
பிரியா துணையாம் கோலாப்மா (1)
பின்னும் இலக்கு மியோடுடனும்
அருமைச் சீடப் பிள்ளைகள்
அன்னைக் குதவச் சென்றனரே

இலாட்டு மற்றும் யோகினுடன்
இனிய காளி முதலானோர்
தலங்கள் தன்னில் அன்னைக்குத்
தேவை யான உதவிகளும்
மலர்ந்து புரிய விரும்பிடவும் (2)
மகிழ்ந்து தாயு மொப்பிநிற்க
எல்லோ ருமாகப் பயணத்தை
இனிதே தொடங்கி நின்றனரே

முதலில் வைத்தி யநாதமுமே
மற்றுச் சென்று தரிசித்து
அதன்பின் புனித காசியையும்
அடைந்து நின்ற தக்குழுவும்
பத்து நாட்கள் தங்கிநின்று (3)
புனித விசுவே சுவரனோடு
அதீத புனித விசாலாட்சி
ஆல யங்கள் சென்றனரே

வனிதை விசுவ நாதரையும்
வணங்கித் திரும்பி நிற்கையில்
அன்னப் பறவை போல்மெதுவாய்
அடியெ டுத்து நடந்துநிற்கும்
அன்னை மிகவும் வேகமாக (4)
அனேகர் முன்னம் நடந்திடவும்
வினோத மாக யிருப்பதாக
வியந்து பலருங் கண்டனரே

வழக்கத் திற்கு மாறாக
வேக மாக நடந்துநிற்க
குழுவி லிருந்தோர் காரணத்தைக்
கூறக் கேட்க அன்னையும்
மொழிந்து நின்றார் தன்னையும் (5)
மணாள னிழுத்து வந்திருக்க
வழக்கம் விடுத்து நடைமிகவும்
வேக மாக யிருந்ததென்றார்

நடந்து நின்ற துயானில்லை
நாத னெனது கரம்பற்றி
விடாதி ழுத்து நடந்திடவும்
வேக மாகத் தானுடனும்
நடக்க வேண்டி வந்ததாக (6)
நாரி யுரைத்து நின்றிருக்க
மடவாள் கூற்றைக் குழுவினரும்
மற்றுக் கேட்டுத் திகைத்தனரே

முற்றுந் துறந்த துறவியையும்
மகிழ்ந்து வணங்கி நின்றெழுந்து
இறுத்து நின்றா ரிவ்வாறு
இகத்தி லிவர்போல் துறவியரும்
பற்றே துமில்லார் மிகக்குறைவு (7)
பணிந்து வணங்கப் பழவினைகள்
பறந்தே யோடு மாதலினால்
பணிவீ ரென்றார் அன்னையும்

உயர்ந்த மாட மாளிகையின்
உச்சி தன்னி லேறிநின்று
வியந்து மகிழ்ந்தார் காசிநகர்
விசால மான தோற்றத்தை
அயர்ச்சி தளர்ச்சி நீங்கிநின்று (8)
அமைதி யடைந்துப் புறப்பட்டு
அயோத்தி நகருஞ் சென்றடைந்து
அதன்பின் பயணந் தொடர்ந்துநின்றார்

தொடர்வண் டிதன்னி லமர்ந்திருந்து
தமது பயணம் மேற்கொண்டார்
மடவாள் சாள ரத்தருகில்
மணாளன் நாம முச்சரித்து
தொடர்ந்தி ருந்தார் தம்பயணம் (9)
திடுமென் றவர்முன் வரன்தோன்றி
அடுத்து மந்தி ரத்தகட்டில்
அதீத கவனஞ் செலுத்தென்றார்

வண்டி யோடிச் செல்கையில்
வெளியே யிருந்து பெருமானும்
துணையை யழைத்துச் சொல்லிநின்றார்
துளியுங் கவனங் குறைந்திருக்க
மண்ணில் மந்தி ரத்தகடும் (10)
மற்று வீழ்ந்து தொலைந்திடுமாம்
கண்ணே கவன மாயிரென்று
கூறி மறைந்தார் திடுமெனவே

வரனுந் தோன்றி எச்சரிக்க
வனிதை மந்தி ரத்தகட்டை
விரைந்து கழற்றி உடனதையும்
வைத்து நின்றார் தம்மடியில்
உருவப் படமு மத்தியுமே (11)
உள்ள பெட்டி தனிலதையும்
கருத்தாய் பின்னர் வைத்திருந்து
காவல் காத்தி ருப்பாரே

பிருந்தா வனமுஞ் வந்துசேர
பலரும் வண்டி தனிலிறங்கி
பொருட்கள் பலவும் கீழிறக்கி
பின்னர் சரிபார்த் திருந்தனரே
பெரிதும் விரும்பி இலாட்டுவுமே (12)
புகைபி டிக்கும் குழாய்தனையும்
விரைந்தி றங்கும் வேகத்தில்
விட்டு மறந்தார் வண்டிதனில்

இறுதி யாக கோலாப்மா
இறங்கும் போது புகைக்குழாயை
மறவா தெடுத்து சாரதைக்கு
மற்றுக் கொடுத்து நின்றிருக்க
பற்றி யதையும் அன்னையும் (13)
பிடித்து நிற்க இலக்குமியும்
சிற்றன் னையைக் கண்டுநின்று
சிரித்து வினாவு மெழுப்பிநின்றார்

புகைக்கு ழாயைத் தன்கரத்தில்
பற்றி நிற்கும் அன்னையைப்
பக்கத் திருக்கும் இலக்குமியும்
பரிந்து கண்டு வினவிநின்றார்
புகைக்கு ழாயை யிப்போதே (14)
பற்றிக் கரத்தில் கொண்டீரா
புகல்வீ ரென்று கேட்டிடவும்
பதறித் துடித்தார் அன்னையும்

பல்லாண் டுமுன்னம் கதாதரரும்
பத்தி னிக்கும் இலக்குமிக்கும்
சொல்லி நின்றா ரிவ்வாறு
செவிகொ டுத்துக் கேட்பீரே
நிலத்தி லடுத்த பிறவிதனில் (15)
நாடோ டியாகப் பிறப்பெடுப்பேன்
மலர்ந்து நீங்க ளனைவருமே
மற்றென் னோடு பிறந்திடுவீர்

இவ்வா றுரைத்து கதாதரரும்
இருந்தி ருக்க வதுகேட்டு
கவலை யுற்று இலக்குமியும்
கரங்கு வித்து கெஞ்சிநின்றார்
பவசா கரத்தில் மீண்டுமெனைப் (16)
பிறப்பெ டுக்க வைக்காதீர்
புவியில் மீண்டும் பிறப்பெடுக்க
பெரிதுங் கொண்டே னச்சமென்றார்

இளம்பி ராயந் தன்னிலுமே
இலக்கு மியானார் விதவையாய்
களங்க மற்ற இளம்வயதில்
கணவ னிறக்கக் கைம்பெண்ணாய்
பிள்ளை யின்றி பிறரையும் (17)
பற்றிச் சார்ந்து வாழ்ந்திருக்க
உள்ளம் வெறுத்து இலக்குமியும்
உரைத்து நின்றா ரவ்வாறு

களித்துக் காணப் பட்டபோதும்
கைம்பெ ணாகும் வாழ்க்கையை
இளம்பெ ணவரும் விரும்பாது
இகழ்ந்து நின்றார் தனிமையை
களங்க மில்லா சிறுபெண்ணும் (18)
கூறி நின்றார் கதாதரர்க்கு
அளக்கர் தன்னில் மறுபிறப்பும்
அதம மாகுந் தமக்கென்றார்

பிறப்பெ டுக்கே னெனக்கூற
பெண்ணே உரிமை உனக்கிலையாம்
மறுத்து நின்று முன்னையான்
மேதி னிதன்னி லென்னோடு
மறுப டிமீண்டும் பிறப்பெடுக்க (19)
மற்றுச் செய்து நின்றிடுவேன்
பிறகு மென்னைப் பிரிந்தெங்கு
போவ தெங்கே பேதையே

என்னைப் பிரிந்து தனியாக
எங்கே வாழ்வாய் கண்ணேநீ
தனியா யெங்கோ வாழ்ந்திருந்தும்
தலமு மதுவு மொருசிறிதும்
உனக்குப் பிடிக்கா திருந்திடுமே (20)
ஓடி யொளிய யிடமிலையாம்
இனிதே யானு மில்லாத
இடமு முனக்கு வெறுத்திடுமே

நீர்வாழ் வேலம் பாசியையும்
நீயுங் கண்ட துண்டாமோ
ஓரி டத்தி லதைப்பற்றி
உவந்தி ழுத்து நின்றிடவும்
பூரித் துயாமும் மகிழ்ந்திருக்க (21)
பாசி முழுதுங் கரஞ்சேரும்
பாரில் யானும் பிறப்பெடுக்க
பலரும் வருவீ ரென்னோடு

கொத்தாய் வேலம் பாசியுமே
களித்து வாழும் நீர்நிலையில்
மெத்தச் சிறிய ஓரிழையை
மற்றுப் பிடித்தி ழுத்திடவும்
மொத்த மாக முழுக்கொடியும் (22)
மற்று வந்து சேர்வதேபோல்
உத்த மராகும் நீவிரெல்லாம்
உவந்தெ னோடு வந்திடுவீர்

என்னோ டிந்நா ளிருப்பவரும்
எப்போ தல்லா மவதாரம்
இனிதே யானு மெடுக்கையில்
இசைந்தே வந்து சேர்வீரே
சினந்தோ வெறுத்தோ மறுத்திடவோ (23)
சிறிது முரிமை நுமக்கில்லை
உனக்கு மெனக்கு முரிமையாய்
உள்ள வனாணை அறிந்திடுவாய்

ஒற்றைத் தந்தி வீணையை
உடனெ டுத்து மீட்டிநின்று
இறைவன் புகழைச் சதாகாலம்
இடைவி டாதுப் பாடியாடிப்
பொறையில் பத்திப் பரவசத்தில் (24)
பாவு லென்னும் நாடோடிப்
பிறப்பெ டுத்து நிற்கையில்
பலரும் பிறப்பீ ரென்னோடு

அடுத்த பிறவி தனில்யானும்
ஆடிப் பாடி நிற்கையில்
மடவாள் யென்றன் சாரதையும்
மகிழ்ந்தென் புகைக்கு ழாயையும்
எடுத்துக் கரத்தில் தாங்கிநின்று (25)
இணைபி ரியாது வந்திடுவாள்
விடாது புகைக்கப் புகைக்குழாயை
வஞ்சி தந்து மகிழ்ந்திடுவாள்

என்று பெருமான் மிகக்களித்து
இயம்பி நின்ற நிகழ்ச்சியையும்
கனிந்து நின்று சாரதையும்
களித்து நினைவு கூர்ந்துப்பின்
துன்பம் பொறுக்கா திருந்துநின்று (26)
தைல தாரை போல்கண்ணீர்
வனிதை பெருக்க இலக்குமியும்
விடாது சேர்ந்த ழுதுநின்றார்

துணையைப் பிரிந்து இலக்குமியும்
துன்பம் பொறுக்கா திருந்ததேபோல்
கண்ணீர் பெருக்கி அதேநிலையில்
கற்பா ளிருந்த ழுதிருந்தார்
கணவ ரவ்வப் போதுதோன்றிக் (27)
காட்சி தந்துப் பேசிநின்றும்
மணாள னில்லா வாழ்க்கையை
மிகவும் நினைத்து வெறுத்திருந்தார்

பிறவி யிதுவே போதுமென்றும்
பிறவி யிதுவே துன்பமென்றும்
பிறவி மேலும் வீணென்றும்
பலவும் நினைத்து சாரதையும்
தற்கொண் டானின் பிரிவையும் (28)
தாங்க வியலா திருந்துநின்றார்
பற்றே துமில்லா மனத்தாராய்
புகன்று நின்றா ரிவ்வாறு

புகைக்கு ழாயைத் தாங்கிநிற்கப்
புகன்று நின்றீர் நீவிருமே
புகைக்கு ழாயைத் தாங்கிநிற்கும்
பணியை நிறைவாய் முடித்துநின்றேன்
மகிழ்ந்து காண்பீர் தங்களாணை (29)
மனைவி யானும் புரிந்ததையும்
புகைக்கு ழாயோ டப்பிறவி
போன தாகக் கொள்வீரே

பிறவி யெடுக்க விருப்பமிலைப்
பிரிந்து வாழ இச்சையில்
பிறவி யெடுக்க வேண்டுமெனின்
பிரிந்து நுமக்கு முன்செல்ல
இறைவா நீவிர் வரந்தருவீர் (30)
இவ்வா றிறுத்து சாரதையும்
பற்றி யிருந்த புகைக்குழாயைப்
பெரும்வே கத்தில் வீசிநின்றார்

புரட்டா சிமாதப் பெருமழையில்
பெருக்கெ டுத்து யமுனையில்
கரைபு ரண்டு நீரோட
களித்து மயில்கள் நடனமாட
மரஞ்செ டிகொடி மிகமகிழ்ந்து (31)
மற்றுப் பூத்துக் குலுங்கினவே
குரமி னொலியும் கேட்டுநிற்கக்
களித்து மக்க ளிருந்தனரே

மனிதர் பலரும் மிகமகிழ்ந்து
மற்றுக் காட்சி கண்டிருக்க
இனிமை யான இயற்கையின்
எழில்சேர் காட்சி யெதனையும்
தனிமை வாட்டி வதைத்திருக்கும் (32)
சார தையும் மகிழாது
துன்ப உருவாய் கலங்கிநிற்க
துக்கித் தினரே குழுவினரும்

முன்பே பிருந்தா வனம்வந்து
மகிழ்ந்தி ருந்த யோகின்மா
அன்னை சார தையையும்
அமங்க லமானத் தோற்றத்தில்
மனது நெகிழ்ந்து கண்டுநின்று (33)
மற்று விடாத ழுதுநின்றார்
தனிய ளான அன்னையின்
துன்பந் தன்னில் பங்குகொண்டார்

பெருமான் பற்றி இருவருமே
பலவும் பேசி நின்றிருப்பர்
கருணை கொண்டு கதாதரரும்
களித்துக் கூறி யதெல்லாமும்
பெரிதும் நினைவு கூர்ந்துநின்று (34)
பொறுக்க வியலா துன்பத்தால்
அரற்றி யழுது நின்றிருக்க
அக்கம் வற்றி நின்றதுவே

கரைகா ணாத வெள்ளம்போல்
கன்னம் வழியக் கண்ணீரும்
பெருக்கி நின்றுப் பெருமானும்
புகன்ற தையும் பலபேசிப்
பொருளை யிழந்தத் தனவானும் (35)
புலம்பி நிற்ப துபோலவரும்
இருக்கக் கண்டுப் பெருமானும்
இரவி லவர்முன் தோன்றிநின்றார்

அன்பிற் குரிய குழந்தைகாள்
அழுது நிற்ற லேனெதற்கு
துன்பங் கொண்டு துடித்தழுதல்
தேவை யில்லை அறிவீரே
என்னைக் கண்முன் கண்டுநிற்பீர் (36)
என்னால் வேறி டஞ்செல்லல்
என்று மியலா தென்றறிந்து
இறும்பூ தெய்தி மகிழ்ந்திருப்பீர்

அறையொன் றிலிருந் துவேறொன்றை
அடைதல் போலுஞ் சென்றிருக்க
மறந்து நின்று நீவிருமே
மற்று விடாத ழுதுநின்றீர்
உறங்கி யிருத்தல் போல்மரணம் (37)
உறக்கம் விடவும் பிறப்பாகும்
அறிந்தி தைநின் றழாதிருக்க
அறைந்து மறைந்தார் கதாதரரும்

பிருந்தா வனத்தில் இராதையும்
பிரிந்து சென்ற கண்ணனையும்
பிரிவுத் துயருந் தாங்காது
பலவி டத்துந் தேடியோடி
திரிந்த லைந்து நின்றதேபோல் (38)
தற்கொண் டானை அன்னையும்
பரந்து விரிந்த தீரத்தில்
பரித வித்துத் தேடிநின்றார்

வழக்கத் திற்கு மாறாக
வினோத நிலையி லவரிருந்து
சுழன்றோ டிநிற்கும் யமுனையின்
சுத்த மான கரைதன்னில்
விழுந்து கிடப்பார் தனியாக (39)
வனிதை வாரா திருந்திடவும்
குழுவைச் சேர்ந்தோ ரருகுவந்து
கனிந்த ழைத்து நின்றிருப்பர்

எனது நாமம் சாரதையில்
என்றன் பெயரே இராதையாம்
என்று பலநாள் மறுத்துரைக்க
இதுகேட் டவரை அவ்வாறே
கனிந்து பலரு மழைத்திருக்க (40)
களித்துக் கேட்டு சாரதையும்
பின்தொ டர்வா ரவரோடு
பலநா ளிதுவும் நடந்ததுவே

ஒருநாள் பலரும் நெடுநேரம்
உலக நினைவிற் கழைத்துவரப்
பெரிதும் முயன்று தோற்றனரே
பருப்ப திநாமம் யோகின்மா
உரக்கக் கூறி நின்றதன்பின் (41)
உணர்வு சிறிது வரப்பெற்று
கரைந்து நின்றார் அன்னையும்
கவள முணவ ளித்திடவும்

இதுகேட் டதிர்ந்து பேச்சையும்
இழந்து பலரு மிருந்தனரே
இதேபோல் சமாதி நிலைநீங்கி
இருக்குஞ் சமயம் கதாதரரும்
உதிர்த்தி ருப்பார் சிறிதுணவை (42)
உடனே தமக்க ளித்திடவும்
சதியும் பதிபோல் கேட்டிருக்கச்
சிலிர்த்துப் பலரும் நின்றனரே

பழமோ காயோ வெற்றிலையோ
பரிந்த ளித்து நின்றிருக்க
விழைந்தொன் றையு மெடுத்துநின்று
வாயி லிட்டு விழுங்கிடவும்
முழுநி னைவு வரப்பெறுவார் (43)
மற்று மகானாம் கதாதரரும்
கிழவன் போலுங் கிழத்தியுமே
கேட்டு நின்றார் சிறிதுணவு

அன்ன மொருவர் கொண்டுவர
அதன்பின் கதலி வந்ததுவே
பின்னு மொருவர் வெற்றிலையைப்
பரிந்தெ டுத்துக் கொண்டுவர
என்று மாசா ரத்தையும் (44)
ஏற்று வாழும் அன்னையும்
இனிதே வெற்றி லைக்காம்பை
எயிறால் கடித்தெ றிந்துநின்றார்

வெற்றி லையை யெடுத்துநின்று
வாயா லதனின் காம்பையும்
தற்கொண் டானும் கடித்துநின்று
தரையில் துப்பி நிற்பதேபோல்
கற்பாள் செய்யக் கண்டுபலர் (45)
கணவ ரவருள் குடிகொண்டு
நிற்ப தாக அறிந்துநின்று
நிரம்ப மகிழ்ந்தி ருந்தனரே

விதவை யானோர் தாம்பூலம்
வழக்க மில்லை தரிப்பதுமே
இதுவே நாட்டில் வழக்கமாக
இருந்தி ருக்க வங்கத்தில்
பொதுவா யெல்லா மக்களுமே (46)
பொங்கி மகிழ்ந்து தாம்பூலம்
மதர்த்துச் சுவைத்து மகிழ்வதேபோல்
மற்றுச் சுவைப்பார் அன்னையும்

அதீத நிலையில் அன்னையை
அங்கி ருந்தோர் கண்டுநின்று
விதவி தமான வினாக்களையும்
வினவி நிற்க அனைத்திற்கும்
பதிலுந் தந்த பாங்கையும் (47)
பெரிதும் வியந்த வையெல்லாம்
மதங்கி பத்தர் மொழிவதுபோல்
மற்றி ருக்கக் கண்டனரே

செயலும் பேச்சுஞ் சைகையும்
சிவதூ திபத்தர் தினந்தினமும்
செய்வ துபோலு மிருப்பதையும்
சஞ்ச யமின்றிக் கண்டனரே
உயர்ந்த நிலையி லிருந்திறங்கி (48)
உவந்து தன்னுள் கதாதரரும்
வியாபித் திருப்ப தாயுரைக்க
வியந்து குழுவு மறிந்ததுவே

சிறிது நேரஞ் சென்றதன்பின்
சதிமுன் பதியுந் தோன்றிநின்று
இறுத்து நின்றார் சதிமகிழ
இனிமேல் யானுஞ் சூக்குமமாய்
இறுதி வரையு முன்னுள்ளே (49)
இருந்து வாழ்வே னெனக்கூற
கற்பாள் கேட்டு மிகக்களித்து
கருணை நினைத்துப் போற்றிநின்றார்

சிலச மயத்தில் அன்னையும்
சிற்ப ரையின் பத்தருமே
சொல்வ துபோலுஞ் சொல்லிநிற்க
சிறிதும் பொருளு மறியாது
பலரும் விழித்து நின்றிருப்பர் (50)
பிரேத மெடுத்த ரற்றிநின்று
சிலருஞ் செல்லக் கண்டுநின்று
சொல்ல லானார் அன்னையும்

புண்ணி யசாலி யொருவருமே
பட்டென் றுயிரைத் துறந்துநின்று
கணநே ரத்தில் நிரந்தரமாய்
கோகு லத்தைச் சென்றடைந்தார்
கண்ணன் பிருந்தா வனத்திற்கு (51)
கடுக வந்த யெனக்கொன்றும்
தணலாய் கொதிக்குஞ் சுரமெதுவும்
தீண்டிக் காய்க்க வில்லையே

வயது மிகவு மதிகமாகி
வயோதி கமுமும் வந்ததாயும்
உயிர்கொ டுத்தத் தந்தையை
ஊனக் கண்ணால் கண்டதாயும்
உயிர்த்து ணையி னண்ணனையும் (52)
ஊராம் பிருந்தா வனந்தன்னில்
வியந்து கண்ட தாயவரும்
விவரந் தெரிவித் திருந்தாரே

இதுகேட் டதிர்ந்து யோகின்மா
இனிதே வினவி நின்றிருந்தார்
அத்தன் மற்றுங் கொழுந்தனையும்
அக்கத் தாலும் பார்ப்பதிலும்
அதிச யமென்ன விளக்கிடுவீர் (53)
அதற்கும் வயதா வதற்குமுள்ள
அதீதத் தொடர்பு மென்னவென்று
அறையக் கேட்டார் அன்னையை

வினவி நின்ற கேள்விகட்கு
விளக்கம் தந்தா ரில்லையாம்
இனிதே யவரு முரைத்ததற்கு
இளையா ரவரே பொருளறிவார்
பின்ன ரவரை யோகின்மா (54)
பொருளும் விளக்கக் கூறினாரில்
அனேக தடவை அன்னையும்
அமைதி காத்து நின்றிருப்பார்

பிருந்தா வனத்தில் குழுவினரும்
பதினைந் துநாட்க ளிருந்தனரே
இருந்த யெல்லா நாட்களுமே
இனிதே புனித வூரையும்
பிரதட் சிணமும் வந்துநின்று (55)
பெரிதுங் களித்தி ருந்தனரே
மரமுஞ் செடியுங் கொடிகளையும்
மகிழ்ந்து காண்பார் அன்னையும்

வனத்தை வயலை நதியையும்
வெகுவா யுன்னிப் பார்த்தபடி
நின்றி ருப்பார் நீண்டநேரம்
நிகழ்கா லத்தை விட்டேகி
அன்னை பாக வதகாலம் (56)
அடைந்தா ரென்று ணர்ந்துநின்று
கனிந்து விவரங் கேட்டிருக்க
கூறா திருப்பார் மறுமொழியும்

ஒருநாள் பதியும் சதிமுன்னம்
உவந்து தோன்றி மந்திரமும்
உரைத்தி ருந்த தையுமுடன்
உத்த மநல்ல யோகினுக்கு
கருத்தா யுபதே சித்திடவும் (57)
கூறி நின்று மறைந்துபட
குருவாம் பணியை மிகவெறுத்து
கட்ட ளையும் நிறைவேற்றார்

பெண்ணாம் யானும் மேலும்பின்
பதியி ழந்த வளாவேனாம்
மண்ணில் பலரு மிருந்திருக்க
மந்தி ரோப தேசத்தை
இணங்கிச் செய்த லியலாது (58)
இதையு மேற்கே னென்றெண்ணி
கணவ ராக்ஞை கொடுத்துநின்றும்
கீழ்ப்ப டியாம லிருந்தாரே

மறுப டிமீண்டும் பதிதோன்றி
மொழிந்தா ருபதே சித்திடவும்
இறைவ னிட்ட கட்டளையை
ஏற்ப தியலா தென்னாலும்
இறைவன் தான மேற்றிடவும் (59)
இச்சை யில்லை அச்சமுண்டு
பொறைவாழ் மக்க ளெனைக்கண்டு
பரிகா சித்தி ருந்திடுவர்

இறைவன் மறைந்து திங்களொன்றும்
இன்னு மாகா திருக்கையில்
கற்பாள் மாறி உபதேசம்
கொடுக்க விழைந்து சீடர்கள்
பெற்று மகிழத் துடிப்பதுமே (60)
புவியுங் காணா வினோதமென்று
புறம்பே சிறிற்ப ரெனப்பயந்து
பதியின் சொல்லைக் கொள்ளாரே

உடலில் வாழ்ந்தி ருக்கையில்
உற்றான் தமது பத்தினியும்
தடுத்து நின்றும் மந்திரங்கள்
தினமு முபதே சித்திருந்து
அடுத்துக் குருவா யாக்கிடவும் (61)
ஆவல் கொண்டி ருந்தாரே
விடாது தினமு மாவிருத்தி
வலியச் செய்ய உரைத்திருந்தார்

ஆண்டு பலவாய் அன்னையும்
அனேக தடவை மந்திரங்கள்
ஆணை யிட்ட படிவிடாது
அகத்துள் செபித்த படியிருக்க
வேண்டு பவர்க்கு மந்திரமும் (62)
வழங்கத் தகுதி பெற்றிருந்தும்
நாணி யடக்க மாகிநின்று
நாத னுரையுங் கேளாரே

இரண்டு முறைகள் அன்னையும்
இறைவன் பேச்சைக் கேளாமல்
இருந்தி ருக்க இறைவனுமே
இனிதே மூன்றாம் முறைவந்து
பொருளா ளையும் மிகக்கடிந்துப் (63)
பிடிவா தத்தை யுடன்தளர்த்தி
விரைந்து மந்தி ரோபதேசம்
விழைந்தாற் றிடவுங் கூறிநின்றார்

பொறுமை யாக இருந்துநின்ற
பத்தி னியின்று பெருமானை
மறுத்துப் பேசி விவாதங்கள்
மற்றுச் செய்யத் தொடங்கிநின்றார்
பிறருக் குபதே சத்தையும் (64)
புரியச் சொல்லி நிற்பதேனே
வற்பு றுத்தா திருந்திடுவீர்
விவர மறியே னிவன்பற்றி

நரேந்தி ரநாதன் மேலும்பின்
நல்ல குணத்து இலாட்டுவுடன்
பெரிதும் பழகி நன்கறிவேன்
பின்னுஞ் சிறுவன் யோகினோடு
உரையா டியது மில்லையாம் (65)
உண்மை யிதுவா யிருந்திருக்க
பொருளா ளென்னை வற்புறுத்தல்
பெரிது மழகோ நுமக்கென்றார்

அன்னை மறுத்து நின்றிருக்க
அன்போ டுரைப்பார் நற்பதியும்
கனிந்து யோகின் மாவையும்
கரைந்த ழைத்து யோகினையும்
உன்முன் வரவுங் கூறிநிற்பாய் (66)
உபதே சிக்கும் போதவளை
இனிதே அருகி லிருந்திடவும்
இறுத்தி நிற்பா யென்றுரைத்தார்

உன்னோ டுயோகின் மாவையும்
உபதே சத்தின் போதிருக்க
கனிந்து கூறி யோகினுக்குக்
கருத்தா யுபதே சித்திடென்று
மன்னுங் கூறி மறைந்திடவும் (67)
மறுக்க முடியா சதியுடனும்
வனிதை யோகின் மாவையும்
வரவ ழைத்துக் கூறிநின்றார்

உடனே சென்று யோகினிடம்
உபதே சமான விவரத்தை
கடுகக் கண்ட றிந்துவர
கூறி நின்றார் அன்னையும்
மடவாள் யோகின் மாவுடனும் (68)
மற்று யோகின் தனைவினவ
கொடுத்து நின்றார் யோகினுமே
களித்துக் கேட்ட விவரங்கள்

பெருமான் தம்மை உபதேசம்
பரிந்து செய்ய வேண்டிநின்றும்
கருணை மழையும் பொழியாது
காளி யிடமுஞ் சென்றடைந்தார்
தெரிந்த தேவி மந்திரத்தைத் (69)
தினமும் யானுஞ் செபிக்கின்றேன்
ஒருநாள் தோன்றிப் பெருமானும்
உரைத்து நின்றார் மனம்மகிழ

இட்ட தெய்வம் பெயரையும்
இறுத்து நின்றுப் பெருமானும்
உடனே அன்னை தமையணுகி
உபதே சத்தைப் பெறுவென்றார்
தட்டா தன்னை தருவரென்றும் (70)
தெரிவித் திருந்து மறைந்திடவும்
வெட்கி யானும் தாயிடமே
விண்டு ரைக்கத் தயங்கிநின்றேன்

அன்னை நும்மை யென்னிடமும்
அனுப்பி நின்று விவரங்கள்
வினவி நிற்க நடந்ததையும்
விவரித் துள்ளே னுள்ளபடி
அன்பு ருவாகும் அன்னையும் (71)
அடியே னிடமு மிரங்கிநின்று
மனமும் மகிழ உபதேசம்
மற்றுச் செய்ய வேண்டுமென்றார்

சதிக்குப் பதியு முரைத்திருந்த
சர்வ சிரேட்ட மந்திரமும்
சதியின் பத்தர் யோகினுக்கு
சொல்லி யிருந்த மந்திரமும்
அதீத வினோத மாயொன்றாய் (72)
அமைந்தி ருக்கக் கண்டுநின்றுப்
பதியுந் தன்னைக் குருவாக்கப்
பெரிதும் விழைந்தா ரென்றறிந்தார்

நன்னா ளொன்றில் அன்னையும்
நாதன் படமு மத்தியுமுன்
இனிதே யமர்ந்து தியானத்தில்
ஏகாக் கிரமா யிருந்திருந்துப்
பின்னர் பூசை புரிந்துநின்று (73)
பரவ சநிலை யடைந்துநின்றார்
வனிதை மகிழ்ந்து யோகினுக்கு
வழங்கி நின்றா ருபதேசம்

குருவும் மந்தி ரோபதேசம்
களித்து வழங்குஞ் சமயத்தில்
அருகி லெவரு மமர்ந்திருத்தல்
ஆகா தென்ப ரறிந்தவரும்
கருத்தில் கொண்டு வேறறையில் (74)
களித்த மர்ந்து யோகின்மா
பெருத்த கதவைச் சாத்திநின்றும்
புகன்ற தையுங் கேட்டுநின்றார்

குருவாய் மந்தி ரோபதேசம்
களித்து முதலில் அன்னையும்
பிருந்தா வனத்தில் வழங்கிநின்றார்
பிற்கா லத்தில் பலருக்கும்
கருணை கொண்டு கதாதரரும் (75)
கூறி நின்றா வாறவரும்
உரைத்து நிற்க அனேகருமே
உயர்ந்த நிலையை அடைந்தனரே

உயிரோ டிருந்தி ருக்கையில்
உரைத்து நின்றார் பெருமானும்
வயிர வியென்னைத் தன்னுடனும்
விரும்பி யேற்று நின்றதன்பின்
மயங்கிக் கலங்கா திருந்துநின்று (76)
மற்றெ னூருஞ் சென்றிடுவாய்
வயிற்றுப் பசிக்கு வேண்டியநெல்
விடாது தொடர்ந்து கிடைத்திருக்கும்

கீரை வகைக ளொன்றிரண்டைக்
களித்து விதைத்துத் தோட்டத்தில்
நீருந் தெளித்து வளர்த்திருந்து
நிதமும் வேக வைத்துண்பாய்
சோர்ந்தி ராது சதாகாலம் (77)
செப்பி நிற்பாய் அரிநாமம்
சீரை யொன்றும் சோறென்றும்
சிறக்கக் கிடைக்கு மறிந்திடுவாய்

அதிக வசதி வேண்டுமன
ஆவல் கொண்டு கையேந்த
விதிவ சத்தால் சிரத்தையும்
விற்று நிற்க வேண்டிவரும்
உத்த மநல்லா ரென்றெண்ணி (78)
உறவி னரையுஞ் சேர்ந்திருக்க
முதலி லினித்துப் பின்கசந்து
மற்று விடமாய் மாறிநிற்கும்

உறவி னரையு முற்றாராய்
உவந்த வரின கமடைந்து
மற்று வாழ்ந்து நிற்றலின்மேல்
மகிழ்ந்து பிச்சை யேற்பதுவாம்
பிறகும் பத்தர் தம்மனைக்கு (79)
பரிந்து வரவேற் றிருந்துமங்கு
உறைதல் பெரிய தவறென்று
உணர்ந்தி ருப்பா யென்சகியே

இவ்வா றாக முன்பவரும்
இறுத்து நின்ற தையெண்ணி
சிவதூ திபத்தர் பத்தினியும்
சிறக்கப் பயணம் முடிந்தவுடன்
உவந்து காமார் புகூர்சென்று (80)
உறைந்தி ருக்க முடிவெடுத்து
கவலை நீங்கிச் சிலதலங்கள்
காண ஆவ லோடிருந்தார்

இறைவ னாகுங் கண்ணனையும்
இனிதே வேண்டி நின்றிருந்தார்
குற்றம் புரியா திருக்கின்ற
குணமு மருள்வாய் கோவிந்தா
பிறரின் சொல்லில் செயலிலுமே (81)
பிழைகா ணாத குணமருள்வாய்
மற்றோர் குற்றம் பொறுக்கின்ற
மனமு மருள வேண்டிநின்றார்

பிருந்தா வனத்தை விட்டேகிப்
புறப்பட் டனரே குழுவினரும்
அரித்து வார மெனப்படுமாம்
அதிபேர் தலத்தைச் சென்றடைந்து
வரனின் சிறிது கேசத்தை (82)
விரிந்து நீண்ட நகத்தோடு
விரைந்தே யோடுங் கங்கையில்
விழைந்து மகிழ்ந்து சேர்த்துநின்றார்

மலைவாழ் சண்டி கோவிலுக்கு
மிகவும் முயன்று சென்றேறி
உலக மீன்றாள் தன்னையும்
உவந்து தரிசித் திருந்துநின்றார்
மலர்ந்து கங்கை யமுனையும் (83)
மற்றுச் சரசு வதிநதிகள்
கலக்குந் திரிவே ணிசங்கமத்தைக்
களித்த டைந்தார் அன்னையும்

திரிவே ணிதன்னில் பெருமானின்
சிகையை அர்ப்ப ணிக்கையில்
பெருத்த அலையு மொன்றெழுந்துப்
பட்டென் டவரின் கரத்திருந்த
கருத்த நீண்ட குழலையும் (84)
களித்தி ழுத்துச் சென்றிடவும்
பெரிதும் மகிழ்ந்து நதிதன்னைப்
போற்றிப் பரவித் துதித்துநின்றார்

பிரயா கையில் பத்தருமே
பரிந்து தமது கேசத்தை
அர்ப்ப ணிப்ப ராதலினால்
அதையு மொட்டி இலக்குமியும்
கரிய நீண்ட குழலையும் (85)
களைந்து நின்றி ருக்கையில்
சிரித்து நிற்கும் பெருமானின்
தோற்றங் கண்டார் அன்னையும்

சிரித்து நிற்கும் பெருமானின்
தோற்றங் கண்ட அன்னையும்
கரத்தி ருக்கும் கங்கணத்தைக்
கூர்ந்து நோக்கி நின்றிருந்து
சிரத்தின் கேசங் களையுமெண்ணம் (86)
சட்டென் றுநீக்கிப் பெருமானின்
திருவு ளத்தை அறிந்துநின்றுத்
தென்பு பெற்று மகிழ்ந்துநின்றார்

பயணம் முடித்த னைவருமே
பின்னர் மகிழ்ந்து திரும்பினரே
பயணஞ் சிறப்பாய் முடிந்துநிற்கப்
பெரிதும் மகிழ்ந்து பலபேசி
அயர்ச்சி தளர்வ கன்றோட (87)
அக்கம் பக்கத் தினருக்கும்
தயக்க மின்றி அனுபவங்கள்
தெரிவித் திருந்து மகிழ்ந்தனரே

முன்பு பலராம் பாபுவென்பார்
மனையி லிருந்து யாத்திரையும்
சென்று வந்த அன்னையும்
திரும்ப அவரின் மனைவந்து
மனையோர் மகிழ ஏழுநாட்கள் (88)
மற்றுத் தங்கி யிருந்துநின்று
பின்னர் காமார் புகூர்செல்ல
பெரிதும் விரும்பி நின்றிருந்தார்

ஒருநாள் தட்சி ணேசுவரம்
உவந்து சென்று சாரதையும்
பெருமான் வாழ்ந்த அறைபுகுந்து
பெரிதுந் துன்ப மேலீட்டால்
உருகிக் கரைந்த ழுதுநின்று (89)
உணர்ச்சி வசத்திற் காளாகி
பெருக்கி நின்றார் கண்ணீரும்
பலரும் பார்த்து நெக்குருக

பவதா ரிணியின் சன்னிதியில்
பெரிதும் கதறி யழுதுநிற்க
சிவதா தியுமே சித்தத்தைச்
சற்றுத் தெளிவா யாக்கிடவும்
உவந்தெ ழுந்து மிகத்தெளிந்து (90)
உணர்வு பெற்று கோவிலினுள்
சிவலிங் கங்கள் பலவற்றைச்
சென்று சேவித் தெழுந்துநின்றார்

பெருமான் தவமும் புரிந்துநின்ற
பஞ்ச வடிக்குஞ் சென்றடைந்து
வரனுந் தமது பொற்கரத்தால்
வைத்து நட்டு வளர்த்திருந்த
மரங்கள் பலவுந் தொட்டுநின்று (91)
மகிழ்ந்து தாமும் பல்லாண்டு
இருந்து வாழ்ந்த அறைசென்று
இறைவன் நினைப்பி லுறைந்துநின்றார்

பின்ன ரவரும் புறப்பட்டுப்
பதியின் காமார் புகூரையும்
சென்ற டைந்து நின்றிருந்தார்
சிறிய மூன்று குடிசைகள்
இனிதே பாட்டன் வழிச்சொத்தாய் (92)
இருந்து நின்ற தத்தெருவில்
அனைத்தும் இராமேச் வரர்மக்கள்
ஆதிக் கத்தி லிருந்தனவே

இராமேச் வரர்க்கு மூன்றுமக்கள்
இருந்தி ருக்க அவர்களுமே
இராம்லால் சிவராம் இலக்குமியாம்
இளமை தன்னில் இலக்குமியும்
வரனை யிழந்து கைம்பெண்ணாய் (93)
வசித்தார் தட்சி ணேசுவரம்
பெருமா னவரை அன்னையின்
பொறுப்பில் விட்டு மறைந்துபட்டார்

நற்கு ணங்கள் கொண்டுநின்ற
நாரி யாவார் இலக்குமியும்
சிற்றன் னையாம் அன்னையைச்
சிறக்க நேசித் திருந்திருந்தும்
பிறகு மவரே தன்னிச்சைப் (94)
படியே வாழ்ந்து வருபவராம்
நிறைய ஆண்மைக் குணங்கொண்டு
நிகழ்த்தி நிற்பார் செயல்பலவும்

இச்சைப் படியே வாழ்கின்ற
இலக்கு மிதன்னை அன்னையும்
இசைந்து கட்டுப் படுத்திடவும்
இயலா திருக்க வருந்திநின்றார்
இசையில் நாட்டம் மிகுத்திருக்க (95)
எல்லோர் முன்னுங் கீர்த்தனங்கள்
பொச்ச மாகு மென்றறிந்தும்
பாடி நிற்பார் இலக்குமியும்

விதவை யானோர் பலர்முன்னும்
வந்து வெளியே பழகிநிற்றல்
ஒத்துக் கொள்ளார் அன்னையும்
ஒருவ ருக்கு மடங்காது
எதிர்த்து நிற்கும் பெண்ணையும் (96)
எச்ச ரிக்கை செய்திடவும்
பதமா யெடுத்துச் சொல்லவுமே
பெரிதும் விரும்பார் அன்னையும்

இராம்லால் என்பா ரென்றைக்கும்
இதமாய் சிற்றன் னையிடமும்
உரையா டிநின்றி ருந்ததில்லை
உள்ளந் தன்னி லொருசிறிதும்
கருணை கனிவு கழிவிரக்கம் (97)
கொண்டு நின்ற தில்லையாம்
பெரிது மவரே அன்னையைப்
பொருமி வெறுத்து நின்றிருப்பார்

சிவராம் என்னு மிளையவரும்
சிற்றன் னையை அன்போடு
உவந்து கண்டு ரையாடி
உள்ளந் திறந்து பேசிநிற்பார்
பவதி பிச்சை யிட்டிடென்று (98)
பூணூல் போட்ட நாளன்று
நவின்று நிற்க அளித்தநீவிர்
நற்றாய் போலு மாவிரென்பார்

அன்பு செலுத்த சிவராமும்
அருகி லிருந்தும் அன்னையை
அனேக விதமாம் வம்புகளில்
ஆவ லுடனே இழுத்துவிட
முனைந்த இராம்லால் இலக்குமியை (99)
மற்றுச் சுடுசொல் மொழிவாரில்
பின்னுந் தமது மனநிலையைப்
புகல்வா ரில்லைப் பிறருக்கும்

செயராம் பாடி தன்னிலுமே
சக்கம் மாவின் வழிபாடு
சியாமா சுந்த ரிசெய்துநிற்க
சிந்தை மகிழ்ந்து பணிவிடைகள்
செய்து நிற்க விரும்பிநின்று (100)
சென்ற டைந்த அன்னையை
மயக்கங் கொண்டு சியாமாவும்
மற்றுக் கண்டு மூர்ச்சித்தார்

விதவை யாகத் தன்பெண்ணை
வயிறெ ரிந்து சியாமாவும்
பதறித் துடித்துக் கண்டுநின்றுப்
புலம்பி யவாறி ருந்திடவும்
கதறி யழுது நின்றிருக்கும் (101)
கைம்பெ ணாகுந் தாயிடமே
இதமாய் பேசி அன்னையும்
இனிதே தேற்றி நின்றிருந்தார்

சக்கம் மாவின் வழிபாடு
சிறக்க நடந்து முடிந்ததுவே
புக்க கத்தைச் சென்றடையப்
புறப்பட் டிருந்தார் அன்னையும்
மிகவும் மனது நொந்திருந்து (102)
மற்றுத் தமது விதவையாம்
மகளைப் பார்த்து சியாமாவும்
மொழிய லானார் தங்கருத்தை

உன்வ யிற்றுப் பிள்ளைகள்
ஒருவ ருமில்லா திருப்பதாலும்
பின்னும் பிழைகள் கொழுந்தன்தம்
பிள்ளை காண்ப ரென்பதாலும்
இனிமே லெங்குஞ் செல்லாமல் (103)
இருந்தி டென்று சியாமாவும்
அன்பு மிகுத்துக் கூறிநிற்க
அன்னைக் குரைப்பார் அன்னையும்

பதியு மென்னைத் தமதூரில்
பிரியா துவாழக் கூறிநிற்க
அதையும் மீறி வேறிடத்தை
அடைந்து வாழ்த லியலாதாம்
எதுவே வரினு மவையெல்லாம் (104)
இறைவ னவரும் விரும்பியதாய்
சததம் நினைத்து வாழ்ந்திருக்க
சித்தங் கொண்ட தாயுரைத்தார்

அன்னை யிடமும் விடைபெற்று
அடைந்தார் தமது புக்ககமே
மனையாம் மூன்றும் வெற்றிடமாய்
மற்றி ருக்கக் கண்டதிர்ந்து
வினவி நின்றார் விவரங்கள் (105)
வசித்தங் கிருந்தத் தெருவினரும்
அன்னைக் கனைத்து விவரங்கள்
அறிவித் திருந்து நின்றனரே

பெருமான் பணியும் புரிந்திருந்த
புண்ணி யதட்சி ணேசுவரம்
இராமேச் வரரின் மக்களுமே
இடம்பெ யர்ந்து நின்றனரே
புரமும் விட்டுப் போகும்முன் (106)
பாகம் பிரித்து இராம்லாலும்
பரிந்து நுமக்குச் சிறுகுடிலைப்
பங்கா யளித்த துரைத்தனரே

தன்னந் தனியாய் அன்னையும்
தவித்து நிற்பா ரவ்வூரில்
அன்னை நிலையு மூர்நிலையும்
அறிந்து நின்ற தனவானின்
மனைவி தமது பணிப்பெண்ணை (107)
மற்றுத் துணையா யனுப்பிநிற்க
இனிதே இரவு நேரத்தில்
இல்லா திருந்தார் பயம்சிறிதும்

பெருமை மிக்க கதாதரரைப்
பற்றிக் காலன் சென்றதாக
உரைத்த செய்தி கேட்டமக்கள்
உள்ளம் வருந்தி நின்றிருந்து
கிருகம் வந்து சாரதையைக் (108)
கண்டு விவர மறிந்தனரே
உரையா டிநின்றுத் தம்வருத்தம்
உரைத்து மனையு மேகினரே

கரத்தில் வளைய லணிந்துநின்று
கரையுங் கொண்ட சீரையும்
தரித்து நிற்கும் அன்னையைத்
திடுக்கிட் டிருந்து கண்டனரே
சிரமும் மழியா திருந்துநிற்க (109)
சீற்றம் மிகவும் கொண்டுநின்று
பெரிது மவரை வசைபாடிப்
புன்சொல் பலவும் புகன்றனரே

பழிச்சொல் பலரும் புகன்றுநிற்கப்
பெரிதும் வருந்தி நின்றிருந்தும்
பழிக்குப் பழியாய் சுடுசொல்லும்
பகரா திருந்தார் அன்னையும்
மொழிந்த பழிச்சொ லனைத்தையும் (110)
மற்று பிரசன் னமாயியென்பார்
முழுதுங் கேட்டுத் தவறென்று
மொழிந்துத் திருத்தி நின்றிருந்தார்

மனிதப் பிறவி யென்றெண்ணி
மற்று நமது சாரதையை
மனது நோகப் பேசாதீர்
மகதி நும்மை வருத்திநிற்பாள்
அன்பிற் குரிய கதாதரனும் (111)
அகத்துக் காரி சாரதையும்
மனித ரல்லர் மற்றிவரும்
மகான்க ளாகு மறிவீரே

பிரசன் னமாயி யிவ்வாறு
புகன்றி ருக்க மக்களுமே
ஒருவா றாகப் புன்சொல்லும்
உரைப்ப தையுங் குறைத்திருக்க
வரனை நினைத்து சதாகாலம் (112)
வனிதை யுருகி அழுதிருந்தார்
கிருகி ணியிவ்வா றிருந்திருக்கக்
கிருகந் தன்னில் பொருளில்லை

மாத மைந்து பணத்தையும்
மற்ற ளிக்க பலராமும்
நாத னிடமு வாக்களித்து
நின்றி ருந்த படிதொடர்ந்து
சூது செய்யா திருந்துதர (113)
சிறிது கவனக் குறைவாக
பாதி மாதம் முடிவதற்குள்
பணம னைத்துஞ் செலவழிப்பார்

பவதா ரிணியின் கோவிலையும்
பராம ரித்து நிருவகிப்போர்
புவனை பத்த ருக்களித்தப்
பணத்தை அன்னைக் களித்துநிற்க
உவந்து முடிவெ டுத்ததையும் (114)
ஊகித் தறிந்து இராம்லாலும்
துவ்வா மையில் செயல்புரிந்து
தடுத்து நிறுத்தி மகிழ்ந்தாரே

தட்சி ணேசு வரக்கோவில்
திரைலோ கநாதர் நிருவகிக்க
சடாத ரிபத்த ருக்களித்த
சன்மா னத்தை அன்னைக்குத்
தொடர்ந்த ளிக்க முடிவுசெய்ய (115)
திடுக்கிட் டிருந்து இராம்லாலும்
அடுத்து திரைலோ கநாதருக்கு
அறைந்தார் தேவை யிலையென்று

சிற்றப் பனுக்குப் பலதனவான்
சீட ராக இருந்திருக்க
சிற்றன் னைக்க வர்களுமே
சொர்ணா பிடேகம் செய்துநிற்க
சொற்பப் பணமாம் நீரளிக்கும் (116)
தொகையா மென்று புரளிகூற
மற்றி துகேட்டு நிருவாகி
மனமும் மாற்றங் கொண்டுநின்றார்

அரிசி சிறிது மீந்திருக்க
அதைக்க ளைந்து வேகவைத்தும்
அரைக்கீ ரையைப் பறித்துவந்து
அலம்பி நறுக்கி வேகவைத்தும்
பருப்புங் கடுகு மெண்ணெய்யும் (117)
பின்னு முப்பு மிலாதிருந்தும்
பெரிதும் விரும்பி உண்டுநின்று
பசியைப் போக்கி நின்றிருந்தார்

பதியும் விதித்த படிவாழ்ந்து
பிறரை உதவி வேண்டினாரில்
மதிமு கத்தார் தம்தாயின்
மனைக்குச் சென்றும் வாழ்ந்தாரில்
விதிவ குத்த படிவாழ்ந்து (118)
வெறுத்தா ரில்லை வறுமையைப்
பதியின் சொல்லே வேதமென்றுப்
பற்றற் றிருந்து வாழ்ந்திருந்தார்

பதின்மூன் றாண்டு கங்கையில்
பிரதி தினமும் நீராடி
நிதமும் மகிழ்ந்தி ருந்தவரும்
நபனஞ் செய்து மகிழ்ந்திடவும்
நதியைப் பிரிந்து வருத்தமுற்று (119)
நின்றார் கண்ணீர் மிகப்பெருக்கி
பதியும் மிகவும் விசித்திரமாய்
பக்கந் தோன்றி காட்சிதந்தார்

அரச மரமு மொன்றிருக்க
அன்னை யதையுந் நோக்கிநிற்க
வரனு மங்கு விசித்திரமாய்
வந்து நிற்கக் கண்டுநின்றார்
நரேந்தி ரநாதன் இராகாலும் (120)
நல்ல பாபு ராமுடனும்
வரனுக் கருகில் நின்றிருக்க
வியந்து மகிழ்ந்தார் அன்னையும்

பெருமான் பாதந் தனிலிருந்து
பிரவா கமிட்டு நீரோட
வரனும் தன்முன் கங்கையை
வரவ ழைத்து நின்றதாகக்
கருதி நின்று விரைந்தோடிக் (121)
கைநி றைய மலர்பறித்து
பெருமான் பாதந் தனிலிட்டுப்
பெருக்கி நின்றார் கண்ணீரும்

திருமால் பாதந் தனிலிருந்து
தோன்றி நின்றாள் கங்கையாம்
பெருமாள் மற்றும் பெருமானைப்
பிரித்து நிற்ற லாகிடுமே
வரனும் மற்றும் திருமாலும் (122)
வினோத மாக ஒருவரேயாம்
புரிந்த றிந்தே னெக்கதறிப்
பாதந் தன்னில் பூச்சொரிந்தார்

பதியு முடனே பத்தினிக்குப்
புகன்று நின்றா ரிவ்வாறு
சதியே யென்றன் நற்சகியே
சிலரும் பழித்துத் தூற்றிநிற்க
மதித்து நின்று கங்கணத்தை (123)
மற்றுக் கழற்றா திருந்திடுவாய்
எதுவே பேசி நின்றிருந்தும்
இதயந் தன்னில் கொளல்வேண்டாம்

இன்று மாலை கௌர்தாசி
என்பா ருனது மனைவந்து
உனக்கு வைண வதந்திரத்தை
உரைத்து நிற்பா ராதலினால்
மனதி லனைத்தும் மறக்காது (124)
மற்று நினைவில் வைத்திரென்று
மன்னுங் கூற அன்னையும்
மகிழ்ந்த தையொப் பிநின்றிருந்தார்

உரைத்து நரேந்தி ரநாதன்தம்
உடலுட் புகுந்து பதிமறைய
இராகால் பாபு ராமுவுடன்
இனிதே மறைந்து நின்றனரே
விரைந்து கங்கை அவர்களுடன் (125)
வினோத மாக மறைந்துபட
வரனும் நிகழ்த்தி யவற்புதத்தை
வனிதை நினைந்து ருகிநின்றார்

மெய்யா கிலுமே அன்றுமாலை
மனைவந் துரைப்பார் கௌர்தாசி
தயக்கஞ் சிறிதுங் கொள்ளாது
தரித்தி ருப்பீர் கங்கணத்தை
உயர்ந்த வைண வதந்திரத்தில் (126)
உடலிற் கிறைவன் சிறப்பெதுவும்
இயைந்து வழங்கி நிற்காது
இருப்ப தையுங் காண்பீரே

மனித னாக அவதரிக்கும்
　　முத்த னுடலுக் கொருபோதும்
தனித்த சிறப்பு கொடுக்கவில்லை
　　தழலோ நீரோ அழிக்காத
இனிய ஆத்து மாவாகும் (127)
　　இறைவ னுடலு மறிவீரே
வனிதை நீவிர் திருமகளாம்
　　வரனு முயர்ந்த திருமாலாம்

விதவைக் கோலம் நுமக்கேது
　　வைத வியமும் மனிதருக்கே
நித்தி யமான சுமங்கலியும்
　　நீவி ராவீ ரறிவீரே
நிதிய னைத்தும் நும்பாதம் (128)
　　நிறையக் கிடக்கக் கரத்திருந்து
அதீத புனித கங்கணமும்
　　அகலத் தீது சம்பவிக்கும்

கரத்தி ருந்து கங்கணமும்
　　கழற்றி நிற்கக் காசினியில்
பெருத்த தீய உற்பாதம்
　　பலவும் நிகழ்ந்த ழித்துநிற்கும்
கருணை கொண்டு நீவிருமே (129)
　　கழற்றா திருப்பீர் வளையலென்று
உரைத்து நின்றார் கௌர்தாசி
　　உன்மத் தமுமே பிடித்தவர்போல்

அகிலாண் டேசு வரியணியும்
　　அழகி யதாடங் கத்தையும்
அகிலத் தோருங் கழற்றிநிற்க
　　அனேக தீய உற்பாதம்
நிகழு மென்று ரைத்துப்பின் (130)
　　நஞ்சுண் டவனும் பிழைத்திடவே
அகசை யணியுந் தாடங்கம்
　　ஆகு மென்றார் சங்கரரே

வரனுங் காட்சி தந்துநின்று
　　விந்தை யாகக் கங்கையை
வரவ ழைத்து காட்டியதை
　　விண்டு நின்று மேலும்பின்
அரச மரத்தின் கீழிருந்து (131)
　　அனேக முரைத்து நின்றதையும்
உரைத்து மரத்தை வணங்கிநிற்க
　　உவந்து மொழிந்தார் அன்னையும்

மரத்தை வணங்கிக் கீழிருக்கும்
　　மண்ணை யெடுத்து வாய்தன்னில்
பெரிதும் நம்பி உண்டிடவும்
　　புகன்ற வாறு கௌர்தாசி
விரைந்து செயலாற் றிநின்றிருந்து (132)
　　விடைபெற் றவரும் சீடருமே
இருந்து வாழும் வராகநகர்
　　ஏகிக் கண்ட துரைத்துநின்றார்

வறுமை தன்னில் வாழ்ந்திருக்கும்
　　வனிதை நிலையை கௌர்தாசி
அறிவித் திருக்கச் சீடருமே
　　அதிர்ந்து கேட்டு நின்றனரே
பிறகுஞ் சீடர் பொருளின்றிப் (133)
　　பிச்சை யெடுத்து வாழ்ந்திருக்க
வெறுத்து நின்று செய்வதுவும்
　　விளங்கா திருந்து வருந்தினரே

பெருமான் சீட ரனைவருமே
　　படிப்பும் விட்டொ ழித்துநின்றுப்
பெரிது மெதிர்த்த பெற்றோரைப்
　　பிரிந்து வராக நகர்சென்று
கிருக மொன்று வாடகைக்குக் (134)
　　களித்தேற் பாடு செய்ததன்பின்
இருந்து வசித்துத் துறவறமும்
　　இனிதே யேற்று வாழ்ந்தனரே

உடலுந் தரித்துப் பெருமானும்
உலகில் வாழ்ந்தி ருக்கையில்
தொடர்ந்து பொருளுந் தந்திருந்த
தனவான் சுரேந்தி ரநாதருமே
மடமு மொன்று தோற்றுவித்து (135)
மற்றுத் துறவு மேற்றிருக்கும்
விடலைப் பருவ யதிகளுக்கு
விடாது தொடர்ந்தார் பணவுதவி

துறவி களாகி மடமொன்றைத்
துவக்கி நின்ற சீடர்களும்
இறைவ னாகும் பெருமானை
இடைவி டாது தியானித்து
வறுமை தன்னில் வாழ்ந்திருந்தும் (136)
வைரா கத்தோ டிருக்கையில்
அறிந்து நின்றி வர்களையும்
அரியென் பாருங் காணவந்தார்

விடலைப் பருவத் துறவிகளை
விழைந்து கண்டு ரையாட
அடிக்க டியுவந் துசென்றிருக்கும்
அரியைக் கண்ட வர்மனையும்
உடையான் துறவு கொள்ளுமென (137)
உத்தி செய்து மந்திரித்துப்
படைத்து நின்றா ரொருபொருளைப்
பதியாம் அரிக்கு மிகப்பயந்து

மந்தி ரித்தப் பொருளையும்
மனையுங் கொடுக்க உண்டவரின்
சிந்தை கலங்கி நின்றிருக்க
சட்டென் றவருங் கிளம்பிவந்து
தொந்த ரவெல்லா மெதிர்கொள்ளும் (138)
சார தையி னிருப்பிடத்தை
வந்த டைந்து நின்றிருக்க
வனிதை கவலை கொண்டுநின்றார்

ஒருநா ளேதோ பணிநிமித்தம்
ஒப்பி லாத அன்னையும்
அருகி ருக்குங் கிருகத்தை
அடைந்து நின்றுப் பணிமுடித்துத்
திரும்பி வந்து நுழைகையில் (139)
தம்மை அரியும் தவறான
கருத்து கொண்டு நோக்கிடவும்
கண்டு பயமுங் கொண்டுநின்றார்

மனையி னுள்ளே வேகமாக
மற்றுச் செல்லும் அன்னையைப்
பின்தொ டர்ந்து வெறிபிடித்துப்
பற்றி நிற்க வருபவனை
நினைத்துக் கவலை கொண்டுநின்று (140)
நாரி குரலு மிழந்துநின்று
மனையி னுள்ளே யிங்குமங்கும்
மானங் காத்தி டவோடிநின்றார்

குரலுந் தொண்டை தனிலிருந்து
கிளம்ப மறுத்து நின்றிருக்க
கர்சித் திருக்குஞ் சிங்கத்தைக்
கண்ட மானும் போலிருந்து
தெருவை நோக்கி ஓடிடவும் (141)
தாமும் பிடிப டநேருமென்று
கருதி மனைக்கு ளோடிநின்றார்
கற்பைக் காத்து நின்றிடவும்

மனைக்கு ளிருக்கும் நெற்குதிரை
மற்றுச் சுற்றி யோடிநிற்க
பின்னுங் காமந் தலைக்கேறிப்
பித்த னான காமுகனும்
அன்னைத் தன்னைப் புணர்ந்திடவே (142)
அறிவி ழந்து மதிகெட்டு
முன்னும் பின்னு மாய்துரத்த
மானி னியோடிக் களைத்துநின்றார்

குதிரைச் சுற்றிப் பத்துமுறைக்
கடுக வோடிக் களைத்துநின்றார்
பித்தங் கொண்ட காமுகனும்
பிடிக்க வந்து நிற்கையில்
சித்த முறுதி பூண்டுநின்று (143)
சத்தி யனைத்துந் தேக்கிநின்று
சத்தி தேவி யுட்புகவும்
சாய்த்து நின்றார் காமுகனை

இனிமே லோட வுடலிலுமே
இல்லை தென்பென் றறிந்துநின்று
கனிந்து பதியை மனந்தன்னில்
காத்து நிற்க வழைத்தவுடன்
இனிதே தென்பு வந்ததுமே (144)
இழுத்துத் தள்ளி யவன்நெஞ்சில்
தனது காலை வைத்தழுத்தித்
துவைத்து மிதித்து நின்றிருந்தார்

அவனின் மார்பை முழங்காலால்
அழுத்தி மிதித்து நாவையும்
உவந்தி ழுக்க அவனலறி
உயிரை விட்ட துபோலிருக்க
துவந்த யுத்தஞ் செய்வதுபோல் (145)
துளியு மிரக்கங் கொள்ளாது
சிவந்து நிற்கக் கன்னத்தில்
சிறக்க அடித்த வாறிருந்தார்

விரைந்து மூச்சு விட்டவாறு
வெகுவாய் களைத்த வனிருந்தான்
விரற்கள் சிவந்து வலித்திருக்க
வதைத்த துபோது மென்றெண்ணி
கருணை காட்டி உயிர்ப்பிச்சைக் (146)
கொடுத்து நின்றார் அன்னையும்
தரையி ருந்த வனெழுந்துத்
தவறு ணர்ந்த மைதிகாத்தான்

வெறிபி டித்து நின்றிருந்து
வெகுவாய் தொல்லை தந்தசேதி
அறிந்து வராக நகர்வாழும்
அருமை நிரஞ்ச னானந்தர்
நெறிப்ப டுத்தி நின்றிருக்க (147)
நினைத்து விரைந்து வந்திடவும்
முறையுந் தவறி நடந்தவனும்
மற்றூர் விட்டுச் சென்றொழிந்தான்

பிருந்தா வனமுஞ் சென்றிடவும்
பித்த னாகி நின்றவனும்
பெருத்த மாற்றங் கொண்டுநின்று
பழைய படியே நல்லவனாய்
உருவும் மாறி அரிவரவும் (148)
ஊரா ரவரை யேற்றனரே
பிருந்தா வனத்தில் குணம்மாற
பெற்ற வடியே காரணமாம்

அன்னை அரியி னுடலையும்
அடித்து நின்றி ருந்திடினும்
அனேக கருணை கொண்டுநின்று
அதீத கொடிய குணங்களையும்
சின்ன பின்ன மாக்கிநின்றுச் (149)
சித்தந் தன்னைத் தெளிவித்து
கனிந்து கருணை காட்டிநின்றுக்
காமம் போக்கிக் காத்துநின்றார்

குவித்த கரத்தோ டுநின்றிருந்து
கும்பிட் டெழுந்து நோக்கிநிற்கும்
துவரு டுத்த நிரஞ்சனையும்
திடுக்கிட் டிருந்து கண்டுநின்றார்
சுவையா யுணவுப் பதார்த்தங்கள் (150)
செய்த ளித்த அன்னையை
அவல நிலையில் நிரஞ்சனுமே
அதிர்ச்சி கொண்டு கண்டுநின்றார்

கட்டி யசேலை தனில்முடிச்சு
கண்டு நின்றார் நிரஞ்சனுமே
முடிச்சு களிட்டுக் கிழிந்தவிடம்
மறைத்துப் புடைவை அன்னையும்
கட்டி நிற்கக் கண்டவரும் (151)
கண்ணீர் பெருக்கி நின்றிருந்தார்
அடாத செயலும் புரிந்துநின்ற
அரியும் விரைந்தோ டிநின்றனனே

விடையும் பெற்று நிரஞ்சனுமே
வராக நகரும் வந்தடைந்து
அடுத்துத் தானுங் கண்டதெல்லாம்
அனைவ ருக்கு முரைத்துநிற்கத்
திடுக்கிட் டிருந்து கேட்டுநின்றத் (152)
தனவான் பாபு ராம்மனையும்
உடனே காமார் புகூர்சென்றார்
உவந்து நிறையப் பணத்துடனும்

பணமு மளித்து நின்றிருக்க
பெற்றி டமாட்டா ரென்றெண்ணி
விண்ணப் பித்தா ரிவ்வாறு
வனிதை யுமது பூசையும்
கண்கு ளிர்ந்து கண்டுநிற்க (153)
கருதி வந்தி ருக்குமென்னைத்
திண்ண மாகத் தங்கிடவும்
தாரு மனும தியெனக்கேட்டார்

இனிதே நுமது குலதெய்வம்
எழில்சேர் இரகு வீரனுக்கு
மனங்க ளித்துப் பூசையும்
மகிழ்ந்தாற் றிநிற்குங் காட்சியையும்
கனிந்தென் கண்ணால் கண்டிடவும் (154)
கொண்டேன் விருப்ப மென்றுரைத்து
அனேக விதமாம் பண்டங்கள்
ஆவ லோடு வாங்கிவந்தார்

சிறிது மையங் கொளாதவாறு
செல்வந் தர்தம் மனையாளும்
இறுத்து நிற்க அன்னையும்
இணங்கி நிற்க அம்மாது
நிறைய பண்டம் பொருட்களுமே (155)
நயந்து வாங்கி யளித்திடவும்
பற்றற் றிருந்த அன்னையும்
பெற்று நின்றார் பண்டங்கள்

இவ்வா றவரும் மூன்றுநாட்கள்
இனிதே யங்குத் தங்கிநின்று
உவந்து இரகு வீரன்தம்
ஒப்பில் பூசை கண்டுநின்று
சுவைமி குந்த சோறாக்கி (156)
தானு முண்டும் அன்னைக்கும்
செவ்வை யாக அளித்ததன்பின்
சென்ற டைந்தார் வராகநகர்

அறுவ டையா கிநின்றிருக்க
அன்னைக் குரிய பங்காக
நிறைய நெல்லும் வந்துசேர
நெடுநாள் மகிழ்ந்து வாழ்ந்திருந்த
வறுமை வெறுத்தோ டிநின்றிடவும் (157)
வளமை மனையில் வந்துசேர
மற்று மகிழ்ந்து பணிப்பெண்ணை
மனையில் பணிக்க மர்த்திநின்றார்

பணிப்பெண் பெயராம் சாகரம்மாள்
பிற்கா லத்தி லவருரைப்பார்
பணிக்கு வந்த வுடனன்னைப்
பரிந்து புகல்வா ரன்போடு
தண்ணீர் பருகிச் சோற்றையும் (158)
தாரா ளமாக உண்டதன்பின்
பணியுந் தொடங்கக் கூறிநின்று
பரிந்த ளிப்பா ரன்னபானம்

துர்கா பூசை நாட்களிலும்
தாயு மனேக பதார்த்தங்கள்
கிருகந் தன்னில் செய்துநின்று
களித்தெ னக்கும் மற்றோர்க்கும்
பரிமா றிநின்று மகிழ்ந்திடுவார் (159)
பசிப்பி ணிதீர்ந்த னைவருமே
பெரிதும் வாழ்த்தி நிற்கையில்
பண்டாங் களுமே அளிப்பரென்பார்

அவ்வாண் டங்கி ருந்துநின்று
அனேக ருக்கு மூன்றுநாட்கள்
நவராத் திரியாம் சமயத்தில்
நிறைய அன்ன தானத்தை
உவந்து செய்ய ஊர்மக்கள் (160)
உவமை யில்லை யிதற்கென்றுப்
புவனை பத்தர் மனையையும்
போற்றி வாழ்த்தி நின்றனரே

அனேக வேதோத் தமர்களையும்
அழைத்து நின்ற வர்கள்தம்
மனமும் மகிழ அன்னதானம்
மற்றுச் செய்தார் அன்னையும்
இனிய குணத்து சிவராமை (161)
இலைபோட் டிருந்து நீரளிக்கக்
கனிந்து ரைத்து நற்பலனும்
கிட்டி நிற்கு மென்றுரைத்தார்

இருந்த வரைக்கும் சிவராமும்
இனிதே இரகு வீரனுக்குப்
புரிந்து நின்றார் பூசையும்
பின்னர் பனவ ரொருவரையும்
பரிந்த ழைத்துப் பூசையும் (162)
புரியச் செய்தார் அன்னையும்
வரனு மொருநாள் வந்துநின்று
விழைந்து நின்றார் பொங்கலுமே

வரனின் தந்தை குதிராமும்
விரும்பி இரகு வீரனுக்குப்
புரிந்து நிற்பார் பூசையும்
புகல்வா ரவரும் மனையோர்க்குப்
பெருமான் இரகு வீரனுக்குப் (163)
பிடிக்கா தாகும் நமதுணவு
பரிமா றிநிற்பீ ரவனுக்குப்
பொங்கல் நீவி ரெந்நாளும்

வரனின் தாயு மடிக்கடியே
விண்டு ரைப்பா ரிதைமகிழ்ந்து
மருகி யாகும் அன்னைக்கு
மற்று நினைவு கூர்ந்துநின்று
வரனும் விரும்பி யபொங்கலையும் (164)
வெகுசு வையாய் செய்துநின்று
பெருமான் இரகு வீரனுக்குப்
படைத்து மகிழ்ந்தார் அன்னையும்

பெருமான் பொங்கல் கேட்டிருந்தும்
பெருமான் படமு மிருந்திருந்தும்
பெருமா னுக்குத் தினந்தினமும்
பூசை புரிந்து நின்றிருந்தும்
இரகு வீரன் படத்தின்முன் (165)
இனிதே பொங்கல் படைத்துநின்றார்
உருவம் வேறா யிருந்துமவர்
ஒருவ ராவ ரென்றுரைப்பார்

ஒட்ட நாட்டைச் சேர்ந்தவொரு
ஒப்பில் முதிர்ந்த சன்னியாசி
கடவுள் தேட்டம் மிகக்கொண்டு
கால்நா டையா யூர்பலவும்
அடைந்து காமார் புகூர்வந்து (166)
அமைதி யாக இருந்திருக்க
விடலைச் சிறுவ ரவருக்கு
விடாது தொல்லை தந்தனரே

வெறுத்து நின்று முதியவரும்
வெளியே செல்ல முடிவெடுக்க
அறிந்து நின்ற அன்னையும்
அன்போ டுமக்க ளுக்குரைப்பார்
முறையில் செய்கை தனைவெறுத்து (167)
முதிர்ந்த பெரியோ ரூர்விட்டுப்
புறப்பட் டிருக்க பழிபலவும்
பற்றி நிற்கு மறிவீரே

முடிந்த பணத்தை சகலருமே
மகிழ்ந்த ளித்து நின்றிடுவோம்
குடிலு மொன்றெ ழுப்பிநின்று
குடியும் புகவே கூறிநிற்போம்
கிடைத்த பொருளை யவருக்குக் (168)
களித்தர்ப் ணித்தி ருந்திடுவோம்
அடாத செயலும் செய்திருக்க
அவத்தை நேரு மென்றுரைத்தார்

ஏரிக் கரையில் குடிலொன்று
எழுப்பி நின்றி ருக்கையில்
சேர்ந்து திரண்ட மேகங்கள்
சிறக்கப் பொழியக் கறுத்துநிற்க
கார்மே கவதி பதியையும் (169)
கைகூப் பிநின்று வேண்டிடுவார்
கூரை வேயும் வரைபொறுக்கக்
குடிலு மெழுமென் றுரைத்திடுவார்

இனிதே கேட்டு வருணனுமே
ஏகிச் சென்றான் வேறெங்கோ
இனிய சிறிய குடிலொன்று
எழும்பி நிற்க முதியவரும்
மனமும் மகிழ்ந்து குடிபெயர்ந்து (170)
மற்றூர் வாழும் மக்களுக்கு
கனிந்து நிறைய ஆசிகளும்
களித்து வழங்கி நின்றிருந்தார்

தினமும் அன்னை யவருக்குத்
தந்த ளிப்பா ரன்னமுமே
கனிந்து காலை மாலையில்
கருத்தாய் சென்று நிலையறிந்து
அனேகம் பேசி ஆறுதலும் (171)
அளித்து நின்றுத் திரும்பிடுவார்
சின்னாள் செல்ல முதியவரும்
சேர்ந்த டைந்தார் சிவபதமே

இறுதி நேரம் வந்ததென
இனிதே யூகித் தறிந்துநின்று
நிறுத்தி வைத்தா ரவரையும்
நகரா திருக்கச் செய்துநின்று
சிறக்கச் சிறிது சேவைகள் (172)
செய்து நின்ற வர்மகிழ
குறையே துமின்றி முதியவரும்
கடவு ளோடு கலந்துநின்றார்

அரியின் தகாத செயலவரை
அதிகம் பாதித் திருந்ததுவே
இருடி முனிபோல் முதிர்ந்தவரை
இளக்கா ரங்கள் செய்ததுவும்
பெரிதும் பாதித் திருந்திடவே (173)
பயமுங் கொண்டு நின்றிருந்தார்
வரனின் கூற்றை மீறிநிற்க
விழையா திருந்தார் அன்னையும்

வறுமை கண்டு கலங்கினாரில்
வதந்தி கவலை கொடுத்ததில்
சிறிதும் வசதி யில்லாத
சிற்றூர் கண்டு நொந்தாரில்
மற்றுத் துணையு மில்லாது (174)
மிகவும் பயந்தார் வாழ்வதற்கு
கற்பிற் காபத் துநேரிடவும்
கவலை கொண்டு கலங்கிநின்றார்

வராக நகரில் வாழ்ந்துவரும்
விடலை வயது சன்னியாசி
பெரிதுங் கவலை கொண்டனரே
பலராம் பாபு மனையோடு
நெருங்கி யதோழி கோலாப்மா (175)
நாரி தன்னை வராகநகர்
விரைந்து வரவுங் கூறிநிற்க
வனிதை தயக்கங் கொண்டிருந்தார்

பதியி னூரை விட்டிடமும்
பெயர்வ துபற்றி யறியாது
சதியுங் குழம்பி நின்றிருந்தார்
சுவையாய் பொங்கல் கேட்டுநின்ற
சதிதே விபத்த ரிதுபற்றி (176)
சமிக்ஞை யெதுவு மளிக்காது
அதீத மோனங் காத்திருக்க
அன்னை கவலை கொண்டிருந்தார்

அரியின் நாம முரைத்திருக்க
ஆவ லோடு வந்திருக்க
அரியின் நாம முரைத்திருக்க
அனேக தடங்கல் தொடர்ந்துபல
வருவ துகண்டு மிகநொந்து (177)
விரைந்தவ் வூரை விட்டகல
கருதி நின்று மக்களையும்
கலந்து பேச முடிவெடுத்தார்

பெண்கள் சிலரை வரவழைத்துப்
புகன்று நின்றார் நிலைமையை
கண்ணுக் கழகாய் தோன்றுகின்ற
காரி கையாம் நும்மையும்
கண்டு சீடப் பிள்ளைகள் (178)
கொள்ள நேரும் விகாரயெண்ணம்
திண்ண மாக அங்குசெலல்
தவறென் றனரே சிலபெண்கள்

பின்னுஞ் சிலரே யிதுபுகல்வர்
பிள்ளை போலு மம்மக்கள்
கனிந்து நும்மைத் தாயென்று
கருதிப் போற்றி நின்றிடுவர்
அனேக விதத்தும் நுமக்குதவி (179)
அன்போ டுசெய்வ ராதலினால்
இனிதே செல்லக் கூறிநிற்க
எழுந்தார் பிரசன் னமாயியென்பார்

இங்கு தங்கி யிருந்திடவும்
இனிதே மகிழ்வோ மெல்லோரும்
தங்கி யிங்கி ருத்தலுமே
தொந்த ரவாகு முங்களுக்கு
தங்கம் போலும் சீடர்கள் (180)
தாங்கள் பெறாத பிள்ளைகள்
பொங்கி மகிழ்ந்துத் தங்களையும்
போற்றிப் பாது காத்திடுவர்

வயிற்றில் பிறந்த பிள்ளைகள்
வாரார் துணைக்குப் பலசமயம்
பொய்யும் புரட்டும் நிறைந்திருக்கும்
பொல்லா பால மாமிதுவே
வயிற்றிற் பிறக்கா திருந்திடினும் (181)
வைரம் மாவர் நற்சீடர்
பயமு மின்றி சென்றிடவும்
புகன்றார் பிரசன் னமாயியென்பார்

பிரசன் னமாயி கூற்றையும்
பலரு மொப்பி நின்றிருக்க
கருத்து வேறு பாடுகொண்டோர்
கருத்தை மாற்றிக் கொண்டிடவும்
ஒரும னதாக அனைவருமே (182)
ஒப்பி நின்று அன்னையை
வராக நகருஞ் சென்றடைய
விரும்பி யொப்பி நின்றனரே

பதியின் வாக்கை முழுதாகப்
பின்பற் றிநிற்கா திருந்துநின்று
பொதிந்தி ருக்குங் கருத்தையும்
பற்றி நிற்றல் விவேகமென்று
மதிமு கத்தா ரெண்ணிநின்று (183)
மகிழ்ந்து வராக நகர்செல்ல
உத்தே சித்து நன்னாளில்
உவந்து புறப்பட் டிருந்தாரே

பதியின் காமார் புகூர்தன்னில்
பத்து திங்க ளிருந்துநின்று
விதவி தமான தொல்லைகள்
வனிதை கண்ட னைத்தையும்
எதிர்கொண் டிருந்து போராடி (184)
இழப்பு மில்லா திருந்துநின்று
பதியின் கிராமம் விட்டுநீங்கிப்
புறப்பட் டிருந்தார் வராகநகர்

10. இடம்பெயர்தலும் புனிதத் தலங்கள் செல்லுதலும்

பதியி னூரை விட்டகன்று
பலராம் பாபு வாழ்கின்ற
அதிபேர் பெற்ற கோல்காதா
அடைந்து நின்றார் அன்னையும்
பதியின் தட்சி ணேசுவரம் (1)
பின்னும் வராக நகரமுமே
சதியைத் துதிக்கும் கோல்காதா
தன்னி லடங்கும் பகுதிகளாம்

வெகுளிப் பெண்ணாய் அன்னையும்
வாழ்ந்தி ருந்தா ரிந்நாளும்
நகர்வாழ் மக்கள் வசதிகளும்
நாரி கண்டு வியந்துநிற்பார்
அகமும் மகிழ்ந்து பொருட்களையும் (2)
ஆவல் கொண்டு கண்டுநிற்பார்
சகலப் பொருளு மவருக்கு
சததம் புதிரா யிருந்ததுவே

நேரங் காட்டுங் கருவியொன்று
நின்று பட்ட தொருநாளும்
சார தையைக் காணவந்த
செல்வ ரொருவர் மருமகளும்
பார்த்தி ருந்த தற்குடனும் (3)
பின்பு றமுள்ள சாவியையும்
சீராய் திருகி நின்றிருக்க
செயல்ப டவாரம் பித்ததுவே

அதிச யித்துப் பார்த்திருந்து
அடக்க முடியா மகிழ்ச்சிகொண்டார்
அதன்மேல் பெண்ணின் திறமையை
அங்கு வருவோர் போவோர்க்கு
நிதமு மெடுத்துக் கூறிநின்று (4)
நாரி யவரைப் புகழ்ந்துரைப்பார்
மதியூ கியான பெண்ணென்று
மகிழ்ந்து பாராட் டிநின்றிருப்பார்

மணிப்பொ றிநின்று பட்டிருக்க
மடவா ளவரும் மற்றதற்கு
கணக்காய் சாவி கொடுத்திடவும்
கற்று நின்ற மேதையாம்
பெண்க ளிந்நாள் பலகற்றுப் (5)
பெரிய திறமை சாலிகளாய்
மண்ணில் திகழ்ந்தொ ளிர்வதையும்
மகிழ்ந்து காண்ப தாயுரைப்பார்

மனையி லிருந்தோர் அன்னைக்கு
மண்ணெண் ணெயாலு மொளிர்கின்ற
சின்ன விளக்கைத் தந்திருக்க
சிறப்பாய் காத்து வந்திருந்தார்
அனேக நாளாய் பயன்படுத்த (6)
அழுக்க டைந்த துகண்ணாடி
இனிதே துடைக்கா திருப்பதுவும்
எதற்கா மென்றா ரொருவருமே

பெண்ணா கிடுவேன் மேலும்பின்
பதியு மிழந்த அபலையாம்
கண்ணா டியையும் கொண்டுநிற்கும்
கருவி யையுந் தொட்டுநின்று
துணிந்து துடைக்க யென்மனதில் (7)
துளியுந் தோன்ற வில்லையாம்
கண்ணுக் கினிய நல்லவளே
கருவி தனையும் துடைத்திடென்றார்

குளிய லறைக்குச் சென்றுநின்றுக்
குழாயைத் திறக்க வதிலிருந்து
வளியுஞ் சத்த மிட்டிடவும்
வெகுவா யஞ்சி அன்னையும்
வெளியே விரைந்து வந்துநின்று (8)
வியாளம் குழாய்க்கு ளிருந்துநின்று
களித்துச் சீறி நிற்பதாகக்
கூறி நடுங்கி நின்றிருந்தார்

அதிர்ந்து நின்று மனையோரும்
அன்னை குளிக்கச் சென்றவறை
மெதுவாய் சென்றுத் தேடிநிற்க
மராளந் தன்னைக் கண்டிலரே
பதமெ டுத்து சாரதையும் (9)
பின்சென் றிருந்து குழாயையும்
அதிகக் கவன மாய்த்திறக்க
அறைந்த படியே செய்தனரே

வளியு முடனே குழாயிருந்து
வெகுவே கமாக ஒலியெழுப்பி
வெளிப்போந் திடவும் தாயுமுடன்
விடத ரமென்று கத்திடவும்
களித்து மக்கள் அன்னைக்குக் (10)
காற்ற டைபட் டிருந்ததையும்
விளக்கி நகைக்க அன்னையும்
வெட்கிப் பின்னர் நகைத்துநின்றார்

பலராம் பாபு மனைதன்னில்
பிரம்ம முகூர்த்த நேரத்தில்
சிலைபோ லமர்ந்து மாடிதன்னில்
செய்தி ருப்பார் தியானமுமே
பலமாய் பெய்யும் பெருமழையோ (11)
பூச்சி மற்றுங் கொசுக்கடியோ
ஒலியோ டுவீசும் பெருங்காற்றோ
ஒன்று மவரை வருத்திடாதாம்

அனேக நல்ல அற்புதமாம்
அனுப வங்கள் பெற்றுநின்றார்
தன்னை மறந்து நிருவிகற்ப
சமாதி தன்னி லாழ்ந்திருப்பார்
தனக்கேற் பட்ட அனுபவங்கள் (12)
தோழி யோகின் மாவுக்கு
பின்ன ரெடுத்து ரைத்திருக்கப்
பெரிதும் வியப்பார் யோகின்மா

ஒருநாள் யோகின் மாவுக்கு
உரைத்து நின்றார் தன்கனவை
பெருந்தொ லைவின் நாட்டிற்கு
போயி ருக்க அங்கிருப்போர்
விரும்பி யன்போ டென்னையும் (13)
வரவேற் பளித்து நடத்திநிற்க
பெரிதும் கவரு மளவிற்குப்
பேர ழகென்னைச் சேர்ந்ததுவே

பதியு மங்கு வந்திடவும்
பார்த்து நின்ற மக்களுமே
சதியா மென்னை அவரருகில்
சரிச மமாக அமர்த்திவைக்க
இதயம் விம்மி மகிழ்ந்திருக்க (14)
ஏற்பட் டிருந்த அனுபவத்தை
விதத்து நிற்க அறியாது
விழித்து நிற்ப தறிவீரே

கனவு முடிய விழித்தெழுந்து
கண்டு நின்றே னமங்கலமாம்
எனதி ழிந்த உடலையும்
இதனுள் நுழைந்து வாழ்ந்திருக்க
மனது சிறிதும் விழையாது (15)
மற்றி ருக்க வழியின்றி
பின்னு மென்ற னுடலுள்ளும்
புகுந்து நின்றே னென்றுரைத்தார்

அன்னைக் கென்று பத்தருமே
அழகி யகங்கைக் கரைதன்னில்
இனிதே பேலூ ரென்றழைக்கும்
இடத்தில் பெரிய விசாலமான
மனையை வாட கைக்கெடுத்து (16)
மற்றுக் குடிபு கவைத்தனரே
அன்னை யோடு தோழிகளும்
அங்கு துணையாய் சென்றனரே

அன்னை யிடத்துப் பற்றுதலும்
அதிக மிலாத சிலமக்கள்
முனிவர் மறைந்த இரண்டாண்டில்
மாற்றங் கொண்டு நின்றிருந்து
மனமும் மகிழ்ந்து சாரதையை (17)
மற்றுக் கண்டு தேவைகள்
கனிந்து செய்யத் தலைப்படவும்
கால முருண்டோ டிநின்றதுவே

புதிய மனையில் அன்னையும்
பெரிதும் மகிழ்ந்து தியானத்தை
நிதமுஞ் செய்ய வொருநாளே
நிகழ்ச்சி யிதுவும் நடந்ததுவே
இதயங் களித்து சமாதிநிலை (18)
எட்டி நினைவு திரும்புகையில்
பதைத்து யோகின் மாவையும்
பாதஞ் சென்ற தெங்கென்றார்

தியானங் கலைந்தெ ழுந்திருக்கும்
சமயந் தன்னில் அன்னையும்
வியக்கும் வகையில் தோழியரை
விளித்த ழைத்துக் கேட்கலானார்
பயந்து நின்றேன் கரத்தையும் (19)
பாதத் தையுங் காணாது
துயரம் போக்கத் தோழியரே
சொல்வீர் சென்ற யிடெமென்றார்

கரச ரணத்தை அழுத்திநின்றுக்
காட்டி நிற்பர் தோழியரும்
பிரிந்து நின்ற வையெங்கும்
போக வில்லைக் காண்பீரே
சரீர நினைவு சிறிதுமின்றி (20)
சமாதி நிலையு மெட்டிநிற்க
தெரியா துள்ளீ ருணர்வெதுவும்
சரியா கிடுமே சிறிதுபோழ்தில்

கரச ரணத்தை வெகுநேரம்
கரத்தா லழுத்திப் பிடித்துவிட்டு
இருந்து நின்ற யோகின்மா
இயல்பு நிலையு மடைந்திடவே
பெரிதும் முயற்சி செய்திருக்கப் (21)
பின்ன ருணர்வு சாரதையும்
வரப்பெற் றிருக்கத் தோழிகளும்
வியந்து மகிழ்ந்து நின்றனரே

ஒட்ட நாட்டுத் திருத்தலமாம்
உலகப் புகழும் பெற்றிருக்கும்
கடற்க ரையி லமைந்திருக்கும்
கண்ணைக் கவரும் புரிநகரை
மடவாள் சென்று தரிசிக்க (22)
மற்று விரும்பி நின்றிடவும்
உடனி ருந்த மக்களுமே
உவந்து சேர்ந்து கொண்டனரே

பலராம் பாபு குடும்பத்து
பூசா ரிபேராம் கோவிந்தன்
மலர்ந்த முகத்தோ டுசாரதைக்கு
மற்று வரவேற் பளித்துநின்றார்
பலராம் பாபு குருவென்று (23)
போற்றி நிற்கும் கதாதரரின்
வல்ல பியென்ற றிந்துநின்று
வழங்கி நின்றார் வரவேற்பு

சிவிகை யொன்று வரவழைத்து
சார தையை அதிலேறி
உவகை யுடனுங் கோவிலுக்குள்
உள்ளம் மகிழ்ந்து வந்திடவும்
நவின்று நிற்க சாரதையும் (24)
நேமி நாதன் தனைக்காண
சிவிகை யேறிச் செல்வதுவும்
சிறந்த செயலு மிலையென்றார்

சகத்திற் கெல்லாம் நாதனாகும்
சகநா தனையும் தண்டிகையில்
மக்கள் சென்று சேவித்தல்
மடமை யாகு மாதலினால்
தகாத செய்கை யொருபோதும் (25)
தெரிந்தே செய்யே னெனக்கூறி
மகிழ்ந்து பூசா ரிபின்நடந்து
மாலைக் கண்டுத் தெண்டனிட்டார்

சீரை நுனியில் கதாதரரின்
சிறிய படத்தைக் கொண்டுசென்று
பேர ருளாளன் திருவுருவைப்
பரிந்து காட்டி நின்றிருந்தார்
நாரி பத்த ரொருபோதும் (26)
நகராம் புரியுஞ் சென்றதில்லை
சார தையும் தன்பதிக்குத்
செய்வித் திருந்தார் தரிசனமும்

சகநா தனையும் கண்டுநின்று
சார தையும் சொல்லிநின்றார்
அகத்துக் காரர் சகநாதர்
ஆவ ரொருவ ரையமிலை
மகிழ்ந்து களித்து நிற்கையில் (27)
மற்று காட்சி கண்டுநின்றார்
சகநா தனுமே உயிருடலில்
சார தைமுன் தோன்றிநின்றான்

சகநா தனுமே அரியணையில்
சர்வா லங்கா ரத்தோடு
முகிழ்ந கையோ டமர்ந்திருக்க
மற்றுக் கண்டார் அன்னையும்
பக்கத் திருந்து சாமரமும் (28)
பரிவோ டுவீசும் பெண்ணாகத்
திகைத்துத் தன்னைக் கண்டுநின்றுத்
திடுக்கிட் டிருந்தார் அன்னையும்

இரவில் கனவில் மீண்டுமவன்
இனிய காட்சித் தந்துநின்றான்
கிருட்டி ணனையுங் காணாது
கண்டா ரவனை இலிங்கமாக
அரிய ணையும் மறைந்திருக்க (29)
அனேக சாளக் கிராமங்கள்
இருக்கும் பீடந் தனிலிங்கம்
இனிதே தோன்றி யிருந்ததுவே

சிவனே யாவன் சகநாதன்
சிவதா தியுமே விமலையாம்
துவித மில்லா பெருஞ்சத்தி
தோன்றி நின்ற திருவுருவில்
இவற்றி லொன்றை யேற்றுநிற்க (30)
எதுவும் முரண்பா டில்லையாம்
புவனந் தன்னில் விவாதங்கள்
பயனு மிலையா மென்றுரைத்தார்

அன்னை யுடனும் பயணித்த
அறிஞ ரொருவ ரறிவித்தார்
முன்பு பௌத்த சைத்தியமாய்
மற்றுக் கோவி லிருந்துநின்றுப்
பின்னர் சிவனின் கோவிலாகப் (31)
பரிண மித்த தென்றுசிலர்
இனிதே கூறுங் கருத்தையும்
எடுத்து ரைத்து நின்றிருந்தார்

புரியி லிருந்த நாளெல்லாம்
பெரிதும் மகிழ்ந்து சாரதையும்
இரமை சன்னி திதன்னிலுமே
இருந்து தியானம் நீண்டநேரம்
புரிந்து நிற்பார் பலர்வியக்க (32)
பின்ன ரவரோ டுவந்தவரும்
அருகி லிருக்கு மூர்பலவும்
அழைத்துச் சென்று வந்தனரே

பயணம் முடித்து சாரதையும்
பின்னர் காமார் புகூர்வரவும்
அயர்ச்சி கொடுக்கும் பலநிகழ்ச்சி
அடுத்த டுத்து நடந்துநிற்க
செயராம் பாடி தனில்வாழும் (33)
சியாமா தேவி யுடனறிந்து
வியர்த்த மிங்கு வாழ்தலென்று
விண்டு ரைத்த ழைத்துவந்தார்

இவ்வூர் விட்டு வேறெங்கும்
இனிமேல் செல்லா திருவென்று
கவலை கொண்டு மகளுக்குக்
கூறி நின்றார் சியாமாவும்
தவித்தி ருக்கு மன்னைக்குத் (34)
தெரிவித் திடுவார் அன்னையும்
உவந்திங் கிருப்பே னில்லையேல்
உறவாம் பிள்ளை களோடிருப்பேன்

என்று ரைத்து சாரதையும்
இருந்தார் செயராம் பாடிதனில்
கனிந்து காண வருபவரைக்
கணவர் காமார் புகூரையும்
சென்ற டைந்த வர்மனையைச் (35)
சேவித் திடவே நற்பலனும்
அனேகங் கிட்டி நிற்குமென்று
அறைந்து நிற்பார் மிகமகிழ்ந்து

கணவர் மனையைப் பழுதுபார்க்கக்
கூறி நிற்பா ருறவினர்க்கு
வணங்கி யடியார் அன்னைக்கு
வேண்டா மென்று மறுத்திடினும்
பணமும் நிறைய வளித்திருந்து (36)
புறப்பட் டடைவர் தம்மனையும்
மணாளன் மனையைப் பழுதுபார்க்க
மற்றிப் பணமும் தந்திடுவார்

சமயங் கிடைக்கும் போதெல்லாம்
சார தைக்குத் தொந்தரவு
சுமுக மின்றி இராம்லாலும்
செய்து நின்ற போதினுமே
இமைப்பொ ழுதும்ம னந்தன்னில் (37)
இருத்தி நிற்கார் அன்னையும்
தமது பணத்தைத் தயங்காது
தந்து நிற்பா ரவருக்கு

கொழுந்தன் மகனும் மிகமகிழ்ந்து
கொடுத்த தொல்லை கண்டவர்தாய்
அழைத்து வந்தார் தமதூரும்
அன்னை யோடு பிறந்தவரும்
வழுவா திருந்து இராம்லாலின் (38)
வழியைப் பற்றி நடந்திருந்து
கழிவி ரக்கஞ் சிறிதுமின்றி
களித்துத் தொல்லை கொடுத்தனரே

பதியு முடலோ டிருக்கையில்
    பகர்ந்து நின்றா ரிவ்வாறு
பத்துத் திங்கள் சுமந்திருந்துப்
    பெற்று நின்ற அன்னைக்கு
பித்தன் யானும் தர்ப்பணமும் (39)
    புரிய விரும்பிக் கரந்தன்னில்
உதக மெடுக்க வொருசிறிதும்
    உள்ளங் கையில் சேரவில்லை

துறவி யாகி நின்றிருக்கத்
    தாய்க்குக் கருமஞ் செய்வதையும்
இறைவி சிறிதும் விரும்பவிலை
    என்ற றிந்துக் கடனெதுவும்
பெற்ற தாய்க்குப் புரியாதுப் (40)
    பெரிதும் வருந்தித் திரும்பிநின்றேன்
துறவ றத்தை யெனைப்போலும்
    தாயே யேற்றா யில்லையே

பதியுங் கடமை வழுவிநிற்கப்
    பெற்ற தாய்க்குப் பிண்டமுமே
பத்தி னியாகும் பேரன்பே
    பரிந்து கயையுஞ் சென்றடைந்து
விதிமு றைகள் வகுத்தபடி (41)
    வைத்த ளித்து செய்திடுவாய்
சதியே யிதுவுஞ் செய்துநிற்க
    சாந்தி கிட்டுந் தமக்கென்றார்

இதுகேட் டுநின்ற அன்னையும்
    இயம்பி நின்றார் கணவரிடம்
விதிமு றைக ளனுசரித்து
    விரைந்து நாமுங் கயைசெல்வோம்
துதிக்கத் தகுந்த அன்னைக்குத் (42)
    தந்த ளிப்பேன் பிண்டங்கள்
திதியுங் கொடுத்த பின்னருமே
    திரும்பி வருவோ மூரென்றார்

அருமைச் சகியே கயைதன்னை
    அடைந்து நிற்க யென்னுயிரும்
இரும்பைக் கண்ட காந்தம்போல்
    இறைவ னோடு கலந்திடுமாம்
திருமால் தன்னைக் கண்டதன்பின் (43)
    தரித்து நிற்கா துயிரென்று
உரைத்து நின்ற மணாளன்தன்
    உரைகேட் டதிர்ந்தார் அன்னையும்

பல்லாண் டுமுன்னம் மணாளனுமே
    பரிந்து வேண்டி நின்றதையும்
வல்ல பியிந்நாள் நினைவுகூர்ந்து
    விரைந்து கயையு மடியார்கள்
சிலரோ டுசென்று மாமிக்கு (44)
    சிறக்க வளித்தார் பிண்டங்கள்
தலைவன் ஆக்ஞை நிறைவேற்றி
    திளைத்து நின்றார் மகிழ்ச்சிதனில்

பின்ன ரவரும் கோல்காதா
    புறப்பட் டுவந்து சேர்ந்துநின்றார்
அன்னை வந்த சிலநாளில்
    அருந்தொண் டாற்றி நின்றிருந்த
இனிய பலராம் பாபுவுமே (45)
    இறைவ னடியைச் சேர்ந்திடவும்
மனமும் வருந்தி வேறிடமும்
    மற்றுப் பெயர்ந்தார் அன்னையும்

குசுரி கிராமங் கங்கையின்
    கரையி லிருக்கு மூராகும்
வசித்தி ருந்தார் அன்னையும்
    விரும்பி யிவ்வூர் தன்னிலுமே
மசான பூமிக் கருகிலவர் (46)
    மனையு மிருந்து மொருசிறிதும்
பிசாசு பேயின் பயமின்றி
    பதியின் நினைவில் வாழ்ந்திருந்தார்

நரேந்தி ரநாதன் இமயமலை
நாடிச் சென்றுத் தவமிருக்க
விரும்பி அன்னை யிடமடைந்து
விடைபெற் றிடவே வந்துநின்று
கரங்கு வித்துப் பணிந்தெழுந்து (47)
கான மொன்று பாடிடவும்
பெரிது மெண்ணி நின்றிருக்க
பாட வுரைத்தார் அன்னையும்

பதியுங் கற்றுக் கொடுத்திருந்தப்
பாட லொன்றை நரேந்திரனும்
இதயங் கனிந்து பாடிநிற்க
இல்லா ளன்தன் நினைவுதனில்
பதிந்தி ருந்த அன்னையின் (48)
பாதம் மீண்டும் பணிந்துநின்று
துதித்து நின்று நல்லாசி
தந்த ளிக்க வேண்டிநின்றார்

சத்தி பெற்றுத் திரும்பிடவும்
சகல ஆசி வழங்கிநிற்பீர்
சதிசெய் தெனக்கு சத்தியுமே
சிறிதுங் கிடைக்கா திருந்திடவும்
விதியும் முடியும் மட்டிங்கு (49)
வாரா திருந்து மடிந்திடுவேன்
சதியு முடலு மெடுத்துநின்று
சகத்தில் வாழுந் தாய்சரணம்

என்று வேண்டும் நரேந்திரனை
இனிதே நோக்கி யுரைத்திடுவார்
அன்னை யினாசி யுனக்கிருக்க
அடைந்து நிற்பாய் வெற்றிகளும்
உனக்குத் தோல்வி யென்றுமிலை (50)
உமையின் பத்த ரருளிநிற்பார்
இனிதே நற்றா யிடம்விடையும்
இல்லை யெனாது பெற்றிடென்றார்

வராக நகரின் வீடொன்றில்
வனிதை பிறகு குடிபெயர்ந்தார்
கிரீச னென்னும் புகழ்பெற்ற
கலைஞ ரொருவர் மகனுடனும்
தரிசித் திடவே அன்னையும் (51)
தங்கி யிருக்கும் வராகநகர்
கிருகம் வந்து காத்திருக்க
குழந்தை தவிப்பா யிருந்ததுவே

கலைஞ ராக நாடகங்கள்
கிரீச னெழுதி நடித்திடுவார்
பலரு மறிந்த புகழ்பெற்ற
பணமும் பெற்ற மனிதரவர்
எல்லா மிருந்தும் கிரீசனிடம் (52)
இருந்த துகெட்ட பழக்கங்கள்
தலைவ னாகும் கதாதரரைத்
தரிசித் திருந்து பயனடைந்தார்

அனேக கெட்ட பழக்கங்கள்
அவருக் கிருந்தும் கதாதரரும்
இனிதே யேற்று நின்றிருந்து
இயம்பி நின்றா ரிவ்வாறு
கனிந்துன் வாழ்க்கை தனைநடத்தி (53)
காக்குஞ் சார திதாமென்றார்
என்றும் கிரீசன் அன்னையின்
எழில்சேர் வதனங் கண்டதில்லை

உடலை முழுதும் போர்த்திநின்று
உவந்து நின்று சிலருக்கு
கொடுப்பி னையு மிருந்திருக்க
கொடுத்து நிற்பார் தரிசனமும்
கொடுப்பி னையும் மிகவிருக்க (54)
காண்ப ரவரின் பாதவிரல்
கெட்ட பழக்கங் கொண்டவரும்
கிட்டே வரவுந் துணியாரே

அன்னை யிருக்கு மறைவெளியில்
அமர்ந்து பலருந் தியானித்து
பின்னர் வெளியே சாட்டாங்கம்
புரிந்து செல்வர் மிகமகிழ்ந்து
அனேக தீய வினைபுரிந்த (55)
அன்பர் கிரீசன் தூரத்தே
நின்று வணங்கிச் செல்வதுவும்
நியதி வழுவா செயலாகும்

கிரீச னோட வர்பிள்ளை
காண வந்தான் அன்னையை
பிராயம் மூன்றா மவனுக்கு
பெற்ற தந்தை மடிதன்னில்
இருப்புக் கொள்ளா திருந்துநின்று (56)
எழுந்து மாடி தனைக்காட்டி
பெரிதும் சைகை செய்திருக்கப்
பலருங் கண்டு நின்றனரே

பேசுஞ் சத்தி பெற்றிராத
பிள்ளை தன்னை கதாதரராம்
ஈச னேயு மளித்ததாக
இறும்பூ தெய்தி கிரிசனுமே
ஆசை யோடு பலருக்கும் (57)
அறிவித் திருந்து மகிழ்ந்திருப்பார்
பேசா திருந்தும் பாலனுமே
பலவும் மொழிவான் சைகையில்

மடியி லமர்ந்தி ருந்தபிள்ளை
மற்றெ ழுந்து மாடிதனைச்
சுட்டிக் காட்டி நின்றிருக்க
சிலரு மங்க றைதன்னில்
மடவா ளிருக்கும் செய்திதனை (58)
மொழிந்து நிற்க கிரீசனுமே
மட்டி லாத மகிழ்ச்சியுடன்
மாடி நோக்கிக் கைதொழுதார்

பிள்ளை தன்னைச் சிலருடனும்
போகச் செய்தார் மாடிக்கு
களித்துச் சென்று சாரதையின்
காலைப் பற்றி நின்றிருந்து
பிள்ளை வணங்கி நின்றிருக்க (59)
பரிந்து நின்று சாரதையும்
உள்ளங் கனிந்து மடிதன்னில்
உட்கா ரவைத்த முதளித்தார்

பின்ன ரவனுங் கீழிறங்கிப்
பரிந்து தந்தை கைபற்றி
தன்னோ டுமாடி வந்திடவும்
சைகை மொழியால் தெரிவிக்கத்
தனயன் தொல்லை பொறுக்காதுத் (60)
தட்டிக் கழிக்க முற்பட்டு
முனிந்து சினந்து நின்றிருக்க
மற்றுப் பயனுங் கண்டாரில்

அழுது நின்ற டம்பிடிக்கும்
அருமைப் பிள்ளை தந்தையை
இழுத்து மாடிச் சென்றடைய
இரங்கி நின்று கிரீசனுமே
தொழுது பாதந் தனில்வீழ்ந்து (61)
தனயன் தொல்லை பொறுக்காது
எழுந்து வந்த தாயுரைத்து
இறைஞ்சிக் கேட்டார் மன்னிப்பு

கிரீசன் மொழியைக் கேட்டுநின்று
கனிந்து நின்று சாரதையும்
வரனின் பெயரை இருமுறைகள்
விண்டி ருந்து நின்றிருக்க
கிரீசன் பின்னர் விடைபெற்று (62)
கிருகம் வந்து சேர்ந்துநின்றார்
இரண்டு திங்கள் தனில்பிள்ளை
இறைவன் பாதஞ் சேர்ந்தடைந்தான்

வயிற்றுக் கடுப்பு நோய்வந்து
வெகுநா ளவத்தைப் பட்டுநின்றார்
அயர்ந்து நின்று மற்றவர்க்கு
அவத்தை தரவும் விரும்பாது
செயராம் பாடி சென்றுநிற்க (63)
சியாமா சேவை தனில்நோயும்
வியக்கத் தக்க வகைதன்னில்
விரைந்து நீங்கி யொழிந்ததுவே

சக்கம் மாவின் வழிபாடு
சிறக்க நடந்து வந்திருக்க
மகிழ்ந்து காண அன்னையும்
மற்றுப் பெறாத பிள்ளைகள்
நகரத் திருந்து வந்திடவும் (64)
நாரிக் களித்து பசரித்து
மிகவும் மகிழ்ந்தி ருந்திருக்க
மனையில் வசந்தம் வீசியதே

திறவோன் காளி கிருட்டிணனும்
துறவேற் காத இளைஞனாவார்
துறவேற் றிருந்து வந்தவருள்
திறவோ னிவரே பிராயத்தில்
சிறிய வராக இருந்திருக்க (65)
சார தையும் செல்வாக்கு
சிறக்கக் கொடுத்து நின்றிருக்கத்
தூது வனாக விளங்கிநின்றார்

அன்னை விருப்ப மெல்லாமும்
அறிந்து நின்று காளியுமே
மின்னல் வேகந் தனில்விரைந்து
மற்ற வருக்கு ரைத்திடுவார்
இனிதே துறவு பூண்டவரும் (66)
இயற்றி முடிக்க காளியுடன்
அன்னைக் குடனு மறிவித்து
அதன்மேல் பணிக்குக் காத்திருப்பார்

உற்சா கத்தின் மறுவுருவம்
ஓய்வெ டுக்கா காளியாவார்
மற்றுச் சமையல் செய்திடவும்
மடவாள் முனைந்து நிற்கையில்
திறவோன் அன்னை கரத்திருந்துத் (67)
துடியா யிருந்து வேலைகள்
பறித்து செய்து நின்றிருக்கும்
பாங்கு கொண்ட பிள்ளையாம்

வறட்டி மற்றும் தணலிருக்கும்
வட்டில் தன்னை அன்னையும்
பற்றி நின்று நெருப்புமூட்ட
பெரிதும் விழைந்து நிற்கையில்
திறவோன் அன்னை கரத்திருந்துத் (68)
தணலும் வறட்டி தனைப்பெறவும்
பொறுமை யின்றி முயன்றிடவும்
பரிவோ டன்னை புகன்றிடுவார்

நெருப்பு மற்றும் வறட்டியையும்
நேர டியாக அன்னையின்
கரத்தி லிருந்து பெறுதலுமே
கூடா தென்ற றிந்திடுவாய்
தரையில் யானும் வைத்ததன்பின் (69)
தனயன் நீயு மெடுத்துநின்று
கருநெ றிமூட்டி சமையலுமே
கருத்தாய் செய்ய உதவிடென்றார்

துறவி களாகி நின்றிருந்தும்
சீடப் பிள்ளை அனைவருமே
இறும்பூ தெய்தி அன்னையை
இனிதே அம்மா யென்றழைப்பர்
பற்ற றுத்த அவர்களுமே (70)
பாட்டி யென்று பரிவோடு
நிறைய மகிழ்ந்து சியாமாவை
நவின்று நின்று மகிழ்ந்திருப்பர்

கறுக்கல் பகலு மிரவிலுமே
    கனிந்து பாட்டி யென்றுரைத்து
நிறைய அன்பைப் பொழிந்திருக்கும்
    நன்கு படித்த யதிகளுக்கும்
குறைவே துமின்றி உணவளித்து (71)
    கருத்தாய் நலனுங் கண்டறிந்து
வெறுமை நிறைந்த வாழ்வுதனில்
    விருப்பு கொண்டார் சியாமாவும்

பல்லாண் டுமுன்னம் மருகனுமே
    புகன்ற தையும் நினைவுகூர்ந்தார்
நல்ல பிள்ளை பலர்வந்து
    நாளும் நூறு முறைகனிந்து
தொல்லை தந்து சாரதையைத் (72)
    தாயே யென்று விளிப்பதையும்
நல்ல குணத்து மாமிநீவிர்
    நன்கு காணும் நாள்வருமே

மருக னுரையும் சியாமாவும்
    மெய்யா கிநிற்கக் கண்டுநின்றார்
வரனும் வாழ்ந்தி ருக்கையில்
    வீடு முழுது மடியாரால்
நிரம்பி யிருந்த நாள்நினைத்து (73)
    நன்ம னையி லடியாரும்
பெரிது மின்று நிறைந்திருக்கப்
    பெருமை கொண்டார் சியாமாவும்

மருகன் பற்றி அறிந்ததையும்
    மொழிந்து மகிழ்வார் யதிகளிடம்
கிருகந் தன்னில் மருமகனும்
    களித்து மொழிந்த கதைபலவும்
உரைத்து மகிழ்வார் சியாமாவும் (74)
    உரையுங் கேட்டு யதிகளுமே
பெரிதும் மகிழ்ந்து பெருமானைப்
    போற்றித் துதித்துப் பாடிநிற்பர்

அருகி லிருக்கு மூர்வாழும்
    அன்பர் பெயராம் அரிதாசன்
கரத்தில் வீணை யேந்திநின்று
    கடவுள் பத்திப் பாடல்கள்
பெரிதுங் களித்துப் பாடிநின்று (75)
    பயணஞ் செய்வா ரூர்பலவும்
ஒருநாள் செயராம் பாடிவந்து
    உவந்து பாடல் பாடிநின்றார்

துருவை யென்னுந் தன்பெண்ணைத்
    தாயாம் மேனை நோக்கிநின்று
பெரிதுங் களித்துப் பாடுவதாய்
    பாட்டின் கருத்த மைந்திருக்கும்
நிரம்பப் புகழும் பெற்றிருக்கும் (76)
    நாட்டுப் புறத்துப் பாடலொன்றை
தெருவில் பாடி வருவதையும்
    தாயும் மகளுங் கேட்டனரே

பித்தன் சிவனை மோகித்துப்
    புசியா திருந்து டல்மெலிந்தாய்
பதியா யேற்க விரும்பிநின்று
    புரிந்து நின்றாய் கடுந்தவமும்
நதியாங் கங்கை சிரமணிந்த (77)
    நஞ்சுண் டவனும் தோன்றிநிற்க
பதியாய் வரித்த வன்பின்னே
    புறப்பட் டிருக்கத் தடுத்துநின்றேன்

அவனைத் துறக்கக் கூறிநின்ற
    அன்னை யென்றன் பேச்சையும்
உவந்து நிற்கா திருந்துநின்று
    உமேச னுடனும் சென்றிருந்தாய்
கவலை கொண்டு கண்ணீரும் (78)
    கொட்டி நிற்கப் புறக்கணித்து
சிவனின் பின்னே மிகமகிழ்ந்து
    சென்று நின்றாய் பார்வதியே

ஊர்வாழ் மக்க ளுன்பதியை
உரக்கத் தூற்றி மகிழ்ந்தனரே
சீரென் றெதுவுங் கொள்ளாது
சாம்பல் தரித்து நின்றவனாம்
நீரும் விடாது பெருகிநின்று (79)
நனைந்தி ருக்கு முடலோடு
கார்கு ழலாட சதாகாலம்
களித்து நடனம் புரிபவனாம்

உடுக்க வுடையு மில்லாது
உடுத்தி நின்றான் புலித்தோலும்
உடுக்கை யொன்றைக் கையிலேந்தி
ஓயா தோசை செய்துநின்றான்
இடப மின்றிப் பசுவிருக்க (80)
இனிதே பாலுங் கிடைத்திடுமே
நடந்தி டாது நாட்டியமும்
நடத்தி நிற்கும் பித்தனவன்

அரவந் தன்னை அணிகலனாய்
அணிந்தி ருக்கு மவனுடைய
அருகில் செல்லக் கடித்திடுமே
அதோடு சூலந் தன்கையில்
தரித்தி ருக்கச் சினங்கொண்டு (81)
தாக்கி நிற்க வாய்ப்புண்டாம்
ஒருவன் தனிய னிவனுக்கும்
உண்டோ பெற்றோ ரறியோமே

இடுகாட் டுடைய சாம்பலையும்
இட்டு நிற்கும் பித்தனுக்கு
கெட்ட தேது மில்லாத
கிளியே போலு மழகியையும்
கொடுத்த நீயே மதிகெட்ட (82)
கொடிய பெண்ணென் றெனைத்தூற்ற
மடவாள் யானும் வாட்டமுற்று
மனமு டைந்து வாழ்ந்திருந்தேன்

பழிச்சொல் புகன்று மக்களுமே
பலவா றென்னைத் தூற்றிநிற்க
விழிகள் நிறையக் கண்ணீரை
விடாது பொழிந்து யானிருக்க
பொழுதுந் தூற்றி நின்றவரும் (83)
பெரிதும் வருந்தி நின்றிருந்து
தொழுதுன் பதியை வரம்வேண்டித்
தவமுஞ் செய்யக் காண்கின்றேன்

தூற்றி நின்றோர் வருந்திநின்று
தவறென் றுணர்ந்து நின்றனரே
மாற்றங் கொண்டு மற்றிந்நாள்
மனமும் மகிழ்ந்து நின்றனரே
போற்றி யின்ற வரிருக்க (84)
பெருமை கொண்டேன் மருகன்மேல்
ஆற்றா துயர மகன்றிருக்க
அகமும் மகிழ்ந்து நின்றுள்ளேன்

புனித மண்ணாங் காசிதனில்
புவனங் காத்த ருள்கின்றாய்
அன்னம் மற்றும் சகலமுமே
அளித்து சீவ ராசிகளைக்
கனிந்து கருணை காட்டிநின்றுக் (85)
காத்து வருதல் காண்கின்றேன்
அன்ன பூர ணியென்றுன்னை
அகிலம் போற்றி நிற்கிறதாம்

பழுது கண்டோர் நின்பதியைப்
பலவா றாகத் துதிக்கின்றார்
விழுந்து குபேரன் மருகனையும்
வணங்கி நிற்ப துண்மையாம்
தொழுது பணிந்தி டிக்கொடியோன் (86)
துதித்துப் பாடி நிற்கின்றான்
செழிக்கப் பதியு மிருப்பதற்கு
சிவதூ திநீயே காரணமாம்

சிவனுஞ் சத்தி பெற்றிடவும்
சித்தை நீயே காரணமாம்
சிவதூ திநீயு மில்லையேல்
சிவனுக் கேது சத்தியுமே
சிவனின் சத்தி நீயொருத்தி (87)
சான்றோர் வழங்கும் வாக்கிதுவாம்
சிவனி னுள்ளும் புறமெங்கும்
சத்தி நீயே நிறைந்துள்ளாய்

கருத்து மிக்கப் பாடலையும்
களித்துப் பாடி அரிதாசும்
கிருகம் வந்து நின்றிடவும்
கேட்டு மகிழ்ந்தார் சியாமாவும்
பருப்ப தியாக மகளையும் (88)
பசுப தியாக மருகனையும்
தெரிந்து நின்று சியாமாவும்
திளைத்து மகிழ்ந்தார் மகிழ்ச்சிதனில்

சித்தங் குழம்பி மருமகனும்
செய்கை பலவும் விசித்திரமாய்
நிதமும் புரிவ தாயறிந்து
நொந்து யானும் மிகவெறுத்து
செத்தொ ழிந்து நின்றிடவும் (89)
சிந்தித் திருந்தேன் பலமுறையும்
அதீத கொடியச் செயலையும்
ஆற்றத் துணிந்தே னச்சமயம்

திடமாய் முடிவெ டுத்துநின்று
தற்கொ லையு மந்நாளும்
நடத்தி நிற்க யிந்நாளும்
நீவி ரென்ற நரும்பெண்ணை
சடாத ரியாகப் பாவித்து (90)
செய்து நிற்கும் பூசையை
மடவாள் யானுங் காணாது
மடிந்தி ருப்பே னென்றுரைத்தார்

சக்கம் மாவின் வழிபாடுச்
செய்தி ருக்குஞ் சமயத்தில்
மிகவும் களித்துச் சிலையருகில்
மற்று நின்றுச் சாமரமும்
மகிழ்ந்து வீசி நின்றிருப்பார் (91)
மூன்று நாட்கள் அன்னையும்
பக்க மிருந்து தியானமுமே
புரிந்தி ருப்பார் மனங்குவித்து

வழிபட் டிருப்பார் மூன்றுநாட்கள்
வீட்டி லன்னஞ் சமைத்திருந்து
விழாவிற் குவந்த அனைவருக்கும்
வயிறு நிறைய உணவளிக்கும்
வழக்கந் தொடங்கி நிறைவேற்ற (92)
வெகுவாய் மக்கள் அன்னையை
விழுந்து வணங்க அவர்களையும்
வாழ்த்தி நிற்பார் அன்னையும்

பிள்ளை யிறந்து பட்டிருக்கப்
பெரிதும் வாடி மனமொடிந்து
களிப்பி ழந்த கிரீசனுமே
கலங்கி நின்று துயர்மறக்க
ஒளிவி ளக்காம் அன்னையை (93)
உவந்துத் தேடி வந்துநின்று
சளைக்கா திருந்து பூசையில்
சேவை புரிந்து நின்றிருந்தார்

குளித்து விட்டுக் காலையில்
கிரீசன் வந்து சாரதையை
உள்ளம் நெகிழ்ந்துப் பணிந்துப்பின்
உடனே யெழுந்து நிற்கும்முன்
களித்துச் சிரத்தைத் தூக்கிநின்று (94)
கண்டு நின்றா ரவர்வதனம்
ஒளித்து மறைக்கும் முகத்திரையும்
ஒதுங்கக் கண்டார் தாய்முகமும்

முகத்தி ரையும் விலகிநிற்க
மற்றுக் கண்டார் அன்னையின்
முகமும் மிகவுந் தெளிவாக
மறந்து நின்ற முகம்மீண்டும்
அகத்தில் தோன்றி நின்றிடவும் (95)
அதிர்ச்சி யடைந்து நின்றிருந்து
திகைத்துப் பின்னர் தெளிவடைந்து
செயலி ழந்து மனம்நெகிழ்ந்தார்

பல்லாண் டுமுன்னம் நோய்கண்டு
படுத்த படுக்கை யாயிருந்து
பலமு மிழந்தி ருக்கையில்
பேரன் புகாட்டிக் கனவிலுமே
நல்ல மாது வந்துநின்று (96)
நாவில் சிறிது பிரசாதம்
மலர்ந்த ளித்துக் கொள்ளென்று
மற்றுக் கொடுத்து மறைந்துநின்றார்

கனவு நீங்கி யெழுந்துநின்று
களித்தி னிக்கும் நற்சுவையும்
இனிதே நாவில் தோன்றிநிற்க
இதுவுங் கனவி லையென்று
நினைத்தி ருக்கச் சின்னாளில் (97)
நன்கு குணமுங் கண்டுநிற்க
கனவில் வந்த தேவிமுகம்
கண்டார் அன்னை யிடமின்று

சிவப்புக் கரையின் சீரையும்
சிறக்க உடுத்தி வந்தவரும்
உவந்தி னிக்கும் பிரசாதம்
உண்ணக் கூறி வாயினிலும்
சிவந்த கரத்தா லளித்திருந்து (98)
சட்டென் றுடனே மறைந்திடவும்
அவரே தன்முன் தற்போது
அழகு றநிற்கக் கண்டுநின்றார்

பின்னர் யோகின் மாவுக்கு
பழைய கனவைப் புகன்றிருந்து
முன்பு கனவில் மருந்தளித்து
மறுவாழ் வளித்துக் காத்ததுவும்
இனிதே யுரைத்து றுதிசெய்ய (99)
இயம்பி நின்றார் கிரீசனுமே
அன்னை யிதையுங் கேட்டுடனும்
அன்போ டுறுதி செய்துநின்றார்

கிரீச னுக்கொ ருமுறையும்
கனிந்து ரைத்தார் அன்னையும்
குருவின் பத்தி னிதன்னையும்
கூறி நிற்பர் தாயென்று
தரணி தன்னில் தாயென்னும் (100)
சொல்லுந் தாயும் யானல்ல
ஒருத்தி யெவரோ சகலருக்கும்
உண்மைத் தாயோ அவள்யானே

புத்தி ரசோகந் தனைமறந்து
பழகி நின்றார் கிரீசனுமே
நிதமுங் காலைச் சுடுநீரும்
நிறைய அருந்தும் கிரீசனுக்கு
அதீத அன்போ டன்னையும் (101)
அருந்தத் தருவார் சுடுநீரும்
இதுபோல் பழக்க மங்கெவர்க்கும்
இல்லை செயராம் பாடிதனில்

படுத்து றங்கும் போர்வையும்
பளப ளத்து நிதமிருக்க
நடனக் கலைஞர் கிரீசனுமே
நிறைய வியந்து மகிழ்ந்திருப்பார்
அடித்துத் துவைத்துப் போர்வையின் (102)
அழுக்குப் போக்கும் அன்னையைக்
குட்டை யருகில் கிரீசனுமே
கண்டு கண்ணீர் பெருக்கிநின்றார்

அனுப வங்கள் கசப்பாக
அமைந்தி ருக்க கிரீசனுமே
துன்ப மொன்றே நிறைந்திருக்கும்
தரணி தன்னை மிகவெறுத்து
வனமுஞ் சென்றுத் தவவாழ்க்கை (103)
வாழ்ந்தி ருக்கப் போவதாக
மனம்வெ றுத்துப் பலரிடமும்
மற்றுப் புகல்வார் கிரீசனுமே

இனிதே கேட்டு சாரதையும்
இயம்பி நின்றா ரிவ்வாறு
தன்னை வேறாய் நினைத்திருக்கத்
தாலம் விட்டுச் சென்றிடலாம்
தன்னைத் தாலந் தனிலொன்றாய் (104)
தெரிந்து நிற்கச் செல்வதேனே
கனிந்து பத்தி செய்திருக்கக்
கடவு ளருள்வா னென்றுரைத்தார்

அன்னை தம்மைக் கிரீசனுமே
அவதா ரமென்ற றிந்துநின்றார்
அன்னை யோடு பிறந்தவரும்
அவரி னருமை அறிந்திலரே
தனவா னாகுஞ் சீடரிடம் (105)
தனமும் நிறைய மிகப்பெற்று
அனைத்தும் பெறவே அவர்களுமே
ஆவல் கொண்டி ருந்தனரே

அன்னை தம்பி காளிகுமார்
ஆசை யுருவ மெடுத்தவராம்
இன்னும் வேண்டும் எல்லாமும்
இனிதே வேண்டும் மிகநிறைய
எனக்கு மட்டுந் தனம்வேண்டும் (106)
எல்லை யின்றி யெல்லாமும்
அனைவ ரிடமு மிருந்துபெற்று
அளிக்க வேண்டு மென்பவராம்

அக்கை பணமுங் காய்க்கின்ற
அதிச யமான மரமென்றும்
அக்கை காம தேனுவாகி
அளிக்குங் கொல்லைப் பசுவென்றும்
அக்கை கற்ப கமாகுமென்றும் (107)
அவருக் களிக்க மகிதலத்தில்
மகிழ்ந்து பிறந்த தாகவுமாய்
மற்று நினைக்கும் தம்பியாவார்

அறிந்து நின்று கிரீசனுமே
அன்னை பெருமை காளிக்கு
நிறைய யெடுத்து ரைத்திடவும்
நம்பா திருந்து காளிகுமார்
இறுத்து நின்றார் திமிராக (108)
இயம்பி நின்றீ ரக்கையும்
சிற்ப ரையும் சாரதையாய்
சகத்தில் பிறந்தா ளென்கின்றீர்

ஒருதாய் வயிற்றுப் பிள்ளையாய்
உலகில் பிறந்தோம் யாங்களுமே
கிரிசை யென்றுங் கோரியென்றும்
கோம தியென்றுங் கன்னியென்றும்
பிரபா வமேது மொருசிறிதும் (109)
பிறந்த திலிருந் தின்றுவரை
தெரியக் கண்டோ மில்லையாம்
சிறிதும் பொய்யு மிலையென்றார்

கடுங்கோ பத்தில் கிரீசனுமே
கனன்றார் காளி குமாரிடமும்
கொடுத்தா ரில்லை மரியாதைக்
கரைந்து நின்றா ரொருமையில்
அடக்க மில்லா பெருமூடா (110)
அறியா துநீயு மிருந்திருக்கப்
புடவி தன்னில் அன்னைக்குப்
பிரபா வமேது மிருக்காதோ

தினமுஞ் செய்யுந் தீவேள்வி
தடங்க லின்று செய்துவந்துப்
பின்னும் மறையும் புகன்றிருந்துப்
பிறருக் குமதைப் பயிற்றுவித்து
தனமுஞ் சிறிதுஞ் சேர்க்காது (111)
தரித்தி ரத்தில் வாழ்ந்திருக்கும்
பனவ னாக வாழ்ந்திருக்கப்
பெரிது மறிவாய் பிரபாவம்

பணத்தா சையே உருவெடுத்த
பனவர் குலத்தில் பிறந்தவனே
அணுவ ளவேனும் பனவர்தம்
அருங்கு ணங்க ளில்லாது
மண்ணில் பார மாயிருந்து (112)
மூட னாக வாழ்ந்திருக்கும்
எண்ணி லடங்கா மானுடர்போல்
இருக்கும் நீயே அறிவிலியாம்

குலத்தொ ழிலையும் மறந்தவனே
குணங்கெட் டலையும் மாமூடா
வல்ல பிதேவி பிரபாவம்
விளக்கி நிற்கா ஞனக்கென்றும்
உலகி லிழிந்த நீசனுமே (113)
உன்முன் வந்த டைந்துநின்று
பொலிகா ளையும் தருவதாகப்
புகலப் பாதம் பற்றிநிற்பாய்

பல்ல னைத்துங் காட்டிநின்றுப்
பிரதி தினமு மவன்பின்னே
குலமுங் கடமை மறந்துநின்று
களித்தோ டிநிற்கும் குடிகேடா
பொலிகா ளையு முனைமயக்கப் (114)
பொழிலில் முடிந்து நிற்குமெனில்
உலக மீன்றா ஞனைமயக்க
உறுதி யாக இயன்றிடுமே

உடலி லொட்டிக் கொண்டிருந்து
உறிஞ்சிக் குருதி தன்னையும்
குடித்து வாழு மொட்டுணிபோல்
களித்து நீவிர் தமக்கையை
ஒட்டுண் ணியாக உடனிருந்து (115)
உபத்தி ரவமும் பெருமளவில்
விடாது தொடர்ந்து புரிந்திருக்க
வெட்கி வாழ வேண்டுதுமே

தமக்கை யவரும் பெண்ணாவார்
தற்கொண் டானை யிழந்தவராம்
தம்பி களான நீவிரெல்லாம்
தறுத லையா கவாழ்ந்திருந்து
நம்பி வந்திங் குறைந்திருக்கும் (116)
நல்லா ருக்கு தவிடாது
அமோக வாழ்க்கை அவர்மூலம்
அடைய யெண்ணி நிற்கின்றீர்

பணப்பே யாக வாழ்ந்திருந்துப்
பல்லி ளித்துக் கைகட்டி
வணங்கி நீசர் பலரையும்
விடாது புகழ்ந்து துதித்துநின்று
பணமுங் கறக்க முயன்றிருக்கும் (117)
பரிவே துமில்லா பதராவீர்
பண்பே துமில்லா நீவிருமே
பிரபா வமெவ்வா றுகாண்பீரே

பிறவி யிதிலும் மேற்கொண்டு
பின்ன ரிருக்கும் பலவான
பிறவி பலவும் நன்மைகள்
பெற்று நிற்க வேண்டுமெனில்
சிறுமைக் குணமும் மிகக்கொண்ட (118)
துரும்பே தமக்கை பாதத்தைப்
பற்றி நின்றுப் பயன்பலவும்
பெறவே விரைவா யென்றுரைத்தார்

அதிர்ந்து காளி குமாருடனும்
அக்கை யிடமுஞ் சென்றடைந்து
மதர்த்து நின்று கிரீசனுமே
மேதி னிதன்னி லவதரித்த
மதங்கி நீயென் றுரைத்திருக்க (119)
மன்னித் தெனக்க டைக்கலமும்
முதிதை கொண்ட ருளிநிற்க
மற்று வேண்டிப் பணிந்துநின்றார்

பெரிது மெனக்கு மிகப்பிடித்தப்
பரிவு கொண்ட நல்லவனே
அரிய வார்த்தை பலபுகன்று
அடைக்க லமென்று ரைப்பாயோ
ஒருதாய் வயிற்றுப் பிள்ளைநாம் (120)
உடன்பி றந்த தமக்கையாய்
கருதி நிற்பா யெனக்கூற
கடுகக் கிரீச னிடம்வந்தார்

மதியி ழந்த காளிகுமார்
மற்று கிரீச னிடம்வந்து
பதற்றங் கொண்டு சாரதையும்
பருப்ப தியென்று புகன்றுநின்றீர்
இதுபோ லெதுவு மிலையென்றும் (121)
எல்லோர் போலும் பகட்டிலாத
நிதமுங் காணும் பெண்ணென்றும்
நவின்றா ளக்கை யென்றுரைத்தார்

திருந்தா னிவனே யெந்நாளும்
திருத்தி நிற்ற லியலாதாம்
உரைத்து நிற்ற லினிமேலும்
உதவா தென்று கருதிநின்று
கிரீசன் மேலும் மொழியாது (122)
காத்து நின்றார் பெரும்மோனம்
பெருமை அறியா காளிபோலும்
பலரு மங்கி ருந்தனரே

பெருமா னுடைய பலசீடர்
பெருமா னுடைய பத்தினியாய்
கருதி நின்றா ராயினுமே
கடவுட் தன்மை கொண்டுள்ள
கிரிசை யம்ச மவரென்று (123)
கருதி நின்றா ரில்லையாம்
தெரியா திருந்த யதிகளுமே
தேவி யாகக் கருதினாரில்

நிரஞ்ச னானந் தரென்பவரும்
நண்பர் பலரு மறிந்திடவும்
உரைத்து நிற்பார் அன்னையின்
உன்ன தமான நிலைபற்றி
உருவ மெளிய தாயிருந்தும் (124)
உண்மை யாக காளியம்சம்
தெரிந்து நின்ற வர்தாளைச்
சேரப் பயனுங் கிட்டுமென்பார்

பிரம்மா னந்த ரெனும்பெயரும்
பூண்டி ருந்த இராகாலும்
நிரஞ்ச னானந் தரென்பவரும்
நவின்ற துபோலும் வெளிப்படையாய்
உரைப்பா ரில்லை வெகுகாலம் (125)
ஒருநாள் பின்ன ரவருரைப்பார்
அரிய அன்னை தம்மையும்
அறிவ ரில்லை யோகிகளும்

அன்னை தம்மை யோகிகளும்
அறிய யியலா திருக்கையில்
பின்ன ரெவரே யவர்பெருமைப்
புரிந்து கொள்வர் பூதலத்தில்
அனந்த விபவை பத்தருமே (126)
ஆற்றி நின்ற பூசையை
இனிதே இயல்பா யேற்றவரை
எவரே யறிய இயன்றிடுமே

அவதா ரத்தின் பூசையை
அற்ப சாதா ரணமான
புவியின் மாந்த ரேற்பதுவும்
பெரிது மியலா செயலாகும்
சிவதூ தியாகும் அன்னையும் (127)
சாதா ரணமாய் தோன்றிடினும்
அவதா ரத்தின் பூசையை
அங்கீ கரித்து நின்றிருந்தார்

அன்னை யுள்ள மாழமான
அனுபூ திமிக்கப் பெருங்கடலாம்
பின்னு மவரே பேரமைதி
பெற்றி ருந்த அவதாரம்
இனிதே தமது ணர்ச்சிகளை (128)
எளிதா யடக்கி நின்றிருக்க
மனித ரெவரு மவர்பெற்ற
மகானு பாவ மறிந்திலராம்

இனிதே தமது மெய்யான
இயல்பை மறைத்து மென்மையாய்
அன்பைப் பொழிந்துத் தாயவரும்
அடியா ரையும் வஞ்சித்தார்
அனுக்கி ரகத்தைப் பெற்றிருக்க (129)
அடைய வியலும் பிறப்பற்ற
நன்னி லையு மென்றவரும்
நவின்று நின்றார் பிற்காலம்

நரேந்தி ரநாதன் துறவியாகி
நண்ப ருக்குக் கடிதத்தில்
உரைத்தி ருப்பா ரிவ்வாறு
உகத்து வாழும் மக்களுமே
பெருமான் தம்மை மறந்திடினும் (130)
பேரா பத்து நிகழாதாம்
பெருமைக் குரிய அன்னையைப்
போற்றா திருக்க ஆபத்தாம்

பெருமான் காட்டு மன்புபோலப்
பல்லா யிரமாம் மடங்கன்பு
கருணை மற்றும் நல்லருளும்
காட்டு கின்றார் அன்னையும்
பெருமா னாயி ரஞ்சேர்ந்தும் (131)
பற்றா திருக்கு மொருதாய்க்குப்
பெரிது மிதையும் பலர்முன்னும்
புகலத் தயங்கே னெந்நாளும்

அன்னை உயர்த்திப் பெருமானும்
அவரின் கீழே யென்றுரைக்கும்
என்னை நீவிர் வெறிபிடித்த
இழிந்தோ னென்று ரைத்திடினும்
என்றன் நிலைப்பா டிதுவாகும் (132)
இதையும் மாற்றி நிற்கேனே
அன்னைக் கீட வரொருவராம்
அவருக் கீடெ வருமில்லை

தெய்வ மென்றும் மனிதரென்றும்
தினமும் நீவிர் பெருமானைச்
செயல்ப லவிட்டு விவாதிப்பீர்
செய்கை தவறு மில்லையாம்
உய்வ தற்குத் தாய்பாதம் (133)
உடனே சேர்ந்து நின்றிடுவீர்
பெய்து நிற்பார் தங்கருணைப்
பிறப்பி றப்ப றுப்பரென்பார்

பெண்ணின் பெருமை நாணமென்று
பெருமா னுரைத்து நின்றிருக்க
மணாளன் வாக்கை அன்னையும்
முழுதா யேற்று வாழ்ந்திருக்கக்
கணக்கில் தமத னுபவங்கள் (134)
கூறி நின்றா ரில்லையாம்
கணக்கி லிதைக்கொண் டனுபவமும்
கிட்ட வில்லை யென்பாரோ

இனிப்புப் பண்டம் தன்னிலுமே
இட்டு நிற்பர் முந்திரியும்
இனிப்புப் பண்டம் முந்திரியால்
இனிதே செய்ய அதனுள்ளும்
இன்னுஞ் சுவையைக் கூட்டிநிற்க (135)
இட்டி டுவாரோ முந்திரியை
என்று மெங்கு மிதுபோலும்
எவரும் புரியா ரென்றுரைப்பார்

துறவு பெற்றோர் பெயரையும்
சொல்லி யழைக்கார் அன்னையும்
பெற்றோ ரிட்டப் பெயரையும்
புகன்ற ழைத்து நின்றிருப்பார்
மற்ற நாமம் புகன்றிருக்க (136)
மனமும் புண்ணா கிறதென்பார்
துறவி களையும் திருமாலாய்
தெரியக் கண்ட தாயுரைப்பார்

பெருமாள் மற்றும் பிள்ளையாய்
பற்ற றுத்த யதிகளையும்
கருணை கொண்டு சாரதையும்
கண்டு நிற்க யதிகளுமே
பரிவு காட்டும் அன்னையாய் (137)
பார்த்து நின்றி ருந்திடினும்
பருப்ப தியம்ச மாயெவரும்
பார்த்து நின்ற தில்லையாம்

பெற்ற தாயாய் அன்னையைப்
பரிந்து கண்ட சீடருண்டு
சிறுவ னொருவர் பெற்றவளாய்
சார தையைக் கண்டுநின்று
சிறக்க மகிழ்ந்து சோறுண்ணும் (138)
சமயம் வந்த ருகமர்ந்து
சுற்றம் மற்றும் தாய்நீயே
சோறூட் டிவிடென் றுகூறிநின்றார்

பிள்ளை மகிழ மற்றவரும்
பார்த்துத் திகைக்க அன்னையும்
களித்துச் சோறெ டுத்துநின்று
கவளங் கவள மாயுணவு
பிள்ளை வாயி லூட்டிநின்று (139)
பட்ட கடனுந் தீர்த்துநின்றார்
களித்துண் டுநின்ற பிள்ளையும்
கூறி மகிழ்வார் சகலருக்கும்

சகலத் திற்குங் காரணமாய்
சிறக்க மிளிர்ந்தொ ளிர்ந்திருக்கும்
மிக்கச் சிறந்த பரம்பொருளும்
மற்றி ருக்க அதுவொன்றே
சகல ருக்கும் பெற்றோராம் (140)
சகத்தில் வாழு மனைத்திற்கும்
எக்கா லத்தும் தாய்நானே
இதுவே யுண்மை அறியென்பார்

சக்கம் மாவின் பூசையும்
சிறப்பாய் முடிந்து நின்றதன்பின்
நகரத் திருந்து வந்திருந்த
நீத்தார் பலரும் நன்றிகூறி
அகமும் மகிழ்ந்து விடைபெற்று (141)
அடுத்த ஆண்டும் வருவதாகப்
பகர்ந்து வணங்கிப் புறப்பட்டுப்
பயணந் தொடங்கி நின்றனரே

கிராமம் விடுத்து நீத்தாரும்
கிளம்பி வண்டி தனில்செல்ல
பிரியா விடையும் தந்துநிற்கப்
புறப்பட் டேரிக் கரைவந்து
விரதி களையும் வெகுநேரம் (142)
விழிவைத் திருந்து சாரதையும்
பரிவோ டுநோக்கிக் காண்பதையும்
பார்த்து யதிக ளிருந்தனரே

நற்றா யிடமும் பேரன்பு
நிறையக் கண்ட துண்மையாம்
பிறகிவ் வூரில் அன்னையின்
பரிவு பாசங் கண்டதன்பின்
முற்பி றப்பி லிவரன்னை (143)
மற்றி ருக்கும் பலபிறப்பும்
சிறப்பா யிவரே யன்புகாட்டும்
தாயென் றாரே ஒருவிரதி

பிராயம் நாற்ப தாகிடவும்
பயணஞ் செய்து கோல்காதா
வருவார் அன்னை சிலசமயம்
வழக்க மிதுவுந் தொடர்ந்திடுமே
வருவோர் பலரும் அன்னையை (144)
வந்து வணங்கி நின்றிருக்கக்
கருணை கொண்டு சாரதையும்
கொடுத்து நின்றா ரனுமதியும்

பேலூ ரென்னும் கோல்காதா
புறந கரத்துப் பகுதிதன்னில்
நீலாம் பரென்னு மடியாரின்
நிலையந் தன்னி லிருக்கையில்
வாலன் காளி கிருட்டிணனும் (145)
வந்து வணங்கி நின்றிருக்கக்
கோலம் மாறி யிருப்பதையும்
கண்ட திர்ந்தார் அன்னையும்

கொழுத்துக் களையா யிருந்தவரும்
கறுத்தி ளைத்து மிகமெலிந்து
தொழுது நிற்கக் கண்டதிர்ந்து
தாயின் பாசம் மிகுத்தெழவும்
விழியில் நீரும் மிகப்பெருக்கி (146)
விண்டு நின்றா ரவரிடமும்
அழகொ ழிந்து நிலைமாறி
அடைந்து நின்றா யவலநிலை

மடத்தி லிருக்கு மிளைஞருமே
மற்று வேலை களில்மூழ்கி
விடலைப் பருவம் வந்துநின்ற
வால னுனக்கு நல்லுணவு
கொடுக்க மறந்து நின்றிருக்க (147)
காளி நீயு மிளைத்துநின்றாய்
மடமும் விட்டு மனைசேர்ந்து
மற்றுத் தேறி வாவென்றார்

மனைக்கு நீயுஞ் சென்றிருக்க
மகிழ்ந்துன் தாயும் நிலைகண்டு
அனேக விதமாம் பதார்த்தங்கள்
ஆக்கிக் கொடுப்பா ருண்பதற்கு
பின்னர் நீயும் மடஞ்சேர்ந்து (148)
பழைய படியே தியானமுமே
இனிதே செய்ய லாமென்று
இறுத்து நின்றார் அன்னையும்

துறவு கொள்ள விரும்பிநிற்கும்
சீடன் அன்னை தமைநோக்கி
இறுத்து நின்றார் மனைசென்று
இயற்ற வேண்டு வதென்னவென்று
மறுக்கா துரைக்க வேண்டுமென்று (149)
மொழிந்தங் கிருந்து நின்றிருக்க
குறையு மின்றி செபதபமும்
கருத்தாய் புரியென் றுரைத்துநின்றார்

குருவா யிருந்து தனக்கெவரும்
கூறி யதில்லை மந்திரமும்
புரிவ தெதுவே செபதபமும்
புகல்வீ ரென்று யோகினுக்கு
உரைத்து நிற்க யோகினுமே (150)
உடனே அன்னை யிடஞ்சென்று
கரைந்து நிற்க மந்திரமும்
கூறு வாரென் றுரைத்துநின்றார்

இனிதே மேலும் யோகினுமே
இயம்பி நின்றா ரிவ்வாறு
சன்னி யாச மேற்றபலர்
சார தையைக் குருவாகக்
கனிந்தேற் றுநின்று மந்திரமும் (151)
கொண்டா ரென்று ரைத்திடவும்
சென்று காளி கிருட்டிணனும்
சார தையை வணங்கிநின்றார்

தனக்கு மந்தி ரோபதேசம்
செய்ய காளி கிருட்டிணனும்
அன்னை தம்மை வேண்டிடவும்
அவரு முடனே மந்திரமும்
மனது மகிழ்ந்து கான்தன்னில் (152)
மற்றுக் கூறி நின்றிருக்க
தனக்கு கந்த தெய்வத்தைச்
சேரா திருக்கக் கண்டுநின்றார்

அன்னை யளித்த மந்திரமும்
அவரி னிட்ட தெய்வத்தின்
அனேக குணத்தைச் சேராது
அமைந்தி ருக்கக் கண்டுநின்று
மனமும் வாடி யுடனதையும் (153)
மொழிந்தா ரவரும் அன்னைக்கு
நனிசி றந்த மந்திரத்தை
நவின்ற தாகத் தாயுரைத்தார்

அன்னை யளித்த மந்திரமும்
அவரை யாட்கொண் டிருந்திருக்க
அனேக மாற்ற மேற்பட்டு
அதீத நல்ல அனுபவங்கள்
வினோத மாகப் பெற்றவரும் (154)
விரசா னந்த ராகவுமாய்
சன்னி யாச நாமத்தில்
சிறப்பாய் பரிண மித்தாரே

உபதே சத்தைப் பெற்றுநின்று
உவந்து காளி கிருட்டிணனும்
செப்பி நின்ற அன்னையின்
தாள்ப ணிந்து வணங்கிநின்று
தெப்பத் துறையைச் சேர்ந்தடைந்து (155)
தோணி தன்னி லேறிப்பின்
அப்பால் அன்னை தன்னையும்
ஆழ்ந்து நோக்கக் கண்டுநின்றார்

பரிசல் தன்னி லமர்ந்திருக்கும்
பிள்ளை தன்னை வெகுநேரம்
பரிவோ டன்பாய் தூறலிலும்
பார்த்து நிற்கும் அன்னையை
விரைந்து வந்து கோலாப்மா (156)
வாத நோயுங் கெடுதலையும்
வரவ ழைக்கு மென்றுரைத்து
விரைந்துள் வரவுங் கரைந்துநின்றார்

என்னைப் பிரிந்து சென்றிடவும்
இல்லை மனது பிள்ளைக்கு
கனிந்து நெகிழு மவன்மனதைக்
கண்ட றிந்து கருணையால்
தனயன் வதனம் வெகுநேரம் (157)
தாயாம் யானும் நோக்கிநின்று
அனேக நயன தீக்கையும்
அளித்து நின்ற தாயுரைத்தார்

அன்னைக் குதவி செய்திருக்க
அருகில் யோகா னந்தருடன்
இனிய திரிகு ணாதீதர்
என்னும் யதியு மங்கிருந்தார்
மனதிற் குகந்த பவழமல்லி (158)
மரமும் நிறையப் பூத்திருக்க
தினமும் அன்னை அதன்மலரால்
செய்வார் பூசை மிகமகிழ்ந்து

மரத்தி னடியில் மடித்துணியை
மகிழ்ந்து திரிகு ணாதீதர்
இரவில் பரப்பிக் காற்றாலும்
எழாதி ருக்க மூலையில்
கருங்கல் சல்லி சிலவற்றைக் (159)
கருத்தாய் வைத்து மரமிரவில்
சொரிந்து நின்ற பூக்களையும்
சேர்த்துத் திரட்டிக் கொடுத்திடுவார்

முன்பு காசி சென்றபோது
முன்பின் தெரியா பெண்துறவி
அன்னை யிடமு மன்பாக
அனைவர் நலத்தின் பொருட்டாக
இனிதே பஞ்சாக் கினிதவமும் (160)
இயற்று மாறு கூறியதை
நினைவு கூர்ந்து சாரதையும்
நிகழ்த்தி நிற்க முடிவெடுத்தார்

பின்னர் காமார் புகூர்தன்னில்
பதியின் குடிலில் வாழ்கையில்
கன்னி யொருத்தி தலைவிரித்துக்
காவிச் சேலை தரித்துநின்று
அனேக உருத்தி ராக்கமுமே (161)
அணிந்து சூழ்ந்தி ருப்பதையும்
அன்னை தாமுங் கண்டதையும்
அழகோ டுநினை வுகூர்ந்துநின்றார்

கன்னி தன்னை அன்னையும்
கண்டு வியந்து நிற்கையில்
சென்னி மழுங்க முண்டனமும்
செய்தி ருக்குஞ் சன்னியாசி
கனிந்து பஞ்சாக் கினிதவமும் (162)
கடுகச் செய்யக் கூறுவதை
அன்னை நினைவு வைத்திருந்து
அதையும் நிகழ்த்த முடிவெடுத்தார்

சுற்றி நின்று நாற்புறமும்
சுடர்விட் டெரிக்குந் தீநடுவில்
மற்ற மர்ந்து மக்கள்தம்
மகோன்ன தமான வாழ்விற்கு
இறையை வேண்டி நல்லோரும் (163)
இயற்றும் பஞ்சாக் கினிதவமும்
சிறப்பாய் பலனுந் தருமென்று
சொல்லி நிற்ப ரான்றோரும்

மதிய வெய்யில் சுட்டெரிக்க
மற்று நான்கு புறத்திலுமே
அதீத வெப்பக் குண்டங்கள்
அனலைக் கக்கி நின்றிருக்க
வதைக்கும் தீயின் பிழம்புகளும் (164)
வாட்டி வருத்து முடலையும்
சிதையில் பட்ட உடல்போலும்
தீயும் வருத்தி நின்றிடுமே

அருமைப் பிள்ளை களின்நலனை
அகத்தில் நிறுத்தி அன்னையும்
எரிந்து நிற்கும் தீநடுவில்
இருந்த மர்ந்து தவம்புரிய
கருதி முடிவெ டுத்துநிற்க (165)
களித்துத் துணையாய் யோகின்மா
விரும்பித் தாமுஞ் சேருவதாய்
விண்ணப் பித்தார் அன்னைக்கு

வண்டல் மணலும் வண்டிகளில்
வரவ ழைத்து மாடிதனில்
கொண்டு சென்று மிகப்பரப்பி
குண்டம் நான்கெ ழுப்பிநின்று
தணலுங் கொட்டத் தீயெழும்பி (166)
தகிக்க ஆரம் பித்திருக்க
அண்டி யிருந்தோ ரருகிருக்க
அஞ்சி யிடம்விட் டகன்றனரே

புனித கங்கை தனிலன்னைப்
புகுந்து மூழ்கி யெழுந்துவந்தார்
கனன்றெ ழுந்துச் சுட்டெரிக்கும்
குண்டங் களுக்கி டையிலுமே
சென்று நின்று யோகின்மா (167)
சார தையை விளித்தழைக்க
வனிதை தமது வரனையும்
வேண்டித் தொழுதுப் புகுந்தடைந்தார்

உதிக்கும் போதே இளம்வெய்யில்
உக்கி ரமாக இருந்துப்பின்
மதிய நேரம் மிகத்தகிக்க
மற்றுச் சோர்வ டையாத
பதியின் நினைவி லுருகிநிற்கும் (168)
பெண்ணை வருத்த முடியாது
பதங்கன் தோற்று மாலையில்
போயொ ளிந்து கொண்டனனே

இவ்வா றாக ஏழுநாட்கள்
இருந்தார் அன்னைத் தீநடுவில்
தவமு மினிதே முடிந்திடவும்
தேசு பெற்று சாரதையும்
உவந்து யோகின் மாவுடனும் (169)
உற்றா னுக்கு நன்றிகூறி
சிவந்த மேனிச் சொலித்திருக்க
சிறக்க மகிழ்ந்து வெளிவந்தார்

அன்னை புரிந்த தவத்தையும்
அருகி ருந்து கண்டுநின்ற
அன்ப ரொருவ ரித்தவத்தை
ஆற்றத் தேவை யென்னவென்று
வினவி நிற்கச் சிவனையும் (170)
விழைந்து மதங்கி யித்தவத்தை
முன்பு புரிந்த தாயன்னை
மொழிந்தா ரந்த அன்பருக்கு

மக்கள் நலனை முன்னிறுத்தி
மற்றுத் தவமும் புரிந்திருக்க
மிகவும் நன்மை விளைந்திடுமாம்
மேலும் பலரு மென்னையும்
மிக்க வுயர்ந்த தானத்தில் (171)
மற்று வைத்துப் போற்றிநிற்க
தகுதி பெறவும் தவமிதுபோல்
செய்து நிற்றல் வேண்டுதுமே

பலரும் காளி பத்தர்தம்
பத்தி னியையும் போற்றிநிற்க
மலர்ந்து நின்று மாதவரும்
மற்று நாமுஞ் செய்வதேபோல்
உலகில் பணிகள் புரிந்திருக்க (172)
உண்டோ நமக்கு மவருக்கும்
சொல்லத் தக்க வேறுபாடு
சொல்வீ ரென்பர் மக்களுமே

இதுபோல் சொல்லுஞ் சொல்லெதுவும்
இனிதே யென்னை வருத்தாதாம்
மதித்து நின்றுப் பெருமானின்
மகோன்ன தமான பணிகளையும்
அதீத ஆவ லுடன்புரியும் (173)
அன்புச் சீடர் பலரையும்
வதைத்து நிற்கு மிதுபோலும்
விடம மான வார்த்தைகள்

குருவின் தானந் தனிலிருப்போர்
கடின உழைப்பைக் கைக்கொண்டு
பெரிது முடலை வருத்திநிற்கும்
பலவாம் பணிக ளிதுபோலும்
பிருது விதன்னி லடிக்கடியே (174)
புரிந்து வாழ்ந்து நின்றிருக்க
அருகி ருக்குஞ் சீடருமே
அதீத உணர்ச்சி பெற்றிடுவர்

உடலை வருத்திப் பெருமானும்
ஓயா திருந்து சாதனைகள்
விடாது தொடர்ந்து புரிந்திருக்க
வந்த டைந்த னசித்திபல
புடவி தன்னில் சித்திகளும் (175)
பெறவே விழையா திருந்திடினும்
தொடர்ந்து தவயோ கங்களையும்
தவறா தனுட்டித் திடல்வேண்டும்

விரதம் பலவும் பெண்களுமே
வெகுவாய் புரிதல் வேண்டுதுமே
அரிய பஞ்சாக் கினிதவமும்
ஆற்றி நிற்ற லவசியமாம்
பெரிதும் நன்மை குடும்பமுமே (176)
பெற்று நிற்கும் மேலும்பின்
குருவி னருளும் கடவுளருள்
கிட்டி நிற்கும் வெகுவிரைவில்

எனது பிள்ளை அனைவருமே
இகத்தில் நல்ல வாழ்வோடு
அனேக விதமாம் பணிகளையும்
ஆற்றி நிற்க வேண்டுகிற
வன்மை பெற்று நின்றிடவும் (177)
வலிந்து யானு மித்தவத்தை
மனதில் வரனு முரைத்தபடி
மகிழ்ந்து புரிந்தே னென்றுரைத்தார்

வெள்ளூ வாவாம் நன்னாளில்
விழைந்து நின்று சாரதையும்
களித்துக் கங்கை தனிலிறங்கக்
காலின் பாதக் குறட்டொலியும்
மெள்ளக் கேட்க வுடன்திரும்ப (178)
மகிழ்நன் தன்னைக் கண்டுநின்று
புளகி தத்து நின்றிருக்க
பத்தா கடந்து செலக்கண்டார்

வரனும் கங்கை தனிலிறங்கி
வினோத மாக மறைந்துபட
பெரிதும் மகிழ்ந்து கண்டிருந்து
பின்னர் மறைந்த இடத்தையும்
கருத்தா யுற்றுக் கவனிக்க (179)
கணநே ரத்தி லவ்விடத்தில்
நரேந்தி ரநாதன் தோன்றிநின்று
நீரை யள்ளக் கண்டுநின்றார்

கரத்தில் நீரை யள்ளிநின்று
குருவே வாழ்க யெனக்கூறி
நரேந்தி ரநாதன் நீரையும்
நாலா புறமுந் தெளித்துநிற்க
தரித்தி ரிமக்கள் பலர்மீதும் (180)
தண்ணீர் திவலை விழக்கண்டு
பெரிதும் மயிர்குச் செறிந்துநின்று
பரவ சநிலை யடைந்துநின்றார்

நீரை யள்ளி நாற்புறமும்
நரேந்தி ரநாதன் வீசிநிற்க
பாரில் வாழும் பன்னாட்டு
பத்தர் பலர்மேல் திவலைகள்
கார்கா லத்து மழைபோலும் (181)
கொட்டி நிற்க அனைவருமே
வாரி யள்ளித் தூக்கிநின்று
வாழ்த்தி நிற்கக் கண்டுநின்றார்

நிகழ்ச்சி யிதுவும் நடந்ததன்பின்
நான்கைந் துமாதங் கடந்ததுவே
அகசை பத்தர் சீடரான
அருமை நரேந்தி ரநாதனுமே
அகில சர்வ மதசபையில் (182)
ஆற்றி நின்றார் பேருரையும்
இகத்து மக்கள் சனாதனத்தை
இனிதே யறிந்து நின்றனரே

அன்னை காட்சி கண்டதினம்
அருமை நரேந்தி ரநாதனுமே
இனிதே தாமும் வாழ்ந்துவரும்
இடத்தை யெவர்க்கு முரைக்காது
தனிமை யாக விரதியாக (183)
திரிந்த லைந்து நாடெங்கும்
சென்ற வாறி ருந்திருந்து
சேதி யனுப்பா திருந்தாரே

சனாத னத்தின் பெருமையைச்
சகத்தில் பரப்ப நரேந்திரனும்
இனிதே வாழ வேண்டுமென்று
இறைவ னிச்சை கொண்டதேபோல்
மனையாள் தானு மதில்பங்கு (184)
மற்றுக் கொள்ள வேண்டுமென்று
மன்னும் விரும்பி நின்றதாக
மகிழ்ந்த றிந்தார் அன்னையும்

அற்பு தமான காட்சியையும்
அன்னை கண்ட சமயத்தில்
பொற்பா தங்கள் நொந்துநிற்க
பார தத்தி னூர்களிலும்
வெறுங்கா லோடு நரேந்திரனும் (185)
விரதி யாகத் திரிந்தலைந்து
நிற்கு மவரும் அன்னையை
நினைத்த வாறி ருந்துநின்றார்

அகில சர்வ மதசபையில்
அனாதி யான சனாதனத்தின்
நிகரி லாத கருத்துகளை
நாவ சைத்து நின்றிருக்க
மக்கள் பலரும் நரேந்திரனை (186)
மிகவும் வேண்டி வற்புறுத்த
திகைத்து முடிவெ டுத்திடவும்
தயங்கி நின்றார் நரேந்திரனும்

முடிவெ டுக்க முடியாது
மற்றுத் தயங்கிப் பின்தெளிந்து
கடிதம் மூலம் அன்னையின்
கருத்தை யறிந்த தன்படியே
நடந்து நிற்க நரேந்திரனும் (187)
நினைத்து நிலையை அன்னைக்கு
கடித மெழுதித் தெரிவித்துக்
காத்தி ருந்தார் பதிலுக்கு

குருவு மிந்நா ளம்மாவுள்
குடிகொண் டிருக்க அன்னையின்
கருத்தை முழுதா யேற்றுநின்று
கடல்க டந்து சென்றிருந்து
சர்வ மதம காசபையில் (188)
சொற்பொ ழிவாற்று வதுபற்றி
விரைந்து முடிவெ டுத்துநிற்க
வரைந்தார் கடிதம் அன்னைக்கு

கடிதம் படித்து நின்றிருந்து
கொண்டார் அன்னைக் கவலையும்
கடல்க டந்து பலமாதம்
கடினப் பயணம் மேற்கொள்ளல்
கொடுக்குந் துன்ப மென்றெண்ணி (189)
கலங்கி நின்றார் அன்னையும்
மடவாள் கனவி லன்றிரவு
மணாளன் தோன்றி நின்றிருந்தார்

கனவில் வரனுந் தோன்றிநின்று
கடலி னலைமேல் நடந்துசென்று
பின்னே நிற்கும் நரேந்திரனைப்
பின்தொ டர்ந்து வருமாறு
கனிந்து ரைக்கும் காட்சியையும் (190)
கண்கள் பனிக்க அன்னையும்
மனமு வந்து கண்டுநின்று
மற்றுத் தெளிந்தார் காட்சியினால்

மறுநா ளுவந்து சாரதையும்
மற்றுத் தமது சம்மதத்தை
நிறைம னதோடுத் தெரிவித்து
நீண்ட பயணந் தனில்கவனம்
நிறையச் செலுத்தி நின்றிடவும் (191)
நவின்று நின்று குருவருளும்
குறைவே துமின்றி கிடைக்குமென்றும்
கூறி யிருந்தார் கடிதத்தில்

வெற்றி யுனக்கி லையென்றால்
வேறெ வருக்கு மிலையென்றும்
நிறைம திமுன்னம் விண்மீன்கள்
நிற்ப துபோலும் பலர்முன்னும்
நிற்கும் காட்சி கண்டதாயும் (192)
நிகழ்ச்சி தன்னில் மிகச்சிறந்த
வெற்றி கிட்டு மென்றுரைத்தும்
வாழ்த்தி யிருந்தார் கடிதத்தில்

கடிதந் தன்னைப் படித்தறிந்து
கைக்கொண் டிருக்கும் செயலினிமேல்
கொடுத்து நிற்கும் வெற்றியென்று
களித்து மகிழ்ந்தார் நரேந்திரனும்
தொடர்ந்து வந்த நாட்களிலும் (193)
திறமை யாக சொற்பொழிவு
நடத்தி நின்று சனாதனத்தை
நன்கு விளக்கி வெற்றிகண்டார்

முற்றும் புதிய அடியாரை
மகிழ்ந்து தம்மைப் பணிந்தெழவும்
சிறிது சிறிதா யிந்நாட்கள்
சார தையு மனுமதித்தார்
பற்ற றுத்தப் பெருமானின் (194)
பத்தர் நாக மகாசயரும்
பெற்று நின்றார் அன்னையின்
பாசம் பரிவும் கருணையும்

பிற்ப கலொன்றில் அன்னையும்
புசிக்க வட்டில் முன்னமர்ந்து
இறைவ னுக்கு நிவேதித்து
இருக்குஞ் சமயம் பணிப்பெண்ணும்
அறைந்து நின்றார் அன்னைக்கு (195)
அறைக்கு வெளியே நாகரென்பார்
நிறுத்தா திருந்துத் தன்சிரத்தை
நிலத்தில் மோதிக் கொண்டுள்ளார்

தடுத்து நிற்கும் யோகினையும்
தள்ளி விட்டுத் தன்தலையை
முட்டித் தரையில் மோதிநிற்க
மற்று நிறையக் குருதியுமே
கொட்டி நிற்கக் கண்டயர்ந்து (196)
கடுக விரைந்து வந்ததாக
நொடித்து நின்று பணிப்பெண்ணும்
நவில்வார் மேலும் சாரதைக்கு

பித்தர் போலு மம்மனிதர்
பலமாய் தலையைத் தாத்திரியில்
எதையோ யிழந்து நின்றவர்போல்
இடைவி டாது மோதிநிற்க
நெத்தம் பெருகி வழிந்திருக்க (197)
நல்ல துரைத்துங் கேளாமல்
சித்தம் பிறழ்ந்த செய்கையும்
செய்கி றாரென் றறிவித்தார்

உடனே அவரை யென்முன்னம்
ஓடி யழைத்து வாவென்று
நொடித்து நிற்கும் அன்னையை
நயந்து வியந்தப் பணிப்பெண்ணும்
நொடியில் சென்று யோகினிடம் (198)
நவின்று நின்றார் கட்டளையை
கடுக யோகின் நாகர்தம்
கரத்தைப் பற்றி அழைத்துவந்தார்

அன்னை யுடனும் நாகரையும்
ஆத ரவாக அருகமர்த்தி
அன்னங் கவள முண்டதன்பின்
அடுத்த கவள மவர்வாயில்
அன்போ டளிக்க யதைக்குதப்பி (199)
அன்னை பாதம் பற்றிநின்று
தன்னை மறந்த நிலைதன்னில்
தாயே யென்ற ரற்றிநின்றார்

கண்க லங்கி யரற்றிநின்று
கெட்டி யாக நீண்டநேரம்
பெண்கள் முன்னம் அன்னையின்
பாதம் பற்றி யிருந்திடவும்
கண்டு நின்று வேண்டுமென்று (200)
காலைப் பிடித்து நிற்குமிவர்
உண்ணா திருக்கச் செய்திருந்து
உபத்தி ரவமுஞ் செய்கின்றார்

காலை நேரத் திருந்துநீவிர்
கொண்டீ ரில்லை உணவெதுவும்
தாலந் தன்னி லுணவிருக்கத்
துளியு முண்ண விடாதிருந்து
காலைப் பற்றி நின்றிருந்து (201)
கொடுத்து நின்றார் தொல்லைகள்
தூல வுடலும் பசிபொறுக்கத்
தாங்கி டாதா மென்றனரே

விரைவி லிவரை யிங்கிருந்து
வெளியேற் றிடுதல் நல்லதாமே
நிரம்ப நேர மாயுணவு
நீவிர் கொள்ளா திருக்கின்றீர்
கருணை புரிந்து யோகினுடன் (202)
கிளப்பி விடுங்க ளெனப்பெண்கள்
உரைக்கக் கேட்டு சாரதையும்
உவந்தா ரில்லை அறிவுரைகள்

உணவு மிகவு மவசியமில்
உணவைப் பிறகுங் கொண்டிடலாம்
உணர்ச்சி வசப்பட் டிருப்பவரை
உடனே அமைதிப் படுத்திநின்று
தணிந்து நிலைமை மாறிநிற்க (203)
செய்வ தொன்றே வேண்டுமென்று
விண்டு நின்ற வர்சிரத்தில்
வைத்து நின்றார் தன்கரத்தை

பரவ சநிலை யடைந்துநின்ற
பத்தர் நிலையு மாறாது
இருக்கக் கண்ட வர்கானில்
இராம கிருட்டி ணநாமத்தை
உரக்க வுரைத்த தக்கணமே (204)
உணர்ச்சிக் கட்டுப் பட்டிடவும்
இருந்த உணவைத் தன்கரத்தால்
எடுத்தூட் டிவிட்டார் நாகருக்கு

வெளியே செல்லும் முன்னரவர்
விண்டார் யானென் றெதுவுமில்லை
உள்ளும் புறமும் கீழ்மேலும்
உறைந்தி ருப்ப துநீயொன்றே
தெள்ளத் தெளிவாய் யானின்று (205)
தெரிந்த றிந்தேன் மிகநன்றாய்
தள்ளை யிவரு மப்பனுக்கும்
தாயா கிநிற்ப வரென்றுரைத்தார்

பரவ சநிலை யடைந்துநின்று
பத்தர் நாகர் பின்பொருநாள்
அருஞ்சு வையின் மாங்கனிகள்
அளித்து நின்றார் அன்னைக்கு
வரனுக் கவற்றை நிவேதித்து (206)
வெட்டித் துண்டா யாக்கிநின்று
பிரசா தமாக நாகருக்குப்
பரிந்த ளித்தார் அன்னையும்

பின்னு மொருநாள் தேக்கிலையில்
பிரசா தத்தை நாகருக்கு
கனிவோ டன்னை அளித்தவுடன்
களித்து நின்றி லையோடு
அனைத்து முண்டு தேக்கிலையும் (207)
அன்னை யளித்த மிகச்சிறந்த
இனிய பிரசா தமென்றெண்ணி
இலையை யுண்டே னென்றுரைத்தார்

தங்கக் கரத்தால் அன்னையும்
தொட்டுக் கொடுத்த இலைகூட
எங்குங் கிடைக்கா பிரசாதம்
இதையே எவரும் வீசிநிற்கப்
பங்க மாகு மென்றெண்ணிப் (208)
பவித்த ரமான தெனநம்பிப்
பொங்கி மகிழ்ந்து கொண்டதாகப்
புகன்றார் நாக மகாசயரும்

ஒன்ப துமுழத் துவேட்டியையும்
ஒருநா ளுவந்து நாகரிடம்
அன்னை கொடுத்தா ரணிந்திடவும்
அரையி லதையு மணிந்திருக்கப்
புனிதம் பாழா கிடுமென்றுப் (209)
பெரிதுங் கவலை கொண்டவரும்
சென்னி தன்னில் தலைப்பாகை
சுற்றி நிற்ப துபோலணிந்தார்

பிற்கா லத்தில் அன்னையும்
பிடித்த சிலரின் படங்களையும்
அறையில் தொங்க விட்டிருந்து
அவற்றில் கந்தந் தினந்தடவி
உற்று நோக்கி நின்றிருப்பார் (210)
உவந்த கிரீசன் நாகருடன்
பொறையில் சிறந்த நரேந்திரனின்
படங்க ளங்கி ருந்தனவே

ஒருநாள் அன்னை நாகர்தம்
ஓவி யத்தை நெடுநேரம்
கருத்தாய் கண்டு நின்றிருந்து
கரைந்தா ரிவர்போல் மானுடரும்
தரித்தி ரிதன்னில் காண்பதுவும் (211)
சிறிது மியலா தென்றுரைத்து
பெரிதும் புகழ்ந்த வர்பற்றிப்
புகன்றி ருப்பார் நீண்டநேரம்

பெருமான் மற்றும் அன்னைக்கும்
பிடித்த பலராம் பாபுவென்பார்
குருவின் பாதஞ் சென்றுசேர
குடும்பத் தலைவி நிலைகுலைந்தார்
வரனு மிறந்த சின்னாளில் (212)
வீழ்ந்து பட்டா ரவர்மகளும்
உரியோ னோடு பெண்ணிறக்க
உலகம் வெறுத்தார் தலைவியுமே

பலராம் பாபு மனைவியுமே
பெண்ணி றந்து பட்டதுமே
நிலைகு லைந்து சாரதையை
நாடி யடைந்தா ரமைதிதேடி
செல்ல மகளி னிழப்பையும் (213)
சிறிது நாட்கள் மறந்திருந்து
தொலைவி லிருக்கும் கிராமத்தைத்
தாயோ டுசேர்ந்த டைந்துநின்றார்

இயற்கைச் சூழல் மேலும்பின்
இனிய அன்னைத் தொடர்பிருக்க
துயரம் மறந்து பலராமின்
துணைவி சிறிது தெளிவடைந்தார்
மயிலும் மானுங் நிறைந்திருக்க (214)
மற்றும் பச்சை நிறத்திருக்கும்
வயலும் வரப்பும் வனப்புடனும்
வியக்கச் செய்தி ருந்தனவே

சிறிது காலஞ் சென்றதன்பின்
செயராம் பாடி தனிலிருந்து
பெற்ற தாயை வரவழைத்துப்
பின்னுஞ் சீடர் சிலருடனும்
புறப்பட் டடைந்தார் வாரணாசி (215)
பிருந்தா வனமுஞ் சென்றிருந்து
நற்றாய் மகிழ யாத்திரையும்
நன்றாய் செய்து வைத்துநின்றார்

பிருந்தா வனத்தில் கோபாலன்
பதுமை யொன்று வாங்கிவந்து
கிராமம் செயராம் பாடிதனில்
கிருகந் தன்னில் அன்னையும்
புரையில் வைத்தி ருந்திருந்து (216)
பூசை புரியா ரதற்கென்றும்
ஒருநா ளவரும் படுத்திருக்க
உள்ளே வந்தான் கோபாலன்

கனவு கண்டு நின்றாரில்
கண்முன் தவழ்ந்து கோபாலன்
அன்னை முன்ன மழுதுநின்று
அரற்றி நின்றா னிவ்வாறு
மனது கந்து நீயென்னை (217)
மற்று வாங்கி யொதுக்கிவைத்தாய்
தினமு மென்னை உபவாசம்
சிறக்கச் செய்து புசிக்கின்றாய்

உணவு படைத்து நின்றாயில்
ஓதி னாயில் பாடல்கள்
வணங்கிப் பணிய மனமுனக்கில்
வாயா ரயென்னைத் துதித்தாயில்
கண்ணே மணியே யெனக்கொஞ்சிக் (218)
கானம் பாடி நின்றாயில்
பிணக்கம் கொண்டு நிற்பதற்குப்
பிழையும் யானும் புரிந்ததென்ன

பூசை யெனக்கு மிகமகிழ்ந்து
புரியா திருக்க யெவர்புரியும்
ஆசை மனமோ அன்புளமோ
அடியோ டில்லா துள்ளாயோ
ஏசி நின்றுத் தூற்றிடினும் (219)
ஏற்றுக் கொள்வேன் மனமுவந்து
தேசி ழந்தே னெனக்கூறி
திடுமென் றுடனே மறைந்துபட்டான்

பதறி விரைந்தெ ழுந்துநின்றுப்
புரையி லிருந்த கோபாலன்
பதுமை தன்னை யெடுத்ததையும்
பெரிதுங் காதல் கொண்டிருந்து
கதறி யழுதுக் கண்ணீரும் (220)
கன்னம் வழியப் பெருக்கிநின்று
முத்த மிட்டுப் பிழைபொறுக்க
மன்றா டிநின்றார் அன்னையும்

பதியின் படத்திற் கருகிலதைப்
பரிவோ டுவைத்துத் தோட்டத்தின்
அதிக மணத்து மலர்களையும்
அனேகம் பறித்து சமர்ப்பித்து
நிதமும் மகிழ நிவேதனமும் (221)
நியமம் வழுவா துசெய்வதாக
இதமா யுரைத்து கோபாலன்
இதயங் களிக்க உரைத்துநின்றார்

அடிசில் செய்து தினமுமவர்
அமுது படைப்பார் மிகமகிழ்ந்து
கிடைத்த கனிகள் காய்களுமே
கனிந்து நிவேதித் திருந்திடுவார்
உடையும் மாற்றி மலரையும் (222)
உள்ளங் கனிந்து சமர்ப்பிப்பார்
இடையி லவனும் மனம்மகிழ
இனிய கான மிசைத்திடுவார்

சர்வ மதம காசபையில்
சனாத னத்தின் பெருமையை
நரேந்தி ரநாத னெடுத்துரைத்து
நிரம்பப் பெயரும் பெற்றிருந்து
பெரிய தாப னங்களையும் (223)
பலவி டத்துந் தோற்றுவித்து
நிருவ கிக்கத் தோழர்களை
நாடி நின்றா ருதவிக்கு

நெருங்கி யசார தானந்தர்
நிருவ கிக்கத் தக்கவராய்
கருதி நின்றுப் புதுவுலகம்
கடுக விரைய வேண்டுமென்றுத்
தெரிவித் திருந்தார் நரேந்திரனும் (224)
திறன்மி குசார தானந்தர்
விரைந்து செயராம் பாடிவந்து
விவரித் திருந்தார் அன்னைக்கு

விவர மெல்லா முரைத்துநின்று
வணங்கிப் பின்னு மாசிகளும்
உவந்து நிற்கும் சரத்திற்கு
உரைத்து நின்றார் அன்னையும்
கவலை யின்றிக் கருமத்தைக் (225)
களித்துப் புரியப் பெருமானும்
தவறா தருள்வா ரெனக்கூறித்
தந்து நின்றா ராசிகளும்

சிறப்பாய் பணியும் புதுவுலகில்
செய்த சார தானந்தர்
பிறகு திரும்பி வந்துநின்று
பிரதா னசேவை அன்னைக்கு
மற்று நரேந்தி ரநாதனுமே (226)
மகிழ்ந்துக் கேட்டுக் கொண்டபடி
குறைவே துமின்றி நிறைவேற்றிக்
களித்தி ருந்தார் பலவாண்டு

அன்னை சிலநாள் கோல்காதா
அடைந்து தங்கி யிருக்கையில்
கனிந்து நரேந்தி ரநாதனுமே
கடித மொன்றைச் சகாக்களுக்கு
அனுப்பி யிருக்க அதையொருவர் (227)
அன்னை முன்னம் படித்திருக்க
மனமு முவந்து கேட்டுநின்று
முற்று மதையு மொப்பிநின்றார்

பெருமான் பெயரில் மடமொன்றைப்
பரிவோ டுசீட ரெழுப்பிநிற்க
கருத்தாய் மடமுஞ் சமூகசேவை
கணக்கி லாது சகந்தன்னில்
புரிய வேண்டு மென்பதையும் (228)
புவியில் சனாத னத்தையும்
பரப்ப வேண்டு மென்பதையும்
புகன்றி ருந்தார் கடிதத்தில்

மிகவும் பெருமான் நேசித்த
முதன்மைச் சீடன் நரேந்திரனாம்
தகுந்த கருவி யாயவனைத்
தேர்ந்து டுத்துப் பெருமானும்
சகத்தில் சேவை புரிந்திடவும் (229)
சொல்லி யுள்ளா ரவன்மூலம்
மகிழ்ந்து நீவி ரனைவருமே
மற்றொத் துழைப்பீ ரென்றாரே

கடிதங் கூறுங் கருத்தெல்லாம்
களித்து முழுதாய் அன்னையும்
மட்டி லாத மகிழ்ச்சியுடன்
மற்றொப் பிநிற்க மற்றவரும்
தட்டா துடனே ஒத்துழைப்பு (230)
தந்து நிற்க முடிவெடுத்து
கடமை பணியுஞ் செய்வதென்று
கருதி நின்றி ருந்தனரே

நவராத் திரியாம் நன்னாளும்
நெருங்கி வரவும் அன்னையும்
உவந்து தமது கிராமத்தில்
உற்சா கமாகக் கொண்டாட
பவனம் வாழும் சுற்றமுமே (231)
பரிந்த ழைக்க ஒப்பிநின்று
சுவாமி முன்னர் பணிந்தெழுந்து
செயராம் பாடி கிளம்பிநின்றார்

கிரீசன் வந்து சாரதையைக்
கண்டு பாதந் தனில்வீழ்ந்து
உரைத்து நின்றா ரிவ்வாறு
உவந்து முன்னம் வந்துநிற்க
உருவம் பெரிதா யிருந்திருந்தும் (232)
ஒன்று மறியா பாலகனாய்
நிரம்ப நொடியில் மாறிவிட
நிறைய வெட்கி நிற்கின்றேன்

பணிவி டைகள் செய்வதுவும்
பாலன் யானு மறியேனே
பணிவி டைகள் பலபுரிந்து
பால னென்னை யாதரித்து
மணக்கும் சுவையாம் வியஞ்சனங்கள் (233)
மிகவும் விரும்பி யளிக்கின்றீர்
உண்டு நின்ற இலையையும்
உவந்தெ டுத்து வீசுகின்றீர்

அனைவ ருமிங்கு தாயேனும்
ஆத ரவையும் நாடிநிற்கும்
ஒன்று மறியா குழந்தைகள்
உள்ளம் நோகா திருந்துநின்று
அனைவ ருக்குஞ் சேவைகள் (234)
ஆனந் தித்துப் புரிகின்றீர்
என்றும் நாங்கள் தயைநாடும்
இளம்பிள் ளைக ளாவோமே

பிறந்த வூருஞ் செல்கின்றீர்
பெரிது மங்கு மோய்வேது
கறுக்கல் நேரந் தொடங்கிநின்று
களங்கன் மற்று முற்கையும்
சிறக்கத் தோன்றும் வரைவிடாது (235)
செய்து நிற்பீர் பணிபலவும்
உறங்கும் நேரம் மிகக்குறைத்து
உழைத்து நிற்பீர் நாள்முழுதும்

சிலரு மிங்கு மிகவிரங்கிச்
செய்து நிற்பர் சிறுவுதவி
செல்லு மிடத்தில் தங்களுக்கு
செய்யா ரெவருஞ் சேவைகள்
பொல்லா வுலகில் சதாகாலம் (236)
பணிவி டைகள் புரிகின்றீர்
நல்லா ராகுந் தங்களுக்கு
நாங்க ளெல்லா மொட்டுண்ணி

பரம்பொ ருளொன்று டலெடுத்துப்
பொழிலில் பிறந்து நம்முடனும்
இருந்து வாழு முண்மையை
இயலா தென்றே மறுத்துநிற்போம்
கிராமப் பெண்ணா யெளிமையாய் (237)
காணப் பட்டி ருக்கின்ற
உருவங் கொண்ட யிவருமையாம்
உணர்ந்து மதிப்பர் யாரெவரே

உலக மீன்றா ரிவராவார்
உண்மை மறைக்கும் மாயையாம்
எல்லா சத்தி பெற்றவராம்
எளிமை யுருவி னவதாரம்
நல்லோ ரல்லா ரெல்லோரும் (238)
நலமும் பெறவே அவதரித்த
வல்ல பியாகும் அன்னையாம்
வேண்டிப் பணிவோம் பாதங்கள்

இவரே யாவார் மகாமாதா
இவரே மறைக்கும் மகாமாயை
இவரே யாகும் மகாசத்தி
இதிலே ஐய மேதுமிலை
இவரே வீடு பேறளிக்க (239)
இகத்தி லெடுத்தா ரவதாரம்
இவரே ஆதி பராசத்தி
இதுவே மெய்யாம் மெய்யொன்றே

உன்ன தமான வார்த்தைகள்
உரக்க வொலித்த திர்ந்திருக்க
கனிந்து நின்று கிரீசனுமே
கூறக் கேட்ட மக்களுமே
பனித்த கண்கள் கண்ணீரைப் (240)
பெருக்கிப் பரவ சமாகிநிற்க
அன்னை தம்மை நோக்கிநின்று
அமைதி யோடி ருந்தனரே

அமைதி யோடு பலரங்கு
அதிர்ச்சி யுண்ட துபோலிருக்கத்
தம்மைப் பற்றி யபோற்றுதலைச்
சர்வ சாதா ரணமாக
அம்மா வாகும் சாரதையும் (241)
ஆர வார மின்றிகொண்டார்
மமதை அகந்தை அகம்பாவம்
மிடுக்கு முறுக்கு மவர்க்கேது

எதுவும் நடந்தி ராததுபோல்
எழுந்து செயராம் பாடிசெல
மதிமு கத்தார் சாரதையும்
மற்றுக் கிளம்பி நின்றிருந்தார்
சதத மவரோ டிருந்திருக்கும் (242)
சிறிது முதவா துணிமூட்டை
நிதான மாகக் கரமேந்தி
நிமிர்ந்து கிளம்பிச் சென்றாரே

11. அந்நிய நாட்டுப் பெண்கள் வருதல்

விவேகா னந்த ரெனும்பெயரில்
வேதாந் தத்தைப் பரப்பிநின்ற
தவம்பூண் டிருந்த நரேந்திரனும்
தரணி தன்னில் மிகச்சிறப்பாய்
தவச்சீ லர்தம் திருநாமம் (1)
தெரியச் செய்ய அன்னையும்
உவந்து மகிழ்ந்து பேருவகை
உள்ளங் களித்து மகிழ்ந்திருந்தார்

அன்னி யநாட்டார் பெருமானை
அறிந்து கொள்ளச் செய்துநின்ற
தனக்கு நிகரு மில்லாத
தவப்பு தல்வர் நரேந்திரனை
நினைத்து நின்று பேருவகை (2)
நிறையக் கொண்ட அன்னையும்
தனயன் சான்றோ னெனக்கேட்ட
தாயாய் மகிழ்ந்தி ருந்தாரே

அன்னி யநாட்டுச் சீடருமே
அதிக அளவில் பொருளுதவி
இனிதே செய்யப் பலரிருக்க
இதயம் மகிழ்ந்தார் அன்னையும்
இனியென் பிள்ளை களெல்லோரும் (3)
இல்லா மையால் வருந்திநின்று
தினமும் நோகக் காரணமும்
துளியு மில்லை யெனமகிழ்ந்தார்

உணவு பெறவும் வழியில்லை
உறைய யிடமு மில்லையாம்
துணிக்குந் தட்டுப் பாடிருக்கத்
தவித்து நிற்கக் காண்கின்றேன்
பிணக்கு மின்றித் துன்பங்கள் (4)
பலவு மேற்றுப் புகலாது
இணங்கிப் பணிகள் புரிந்திருக்கும்
ஈடில் பிள்ளை களாமறிவீர்

அன்பே யென்ற னாருயிரே
அடியேன் விடுக்கும் விண்ணப்பம்
இனிதே கேட்ட ருள்வீரே
இல்வாழ்க் கையுந் துறந்துநின்று
தனய ராகும் நும்சீடர் (5)
துணிக்கும் மற்றுஞ் சோற்றுக்கும்
அனேக தொல்லை யெதிர்கொண்டு
அவத்தை படுவ துகாணீரே

பிருந்தா வனத்தில் சாதுக்கள்
பலரும் சுகபோ கவாழ்க்கையில்
இருந்து வாழப் பிள்ளைகள்
இரந்து நிற்கும் நிலையென்னை
வருத்தி வாட்டி வதைப்பதையும் (6)
விண்டு ரைத்த லாகாது
இரக்கங் கொண்டு விரதிகளை
இனிதே உதவ வேண்டிநிற்பார்

தினமு மிதையே அன்னையும்
தெரிவித் திருப்பார் மணாளனுக்கும்
இன்று நல்ல வுளம்படைத்த
ஏரா ளமான அயல்நாட்டுத்
தனவான் பலரும் பொருளுதவி (7)
தயங்கா துசெய்ய முன்வரவும்
மனமும் மகிழ்ந்து சாரதையும்
மன்னுக் குநன்றி யுரைத்திடுவார்

மடமும் வகுத்த விதிமுறைகள்
மீறிச் செயலும் புரிகின்ற
அடங்கா துநிற்கு மூழியரும்
அநியா யமாக நடந்துநிற்கும்
அடம்பி டிக்கு மடியாரும் (8)
அனேக தொல்லைக் கொடுத்திருக்க
உடனே யவரை வெளியேற்ற
ஓடி அன்னை யிடமடைவர்

கட்டுக் கடங்கா ஊழியரும்
களித்துத் தொல்லை மிகத்தந்து
படாத பாடு படுத்திநிற்கும்
பிரம சாரி சீடரையும்
அடக்க மாட்டா மடத்தினரும் (9)
அகற்றி நிற்பர் மடத்திருந்து
அடைக்க லமாக அவர்களுமே
அன்னை யிடமும் வந்துசேர்வர்

அன்னை யிடமும் வந்துசேர
அடங்கா குணத்து மானிடரும்
வினோத மாகக் குணம்மாறி
வந்த டைவர் மடத்திற்கு
அனேக நிகழ்ச்சி யிதுபோல (10)
ஆன தாக வரலாறும்
இனிதே நடந்து நின்றதாக
இயம்பி நிற்பர் மடத்தாரும்

பிரேமா னந்த ரெனுஞ்சாது
புகல்வார் தமது சகாக்களுக்கு
குருவி னிடமும் பெருஞ்சத்தி
கண்ட துண்டு பலமுறையே
அரிய ஞான மனைத்தையும் (11)
அன்னை யகத்துள் கொண்டுள்ளார்
தெரியச் செய்தா ரில்லையாம்
தமது ஞான சத்தியையும்

அடங்கா மனிதர் பலரையும்
அனுப்பும் வழக்கம் நமக்குளது
விடமும் நாவால் கக்குகிற
வெறிபி டித்த மனிதரையும்
அடியி லமர்த்தி சமர்த்தியுமே (12)
அன்பால் மாற்றி விடுகின்றார்
நொடியில் நடக்கும் வினோதத்தை
நன்கு கண்டு வியக்கின்றோம்

விடமுங் கக்கி நிற்கின்ற
வினய மற்ற மானுடரைக்
கடுகக் கண்டு பெருமானும்
கிட்டே யணுக விட்டதில்லைத்
தொடர்ந்து சோதித் துநின்றதன்பின் (13)
சீட னாக யேற்றிடுவார்
அடிக்க டிநம்மைப் பெருமானும்
ஆய்ந்து சோதித் திருந்திடுவார்

அன்னை சன்னி திதன்னிலுமே
அற்பு தங்கள் காண்கின்றோம்
அனைவ ருக்கு மடைக்கலமும்
அன்னை யளித்து நிற்கின்றார்
அனைத்து விடமு மீர்த்திழுத்து (14)
அவற்றை செரித்துக் கொள்கின்றார்
என்னே கருணை வினோதமிதாம்
எவரே யாற்ற யியன்றிடுமே

நஞ்சை யுண்ட சிவன்கழுத்தை
நெருக்கிப் பிடித்து விடத்தையும்
வஞ்ச னிமேலு மிறங்காது
விலாசி உயிரைக் காத்துநின்றாள்
பிஞ்ச கனாகும் கதாதரரும் (15)
பற்ற அஞ்சி நின்றிருக்கும்
வஞ்ச மக்கள் தம்மையும்
வரவேற் றேற்பார் அன்னையும்

அமுத மாகுந் தரிசனமும்
ஆயி வழங்கி நின்றிருந்தார்
அமுத நல்லு பதேசமுமே
ஆச்சா ளளித்து மாற்றிநின்றார்
அமுத மந்தி ரோபதேசம் (16)
அற்பு தங்கள் செய்கிறதாம்
தம்மோ னிட்டப் பணியையும்
துவக்கி நின்றா ரென்றுரைப்பார்

வரனும் மறைந்து நின்றபோது
வயது முப்பத் துமூன்றாகும்
வரனும் மறைய வாழ்ந்திருந்தார்
வனிதை முப்பத் துமூன்றாண்டு
வருடம் பத்து குடத்திருக்கும் (17)
விளக்கா யிருந்து கூடத்தில்
இருக்கும் விளக்காய் மாறிநின்று
இதன்பின் குன்றின் விளக்கானார்

கிராம மக்கள் மொழிபேசி
கோல்கா தாவும் வந்தபின்னர்
பெரிதும் கிராம மொழிவிடுத்துப்
பேசி நிற்பார் நகர்மொழியும்
திரும்பக் கிராமஞ் சென்றதுமே (18)
தொடர்ந்தி ருப்பார் கிராமமொழி
வருவோர் போவோர் நிலையறிந்து
வார்த்தை யாடி நின்றிருப்பார்

அன்னை யிடத்துப் பெண்ணடியார்
அதிகம் வந்து வணங்கிநிற்பர்
சன்னி யாசி பலர்போலும்
சிறிது மில்லா திருந்துநின்று
கனிந்து பெண்கள் குறைகேட்டு (19)
கூறி நிற்பா ரறிவுரைகள்
தன்ன லமின்றிப் பிறர்நலனைத்
தெரிந்த றிந்து தவிநிற்பார்

பசிய றிந்து ணவளித்து
பல்லு யிரோம்பி நின்றிருப்பார்
உச்சி வெயிலில் வந்தவர்க்கு
உணர்ச்சி யறிந்து நீரளிப்பார்
விசிறி யெடுத்து வெளியிருந்து (20)
வந்த வர்க்கு விசிறிநிற்பார்
தசைநார் வலிக்கச் சேவைகள்
தயங்கா தவருஞ் செய்திருப்பார்

உலகை உலுக்கி நின்றிருந்த
ஒப்பில் விவேகா னந்தருடன்
செல்வம் மற்றும் படிப்பறிவு
சிறக்கப் பெற்ற சிலபெண்கள்
ஒல்புல் மற்றும் நிவேதிதாவும் (21)
உவந்து வந்து சேர்ந்திருக்க
சிலரோ டன்னை யிடமிவரைச்
சேர்த்தார் விவேகா னந்தருமே

நூல்ப லகற்றுத் தெளிந்திருந்து
நாக ரிகமு மறிந்திருக்கும்
மேலை நாட்டுப் பெண்களுமே
மிகவும் விரும்பி அன்னையை
காலை நேரந் தனிற்கண்டுக் (22)
களித்துப் பேசி நின்றிருந்து
தாலந் தன்னில் நல்லுணவு
சேர்ந்த மர்ந்து புசித்தனரே

மேனாட் டிருந்து வந்தபெண்கள்
மற்றுக் கூறி நிற்பதையும்
ஆன்ற விந்த சிலநல்லோர்
அன்னை யிடமும் மொழிபெயர்க்கத்
தேனொ மூகப்ப திலவர்க்குத் (23)
தாயுஞ் செப்பி நின்றிருக்க
ஞானங் கண்டுப் பெண்களுமே
ஞாயைப் போற்றி நின்றனரே

விவேகா னந்தர் பெற்றிடாத
வளர்ப்புப் பெண்ணாம் மேனாட்டு
நிவேதி தாவா மென்றுரைத்து
நிரம்பப் புகழ்வார் பாரதியும்
அவ்வா றிருக்கத் தம்மையும் (24)
அம்மா பெறாத அசடென்று
நவின்று மகிழ்ந்து நின்றிருப்பார்
நிவேதி தாவாம் நற்பெண்ணும்

குருவும் விளக்கி நின்றிருந்து
களித்து மொழிந்த ஆதரிச
கிருகி ணியாவார் தாயென்று
கூறி மகிழ்வார் நிவேதிதாவும்
கரிச னத்தோ டெளிமையும் (25)
கற்பு நெறியும் பேருழைப்பும்
நிரம்பப் பெற்ற அன்னைக்கு
நிகரா யெவரு மிலரென்பார்

கம்ப ளிநூலால் நூற்றிருந்து
கைவி சிறியு மொன்றுசெய்து
அமர்ந்தி ருந்து விசிறிநிற்க
அனலும் பறந்து செலுமென்று
சமையல் முதலாம் பணிகளுமே (26)
செய்து நின்றும் நிவேதிதைக்கு
சுமக்க வெளிதாங் கொள்ளென்று
செப்பிக் கொடுத்தார் அன்னையும்

அன்னை யளித்த விசிறியையும்
ஆவ லோடு வாங்கிப்பின்
மனமும் நெகிழ்ந்து வாயார
மொழிந்து நின்றார் நன்றிபல
சென்னி தன்னில் வைத்துநின்று (27)
சிறக்கச் சிறப்பு செய்ததன்பின்
கனிந்து கண்கள் தனில்லொற்றிக்
கூறிப் புகழ்ந்தா ரதன்நேர்த்தி

நிவேதி தாவும் அன்னைக்கு
நிறைய விலையில் பெட்டியொன்றை
நிவேத னமாகக் கொடுத்திடவும்
நெகிழ்ந்து கணவர் சிகையையும்
உவந்து வைக்கும் அன்னையை (28)
உற்று நோக்கி மிகமகிழ்ந்து
நவின்று நின்றா ராயிரமாம்
நன்றி யவர்க்கு நிவேதிதாவும்

பட்டுத் துணியும் அன்னைக்குப்
பரிச ளித்தார் நிவேதிதாவும்
மட்டி லாத மகிழ்ச்சியுடன்
மிகவும் போற்றி யெடுத்துநின்று
பெட்டி யொன்றில் அன்னையும் (29)
பத்தி ரமாக வைத்திருந்தார்
கிடைக்கு மன்புப் பரிசுகளைக்
கண்ணுங் கருத்தாய் பாதுகாப்பார்

பண்டம் மற்று மதன்விலையும்
பெரிதுஞ் சிறப்பி லையாமே
பண்டங் கொடுக்கும் நினைவுகளே
பெரிதுஞ் சிறப்பா மென்றுரைப்பார்
மண்ணை விட்டு நிவேதிதாவும் (30)
மறைந்து நின்ற பின்பொருநாள்
கண்ணில் பட்ட பெட்டிதனைக்
களித்துத் திறந்தார் யதியொருவர்

மிகவும் நைந்து போயிருந்த
மெல்லி யதானத் துணியையும்
புகுத்திப் பெட்டி தனில்வைத்தல்
பயனு மில்லை யென்றெறியப்
பகர்ந்து நின்ற துறவிக்குப் (31)
பதில ளித்தார் அன்னையும்
மகிழ்ந்தெ னக்கு நிவேதிதாவும்
மற்றுக் கொடுத்தப் பொருளதுவாம்

அன்பா யளித்தப் பொருளையும்
ஆயுள் முடிந்த தெனக்கூறி
சென்றுக் குப்பை மேட்டிலுமே
தூக்கி வீசி யெறிவாரோ
புனித மாகும் நினைவுகளைப் (32)
பகர்ந்தி ருக்கும் பல்லாண்டு
தனித்துச் சிறந்த பொருளையும்
தூசு தட்டி வையென்றார்

அன்னை பற்றி நிவேதிதாவும்
அறிவித் திடுவா ரிவ்வாறு
முன்னம் வைக்கும் சிக்கலுக்கு
மிகவு மெளியத் தீர்வையும்
கனிந்து கூறி நின்றிடுவார் (33)
கவலை கொண்டோ குழம்பிநின்றோ
என்றுங் கண்ட திலையென்று
இயம்பி நிற்பார் நிவேதிதாவும்

தீர மாதா யெனும்பெயரைத்
தாங்கி நின்ற மேனாட்டு
சாரா புல்லும் அன்னையைச்
சிறக்கக் கூறி நின்றிருந்தார்
சார மில்லா விவாதங்கள் (34)
செய்வா ரில்லை அன்னையும்
சார தையும் பலர்முன்னும்
சிறக்க வாழ்ந்து காட்டிநின்றார்

நீண்ட சொற்பொ ழிவாற்றியதில்
நெடிய வாதம் விரும்பியதில்
வேண்டிக் கேட்டு முபதேசம்
வழங்கி நின்ற துமில்லையாம்
ஆண்டா னிடமும் பத்தியோடு (35)
அதீத தயையுங் கொண்டிருந்தார்
ஈண்டிவ் வுலகில் அன்னையும்
இனிதே வாழ்ந்து காட்டிநின்றார்

பரிசாய் தீர மாதாவும்
பதுமை யொன்றை அன்புடனும்
இராதை யென்னுங் குழந்தைக்கு
இரங்கிக் கொடுத்து மகிழ்ந்திருந்தார்
சிரிக்கச் செய்யும் பதுமையின் (36)
செயலைக் குழந்தை விரும்பிநிற்கும்
கரங்கொட் டிநின்று சாரதையும்
களித்து நகைத்து மகிழ்ந்திடுவார்

அயல்நாட் டிருந்து வந்தபெண்கள்
அன்னை தம்மைக் காளியாக
வியந்து கண்ட தாயுரைப்பர்
வெளியே நாவைத் தொங்கவிட்டு
மயேசு வரியா யிருப்பதுவே (37)
மிகவுங் கடின மாகுமென்று
இயம்பி நகைத்து மகிழ்ந்திடுவார்
இனிய யெளிய அன்னையும்

பெருமான் தம்மைச் சிவனாகப்
பார்த்து மகிழு மெங்களுக்குப்
பெருமான் கிருகி ணியாகின்ற
புனிதர் நீவிர் பருப்பதியே
கிரிசை யாகக் கண்டுநின்று (38)
களித்து மகிழ்ந்து நிற்பதாக
உரைத்து மகிழ்வர் மேனாட்டு
உயர்ந்த குணத்துப் பெண்களுமே

கிறித்த வநன்னா ளொன்றையும்
களித்து மகிழ்ந்து மேனாட்டு
விறலி களுமே கொண்டாட
வியந்து மகிழ்ந்தார் அன்னையும்
கிறித்து பற்றி மேலுமவர் (39)
கதைகள் கீதம் மொழியையும்
சற்று மறியா அன்னையும்
சிறக்கக் கேட்டு மகிழ்ந்திருந்தார்

கதையுங் கீதம் மொழியையும்
கேட்டு நிற்கும் அன்னையும்
எதுவு மறியா ரெனநினைத்து
இயம்ப முயன்ற பெண்களுமே
அதிச யித்து வியந்திடவும் (40)
அன்னை விளக்கந் தந்துநிற்க
அதிர்ச்சி யடைந்து மேனாட்டு
அணங்கு பலருங் கேட்டனரே

சிறிது நேர மமர்ந்திருந்து
சித்த மடக்கி நிவேதிதாவும்
இறையை நினைத்துத் தியானிக்க
இனிய அன்னை முகந்தோன்ற
மறக்க முயன்றுத் தோற்றுநின்று (41)
முயற்சி கைவிட் டிருந்துநின்றார்
மறுப டிமீண்டும் அன்னையின்
முகமும் தோன்றக் கண்டுநின்றார்

தினமுங் காலை நேரத்தில்
தியானம் புரிவார் நிவேதிதாவும்
அன்னை தம்மைக் கண்டதன்பின்
அன்னை முகமும் தியானத்தில்
மனக்கண் முன்னந் தோன்றிருக்க (42)
மறக்க முயன்றுத் தோற்றுநின்று
பின்னர் அன்னை முகந்தன்னில்
பெரிதும் மனத்தைச் செலுத்திநிற்பார்

உயிரோ டிருக்கும் போதொருநாள்
உரைத்து நின்றார் கதாதரரும்
அயல்நா டொன்றைச் சென்றடைய
அங்கு வெள்ளை நிறத்தாரை
வியந்து கண்டி ருக்கையில் (43)
வரவேற் பளித்த வர்களுமே
நியமத் தோடும் பத்தியோடும்
நடத்தி நின்ற தாயுரைத்தார்

பெருமா னுடலோ டிருக்கையில்
பணிந்து வணங்கிப் பத்திசெய
விரும்பி வெளிநாட் டுமக்களுமே
வந்து நின்ற தில்லையாம்
குருவும் மறைந்து பட்டதன்பின் (44)
குருபத் தினிமுன் வெளிநாட்டார்
வருகை புரிந்து பத்தியுடன்
வணங்கி நிற்க லானாரே

அன்னை தம்மைக் கவர்ந்துநின்ற
அயல்நாட் டினராம் நிவேதிதாவும்
இனிதே தனது குருபதமும்
ஏகி நிற்க அன்னையும்
கன்னம் வழியக் கண்ணீரும் (45)
கசிந்து பெருக்கி யவர்நினைவால்
துன்பம் பொறாது நெடுநேரம்
துக்கம் பொங்க அழுதுநின்றார்

திரும ணத்துச் சடங்கையும்
தெரிவித் திடவே அன்னையும்
விரும்பி நிற்க மேனாட்டு
விறலி களுமே மிகக்களித்து
கரணம் பற்றி யநாடகத்தைக் (46)
கண்மு னரங்கேற் றிநின்றிடவே
விரும்பி நடித்துக் காட்டிடவும்
வியந்து கண்டார் அன்னையும்

வரனு மாக ஒருத்திநிற்க
வல்ல பையாய் மற்றொருத்தி
இருக்க மூன்றாம் பெண்ணணங்கு
இயக்க னாகும் பாத்திரமும்
விரும்பி யேற்று நின்றிடவும் (47)
வியந்து கண்டு சாரதையும்
புரோகி தராகு மவரென்று
புகன்று நகைத்து மகிழ்ந்திடுவார்

புரோகி தராகும் பாதிரியும்
பிரதிக் கினையும் கூறிநின்றார்
திருவி மிருக்குஞ் சமயத்தும்
திருவு மழிந்த நேரத்தும்
உரங்கொண் டிருக்குஞ் சமயத்தும் (48)
உரோகங் கொண்ட நேரத்தும்
மரணம் பிரிக்கும் வரைநாமும்
மற்றி ணைந்து வாழ்ந்திருப்போம்

புரோகி தராகும் பாதிரியும்
புகன்றி ருந்த மொழிகளையும்
உருகிக் கேட்டு சாரதையும்
உரைக்கக் கேட்டார் பலமுறையே
திரும்பத் திரும்ப உறுதிமொழி (49)
சொல்லக் கேட்டு மிகமகிழ்ந்து
தரும மயமாம் கூற்றென்று
தெரிவித் திருந்து மகிழ்ந்திருந்தார்

அன்னை படத்தை எடுத்திருக்க
அமரச் சொல்லி வற்புறுத்தி
நின்ற பெண்ணாம் ஒல்புல்லும்
நிவேதி தாவும் திரைச்சீலை
அன்னை முகத்தை மறைக்காது (50)
அரும்பா டுபட்டு விலக்கிநின்றுப்
முன்பு றத்தில் கேசத்தை
மற்றுக் கொணர்ந்து நிறுத்தினரே

ஒல்புல் மற்றும் நிவேதிதாவும்
ஒப்பி லாத அன்னையை
வலிய அமரச் செய்திருந்து
விடாது தொடர்ந்த வத்தையும்
பலவா றுசெய்துப் புகைப்படமும் (51)
பெரும்பா டுபட்டெ டுத்துநிற்க
உலகம் முழுதும் அன்னையின்
உருவந் தெரியக் காண்கின்றோம்

பள்ளி யொன்றை நிவேதிதாவும்
பெண்கள் படிக்க நிறுவிநின்று
இளம்ப டியாரின் பள்ளியையும்
இனிதே திறந்து வைத்திடவும்
களித்த ழைத்து நின்றிருக்கக் (52)
கருத்தை யொப்பி அன்னையும்
பள்ளிச் சாலை திறந்துவைத்து
பெரிதும் மகிழ்ந்தி ருந்தாரே

பெண்கள் கல்வி கற்றுநிற்கப்
பொழிலும் பாதித் திடுமென்ற
எண்ணங் கொண்ட பலமக்கள்
இருந்த னரந்த நாட்களிலும்
மண்ணில் புரட்சி செய்யுமெண்ணம் (53)
மற்றி லாத அன்னையும்
திண்ண மாகச் சரியென்று
தோன்று வதையுஞ் செய்திடுவார்

பள்ளி தன்னைத் திறந்துவைத்துப்
பெரிதும் மகிழ்ந்தி ருந்தாலும்
உள்ளங் களித்து சாரதையும்
உரைநி கழ்த்தி நின்றாரில்
விளக்கித் தமது கருத்துகளை (54)
வெளியே மேடை தன்னிலுமே
கிளத்தி நின்ற தில்லையாம்
கிடக்கை தன்னில் வாழ்ந்தவரை

சிவப்பி ரியைக்குச் சேவைகள்
　　சேடி யிருவர் செய்வதுண்டு
கவுமா ரியாகத் தம்மையும்
　　கருதி மெக்லி யாட்டையும்
அவர்தம் தமக்கை பெசியையும் (55)
　　அருமை யானச் சேடிகளாய்
விவேகா னந்தர் அழைத்திருந்து
　　வெகுவாய் மதிப்ப ளித்திருந்தார்

விரதி விவேகா னந்தருமே
　　விறலி மெக்லி யாட்டையும்
பரிவோ டுசோசோ வென்றழைத்துப்
　　பாசங் காட்டி நின்றிருப்பார்
ஒருநாள் சோசோ அன்னையை (56)
　　உவந்து கண்டு ரையாடிப்
பெரிதும் மகிழ்ந்து பேலூரில்
　　பெருமான் மடமுஞ் சென்றடைந்தார்

மடத்தில் தியானஞ் செய்துநின்று
　　மற்றுத் தாமும் வாழ்ந்திருக்கும்
இடத்தைச் சேரத் தனியாக
　　இரவி லவரும் புறப்படவே
மடத்தைச் சேர்ந்த யதியொருவர் (57)
　　மகிழ்ந்து கண்டு விளக்கொன்று
எடுத்துச் சென்றுத் துணையாக
　　ஏகி நின்றா ரவர்பின்னே

தனக்குத் தானே பேசிநின்று
　　தரையில் நடன மாடிநின்று
மனம கிழ்ந்து நகைத்திருந்து
　　மடவாள் செல்லக் கண்டுநின்று
பின்தொ டர்ந்த சன்னியாசி (58)
　　பெரிதும் வியந்து சோசோவும்
இனிதே யிரைந்து பேசுவதை
　　இச்சை கொண்டு கேட்டுநின்றார்

அவரை யாரென் றறிந்ததாக
　　அடிக்க டியுரைத் துநின்றிருக்கும்
விவேகா னந்தர் சேடியையும்
　　வியந்த டைந்த துறவியிடம்
உவந்து தானும் அன்னையை (59)
　　உணர்ந்த றிந்து நின்றதாக
நவின்று மகிழ்ந்த மெக்லியாட்டை
　　நோக்கி நின்றார் துறவியுமே

பரவ சநிலை யடைந்துநின்று
　　பாடி யாடி மெக்லியாடும்
இருந்து றையு மிடம்வரையும்
　　இயல்பு நிலையை அடையாது
பெரிதும் மகிழ்ந்தி ருந்திருக்கப் (60)
　　பார்த்து வியந்து துறவியுமே
கருணை அன்னை புரிந்ததாக
　　கண்ட றிந்து நின்றிருந்தார்

வெளிநா டுதன்னில் சனாதனத்தை
　　விரித்து ரைத்துத் திரும்பிவந்து
களித்து விவேகா னந்தருமே
　　கருமம் பலவு மேற்றிருந்து
களைத்து நின்று டல்நோவும் (61)
　　கொண்டு நிற்க மருத்துவரும்
களைப்புத் தீர காச்மீரம்
　　கடுகச் செல்லக் கூறிநின்றார்

மருத்தன் கூற்றை யேற்றுநின்று
　　மகிழ்ந்து சென்று காச்மீரம்
இருந்து திங்கள் சிலசெல்ல
　　இயைந்தெ ழில்சேர் கோல்காதா
திரும்பி விவேகா னந்தருமே (62)
　　தமது மடமு மடைந்துநின்று
குருபத் தினிக்கு வணக்கத்தைக்
　　கூற விரும்பி வந்துநின்றார்

நவராத் திரியாம் நன்னாளில்
நிரம்ப மகிழ்ந்து சகாக்களுடன்
விவேகா னந்தர் அன்னையும்
வசிக்கு மிடமு மடைந்திருந்து
குவித்துக் குருவின் பத்தினியின் (63)
கமலப் பாதம் தனில்வீழ்ந்து
நிவாச மிதுவே யென்றுரைத்து
நீண்ட நேரந் தொழுதிருந்தார்

அருமைப் பிள்ளை சிரத்தையும்
அன்போ டுகோதி அன்னையும்
கருணை பொங்க நல்லாசி
களித்து வழங்கி உடல்நலனும்
உரைக்கக் கேட்டு நின்றிடவும் (64)
உவந்து விவேகா னந்தருமே
பெரிதும் மகிழ்ந்து வினாக்களுக்குப்
புகன்றி ருந்தார் விடைகளுமே

உடல்ந லத்தைப் பேணிநிற்க
உவந்து சென்றாய் காச்மீரம்
உடனி கழ்வான் நல்லருளால்
உடல்ந லத்தைப் பெற்றதையும்
எடுத்து ரைப்பா யென்றன்னை (65)
இனிதே கேட்டு நின்றதுமே
படப டத்துத் தாம்பட்ட
படாத பாட்டை விளக்கிநின்றார்

நகைச்சு வையோ டனுபவத்தை
நவின்றார் விவேகா னந்தருமே
புகழும் பெற்ற காச்மீரம்
பயணஞ் செய்து சேர்ந்தவுடன்
மிகவு மசூயை கொண்டுநின்ற (66)
மந்தி ரவாதி ஒருவனுமே
கக்கி நின்றான் கனல்போலும்
கொடிய சாப மென்மீது

வயிற்றி லுபாதை யுடன்பெற்று
விரைந்து மூன்று நாட்களுக்குள்
பெயர்ந்தி டுவாயி டம்விட்டுப்
பின்னும் நிகழா திருந்திருக்கப்
பெயரை மாற்றிக் கொள்வதாகப் (67)
புகன்று சபித்து நின்றிருக்க
பயிற்று வித்த குருநாமம்
புகன்றேன் தைல தாரையாய்

குருவின் நாமஞ் செபித்திருந்தும்
குருவின் நாமஞ் சாபத்தை
விரட்டித் துரத்தா திருந்திடவும்
வயிற்றில் நோயுந் தாக்கிநிற்க
வருந்தி நின்றி டம்பெயர்ந்து (68)
விரைந்து வந்தேன் அன்னையே
பெருமான் நாம மவன்முன்னும்
பயனு மளிக்க விலையென்றார்

அற்ப மான மனிதனிடம்
ஆண்டா னாகும் பெருமானின்
அற்பு தமான சத்திகளும்
அடியோ டுவலி விழந்திருக்க
தற்கொண் டானின் சத்தியையும் (69)
தாயே நீவிர் போற்றிநிற்பீர்
இறைவன் சத்தி சென்றவிடம்
இயம்பக் கேட்டா ரரும்பிள்ளை

பில்லி சூனி யவித்தையும்
பின்னு மாபி சாரமுமே
பல்வே றாகும் சாத்திரமாம்
புகன்ற படியே செய்பவர்க்குப்
பலனுந் தந்து நின்றிடுமாம் (70)
புரிந்த றிந்து நின்றதற்குத்
தலைவ ணங்கிச் செல்வதுவும்
தரும மாகு மென்பிள்ளாய்

பெருமான் பல்லி சொல்லிற்குப்
பெரிதும் மதிப்புத் தந்திருந்தார்
வரனு முடலில் பல்லிவிழ
விளக்கி நிற்பார் பலன்களையும்
கருமம் புரிய நினைத்திருக்க (71)
கிட்டே யெவருந் தும்மிநிற்க
துரித மாகக் கருமத்தைத்
தொடரா திருந்து நிறுத்திநிற்பார்

சகத்தின் குருவாம் சங்கரரும்
சூனி யமந்தி ரத்திற்குத்
தகுந்த மதிப்புத் தந்துநின்றுத்
தாங்கொ ணாத அவத்தையும்
மகிழ்ந்தேற் றுநின்றி ருந்ததாக (72)
மகானின் வரலா றுரைத்திடுமே
மகனே நீயுஞ் சங்கரரை
முற்றும் மறந்து நின்றனையோ

உற்றா னுடைய உறவினராம்
ஒருவர் அலதா ரியென்பவரும்
கறுவி நின்றென் கணவருக்குக்
கொட்டி நிற்பாய் குருதியென்று
வெறுத்துச் சாபங் கொடுத்துநிற்க (73)
வீணா காத துபலித்துத்
தற்கொண் டானும் குருதிகொட்டித்
தவித்த ருந்த தறியாயோ

பெருமான் மற்றுஞ் சங்கரரும்
போன்றோர் சாத்தி ரத்திற்குப்
பெரிதுங் கட்டுப் பட்டதுபோல்
பலரும் கட்டுப் படுதலுமே
தரித்தி ரிதன்னில் நிகழ்ந்திடுமாம் (74)
தவிர்ப்ப திதையுஞ் சாத்தியமில்
தெரிந்த றிந்து மென்னையேன்
சொல்லக் கேட்டா யெனக்கேட்டார்

பெருமான் சாத்தி ரத்தையும்
பெரிதும் மதித்துத் தம்முடைய
சரீரந் தன்னை ஆட்படுத்திச்
சிரமந் தாங்கி யதுண்மையாம்
சரணங் குருவே யென்றுரைத்துச் (75)
சார்ந்தி ருக்கு மெனக்கவரும்
கருணை காட்டா காரணமும்
கூறக் கேட்டா ரரும்பிள்ளை

சினந்து விவேகா னந்தருமே
சாபத் திருந்து தம்மையும்
இனிதே பெருமான் காவாது
இருந்த தற்குக் காரணமும்
வினவி நிற்க அன்னையும் (76)
விளம்பி நின்றா ரிவ்வாறு
முனியா திருந்தென் நற்பிள்ளாய்
மற்றுக் கேளா யென்றுரைப்பார்

அருமைப் பிள்ளாய் ஆவேசம்
அடைந்து பேசி நிற்கின்றாய்
குருவுந் திறமை யற்றவராய்
கொண்டு நிற்போம் சிறிதுநேரம்
பெருமான் மீது சினந்துநின்றும் (77)
புரிவ தெதுவே உரைத்திடுவாய்
பிரிந்து செல்லா தபடியவர்
பிணைத்தி றுக்கிக் கொண்டுள்ளார்

தனியே பிரியா தபடியவர்
தமதா டையி லிறுக்கிநின்று
கனிந்து கருணை மிகக்கொண்டு
கட்டிப் பிணைத்தி ருந்திடவும்
சினந்து முனிந்து செயலெதுவும் (78)
செய்யா தபடிக் கவருன்னை
இனிதே வைத்தி ருப்பதையும்
எண்ணிச் செயலும் புரியென்றார்

பின்னர் விவேகா னந்தருமே
பெரிதும் நெகிழ்ந்து ருகிநின்று
நன்றி பலவும் அன்னைக்கு
நவின்று நின்றா ருளமார
அனேக வருடங் கழிந்தபின்னர் (79)
அயல்நா டுமீண்டுஞ் சென்றுவந்து
மனமும் மகிழ்ந்து சாரதையை
மற்று வணங்க வந்துநின்றார்

மடத்தில் துர்க்கா பூசையை
மிகவும் விமரி சையாக
நடத்தி நிற்க யெண்ணிநின்று
நிகழ்ச்சி நிரலும் சகாக்களுடன்
முடிவு செய்து சங்கற்பம் (80)
மங்கை நல்லார் நற்பெயரில்
கடப்பா டுடனே செய்திடவும்
கூறி நின்றார் சகாக்களுக்கு

துர்க்கா பூசை விழாவிற்கு
தாயாம் சார தையையும்
வருமா றழைத்து நின்றிருக்க
வந்தார் விவேகா னந்தருமே
பெருகக் களித்து வணங்கிநிற்கும் (81)
பிள்ளை கண்டு சாரதையும்
பெருமை கொண்டு நல்லாசி
பலவும் வழங்கிப் பேசலானார்

தருமந் தழைக்கத் தூதுவனாய்
தடங்கல் பலவு மெதிர்கொண்டுத்
திரைக டலோடிச் சென்றுவந்தாய்
தரணி தன்னி லனுமன்போல்
அரிய தீரச் செயல்புரிந்து (82)
அனேக வெற்றி பலபெற்றுத்
திரும்பி வந்து நிற்கின்ற
தீர மகனே வாழ்கவென்றார்

அனும னுக்குத் தடங்கல்கள்
அனேக மிருந்த துண்மையாம்
தனியே கடலைத் தாண்டிநின்று
தீரச் செயலும் புரிந்துநின்றார்
பின்னு மனேகப் பகைவரையும் (83)
பலத்தால் வென்று நின்றிருந்தார்
வன்னி வாலில் மூட்டிநின்று
வதைத்தா ரவரை வன்மிகளும்

அனுமன் கொண்ட சிரமங்கள்
அடியே னடைந்தே னில்லையாம்
பன்னாட் டினரின் மரக்கலங்கள்
பரிவோ டேற்றிச் சென்றனவே
பின்னும் மக்கள் பலரென்னைப் (84)
பரிந்த ழைத்துச் சிறப்புகளும்
அனேகஞ் செய்து வரவேற்பு
அளித்துத் தனமுந் தந்தனரே

சென்ற விடத்தில் பெருமானின்
சிறப்புப் பரவி யிருந்ததுவே
கனிந்து நின்று பெருமானும்
கூறி யதெல்லாம் யானுரைக்க
முனைந்து கேட்டு வினாக்களுமே (85)
மற்றெ ழுப்பித் தமதையம்
இனிதே நீங்கப் பெருமானை
இதயங் கனிந்து கொண்டனரே

சிரம மெதுவுந் தீண்டாது
சிறக்க யானு மிருந்ததற்குப்
பெருமான் மற்றும் நும்கருணைப்
பெற்று நின்ற தாலேயாம்
தரித்தி ரிதன்னில் நுங்கருணை (86)
தொடர்ந்தி ருக்க வல்வினையும்
நெருங்கா தின்றும் நாளையும்
நலிந்தோர்க் கருள்வீ ரென்றுரைத்தார்

துர்க்கா பூசை தினத்தன்று
தூய அன்னை மடஞ்சென்றுப்
பெருமா னுடைய திருவுருவப்
படத்தை யெடுத்துக் கொண்டுசென்றுத்
தரையைக் கரத்தால் பெருக்கிநின்றுத் (87)
தூய்மை செய்து படத்திற்குப்
புரிந்து நின்றா ரரும்பூசை
பலரும் மகிழ்ந்து கண்டுநிற்க

மடத்தைச் சுற்றிக் காட்டிடவும்
மகனாம் விவேகா னந்தருமே
விடுத்து நின்ற விண்ணப்பம்
விரைந்தேற் றுநின்று செல்கையில்
இடமு மிதனில் சுதந்திரமாய் (88)
இருந்து வாழ நிரந்திரமாய்
குடியும் புகுவீ ரென்றுரைத்தார்
கனிந்து விவேகா னந்தருமே

கனவில் பெருமான் காட்சிதந்து
குடியு மிங்கு புகுந்ததாக
பன்னாள் முன்னஞ் சொல்லியதாய்
பகர்ந்து நின்றார் அன்னையும்
இனிதே செயலு மென்மகனும் (89)
இயற்றி யதாக நற்றாயும்
மனமும் மகிழ்ந்து தோட்டத்தில்
மற்றுக் கூறி யவாறிருந்தார்

பெற்ற தாயும் நரேந்திரனே
பலவும் புரிந்து நின்றதாக
அறைந்து நிற்கக் கேட்டவுடன்
ஐயை வந்த துகாணாமல்
பறித்துக் கனிகள் மகிழ்வதுவும் (90)
பழிக்கா ளாகி நிற்குமென்று
நற்றா யிடமும் நவின்றுநின்றார்
நயந்து விவேகா னந்தருமே

அகமும் மகிழ்ந்தி வையெல்லாம்
ஆற்றி நின்ற துயானென்று
மிகவு மெண்ணி நின்றுள்ளாய்
மற்றுப் புரிந்த தெல்லாமும்
அகசை பத்தர் பத்தினியாம் (91)
அன்னை யென்ற றிந்திடென்று
பகர்ந்தார் விவேகா னந்தருமே
பெற்ற புவனே சுவரியிடம்

பின்னர் விவேகா னந்தருமே
பெற்ற தாயோ டுடன்வந்து
கனிந்து வணங்கி அன்னைக்குக்
கூறி நின்றா ரன்புடனும்
அனல்ப றக்குங் காய்ச்சலையும் (92)
அளிக்கக் கேட்ட தக்கணமே
முனிந்து சுரமும் பற்றிநிற்க
மகிழ்ந்தார் விவேகா னந்தருமே

நெற்றி தன்னில் விரல்வைத்து
நடப்ப தென்ன வென்றன்னை
அறிவித் திடவே கேட்டவுடன்
அன்போ டுரைப்பார் பிள்ளையும்
அற்பு தமாகச் சகாக்களுமே (93)
அயரா துழைத்து நின்றிருந்தும்
சிறிது சினந்து குறைகண்டு
சொல்லால் வருத்தி நிற்கின்றேன்

சுரமும் வந்து தாக்கிடவும்
சோர்ந்து படுத்துச் சாய்ந்திருக்க
வருத்து மெனது வாய்ச்சொல்லும்
வதைக்கா திருக்குஞ் சகாக்களையும்
புரிந்து நிற்பர் கருமங்கள் (94)
பெரிதுந் தொல்லை யேதுமின்றி
வரமாய் சுரமுங் கேட்டுநின்ற
விவர மிதுவே யெனப்புகன்றார்

சுரமுந் தாக்கச் சோர்ந்துநின்று
சற்றோய் வெடுக்கத் தமதறைக்கு
விரைந்து சென்றார் விடைபெற்று
விரதி விவேகா னந்தருமே
துர்க்கா பூசை முடிந்தவுடன் (95)
தாய்ப்பா சத்தோ டன்னையும்
பரித்தி யாகி படுத்திருந்த
பக்கம் விரைந்து சென்றுநின்றார்

விழாவு மினிதாய் முடிந்திருக்க
விட்டோ டியது நின்சுரமும்
எழுந்தி ருந்தென் கரத்தாலும்
இனிதே யளிக்கும் பிரசாதம்
விழைந்து கொள்வா யென்றன்னை (96)
வழங்கி நிற்க விசித்திரமாய்
தழலாய்க் கொதித்த சுரம்நீங்கத்
துள்ளி யெழுந்தா ரரும்பிள்ளை

அன்னை பெயரால் சங்கற்பம்
ஆற்றி நிற்க அதன்பின்னர்
அன்னை கரத்தால் பூசையும்
அழகாய் நடத்திச் சிறப்பித்த
பனவ ருக்குத் தட்சிணையாய் (97)
பெருந்தொ கையு மளித்தவுடன்
கனிந்து நெகிழ்ந்து பனவருமே
கண்ணீர் பெருக்கி வாழ்த்திநின்றார்

மடத்தில் பணியும் புரிந்துநின்ற
மனித ரொருவர் கரவாக
எடுத்துச் சென்றார் பொருளொன்றை
இதுகேட் டதிர்ந்துச் சினமுற்றுத்
திட்டி வைதுப் பணியிருந்து (98)
திருடன் பட்டஞ் சூட்டிநின்று
விடுவித் திருந்து நீக்கிநின்றார்
விரதி விவேகா னந்தருமே

பணியி லிருந்து நீக்கியபின்
புகலி டமாக அன்னையைக்
கொண்டு நின்ற வருறையும்
கிருகம் வந்துத் தவறையும்
உணர்ந்து வருந்தி மன்னிப்பும் (99)
உளமு வந்து கூறிநின்று
கண்ணீர் பெருக்க அன்னையும்
கனிந்து காக்க ஒப்பிநின்றார்

காலை நேரந் தனில்வந்து
கண்ணீர் பெருக்கி மனம்வருந்தும்
வேலை யாளை வழும்பையும்
விட்டொ ழிக்கக் கூறிநின்றார்
மாலை பிரேமா னந்தருமே (100)
மடத்தி ருந்து வந்தவுடன்
சாலை யோரம் நின்றிருக்கும்
சேவ கனையுங் காட்டிநின்றார்

வறுமை வாட்டச் சேவகனும்
விழைந்து புரிந்தான் திருட்டையும்
சிறுமைச் செயலுஞ் செய்திடவே
செல்வ மின்மை காரணமாம்
சற்று பொறுமை கொண்டிருந்து (101)
சேவ கனாகு மிவன்நிலையை
அறிந்து நிற்கா திருந்திவனை
அகற்றி நிற்றல் தவறாகும்

தவறி ழைத்த லியற்கையாம்
தவறைப் பொறுத்த லிறைச்செயலாம்
உவந்து மீண்டு மிவனையும்
உடனே பணியில் சேர்த்திடவும்
நவின்று நின்ற அன்னையை (102)
நோக்கி பிரேமா னந்தருமே
தவறி ழைத்தோர் தம்மையும்
சேர்க்க விடாரே நரேனென்றார்

மீண்டும் வேலை யாளையும்
மற்ற ழைத்துச் சென்றிருக்க
காண்டு கொண்டு நரேந்திரனும்
கூறி நிற்பார் சுடுசொற்கள்
வேண்டா மிந்தச் செயலென்று (103)
விண்டார் பிரேமா னந்தருமே
மீண்டும் பணியில் சேர்த்திடவும்
மொழிந்தார் அன்னைக் கடுமையாய்

மடத்தில் பிரேமா னந்தருமே
மற்று வேலை யாளுடனும்
அடியெ டுத்து வந்திருக்க
அதனைக் கண்டு மிகவெகுண்டு
முட்டா ளாகும் பாபுராமும் (104)
மீண்டும் வேலைக் காரனையும்
இட்டு வந்தா னென்றுரைத்தார்
இனிய விவேகா னந்தருமே

அன்னை யிட்ட கட்டளையை
அடியே னேற்றுப் பணியாளைத்
தன்னோ டழைத்து வந்ததாகத்
தயங்கி பிரேமா னந்தருமே
அனைவர் முன்னும் அன்னையும் (105)
அறைந்து நின்ற தெல்லாமும்
இனிதே புகல அங்கிருந்தோர்
ஏற்று நின்றா ராணையை

மடமு மெழும்பி நின்றிருக்க
மகானின் அத்திக் கலசத்தை
எடுத்துத் தோளில் சென்றதையும்
இனிய வேத வொலிமுழங்க
நடுநா யகமாய் மண்டபத்தில் (106)
நிரந்தி ரமாகப் பிரதிட்டை
மட்டி லாத மகிழ்ச்சியுடன்
மற்றுச் செய்து முடித்துநின்றார்

அருகே அன்னை பாததூளி
அதன்பின் விவேகா னந்தருமே
பிரதிட் டையுஞ் செய்துநின்று
பணிந்து வணங்கி நின்றிருந்தார்
பரித்தி யாகி பலருமங்கு (107)
பெரிதும் மகிழ்ந்து நிரந்திரமாய்
இருந்து வாழத் தலைப்படவும்
இன்ப முற்றார் அன்னையும்

இறைவன் மிகவும் மனதிரங்கி
இருக்க விடமும் தந்துநின்றார்
உறைய யிடமு மில்லாது
உடுக்கத் துணியு மில்லாது
குறையு மேதுங் கூறாது (108)
கிடைத்து நின்ற வற்றிலுமே
நிறைய மகிழ்ந்தி ருந்தவர்க்கு
நல்ல காலம் பிறந்ததென்றார்

அன்னை மந்தி ரோபதேசம்
அளித்த துநின்ற துயோகினுக்காம்
சன்னி யாச மேற்றுநின்று
திகழ்ந்தார் யோகா னந்தராக
பன்னி ரண்டு வருடங்கள் (109)
பிரதா னசேவ கராகயவர்
கனிந்து சேவை புரிந்திருக்கக்
காய்ச்ச லொருநாள் தாக்கியதே

காய்ச்சல் முற்றி நின்றிருக்க
கடினம் பிழைப்ப தென்றுசில
நோய்கண் டறியும் நிபுணருமே
நவிலக் கேட்ட அன்னையும்
தாய்ப்பா சத்தால் மிகப்பதறித் (110)
தவித்துப் பதைத்து நின்றிருந்து
சேய்க்கு சேவை செய்திடவும்
சேயின் மனையை அழைத்துவந்தார்

மணம்பு ரிந்த தன்பின்னர்
மனையைத் துறந்து யதியாகி
பணிகள் பலவும் அன்னைக்குப்
புரிந்து நின்று காய்ச்சலுமே
கொண்ட யோகா னந்தர்த (111) ம்
கிழத்தி தம்மை வரவழைத்து
கணவ ராக இருந்தவர்க்குக்
கனிந்து சேவை செயச்செய்தார்

கனிந்து சேவை புரிந்திடவும்
கடுக விரைந்து வந்திருக்கும்
இனிய குணத்துப் பெண்ணிற்கு
இயற்ற வேண்டுஞ் சேவைகள்
அன்னை கூற வதன்படியும் (112)
ஆற்றி நின்றா ரப்பெண்ணும்
பின்னும் யோகா னந்தர்தம்
பிணியும் மிகவும் முற்றியதே

தினமும் விடாது பூசையும்
திளைத்து மகிழ்ந்து செய்திருக்கும்
அன்னை யொருநாள் பாதங்கள்
அகல நீட்டி யமர்ந்திருந்து
தனித்தி ருந்து கண்ணீரும் (113)
தைல தாரை போல்சிந்தி
மனமும் நெகிழ்ந்த ழுவதையும்
மற்றுப் பணியாள் கண்டுநின்றார்

பதறி நின்று காரணத்தைப்
பகரப் பணியாள் கேட்டுநிற்க
அதிகா லையில் யோகினையும்
அழைத்துச் செல்லப் பெருமானும்
விதிமு டிந்த தெனக்கூறி (114)
வந்து நிற்கக் கண்டுநின்று
சித்தங் குழம்பி யிருப்பதாகச்
செப்பி மேலு மழுதுநின்றார்

திருமால் மற்றுந் தீமேனியான்
திருமால் புதல்வ னுடன்நமது
பெருமான் வந்தி ருப்பதாகப்
புகன்று யோகா னந்தருமே
பிராணன் விட்டு நின்றிருக்கப் (115)
பதறித் துடித்து சாரதையும்
தரையில் விழுந்து புரண்டலறித்
துன்பம் பொறுக்கா தரற்றிநின்றார்

உள்ளங் கனிந்து மெழுகாக
உருகி யிருந்து சாரதையும்
பிள்ளை யாகும் யோகினையும்
புகழ்ந்து பலவும் பேசிநிற்பார்
களித்தென் சுமையும் யோகினுமே (116)
குறையுங் கூறா திருந்துப்பின்
அள்ளிச் சுமந்தான் சரத்துடனும்
அவனுக் கீடு சரத்தொருவன்

கண்ண னெனது கணவராக
களித்து தித்து நின்றிருக்க
கண்ணன் பின்னை சுபத்திரையின்
கணவன் யோகி னாகவுமே
மண்ணில் பிறந்தி ருப்பதாக (117)
மணாளன் தனக்கு ரைத்ததாக
விண்டி ருந்த ழுதுநிற்பார்
வனிதை யாகும் அன்னையும்

அன்னை தம்மை நிறுத்திவைத்து
அவர்முன் யோகா னந்தருமே
என்றுந் தரையில் பணிந்திருந்து
எழுந்து நிற்பா ரில்லையாம்
அன்னை தம்மை நிறுத்திவைத்தல் (118)
அபசா ரமாகு மெனக்கூறி
அன்னை நின்ற விடந்தன்னில்
அடியில் தருவாய் கிடந்தெழுவார்

நினைத்து நின்று நெக்குருகி
நவின்றி ருப்பார் அன்னையும்
அன்போ டுபத்தர் யோகினிடம்
அவ்வப் போத ளித்துநிற்கும்
தனமு மெல்லாஞ் சேர்த்துவைத்து (119)
தகுந்த சமயந் தன்னிலுமே
எனக்கென் றதையுஞ் செலவிட்டு
இறும்பூ தெய்தி மகிழ்ந்திடுவான்

சன்னி யாசப் பெயர்களாலும்
சிறிதும் அன்னை யெவரையும்
இனிதே அழைத்த தில்லையாம்
இயற்பெ யராலு மனைவரையும்
முன்ப ழைத்து நின்றதேபோல் (120)
மகிழ்ந்த ழைத்து நின்றிருக்கும்
அன்னை தம்மை பிள்ளைகள்
ஆட்சே பித்த தில்லையாம்

செயராம் பாடி மனைதன்னில்
சக்கம் மாவின் வழிபாடு
பயந்தாள் நடத்தி நிற்கையில்
பயணச் செலவ னைத்தையும்
மெய்யன் கொடுத்து நின்றிருந்தான் (121)
மலைபோல் சமைத்த பாத்திரங்கள்
வியர்த்துத் தேய்த்து யானிருக்க
வரவ ழைத்தான் மரப்பொருளும்

மரத்தா லான பாத்திரங்கள்
மிகுத்து வாங்கிப் போட்டிருக்க
சிரம மெதுவுங் கொள்ளாது
சமையற் பாத்தி ரங்களையும்
விரைவில் தேய்த்து யான்மகிழ (122)
வழியும் மகிழ்ந்து நின்றிருந்தான்
கருணை அன்பு பாசமுமே
கொண்ட வனாகும் யோகினுமே

நடந்து நின்ற நிகழ்ச்சிகளை
நினைவு கூர்ந்து சாரதையும்
விடாது பலவுங் கூறிநின்று
விழியில் கண்ணீர் பெருக்கிநிற்பார்
படுக்கை நைந்து கிழிந்திடவும் (123)
பஞ்சு மாற்ற சிலர்விரும்பத்
தடுத்து நின்ற தையென்றன்
தனயன் வாங்கித் தந்ததென்றார்

மடத்தில் யோகின் படத்தையும்
மற்றங் கிருந்த யதிகளுமே
எடுப்பாய் நல்ல தோரிடத்தில்
எழிலாய் தொங்க விட்டிருக்க
படத்தை அன்னை வெகுநேரம் (124)
பரிவோ டுபார்த்து நின்றிருந்தார்
உடனி கழ்வான் சிலையையும்
உற்று நோக்கா திருந்திடுவார்

அன்னைக் கைந்தி ளையவரும்
அழகு மிகுந்த இளங்கிளையும்
இனிதே உடன்பி றந்தவராய்
இருந்து வாழ்ந்தி ருந்தனரே
பின்ன வராகும் வரதனுடன் (125)
பிரசன் னனென்பார் புரோகிதராய்
அன்னை வாழும் கோல்காதா
அடைந்து **வாழ்ந்தி ருந்தாரே**

அண்ணன் மாரோ டுபின்பிறந்த
அபய சரண னென்பவரும்
நணுகி யிருந்து மருத்துவமும்
நன்கு படித்து வந்திருந்தார்
மணமும் முடிய அவர்மனையை (126)
மகப்பே றிற்குத் தாய்வீட்டில்
கொண்டு சேர்த்துத் தம்படிப்பைக்
களித்துத் தொடர்ந்து வந்திருந்தார்

கொடிய நோயாம் பேதியையும்
காலன் அபய சரணனுக்குக்
கொடுத்துக் கவர்ந்து சென்றுநின்றான்
காலன் பற்ற வருமுன்னம்
படுக்கை யிருந்துத் தன்மனையைப் (127)
பாது காக்க அக்கனிடம்
கொடுக்கக் கேட்ட வாக்குறுதி
களித்துக் கொடுத்தார் தத்தையும்

அருமை யோகின் தனைப்பற்றி
அதன்பின் பின்னன் தன்னையும்
இரக்க மின்றிக் காலனுமே
எடுத்து மகிழ அன்னையும்
பெரிதும் வாழ்வில் வெறுப்புற்று (128)
பற்றி நிற்கக் காலனையும்
கரந்த ழைத்து சதாகாலம்
களிப்பி ழந்து வாழ்ந்திருந்தார்

பதியும் மறைந்து நின்றபோழ்து
பெரிதும் வாழ்வில் வெறுப்புற்று
நிதமும் தம்மைக் கொண்டிடவும்
நயந்து கணவர் தமைவேண்டித்
துதித்தி ருந்த ததுபோலத் (129)
துன்பம் பெருகி அன்னையும்
சததம் தம்மைக் கொண்டிடவும்
செப்பி நின்றார் வரனுக்கு

பதியும் மறைந்த தக்கணமும்
பிராணன் விட்டு விடத்துடித்த
சதிமுன் பதியுந் தோன்றிநின்றுத்
தடுத்த மைதிப் படுத்திநின்று
எதிர்கா லத்தி லிருக்கின்ற (130)
ஏரா ளமான பணிகளையும்
இதமா யுரைத்து மறைந்ததுபோல்
இனிதே பதியுந் தோன்றிநின்றார்

பெரிதுந் துக்கித் திருந்திருந்து
பிராணன் விட்டொ ழித்திடவும்
விரும்பி யிருக்கும் அன்னைமுன்
வினோத மாகப் பெதும்பையும்
ஒருத்தித் தோன்றி நின்றிருக்க (131)
உற்று நோக்கி அவளையும்
நிரம்பப் பாசம் பொங்கிநிற்க
நயந்து கண்ட வாறிருந்தார்

பத்து வயதுப் பெதும்பையைப்
பாசத் தோடு சாரதையும்
மதர்த்து நோக்கி வியந்திருக்க
மணாள னுமங்கு டன்தோன்றி
சதியே யென்றன் நற்சகியே (132)
சிறிதும் விடாதி வள்தன்னைச்
சுதையாய் கருதிப் பற்றிவள்மேல்
சததம் செலுத்தி நின்றிருப்பாய்

இவள்மேல் பாசம் மிகக்கொண்டு
இசைந்து சகத்தில் வாழ்வதற்கு
உவந்து பிடிப்பு கொண்டிடுவாய்
உன்னா லின்னு மாயிரமாம்
புவியின் மக்கள் வீடுபேறு (133)
பெற்றி டவேண்டு மாதலினால்
அவத்தை யொழித்துச் சாகுமெண்ணம்
அறவே விடுத்து நின்றிருப்பாய்

கடமை பலவு முனக்கிருக்கக்
களித்துப் புரித லுனக்கழகாம்
கிடக்கை தன்னில் வெகுகாலம்
கருத்தோ டிருந்து பத்தருக்கு
கொடுத்து நிற்பா யடைக்கலமும் (134)
காலம் நேரங் கண்டுன்னை
எடுத்து னக்கி டப்பாகம்
இனிதே தருவேன் மீண்டுமென்றார்

பார்வை யொன்றில் காந்தம்போல்
படுவே கமாகத் தன்னிடமும்
ஈர்த்தி ழுத்து நின்றவளே
எவளா யிருப்பா ளென்றெண்ணித்
தீர நேரஞ் சிந்தித்து (135)
தெரியா திருந்தார் அன்னையும்
சீரி யதான இறையுணர்வு
சற்றுங் கொள்ளா தவளிருந்தாள்

பின்னன் அபய சரணனையும்
பரிவோ டன்னை அபயனென்று
கனிந்த ழைத்துப் பாசத்தைக்
காட்டி நிற்பா ரவர்மீது
பின்னன் மனைவி சுரபாலா (136)
பேறு காலம் நெருங்கிவர
தனது பிறந்த கத்திற்குத்
தந்தை யழைப்பில் சென்றிருந்தார்

கருத்தாய் காத்து நிற்பதாக
கூறி யிருந்த படிநின்று
சுரபா லாவின் பிரசவத்தைச்
செயராம் பாடி மனைதன்னில்
பரிவோ டுவைத்துக் கொள்வதற்குப் (137)
பயணஞ் செய்தார் பிறந்தகமும்
கிராமத் திற்கு சுரபாலா
களித்து வந்தார் நாத்தியிடம்

நற்பே றெதுவும் வாய்க்காத
நாரி யாவார் சுரபாலா
பிறந்த போழ்தே சுரபாலா
பெற்ற தாயை இழந்துநின்று
நற்றாய் தமக்கை பாட்டியுடன் (138)
நகைத்து மகிழ்ந்து வாழ்ந்துவந்தார்
பெற்ற தாயை யிழந்ததினால்
பெரிதுஞ் செல்லம் பெற்றிருந்தார்

செல்லப் பெண்ணாய் வளர்ந்திருக்கச்
சுபாவம் முரட்டுக் குணமாக
சொல்லொ ணாத நிலைக்கவரைச்
சென்று சேர்த்து நின்றதுவே
நல்லா ரவருஞ் சூல்கொள்ள (139)
நிறைய உபாதை பெற்றுநின்றார்
தலைவன் மறைந்து பட்டிடவும்
துன்பம் பெருகிப் பல்கியதே

கணவன் மறைந்த சின்னாளில்
களித்து வளர்த்தப் பாட்டியுமே
கண்மூ டிநிற்க சுரபாலா
கதறிச் சித்தம் பிறழ்ந்தவராய்
கொண்டு நின்றார் பெருந்துக்கம் (140)
காணச் சகியா துசாரதையும்
அணைத்து நின்று நல்வார்த்தை
அவருக் குரைத்து நின்றிருப்பார்

செயராம் பாடி வந்துநின்ற
சுரபா லாவைக் கெட்டகாலம்
அயரச் செய்து மகிழ்ந்ததுவே
அன்னைத் தானந் தனிலிருந்து
வயிறு நிறைய உணவளித்து (141)
வாய்வ லிக்கக் கதைகளுமே
இயம்பி நின்ற பெரியதாயும்
இறந்து பட்ட சேதிகேட்டார்

அடுத்த டுத்து கணவனையும்
அன்னை யினன்னை தமக்கையும்
கொடுத்து நின்றார் காலன்வாய்
கொடுமை பலவுந் தாங்கிநிற்க
உடலில் மனத்தில் சத்தியின்றி (142)
உன்மத் தமுமே கொண்டுநின்று
படாத பாடு பட்டுநின்று
படுத்தி வதைத்தார் பலரையும்

சித்தங் கலங்கி நின்றவர்க்கு
சேவை செய்தல் மிகக்கடினம்
சததஞ் சேவை செய்துநின்றும்
சலியா திருந்தார் அன்னையும்
அத்த னின்னும் வாழ்ந்திருந்தும் (143)
அன்பு மகளுக் கென்றெதுவும்
நிதியோ பொருளோ நன்னயமோ
நயந்து வழங்கி யதில்லையாம்

விகாரி வருடம் தைமாதம்
வெள்ளி தசமி வளர்பிறையில்
பகலோ னுதிக்கப் பெண்குழந்தைப்
பிறந்து நின்ற தனுடத்தில்
சகத்தில் செல்வ மெல்லாமும் (144)
சிறக்கப் பெறவே உறவினரும்
மக்கள் பலரும் வாழ்த்திநிற்க
மகிழ்ந்து நகைத்த துபெண்குழந்தை

இராதா ராணி யெனும்பெயரை
இட்ட ழைத்தார் பெரியோரும்
இராதி யென்றி னிமையாக
இசைத்த ழைப்பார் அன்னையும்
அருமைச் சுற்றம் இராதென்று (145)
அழைத்து மகிழ இராதையும்
சிரித்து நிற்க அதைக்கண்டு
சொக்கி நின்றார் அன்னையும்

பலநாள் முன்பு பெதும்பையைப்
பாசம் பொங்கப் பார்த்தபோது
சொல்ல முடியா உணர்ச்சிகளும்
தோன்றி நின்றி ருந்ததேபோல்
வலிமை யான உணர்வுகளும் (146)
வினோத மாக அன்னையை
நிலைகு லையச் செய்திருக்க
நிரம்பக் குழம்பி நின்றிருந்தார்

பெதும்பை யிடமுங் கொண்டபாசம்
பன்னாள் கழித்துத் தற்போது
சித்தங் குழம்பி நின்றிருக்கும்
சுரபா லாவின் குழந்தைமேல்
அதேபோ லிருந்து நின்றிருக்க (147)
அன்னை யையு மிப்பொழிலில்
விதிவ சத்தால் பிணைத்திருக்க
வனிதை வலையில் சிக்குண்டார்

சுரபா லாவின் நிலையறிந்து
சிசுவாம் இராதா ராணியையும்
கருத்தாய் வளர்க்க காசிவாழும்
குசும குமாரி யென்பவரை
கிருகந் தன்னில் நியமித்து (148)
குழந்தைக் கன்ன பானங்கள்
சரியாய் கொடுத்து வந்திருந்தும்
சிசுசார்ந் திருந்த துசாரதையை

ஒருநாள் துணிகள் கிழித்தவற்றை
ஒன்றா யக்குள் தனிலிடுக்கி
விரைந்து வீட்டின் வாசலுக்கு
வேக மாக ஓடிநிற்கும்
சுரபா லாவும் தன்சிசுவும் (149)
சேலை பற்றி யிருப்பதையும்
தரையி லுராய்ந்த ழுவதையும்
சிறிதும் மனதில் கொண்டாரில்

தரையி லுராய அடிபட்டு
தேகந் தன்னில் பலவிடத்தில்
சிராய்த்து நிற்க அழுதலறி
சேயு மிழுபட் டவாறிருக்க
பரிவோ கருணை யேதுமின்றிப் (150)
பயந்தா ளோடி வாசலுக்கு
விரையுஞ் சமயம் குழந்தையும்
விழுமென் றறிந்தார் அன்னையும்

திண்ணை யிலிருந் தச்சிசுவும்
தரையில் விழுமென் றறிந்துநின்று
கண்டு மனமும் மிகப்பதறி
கருணை மிகவும் பொங்கிநிற்க
கணநே ரத்தில் அன்னையும் (151)
குழந்தை தன்னை யெடுத்தள்ளிக்
கண்ணி லொற்றி இறைவனுக்குக்
கூறி நின்றார் நன்றிபல

குழந்தை தன்னைத் தொட்டதுமே
களிப்பெ னுமுணர் வுடலெங்கும்
அழுத்தி நின்ற தவரையும்
ஆனந் தமென்னு மாழ்கடலில்
விழித்து மலைத்தி துதமக்கு (152)
வழங்கி நிற்கு மானந்தம்
பழிப்பைத் தருமோ யென்றையம்
பெரிதுங் கொண்டு குழம்பிநின்றார்

தந்தை யில்லை மேலும்பின்
தாயி ருந்தும் பயனில்லை
சொந்த மென்று சொல்வதற்குச்
சுற்றம் வேறெ துவுமில்லை
அந்த கார மாய்வாழ்வும் (153)
ஆகி டாதோ யென்றெண்ணி
அந்த ரியுன்றன் இலீலைகள்
அறியா துள்ளே னறிவிப்பாய்

என்னை யுலகி லிருத்திவைக்க
எண்ணி நின்று குழந்தையை
இனிதே காட்டிப் பாசத்தை
இதன்மேல் பொழிய வைத்திடவும்
உன்னி நின்று நாடகமும் (154)
உவந்து நடத்தும் நிகழ்ச்சியிதோ
மன்னும் நீயு மொருசேர
மகிழ்ந்து நடத்தும் நாடகமோ

வாழப் பிடிக்க விலையென்று
விழைந்து நின்றேன் சாவையும்
வாழப் பிடிப்பு வேண்டுமென்று
வலிந்துப் பொழிலி லிருத்திநிற்க
ஏழை யெனக்குப் பாசத்தை (155)
ஏனே வழங்கி நிற்கின்றீர்
காழ்ப்பு ணர்ச்சிக் காரணமும்
கூறக் கேட்டு நின்றிருந்தார்

தக்க ணமங்கு சாரதைமுன்
தோன்றி யுரைப்பார் கதாதரரும்
மகளா மிவளே முன்பொருநாள்
மற்றுன் கனவில் வந்தவளாம்
சிக்கெ னநீயு மிவளையும் (156)
சாந்தை தன்னில் வாழ்ந்திருக்க
மகிழ்ந்து பற்றிக் கொள்ளென்று
மொழிந்து மறைந்தார் கதாதரரும்

முனிவர் மற்றும் மகான்களுமே
மாயை தன்னை யுணர்ந்தறிந்து
பின்னும் வாழப் பிடிப்பின்றி
பரம னோடு நிரந்தரமாய்
ஒன்றி விடவு முளம்விழைவர் (157)
உலகோ ருக்கு நல்வழியும்
கனிந்து ரைக்க கருதியம்பாள்
கட்டிப் பிணைப்பாள் பாசத்தில்

நிருவி கற்ப சமாதிதனில்
நிலைத்தி ருக்க கதாதரரும்
விரும்பு வாரெ னக்கருதி
விமலி யவருள் மாயையால்
கருதற் கரிய அற்பமாகும் (158)
கீரை யுண்ணு மாசையும்
இருத்தி வைக்க கதாதரரும்
இனிதே சமாதி விட்டுநிற்பார்

அற்ப மாகு மாசைகள்
அம்பி கையும் அன்னைக்குச்
சொற்ப மாகக் கொடுக்காது
சிசுவாம் இராதா ராணியையும்
பொறைக் கனுப்பி நின்றிருக்கப் (159)
பாசம் பற்று தனில்மூழ்கி
இறக்க விழையு மெண்ணத்தை
இனிதே மறந்து நின்றிருந்தார்

இராமா யணத்தில் மாயமானும்
இனிதே சான கிதன்னையும்
விரும்பச் செய்து நின்றதேபோல்
வனிதை சார தையையும்
இராதா ராணி தரித்திரியில் (160)
இருத்தி வைத்தார் பல்லாண்டு
இராதா ராணி நினைப்பாக
இருந்து நின்றார் சதாகாலம்

இரவும் பகலு மெப்போதும்
இராதா ராணி நினைப்பாக
இருந்து வந்த அன்னையை
இனிதே கண்டு பலவடியார்
பெருமை யிதுவோ நல்லழகோ (161)
பற்றுக் கொண்டு நிற்பதுவும்
தரணி தன்னில் நன்மையும்
தருமோ யென்று கேட்டனரே

பற்றுக் கொள்ளல் சிறப்பாமோ
பகர்வீ ரென்று பலர்வினவ
பற்று விடுத்தல் மிகவரிதாம்
பற்றற் றானின் பற்றையும்
பற்றி நிற்கப் பற்றையும் (162)
பெரிதாய் விட்டு நின்றிடலாம்
பற்று மிகவும் சுலபமாகப்
பற்றி நிற்கும் பெண்களையும்

பற்று இராதை யிடம்யானும்
பெரிதாய் கொண்ட தாயுரைப்பீர்
பற்றி தையும் யானொழிக்கப்
பொறையி லுயிருந் தரிக்காதாம்
உற்றா னிட்ட செயல்பலவும் (163)
உலகில் புரிய அவரெனக்கு
பற்று இராதை யிடம்வைத்துப்
புவியி லென்னைப் பிணைத்துள்ளார்

இராதை யிடமும் யான்கொண்ட
இறவா பற்று மொழிந்திருக்க
சரீர மிதுவே வெகுவிரைவில்
சகத்தி லழிந்து பட்டிடுமாம்
வரனும் வழங்கி நின்றிருக்கும் (164)
விதவி தமான செயல்பலவும்
கருத்தாய் முடிக்க இராதையைக்
கொடுத்துப் பாசம் பொழிந்திடென்றார்

முரண்டு பிடிக்கும் இராதையும்
மனந லமில்லா கொழுந்தியுமே
சிரமம் பலவுந் தந்துநிற்க
சலியா திருந்தார் அன்னையும்
பொருளும் பெறவே சோதரரும் (165)
பெருத்தத் தொல்லை தந்திருந்தும்
உரையா திருந்து பொறுத்திருந்தார்
உயர்கு ணத்துத் தத்தையும்

சகல ருக்கு மிளையவராம்
சோத ரனாகும் அபயனுமே
சகத்தை விட்டி றந்துபட
சோத ரன்தன் குடும்பத்தை
மகிழ்ந்து காவா திருந்துநின்று (166)
மற்றுச் சுயந லவாதிகளாய்
திகழ்ந்து மற்றச் சோதரரும்
தரணி வாழும் பிணங்களானர்

விதவைக் கொழுந்தி சிசுவோடு
விவர மறியா நிலைதன்னில்
சித்தம் பிறழக் கண்டுநின்றும்
சிறிது மிரக்கங் காட்டாமல்
உதவி புரிய முனையாத (167)
உடன்பி றந்த மூடரையும்
பதைத்துக் கண்டு சாரதையும்
பொறுப்பேற் றுநின்றார் காத்திடவும்

அடியார் சிலரும் அன்னைக்கு
அளித்து நிற்ப ரியன்றபொருள்
கிடைக்கு மிந்தக் காணிக்கை
கொண்டு மகிழ்ந்து சாரதையும்
உடையு முணவுங் கொழுந்திக்கும் (168)
ஒன்று மறியா பாலகிக்கும்
கொடுத்து மகிழும் அன்னையைக்
கண்டு கொதிப்பர் சோதரரும்

கிடைக்கும் தனத்தை அபயன்தன்
குடும்பத் திற்கு சாரதையும்
தொடர்ந்து வாரி வழங்குவதாய்
தேர்ந்து நின்ற அறிவிலியாம்
உடன்பி றந்த சோதரரும் (169)
ஒற்று மையாய் அன்னையை
அடைந்து பொருளு மளவின்றி
அளிக்கக் கேட்டு வருத்தினரே

கிடைக்குந் தனத்தி லொருபகுதி
கொடுத்து நின்றார் சோதரர்க்கு
அடைந்து நின்ற தனத்தாலும்
அடைந்த னரில்லை மனநிறைவு
கொடுக்கக் கொடுக்கப் பேராசை (170)
கொண்டு நின்ற சோதரரும்
விடாது தொடர்ந்து பணங்கேட்டு
வருத்தி நிற்பர் சோதரியை

இராதை மற்றும் சுரபாலா
இருந்த மர்ந்து நல்லுணவு
கரும மெதுவும் புரியாது
களித்துத் தின்ன அன்னையும்
விரும்பி உதவி செய்வதேபோல் (171)
வெறுமே தாங்க ளிருந்திடவும்
கருத்தாய் தத்தை உதவிடவே
கேட்டு வருத்தி நின்றனரே

வெள்ளி முளைத்து நின்றிடவும்
வந்து நின்று சாரதைமுன்
அளவி லாத செலவுகளை
அவர்முன் பட்டி யலிட்டிருந்து
களைத்து வாடுந் தங்களுக்கு (172)
கொடுக்கத் தனமுங் கேட்டிருந்து
சள்ளை செய்து தொல்லைகள்
செய்தி ருப்பர் சோதரரும்

அடியார் பலரும் வந்திருக்க
அசட்டை செய்து சோதரரும்
நடித்து நிற்பர் நாடகமும்
நிதமு மிதுவே செய்திருக்க
அடியார் சிலருந் தங்களுக்குள் (173)
அதீத நடிப்பை மிகவெறுத்து
வெட்கங் கெட்டோ ரெனவைது
வெறுப்பர் அன்னை சோதரரை

ஒருநா ளொருவர் அன்னைக்கு
உரைத்து நின்றா ரிவ்வாறு
இராதை தன்னை அவரன்னை
இருக்கும் நிலையி லொருபோதும்
பராம ரிக்கப் பணஞ்சேர்க்கப் (174)
பாரி லியலா தாகையால்
கருணை கொண்டு நீவிருமே
காத்து நிற்ற லவசியமாம்

பணமுங் கேட்ட லைகின்ற
பணப்பே யாகும் சோதரரும்
தணல்போல் சூழ்ந்து வருத்திநின்றுத்
தொல்லை விடாது தந்திருக்க
வணங்கத் தக்க மடத்தினரை (175)
வழங்கக் கூற மகிழ்ந்தவரும்
கணிச மாகப் பொருளுதவி
கடுகச் செய்து நின்றிடுவர்

பின்னு மிங்கு வந்துநிற்கும்
பணம்ப டைத்தத் தனிகரிடம்
கனிந்து கேட்டு நின்றிருக்க
களித்து மகிழ்ந்துப் பொருளுதவி
தனவான் பலரும் செய்திடுவர் (176)
தாயே இதனைச் செய்வதிலும்
இனிதே தொல்லை யேதுமிலை
இதுவே மிகவு மெளிதாகும்

இவ்வி ரண்டு வழிகளுமே
ஏற்ற மில்லை யெனக்கருதின்
உவந்து நீவிர் கணவரிடம்
உரைத்து நிற்கத் தக்கணமே
புவியில் வாழும் நாள்வரைக்கும் (177)
பற்றாக் குறையு மில்லாது
தவப்பு தல்வர் தந்திடுவார்
தாயே செய்வீ ரென்றுரைத்தார்

கொடுக்கக் கொடுக்கக் குறையாது
கொடுத்து நிற்க வேண்டுதுமே
கொடுத்த தெல்லாங் குறைவென்று
குமுறிக் குதறி நின்றிடுவர்
அடுத்துக் காம தேனுவையும் (178)
அளித்து நிற்கப் பின்புமிவர்
குடும்பத் திற்குத் தனித்தனியே
காம தேனு கேட்டுநிற்பர்

தனித்த னியாகக் காமதேனு
தந்தி ருந்தும் மனம்மகிழார்
தனக்கு மட்டும் காமதேனு
தந்து நிற்க வேண்டுமென்றும்
பின்னும் மற்ற காமதேனு (179)
பால ளிக்கும் பசுவாக
கனிந்து மாற வேண்டுமென்று
கொதித்துச் சண்டை யிட்டுநிற்பர்

மண்ணும் பொன்னுங் கொடுத்திருக்க
மற்றி துபோதா தென்றுரைத்து
தணலாய் கனன்று கொதித்துநிற்பர்
தரணி மாந்தர் சிறப்பியல்பாம்
குணமு மில்லா மாந்தருமே (180)
குறையைத் தவிர வேறெதையும்
கண்டு நிற்கார் காலமெல்லாம்
கிடைக்கா தெவர்க்கும் மனநிறைவு

மனித ரியல்பு கிடக்கையில்
மற்றி துவாக இருந்திருக்க
பின்னன் பலரு மிவ்வியல்பைப்
பின்பற் றிநின்று வாழ்வதையும்
அனேக முறைகள் கண்டுநின்று (181)
அடைந்து நின்றேன் பெரும்வருத்தம்
பின்னு மிவரே உடன்பிறந்தார்
பழித்துப் பேசல் தவறாகும்

நிதமு மிவரும் பணங்கேட்டு
நச்சுப் பிச்சு செய்திருக்க
அதீத அளவில் கொடுத்துநின்றும்
ஆசை மோக மடங்கினாரில்
பத்தி ஞானங் கேட்பாரில் (182)
பிறப்பி றப்ப ழித்துநின்று
முத்தி நெறியும் விழைந்தாரில்
மற்றுப் பின்ன னிவரெல்லாம்

என்னைக் கண்டு நின்றதுமே
இனிதே கேட்பர் பணமொன்றே
கனிந்து பேசும் மொழியேதும்
கற்று நின்ற துமில்லையாம்
இன்னும் வேண்டும் எல்லாமும் (183)
எனக்கு மட்டும் வேண்டுதுமே
நன்றே தருவாய் அதையுமின்றே
நிறையத் தரவுங் கேட்டுநிற்பர்

ஒருவன் வந்து பணங்கேட்டு
உபத்தி ரவமுஞ் செய்ததன்பின்
கிருகம் நீங்கிச் செல்வதையும்
கண்டு நின்று வேறொருவன்
விரைந்து சென்று மறித்துநின்று (184)
வாங்கி வந்த தென்னவென்று
உரைக்கக் கேட்டு வற்புறுத்தி
உபத்தி ரவமுஞ் செய்திடுவான்

இரண்டா மவனு மென்னிடமும்
ஏகி வந்து முன்புவந்த
அருமைச் சோத ரனுக்குயானும்
அளித்த தென்ன வெனக்கேட்டு
உரைக்கா தவரைத் தொந்தரவு (185)
உவந்து செய்து நின்றிருந்து
பொருளுங் கரவாய் தந்திடவும்
பகர்ந்து பலவும் புகன்றிருப்பான்

கொடுக்கக் குறைவென் றுரைத்திடுவர்
கொடுக்க மறுக்க குறைசொல்வர்
எடுத்துச் செல்வர் பொருட்களையும்
எதிரே கண்ணில் தென்படவும்
சுடுசொ லுரைக்கத் தயங்காத (186)
சொந்த மிவரே தம்பிகளாம்
உடன்பி றந்தா ரிவராலும்
உள்ளம் நொந்து நலிந்துள்ளேன்

நிதமும் வந்து பணங்கேட்டு
நின்றி ருப்ப ரனைவருமே
பொதுவா யெவரு மென்னிடமும்
பரிவாய் பேசி நிற்காரே
இதமா யொருவன் நலமறிய (187)
இரண்டு வார்த்தைப் பேசிடவும்
அதைக்கண் டீடு பாட்டையும்
அறையக் கேட்பர் மற்றவரும்

உடன்பி றந்தா ரனைவருமே
உலக வாழ்வி லீடுபட்டு
குடும்ப பார மேற்றுநின்று
கடின உழைப்புப் புரியவேண்டும்
குடும்பச் சுமையை மற்றவர்க்குக் (188)
கொடுத்து நிற்றல் கொடுஞ்செயலாம்
கடன்ப டாத விதவைக்குக்
கொடுத்தல் சுமையுந் தீயதென்பார்

உடன்பி றந்த தம்பிகளின்
உத்த மநல்ல குணங்களையும்
மடவாள் கண்டு பிறரிடமே
மொழிந்து நிற்பார் மிகமகிழ்ந்து
குடும்பத் தொல்லை காரணமாய் (189)
கூறி நின்ற னரென்றவரும்
விடாது தமது சோதரரை
விட்டுக் கொடுக்கா ரொருபோதும்

அருகி லிருந்து சாரதையின்
அவத்தை தன்னைக் கண்டவரும்
தரணி தன்னில் சகலருக்கும்
தெரியப் படுத்தி நின்றிருக்க
சிரமம் பொறுக்கா திருந்துநின்று (190)
சார தையும் சிலசமயம்
உரைத்து நிற்பார் மனநிலையை
உள்ளம் வருந்தி அடியார்க்கு

மடத்தில் அன்னை வேலையாய்
மற்றுச் சென்றார் கோல்காதா
அடுத்து வேலை முடிந்தபின்னும்
அங்குச் சிலநாள் தங்கிநின்று
கடித மெழுதித் தம்வரவைக் (191)
கூறி யிருந்துத் தம்பியையும்
கடமை யாக வோரிடத்தில்
காத்தி ருக்கக் கேட்டிருந்தார்

தனியே மாலை நேரத்தில்
சேரு வதாகத் தெரிவித்து
அனைவ ருள்ளு மொருவருமே
ஆமோ தரோடைக் கரையருகில்
இனிதே காத்து நின்றிருக்க (192)
எழுதி யிருந்தெ வருமங்கு
தனியே துணையும் வேண்டிநிற்கும்
தமக்கைக் குதவ வந்தாரில்

பின்னர் அன்னை மனைவரவும்
பிரசன் னனென்னும் சோதரனும்
அன்னை மனையும் வந்துநிற்க
ஆற்றங் கரைக்கு வாராது
நின்ற தேனென் றுகேட்டிடவும் (193)
நொய்யச் சொல்லும் காளியென்பான்
அனேக முரைப்பா னென்றஞ்சி
அடையா திருந்த தாயுரைத்தார்

உடன்பி றந்த காளியுமே
உக்கி ரமாகச் சினங்கொண்டு
அடாத வார்த்தை கூறுமென்றும்
அவனை யெதிர்த்துச் செயல்புரிய
திடமு மில்லை யெனக்கூறித் (194)
தெண்ட னிட்டெ ழுந்திருந்து
கடன்பட் டுள்ளேன் தமக்கையே
காப்பு வேண்டு மென்றழுதார்

எனக்கென் றிருக்கும் பிறவிகளில்
எனக்குக் காப்ப ளித்துநிற்கப்
பின்ன னாக யானுனக்குப்
பிறந்தி டவேண்டு மெனவரமும்
அன்னைத் தானத் திருக்கின்ற (195)
அக்க னளிப்பா யெனவேண்டி
கனிந்து பிரசன் னனென்பாரும்
காலில் வீழ்ந்து பணிந்தெழுந்தார்

மறுப டியானு மிம்மனையில்
மீண்டும் பிறப்பு யாசிக்கேன்
பிறப்பெ னவொன்றெ னக்கிருக்கின்
பிறக்க விழையே னிம்மனையில்
பிறந்து நின்று பெற்றதெல்லாம் (196)
போது மிந்த யுகம்வரைக்கும்
இறைவ னென்று முன்னாசை
இரங்கி யளிக்கா னறியென்றார்

இராம னுரைத்து நின்றதாக
இனிய கதையு மொன்றுண்டாம்
அரிய தவமும் புரிந்திருக்க
அன்னை யாகும் கோசலைக்கு
இராம னாகப் பிறந்துழன்றேன் (197)
இனியு மவர்க்குப் பிறப்பொன்று
இருக்கின் தவமும் புரியாது
இருக்க வேண்டும் தாயுமென்றார்

என்று ரைத்த அக்கனிடம்
இன்னும் புகல்வா ரவர்பின்னன்
கனவில் தோன்றி அடியவர்க்குக்
காப்ப ளித்து நின்றதாக
அனேக மக்க ளுரைத்திருக்க (198)
அணைத்துக் கொஞ்சி வளர்த்துநின்ற
என்போல் தீன சோதரரை
எந்நாள் காப்பீ ரெனக்கேட்டார்

முன்பின் தெரியா மக்களுக்கு
மகிழ்ந்து நீவி ருறுதிமொழி
அனேக முரைத்த தறிவேனே
அன்னை விடவும் பாசத்தைத்
தினமும் தந்து வளர்த்ததாயே (199)
சொல்ல வேண்டு முய்யவழி
என்று பிரசன் னனென்பாரும்
இறைஞ்சிக் கேட்டு நின்றிருந்தார்

இறைவன் சங்கற் பப்படியே
இனிதே எல்லாம் நிகழ்ந்திடுமாம்
குறையும் நிறையு மவரவர்தம்
கரும வினையைப் பொருத்திருக்கும்
சிறுவர் பலருங் கண்ணனுடன் (200)
சேர்ந்து கிரீடை புரிந்திருந்தும்
அறிந்த வரில்லை அவனையும்
அறிவா யென்றார் தத்தையும்

ஒருதாய் வயிற்று மக்களாக
உதித்து நின்றோம் நும்முடனும்
தரும மற்றச் செயல்புரிந்து
தனமுந் தண்டிப் பெற்றிருந்தும்
கிருகம் குடும்ப மென்றிருக்கும் (201)
கீழ்மைக் குணத்தா ரெங்களுக்கும்
அரிய முத்தி கிடைத்திடுமோ
அறைவீ ரென்று வினவிநின்றார்

பிரசன் னனென்னும் சோதரனும்
பலவு மிதுபோல் புகன்றழவும்
பெரிது முணர்ச்சி வசப்பட்டு
பரிவோ டவரை நோக்கிநின்று
கருணை பொங்க அன்னையும் (202)
காப்ப ளித்துக் கூறிடுவார்
ஒருதா யுதரந் தனிலுத்த
உண்மை போது மென்றுரைத்தார்

இராமச் சந்தி ரரென்பாரின்
இல்லந் தன்னி லவதரித்து
சிரமம் பலவுந் தாங்கிநின்று
சலியா திருந்து சகலருக்கும்
புரிந்து நின்ற நற்செயலால் (203)
பிறந்த கத்து மனையோரும்
கருமத் தளைகள் நீங்கிநின்று
கிடைக்கப் பெறுவர் வீடுபேறு

அன்னை யுடனும் பிறந்திருக்க
அன்பில் பின்ன னெல்லோரும்
இனிதே முத்தி பெற்றிடுவர்
இதற்கென் றவரும் நற்செயல்கள்
தனியே புரியத் தேவையில் (204)
தொல்லை கொடுக்கும் பாத்திரத்தை
அன்னை காளி யளித்திருக்க
ஆணை யேற்று நடித்தனரே

தனதம் சமாகும் அன்னைக்குத்
தொல்லை கொடுக்க வேண்டுமென்றும்
அனேக தொல்லை களுக்கிடையும்
அமைதி வாழ்வி யலுமென்றும்
இனிதே யிதையு முணர்ந்துநின்று (205)
இறைவி யளிக்கு மனைத்தையும்
கனிந்தேற் றுநிற்க வேண்டுமென்றும்
கூற விழைந்தா ளம்பிகையும்

இறைவி யளித்த பாத்திரத்தை
இனிதே யேற்று மிகச்சிறப்பாய்
பொறையில் நடித்த சோதரரும்
பெற்று நிற்பர் வீடுபேறு
சிறிது மிதனி லையுறவு (206)
சற்றுங் கொள்ளத் தேவையில்
திறமை யாக நடித்திருந்த
சோத ரரெல்லாம் மாபுருடர்

செயராம் பாடி மனைதன்னில்
சார தையு மிருந்துவந்தார்
வயது முதிர்ந்த சியாமாவால்
வீட்டு வேலை முன்புபோலச்
செய்ய இயலா திருந்ததுவே (207)
சிறிதுந் திறமை யில்லாத
வயது குறைந்த கொழுந்திகளும்
விரைந்து கருமம் புரியாரே

குடும்பம் பெரிதா யிருந்திருக்கக்
கடின உழைப்புத் தனியளாக
விடாது புரிந்து வந்திருப்பார்
வனிதை சார தாமணியும்
கடவு ளருளால் செந்நெல்லும் (208)
கழனி தன்னில் விளைந்திருக்க
அடுத்துக் கோட்டை அடுப்புகளில்
அன்னை நெல்லைப் புழுக்கவைத்தார்

பரப்பிக் காய வைத்திருந்து
புழுக்க வைத்த நெல்லையும்
உரலில் குற்றிப் புடைத்ததன்பின்
உண்ணத் தக்க தாய்மாற்றி
பெரிய பாத்தி ரங்களிலும் (209)
பாது காப்பாய் வைத்திருந்து
நிரம்ப வுழைத்து நின்றிருப்பார்
நேரம் போவ தறியாமல்

அடுக்க ளையில் சமையலுமே
அன்னை சுவையாய் சமைத்திடுவார்
குடிக்க ஏரி தனிலிருந்து
கொண்டு வருவார் தண்ணீரும்
அடுத்து சமையற் பாத்திரங்கள் (210)
அழகாய் தேய்த்த லம்பிநிற்பார்
எடுத்து நிற்கா ரோய்வெதுவும்
எறும்பு போல உழைத்திருப்பார்

காலை தொடங்கி இரவுவரைக்
கருத்தாய் கருமம் புரிந்திருக்க
வேலை நடுவி லோய்வெதுவும்
விரும்பா துழைத்து நின்றிருக்க
கால்கள் யானைக் கால்போலும் (211)
கறுத்துப் பெருத்து வீங்கிடவும்
மேலு முழைத்தல் தவிர்த்திடவே
மன்னி னூருஞ் சென்றடைந்தார்

செய்ய வேண்டுஞ் செயலொழித்து
சிறிது கால மோய்வெடுக்க
செயராம் பாடி விட்டகன்று
சென்றார் காமார் புகூருக்கு
இயைந்து நில்லா இறைவனுமே (212)
இரக்கங் காட்டி நின்றானில்
வயிற்றுக் கடுப்பு நோயளிக்க
விழுந்து நின்றார் படுக்கையில்

பரிந்தோ டிவந்து சாரதைக்கு
பணிப்பெ ணாகும் சாகரம்மாள்
புரிந்து நின்றார் சேவைகள்
பகலு மிரவு மருகிருந்து
நரக லள்ளித் துணிமணிகள் (213)
நன்கு தோய்த்தி யுலர்த்திநின்று
சரீரந் துடைத்து சமைத்துநின்று
சேவை பலவும் புரிந்துநின்றார்

சுத்தா சுத்தங் காணாது
சேவை சிறப்பா யருகிருந்து
நிதமும் புரிந்து வருகின்ற
நாரி யுனக்குக் கடன்பட்டேன்
சுதைக்குத் தாயுஞ் செய்வதேபோல் (214)
சேவை யெனக்குப் புரிந்துநின்றாய்
இதையே மறக்கே னெனநெகிழ்ந்து
இயம்பி நின்றார் அன்னையும்

அன்னை சொல்லுங் கேட்டுநின்று
அறைந்து நிற்பார் சாகரம்மாள்
மனையில் முன்னங் குடும்பத்தார்
மற்றுச் சோறு கொள்வதற்கு
தனமு மின்றித் தொழிலுமின்றி (215)
தினமும் வாடி நிற்கையில்
அன்னை நீவிர் பணியிலென்னை
அமர்த்திக் காத்துச் சோறளித்தீர்

உண்ணச் சோறு கொடுத்துநின்ற
உத்த மராகும் அன்னையே
மண்ணி லுயிரு முள்ளவரை
மகிழ்ந்து சேவை செய்துநிற்பேன்
பணிவி டைகள் செய்வதிலும் (216)
பெரிதும் மகிழ்ந்தி ருப்பதாலும்
சுணங்கி நிற்கே னொருநாளும்
சேவை செய்வேன் தொடர்ந்தென்றார்

வயிற்றுக் கடுப்பு நோய்கண்டு
வாடி யுள்ளா ரென்றறிந்து
பயிற்சி பெற்ற மருத்துவரும்
பலரி ருக்கும் கோல்காதா
இயைந்து வரவே வேண்டுமென (217)
இருவர் யதிகள் மடத்திருந்து
நயந்த ஷைக்கச் சிரமத்தை
நன்கு ணர்ந்து மறுத்துநின்றார்

செய்து நின்ற சேவையால்
சிந்தை குளிர்ந்த அன்னையும்
வயிற்றுக் குணவும் வத்திரமும்
வேண்டி யமட்டுங் கிடைக்குமென்றும்
தயக்க மின்றித் தேவைகள் (218)
தெரிவித் திருக்க உதவிகளும்
செய்வ தாகத் தெரிவித்து
செயராம் பாடி திரும்பிநின்றார்

அன்னை யினாசி களில்மகிழ்ந்து
அனேக ருக்குப் பின்னாளில்
இனிதே யுரைப்பார் சாகரம்மாள்
இன்சொ லோடு நல்லாசி
அன்னை யளித்து நின்றதன்பின் (219)
அபரி மிதமாய் வேண்டுவன
நன்கு கிடைத்து வருவதாக
நவின்று மகிழ்வார் சாகரம்மாள்

பிறந்த கத்தில் அன்னையும்
பலவும் பணிகள் மேற்கொள்ள
நிறையப் பொறுப்பு பெருகியதே
நீல மாத வரென்பாரும்
பெற்ற தந்தைப் பின்னவராம் (220)
பணிகள் புரிந்து முதுமையில்
பிறந்த வூரும் வந்துசேர்ந்து
பரமன் நினைப்பா யிருந்துவந்தார்

அடியார் பலருங் கொண்டுவரும்
அரிய கனிக ளனைத்தையும்
எடுத்துத் தமது தந்தையின்
இனிய தம்பிக் களித்துநிற்க
எடுத்து வந்த அடியவரும் (221)
இதனைக் கண்டு மனம்வருந்த
அடியா ருக்கு சாரதையும்
அன்போ டுரைப்பா ரிவ்வாறு

முதிய வராவார் மேலுமவர்
மற்றுச் சிறிய தந்தையாம்
வதுவை புரியா திருந்தவரும்
வாணாள் முழுது முழைத்துநின்றார்
சதியு மில்லா திருந்திருக்க (222)
சார்வாய் யென்னைக் கருதிநிற்கும்
மதிப்பிற் குரிய யிவர்க்களித்து
மகிழ்வேன் யானு மென்றுரைத்தார்

இராதை நலத்தை முன்னிறுத்தி
இனிதே செயராம் பாடிதனில்
இருந்து வசிக்கும் அன்னையை
எண்ணி நின்று யதிகளுமே
பிரிவைப் பொறுக்கா திருந்துநின்று (223)
பெரிதும் வருந்தி அன்னையை
வருகை புரியக் கடிதங்கள்
விடாது தொடர்ந்த னுப்பினரே

ஒருத்தி இராதை நலங்கருதி
ஒட்டு மொத்த யதிகளையும்
பிரிந்து நின்று தாசீனம்
புரித லழகோ பெருமையோ
விரைந்து நீவி ரனைவருடன் (224)
வருகை புரிய அனைவருக்கும்
இருக்க இடமும் நல்லுணவும்
இனிதே யளிப்போ மென்றனரே

பரிச னத்தோ டிங்குவரப்
பெரிதுங் களித்து வேண்டுவன
விரைந்து வழங்கி மகிழ்ந்திடுவோம்
வரவுந் தொந்தர வாகாது
நிரந்தி மாகத் தங்கிடவும் (225)
நீவிர் விரும்ப விலையென்றால்
வருகை அடிக்க டிசெய்துநிற்க
வேண்டி நின்றோ மென்றனரே

பிள்ளை களாசை யேற்றுநின்று
பரிச னத்தோ டுகோல்காதா
களித்துச் செல்வார் அன்னையும்
கூடச் சென்ற சுரபாலா
விளைவித் திடுவா ரங்குபல (226)
வினோத செயல்க ளடிக்கடியே
களைத்து நின்ற அன்னையும்
கடுஞ்சொ லெதுவுங் கூறாரே

இரவு நேரம் சுரபாலா
இனிதே யுறங்கி நிற்காரே
இரைந்து கூச்ச லிட்டிருந்து
இழைத்து நிற்பார் பெருங்கொடுமை
ஒருநா ளிரவு சமையலறை (227)
உவந்துச் சென்றார் நீரருந்த
உரக்கக் கூச்சல் செய்ததன்பின்
உள்ளே மயங்கிக் கிடந்திருந்தார்

பெருத்த கூச்சல் கேட்டுநின்று
பதைத்துப் பலரு மெழுந்திருந்து
சுரபா லாவு மடுக்களையில்
சுயநி னைவு மிழந்திருக்க
வருந்தி முகத்தில் நீர்தெளிக்க (228)
வரப்பெற் றிருந்தார் சுயநினைவும்
திருடன் தன்னைக் கண்டுநின்று
திடுக்கிட் டதாகக் கண்டனரே

இதன்பின் பலநாள் சுரபாலா
இரவு நேரந் தனிலெழுந்து
கதவு தாழ்ப்பா ளிட்டிருந்தும்
கார ணமின்றி பயங்கொண்டு
கத்தி நிற்பார் திருடனையுங் (229)
கண்டு நின்ற தாயுரைத்து
நிதவ ழக்க மிதுவாக
நொந்த னரங்கி ருந்தவரும்

பச்சைக் குழந்தை இராதையைப்
பரிவோ டன்பாய் பாதுகாக்க
குசும குமாரி யென்பவரைக்
கிராமந் தன்னில் வைத்திருக்க
இசைந்து நின்று காத்ததேபோல் (230)
இச்ச மயத்தும் இராதையை
பிச்சி யுடனு மூருக்குப்
பிரியா விடையோ டனுப்பிவைப்போம்

கருத்தாய் சுரபா லாவையும்
குழந்தை இராதை தன்னையும்
கிராமத் திற்க னுப்பிநின்று
கொடுத்து நிற்போம் பணவுதவி
வருத்தி நிற்குந் தொல்லையும் (231)
விட்டொ ழிந்து விடுமென்று
உரைத்து நின்ற யோகின்மா
உரையைப் பலரு மொப்பினரே

திட்ட மிதையு மன்பாகத்
தெரிவித் திருக்க அன்னையும்
கொடுத்தா ரில்லை சம்மதமும்
குழந்தை தன்னைப் பிரிந்திடவும்
முடியா தென்ற றிந்துநின்று (232)
மணாளன் முடிவை அறிந்திடவும்
முடிவெ டுத்துத் தியானத்தில்
மூழ்கி யிருந்தார் சிறிதுநேரம்

தியானம் முடித்து சாரதையும்
தெரிவித் திடுவார் தம்முடிவை
அயர்ச்சி தந்து மனம்வாட
அனேக தொல்லை யிவரளிக்க
மயங்கி நிற்பர் மற்றெவரும் (233)
மணாள னிவரை யெனக்களிக்கத்
தயங்கா திவரின் பொறுப்பேற்றுத்
தாங்கிக் காப்பே னென்றுரைத்தார்

அன்னை முடிவை அங்கிருந்தோர்
ஆத ரித்து நின்றிருக்க
பின்ன ரெவரு மிதுபற்றிப்
பேசா திருந்து நின்றனரே
முன்னை விடவும் சுரபாலா (234)
மிகவும் வாட்டி வதைத்திருக்க
இனிய குணத்து சாரதையும்
இழந்து நின்றார் பொறுமையும்

பொறுமை யிழந்து சாரதையும்
புறப்பட் டடைந்தார் தமதூரே
வெறிபி டித்த சுரபாலா
வந்தார் அன்னை யோடுடனும்
கறுக்கல் தொடங்கி இரவுவரைக் (235)
குழந்தை மற்றுங் கொழுந்தியுடன்
சிறிது மோய்வெ டுத்திடாது
சிரமப் பட்டி ருந்தாரே

அடுத்துத் தொடர்ந்த யிரண்டாண்டு
அனேக தொல்லை அனுபவித்துப்
படாத பாடு சாரதையும்
பட்டு நின்றார் பிச்சியினால்
அடம்பி டிக்கும் இராதையும் (236)
அளித்து நின்றார் தொல்லைகள்
திடமாய் சகலத் தொல்லையும்
தாங்கி நின்றார் அன்னையும்

பித்தங் கொண்டி ருந்திடினும்
பணத்தின் மீது பேராசை
அதிகங் கொண்ட சுரபாலா
அனேக தொல்லை யளித்துநின்றார்
பத்தர் பலரும் அன்னைக்குப் (237)
பணமும் பொருளுங் கொடுத்திருக்க
மொத்த மாக அத்தனையும்
மற்றுத் தனக்குச் சேர்ந்ததென்பார்

அடியார் செலுத்துங் காணிக்கை
அனைத்துந் தனக்கு ரியதாக
முடிவு செய்து சுரபாலா
மோச மாகச் செயல்படுவார்
சுடுசொல் கூறி அன்னையின் (238)
சொந்த பந்த மனைத்தையும்
நடுந டுங்கச் செய்திருந்து
நெருங்க விடாது தடுத்திடுவார்

தனது மாமி ஓரகத்தி
தனது கொழுந்த னவர்மக்கள்
அன்னை யிடமும் வந்துநிற்க
அதுகண் டெதிர்த்துப் பலர்முன்னும்
கனன்று நின்று நாத்தியிடம் (239)
கனவே கத்தி லுறுமிடுவார்
தனமோ பொருளோ கொடுத்துநிற்க
தழல்போ லெரிப்பே னென்றுரைப்பார்

எனக்கும் மற்றும் இராதைக்கும்
இனிதே சேர வேண்டியதைக்
கனிவுங் கருணை சிறிதுமின்றிக்
கொள்ளை யடித்துக் கவர்ந்துபோக
மனைக்கு வந்த னரிவரென்று (240)
மொழிந்தி ருப்பா ரடியார்க்கு
கனல்போல் தெறிக்குஞ் சொல்கேட்டு
கண்ணீர் பொழிவார் அன்னையும்

சுடுசொல் கேட்ட திர்ந்துநின்று
செய்வ தறியா பத்தருமே
இடம்பெ யர்ந்து நிலைகண்டு
இரங்கி யொதுங்கி நின்றிருப்பர்
மடவா ளிடமுஞ் சிறிதிரக்கம் (241)
மற்றுக் கொள்ள வேண்டுமென்று
கடவு ளிடமும் விண்ணப்பம்
கொடுத்தி ருப்பர் பத்தருமே

இன்சொல் விடுத்து சுரபாலா
இராதை யிடமுங் கூறிநிற்பார்
துன்ம திகொண்ட வளுனத்தைத்
தூர விலகி யிருந்திடுவாய்
இனிய குணமு மில்லாத (242)
இரக்க மற்ற அரக்கியாவாள்
தனமுங் கொழுந்தன் மக்களுக்குத்
தருவா ளென்று ரைத்திருப்பார்

குழந்தை மனதில் விடத்தையும்
களித்துப் புகட்டி நின்றிருந்தும்
மழலை பேசுங் குழந்தையும்
மகிழ்ந்து நின்று சாரதையை
அழகாய் அம்மா வென்றழைத்து (243)
அணைத்துப் பாசங் காட்டிநின்று
கழுத்தைக் கட்டி முத்தங்கள்
கொடுத்து மகிழ்ந்து நின்றிருக்கும்

உடனி கழ்வா னிறந்துபட
உலக வழக்கை அனுசரித்து
மொட்டை யடித்துக் கூந்தலையும்
மழித்தி ருந்தார் சுரபாலா
விடமம் நிறைந்த இராதையும் (244)
வழுக்கைத் தலையின் தாயென்று
அடாது கூறி அழைத்திருக்க
அன்னை கேட்டுக் கதறிநிற்பார்

அன்னை தடுத்து இராதையை
அவ்வா றழைத்தல் தவறென்று
முனிந்து கூறி நின்றிருந்தும்
மற்று விடாது இராதையும்
தன்னைப் பெற்ற தாய்தன்னைத் (245)
தகாத சொல்லுஞ் சொல்லிநிற்க
மனமும் வருந்தி அன்னையும்
மற்றங் கிருந்து நகர்ந்திடுவார்

அன்னை செயராம் பாடிதனில்
அவத்தைப் பட்டு நின்றிருக்க
சனாத னத்தைத் தரணிதன்னில்
சிறக்கப் பரப்பி நிலைநிறுத்தி
அனேக தாப னங்களையும் (246)
அமைத்த விவேகா னந்தருமே
இனிதே பணியும் முடிந்ததென்று
இறைவி தன்னைச் சேர்ந்தடைந்தார்

நாற்ப தாண்டு களாகும்முன்
நாடு கடந்து வெளியுலகில்
ஏற்றம் மிகுந்த சனாதனத்தின்
ஈடி ணையே துமில்லாத
போற்றத் தக்க கோட்பாடு (247)
பலவும் விளக்கி யமாத்துறவி
வீறு பெற்றுப் பணிமுடித்து
வாக்கி யையோ டொன்றானார்

வரனின் பணியும் முடிந்ததுமே
விமலை யோடு சேர்ந்துநின்றார்
நரேந்தி ரநாதன் பணிமுடித்து
நாரி யோடு சேர்ந்துநின்றார்
வரனும் மகனும் பணிமுடித்து (248)
வரதை தன்னைச் சேர்ந்தனரே
இருந்தும் அன்னை பணியின்னும்
இனிதே தொடர்ந்தி ருந்ததுவே

விரதி யொருவர் பற்றிசில
விவர முரைக்க இச்சையாம்
அருமைத் தம்பி அபயனுமே
அகால மரண மடைந்ததன்பின்
விரும்பித் தமதூர் சென்றிடவும் (249)
விழைந்து நின்றார் அன்னையும்
எருது பூட்டி யமாட்டுவண்டி
ஏறி யமர்ந்து புறப்பட்டார்

அன்னை யிருக்கும் வண்டிதனில்
அமர்ந்து செல்வ துதவறென்று
நினைத்துத் துணையா யுடன்வந்த
நீத்தா ரொருவர் தடிகொண்டு
முன்னே விரைவாய் சென்றிருக்க (250)
மற்று வண்டிப் பின்தொடர்ந்து
சென்றி ருக்க இரவுவர
சார தையு முறங்கலானார்

வழியில் சாலை ஓரிடத்தில்
வெகுவாய் பிளவு பட்டிருக்க
பழுது பட்ட இடந்தன்னில்
பாத சாரி யாய்செல்லல்
வழுவில் செயலாம் மேலுமது (251)
வலியுங் கொடுக்கா தெனவோட்டி
மொழிந்து நின்றார் யதியிடமும்
மற்ற துகேட்டு யதிமொழிவார்

இதுபோல் அன்னை அசதியாக
இருந்து றங்கி யதில்லையாம்
நிதவ ழக்கம் விடுத்தன்னை
நித்தி ரையுஞ் செய்திருக்க
அதம மாக யெழுப்புவதை (252)
ஆத ரிக்கே னொருபோதும்
உத்த மமான வழியொன்று
உரைப்பே னதுபோல் செயல்படுவீர்

பள்ளந் தன்னை நிரப்பிநிற்கப்
படுத்தி ருப்பே னதன்மேலும்
எள்ள ளவேனும் பயமின்றி
என்மேல் வண்டி செலுத்திநிற்பீர்
விளையா தெனக்கு விபரீதம் (253)
விரதி யென்னை அன்னையும்
உள்ளத் திருக்கும் பெருமானும்
உவந்து காத்து நிற்பரென்றார்

என்று ரைத்துப் பள்ளத்தில்
இறங்கி யதியும் படுத்துநிற்க
மனத்தை திடமு மாக்கிநின்று
மற்றி றையை மிகவேண்டி
சன்னி யாசி திடபத்தி (254)
சிலாகித் திருந்து வண்டியோட்டி
தனது காளை மாடுகளைத்
தட்டி விரட்டிச் செல்லலானார்

பள்ளந் தன்னை நிரப்பிநின்றுப்
படுத்தி ருந்த யதியின்மேல்
மெள்ள நடந்து காளைகள்
மிதித்துச் செல்லுந் தக்கணத்தில்
உள்ளு ணர்ச்சி அன்னையை (255)
உடனே யெழுப்பி நின்றிருக்க
துள்ளி யெழுந்து சாரதையும்
துயிலுங் கலைந்தெ ழுந்துநின்றார்

வண்டி யிருந்து குதித்திறங்கி
வெளியே வந்து சாரதையும்
கண்டு நின்றார் விபரீதக்
காட்சி தன்னைக் கண்முன்னும்
துணையாய் வந்து சாலையில் (256)
திரிகு ணாதீ தர்நாமம்
கொண்ட யதியும் பள்ளத்தைக்
களித்து நிரப்பக் கண்டுநின்றார்

விபரீ தமான செயல்புரிய
விழைந்த யென்றன் நற்பிள்ளாய்
ஒப்பு வமையே துமில்லாத
உத்த மமான செயல்புரிய
துப்பு கொண்டு நிற்கின்றாய் (257)
தவறி உயிரும் சென்றிருக்க
விபத்தின் பழியு மெனைச்சேர
வசையு முலகம் பாடுமென்றார்

பொழிலை விட்டு நீங்கிநின்று
பெருமா னிருக்கு மிடஞ்சேர
எழுந்த ருள்வா ரெனப்பயந்து
இணைபி ரியாத யோகின்மா
வழக்க மான சாத்துவமாம் (258)
வியஞ்ச னத்தை நீக்கிடவும்
விழைந்து இராச தமானவையாம்
வஞ்சிக் களிக்க விரும்பிநின்றார்

திரிகு ணாதீ தர்நாமம்
தரித்தி ருக்கும் யதியையும்
அருகி லழைத்து யோகின்மா
அன்போ டிவ்வா றுரைத்துநின்றார்
இரசோ குணத்து சாற்றமுதை (259)
இனிதே அன்னைக் களித்திடவும்
விரும்பி யிருக்க மிளகாயும்
வாங்கி வாவென் றுரைத்துநின்றார்

ஒற்றை மிளகாய் கொண்டுசாறு
உவந்து யானுஞ் செய்திருக்க
உறைப்புஞ் சாறி லதிகமாகி
ஒழுகி டவேண்டுங் கண்ணீரும்
புறப்பட் டுடனே சந்தையில் (260)
பார்த்து வாங்கி வாவென்று
அறையக் கேட்ட யதியுமுடன்
அதிவே கமாகச் சென்றடைந்தார்

பரிசோ திக்கும் விதமாகப்
பலவ கையாம் மிளகாயை
திரிகு ணாதீ தர்நாமம்
தரித்து நின்ற சன்னியாசி
கரத்தா லெடுத்து வாயாலுங் (261)
கடித்துச் சுவைத்துக் காரத்தைத்
தெரிந்த றிந்த தன்பின்னர்
தேர்ந்த டுத்து வாங்கிவந்தார்

கடித்துச் சுவைத்து நின்றதனால்
கண்ணீர் பெருகி வழிந்திருக்கப்
பட்டை விட்ட நாவவரைப்
பேச வியலா துசெய்திருக்க
தடித்துப் பருத்த உதட்டோடு (262)
திரித சிகையில் மிளகாயின்
பொட்ட ணத்தைத் தாங்கிநின்றுப்
பணிவா யளித்து நின்றிருந்தார்

அன்னைக் கென்று சங்கடங்கள்
ஆவ லோடெ திர்கொள்ளும்
மனமுங் கொண்ட யதியையும்
மற்றுப் போற்றிப் பணிந்திடுவோம்
அன்னை யினன்பும் நற்குணமும் (263)
அடியார் பலரை ஈர்த்திழுக்க
துன்பம் பலவும் மேற்கொள்ளத்
தயங்கா திருந்து நின்றனரே

அன்னை மீண்டும் கோல்காதா
அடைந்து தங்கி வாழலானார்
சன்னி யாசி யோகினுமே
சாந்தை விட்டுக் குருபதமும்
சென்ற டைந்து நின்றிருக்க (264)
சார தானந் தரென்பாரும்
இனிதே அன்னைக் குதவிடவும்
ஏற்று நின்றார் பலபொறுப்பும்

சார தானந் ரென்பாரும்
சரத்சந் திரனெ னும்பெயரில்
தார ணிதன்னி லுதித்துநின்று
தீக்கை யேற்றுத் திரிதசியாய்
சார தைக்குப் பலவிதத்தும் (265)
சேவை புரிந்து நின்றிருந்தார்
பாரி லிவர்போல் அன்னைக்குப்
பணிபு ரிந்தோ ரெவருமிலர்

அன்னை நாமம் வெளியுலகில்
அமோக மாகப் பரவிநிற்க
துன்பத் தையும் சோதனையும்
தாங்க வியலா அடியாரும்
கனிந்து வந்து சாரதையைக் (266)
கண்டு நின்று வணங்கிப்பின்
மனமு வந்த டைக்கலமும்
மற்றுக் கேட்டு நின்றிருப்பர்

உலகத் துன்பம் வாட்டிநிற்க
உண்மைக் குருவு மறியாமல்
செல்லு மிடமுந் தெரியாது
சகல வழியு மிருண்டிருக்க
சொல்லொ ணாத துயரத்தைச் (267)
சுமையாய் தாங்கிப் பின்பெவரோ
செல்வீர் அன்னை யிடமென்று
சார தையைக் காட்டிநிற்பர்

பலரும் வந்து வணங்கிநின்றுப்
புகன்றி ருப்பர் துன்பங்கள்
சொல்வ தெல்லாம் பொறுமையாய்
செவியில் வாங்கி அடியாரின்
நிலைக்குத் தகுந்த மந்திரத்தை (268)
நவின்றி ருப்பார் அன்னையும்
சிலநாள் செல்ல அடியாரும்
சிறந்த பயனு மடைந்திடுவர்

மந்தி ரோப தேசமுமே
மகிழ்ந்து பெற்ற அடியாரின்
முந்தைப் பிறவித் தீவினைகள்
முற்றும் அன்னை யேற்றிடுவார்
மந்தி ரோப தேசமுமே (269)
மற்றுச் செய்து நின்றவுடன்
பந்த மேது மிலையென்று
பற்றே துமின்றி யிராரன்னை

வீடு பேறு பெறும்வரையே
விடாது பத்தர் நலனையும்
நாடி நிற்ப தாயுரைப்பார்
நல்லு பதேசம் பிறவிகளில்
வாடா தருளி நிற்கின்ற (270)
வரமு மளித்துப் பொறுப்பையும்
தேடிப் பெற்றுக் கொள்வதாகத்
தெரிவித் திடுவார் அன்னையும்

பிறப்பி றப்பு மில்லாத
பேரின் பவாழ்வை அடியவரும்
பெற்று நிற்கும் வரைதமது
பொறுப்பி ருக்கும் மேலும்பின்
பிறவி பலவு மடியாரைப் (271)
பின்தொ டர்ந்து காப்பதாக
அறிவித் திடுவார் தமதருகில்
அமர்ந்து சேவை புரிவோர்க்கு

அடியார் மந்தி ரோபதேசம்
அன்னை யிடமி ருந்தடைந்து
தொடர்ந்து செபித்தி ருக்காது
தவறி யிருப்ப தறிந்துநின்று
கடமை யாக அன்னையும் (272)
கருத்தாய் விட்டு நின்றதையும்
விடாது செபித்த வர்கணக்கை
விரைந்து முடித்து நின்றிடுவார்

இரவில் விழிந்தி ருந்துநின்றும்
இனிதே செபமுஞ் செய்திடுவார்
சுரமுங் கொண்டு தவித்திருந்தும்
செபமும் விடாது செய்திருப்பார்
கருத்தாய் பொறுப்பேற் றுநின்றவரின் (273)
கடைசி பிறவி வரைதமக்கு
வரனும் வழங்கா ரோய்வென்று
விவரித் திருப்பார் அன்னையும்

அடியார் நிலையை நன்கறிந்து
அளித்து நிற்பா ருபதேசம்
அடியார் வினைகள் நன்கறிந்து
அளித்து நிற்பா ருபதேசம்
அடியார்க் குகந்த இட்டதெய்வம் (274)
அறிந்து ரைத்து நின்றிடுவார்
அடியார்க் குகந்த மந்திரமும்
அறிந்து நின்று வழங்கிடுவார்

பெருமான் படத்தை அலங்கரித்து
பூசை செய்து நிற்பதையும்
கருத்தாய் செபமும் புரிவதையும்
கைக்கொண் டிருக்கக் கூறிநிற்பார்
உரைத்து நிற்கும் மந்திரமும் (275)
உறுதி யாகக் காக்குமென்றும்
குருவின் கருணைத் துணையாகக்
கூட வருமென் றுரைத்திருப்பார்

இராம கிருட்டி ணபூசையை
இடைவி டாது செய்திருக்க
குருவா யவரும் மனந்தன்னில்
கோயில் கொண்டு றைந்துநின்று
கருமம் பலவுஞ் செவ்வையாய் (276)
கூட யிருந்து செய்வித்து
விரைவில் முத்தி கிடைத்திடவும்
வழிகாட் டிடுவா ரென்றுரைப்பார்

தத்து வவிசா ரத்தையும்
தருக்கம் முதலாம் வழிகளையும்
அதிக மாக அன்னையும்
அறைந்து நின்ற தில்லையாம்
உத்த மமான நாமசெபம் (277)
உபாய மென்ற றிந்திருக்க
அதிகக் கடின வழிமுறைகள்
அயர்ச்சி தருமென் றுரைத்திருப்பார்

பிராத்த மொழித்தி றையையும்
பற்றி நிற்க மந்திரமே
அருமை யான வழியென்று
அனைவ ருக்கு முரைத்திடுவார்
கருமத் தளைகள் தகர்த்தெறிந்து (278)
கடவு ளோடி ணைந்திருக்க
உரிய வழியாஞ் செபமென்று
உணர்ந்தி ருந்தார் கதாதரரும்

பிறப்பி றப்பு களிலிருந்து
பத்தர் தம்மை விடுவிக்கும்
சிறந்த மருந்தாய் மந்திரங்கள்
சதியும் வழங்க வேண்டுமென
உற்றா னெண்ணி ஆயிரமாம் (279)
உயர்ந்த மந்தி ரங்களையும்
கற்பா ளுக்குப் பரிவோடு
கருத்தா யுபதே சித்திருந்தார்

வரனு முபதே சித்திருந்த
வலிய பலவாம் மந்திரங்கள்
கருணை கொண்டு கனிந்துருகி
கானி லுரைத்து சாரதையும்
அருள்பு ரிந்து நின்றிருக்க (280)
அனேகர் பலனு மடைந்தனரே
வரனுஞ் செய்யா தளவிற்கு
வழங்கி நின்றார் மந்திரங்கள்

இல்ல றத்தி லிருந்துநின்றும்
இடைவி டாது செபித்திருப்பீர்
பலவாங் கருமம் செய்சமயம்
பகவன் நாமஞ் செபித்திடுவீர்
எல்லை யில்லா பெருங்கருணை (281)
இனிதே கொண்ட குருவிடமும்
தலையுந் தாழ்த்திச் சரணடைய
தலைவன் பொறுப்பேற் பானென்பார்

செபமுஞ் செய்யுஞ் சமயத்து
சகல விதமாந் தடங்கல்கள்
அப்பி நிற்கக் காண்பதாக
அனேக ருரைப்ப தறிகின்றேன்
துப்பி லாதான் முன்னேற்றம் (282)
துளியுங் கண்ட திலையென்று
செப்பு வதையு மறிவதாக
சொல்லி நிற்பார் அன்னையும்

செய்து நிற்குஞ் செபதபங்கள்
சிறிதும் வளர்ச்சி யளிக்கவில்லை
பயனில் செய்கை புரிவதையும்
பட்டென் றொழிக்க விரும்புவதாய்
அயர்ந்து சொல்லா திருப்பீரே (283)
அடைந்தி ருக்கும் முன்னேற்றம்
பயக்கும் நன்மைப் பின்னரென்றும்
பயிற்சி தொடர வேண்டுமென்பார்

குருவின் மீது நம்பிக்கைக்
கொள்ளக் கூறி நின்றிருப்பார்
உரைக்கும் மந்தி ரத்தின்மேல்
உறுதிப் பாடு கொள்ளென்பார்
உரைக்கும் மந்தி ரதேவதைமேல் (284)
உறுதிப் பாடு வேண்டுமென்பார்
பெரிதும் நம்பி யிருந்திருக்கப்
பயனும் விளையு முறுதியென்பார்

விடாது செபமுஞ் செய்திருக்க
விளையும் பயனு மெனக்கூறி
அடுத்துக் கதியுங் கிட்டுமென்றும்
அறைந்து நிற்பார் பத்தரிடம்
கடமை விடாது புரிந்திருந்தும் (285)
கருத்தாய் செபமும் புரிந்திருக்க
கடவுள் கருணை கிட்டுமென்றும்
கூறி நிற்பார் அன்னையும்

இறைவன் மகிழ்ந்து புதிதாக
இயைந்து கருணை புரிவதாக
அறைவா ரில்லை அன்னையும்
ஆண்டான் கருணை சதாகாலம்
குறைவே துமின்றிக் குவலயத்தில் (286)
களித்துப் பரவி யிருப்பதாக
இறுத்து நின்று சாரதையும்
இனிதே உவமை கூறிநிற்பார்

மலர்ந்தி ருக்கும் பூவினிலும்
மணமும் மிகுத்தி ருந்திடுமாம்
மலரைப் பறித்து முகரும்முன்
மணமு மறியா திருந்திருப்போம்
வலியச் சென்று மலர்முகர (287)
வாச மறிந்து நிற்பதேபோல்
பலவ ழியாலும் முயன்றிருக்கப்
பரமன் கருணை தெரியுமென்பார்

இறைவன் கருணை உணர்வதற்கு
இடைவி டாது செபதபங்கள்
மற்றுந் தியான வழிமுறைகள்
முயற்சி செய்தல் வேண்டுமென்பார்
பற்று மில்லா பற்றுடனும் (288)
பாரில் வாழ்ந்து நின்றிருக்க
மறையு மறியா மறைமுதலை
மகிழ்ந்து காண லாமென்பார்

வரனுக் கன்னை பூசையும்
விமரி சையாய் செய்திடுவார்
இருளும் விலகி சூரியனும்
இனிதே உதித்தெ ழுந்ததுமே
வரனி னுருவப் படத்தையும் (289)
வாகாய் நிமிர்த்திக் கங்கைநீர்
உருவப் படத்தில் தெளித்தவுடன்
உரைத்து நிற்பா ரெழுந்திடவும்

எழுந்தி ருங்க ளென்றுரைத்து
எடுத்துப் படத்தை நிமிர்த்திவைத்து
பொழிலில் புனித கங்கைநீர்
படத்தில் தெளித்து வைத்ததன்பின்
வழக்க மாகத் தாம்புரியும் (290)
வேலை களையும் மேற்கொண்டு
கொழுந னுக்குப் பூசையும்
களித்துப் புரியத் தொடங்கிடுவார்

அதிகப் பகட்டோ கவர்ச்சிகளோ
ஆடம் பரமோ ஆசார
விதிமு றைக ளெதையுமங்கு
விந்தை யாகக் காண்போமில்
பத்தி யுடனு மன்புடனும் (291)
பரமப் புனித மனத்தோடு
நிதான மாகப் பூசையும்
நடத்தி நிற்பார் அன்னையும்

அன்னை அமரு மிடமருகில்
ஆச னமுண்ட மர்ந்திடவும்
புனித கங்கை நீரிருக்கும்
பாத்தி ரமங்கு கண்டிடலாம்
பின்னும் தூப தீபக்கால் (292)
பஞ்ச பாத்தி ரமுத்தரணி
இன்னும் நந்தா விளக்கொன்றும்
இருக்கக் கண்டு மகிழ்ந்திடலாம்

நந்தா விளக்கெ ரிந்திருக்க
நிறைய எண்ணெ யதிலிருக்கும்
சந்த னக்கல் கட்டையும்
சாம்பி ராணி நிவேதனங்கள்
விந்தம் மற்றும் பழவகைகள் (293)
விதவி தமான மலர்களுடன்
நந்திப் பூவு மருகிருக்க
நாரி பூசை தொடங்கிடுவார்

கங்கை நீரைப் படத்தின்மேல்
கரத்தால் தெளித்துத் துடைத்ததன்பின்
செங்க ரத்தால் சிந்தூரம்
சிறக்க யிட்டுச் சந்தனமும்
பொங்கி மகிழ்ந்துத் தீற்றிநின்று (294)
பலவாம் மலரா லர்ச்சனையும்
நங்கை நல்லார் செய்துநின்று
நிவேத னத்தைச் செய்திடுவார்

துதித்து நின்று தூபதீபம்
தூய அன்னை காட்டிநின்று
பத்தா மகிழப் பூமிதனில்
பஞ்சாங் கமாகப் பணிந்தெழுந்து
பதுமா சனத்தி லமர்ந்திருந்து (295)
பத்தா வையுந் தியானித்து
மெதுவா யெழுந்து வணங்கிப்பின்
மகிழ்ந்து துளசி நீர்கொள்வார்

செயராம் பாடி கிராமத்தில்
சிறந்த மலர்கள் கிடைக்காதாம்
அயர்ச்சி சிறிதுங் கொள்ளாமல்
அறுக ரிசியும் துளசியையும்
பயன்ப டுத்தி நின்றிருப்பார் (296)
பவித்தி ரமான வில்வயிலை
கயத்தங் கிடைக்கின் அன்னையும்
களித்துப் பூசை செய்துநிற்பார்

துளசி மற்றும் வில்வமுமே
தூய்மைக் கிலக்க ணமாகிடுமாம்
தெளிவீ ரிவையு மிருக்குமிடம்
தெய்வம் வாழு மிடமென்பார்
துளசி இலையால் மறுபடியும் (297)
தெய்வ பூசை செய்திடலாம்
தளமுங் காய்ந்தி ருந்திடினும்
தெய்வ பூசை செய்யென்பார்

புட்பாஞ் சலியுஞ் செய்சமயம்
பவித்தி ரவில்வ துளசியையும்
கடவு ளுக்கே அர்ப்பணித்து
கரங்கு வித்து வணங்கிடுவீர்
அடியார் நீவி ரொருபோதும் (298)
அவற்றை யென்றன் பாதத்தில்
இட்டு விடாதீ ரென்றன்னை
இறைஞ்சிக் கேட்டு நின்றிருப்பார்

வரனும் விரும்பி உண்கின்ற
விதவி தமான தின்பண்டம்
கருத்தாய் நிவேதித் திருந்திடுவார்
கனிவ கைகள் கணவருமே
விரும்பு வதறிந் துசாரதையும் (299)
வைத்துப் புரிவார் நிவேதனமும்
பெருமான் விரும்பா பொருளெதுவும்
படைத்தி டாரே அன்னையும்

பிருந்தா வனத்து கோபாலன்
பதுமை யுமங்கி ருந்திடுமே
ஒருநா ளென்றோ கனவுதனில்
உவந்து தோன்றி வழிபாடு
புரியக் கூறிப் பிடிவாதம் (300)
பிடித்து நின்ற கோபாலன்
விருந்தாய் நிதமும் நிவேதனமும்
வழிபாட் டுடனே பெற்றுநின்றான்

படத்தின் முன்னம் நிவேதனத்தைப்
பணிவாய் வைத்து மணப்பெண்போல்
வெட்கிப் பேரன் பொழுகுகின்ற
வார்த்தை பலவுங் கூறிநின்று
கிட்டே வந்த ருகமர்ந்து (301)
களித்தென் கரத்தால் யானளிக்க
எடுத்து கொள்வீ ரென்றுரைக்கும்
இன்சொல் கேட்டோர் பலருண்டு

பிருந்தா வனத்து கோபாலன்
பதுமை நோக்கி அன்னையும்
கருமை நிறத்து கோபாலா
கனவில் வந்து நின்றவனே
தருவேன் நல்ல நவநீதம் (302)
சற்றும் வெட்கி நிற்காது
விரும்பி யென்ற னுணவுண்ண
வாடா யென்ற ழைத்துநிற்பார்

விரைவில் பூசை முடித்துநின்று
வந்தி ருக்கு மடியார்க்கு
பெருமான் பூசைப் பிரசாதம்
பகிர்ந்த ளிக்கக் கூறிநிற்பார்
பரிதி நிழலும் விழாநேரம் (303)
பெருமா னுக்க டுக்களையில்
உருகி நிவேத னமந்திரங்கள்
உரைத்த பின்னர் பகிர்ந்தளிப்பார்

அருணன் மாலை மறைந்தவுடன்
அப்பம் பாலு மன்னமுமே
வரனுக் களித்த தன்பின்னர்
விருந்தி னர்க்குப் பகிர்ந்தளிப்பார்
பெருமா னுக்க ளிக்காத (304)
பண்ட மெவரும் பெற்றிடாரே
பெருமா னுக்கு நிவேதித்துப்
பின்னர் அன்னை உணவுகொள்வார்

தனியே அமர்ந்து பூசையும்
தாயும் மகிழ்ந்து செய்கையில்
அன்னை கனிந்து பேசுகின்ற
அன்புக் கிளவி கேட்டுநின்றோர்
பின்னர் அன்னை யிடம்வந்து (305)
பெருமான் தம்மை உடலோடு
மனித உருவில் காணுமுண்மை
மற்று வினவி நின்றிருப்பர்

மெய்யா கிலுமே பெருமானை
மற்றுக் காண்ப துண்டாமோ
துய்யன் குரலுங் கேட்பதுண்டோ
தாயே தெரிவிப் பீரென்று
நயந்து கேட்கும் பத்தருக்கு (306)
நாதன் தம்மைக் காண்பதெல்லாம்
மெய்யென் றன்னை உறுதிசெய்து
மேலு முரைத்தி ருந்திடுவார்

தலைவன் தம்மைக் காண்பதுண்மைத்
தலைவன் சொல்லுங் கேட்பதுண்மைத்
தலைவ னோடு ரையாடித்
திளைத்தி ருப்ப துமுண்மையாம்
நிலையா யிருந்துப் பணிந்துருகி (307)
நின்று பூசை புரிந்திருக்கத்
தலைவ னென்முன் தோன்றுதல்போல்
தெளிவாய் நும்முன் தோன்றிடுவார்

எவரு மவரைக் கண்டிடலாம்
எளிது மற்றுஞ் சாத்தியமாம்
உவந்து பூசை புரிந்துநீவிர்
உள்ளன் போட ழைத்திருக்கக்
கவர்ந்தி ழுத்து மனச்சிறையில் (308)
கட்டி நிறுத்தி வைத்திடலாம்
பவப்பி ணிநீக்கும் மாமருந்து
பெருமான் நாம மென்றுரைப்பார்

தற்கொண் டானின் கண்ணிருந்து
தாமும் நிவேதித் திருக்கையில்
புறப்பட் டிருந்து பேரொளியும்
படைக்கப் பட்ட பதார்த்தத்தைப்
பற்றிச் செல்லக் கண்டுநின்று (309)
பெருமா னுண்டு மகிழ்ந்ததாக
அறிந்து நின்ற தாயன்னை
அனைவ ருக்கு முரைத்திடுவார்

அன்னை மனத்துள் கதாதரரும்
அமர்ந்தி ருந்து வழிகாட்டி
நின்றி ருந்து பத்தினியை
நிரும லமான பத்தையாய்
கனிந்து கண்டு மகிழ்ந்திடவும் (310)
களித்துப் பூசை நேரத்தில்
இனிதே படத்தி லெழுந்திருந்து
இறும்பூ தெய்தி நின்றிடுவார்

சதங்கை யொலியு மெழுப்பிநிற்க
சதிர்செய் தவாறு பாலகோபால்
பதுமை யிலிருந் துயிர்பெற்று
பெரிதும் விடமம் புரியாது
மெதுவாய் முரளி கானமுமே (311)
மற்றுச் செய்த படிவந்து
பதார்த்தத் தோடு நவநீதம்
பற்றி யுண்பா னென்றுரைப்பார்

ஒருநா ளுமில்லா வழக்கமாக
ஒளியு மெழுமுன் பூசையும்
புரிந்து நின்றார் வரனுக்கு
பணிந்து வணங்கி நிவேதனமும்
பெரிதுங் களித்துச் செய்துவிட்டு (312)
பதிக்கு ரைத்து நின்றிடுவார்
பரிதி யெழுமுன் படைப்பதற்குப்
பெரிதும் வெட்கி நிற்கின்றேன்

இன்று சக்கம் மாவிற்கு
இயற்றி நிற்பர் பூசையும்
கனிந்து பூசை கண்டிடவும்
கரைந்த ழைத்து நின்றிருக்க
என்னால் மறுக்க வியலாமல் (313)
ஏற்று நின்றே னவரழைப்பைக்
கனலி சாயும் வரையானும்
கிருகந் திரும்ப வியலாதாம்

பட்டி னிபோட்டு வதைத்திடவும்
பயந்த ழிந்து நின்றிடுவேன்
கட்டிக் கொண்ட கணவனுக்கு
காலந் தவறிச் சோறிடவும்
வெட்கி யுள்ளேன் பேரன்பே (314)
வேளை கெட்டி ருந்திருந்தும்
மடவா ளளிக்கு மிவ்வுணவை
மகிழ்ந்து கொள்வீ ரென்றுரைத்தார்

பின்னு மொருநா ளிதுபோன்று
புறப்பட் டன்னை வெளியூரும்
மனைவிட் டேகி அதிகாலை
மற்றுச் செல்ல வேண்டியதால்
மன்னுக் குடனே பூசையும் (315)
மகிழ்ந்து புரிந்து நிவேதனமும்
இனிதே படைத்த தன்பின்னர்
எடுத்துக் கொண்டார் படத்தையும்

விரதி யொருவ ரவரோடு
வழித்து ணையாய் வந்திடவும்
கருதி நின்று சாரதையும்
களித்தி ருக்கு மறைக்கருகில்
கருக்கல் நேரஞ் சென்றிருக்க (316)
கிளம்பி நிற்கும் அன்னையும்
உரக்கப் பேசி நிற்பதையும்
உற்றுக் கேட்டு நின்றிருந்தார்

பெருமான் படத்தைத் துணியொன்றில்
பத்தி ரமாக அன்னையும்
சுருட்டி வைத்தி ருக்கையில்
சொல்லி நிற்பா ரினிமையாய்
விரைந்து செல்ல மற்றவரும் (317)
வெளியே நிற்ப துகாண்பீரே
பெருகக் களித்துத் துணையாகப்
பரிவோ டுவாரீ ரென்றுரைப்பார்

மடவாள் படத்தின் முன்னின்று
மிகவும் நெகிழ்ந்து மொழிந்ததையும்
கிட்டே யிருந்து கேட்டுநின்று
களித்தி ருந்தார் திரிதசியும்
படத்தில் பெருமா னுயிருடனும் (318)
பரிண மித்தி ருப்பதாகத்
திடமாய் யதியு மறிந்துநின்று
திகைத்து நின்றார் செயலிழந்து

செயராம் பாடி செல்வதற்கு
சார தையும் மிகவிரும்பி
முயன்றி ருக்கத் தடங்கல்கள்
முளைத்தெ ழுந்து நின்றிருக்க
அயர்ந்து நின்று சாரதையும் (319)
அகத்துக் காரர் படம்முன்பு
வியந்து பலருங் கண்டிருக்க
விவரித் திருப்பார் தம்விருப்பம்

தாயி னூருஞ் சென்றிடவே
திட்ட மிட்டி ருந்துநின்றும்
ஓயா தேதோ வேலைகள்
ஓங்கி யெழுந்துத் தடுத்திருக்க
தூய வரான நாயகனே (320)
துணையாய் நீவிர் வந்திடவும்
காய்ந்து மடியுந் தடங்கல்கள்
கனிந்து கருணை புரிவீரே

பசுமை நிறைந்த வூரையும்
பார்த்தி டவுள்ள மில்லையோ
பசுவுஞ் சிசுவும் செடிகொடியும்
பரமன் நினைப்பை அளித்திடாதோ
உச்சிக் குளிர ஏரிதனில் (321)
உவந்து கிரீடை புரிந்திடவும்
இச்சை யேது மில்லையோ
எங்க ளூருங் கசந்ததுவோ

கஞ்ச மள்ளிப் படந்தன்னில்
கொட்டி நின்று மகிழ்ந்திருந்து
கெஞ்சுங் குரலில் அன்னையும்
கொழுந னிடமும் கொஞ்சிநின்று
கொஞ்சங் கருணை மிகக்காட்டி (322)
கிராமம் வரவு மழைப்பதையும்
நெஞ்சங் கனிந்த ருகிருந்தோர்
நெகிழ்ந்து கேட்டி ருந்தனரே

சுரமுங் கொண்டு சாரதையும்
சோர்ந்து தரையில் படுத்திருக்க
பெருமா னுக்கு வேறொருவர்
பூசை புரிந்து சென்றிருக்க
சரீரந் தன்னில் தேஜூர்ந்து (323)
செல்வ துபோலு முணர்ந்துநின்று
விரைந்தோ டிபூசை அறைசென்று
விழுந்து கிடந்த படங்கண்டார்

காற்றால் படமும் விழுந்திருக்க
கனிந்து பூசை செய்தவரும்
சாற்றி நின்ற மாலையின்
தேனை யுண்ண வந்திருந்த
ஆறு காலி னவூர்வனவும் (324)
அடைந்து படத்தி னுட்புகுந்து
வீறாப் புடனு மூர்ந்துசெல
வல்ல பையுங் கண்டுநின்றார்

பெருமான் படத்தி லெறும்புகளும்
புகுந்து செல்லக் கண்டுநின்று
பெருமா னுக்கு மெறும்புகட்கும்
பெரிதும் வலிக்கா தபடியன்னைக்
கரத்தால் தட்டி நேர்த்தியாக (325)
கண்கா ணித்தி ருந்துநின்று
விரைந்து வெளியேற் றிநின்றிருக்க
வனிதை சுரமு மொழிந்ததுவே

சரளா யென்ற பெயர்கொண்ட
சேடி அன்னை யிடமடைந்து
பெருமான் மகிழப் பூசையும்
புரிவ தெவ்வா றெனக்கேட்க
பெரிதும் மகிழ்ந்து சாரதையும் (326)
புகல்வார் விடையு மிவ்வாறு
பரம னுனக்கே உரியதாகப்
பாவித் திருத்தல் வேண்டுதுமே

பரம னுனக்கே உரியவளாய்
பாவித் திருப்பாய் சதாகாலம்
நெருங்கி யசொந்த மானவர்க்கு
நிறையச் சடங்கும் மந்திரமும்
புரியத் தேவை இல்லையாம் (327)
பேரன் போடு மனங்கனிந்து
பெருமான் தம்மை வரவேற்றுப்
பரிந்த ளிப்பா யிருப்பதையும்

இனிமை யாக வரவேற்று
இருக்கும் பொருளைப் படைத்துநின்று
கனிந்து மொழியும் பேசிநிற்க
குருவாம் பெருமான் வந்திடுவார்
அனேக சடங்கும் மந்திரமும் (328)
ஆற்றி நிற்கத் தேவையில்
மனப்பூர் வமாக அளிப்பதையும்
மகானு மவரே ஏற்றிடுவார்

அன்பு வேண்டு மென்பதனால்
ஆசா ரனுட்டா னங்களுமே
முனிவன் வேண்டா னெனப்பொருளும்
மற்றுக் கொள்ளல் தவறாகும்
அன்போ டாசா ரனுட்டானம் (329)
அமைந்தி ருத்தல் மிகச்சிறப்பாம்
நினைவி லிதையும் வைத்திருந்து
நிதமுந் தொழுது பயன்பெறென்றார்

பின்னர் சரளா மனம்மகிழப்
பூசை புரியும் விதிமுறையும்
கனிந்து ரைத்து மந்திரமும்
கூறி யறிவு றுத்திடவும்
அன்னை யுரைத்த வழிமுறைகள் (330)
ஆவ லோடு பின்பற்ற
முன்னே றிநின்றார் சரளாவும்
மற்றுப் பலரு மதிசயிக்க

பத்தி யிருப்ப தாயெண்ணிப்
பெரிதுஞ் சாத்தி ரவிதிகளை
ஒதுக்கி யிருத்தல் பெருந்தவறாம்
ஒழுங்கு முறைகள் பின்பற்றி
சுத்த மானத் திரவியங்கள் (331)
சேர்த்தல் வேண்டும் பூசைக்கு
பத்தி ரங்கள் புட்பங்கள்
பூச்சி அரிக்கா திருக்கவேண்டும்

உடலைச் சிகையை வத்திரத்தை
உவந்து பூசை புரிபவரும்
தொட்டுக் கொண்டு புரிதலுமே
தகாத செயலாம் பெருந்தவறாம்
கட்டி யிருக்குங் கந்தத்தைக் (332)
களித்துத் தீற்றல் கூடாதாம்
படைத்தல் வேண்டும் நேரத்தில்
பிறழா திருந்து நிவேதனத்தை

தவிர்க்க வியலா இடைஞ்சலையும்
தவறா யறியா துரைப்பதையும்
அவ்வி யக்தன் பொறுத்தருள்வான்
அறியா பிழைக ளியலாமைக்
கவனிப் பின்மை முதலியன (333)
கடவுள் கருத்தில் கொள்ளாமல்
சவர ணையா யடியாரைத்
தெய்வம் பொறுக்கு மென்பாரே

இராம கிருட்டி ணபூசையை
இயற்றி நிற்கும் முறையையும்
பெருமான் நாமந் தன்னையும்
பஞ்சாட் சரமாய் செபிப்பதுவும்
அரியின் அட்டாக் கரமேபோல் (334)
அசைத்துச் செபித்து நிற்பதையும்
தரித்தி ரிதன்னில் குருவாகத்
தெரிவித் தவரும் அன்னையாம்

வேதாந் தத்தை வசுந்தரையில்
விவரித் தினரே பலசீடர்
சாதா ரணரும் பயன்பெறவே
சார தையும் செபபூசை
போதித் திருந்தார் குருவாக (335)
பயன டைந்தோர் அன்னையால்
பூத லத்தில் மிகவதிகம்
பூசை மந்தி ரமகிமையாம்

செபித்து நின்றி ருப்பதுவும்
சிறக்கப் பூசை புரிதலுமே
தப்பா துடனும் மேலையும்
தந்து நிற்கும் பலனென்பார்
துப்போ டிவற்றைச் செய்துவர (336)
தவறா துவீடு பேற்றையும்
செப்பற் கரிய வழிமுறைகள்
செவ்வை யாகத் தருமென்பார்

செய்து நின்ற செபதபத்தால்
சிறக்கப் பலனுங் கண்டேனில்
வியர்த்த மென்ற றிவதாக
வணங்கிச் சிலரு முரைத்திருக்க
பயனுங் காணா திருந்துநின்றும் (337)
பெருமா னிறக்குஞ் சமயத்தில்
வியக்கும் வண்ணம் வேண்டுவது
வழங்கி நிற்பா ரென்றுரைப்பார்

சதிப தியாகு மிருவரையும்
சரண டைந்து நின்றபின்னும்
பத்தி யோடு செபதபங்கள்
பல்லாண் டுகளாய் புரிந்தபின்னும்
எதுவும் பலனு மிலையென்று (338)
இரங்கிச் சொல்லுஞ் சிலருக்கு
பதமாய் அன்னை மிகவழகாய்
பகர்ந்தி ருப்பா ரிவ்வாறு

உடனுக் குடனே பலனையும்
உவந்து நிற்றல் சரியன்று
சடம்போ லுறங்கி நிற்கையில்
சுமந்து வேறோ ரிடந்தன்னில்
கிடத்தி நிற்க யெழுந்ததுமே (339)
கண்டுப் புதுவி டமென்றறிதல்
முடியா ததுபோல் முன்னேற்றம்
மற்றுக் காண லரிதென்பார்

பயின்றா ரில்லைப் பள்ளிதனில்
பட்ட மேதும் பெற்றாரில்
பயின்றா ரில்லை வேதபாடம்
பயிற்று விக்கக் குருவுமிலை
செய்த துமில்லைப் பயிற்சிகளும் (340)
சொற்பொ ழிவேதுங் கேட்டாரில்
உயர்ந்த ஞான உருவகங்கள்
உரைத்தார் பின்பும் அன்னையே

அன்னை மந்தி ரோபதேசம்
அளித்த தன்பி னறைந்திடுவார்
எனக்கு மிகவு முவப்பான
எளிய வினிய அடியாரே
மன்றல் புரிந்த மகிணனுமே (341)
மகிழ்ந்தெ னுக்கு ரைத்ததையும்
இன்று யானு மவராணை
இயைந்து ரைத்த தாயுரைப்பார்

சொல்லின் செல்வ னுமனுமே
செப்பி நிற்பா ரிவ்வாறு
வில்தாங் கிநிற்கும் இராமனுக்கு
வேலைக் கார னாயிருந்து
பலவா றுசேவை புரிந்துநின்று (342)
பெரிதுந் துவைதா னுபவத்தை
மலர்ந்து சுவைத்து மிகக்களித்து
மனமும் நெகிழ்ந்தி ருக்கின்றேன்

என்னுட் புகுந்து இராமனுமே
இன்பந் தரவும் செயல்பலவும்
அனேக அங்கந் தனிலமர்ந்து
அசைத்தி யக்கி ஆட்டிவைத்து
வினோத மாகப் புரிவதாக (343)
வியந்து விசிட்டா துவைதத்தை
அனுப வித்துச் சிலசமயம்
அடைகின் றேன்யான் பெருமகிழ்ச்சி

காண்ப தெல்லாம் இராமனென்று
கருதி நின்று காசினியில்
மாண்பு மிக்க துவேறொன்று
மற்றே துமில்லை யென்றெண்ணி
ஆணித் தரமா யானவனாய் (344)
அறிந்தத் துவைத நிலையையும்
கோணி டாது ணர்வதாக
கூறி நிற்பா ரனுமனுமே

இதேபோல் தொடர்பு சதிபதிக்கு
இருந்த துமூன்று நிலைகளிலும்
அதீத சேவை புரிகின்ற
அன்புத் தாசி யாயிருந்து
பதியி னம்சம் போலிருந்து (345)
பின்னர் பதியாய் மாறியுமே
சதியு மிருந்து சரணடைந்த
சகல ருக்கு மருளிநின்றார்

பெருமான் நாமஞ் செபித்திருந்து
பெரிதும் பலனுங் காணாது
கருத்தாய் அன்னை நாமத்தைக்
கழன்று நிற்க நற்பயனும்
விரைவில் பெற்று நின்றதாக (346)
விவரித் திருந்த பத்தருக்கு
உரைத்தார் அன்னை சதிபதியும்
ஒருவ ராவா ரென்றுணர

இருவ ருமொன்றெ னவுரைத்தும்
இனிதே யிருவர் நாமத்தை
உரைத்து நிற்கப் பத்தரிடம்
உவந்து கூறி நின்றிருந்தார்
ஒருத்தி யெனது நாமசெபம் (347)
ஒன்றே போது மெனச்சொல்லார்
பெருமான் நாமஞ் செபிப்பதையும்
புறக்க ணித்தல் தவறென்பார்

பின்னு மொருவர் அன்னையைப்
பரிவன் போடு கேட்டுநின்றார்
மன்னும் மறைந்த பின்னருமே
மகிணன் தம்மை இப்போதும்
இனிதே கண்டு நிற்பதுண்டா (348)
இயம்பி டுவீரே யெனக்கேட்க
ஒன்றே யாவோஞ் சதிபதியும்
ஒரு யிரீரு டலென்றுரைத்தார்

அடியா ரொருவர் வந்துநின்று
அபாக்கி யசாலி யாயிருக்க
கடவு ளாகும் பெருமானைக்
கண்டி லேனே யெனவருந்த
உடனி கழ்வா னிவ்வுடலில் (349)
உறைவ தாகக் கூறிப்பின்
உடலைத் தொட்டுக் காட்டிநின்று
உணர்ச்சிப் பரவ சமுற்றுநின்றார்

கட்டை யிதனுள் சூக்குமமாய்
கணவர் குடிகொண் டிருப்பதாக
உடனி கழ்வா னென்னிடமும்
உரைத்து நின்றார் பலமுறையும்
உடலு மிரண்டா யிருந்துநின்றும் (350)
உயிரு மொன்றெ னக்கூறி
அடியார்க் குறுதி மொழிகொடுத்து
அதீத நிலையு மடைந்துநின்றார்

நரேச சந்தி ரனென்பவரும்
நாடி தீக்கைப் பெறுகையில்
பெருமான் வெள்ளை மலரையும்
பெரிதும் விரும்பி நிற்பரென்றும்
அரிநி றத்து மலர்களையும் (351)
அதிகம் தானும் விரும்புவதாய்
உரைத்து நின்ற அன்னையின்
உள்ள மறிந்தா ரடியாரும்

உட்கி டக்கை அறிந்தடியார்
உத்தி யான வனஞ்சென்று
செடியி லிருந்து மல்லிகையும்
செம்ப ருத்தி மலர்களையும்
உடனே பறித்து சாரதையின் (352)
உள்ளங் களிக்கப் பாதத்தில்
இட்டு மகிழ்ந்து வணங்கிநின்று
எழுந்து கரமுங் கூப்பிநின்றார்

வலப்பா தத்தில் மிகமகிழ்ந்து
வெள்ளை மலரை வைத்ததன்பின்
மலராம் செம்ப ருத்தியையும்
மற்றி டப்பா தத்திலுமே
சிலிர்த்துச் சொரிந்து நின்றிருந்து (353)
சிந்தை மகிழ்ந்தி ருந்திடவும்
மலைம களோடு சிவனாக
மகிழ்ந்து காட்சி தந்துநின்றார்

சிவனுஞ் சத்தி யுமானவரும்
சீலம் மிகுந்த கணவரென்றும்
பவப்பி ணிநீக்கும் மாமருந்து
பதியின் நாம மென்றுரைத்தும்
உவந்து வணங்க வேண்டுமென (354)
உரைக்கும் அன்னை அடியார்க்கு
சிவசத் தியாக நின்றிருந்து
சிறக்கக் காட்சி கொடுத்துநின்றார்

நவின்றி ருப்பா ரிவ்வாறு
நளினி யென்னு மடியாரும்
சிவனே யாகும் பெருமானின்
சத்தி யானென் றறிவாயே
அவத ரித்த போதெல்லாம் (355)
அவரோ டுசேர்ந்துத் துணையாக
புவியில் தானும் பிறந்ததாகப்
புகன்றார் அன்னை யென்றுரைத்தார்

பெருமான் தம்மை ஆசானாய்
பாவித் திருப்ப தாகமக்கள்
உரைத்து நிற்க அன்னையும்
உவந்து மகிழார் சொல்கேட்டு
பெருமான் குருவே மெய்யாகும் (356)
பின்னு மவரே சகலமென்று
தெரிந்து நிற்பீ ரென்றன்னைத்
திடமா யறிவித் திடுவாரே

பெருமான் தம்மை அன்னையும்
பாவித் திருந்தார் சகலமுமாய்
பெருமான் தம்மைச் சகலமுமாய்
பாவித் திருக்கக் கூறிநின்றார்
பெருமான் தம்மைச் சகலமுமாய் (357)
பாவித் திருக்கச் சகலருக்கும்
பெருமான் மகிழ்ந்து சகலமுமே
பரிந்து தளிப்பா ரென்றுரைப்பார்

தட்சி ணேசு வரந்தன்னில்
தரிசித் திருக்குஞ் சீடருடன்
அடியா ரெல்லாம் பெருமானை
அப்பா வென்ற ழைப்பதுபோல்
குடும்பி னியாகும் அன்னையும் (358)
குறிப்பிட் டிடுவா ரப்பனென்று
துடுக்க னாகும் இருதயரும்
தகைமை யின்றிப் பழித்துரைப்பார்

கணவன் தன்னை அப்பனென்று
கூறி நிற்கும் அன்னையைக்
கண்டு துடுக்கன் இருதயரும்
கீழ்மை யாகப் பழித்திடினும்
கொண்டா ரில்லை வெறுப்பவர்மேல் (359)
குணத்திற் சிறந்த அன்னையும்
தணல்போல் மொழியுங் கக்காது
தணிந்தி ருப்பார் சதாகாலம்

இந்நா ளவரும் பலர்முன்னும்
இறுத்து நிற்பா ரடிக்கடியும்
தந்தை யுமாவா ரென்கணவர்
தாயு மவரே ஆகிடுவார்
சொந்த பந்த மவராவார் (360)
சகாவுந் துணையு மவராவார்
சந்தே கமின்றி சினேகிதரும்
சகல முமாவா ரென்பதியும்

தலையா யசிறப் பெனக்கெதுவும்
தருதல் வேண்டா மன்புடையீர்
இல்லை சிறப்பெ னக்கெதுவும்
இல்லா ளனுக்கே சிறப்பெல்லாம்
எல்லா மவரே அவரன்றி (361)
எதுவு மில்லை யெனக்கருதி
நலம ருளிட்ட தெய்வமென்றும்
நினைத்துத் துதிக்கக் கூறிநிற்பார்

இட்ட தெய்வ மாகநீவிர்
ஏற்பீர் பவதா ரிணியையும்
கிடைக்கு மெல்லா மென்றன்னைக்
கூறக் கேட்ட அடியாரும்
திடுக்கிட் டுரைப்பார் தேவிநீவிர் (362)
தெய்வ மாகக் காட்சியுமே
கொடுத்தி ருக்க வேறுதெய்வம்
கொள்ளே னென்று வெறுத்துரைப்பார்

பத்த ருரையைக் கேட்டுநின்று
பரிவோ டன்னை புகன்றிடுவார்
சித்த மெதுவோ அதன்படியே
செய்வா யென்று ரைத்துநின்றார்
அதிச யமாக அன்னையும் (363)
அடியா ருக்கு வரத்தையும்
இதுபோல் வழங்கப் பலர்கண்டு
இறும்பூ தெய்தி நின்றனரே

நீல கண்ட தீட்சிதரும்
நகைச்சு வையாய் நவின்றிடுவார்
நூலும் விளக்குஞ் சுவையையும்
நன்கு ரைக்க முயன்றிடுவோம்
காலைத் தூக்கி நிருத்தியமும் (364)
களித்து செய்த திடக்காலாம்
காலுந் தூக்கிக் காலனையும்
களித்து தைத்த திடக்காலாம்

நெற்றிக் கண்ணால் காமனையும்
நீறாக் கிநின்றான் சிவபெருமான்
நெற்றிக் கண்ணில் பாதியுமே
நாரிக் குரிய தாகிடுமே
பெற்று நின்றான் சிவபெருமான் (365)
பலவாஞ் சிறப்பு நாரிதனால்
சிறிதுஞ் சிறப்பு நாரியையும்
சேர வில்லை யென்றுரைப்பார்

சிறப்புப் பலவுஞ் சிவனுக்குச்
சொத்தாக் கிநின்றாள் திகம்பரியும்
சிறப்பாஞ் செயலுஞ் செய்துநின்று
சிவனுக் கவற்றை அர்ப்பணித்தாள்
சிறிதுஞ் சிறப்பு கோரினாளில் (366)
செயற்க ரியசெ யல்செய்தும்
சிற்ப ரையின் தியாகத்தைச்
சொல்லால் விளக்க வியலாதாம்

அடியா ரெவரும் அன்னையை
அணுகி நின்று நும்மருளால்
தொடர்ந்து வந்த தொல்லைகள்
தூர விலகக் கண்டதாக
எடுத்து ரைக்கத் தொடங்கிடவும் (367)
ஏற்று நிற்கார் புகழுரையை
தடங்கல் விலகப் பெருமானின்
தகைமை கார ணமென்றுரைப்பார்

பெருமா னருளால் நல்வாழ்வு
பெற்றி ருக்கி றோமென்று
உரைத்து நிற்க அன்னையும்
உவந்து கூறி நின்றிருப்பார்
கருணை யிரக்கங் காட்டுவதில் (368)
குருவிற் கீட வரொருவராம்
அருளைப் பொழிந்து நிற்பதிலும்
அவருக் கிணையு மவரொருவர்

சிவனே யாவார் பெருமானும்
சத்தி யுமாவார் பெருமானும்
புவியி லுள்ள தேவதைகள்
பெருமா னென்றே அறிவீரே
இவைமட் டுமில்லை அடியாரே (369)
எல்லா சீவ ராசியிலும்
உவந்து வாழு மந்தராத்மா
உமையின் பத்த ரென்றுரைப்பார்

படைத்தி டவைத்தி ருக்கின்ற
பொருளி லெறும்பு மொய்த்திருக்க
தட்டைத் தட்டி எறும்பையும்
தூர விரட்டி நின்றிடாராம்
வட்டி லிலுள்ள பொருளுண்ண (370)
வந்தி ருக்கு மெறும்பீக்கள்
கட்டிக் கொண்ட கணவருமே
களித்து வாழு முயிரென்பார்

பெருமா னுக்கு யதியொருவர்
புரிந்து நின்றா ரபிடேகம்
திருமஞ் சனமு மம்பிகைக்குத்
தினவ ழக்க மாய்செய்து
இரண்டு தனித்த பாத்திரத்தில் (371)
எடுத்து வந்து சாரதைமுன்
பரிவோ டுவைத்துப் பருகிடவும்
பகர்ந்து நின்ற ருகிருந்தார்

புனித நீரைக் கலந்திருக்கப்
புனிதம் விலகு மென்றெண்ணித்
தனியா யிரண்டு பாத்திரத்தில்
தாயின் முன்னம் வைத்திடவும்
ஒன்றாக் கிநிற்க அன்னையும் (372)
உரைத்த துகேட்டு யதியுடனும்
இனிதே மறுநாள் தனிலிருந்து
இயற்றி நிற்பே னென்றுரைத்தார்

இரண்டு பாத்தி ரநீரையும்
என்மு னுடனே கலந்திடென்று
கர்ச்சித் திருந்து சாரதையும்
கூறி நிற்க வதுகேட்டு
விரைந்து பாத்தி ரநீரையும் (373)
விரதி கலந்து கொடுத்திடவும்
பருகி நின்று ளங்களித்து
பெருமான் நினைப்பி லாழ்ந்திருந்தார்

பெருமான் பற்றி அன்னையும்
பேசி நிற்கும் போதெல்லாம்
பெருமான் கடவு ளென்றுரைத்துப்
பெரிதும் மகிழ்ந்தி ருந்திடுவார்
குருவென் றுரைத்தோ ஞானியென்றோ (374)
காசி னிகாணா மகானென்றோ
உரைத்து நிற்க அன்னையும்
உவந்து மகிழா ரொருபோதும்

இராம கிருட்டி ணபூசையும்
இராம கிருட்டி ணநாமசெபம்
புரியக் கூறி நின்றிருந்தும்
பெரிது மவரே அத்துவைதம்
பரம சத்தி யமாகுமென்று (375)
பரிந்து ரைப்பார் சிலரிடமும்
பரமன் தன்னை உணர்வதற்குப்
பூசை செபமும் வேண்டுமென்பார்

பத்தி மார்க்க மனுட்டித்துப்
பின்ன ரிறுதி தன்னிலுமே
அத்து வைத மார்க்கத்தை
அனுட்டித் திடவு முரைத்திடுவார்
பதியின் கருத்தை அன்னையும் (376)
பின்பற் றிடவுங் கூறிநிற்பார்
சதியும் பதியு மொரேகருத்தைச்
சாற்றி நிற்ப ரொருகுரலில்

அத்து வைதாச் சிரமொன்றும்
அழகி யமாயா வதியென்னும்
சித்தங் கவரு மிடந்தன்னில்
சிறக்க வுளதாம் இமயத்தில்
சததந் தியானம் செய்வதற்கு (377)
சிறந்த இடமா யதுவுளதாம்
விதியா யங்கு வழிபாடு
விலக்கப் பட்டி ருந்ததுவாம்

பெருமான் படமும் பூசையும்
பத்தர் காணா ரவ்விடத்தில்
உருவப் படமும் பூசையும்
ஒதுக்கப் பட்டி ருந்திருக்க
குருவின் சீட ரொருவருமே (378)
கண்டு வெறுத்துத் திரும்பிவந்து
குருபத் தினிக்குக் கூறிநின்றார்
குறையாய் தானுங் கண்டதையும்

செபமும் பூசை செய்திடவும்
சதத முரைக்கும் அன்னைக்குச்
செப்பி நின்ற யதிகுறையைச்
செவிகொ டுத்துக் கேட்டுநின்று
தப்பே துமில்லை நரேந்திரனும் (379)
செய்தி ருக்கும் விதிகளிலும்
கபாலி பத்தர் அத்துவைதம்
கடைப்பி டித்த வராவாரே

அத்து வைத சித்தாந்தம்
அனுட்டித் திருந்தார் பெருமானும்
அதன்பி னவரு மத்துவைதம்
அனுட்டித் திடவுங் கூறிவந்தார்
அதீத சிறப்பி னத்துவைதம் (380)
அனுட்டித் திடுவா யென்பிள்ளாய்
அதிகன் சீட ரனைவருமே
அத்து வைதி யென்றுரைத்தார்

சதத மிறைவன் நினைப்புதனில்
சஞ்ச லமின்றித் திளைத்திருக்க
பதியு மெண்ணி நின்றிருந்து
பலவாம் முறைக ளனுட்டித்து
மதங்கள் பலவு முரைக்கின்ற (381)
முறையை மக்கள் பின்பற்ற
மதர்த்துப் பெருமான் வாழ்ந்ததாக
மொழிவார் அன்னைப் பலரிடமும்

பற்று வைத்து மக்களுமே
பலவா றுழன்று வேதனையும்
பெற்று நிற்கக் கண்டுநின்று
பெருமான் தமது வாழ்க்கையால்
பற்றும் பற்றா வாழ்வையும் (382)
பலருங் காண வாழ்ந்திருந்து
பொறையி லுபதே சித்ததாகப்
புகல்வார் அன்னைப் பலரிடமும்

முன்பெ டுத்த அவதாரம்
மதமாம் சனாத னத்தையும்
அனுட்டித் திருந்து வாழ்ந்திருக்க
ஆவல் கொண்டோர் சனாதனியே
இனிதே பலவாம் மதங்களையும் (383)
இறைவ னனுட்டித் திருந்திருக்க
அனேக மதத்தார் பெருமானை
அதிகம் விரும்பி யுள்ளனரே

பிறந்த மதத்தைப் பின்பற்றிப்
பற்றி லாது வாழ்ந்திருக்க
இறைவன் கூறி னாரென்று
இயம்பி நிற்பார் அன்னையும்
மற்றுப் பலவாம் மதக்கருத்து (384)
மிகவும் கலந்து கலவையாய்
பற்றிச் செய்தல் தவறென்று
புகல்வார் அன்னைப் பலரிடமும்

தனது மதமே உயர்த்தியென்றும்
தாழ்ந்த துமற்ற வையென்றும்
மனது நோகச் செய்வதையும்
மதத்தின் பெயரால் பூசல்கள்
அனேகர் நிகழ்த்தி நிற்பதையும் (385)
அகமு டையார் வெறுத்ததாக
அன்னை கூறப் பலருமதை
அதுவே மெய்யென் றொப்பினரே

மதங்கள் பலவு மனுட்டித்து
மெய்யா மவையே யெனக்கண்டு
புதிய மதத்தைப் பற்றாது
பிறந்த மதத்தைப் பின்பற்றி
ஒதுக்கத் தக்க தொதுக்கிநின்று (386)
உகந்த தையு முவந்துநின்று
சதத மிறையைத் துதித்திருக்கச்
செப்பி யதாக உரைத்திருப்பார்

12. அன்னையின் தாய் மறைதலும் அனேகருக்கு அருளுதலும்

திருத்த லமாகும் புரிநகரின்
தெய்வம் கண்டுத் தரிசிக்க
விரும்பி நின்ற பத்தர்தம்
விருப்பம் அன்னை ஒப்பிடவும்
விருத்தை யான சியாமாவும் (1)
வரவேண் டுமென்று பத்தருமே
விரும்பி அன்னைக் குரைத்திருக்க
வேண்டா மென்று தடுத்துநின்றார்

சித்தம் பிறழ்ந்த பெண்ணாகும்
சுரபா லாவைத் தனியாக
வதித்தி ருக்கச் செய்துவிட
விபரீ தங்கள் நிகழ்ந்திடுமாம்
இதனால் சுரபா லாவையும் (2)
இனிதே அழைத்துச் செலவேண்டும்
முதிய அன்னை யுடன்வரவும்
மேலும் நிகழும் விபரீதம்

என்றன் தாயைக் கண்டதுமே
எரிந்து விழுந்துத் தகுதியின்றி
அனேக இழிசொல் பலர்முன்னும்
அரற்றி நிற்பாள் சுரபாலா
புனிதப் பயணஞ் செய்கையில் (3)
பெரிய தொல்லை எதிர்கொள்ள
மனதி லுறுதி யில்லாது
மிகவும் வருந்தி நிற்கின்றேன்

இறைவ னிச்சை யிருக்குமெனில்
என்றன் தாயை அப்போது
இறைவன் வாழும் புரிநகரும்
இட்டு வருவே னாகையால்
மற்றென் தாயை இங்கிருத்தி (4)
மற்றெல் லோரும் புரிசென்று
முறையாய் வணங்கித் திரும்பிடவும்
மொழிந்து நின்றார் அன்னையும்

வயது முதிர்ந்த தாயுடைய
விருப்பந் தன்னைப் புறக்கணித்து
நயமொ ழிபேசா கொழுந்தியுடன்
நெடுமா லுறையும் புரிநகர்க்கு
பயணம் செய்ய அன்னையும் (5)
பெரிதும் விரும்பி நிற்பதையும்
வியந்து பத்தர் பலர்கண்டு
வினோத மென்று ரைத்தனரே

சுரபா லாவும் பத்தருமே
சூழச் சென்றார் புரிநகரும்
தரிசித் திருந்து மிகக்களித்து
தளியி னைம்ப தர்ச்சகரும்
பெரிதும் மகிழ அன்னதானம் (6)
பரிவோ டுசெய்து தட்சிணையும்
கருத்தா யளித்து சாரதையும்
களித்தி ருந்தார் புரிநகரில்

பட்ட காலில் படுமென்னும்
பழமொ ழிமெய்யா யானதுவே
தொடர்ந்து வந்த மூட்டுவலித்
தொல்லை போதா ததுபோலும்
கட்டி யொன்று கால்தன்னில் (7)
கிளம்பி நிற்க அன்னையும்
நடந்து செல்ல பெருத்தவலி
நிறையக் கண்ட வதியுற்றார்

நடந்து கோவில் செல்வதற்கு
நிறையச் சிரமம் அன்னையும்
பட்டி ருக்கக் கண்டுநின்று
பத்த ரறுவை சிகிச்சையும்
நடத்தி நிற்க வேண்டுமென்று (8)
நவிலக் கேட்ட அன்னையும்
தடுத்து வேண்டா மெனக்கூற
தந்தி ரமொன்று செய்தனரே

அடியா ரொருவர் மருத்துவரை
அணுகி நின்று விவரங்கள்
எடுத்து ரைத்து சூழ்ச்சியொன்று
இரண்டு பேரு மாய்புரிய
திட்ட மிட்ட தன்படியே (9)
தந்தி ரமாகப் புரிந்தனரே
அடியார் மருத்து வரையுமுடன்
அன்னை யிடமு மழைத்துவந்தார்

பாதந் தொட்டுப் பணிவதாகப்
பகர்ந்து நின்று மருத்துவரும்
பாதந் தன்னில் வீழ்ந்திருந்து
பதமாய் வலியு மில்லாது
கோதை பாதக் கட்டிதனைக் (10)
கரத்தால் கீறி விட்டுநின்று
சூது செய்யச் செந்நீரும்
சீழுங் கொட்டி நின்றதுவே

வலியுஞ் செய்யா துதந்திரமாய்
விரைந்து சிகிச்சை முடித்துநின்று
நலமும் விழைந்து செய்ததையும்
நயந்து ரைத்துப் பிழைபொறுக்கப்
பலருங் காண மருத்துவரும் (11)
பகர்ந்து நிற்க அன்னையும்
மலர்ந்த முகத்தோ டாசிகளும்
மகிழ்ந்து வழங்கி நின்றிருந்தார்

பெற்ற தாயும் புரிநகரும்
பயணஞ் செய்ய விரும்பிநின்றும்
மறுத்து நின்ற செயலுக்கு
மிகவும் நொந்து சாரதையும்
குறையை நிவர்த்தி செய்திடவும் (12)
கருதி நின்று தாயையும்
புறப்பட் டுடனே வருவதற்கு
பரிந்து கடித மெழுதிநின்றார்

கடிதங் கண்டு களித்துநின்று
கிளம்பி வந்தார் சியாமாவும்
திடமு மில்லா விருத்தைக்குத்
துணையாய் அன்னை சோதரனும்
குடும்பத் தோடு வந்திடவும் (13)
கண்டு நின்று வெகுண்டெழுந்து
கெட்ட வார்த்தை பலகூறிக்
கூக்கு ரலிட்டார் சுரபாலா

அன்னை யினன்னை வந்திடவும்
அலர லானார் சுரபாலா
எனது கணவன் தன்னையும்
இரக்க மின்றிக் கொலைபுரிந்தாய்
பின்னுஞ் சினமுந் தீராது (14)
பழிவாங் கிடவும் மிகவெண்ணி
அனேக கீழ்மைக் குணத்துடைய
அன்பி லாரை வரவழைத்தாய்

கொடிய குணத்தி ழிந்தோரைக்
களித்திவ் விடமும் வரவழைத்து
எடுத்தென் பணத்தை வீணாக
இறைத்து வாரி வழங்குகிறாய்
தடுத்து யானும் நற்சொல்லும் (15)
தெரிவிப் பதையு மேற்காமல்
கெடுதல் செய்யும் பாதகியே
கெட்டொ ழிவாயே யெனக்கனன்றார்

இழிசொல் கூறி அன்னையை
இரக்க மின்றி அவமதித்து
பழித்து நின்ற சுரபாலா
பகன்ற வார்த்தை கேட்டுநின்ற
குழுமி யிருந்தோர் திடுக்கிட்டு (16)
கூறு வதற்கு வார்த்தையும்
இழந்து நின்று செய்வதுவும்
இனிதே அறியா திருந்தனரே

எதுவும் நடக்கா ததுபோலும்
எழுந்து நின்று சாரதையும்
அதன்பின் மகிழ்ந்து சகநாதன்
ஆல யத்தைச் சென்றடைந்து
பத்த ரிருக்கு மிடஞ்சென்று (17)
பிரசா தத்தை வாய்தன்னில்
மெதுவா யிட்ட வர்மகிழ
மற்றுக் கண்டி ருந்தாரே

பின்னு மவரே பத்தரையும்
பரிந்த ழைத்துத் தம்வாயில்
கனிந்து நின்று பிரசாதம்
கரத்தா லிட்டு நின்றிருக்க
இனிதே உரைத்த வாறுபத்தர் (18)
இயற்றி நின்றி ருந்திருக்க
அன்னை யெளிமை கண்டடியார்
அனேகந் துதித்துப் போற்றினரே

புனிதப் பயணம் முடித்துநின்று
புரியி ருந்து புறப்பட்டு
பின்னர் குழுவும் கோல்காதா
பயணஞ் செய்து வந்தனரே
அன்னை யினினி யசிற்றப்பா (19)
அன்னை யோடு வசித்திருக்க
அனேக சீடர் சேவைகள்
ஆற்றி நின்றி ருந்தனரே

அன்னை தமது சீடருடன்
அகங்க ளித்துச் சேவைகள்
இனிதே நீல மாதவர்க்கு
இயற்றி நின்றி ருந்திருக்க
தனது கடமை தவறாது (20)
திறமை யாகக் காலனுமே
கனிந்து புரிந்து மாதவரைக்
கைக்கொள் ளவந்து நின்றானே

சுவாசம் வாங்கி நிற்கையில்
சார தையை உணவுண்ண
குவிந்தி ருந்தோர் வற்புறுத்த
கவலை யோடு சென்றிருந்து
சுவையு மெடுக்கா உணவையும் (21)
சிறிது மிச்சை யுமில்லாமல்
அவச ரமாக உண்கையில்
அவலக் குரலு மெழும்பியதே

உண்டு முடிக்கும் முன்னருமே
ஒருபே ரவலக் குரலொலியால்
உண்ப தையு முடன்நிறுத்தி
ஓடிச் சென்ற அன்னையும்
கண்டார் தமது சிற்றப்பா (22)
காலன் கைப்பட் டிறந்திருக்க
உண்ணச் செல்ல அனுப்பியது
உகந்த செயலு மிலையென்றார்

கட்டா யமாக யென்னையும்
கடுக விரட்டி உண்பதற்கு
கிட்டி கட்டி நிறுத்திநின்றீர்
கடைசி மூச்சு சிற்றப்பா
விட்டி ருக்கு போதென்னை (23)
விருந்து கொள்ள அனுப்பியது
அடாத செயலா மென்றுரைத்து
அதீத மாகக் கடிந்துநின்றார்

விரைந்து மாடி யறைசென்று
வேக மாகக் கரந்தன்னில்
நிருமா லியமாம் பூக்களையும்
நிறையக் கொணர்ந்து சடலத்தின்
சிரத்தின் மீதும் மார்பிலுமே (24)
சார தையு முடனிட்டுக்
கரத்தா லழுத்திப் பிடித்திருந்துக்
கருத்தாய் செபித்து நின்றிருந்தார்

சடலந் தன்னைத் தோள்தன்னில்
சுமந்து செல்ல முன்வந்த
அடியா ரொருவ ரந்தணராய்
அமையா திருக்க கோலாப்மா
தடுத்தி நிறுத்தி நின்றிடவும் (25)
தகாதி துவென அன்னையும்
எடுத்து ரைக்க அடியாரும்
இனிதே சுமந்து சென்றாரே

பிரசன் னகுமா ரெனும்பின்னன்
பரிச னத்தோ டுகோல்காதா
இருந்து வசித்து வந்திருக்க
இனிய மகளாம் நளினியுமே
வரனோ டவருக் குதவிகளும் (26)
வழங்கி நின்றார் மிகமகிழ்ந்து
பிரம தநாத னெனும்பெயரைப்
பெற்றி ருந்தா ரவர்மருகன்

பிரம தநாதன் தனைப்பிணியும்
பற்றி நிற்கச் சிகிச்சையும்
புரிந்து நின்ற மருத்துவரும்
பெரிதுங் குடும்பத் தொல்லையால்
வருந்தி போதை மருந்துண்ண (27)
வீக்கங் கண்ட தவர்வதனம்
கருந்திட் டுக்கள் கண்ணருகில்
கிளர்த்தெ ழுந்து நின்றனவே

அடியா ரொருவர் மருத்துவரை
அன்னை யிடமு மழைத்துவந்தார்
இடையில் மந்தி ரோபதேசம்
இனிதே கிடைக்கின் மருத்துவரின்
குடும்பத் தொல்லை நீங்குமென்றும் (28)
குணமு மடைவார் விரைவிலென்றும்
அடியா ரவர்க்கு ரைத்துநிற்க
அன்போ டுரைப்பார் மருத்துவரும்

மடியு முடுக்க விலையென்றும்
மற்றுக் காலை உணவையும்
எடுத்துக் கொண்டி ருப்பதாலும்
இனிதே மந்தி ரோபதேசம்
அடாத செயலா யாகுமென்றும் (29)
அறைந்து நின்ற மருத்துவரும்
அடியா ரோடு சாரதையும்
அமர்ந்தி ருக்கு மிடம்வந்தார்

அன்னை யிடமு வந்துநின்ற
அடியா ருரைப்பார் மிகத்தெளிவாய்
என்னோ டுவந்த மருத்துவரும்
இன்று காலை உணவுகொண்டு
பின்னும் மடியு முடுத்தாதுப் (30)
பூணூ லையு மணியாது
மனது நெகிழ்ந்து நின்றிருக்க
மற்றுச் செய்வ தென்னவென்றார்

நியமும் முறையாய் பின்பற்றி
நின்றி ருக்கும் அன்னையும்
இயம்பி நின்ற அடியாரின்
இனிய உரையுங் கேட்டுநின்று
தயங்கா திருந்து மந்திரமும் (31)
திடமாய்ப் பெற்றுச் செபித்திருக்க
அயர்ந்து மடியுந் தொல்லையும்
அதன்பின் பிணியு மென்றுரைத்தார்

மருத்த னுக்கு சாரதையும்
மந்தி ரோப தேசமுமே
விரைந்து செய்து வைத்துநிற்க
விளைந்து நின்ற தற்புதமே
பிரிந்து சென்ற பத்தினியும் (32)
பதியைத் தேடி மனைவந்தார்
வருத்தி நின்ற பிணிகளுமே
வருந்திச் சென்று மறைந்தனவே

பிரம தநாதன் பிணிதன்னைப்
போக்கி நின்றார் மருத்துவரும்
மருத்தன் பிணியை அன்னையும்
மற்று தீர்த்து நின்றிருந்தார்
பிரம தநாதன் பிணிதன்னைப் (33)
போக்கி னாரில் அன்னையும்
தரணி தன்னில் விடையிதற்குத்
தருவார் யாரே யாமறியோம்

பெருமான் சீட ரொருவருண்டு
பெயராம் வினோத விகாரியாகும்
நெருங்கி யநண்பர் சரத்தாவார்
நண்பா வென்று சரத்தையும்
உரிமை யோட ழைத்திருப்பார் (34)
ஒழுங்கு முறையுந் தவறிநின்று
பருகி நிற்பார் மதுரசமும்
பலரு மிவரை வெறுத்திடவும்

அன்னை வசிக்கும் தெருவழியே
ஆடிப் பாடி வினோதருமே
தன்னை மறந்து சென்றிருக்க
சார தானந் தரென்பாரும்
மனைக்கு ளவரை விடுவதற்கு (35)
மறுத்து நிற்க சீடருக்கு
அனேக முறைக்க சீடருமே
அதனை யொப்பி யிருந்தனரே

இரவு நேரம் மேலுமன்னை
இனிதே துயிலும் புரிந்திருக்க
கிருகம் வந்து வினோதருமே
களித்து கதவைத் திறக்குமாறு
உரக்கக் கூவி நின்றதுமே (36)
ஓடி வந்து சீடருமே
அருமை நண்பர் கட்டளையும்
அறிவித் தனரே வினோதருக்கு

உள்ளே வரக்கூ டாதென்று
உரைத்தா ருங்கள் நண்பரென்று
வெளியே வந்து சீடர்கள்
வினோத ரிடமுங் கூறிநிற்க
களிப்பி ழந்து வினோதருமே (37)
கேட்டு நின்றுத் தமதுள்ளம்
பிளந்த துபோலு முணர்ந்திருந்து
பாட லானார் போதையில்

தாயே யெழுந்துத் தாழ்ப்பாளும்
திறந்து நின்று காட்சிதாராய்
நாயின் கீழ்மைக் குணத்துடைய
நலிந்தோன் குரலுங் கேட்டிலையோ
சேயெ னென்னைத் தெருதன்னில் (38)
சீல மின்றித் தள்ளிவிட்டு
காய்ந்து நின்று கட்டிலிலும்
களித்துத் துயிலுங் கொள்வதேனே

அம்மா கதவைத் திறவென்று
அகத்தி ருந்து கதறிநின்றும்
இம்மி யளவுங் கருணையும்
இன்றி இறுக்க மூடிநின்றாய்
நிமல னென்னை இயக்கிநிற்க (39)
நலிந்து வாடி சீர்கெட்டேன்
நிமிர்த்தி யென்னை வழிநடத்த
நீயு மிச்சை கொண்டிலையோ

கன்றின் குரலுங் கேட்டபசு
கனவே கத்தில் வருதல்போல்
அன்னை யென்றன் குரல்கேட்டு
அறிந்து காக்க வாராயோ
உன்னை யன்றி வேறுகதி (40)
உள்ள தாமோ உலகத்தில்
பின்னுந் தாம திக்காது
பரிந்து காட்சி தந்துநிற்பாய்

தரங்கெட் டலைந்தே னென்றறிந்து
தள்ளி யொதுக்கி யுள்ளாயோ
குரவர் மற்றும் அன்னையும்
கைவிட் டிருக்க உய்வேது
சரிவு கண்டு வீழ்ந்திருக்கும் (41)
சிசுவைக் காவா திருந்திருக்க
தரணி தன்னில் வேறெவரே
தாங்கிப் பாது காத்திடுவர்

இன்றோ டெனது தீக்குணங்கள்
இனிதே நீக்கி நின்றிடுவேன்
இனியும் தாம திக்காது
எழில்சேர் வதனங் காட்டிநிற்பாய்
அன்னை பெற்ற பிள்ளையை (42)
அகற்றி நிற்க வேறெவரே
அன்பு பாசங் காட்டிநிற்பர்
அறிவாய் யானுன் மகனென்றே

பலவு மிவ்வா றுரைத்துநின்று
போதை யிருந்தும் வினோதருமே
தலையை நிமிர்த்தி அன்னையும்
துயிலும் புரியு மிடம்நோக்கப்
பலக ணிதிறந் தன்னையும் (43)
பவித்தி ரமான வதனத்தை
நிலைம றந்துத் தள்ளாடி
நிற்ப வர்க்குக் காட்சிதந்தார்

அன்னை தனக்குக் காட்சியுமே
அளிக்கா ரென்று கருதிநிற்க
அன்னை காட்சி கண்டுநின்று
அதிர்ச்சி யடைந்தார் வினோதருமே
அன்னை வதனம் நற்றாயின் (44)
அழகு முகத்தை ஒத்திருக்க
அன்னை முகத்தை நோக்கிநின்று
அடைந்து நின்றார் பெருமகிழ்ச்சி

கண்ணீர் தைல தாரையாய்
கொட்டி நின்று வினோதருமே
மண்ணில் நெடுஞ்சாண் கிடையாக
மற்று வீழ்ந்து கிடந்தெழுந்து
பணிந்து வணங்கிக் கைகூப்பி (45)
புழுதி நிறைந்த மணலள்ளிக்
கொண்டேன் பாத தூளியென்று
கூறிச் சிரத்தி லிட்டுநின்றார்

அறிவி லியாகும் பிள்ளையை
அனுக்கி ரகிக்க யெழுந்துவந்துச்
சிறப்புச் செய்யத் தரிசனமும்
சாள ரத்தைத் திறந்துநின்று
மற்றெ னக்கு மிகக்கொடுத்து (46)
மிகவும் மதிப்ப ளித்துநின்றாய்
மறவே னுனத ருட்கருணை
மறந்துங் கொள்ளேன் மதுரசமும்

நண்ப னென்னைக் காண்பதற்கு
நிரம்ப வெட்கிக் கதவடைத்தான்
நண்பன் தன்னை யினியென்றும்
நாடி வாரே னுறுதியிது
கண்டு கொண்டேன் அன்னையைக் (47)
காலம் முழுது மினிமறவேன்
கண்டு கொண்டேன் காளியென்று
கணமும் மறவே னென்றுரைத்தார்

நண்பன் மீது சினங்கொண்டு
நகர்ந்து சென்றா ரிடம்விட்டு
கொண்டு நின்ற பொய்க்கோபம்
குறையும் விரைவி லெனநினைத்துக்
கண்டு மகிழ்ந்து புன்னகைத்துக் (48)
களித்துக் கட்டி லடைந்துநின்று
நண்ப ரிருவ ருறவையும்
நினைத்து மகிழ்ந்துத் துயில்கொண்டார்

சிறிது காலங் கழிந்தபின்னர்
சிறக்கத் திருந்தி நின்றவரும்
இறுதி நேரம் வரக்கண்டு
இறைவ னமுத வாசகங்கள்
நிறைந்தி ருக்கும் புத்தகத்தை (49)
நினைவு கூர்ந்து படித்திடவும்
இறுத்து நின்று கேட்டவாறு
இறைவ னோடு கலந்துநின்றார்

இறுதி மூச்செ டுக்கையில்
இறைவ னமர வாசகங்கள்
நிறையக் கேட்டு வினோதருமே
நெகிழ்ந்து கண்ணீர் பெருக்கிநின்று
இறையோ டொன்றா கிநின்றிடவும் (50)
இதுவே விந்தை யெனப்பலரும்
இறுத்து நிற்க அன்னையும்
இனிதே விளக்கி நின்றிடுவார்

இறைவ னுரைத்த வாசகங்கள்
இனிதே கேட்டு வினோதனுமே
இறைவ னுடனு மொன்றானான்
இதிலே விந்தை யெதுவுமிலை
மற்ற பிள்ளை கள்போலும் (51)
மகனா கிடுவா னிறைவனுக்கு
சிறிது காலம் தடம்மாறிச்
சேற்றில் கிரீடை புரிந்துநின்றான்

பெருமா னுக்குப் பிள்ளைகள்
பலரு மிருக்க அவருள்ளும்
ஒருவ னிவனுஞ் சிறிதுகாலம்
உவந்து சேற்றில் விளையாடி
சரீரந் தன்னி லழுக்கடைந்து (52)
சிந்தை தெளிந்து பின்னருமே
பெருமான் மடியில் விழுந்துநின்று
பிறவா வரமும் பெற்றுநின்றான்

பிரசன் னகுமா ரெனும்பின்னன்
பத்தி னிக்கு வாந்திபேதி
வரவு மந்நோய் வீரியமாய்
விரைவில் நிலையுங் கெட்டிடவும்
இருபத் துநான்கு மணிக்குள்ளும் (53)
இறந்து போக அவர்பெண்கள்
இருவர் சார தையிடமும்
இளைத்துச் சோர்ந்து வந்தனரே

நளினி யென்பார் மூத்தவராம்
நங்கை தங்கை சுசீலாவாம்
இளம்பெண் நளினி வாலையாய்
இருந்தி ருக்க மணம்முடித்தும்
களித்துக் கணவன் மனைபுகாது (54)
காலம் பெற்றோ ருடன்கழித்து
இளைச்சி யோடுந் தாயிறக்க
இனிய அத்தை யிடஞ்சேர்ந்தார்

பெதும்பைப் பருவ நளினியுமே
பெரிதும் விரும்பி ஆசாரம்
சததங் கண்டு நின்றிருந்து
சள்ளை செய்யப் பலதொல்லை
நிதமு மெழுந்து சாரதையை (55)
நிறைய வருத்தும் மேலும்பின்
துதித்து வணங்க வந்தவரும்
தொல்லைக் காட்பட் டிருந்தனரே

மடத்தி லுறையும் யதிகளுமே
மற்று வணங்க வருபவரும்
இடமும் வகுப்பும் நியதிகளும்
இயற்றி வாறு முழுதாகக்
கடைப்பி டித்து நிற்காதுக் (56)
கரும மாற்றி நின்றிருக்கத்
தடுத்து நிறுத்தி நளினியுமே
தடங்கல் பலவுஞ் செய்திருப்பார்

இவ்வா றிருக்க கிராமத்தில்
இனிதே முதிர்ந்த சியாமாவும்
கவலை களின்றித் தங்கருமம்
களித்தாற் றிநின்று வாழ்ந்துவர
தவிர்க்க வியலா காலனுமே (57)
தனது தூதர் சிலரையும்
உவந்த ழைத்து சியாமாவின்
உயிரைக் கவர்ந்து வரவுரைத்தான்

பொருளுங் கொடுத்துக் கீரையும்
பண்ட மாற்று முறைதன்னில்
விரும்பி வாங்கி வைத்துவிட்டு
வேலை புரியும் பெண்மகிழ
அருகி லமர்ந்தி யியன்றவரை (58)
அனேக உதவி செய்துநின்று
சிரமங் கண்டு நிற்பதாகச்
செப்பி சியாமா ஓய்வெடுத்தார்

அன்னை யினன்னை அசதியுடன்
அகத்தின் வாசல் திண்ணையில்
இனிதே படுத்து நின்றிருக்க
இயற்கை போலு மூர்ச்சிறாரும்
நனிசி றந்த கதையொன்று (59)
நவிலக் கேட்டு வற்புறுத்தக்
கனிந்து கசேந்தி ரமோட்சத்துக்
கதையுங் களித்துக் கூறிநின்றார்

கதையுங் கூறி முடித்திடவும்
கண்க ளிருட்டி நிற்பதாக
முதிர்ந்த சியாமா கூறிநிற்க
மகிழ்ந்து கதைகேட் டிருந்தவரும்
பதறி நின்று சாரதைக்குப் (60)
பகர்ந்து நிற்க அன்னையும்
பதைத்தோ டிவந்து சியாமாவைப்
பரிந்து தடவிக் கொடுக்கலானார்

கிராமத் திற்கு சாரதையும்
களித்து வந்துத் தம்மனைக்கு
நிரம்ப உதவி புரியயெண்ணி
நிற்குஞ் சமய மீன்றவளும்
தரையில் படுத்துத் தவிப்பதையும் (61)
சகிக்க முடியா திருந்துகண்டு
மரண மடைவா ரென்றறிந்து
மனமும் நொந்த ருகிருந்தார்

பயந்தா ளிறப்பா ரென்றறிந்து
பின்னும் வேண்டு வதென்னவென்று
சியாமா வாகுந் தாயையும்
செப்பி நிற்கக் கேட்டவுடன்
பயந்தாள் பூச ணிக்காயின் (62)
பதமாய் சமைத்த வியஞ்சனமும்
இயம்பி நின்றார் வேண்டுமென்று
இணையி லாத மகளிடமும்

பூச ணிக்காய் வியஞ்சனமும்
பெரிதும் விரும்பி யுண்கின்ற
ஆசை தன்னை சியாமாவும்
அறிவித் திடவு மதைக்கேட்டு
நேசங் கொண்டு டல்நிலையும் (63)
நன்கு தேறி நின்றபின்பு
வாசம் மிகுந்த வியஞ்சனமும்
விரைந்த ளிப்ப தாயுரைத்தார்

இறுதி சுவாச மெடுக்கையில்
இனிதே பூச ணிக்காயை
அறுத்து நறுக்கி வியஞ்சனமும்
அளிக்கக் கேட்ட தம்மனைக்கு
சிறந்த பதார்த்த முடல்நிலையும் (64)
தேறி வரவு மளிப்பதாக
இறுத்து நின்றார் அன்னையும்
இனிய பெற்ற தாயிடமும்

புனித கங்கை நீரையும்
பெற்ற தாயின் வாய்தன்னில்
கனிந்து மகளும் மும்முறையே
கரத்தால் வார்த்து நின்றிருக்க
புனித மகளின் மடிதன்னில் (65)
படுத்த வாறு சியாமாவும்
மின்னல் வேகந் தனிலுயிரை
மிகவு மெளிதாய் விட்டுநின்றார்

சிரத்தின் மீதும் மார்பிலுமே
சிறிதுந் தாம திக்காது
கரத்தை வைத்த ழுத்திநின்று
கண்கள் மூடி மந்திரங்கள்
உரைத்து நின்றார் வெகுநேரம் (66)
உணர்ச்சி வசமா யாகிநின்று
அரற்றி யவாறு பெற்றவளின்
அன்பை நினைத்துக் கதறிநின்றார்

படுக்கை தன்னில் வீழ்ந்திராமல்
பணிவி டைகள் வேண்டாது
அடுத்துத் தாமு மவத்தையும்
அதிகக் காலம் பட்டிராது
கடமை யாக கருமங்கள் (67)
களித்துப் புரிந்து பெற்றமகள்
மடியில் படுத்த வாறிருந்து
மகிழ்ந்து சியாமா உயிர்துறந்தார்

இறுதி வேள்விச் சடங்குகளை
இனிய சார தானந்தர்
குறைவே துமின்றி நிறைவேற்றிக்
கொடுத்து நின்றா ரன்புடனும்
இறுதி யாசை சியாமாவும் (68)
இயம்பி யவாறு சாரதையும்
முறையாய் பூச ணிக்காயை
மற்றுப் படைத்து நின்றிருந்தார்

பதின்மூன் றாம்நாள் சடங்கன்று
பெற்ற தாய்க்குக் கருமங்கள்
விதிப்ப டியாற்றி வியஞ்சனமாய்
வெள்ளைப் பூச ணிக்காயை
அதிக அளவி லாக்கிப்பின் (69)
அழைத்துக் கிராமத் தாருக்கு
மதர்த்து வழங்கி அன்னதானம்
மகிழ்ந்து செய்தார் அன்னையும்

பெற்ற தாயும் மறைந்ததன்பின்
பெரிதும் மாற்றம் வேண்டிநின்று
புறப்பட் டுடனே அன்னையும்
பிள்ளை களிடம் வந்தடைந்தார்
உற்றான் தம்மைக் கண்ணனாக (70)
உவந்து கண்டு பத்திசெய்த
நற்றாய் போலும் அகோரமணி
நலிந்தி ருக்கக் கண்டுநின்றார்

அகோர மணியும் கதாதரரை
அழைப்பார் கோபா லாவென்று
பக்கு வமாகப் பதார்த்தங்கள்
பரிந்து செய்து கதாதரர்க்கு
மகிழ்ந்து கரத்தா லூட்டிநிற்க (71)
மகானுஞ் சுவைத்துக் களித்திருப்பார்
மகனாய் கருதி அகோரமணி
மற்றுப் பத்தி புரிந்திருந்தார்

அன்னை அகோர மணியையும்
அன்பாய் மாமி யென்றழைக்க
அன்னை தம்மை அகோரமணி
அழைத்து நிற்பார் மருகியென்று
மனமும் மகிழ்ந்து சாரதையும் (72)
மாமி மகிழச் சேவையும்
இனிதே புரிய தாய்சேய்போல்
இருந்து நின்ற தவருறவு

மரணப் படுக்கை தனிலிருக்கும்
மற்றுத் தாயின் தானத்தில்
இருக்கும் அகோர மணியையும்
இனிதே சென்று சாரதையும்
பரிந்து நலமுங் கேட்டறியப் (73)
பெரிதும் விரும்பி அகோரமணி
இருந்து வாழு மறையுள்ளும்
ஏகி நின்றார் அன்னையும்

அன்னை அகோர மணியிருக்கும்
அறைக்குள் நுழைந்து நின்றதுமே
கனிந்து நின்று ணர்ந்தறிந்து
கோபா லாவுன் வரவையும்
பன்னா ளாக யெதிர்பார்த்து (74)
பரித வித்தி ருந்திருக்க
மனமு மிரங்கி இன்றுவர
மகிழ்ந்தேன் யானு மென்றுரைத்தார்

கதாத ரரையு மைழைப்பதேபோல்
கரைந்து நின்றார் அன்னையை
இதுகேட் டதிர்ந்து சாரதையும்
இறுத்தா ரில்லை மறுமொழியும்
எதையோ தேடு வதுபோலும் (75)
இரண்டு கரத்தா லவர்துழாவ
முதிர்ந்த தாய்போன் றவரையும்
மகிழ்ந்து நோக்கி நின்றிருந்தார்

பணிப்பெ ணொருத்தி சதாகாலம்
பக்க மிருந்து முதியவர்க்குப்
பணிவி டைகள் செய்திருப்பார்
பணிப்பெ ணையும் அகோரமணி
கண்ணால் சைகை செய்திடவும் (76)
கண்ட பெண்ணுந் தாயிடமும்
விண்டு நிற்பா ரடிப்பொடியை
வேண்டி நின்றா ரென்பதாக

அடிப்பொ டிதன்னை அகோரமணி
அடைய விரும்பி நின்றதாக
எடுத்து ரைத்த படியன்னை
இனிதே பாதங் காட்டிநிற்க
அடுத்துத் துணியால் அன்னையின் (77)
அழகுப் பாத மொற்றியபின்
படுத்தி ருப்பா ருடல்மேலும்
பதவி சாகத் தேய்த்துவிட்டார்

அகோர மணியி னுடல்முழுதும்
அடிப்பொ டிபற்றி யதுணியாலும்
வெகுநேர்த் தியாகத் துடைத்திடவும்
விருத்தை மிகவும் மகிழ்ந்திருக்க
பக்க மமர்ந்து பலபேசிப் (78)
பின்னர் விடையும் பெற்றதுமே
மகளே போலும் மருகியுமே
மகிழ்ந்து கிளம்பி மனையடைந்தார்

விரைந்து நாட்க ளோடிடவும்
விருத்தை அகோர மணிநிலையும்
மருந்து மற்றும் மருத்துவரால்
மற்றுத் தேறா திருந்திடவும்
ஒருநா ளிறைவ னவரையும் (79)
உவந்த ழைத்துச் சென்றிருந்து
நிரந்தி மாகத் தன்னுடனும்
நயந்துச் சேர்த்து நின்றிருந்தான்

பிறந்த வூரும் அன்னையும்
புறப்பட் டொருநாள் வந்தடைந்தார்
மறவா தவரே சுரபாலா
மற்றும் இராதை அழைத்துவர
சிறிது மோய்வெ டுக்காது (80)
சததம் பணியு மாற்றிநிற்பார்
அற்பு தமான நிகழ்ச்சியொன்று
அரங்கே றியது சின்னாளில்

பிறந்த வுடனே சுரபாலா
பயந்தா ளையு மிழந்திருக்க
பெற்ற தகப்பன் கைவிடவும்
பெற்ற தாயின் அன்னையும்
பெற்ற தாயின் தமக்கையும் (81)
பரிவோ டெடுத்துக் குழந்தையை
மற்றா தரித்து வளர்த்துநின்று
மணமு டித்துக் கொடுத்தனரே

கணவ னோடு களித்திருந்து
கருவுற் றிருக்குஞ் சமயத்தில்
கண்ணுக் கினிய கணவனையும்
காலன் பற்றிச் சென்றிடவும்
குணத்திற் சிறந்த அன்னையும் (82)
களித்தா தரித்து நின்றிருக்க
துணையி ழந்த சுரபாலா
சித்தம் பிறழ்ந்த வரானாரே

சுரபா லாவின் தகப்பனுமே
செயராம் பாடி வந்துநின்று
கருத்தா யினிமேல் தன்பெண்ணைக்
காப்ப தாக வாக்களிக்க
பெரிதும் மகிழ்ந்து சாரதையும் (83)
பிரியா விடையும் தந்துநிற்க
சுரபா லாவும் தகப்பனுடன்
சென்றார் தகப்பன் வாழூமூரே

சுரபா லாவின் தாயினன்னைத்
தனது நகைக ளனைத்தையும்
அருமைப் பெயர்த்திக் களித்திருக்க
அனைத்து நகையு மவர்தகப்பன்
கரவாய் கவர்ந்துக் கொண்டுவிட்டு (84)
கழிவி ரக்க மேதுமின்றி
விரைவாய் செயராம் பாடிக்கு
விரட்டி யடித்து நின்றிருந்தார்

தகப்ப னழைத்துக் கொண்டுசென்று
தனையள் நகைக ளனைத்தையும்
வெகுவாய்க் கரவாய் கவர்ந்திருந்து
வீட்டை விட்டு விரட்டிவிட
மகிழா திருந்த சுரபாலா (85)
மற்று செயராம் பாடிவந்து
நகைக ளிழந்த கதையெல்லாம்
நவின்று நின்ற ழுதிருப்பார்

சித்தங் குழம்பி நின்றிருந்தும்
செல்வம் நகையும் மீதுபற்று
மெத்தக் கொண்ட சுரபாலா
மற்று செயராம் பாடிவந்து
சததம் நகைக்கா யழுதிருக்க (86)
சகிக்கா திருப்பார் அன்னையும்
பதைத்து நின்று மனையோரும்
பின்னுஞ் செய்வ தறியாரே

மனையி லொருநாள் பத்தருடன்
மகிழ்ந்து பேசி நிற்கையில்
இனிதே பேச்சை நிறுத்திநின்று
இயம்பி நின்றார் அன்னையும்
மனநி லையுஞ் சரியில்லாள் (87)
மிகவும் தாயை வருத்திநிற்க
இனிமே லென்னால் பொறுத்திருக்க
இயல வில்லை யென்றுரைப்பார்

உடனே சென்று கோவிலுள்ளும்
உன்மத் தமுமே கொண்டிருந்து
மடிபி டித்து மல்லாட்டம்
மற்றுப் புரியும் பெண்ணையும்
பிடித்த ழைத்து வரவிலையேல் (88)
பெரிதும் வருந்தித் தாயவளைக்
கடிந்து சாப முறுதியாக
கொடுப்பா ளென்று ரைத்துநின்றார்

தேவி யுறையுங் கோவிலினுள்
சார தையும் சென்றிருக்க
தேவி தன்னை சுரபாலா
தனது நகைகள் தரக்கேட்டு
நாவா லுரைக்கா வார்த்தைகள் (89)
நவின்றி ருக்கக் கேட்டுநின்று
நோவா திவளைக் காவென்று
நயந்து நிற்பார் தேவியிடம்

நல்ல வார்த்தை பலபுகன்று
நகையும் பெற்றுத் தருவதாக
சொல்லி நின்றுக் கரம்பற்றி
சுரபா லாவை அன்னையும்
இல்லத் திற்க ழைத்துவர (90)
இரைந்து பலர்முன் சுரபாலா
கொலைகா ரியாகும் சாரதையே
கொடுப்பா யென்றன் நகைகளென்றார்

கரவா யென்றன் நகைகளையும்
களவா டிநின்ற நாத்தூணே
திருப்பித் தருவா யென்நகைகள்
திருப்பா திருக்க யானுனது
சிரத்தைக் கொய்வே னென்றுரைக்க (91)
சிந்தை நொந்து பத்தருமே
விரைவாய் தமது செவிகளையும்
வலிந்து பொத்திக் கொண்டனரே

பழிச்சொல் பலவுங் கூறிநிற்கும்
பெண்ணாம் கொழுந்தி சுரபாலா
மொழியுங் கேட்டு மனம்நொந்து
மற்றங் கிருந்த பத்தரிடம்
தழுத ழுத்து சாரதையும் (92)
தெரிவித் திடுவா ரிவளென்றன்
முழுதாய் சித்தங் கெட்டிருக்கும்
மருள்கொள் பிச்சி யென்றுரைப்பார்

பித்த னோடு முமையோடும்
பேயும் பித்தங் கொண்டவரும்
சதத மிருப்ப ரெனகிரீசன்
சொல்லி நிற்ப துபோலிவளும்
சித்தம் பிறழ்ந்த சேடியென்று (93)
சார தையும் சொல்லிநின்று
துதித்தி ருப்பார் சுடுசொல்லும்
தேவி பொறுக்க வேண்டிநின்று

செயராம் பாடி வருமாறு
சுரபா லாவின் தகப்பனுக்கு
நயந்து சேதி அனுப்பிநிற்க
நஞ்ச னவரும் வந்ததுமே
மயேசு வரியாய் கதாதரரும் (94)
மற்று வணங்கி யசாரதையும்
கயமைக் குணத்து மனிதன்தன்
காலில் வீழ்ந்து வேண்டிநின்றார்

சுரபா லாவின் தகப்பனையும்
சிரித்த முகமாய் வரவேற்று
பெரிது மவர்தன் நலங்கேட்டு
பஞ்சாங் கமாகப் பணிந்தெழுந்து
சுரிகு ழலாளின் நிலைதன்னைச் (95)
செப்பி நின்று நகைகளையும்
திருப்பிக் கொடுக்க வேண்டுமென்று
தெரிவித் திருந்தார் அன்னையும்

பரிதா பமாகத் தன்னிலையும்
பெரிது மிருப்ப தாயுரைத்து
கருணை கொண்டு நகைகளையும்
கொடுத்து நிற்கு மாறுவேண்டி
தரையில் வீழ்ந்துப் பணிந்தெழுந்து (96)
சுற்றி யிருந்தோர் பதறிநிற்க
சுரபா லாவின் தகப்பனையும்
சார தையும் வேண்டிநின்றார்

நஞ்ச னவரு மிரக்கமின்றி
நவின்று நிற்பா ரிவ்வாறு
கெஞ்சிப் பணிந்து தாள்பற்றி
கனிந்த வார்த்தை பேசிநின்றும்
கொஞ்ச மேனு மாபரணம் (97)
கொடுத்து நிற்கே னொருபோதும்
வஞ்சித் துநீவி ரென்பெண்ணை
விரட்டி நிற்பீ ரொருநாளே

காலம் மாறி நின்றிருக்க
கிருகத் திருந்தென் பெண்ணையும்
கோல மயிலாம் பெயர்த்தியையும்
கழிவி ரக்க மேதுமின்றி
ஓல மிட்டுக் கதறிநிற்க (98)
ஓட விரட்டி நிற்கையில்
சாலை யோரந் தவித்திருந்து
சிக்கித் துன்பங் கொண்டுநிற்பர்

பெண்ணின் நலத்தைக் கருதிநின்று
பேரன் புடனு மவளளித்த
அணங்கின் நகைக ளனைத்தையும்
அதிசாக் கிரதை யுடன்யானும்
கண்ணி னிமைபோல் மிகக்காத்து (99)
காலம் வரவு மளித்திடுவேன்
பெண்ணின் நகையைப் பறித்திருக்கும்
பித்தன் யானு மில்லையாம்

நகைக ளெல்லா மிங்கிருக்கின்
நீவிர் கவர்வீ ரெனப்பயந்து
மகளு மவற்றை யென்னிடமும்
மற்றுப் பாது காப்பாகத்
தகுந்த முறையில் வைத்திருக்கத் (100)
தெரிவித் திருந்த படியானும்
மிகவும் கருத்தாய் வைத்திருக்க
மற்றேன் கவலை யுனக்கென்றார்

பலவா றன்னைக் கயவனிடம்
பணிந்து கெஞ்சி நின்றிருந்தும்
அலட்சி யமாக ஒதுக்கிநின்று
அதன்மே லிடமு விட்டகன்று
மலர்ந்த முகத்தோ டுதன்னில்லம் (101)
மற்றுச் சென்று மகிழ்ந்திருக்க
மலைத்து வேறு வழிதேடி
மற்றி ருந்தார் அன்னையும்

நல்ல வார்த்தை உரைத்திருந்து
நயந்து கேட்டு நின்றிருந்தும்
எல்லை மீறி நடக்கின்ற
இதய மில்லா தாரையும்
வலிந்து பெற்று நின்றிருக்க (102)
வேண்டு மென்று முடிவுசெய்து
நல்லா ரொருவர் தம்மையும்
நினைவு கூர்ந்தார் அன்னையும்

அஞ்சா நெஞ்சங் கொண்டவரும்
அன்னை பத்த ரானவரும்
அஞ்சிப் பலரும் நடுங்கிநிற்க
ஆளு மையு முடையவரும்
சஞ்ச லமின்றிப் பலரையும் (103)
தனிய னாக எதிர்கொள்ளும்
பஞ்சி நாணும் பூண்டவர்க்குப்
புகன்றார் அன்னை விவரங்கள்

இலலி தசட்டோ பாத்தியாயாம்
என்ப வரிடம் அன்னையும்
நிலைமை தன்னை விளக்கிநின்று
நாடி நின்றார் விரைந்துதவி
மலர்ந்து நின்றுத் தாமறிந்த (104)
மற்றுக் காவல் துறைசேர்ந்த
வலிமை மிகுந்த நண்பருக்கு
விவரித் திருந்தா ரன்பருமே

காவல் துறையி னதிகாரி
கடித மொன்று தந்துநிற்க
காவல் துறையோர் பலர்சூழ
கனவே கத்தில் இலலிதரும்
தாவிக் குதிரை தனிலேறி (105)
சுரபா லாவின் தகப்பன்தன்
சீவன் பதைக்க அவர்மனையைச்
சேர்ந்து நின்றார் கர்சித்து

புரவி தன்னில் காவலரும்
புடைசூழ்ந் திருக்க இலலிதரும்
கிருகம் முன்னம் வந்திறங்கி
கர்சித் திருக்கக் கண்டுநின்று
சுரபா லாவின் தகப்பனுடன் (106)
சட்டென் றுடனே இலலிதர்முன்
தரித்தி ரிதன்னி லடியற்ற
தருபோல் கீழே வீழ்ந்துநின்றார்

விவர மேதுங் கேட்காது
விரைந்து மனையுட் புகுந்துசென்று
கவர்ந்து வைத்தத் தன்பெண்ணின்
கனகா பரண மனைத்தையும்
கவிழ்ந்த தலையோ டுகொண்டுவந்து (107)
கால டிதன்னில் வைத்ததன்பின்
உவந்து வைத்த வர்பாதம்
ஊரார் முன்னம் பற்றிநின்றார்

இனிமேல் தானு மொருபோதும்
இழிசெ யலேதும் புரியாது
தனத்தின் மீதும் பொருள்மீதும்
தீரா வாசை கொள்ளாது
தின்மைச் செயலும் புரியாது (108)
தன்மை செய்து வாழ்வதாக
கனிந்து ரைத்து மன்னிப்புக்
கேட்டு வருந்தி நின்றிருந்தார்

குதிரை யேறிக் கழியேந்தி
காவ லரோடு சுரபாலா
அத்தன் கிருகம் இலலிதரும்
அடைந்து நிற்பா ரென்றறிந்து
பத்தர் மகேந்தி ரநாதரையும் (109)
பரிவா யழைத்து சாரதையும்
விதத்து நிற்பார் பலரங்கு
வியந்தி ருக்க அன்புடனும்

விரைந்து நீவிர் சம்பந்தி
வாழு மூருஞ் சென்றடைவீர்
பெருத்த சினமும் வெகுவிரைவில்
பற்றி நிற்கும் இலலிதரும்
வருத்தி வாட்டி வதைத்திடுவான் (110)
விருத்த ரான நீவிருமே
அருகி ருக்க இலலிதரும்
அமைதி காத்து நின்றிடுவான்

சம்பந் திதம்மை இலலிதரும்
சீறிச் சினந்த வமதித்து
அமைதி யிழக்கச் செய்திடுவான்
அளவில் சினமு மவன்கொண்டு
குமுறி நின்றுக் கொதித்தெழவும் (111)
கட்டுக் குள்ளுங் கொண்டுவரல்
வெம்மைச் செயலா மாதலினால்
விரைந்து செல்வீ ரென்றுரைத்தார்

மகேந்தி ரநாத ரடைவதற்குள்
மற்றுக் கவர்ந்து வைத்திருந்த
நகைக ளெல்லாம் இலலிதரும்
நல்ல படியாய் பெற்றுநின்று
சகல ரோடும் மிகமகிழ்ந்து (112)
செயராம் பாடி வந்துநின்று
நகைத்துக் கொடுத்து நடந்ததெல்லாம்
நவின்று நின்றார் அன்னைக்கு

நகையைக் கொடுத்து நடந்ததெல்லாம்
நவின்று நின்றார் இலலிதரும்
நகைகள் கண்டு சாரதையும்
நிம்ம திமூச்சு விட்டுநின்றார்
தகுந்த முறையில் மரியாதை (113)
தந்த விவரம் கேட்டறிந்தார்
மகிழ்ந்தி ருந்த அன்னையும்
மொழிந்தார் நன்றி அவருக்கு

நகையுங் கிடைக்கு மோவென்று
நிரம்ப கவலைக் கொண்டிருந்தேன்
நகையும் பெறவே முதியவரை
நையச் செய்தா யோவென்று
மிகவும் கவலை கொண்டிருந்து (114)
மற்ற ஜைத்துப் பத்தராகும்
மகேந்தி ரநாத ரையுமுடன்
மல்லந் தவிர்க்க அனுப்பிவைத்தேன்

சுரபா லாவின் தந்தையைச்
சினந்து நிற்கா திருந்தனையா
உரைப்பா யென்று கேட்டுநிற்க
உடையும் மற்றும் பரிசனமும்
கிருகம் முன்னே கண்டுநின்று (115)
கனவே கத்தில் நகைகளையும்
விரைவா யவருந் தந்துநிற்க
வன்செ யலில்லை யென்றுரைத்தார்

நகராம் கோல்கா தாவிருந்து
நடந்து மூவ ரோரிரவு
மிகவுங் களைத்து சாரதையும்
மற்று வாழு மிடமடைந்து
பகர்ந்து நிற்ப ரிவ்வாறு (116)
பாசங் காட்டும் அன்னையே
மக்கள் பலரும் வாழ்வதேபோல்
மற்று வாழ விரும்பினோமில்

விரதி யாக வாழ்ந்திருந்து
வையந் தன்னில் திரிந்தலைந்து
கரத்தை நீட்டிப் பிச்சையுங்
கேட்கா திருந்து மக்களுமே
விரும்பி யளிக்கும் பிச்சையை (117)
விருந்தா யெண்ணி யுண்டிருந்து
குருவைத் துதித்து வாழ்ந்திடவும்
கொண்டு நின்றோம் சங்கற்பம்

சன்னி யாச தீக்கையும்
தந்து நிற்பீர் அன்னையே
இனிதே யெமது சங்கற்பம்
இயல்பாய் நடக்க நல்லாசி
கனிந்தெம் தாயே வழங்கிடுவீர் (118)
காலம் முடியும் வரையாமும்
வன்மை யாகச் செயலாற்ற
வேண்டு மாசி யென்றனரே

உடையு முணவும் உறையுமிடம்
உன்னா திருந்து யதியாக
நடந்து திரிய விரும்பிநிற்கும்
நல்லோர் நீவி ரிப்போது
கொடுக்கு முணவைக் களித்துண்டு (119)
கண்ணு றங்கி நின்றிடுவீர்
அடுத்துச் செய்யும் வேலையை
அறிவித் திடுவேன் பின்னரென்றார்

அன்னை யளித்த உணவுண்டு
அமைதி யாகப் படுத்துறங்கி
பின்ன ரெழுந்து நின்றவர்க்கு
பகர்வார் அன்னை யிவ்வாறு
சென்று வபனம் செய்ததன்பின் (120)
சிறிது காவி வத்திரத்தில்
நன்கு தடவிக் கொண்டுவர
நல்கி டுவேன்யான் துறவென்றார்

முடிம ழித்து நீராடி
மற்றுக் காவி வத்திரத்தில்
தடவி நின்று கொண்டுவந்து
தாயின் முன்னம் வைத்திடவும்
எடுத்த தையு மவர்களிடம் (121)
இனிதே நல்கிப் பெருமானின்
படத்தின் முன்னஞ் சென்றடைந்து
பணிந்து வேண்டி நின்றிடுவார்

அன்பே யென்றன் நல்லுயிரே
ஆவ லுடனே யிம்மக்கள்
நனிசி றந்தத் துறவறமும்
நாடி நிற்க வைராகம்
என்றுங் குறையா திருந்திடவும் (122)
இனிதே ஆசி வழங்கிடுவீர்
பின்னு முடையு முறைவிடமும்
புசிக்க உணவு மருளிடுவீர்

வனத்தில் மற்றும் மக்களுமே
வசிக்கா திருக்கு மிடத்திலுமே
கனிந்து நின்று சிறிதுணவும்
கட்டிக் கொள்ள வத்திரமும்
பின்னர் படுத்து றங்கிநிற்கப் (123)
பாது காப்பா மிடமளித்துத்
தினமுங் காக்கவேண்டுமென்று
தெண்ட னிட்டு வேண்டிநின்றார்

முடிம ழித்து நின்றிருக்கும்
மூவர் முன்னங் கூறிநிற்பார்
கடுமை யான வைராகம்
கட்டிக் காக்க நீவிருமே
எடுத்து நின்றீ ருறுதிமொழி (124)
எச்ச மயத்துங் கைவிடாதீர்
அடுத்து தார கநாத்தையும்
அடைவீர் காசி நகரிலென்றார்

தார கநாத்தும் காசிதனில்
தங்கி யிருக்க நீவிரங்கு
சேர்ந்து கண்டு நின்றிருந்து
சன்னி யாச நாமத்தைத்
தீர ரிடமி ருந்துபெற்று (125)
தங்கி வாசம் புரிந்துநின்று
பார மேட்டி யெனப்பாரும்
புகழ வாழ்ந்தி ருப்பீரே

சிறக்க தார கநாதனுமே
சன்னி யாசி பலரையும்
குறைவு மின்றி யாதரித்து
கருத்தாய் கவனஞ் செலுத்திநின்றுத்
திறம்ப டவேண்டுந் தேவைகள் (126)
தந்த ளித்துக் காத்திடுவான்
துறவேற் றுநிற்கு முங்களையும்
தாங்கிக் காக்க யெழுதிடுவேன்

அன்னை யிவ்வா றுரைத்திடவும்
அகமும் மகிழ்ந்து மூவருமே
இனிதே விடையும் பெற்றுநின்று
இறைவ னூராம் காசிநகர்
சென்று தார கநாதரிடம் (127)
சார தையுங் கூறியதை
கனிந்து ரைத்து நின்றிருக்க
கருத்தா யவருங் கேட்டுநின்றார்

அன்னை யனுப்பி யதாயறிந்து
அனேகம் மகிழ்ந்து யதிகளுக்கு
சன்னி யாச நாமங்கள்
சிந்தை குளிர்ந்து வழங்கியபின்
மனமும் மகிழ்ந்த யதிகளுமே (128)
மற்றுத் தத்தம் வழிப்படியே
புனிதப் பயணம் மேற்கொண்டு
புறப்பட் டுடனே சென்றனரே

அன்ப ரொருவர் அன்னையை
அடிப ணிந்து வணங்கிநின்று
கனிந்து தனதை யத்தையும்
கடுக நீக்கக் கோரிநின்றார்
ஒன்றே யான பரம்பொருளாய் (129)
உறைந்தி ருப்ப துபெருமானா
என்ப தையு முரைத்திடவும்
இனிதே கேட்டு நின்றிருந்தார்

இராம கிருட்டி ணராகவுமாய்
இனிதே உதித்து வாழ்ந்தவரும்
பரம்பொ ருளாவார் பின்னுமிது
புகழ்ச்சி யுமில்லைப் பொய்யுமிலை
வரனே மெய்யாய் கடவுளாவார் (130)
வாய்க னத்தும் பேச்சிலையாம்
பெருமான் கடவு ளவதாரம்
பிதற்ற லில்லை யெனப்புகன்றார்

இதுகேட் டுடனே பத்தருமே
இயம்பி நின்றா ரிவ்வாறு
மிதிலை யரசன் மகளுக்கும்
மற்று கோதண் டராமனுக்கும்
மெத்தச் சிறந்த நல்லுறவு (131)
முகிழ்த்தி ருந்த ததுபோலும்
சதிப தியாகு முங்களுக்கு
சிறந்தி ருக்க வேண்டுமன்றோ

பிருந்தா வனத்து கண்ணனுக்கும்
பேர ழகியாம் இராதைக்கும்
இருந்து செழித்த உறவுபோலும்
இருந்தி டவேண்டு மாதலினால்
கருக்க லிலிருந் திரவுவரை (132)
கரங்கள் வலிக்கப் பணிபலவும்
புரிந்து நிற்குங் காரணமும்
புகலக் கேட்டு நின்றிருந்தார்

நாரா யணனும் வைகுந்தம்
நீங்கி யுலகில் பிறப்பெடுத்தான்
பாரில் சிலநாள் கதாதரராய்
பலவாம் முறைக ளனுட்டித்து
சேர்ந்து நின்றான் பரமபதம் (133)
சகத்தில் இலீலை புரிவதற்கு
தீரா வாசை கொண்டுநின்று
தெய்வம் பிறந்த துமானிடனாய்

கதாத ரர்க்குத் துணையாகக்
குவல யத்தி லவருடைய
பத்தி னியாக யானுமுடன்
பிறந்து நின்ற வரளித்த
மெத்தச் சிறந்த பணிபலவும் (134)
மகிழ்ந்து புரிந்து நிற்கையில்
அதீத வியப்பும் புரிசெயலால்
அடைந்து நிற்பேன் பலசமயம்

அவதா ரமாகும் கதாதரரின்
அகமு டையா ளாயிருந்து
உவந்து பணிகள் புரிசமயம்
உள்ளஞ் செயலை வியந்திருக்க
கவர்ந்தி ழுத்து மாயையும் (135)
குடும்பங் குழந்தை காட்டிநின்று
கவலை கொடுத்து கிருகத்தில்
கட்டிப் போட்டு நின்றிருக்கும்

வதைத்து மாயை நிற்கவிலை
விரும்பி யானு மதையேற்று
விதவி தமான சோதனைகள்
வேண்டு மென்றே பெற்றுநின்றேன்
பதியு மளித்தப் பணிபலவும் (136)
புரிய வேண்டு மாதலினால்
எதிர்த்து நின்று செயல்புரிய
இச்சை யில்லை யென்றுரைத்தார்

துர்கா பூசை விழாவிற்கு
தமது மனைக்கு வருகையும்
புரிய வேண்டு மெனவேண்டி
பத்தர் கிரீசன் நின்றிருக்க
வருவ தாக அன்னையும் (137)
வேண்டு கோளை மகிழ்ந்தேற்க
பெரிய அளவில் கிரீசனுமே
பணிகள் பலவுஞ் செய்திருந்தார்

செயராம் பாடி தனிலிருந்து
சார தையும் கோல்காதா
பெயர்ந்து நின்றி ருந்திருக்க
பூசை நிகழ்ச்சி தொடங்கியதும்
வியத்த குவண்ணம் பெருங்கூட்டம் (138)
வந்து வணங்கித் தாள்பற்ற
அயரா தன்னை பலருக்கும்
அனேக ஆசி வழங்கிநின்றார்

நின்ற படியே பலருக்கும்
நிறைய நேரம் தரிசனமும்
அன்னை தந்து நின்றிருக்க
அவரின் பாதம் வலிகண்டும்
துன்பம் மற்றும் வேதனையும் (139)
தாங்கிப் பொறுத்து நின்றிருந்தார்
பின்னும் பலராம் மனைவியுமே
பரிந்த ழைக்கச் சென்றுநின்றார்

மாலை நேரஞ் சுரங்கண்டு
மிகவும் வாடி தமதிடத்தில்
மூலை தன்னில் படுத்திருந்து
முனகி யவாற வரிருக்க
வேலை பலவும் மிகச்சிறப்பாய் (140)
வியக்கும் வண்ணம் செய்திருந்த
கால்க டியனாம் கிரீசனுமே
கவலை தன்னி லாழ்ந்திருந்தார்

நுளம்பின் கடியால் சுரங்கண்டு
நொந்து வருந்தி அன்னையும்
களிப்பி ழந்தி ருப்பதாக
கேட்டு வருந்தி கிரீசனுமே
தளர்ந்து பூசை செய்யுமிடம் (141)
செல்லா திருக்கப் புரோகிதரும்
விளக்கேற் றிநின்று பூசைக்கு
வருமா றழைத்து நின்றிருந்தார்

பூசை தொடங்க வேண்டுமென்று
புரோகி தருமே கூறிநிற்க
பூசை காண ஊரிருந்து
புறப்பட் டுவந்த அன்னையும்
பூசைக் கெழவும் முடியாது (142)
படுத்தி ருக்க நொந்துள்ளேன்
பூசை யிலிச்சை யிலையென்று
பகர்ந்தி ருந்தார் கிரீசனுமே

கதவு தட்டப் படுமோசைக்
கேட்டுப் பணிப்பெண் திறந்திடவும்
மெதுவாய் மனையுள் புகுந்துநின்று
மொழிவார் அன்னை பலருக்கும்
உதறி நடுங்கி நின்றிருந்தும் (143)
உள்ளு ணர்வெ னைவிரட்ட
பதமெ டுத்து மெதுவாக
பூசைக் கெழுந்த தாயுரைத்தார்

அன்னை வந்த சேதியுடன்
அதீத வேகந் தனில்பரவ
நன்னா ளென்று மலர்களுடன்
நிறைய மக்கள் வந்திருந்து
நின்றி ருக்கும் அன்னையின் (144)
நிர்ம லமான பாதத்தில்
இனிதே யிட்டுத் தாள்பற்றி
இன்னல் தீர்க்க வேண்டினரே

கிரீச னோடு பணிபுரியும்
கூத்தர் கூட்ட முடன்வந்து
கருணை காட்ட அன்னையைக்
கரமுங் கூப்பி வேண்டிநிற்க
அருள்ம றுக்கா அன்னையும் (145)
அபய வாக்கு மளித்திடவும்
பெரிதும் மகிழ்ந்து கூத்தருமே
பாதந் தொட்டுப் பணிந்தனரே

கூத்த ருக்குத் தரிசனமும்
கொடுக்கார் மகான்க ளந்நாளும்
பாத்தி ரமேற்றுப் பலர்தொடவும்
பழிக்கா ளாகுஞ் செயல்புரிந்தும்
சாத்தி ரத்திற் கெதிராக (146)
செயலும் செய்வ தாயெண்ணி
காத லின்றி மகான்களுமே
காட்டார் கருணை யொருசிறிதும்

அன்னை பாதந் தொட்டவுடன்
அடியார் பிரார்த்தம் முழுதாக
அன்னை யிடமுஞ் சேர்ந்திடவும்
அடியார் வினையுந் தீர்ந்துநிற்கும்
முன்னை வினைகள் அன்னையும் (147)
மற்றேற் றுநிற்க அவர்தாளும்
கனல்போல் தகித்து நின்றிருந்தும்
கனிந்து பொறுத்து நின்றிருப்பார்

அடியா ரெல்லா மகன்றதுமே
அன்னை யிடமும் விட்டகன்று
குடங்கு டமாகக் கங்கைநீர்
கொட்டிப் பாதச் சூட்டையும்
விடாது தணித்த வாறிருக்க (148)
வெப்பச் சூடுங் குறைந்துபடும்
அடிதீண் டுவதை ஒருபோதும்
அன்னை தடுத்து நிற்காராம்

தரிச னத்தை முடித்துநின்றும்
தேடி மக்கள் வந்துநிற்க
விரும்பிப் பாதந் தொட்டுநிற்க
விரைந்து வெளியில் அன்னையும்
வருவா ரென்ப துண்மையாம் (149)
விரட்டி நிற்கா திருந்தவரும்
கருணை காட்டிக் கருமவினை
களித்தேற் றுநின்று காத்தருள்வார்

துர்கா பூசை முடிந்தவுடன்
திரும்பி நின்றார் தமதூரும்
சுரமுந் தீவி ரமாகிநிற்க
சன்னி கண்டு பிழைத்துநின்றார்
சரத்தென் றன்னை அழைத்துநிற்கும் (150)
சார தானந் தரென்பாரும்
பரிவோ டவரை கோல்காதா
பெயர்ந்து நிற்க அழைத்துநின்றார்

தனியாய் யானு மிருக்கையில்
தருவர் பத்த ருறையுள்ளும்
தனியா யிந்நா ளில்லாது
சுரபா லாவும் இராதையும்
இனிதே யிருக்க யெவரெமக்கு (151)
இருக்க இடமுந் தந்திடுவர்
பின்னு மிஞ்சை செய்திடவும்
பெரிதும் நடுங்கு கிறேனென்றார்

அன்னை வரவும் மறுத்துநிற்க
அன்பர் சார தானந்தர்
பின்னர் தனியே திரும்பிநின்று
பணமுந் திரட்ட முடிவுசெய்து
தனமுங் கடனாய் பலரிடமும் (152)
தேடிச் சென்று பெற்றுநின்றார்
கனிந்து விவேகா னந்தருமே
கூறி யதெல்லாந் தொகுத்துநின்றார்

விவேகா னந்த ருரைத்ததெல்லாம்
வெகுவாய் திரட்டிப் புத்தகமாய்
உவந்து வெளியிட் டுநின்றிருக்க
உடனே சிறிது பணஞ்சேர
கவலை யொழித்துக் கட்டிடமும் (153)
கட்டி நிற்க முடிவெடுத்து
சிவதூ திதம்மை வேண்டிநின்று
செயலி லிறங்கி நின்றிருந்தார்

இரண்டு மாடிக் கட்டிடமும்
எழுப்பி நின்று கீழிருக்கும்
இருமூன் றறையில் உத்போதன்
என்னும் பத்தி ரிக்கையைப்
பிரசு ரமாக்கும் செயலகமாய் (154)
பயன்ப டுத்தி மேல்மாடி
பெருமைக் குரிய அன்னைக்குப்
பரிச ளிக்க முடிவுசெய்தார்

பெருமான் வாழ்க்கை வரலாற்றைப்
புத்த கமாக எழுதிநின்று
பிரசு ரித்து நின்றிருக்க
பொருளுங் கிடைக்க வதைக்கொண்டு
கருத்தாய் பெற்ற கடனையும் (155)
கொடுத்துத் தீர்த்து நின்றிருந்தார்
கிருக மினிதே யெழும்பிடவும்
களித்து மகிழ்ந்தா ரன்பருமே

அன்னை யிடமுஞ் சென்றடைந்து
அதன்மேல் கிருக மெழுப்பியதை
இனிதே வுரைத்த ழைத்துவர
எண்ணி யிருக்குஞ் சமயத்தில்
அன்னை கடித மெழுதிநின்று (156)
அழைத்தி ருந்தார் சரத்தையும்
கனிந்து நன்றி கடவுளுக்குக்
கூறி நின்று புறப்பட்டார்

அன்னை யோடு பிறந்தவர்கள்
ஆண்க ளைவ ரிருந்திருக்க
பின்ன னாகும் அபயனையும்
பற்றிக் காலன் கொண்டிடவும்
பின்னர் நால்வர் மணமுடித்த (157)
பிறகு மவரே ஒரேமனையில்
ஒன்றாய் வாழ்ந்து வந்திருக்க
ஒற்று மையுங் குறைந்ததுவே

குடும்பம் பெருகி நின்றிருக்க
கருத்து வேறு பாடெழவும்
அடிக்க டிபூச லெழுந்திருந்து
அனேக தடவை அடிதடியில்
முடிந்து நிற்க அன்னையும் (158)
மிகவும் துன்ப முற்றிருந்து
முடிவாய் பாகப் பிரிவினையும்
மற்றுச் செய்ய முடிவெடுத்தார்

பாகம் பிரித்து சோதருமே
பிரிந்து தனியே வாழ்ந்திருக்க
நோகா துநல்ல தீர்ப்பையும்
நன்கு தருவா ரென்றெண்ணி
ஊக்கம் மிகுந்த சரத்தையும் (159)
உடனே வருமா றுகூறிநின்று
மாகு லியாகும் அன்னையும்
மற்றுக் காத்தி ருந்தாரே

சார தையி னழைப்பேற்று
சீட ரொருவ ருடன்வரவும்
சார தானந் தரென்பாரும்
செயராம் பாடி வந்துநின்றார்
நீரம் நிறைந்து மனைமுற்றம் (160)
நிறையக் கெட்டி ருந்திடவும்
வாரி மணலைக் கொட்டிநிற்கும்
வேலை அன்னை புரிந்துநின்றார்

குண்டு நிறைந்த தரைதன்னைக்
கொத்தி வெட்டிச் சமன்செய்து
மணலால் நிரப்பி நின்றிருக்கும்
மதிப்பிற் குரிய அன்னையைக்
கண்டு சார தானந்தர் (161)
களிப்பி ழந்தி ருந்திருக்க
அணுகி யிருந்த சீடருமே
அன்னைக் குதவ முன்வந்தார்

தடுத்து நிறுத்தி அன்புடனும்
சார தானந் தரவருக்கு
எடுத்து ரைப்பா ரமைதியாக
எண்ண முனது யர்ந்ததுவாம்
கடின உழைப்புப் புரிவதாக (162)
கூறி நிற்க அன்னையும்
கொடுக்க மறுத்து நின்றிருந்து
கூறி நிற்பார் காரணமும்

கிராமந் தன்னில் வளர்ந்தவளாம்
கடின உழைப்பு மிகப்பழக்கம்
கிராமத் தார்முன் புரிந்திருக்க
கைகொட் டிநின்று பழிச்சொல்லும்
உரைத்தென் சுற்றந் தன்னையும் (163)
உள்ளம் வெறுத்துக் குறைகூறி
பெரிதுந் தூற்ற ஏதுவாகும்
பிள்ளாய் வேண்டா மெனத்தடுப்பார்

பணியும் அன்னைப் புரிகையில்
பிறரும் தடுத்து நிறுத்திநின்று
பணியைப் புரிய ஆவலுமே
பகர்ந்தி ருந்து மதற்கன்னை
இணங்கி நிற்கா ரொருபோதும் (164)
என்று ரைத்தார் சீடருக்கு
வணங்கி நின்று சீடருமே
வாழ்த்தி யிருந்தார் அன்னையை

அடித டியின்றி சொத்துபல
அமைதி முறையில் பிரித்துநின்று
கொடுத்து நிற்க சோதரரும்
களித்து மகிழ்ந்து நின்றனரே
மடிபி டித்து முடிபிடித்து (165)
மற்போர் செய்யுஞ் சோதரரும்
அடங்கி நிற்பர் அன்னையின்
அருமைச் சீடர் தமைக்கண்டு

இருக்குங் குடிசை களிலொன்றை
இனிதே தெரிவு செய்துகொள்ள
பெருந்தன் மையாய் சோதரரும்
பகர்ந்தி ருக்க அன்னையும்
பெரிதும் நன்றி கூறிநின்று (166)
பாச மழையும் போதுமென்று
உரைத்து மறுத்து நின்றிருந்து
உரைப்பார் கதையு மொன்றவர்க்கு

வளையுந் தோண்டி எலிகளுமே
வசித்து நிற்கு மதனுள்ளும்
களித்த வையும் வாழ்ந்திருக்க
காலஞ் சிறிது சென்றதன்பின்
வளைக்குள் நுழைந்து நாகமுமே (167)
விருந்தா யெலிக ளுண்டுநின்று
திளைத்து மகிழ்ந்து வாழுமென்று
சொல்லி நின்றார் கதையவர்க்கு

விளக்கங் கேட்டுப் பலரிருக்க
விவரித் தெதுவும் அன்னையும்
தெளிவாக் கிடாதி ருந்துநின்றார்
தாமும் காளி மனைதன்னில்
களித்தி ருந்து பிரசன்னர் (168)
கிருகத் திலுமி ருப்பதாக
கிளத்தி நிற்க அனைவருமே
கண்ணி யமாக ஒப்பினரே

சார தானந் தரையழைத்து
சள்ளை யில்லா திருந்திருக்கின்
ஊரை விட்டு கோல்காதா
உவந்து வரவு மெண்ணுவதாய்
சார தையுந் தெரிவிக்க (169)
சிரமுந் தாழ்த்தி வரவேற்று
தீர்ப்புஞ் சிறந்த தென்றுரைத்துத்
தம்மோ டழைத்துச் சென்றுநின்றார்

எள்ளெ னுமுன்ன மெண்ணெயாக
இருப்பா னென்பார் சரத்துபற்றி
தெள்ளத் தெளிவாய் பேசுவதைத்
தெரிந்த றிந்து சாரதையும்
களித்து சார தானந்தர் (170)
கருத்த றிந்து நடந்திடுவார்
எள்ள ளவேனுந் தலைக்கனமும்
இல்லா திருப்பார் விரதியுமே

பிரத மசீடர் நீவிரென்று
பகர்ந்து சார தானந்தர்
திருவ டிபற்றி சேவிக்கத்
தடுத்து நிறுத்தி யுரைத்திடுவார்
கருணை அன்னை சகலருக்கும் (171)
காட்டி நிற்பார் சமமாக
பெரிதுங் கடைக்கண் பார்வைக்குப்
பிரார்த்த னையும் புரிபவன்யான்

திருவு ளமன்னை கொண்டிருக்க
தக்க ணமென்ற னிடந்தன்னில்
இருத்தி நிற்க மிகவெளிதில்
இயலு மவரா லென்றறிந்து
பெருமைக் குரிய நல்லோரே (172)
பற்றி நிற்பீர் அன்னையின்
திருவ டியொன்றை சதாகாலம்
திண்ணம் முத்தி யென்றுரைப்பார்

பயற்றம் மைநோய் கண்டுநின்று
பெரிது மவத்தைக் குள்ளானார்
வெயில்கா லமாயி ருந்திருக்க
வெப்பத் தொல்லை வதைத்ததுவே
மயேசு வரிகோ விலர்ச்சகரும் (173)
மந்தி ரித்து வேப்பிலையால்
மெய்யின் சூட்டைப் போக்கிடவும்
முயற்சி செய்தார் தினந்தினமும்

தினமுங் கோவி லர்ச்சகரும்
தணல்போல் வெப்பங் குறைந்திடவும்
அனேக மந்தி ரங்களுமே
அறைந்து நின்று வேப்பிலையால்
இனிதே உடலில் தடவியபின் (174)
இன்சொ லுரைத்து நன்றிபல
அன்னை புகன்று தாள்பணிந்து
அதன்பின் கொடுப்பார் தட்சிணையும்

பத்த ரொருவ ரிதுகண்டு
பகர்வார் அன்னைக் கொருநாளும்
உத்த மமான குடும்பத்தில்
உதித்து நின்ற அருந்தாயே
சித்தை பத்தர் பத்தினியாய் (175)
சிறப்பு கொண்ட நீவிருமே
எதற்கா மிந்த அர்ச்சகர்க்கு
இகத்தில் வீழ்ந்து வணங்குதலே

அருச்ச கராகு மந்தணரும்
ஆவார் மிகவு மெளியவராம்
பெருமை மற்றுங் குணத்திலுமே
பெரியோ யவரே ஈடாகார்
கரங்கு வித்தல் போதுமென்றும் (176)
களித்துப் பணிதல் வீணென்றும்
உரைத்து நிற்க வதுகேட்டு
உரைப்பார் அன்னை அவருக்கு

இறைவி யாகுந் தேவியையும்
இனிதே தொட்டுப் பூசையும்
குறையு மின்றிச் செய்யுமிவர்
குலத்தால் பனவ ராகிடுவார்
பிறகு மிவரின் தானத்தைப் (177)
பெரிதுங் கருதி நல்மதிப்பு
நிறையத் தந்து நின்றிருக்க
நன்மை விளையு மெந்நாளும்

பதியு மிறைவி அருச்சகராம்
பதிபோ லிவரு மருச்சகராம்
பதவி தான மிவற்றிற்குப்
பெரிதும் மதிப்புத் தரவேண்டும்
பதியும் பழைய ஆசாரம் (178)
பெரிதும் மதித்து நடந்தவராம்
பதியும் பொறுக்கா ராசாரம்
பிறழ்ந்து நடந்து வருவதையும்

பழைய னவற்றைக் கழித்துநின்று
புதிய தையும் புகுத்திடவும்
கொழுநன் பிறக்க வில்லையாம்
கருத்தி லிதையு மிருத்திவைத்து
வழக்கம் பலவு மழகுடனே (179)
விடாது தொடர்ந்த னுசரித்து
பழியும் வாரா தபடிவாழப்
பழக வேண்டு மென்றுரைத்தார்

திங்க ளொன்றிற் குள்ளாக
தேறி நின்ற துடல்நிலையும்
பொங்கி மகிழ்ந்து பலரிருக்க
பரிவா யுரைப்பார் சரத்திடமும்
சங்க ரிதேவிக் கென்றொருநாள் (180)
சிரத்தை யாக உபவாசம்
பங்க மின்றி யிருந்திடவே
பெரிதும் விரும்பி யிருக்கின்றேன்

வலுவி ழந்தி ருப்பதினால்
விரத மிருத்த லியலாது
சலிக்கா திருந்தெ னக்காக
செவ்வை யாக மிகவிரைவில்
நலமே நேர்த்திக் கடனையும் (181)
நிறைவேற் றிடுவா யென்றுரைக்க
தலைய சைத்துச் சம்மதமும்
தெரிவித் திருந்தார் அன்னைக்கு

வயிறு புடைக்க உணவளித்தல்
விரும்பிப் புரியும் அன்னையும்
அயலார் சிரமம் தாமேற்கும்
அன்னை தமது சரத்திற்கு
தயங்கா துதொல்லை தருவதற்கு (182)
தனித்த சிறப்பா யாகிடுமே
வியத்த குநல்ல மதிப்பிருக்க
விரும்பி சரத்து மொப்பிநின்றார்

சார தானந் தரைப்பற்றி
செப்பி நிற்பார் அன்னையும்
வார கிசூழ்ந்த உலகையும்
வாசு கிநாகம் தாங்குதல்போல்
பாரம் முழுதும் தனியனாக (183)
பெரிதுந் தாங்கி நிற்கின்றான்
ஆரு மிவன்போ லாகாரே
அருமைப் பிள்ளை அரும்பிள்ளை

தூற லென்மேல் விழவிருக்க
தூர யிருந்துங் கண்டறிந்து
காற்றாய்ப் பறந்து சரத்துடனும்
கனவே கத்தில் தலையொன்றை
மேற்கூ ரையாய் நீட்டிநின்று (184)
மகிழ்ந்து காத்து நின்றிடுவான்
நூறு கோடி தனிலொருவர்
நிகரா கிடுவா ரவனுக்கு

ஆர்ப்ப ரித்து பத்தியையும்
அறிவித் திடுவர் கூத்தர்போல்
தேரா தாரும் நானிலத்தில்
தனம்ப பறிக்க நடித்திடுவர்
சீருஞ் சிறப்பாய் சேவைகள் (185)
செய்வ தறிவான் சரத்தொருவன்
ஆர்நி கராவா ரவனுக்கு
அறிந்தா லுரைப்பீ ரென்பாரே

நிகழ்ச்சி களுக்க ழைத்திடவும்
நாடி நிற்போ ரிடமன்னை
பகர்ந்தி ருப்பா ரன்புடனும்
பிள்ளை யென்றன் சரத்திற்கு
புகன்றி ருப்பீர் விவரங்கள் (186)
பின்ன ரவனு முரைப்பதுவும்
தகுந்த பதிலா யாகுமென்று
தெரிவித் திடுவார் அன்னையும்

சரத்தும் சொல்லு வதையவரும்
சிறிதும் மாற்றி நிற்காராம்
சரத்தும் சொல்லு வதைமுற்றும்
சம்ம தமென்று ரைத்திடுவார்
சரத்தை ஒதுக்கித் தம்மிடமும் (187)
சிலரும் நேராய் பேசிடவும்
வருவ தையு மறிந்ததுமே
வெகுண்டெ ழுந்து கனன்றுரைப்பார்

முடிமே லிருக்கும் மணியவனாம்
முடிவெ டுக்கு மவன்முடிவே
முடிவெ னதும றிந்திடுவீர்
மகனின் முடிவை மாற்றிடவே
முடியா தென்னா லொருபோதும் (188)
முடியா தென்ற வனுரைக்க
முடியு மென்று யானென்றும்
மொழியே னறிவீ ரெனக்கனன்றார்

வெளியே யெங்கோ சென்றிருந்து
வெகுவாய் சோர்ந்து வந்தறையில்
இளைப்பா றிநிற்கும் அன்னையை
எவரோ ஒருவர் கண்டுபேச
உள்ளே நுழைய முற்படவும் (189)
உடனே சரத்தும் தடுத்துநிற்க
அளவிற் கதிக மாய்சினந்து
அதிகம் வெகுண்டா ரப்பத்தர்

அன்னை தம்மைக் கண்டுபேச
அடியார் முதலில் சரத்திடமும்
அனும தியையு டன்பெற்று
அதன்பின் மாடி சென்றடைந்து
கனிந்து ரையா டிநிற்பதுமே (190)
கருத்தாய் நடக்கும் பழக்கமாகும்
அன்னை நிலையை அறிந்ததன்பின்
அனும திப்பார் சரத்துடனும்

எவரோ ஒருவர் சரத்தையும்
எதிர்த்துப் பேசி கடிந்துரைப்பார்
தவறா கிடுமாம் நுமதெண்ணம்
தாயு முமக்கே சொந்தமென
நவின்றி ருத்தல் பெரும்பிழையாம் (191)
நுமக்கே துரிமை யெனக்கூறி
அவம தித்து நின்றிருந்து
அதன்பின் அன்னை யிடஞ்சென்றார்

சுருண்டு படுத்துச் சோர்ந்திருக்கும்
சார தையைக் கண்டதுமே
வருந்தி நின்றுத் தன்பிழையை
வெகுவா யுணர்ந்த அடியாரும்
உரைத்து நிற்பார் அன்னைக்கு (192)
உபத்தி ரவம்பு ரிந்ததற்கு
வருத்தந் தெரிவித் திருந்துநின்று
வேண்டி நின்றார் மன்னிப்பு

அருமைச் சீடர் சரத்தையும்
அவம தித்துப் பேசிநின்று
பெருமைக் குரிய தங்களுக்கும்
பெருத்த தொல்லை தந்ததற்கும்
வருந்தி நின்று மன்னிப்பும் (193)
வேண்டிக் கேட்ப தாயுரைக்க
உரைத்து நிற்பார் அன்னையும்
உணர்ந்து வருந்து மடியார்க்கு

பிள்ளை யாகும் சரத்தென்றும்
பிழைக ளேதும் புரியானாம்
பிள்ளை யவனும் மற்றவரின்
பிழைகள் கண்டு நின்றிடானாம்
கள்ள மற்ற நல்மனதும் (194)
கடின உழைப்பும் புரிகின்ற
வெள்ளை யுள்ளங் கொண்டவன்போல்
வையந் தன்னி லிலையென்றார்

தரிச னத்தை முடித்ததன்பின்
தவறுக் கவரும் வருந்திநின்று
சரத்தி ருக்கு மறைசென்று
சொல்லால் வதைத்து நின்றதற்கு
வருத்தம் தெரிவித் திருந்திடவும் (195)
வியந்து பலரும் பார்த்திருக்க
சரத்து மவரைத் தழுவிநின்று
செப்பி நிற்பா ரிவ்வாறு

பிழைக ளேதும் புரிந்தீரில்
புகன்ற தெல்லாம் மெய்யொன்றே
பிழையும் புரிந்து நின்றிடினும்
பிழையைப் பிழையாய் காண்பவரும்
குழுவி லெவரு மில்லையாம் (196)
குற்ற வுணர்ச்சி யிலையென்று
தழுவி நின்று சமாதானம்
செய்தார் சார தானந்தர்

குளிர்கா லத்தில் அன்னையும்
கைகால் நடுக்கங் கண்டிருக்க
உள்ளம் வருந்தி சரத்துடனும்
உயர்ந்த விலையில் சட்டையும்
குளிருங் குளிர்கண் டிருந்திடவே (197)
கொடுத்து நின்றார் அன்னைக்கு
அளித்து நின்ற சட்டையை
அணிந்து நின்றார் மூன்றுநாட்கள்

அதிக விலையில் கம்பளியால்
ஆன சட்டை அளித்திடவும்
உத்த மநல்ல அன்னையும்
உடனே மூன்று நாளணிந்து
சித்தம் மகிழ்ந்து கண்டுநிற்கும் (198)
சரத்தை அழைத்துச் சட்டையைப்
பதமாய் தந்துக் கருத்தையும்
பகர்ந்து நின்றா ரிவ்வாறு

பிராய மைம்பத் தைந்தாகும்
பேரி ளம்பெ ணாகிடுவேன்
வரனு மிழந்த விதந்தாவேன்
விதவைப் பெண்ணும் சட்டையும்
தரித்தல் தகுமோ சிறப்பாமோ (199)
தரணி கண்டு நகைத்திடாதோ
விருப்ப மேற்று மூன்றுநாட்கள்
விதவை யணிந்த துபோதுமென்றார்

பின்ன ரவருஞ் சட்டையைப்
பரிவோ டன்பாய் சரத்திடமும்
இனிதே யளித்து நின்றிருந்தார்
இகத்தில் வாழ்ந்த நாள்வரையும்
அன்னை யென்றுஞ் சட்டையும் (200)
அணிந்த தில்லை உடல்தன்னில்
பின்னு மவரே தமதுடலைப்
பூர ணமாக மறைத்திருந்தார்

சரத்தை அழைத்துத் தினந்தினமும்
சாயங் காலம் பாடிநிற்க
உரைத்தி ருப்பார் அன்னையும்
உளம கிழ்ந்து சரத்துடனும்
உருகி யிருந்து தேவியின்மேல் (201)
ஒப்பில் கானம் பாடிநிற்க
அருகில் பக்க வாத்தியமும்
அன்பர் சிலரு மிசைத்திருப்பர்

சரத்தும் பாடி நிற்கையில்
சிந்தை யொன்றி அன்னையும்
இருந்த மர்ந்தி ருந்திடுவார்
இதுவே யாகுந் தினவழக்கம்
ஒருநாள் யதீந்தி ரநாதனென்பார் (202)
உவந்து வணங்கித் தன்மனைக்கு
வருகை புரிந்து வாழ்த்திடவும்
வேண்டி யபடி சென்றடைந்தார்

கண்ணன் தம்மைப் பிரிந்துநின்று
கதறி யுருகும் கோபியரைக்
கண்முன் கொண்டு வந்துநிற்கும்
காட்சி தன்னைக் கானமாகக்
கண்ணீர் பெருக யதீந்திரரும் (203)
கேட்டோ ருருகப் பாடிநிற்க
உணர்ச்சி வசப்பட் டங்கிருந்தோர்
ஒன்றி இலயித் திருந்தனரே

கண்ணன் மற்றுங் கோபியரும்
கோகு லத்தில் சேர்ந்துநின்று
விண்ணோர் கண்டு மகிழ்ந்திடவும்
வினோத இலீலை பலபுரிந்து
கண்தி ருட்டிப் படும்படியாய் (204)
களித்தி ருப்ப தாயுரைக்கும்
பண்நி றைந்த பாட்டையும்
பாடக் கேட்டார் அன்னையும்

அன்னை விருப்பம் யதீந்திரரும்
அகம கிழ்ந்து கொண்டாடி
இனிதே இராதா கலியாண
இதய முருக்கும் பாட்டொன்றை
கனிந்து பாடி நின்றிருக்க (205)
கேட்டு நின்று சாரதையும்
மனமு மொன்றிச் சமாதிநிலை
மற்றுப் புகுந்து மறந்திருந்தார்

சரீர உணர்வு சிறிதுமின்றிச்
சமாதி தன்னி லாழ்ந்திருக்க
சிரமப் பட்டு கோலாப்மா
சரீரத் தையு முலுக்கிநின்றும்
கரத்தை மற்றும் பாதத்தைக் (206)
கருத்தாய் தேய்த்து விட்டிருந்தும்
பெரிதும் முயன்றுத் தோற்றிருந்து
புரிவ தறியா திருந்துநின்றார்

இறுகப் பற்றி அணைத்தபடி
இழுத்துத் தள்ளி வாசலுக்குப்
பற்றி வந்து நின்றிருந்து
புரவி வண்டி தனிலேற்ற
நிறைய முயற்சி செய்திருந்தும் (207)
நிறைவே றாது போனதுமே
பற்றித் தூக்கி வண்டிதனில்
பலரும் முயன்று வைத்தனரே

புரவி வண்டி யிலேற்றியதும்
பயணஞ் செய்து றையுமிடம்
திரும்பி வந்து நின்றதுவும்
தெரியா திருந்தார் அன்னையும்
கருவி ழிகுத்திட் டிருந்திருக்கக் (208)
கவலை யோடுப் பலரிருக்கப்
பிருதி விநினைப் பேதுமின்றி
பதிந்தி ருந்தார் சமாதிதனில்

பிருந்தா வனத்தில் பெருமானும்
பல்லாண் டுமுன்னு மிதுபோல
இருந்த தாக கோலாப்மா
இயம்பி நின்றா ரனைவருக்கும்
பெரிதுங் கவலை கொண்டுபத்தர் (209)
பரமன் நாமஞ் செவிதன்னில்
உரக்க வுரைத்தும் பலனெதுவும்
ஒருவ ரெவருங் கண்டாரில்

பரமன் நாம முரைத்திருக்க
பிரியா தாழ்ந்து சமாதிதனில்
இருப்பார் அன்னை யெனக்கூறி
எவரோ ஒருவ ரருகடைந்து
கருத்தொ ருமித்து கான்தன்னில் (210)
கனிந்தென் அம்மா யென்றழைக்க
குரல்கேட் டுடனே அன்னையும்
குழந்தாய் வேண்டு வதென்னவென்றார்

ஒருவர் அம்மா யென்றழைக்க
ஒலித்த குரலுங் கேட்டுடனும்
பிருதி விநினைப் புடன்பெற்று
பரிவோ டவரை நோக்கிநின்று
கரைந்த ழைத்த காரணத்தைக் (211)
கூறக் கேட்டு சாரதையும்
விரைந்து லகநி னைப்பையும்
வரப்பெற் றிருந்து நின்றிருந்தார்

உலக நினைப்பு சாரதையும்
உடனே பெற்று நின்றிருக்க
பலரும் மிகவும் மகிழ்ந்திருந்து
பவித்தி ரமான நாமத்தை
வலிந்து ரைத்து நின்றிருக்க (212)
விரைந்து நாட்கள் சென்றனவே
மலர்ந்த முகத்தோ டன்னையும்
மகிழ்ந்து கருமந் தொடர்ந்திருந்தார்

13. அன்னை தக்கணம் வருதல்

பலராம் பாபு மனைவியுமே
பரிவோ டன்பாய் அன்னைக்கு
மலர்ந்து தமது பண்ணையில்
மகிழ்ந்து தங்கி யிருந்திடவும்
சொல்லி யிருந்த வாறேற்று (1)
சென்றார் தமது குழுவுடனும்
நலமே நல்கு மவ்வூரின்
நாமம் கோதார் என்பதாகும்

அடியார் பலரும் அன்னைக்கு
அனேக ஐய மெழுப்பிநின்று
கடித மெழுதி விடைகளுமே
கொடுக்கக் கேட்டல் வழக்கமாகும்
கடிதம் படித்துச் சொல்வதற்கு (2)
கூடச் சிலரு மிருந்திருந்து
விடையை யெழுதி யனுப்புதலும்
விடாது தொடரும் வழக்கமாகும்

ஒருநாள் அன்னை அமர்ந்திருக்க
உதவி யாள ரங்குவந்து
பிரித்து நின்று கடிதங்கள்
படிக்க முயலுஞ் சமயத்தில்
கருத்தொ ருமித்துக் ககனத்தைக் (3)
கண்சு ருக்கி நோக்கிநின்று
உரைக்க லானார் அன்னையும்
உதவி யாளர் கேட்டிருக்க

திரும்பத் திரும்ப உலகிற்குத்
திரும்ப வேண்டி யிருக்கிறதாம்
அரனோ டுசத்தி அவதாரம்
அகம கிழ்ந்தெ டுக்கின்றாள்
தரணி வாழும் மக்களெல்லாம் (4)
தலைவ னுக்குச் சொந்தமாகும்
உரிய வராகு மிவரையும்
உய்வித் திடவே வேண்டுதுமே

அடியா ரெல்லாந் தலைவனுக்கு
அரும்பொ ருளாவ ரையமிலை
அடியார் மற்று மெல்லாமும்
அநுக னொருவா ராவாரே
முடவன் குருடன் மற்றுமெல்லாம் (5)
மன்னு மாவர் மெய்யாக
அடுத்துத் தொல்லைப் படுபவரும்
அகமு டைய னாவாரே

அடியா ருள்ளு முறைந்துநின்று
அனேக அவத்தை யென்பதியும்
படுவ துகண்டு பொறுக்காது
பங்கு கொள்ள யானுமுடன்
துடித்துப் பதறி அவருடனும் (6)
துணையாய் வந்து நிற்கின்றேன்
உடனி கழ்வான் படுந்துயரம்
உவ்வி யானு மேற்கின்றேன்

உண்டி உறையு ளுறக்கமுமே
உதறி யொதுக்கி நின்றிருந்து
கணவன் பட்டு நிற்கின்ற
கட்டம் பலவும் யானேற்று
அடைகின் றேன்யான் பிரதிகூலம் (7)
அணுவ ளவேனு மோய்வெதுவும்
எடுக்கா திருந்த வர்போலும்
இன்னல் பலவு மேற்றுநின்றேன்

பதியே யெல்லா அவதாரம்
புரிந்து நின்றார் கருணையால்
சதியு மவரோ டவதாரம்
செய்ய வேண்டி யதாயிற்று
சதிப திக்கென் றுமோய்வெதும் (8)
சிறிதுங் கிடையா தொருபோதும்
சததம் பிறவி யெடுத்திடவே
சித்தங் கொண்டோ மிருவருமே

அவத்தை பட்டு யானிருக்க
அதேபோல் யெனது கணவருமே
அவத்தைக் கண்டி ருக்கின்றார்
அறிவர் யாரே யெனவருந்தி
நவின்றி ருந்த அன்னையின் (9)
நயனங் கண்ணீர் பெருக்கிநிற்க
தவித்தி ருந்த உதவியாளர்
தெரியா திருந்தார் செய்வதுவும்

சிவனுஞ் சத்தி யுமென்றாகச்
சேர்ந்து வருவ தாயுரைத்து
சிவனாம் பதியும் மறைந்தபின்னும்
சத்தி யாகுஞ் சதிதனியாய்
குவல யத்தில் பலதுன்பம் (10)
கண்ட வத்தை யேற்றுநிற்க
தவிப்பை மற்றுந் துடிப்பையும்
தெளிவா யுணர்வோ ரிலையென்பார்

கார்த்தி கைமா தமொருநாளில்
களித்து வங்கா ளமக்களுமே
சார தையும் மகிழ்ந்திடவும்
செய்வர் சரசு வதிபூசை
ஊராம் கோதார் இடத்திலுமே (11)
உற்சா கமாக மக்களுமே
சீருஞ் சிறப்பாய் நடத்திடவும்
செய்ய விரும்பி நின்றனரே

அஞ்சல் நிலையம் கோதாரில்
ஆற்றி வந்த துசேவையும்
அஞ்சல் நிலைய அதிகாரி
ஆவா ரொருவர் வங்காளி
வஞ்ச னைசெய் தவர்மனதில் (12)
விடலைப் பருவந் தன்னிலுமே
நெஞ்சில் நஞ்சும் பாய்ச்சிநிற்க
நீங்கி நின்றார் சனாதனமும்

தனது மதத்தை விட்டுநின்று
தேவேந் திரநா தனென்பாரும்
இனிதே கிறித்த வமதத்தை
ஏற்று வாழ்ந்தார் பல்லாண்டு
தனது செயலுக் கவர்வருந்தித் (13)
தாய்ம தத்தில் சேர்ந்திடவும்
உன்னி நின்று சாரதைக்கு
உரைத்து நின்றா ரிச்சையும்

குடுமி வளர்க்க அன்னையும்
கூறிச் சேதி யனுப்பிநின்றார்
தொடர்ந்தி ருக்கும் வல்வினையும்
தூர விலக மந்திரங்கள்
எடுத்து ரைக்கும் புரோகிதரை (14)
இனிதே யழைத்து நடத்திநின்று
கடவுள் இராதா சியாமனுக்கு
கனிந்து பூசை செயச்சொன்னார்

பூசை நடத்தி முடித்ததன்பின்
பூணூ லணிந்து கொள்ளட்டும்
தேசு பெறவும் தினந்தினமும்
செபமுஞ் செய்தல் வேண்டுதுமாம்
மூச்ச டக்கி மந்திரமும் (15)
முறைத வறாது செயல்வேண்டும்
கோசி கனுரைத் தமந்திரமாம்
காயத் திரியை சொலல்வேண்டும்

சரசு வதிக்குப் பூசையும்
செய்வ தற்கு முதல்நாளும்
கிராம தேவ தைபூசை
களித்துச் செய்து மனைதன்னில்
புரிய வேண்டும் சுத்திசெய்யும் (16)
புனிதச் சடங்கு மாற்றிநின்று
புரிமுந் நூலும் மந்திரமும்
பிறகு மறுநாள் பெறட்டுமென்றார்

அன்னை உரைத்த பூசைகள்
அஞ்சல் நிலைய அதிகாரி
அனைத்து மாற்றிப் பிரமசாரி
அளித்த பூணூ லணிந்துநின்று
பின்னர் அன்னை பாதங்கள் (17)
பற்றி நிற்க அன்னையும்
இனிதே மந்தி ரோபதேசம்
இதயங் களித்த ருளிநின்றார்

கிறித்து வத்தைச் சிலரேற்க
களித்து பிரம்ம சமாசத்தைப்
பற்றிச் சிலரும் வாழ்ந்திருக்க
பெரிதுங் குழப்ப நிலைதன்னில்
இறைவ னருளால் கதாதரரும் (18)
இனிய விவேகா னந்தருமே
பொறையில் தோன்றி சனாதனத்தைப்
பாது காத்து நின்றனரே

அன்னை சார தாமணியும்
அதன்பின் தம்மா லியன்றவரை
அனேகஞ் செய்து காத்துநின்றார்
அருந்தொண் டிவரு மொழுக்கத்தால்
இனிதே வாழ்ந்து காட்டிநிற்க (19)
இந்து மதமும் புத்துயிரும்
பின்னர் பெற்று நின்றிருக்க
பொழிலும் பயனும் பெற்றதுவே

தத்து வத்தின் பெருமையால்
தனசம் பத்தின் பெரும்பலத்தால்
மதத்தா ருடலின் வல்லமையால்
மற்று மதமும் பெருகாதாம்
உத்த மநல்ல மகான்கள்தம் (20)
உயர்ந்த வாழ்க்கைக் கண்ணுற்று
மதத்தைச் சேர்ந்தோ ரனுட்டிக்க
மதமும் வளரு கிறதாமே

பலராம் பாபு மனைவியுமே
பரிவோ டன்பாய் அன்னைக்கு
மலர்ந்து இராமேச் வரஞ்செல்ல
மொழிந்து நிற்க வதுகேட்டு
பலமா யதையு மொப்பிநின்று (21)
பகர்வார் தமது மாமியுமே
சொல்லி யதெல்லா மவருக்குச்
செப்பி நின்றார் நடந்ததையும்

இராமேச் வரமு மென்மாமன்
இனிதே பயணஞ் செய்துவந்தார்
இரவில் தங்கி பகல்தன்னில்
எழுந்து நடந்து சென்றடைந்து
வருட மொன்றின் பின்னூரும் (22)
வந்த டைந்த தன்பின்னர்
பொருள்பி றக்க இராமேச்வர்
பெயரு மிட்ட தாயுரைத்தார்

குழுவும் தொடர்வண் டிதன்னிலுமே
　　களித்துப் பயணந் தொடங்கிடவும்
அழகு மிகுந்த இயற்கையின்
　　அற்பு தங்கள் பலகண்டு
விழிவி ரித்து நின்றிருந்து (23)
　　வினோதம் பலவுஞ் சுவைத்திருந்து
பொழுதுங் கழிந்த தறியாது
　　பார்த்து மகிழ்த்தார் அன்னையும்

நீர்நி றைந்த சில்காவாம்
　　நாமம் கொண்ட மிகப்பரந்த
ஏரி கண்ட ளவிலாத
　　இன்ப மடைந்தார் அன்னையும்
நாரைக் கூட்ட மோசையை (24)
　　நிரம்பக் கேட்டு மிகப்பயந்து
வீரிட் டெழுந்து பறப்பதையும்
　　வெகுவாய் கண்டு மகிழ்ந்திருந்தார்

நீல கண்ட பறவையும்
　　நீண்ட சிறகு விரித்துநின்று
நீல வானில் பறப்பதையும்
　　நோக்கி மகிழ்ந்து சாரதையும்
வாலை போல கைகூப்பி (25)
　　வணங்கி நின்ற தன்பின்னர்
மேலும் நல்ல சகுனமென்று
　　மொழிந்து களித்தி ருந்தாரே

புனிதப் பயண மெனக்கருதி
　　பலவி தமான ஆசாரம்
நன்றென் றேற்று நின்றிருந்து
　　நிறைய வகையாம் காய்கறிகள்
அனேக பருப்புந் தானியமும் (26)
　　அன்னை யொதுக்கி நின்றிருந்து
பின்னு மைந்து கவளமுமே
　　புசிக்க நேர்ந்து கொண்டாரே

பலவி தமான உணவுவகை
　　பத்தர் குழுவும் புசித்திடவே
பலராம் பாபு மனைவியுமே
　　பக்கு வமாகச் செய்தளிப்பார்
மலர்ந்து வயிறும் நிறைந்திடவே (27)
　　மிகுத்து பரிமா றிசாரதையும்
கலத்தி லிட்டு நின்றிருக்க
　　களித்துப் பத்த ருண்டிடுவர்

அனேக விதமாங் காய்கறிகள்
　　அகற்றி நிற்கக் கண்டொருவர்
மனமும் நொந்த வற்றையும்
　　மற்றொ துக்கி நின்றிருக்க
இனிதே முடிவெ டுத்திருக்க (28)
　　எவரோ ஒருவர் அன்னைக்கு
கனிந்து ரைத்து நின்றிடவும்
　　கருணை கொண்டா ரவரிடமும்

வட்டில் நிறைய அன்னத்தை
　　வைத்து நின்று சாரதையும்
விட்டு நின்ற காய்கறிகள்
　　வேண்டா மென்று பத்தருமே
தடுத்து நின்றும் பரிமாறி (29)
　　தின்னக் கூறி வற்புறுத்த
அடியார் வேறு வழியுமின்றி
　　அனைத்து முண்டு நின்றிருந்தார்

நீயேன் நியம மேற்றதேனே
　　நியமு மேற்று யானிருக்க
தாயாம் யானு மொருவாயால்
　　தின்ப தில்லை அறிவாயே
வாயால் பலரு முண்டிருக்க (30)
　　வயிறு மெனது நிரம்பிடுமே
தூய உள்ளங் கொண்டவரும்
　　தின்னப் பசியுந் தீருமென்பார்

புற்று நோயுங் கண்டிருந்த
பெருமா னுண்ண முடியாது
மற்றுத் தவித்தி ருக்கையில்
மனமும் நொந்த சீடர்கள்
சிற்ப ரைக்கு ரைத்துநின்று (31)
சிறிதா கிலுமே உண்பதற்கு
இறுத்தி டுமாறு வற்புறுத்த
இறைவன் காளிக் குரைத்துநின்றார்

மறுநாள் சீடர் களையழைத்து
மொழிந்து நின்றார் பெருமானும்
வற்பு றுத்தி யுரைத்ததையும்
விமலை யிடமுந் தெரிவிக்க
சிற்ப ரையு முங்களையும் (32)
சிறக்கக் காட்டி நின்றிருந்து
குறைவ றவுண்ப தாயுரைக்கக்
கொண்டேன் வெட்க மென்றுரைத்தார்

இறைவி தனது பத்தருக்கு
எடுத்து ரைத்து நின்றிருக்க
இறுத்து நின்றார் கதாதரரும்
எல்லோ ருக்கு முரைத்ததையும்
இறைவி மற்று மிறைவனுமே (33)
எடுத்து ரைக்கா திருந்துநின்றும்
இறைவி வார்த்தை அன்னையும்
எடுத்து ரைத்தார் சுயமாக

பசுமை நிறத்து வயல்களையும்
பெருத்த வளமை யுங்கண்டு
கசிந்து நின்றி றைவனுக்குக்
கூறி நின்றார் நன்றிபல
விசாகப் பட்டி னத்திலுமே (34)
வண்டி வந்து சேர்ந்ததுவே
இச்சை யெழவு மோய்வொருநாள்
எடுத்துத் தங்கி நின்றிருந்தார்

அருகி ருந்த குன்றேறி
அழகு மிகுந்த துறைமுகத்தைப்
பெரிதும் வியப்போ டுபார்த்துநின்று
புகன்றி ருப்பார் சித்திரத்தில்
வரைந்து நின்ற சித்திரம்போல் (35)
விளங்கு வதுபோ லிருப்பதாக
உரைத்து மகிழ்வார் அன்னையும்
உள்ளங் களித்துக் குழுவினர்க்கு

மறுநாள் பகலில் தொடர்வண்டி
மற்று சென்னை வந்துநிற்க
பற்று மிகுந்த மக்களுமே
பெருத்த அளவில் வந்துடனும்
உற்சா கத்தோ டொலியெழுப்பி (36)
உவந்து வரவேற் றிருந்திடவும்
நிறைய மகிழ்ந்து சாரதையும்
நெகிழ்ந்து பார்த்த வாறிருந்தார்

அறம்வ ளர்க்கும் மடமெழுப்பி
அதன்த லைவ ராயிருந்த
இறைவன் சீடர் சென்னையில்
இராம கிருட்டி ணானந்தர்
அற்பு தமான தொண்டாற்றி (37)
அன்னை தம்மை வரவேற்க
நிறைய பத்த ருடன்வந்து
நெடுஞ்சாண் கிடையாய் வீழ்ந்தெழுந்தார்

அன்னை சசியென் றன்புடனும்
அழைத்தி ருக்கு மவர்பிள்ளை
சென்னை மடத்துத் தலைவராக
சிறந்த சேவை ஆற்றிநிற்க
அன்னை சென்னை வந்திடவும் (38)
அகம கிழ்ந்து வீழ்ந்தெழுந்து
பின்ன ரவரைப் பரிச்சயமும்
பெரிதும் மகிழ்ந்து செய்துவைத்தார்

மடத்திற் கருகி லொருமனையில்
மகிழ்ந்து தங்கி யிருந்திருக்க
இடமு மேற்பா டுசெய்திருக்க
இனிதே வண்டி தனிலேறி
அடுத்துச் சிறிது நேரத்தில் (39)
அடைந்தார் தங்கு மிடந்தன்னில்
இடமும் மிகவும் வசதியாக
இருக்க அன்னை மகிழ்ந்திருந்தார்

பெருமான் பூசைக் குரியபொருள்
பலவும் சசியும் அன்னைக்கு
விரும்பிக் குவளை யோடளித்தார்
வாங்கி யிருந்து நீரையும்
அருந்தி மகிழ்ந்துப் பின்னரதை (40)
அளித்து ரைப்பார் பரமனாகும்
பெருமான் பூசை தனில்சேர்த்தல்
பிழையென் றுரைத்து தவிர்த்திடென்றார்

பெருமான் மற்றும் அன்னைக்கும்
பேதங் காணா சசியென்னும்
விரதி பூசை பாத்திரங்கள்
வழங்கி நின்றார் அன்னைக்கு
கரத்தால் குவளை ஒன்றெடுத்து (41)
களித்து நீரும் பருகியபின்
திருப்பி யளித்துப் பூசையில்
சேர்க்க வேண்டா மென்றுரைத்தார்

ஒருமா தகாலந் தங்கிநின்று
உவந்து மனையில் அன்னையும்
இருந்து வசிக்க விழாக்கோலம்
இனிதே தெருவும் பூண்டதுவே
தரிசித் துமந்தி ரோபதேசம் (42)
திரளாய் மக்கள் பெற்றுநிற்க
விரைவில் பயனு மடைந்திடவும்
வாழ்த்தி நின்றார் அன்னையும்

அன்னைக் கருகி லமர்ந்திருக்கும்
அடியா றொருவர் மொழிபெயர்த்து
அனேக ரையந் தெரிவிக்க
அன்னை கேட்ட றிந்துநின்று
நனிசி றந்த பதிலளிக்க (43)
நிரம்ப மகிழ்வர் பத்தருமே
தனித்து மந்தி ரோபதேசம்
செய்தி ருப்பார் பத்தருக்கு

அன்னை மந்தி ரோபதேசம்
அடியார்க் களிப்பார் தனிமையில்
அன்னை தமது மொழிதன்னில்
அறிவிப் பதையு மறிந்துநின்று
பின்னர் பத்தர் தம்மொழியில் (44)
பகர்வ தையும் அன்னையும்
இனிதே அறிந்து விளக்கங்கள்
எடுத்து ரைப்பார் தம்மொழியில்

பள்ளிச் சிறுமி பலர்வந்து
பாடி நிற்க அன்னையும்
களித்துக் கேட்டு மகிழ்ந்திருந்து
கல்வி கற்கக் கூறிநின்று
அளித்து நின்றார் தமதாசி
அன்பால் நெகிழ்ந்த சிறுமிகளும் (45)
ஒளிவி ளக்காந் தாயென்று
உரைத்துப் பணிந்து வணங்கினரே

கபாலீச் வரமுஞ் சென்றடைந்து
களித்துச் செய்தார் தரிசனமும்
ஒப்பில் பார்த்த சாரதியின்
உயர்ந்த கோவில் சென்றடைந்து
செப்பற் கரிய அழகுடையோன் (46)
தரிச னத்தை முடித்ததன்பின்
வெப்பந் தணிக்கக் கடற்கரையும்
விரைந்து சென்று லவிவந்தார்

திங்க ளொன்று முடிந்திடவும்
சென்னை யிருந்து புறப்பட்டு
மங்காப் புகழின் மாநகராம்
மதுரை வந்தார் அன்னையும்
தங்கி நிற்க நகரசபைத் (47)
தலைவர் மனையி லிடம்பெற்றார்
அங்க யற்கண் ணிகோவிலையும்
அடைந்து நீரா டிநின்றாரே

சொக்க நாத ராலயத்தைச்
சென்ற டைந்து நீராடி
மகிழ்ந்து மீனாட் சிதேவியையும்
மற்றும் சொக்க நாதரையும்
மிகவும் களித்துக் கண்டிருந்து (48)
மறந்து நின்றார் தம்மையும்
அகல்வி ளக்குக் குளக்கரையில்
அனேக மேற்றித் துதித்திருந்தார்

சிற்பம் பலவுங் கண்டுநின்றும்
செவ்வா னத்தைத் தொட்டுநிற்கும்
இறைவன் கோவில் கோபுரமும்
இனிதே கண்டு வியந்துநின்றும்
பொறையி லனேக அற்புதங்கள் (49)
படைத்தப் பெருமான் கலைத்திறனை
மற்று விடாது புகழ்ந்திருந்து
மகிழ்ந்தி ருப்பார் அன்னையும்

மதுரை விட்டுக் கிளம்பிநின்று
மற்று இராமேச் வரத்தையும்
பத்தர் குழுவோ டடைந்திருந்தார்
பிறகு காலை நீராடி
விதிமு றைக ளனுசரித்து (50)
வந்த டைந்த அன்னைக்கு
மெத்தச் சிறந்த வரவேற்பு
மகிழ்ந்தா லயத்தா ரளித்தனரே

குருவின் குருவாம் அன்னைக்குக்
கோவில் தன்னில் மிகச்சிறந்த
வரவேற் பளிக்க மன்னருமே
விண்ட படியே ஆலயத்தார்
கர்ப்ப கிருகந் தன்னிலுமே (51)
குழுவைச் செல்ல அனுமதித்துக்
கரத்தா லபிடே கத்தையும்
களித்துச் செய்ய உரைத்தனரே

இராம நாத புரமன்னர்
இறுத்த வாறு சாரதையை
கர்ப்பக் கிருகந் தன்னிலுமே
களித்த பிடேகஞ் செய்திடவும்
உரைத்த படியே கங்கைநீர் (52)
உவந்த பிடேகஞ் செய்ததன்பின்
அர்ச்ச னையு மாற்றிடவும்
ஆல யத்தா ருரைத்தனரே

சிருங்கே ரிகாஞ்சி மடாதிபதி
தவிர நேபா ளமன்னருமே
கர்ப்ப கிருகஞ் சென்றிருந்து
களித்த பிடேகஞ் செய்திடவும்
உரிமை பெற்ற வராயிருக்க (53)
உலகோ ரெவரு மிச்சிறப்பு
தரணி தன்னில் பெற்றதில்லை
தனிச்சி றப்பு சாரதைக்காம்

இலிங்கந் தன்னை மூடிநின்ற
இனிய பொற்க வசத்தையும்
மலர்ந்து கோவி லருச்சகரும்
மற்றுக் கழற்றி நின்றிடவும்
சிலிர்த்து நின்று சாரதையும் (54)
சிறக்கக் கண்டு செப்பிநின்றார்
பலயு கமுன்னம் யான்வைத்த
படியே யுள்ள தென்றுரைத்தார்

இலிங்கம் மீது கங்கைநீர்
இறும்பூ தெய்தி அபிடேகம்
மலர்ந்து செய்து நூற்றெட்டு
மாற்றுக் குறையா சுவர்ணத்து
வில்வ தளத்தா லருச்சனையும் (55)
விதிமு றையா யாற்றிநின்று
நலமும் மக்கள் பெற்றிடவும்
நேர்ந்து நின்றார் அன்னையும்

இராமே சுவரந் தன்னிலுமே
இருந்த மூன்று நாட்களுமே
கருக்கல் மற்றும் மாலையும்
கோவில் சென்று குழுவுடனும்
இராம நாத சுவாமியையும் (56)
இனிதே பணிந்து வணங்கிநின்று
தரிசித் திருந்து ளம்மகிழ்ந்து
திளைத்தி ருந்தார் மகிழ்ச்சியிலும்

தங்கி யிருந்த மூன்றாம்நாள்
தாயுங் கோவி லருச்சகரை
வங்கா ளமுறைப் படியழைத்து
வயிறு நிறைய அனைவருக்கும்
தங்கச் சம்பா சோறளித்து (57)
தீர்த்த பாத்தி ரத்தையும்
பொங்கி மகிழ்ந்து தானமாக
பரிவோ டுவழங் கிநின்றாரே

தலபு ராணம் படித்திடவும்
தெரிவித் திடவு முடன்மகிழ்ந்து
சிலரும் படித்து நின்றிருக்க
செவிகொ டுத்துக் கேட்டிருந்து
மலர்ந்து கரத்தில் தாம்பூலம் (58)
மற்று வைத்துப் பின்னரதை
உலக வழக்கப் படியளித்து
உவந்தி ருந்தார் அன்னையும்

திருவா பரண மெல்லாமும்
தாய்க்குக் காட்ட வேண்டுமென்றும்
விரும்பி நிற்கும் நகைபலவும்
வழங்கி டவேண்டு மெனமன்னர்
உரைத்த படியே ஆலயத்தார் (59)
உற்சா கித்துக் காட்டியபின்
அரச னுரைத்த சொல்லையும்
அறிவித் தனரே அன்னைக்கு

தேவை யெதுவு மிலையென்றுத்
தெரிவித் திருக்க வதுகேட்டு
கோவில் நிருவா கத்தாரும்
களித்து நின்று வற்புறுத்தி
கோவின் விருப்ப மேற்றுநிற்க (60)
கூறி யதையு மொப்பிநின்று
பாவா டையு மணிந்திருக்கும்
பெண்ணாம் இராதைக் குரைத்துநின்றார்

தவறு தலாகத் தாமுரைத்த
செய்தி கேட்டு இராதையும்
சிவனுக் குரிய விலையுயர்ந்த
சுவர்ண நகையை அணிந்திருக்க
உவந்து நிற்பா ளோவென்று (61)
உமையின் பத்தர் கதாதரரை
அவச ரமாக உதவிடவும்
அரற்றி நிற்பார் மனதுள்ளும்

சிறுகு ழந்தை இராதையும்
சபலங் கொண்டு விலையுயர்ந்த
இறைவன் பொருளை விரும்பாது
இருக்க வேண்டு மெனப்பதியை
நிறைய நடுங்கிப் பிரார்த்தித்து (62)
நின்றி ருக்கு மச்சமயம்
இறைவன் குழந்தை மனத்துள்ளும்
இருந்து வரமு மளித்துநின்றார்

பொன்னும் மணியும் மாலையும்
பின்னு மனேக ஆபரணம்
அனைத்துங் கண்டு இராதையும்
அடைந்தா ரில்லை சபலங்கள்
தனக்குப் பிடிக்க விலையென்று (63)
தெரிவித் திடவும் அன்னையும்
கனிந்து நன்றி கணவருக்குக்
கோடி முறையுங் கூறிநின்றார்

முதல்நாள் கோயில் விட்டுவந்து
மற்றுத் தமதி ருப்பிடமும்
பத்தர் குழாத்தோ டுவந்துசேர
பலருஞ் சூழ்ந்து சாரதையை
மெத்தச் சிறந்த பொற்கவசம் (64)
மற்றுக் கழற்றி யதக்கணமும்
விதத்து நின்ற சொல்லிற்கு
விளக்க முரைக்கக் கேட்டனரே

இலிங்கக் கவசங் கழற்றிநிற்க
இனிதே திகைத்து நிலைமறந்து
சிலிர்த்து நின்று சாரதையும்
சிறிதும் மாறா தபடியுமே
இலிங்க மிருப்ப தாயுரைத்த (65)
இனிய சொல்லின் பொருளையும்
பலரு மறிய விளக்கிடவும்
பகர்ந்த னரந்தக் குழுவினரும்

அறியா தேதோ வார்த்தைகள்
ஆவ லுடனு மெழுந்ததாயும்
இறைவன் தன்னைக் கண்டதாலும்
ஏதோ நினைவா யுரைத்ததாயும்
இறுத்து நிற்குஞ் சொற்களையும் (66)
இனிதே விரித்து ரைத்தலுமே
முறையா காதா மெனமொழிந்து
மற்றுப் பேசார் அன்னையும்

வெகுநாள் கழித்து கோல்காதா
வந்து நின்ற பின்னருமே
பகர்ந்தி ருப்பார் அன்னையும்
பலப டியான அனுபவமும்
மகிழ்ந்த வாறு ரைக்கையில் (67)
மீண்டு மந்த வார்த்தைகள்
திகைத்துப் பலருங் கேட்டிருக்க
தாயி டமிருந் தெழுந்தனவே

இராம நாத சுவாமியுமே
இருப்ப தெவ்வா றறிவாயோ
இருத்தி யானும் வைத்தபடி
இன்று மிருக்கக் கண்டதாக
உரைத்து நின்ற அன்னையை (68)
உருகிக் கண்டுக் கண்பனித்துப்
பெருமை யோடு கோலாப்மா
புகலக் கேட்டார் விளக்கமுமே

விளக்க மேதுங் கிடைக்காத
வயது முதிர்ந்த கோலாப்மா
வெளியே வந்து மற்றவர்க்கு
விவரித் திருந்தா ரிவ்வாறு
புளகி தத்து சீதையும் (69)
போரும் முடிந்த பின்னருமே
அள்ளி மணலால் இலிங்கமுமே
அழகாய் பிடித்துத் தாபித்தார்

இனிதே சீதை பிடித்துவைத்த
இலிங்கத் திற்கு இராமனுமே
கனிந்து நின்று மிகக்களித்து
கரத்தா லினிதே அருச்சனையும்
முன்பு புரிந்தா னெனப்புராணம் (70)
மொழிந்து நிற்ப தையுமின்று
தன்னை மறந்து அன்னையும்
தெரிவித் ததாக உரைத்துநின்றார்

மாடி யறையி லுறைந்திருக்கும்
மிகவு மெளிய அன்னையும்
தேடி இராமன் கண்டுநின்ற
திரும களாகும் சீதையாம்
வாட்டம் போக்கி வீடுபேறு (71)
வழங்கி நிற்க வந்தவரை
நாடி வணங்கு வீரென்று
நவின்றி ருந்தார் கோலாப்மா

பின்ன ரொருநாள் கோல்காதா
பயணஞ் செய்ய நிலையத்தில்
இனிதே காத்தி ருக்கையில்
ஏழைப் பணியா ளொருவருமே
அன்னை முன்னம் வந்துரைப்பார் (72)
அன்னை யென்றன் சீதையே
பன்னா ளாக வுனைத்தேடிப்
பெரிதுங் களைத்தே னென்றுரைத்தார்

ஒளிந்தி ருந்த தெங்கென்றும்
ஒளிந்தி ருந்த தெதற்கென்றும்
கள்ள மற்ற யேழையைக்
காக்க வைத்த தேனென்றும்
விளக்கி நிற்கப் பணியாளும் (73)
விண்டு ரைக்கக் கேட்டுநிற்க
வெளியே சென்று மலர்கொணர்ந்து
வைக்க வுரைத்தார் பாதத்தில்

பணியா ளுடனே அன்னையும்
பகர்ந்த வாறு மலரையும்
கொண்டு வந்து சாரதையின்
காலில் வைத்து வீழ்ந்தெழவும்
பணியாள் மகிழ அன்னையும் (74)
பரிந்து மந்தி ரோபதேசம்
இணங்கிச் செய்து வைத்திருக்க
இனிதே பலரும் வியந்தனரே

திருவ ணைக்க ரைசெல்லத்
தோது படாதி ருந்திருக்க
இரண்டு சீடர் தமையனுப்பி
இனிதே வழிபட் டுவந்திடவும்
உரைத்து வெள்ளி வில்லம்பு (75)
உவந்து கொடுத்து கடல்தன்னில்
அர்ப்ப ணித்து வரக்கூறி
அனுப்பி வைத்தார் அன்னையும்

கடல ரசனும் மகிழ்ந்திடவும்
களித்து வெள்ளி வில்லம்பு
கொடுத்து நின்ற வற்றையும்
கடலி லர்ப்ப ணித்திடவும்
எடுத்து ரைத்த படிசீடர் (76)
இனிதே சென்று வழிபட்டு
கிடங்கர் தன்னி லர்ப்பணித்து
களித்துத் திரும்பி வந்தனரே

பின்னர் மதுரை வழியாகப்
பயணஞ் செய்து சென்னையும்
அன்னை திரும்பி வந்திடவும்
அடியார் பலரும் மகிழ்ந்தனரே
கனிந்து பெருமான் பிறந்தநாளைக் (77)
களித்து மடத்தி லடியாரும்
இனிதே கொண்டா டிநின்றிருக்க
இன்புற் றிருந்தார் அன்னையும்

மன்னும் பிறந்த நன்னாளில்
மந்தி ரோப தேசமுமே
என்றுஞ் செய்யா திருப்பவரும்
இனிதே சென்னை மாநகரில்
மனமும் மகிழ்ந்து பலருக்கு (78)
மற்று பதேசஞ் செய்திருக்க
அனேகர் அன்னை அடிபணிந்து
அகங்கு ளிர்ந்து வாழ்த்தினரே

பின்னர் சென்னை நகர்நீங்கிப்
பெங்க ளூரு சென்றடைந்தார்
அன்னை தங்க மடந்தன்னில்
அடியார் வசதி செய்திருக்க
இனிதே யிருந்த ஏழுநாளும் (79)
ஏரா ளமான மக்களுமே
தினமும் வந்து தரிசித்துத்
தெண்ட னிட்டுச் சென்றிடுவர்

ஒருநாள் அன்னை ஆலயமும்
ஒன்றைக் கண்டு திரும்பிடவும்
பெருத்த அளவில் பத்தருமே
பணிந்து சாய்ந்து வணங்கிநிற்க
கருணை பீறிட் டெழுந்திருக்கக் (80)
கண்ணீர் பெருக்கி அன்னையும்
திருக்க ரத்தைத் தூக்கிநின்று
சிலையாய் நின்றார் வெகுநேரம்

மடத்துத் தலைவர் தமையழைத்து
மற்றுத் தமது கவலையை
எடுத்திவ் வாறு ரைத்திடுவார்
எளிய மக்க ளறிந்திடவும்
கடுக நான்கு வார்த்தைகள் (81)
கன்ன டத்தில் பேசிடவும்
அடுத்துக் கொண்டே னாவலுமே
ஆயின் மொழியு மறியேனே

பத்த ரிவரும் மகிழ்ந்திடவும்
பேச விழைந்தே னிவர்மொழியில்
மெத்தச் சிறந்த நல்மொழியை
மற்று யானு மறியாது
சித்தம் வருந்தி யிருப்பதாகச் (82)
செப்பி நிற்கத் தலைவருடன்
பதமா யதையும் மொழிபெயர்த்து
பலரு மறிய உரைத்துநின்றார்

மடத்துத் தலைவர் மொழிபெயர்த்து
மக்க ளுக்கு ரைத்திடவும்
அடியார் பலரு மொருகுரலில்
அன்னை கண்டு பெரும்பேறு
அடைந்து நின்ற தாயுரைத்தும் (83)
அனேக மறிந்து நின்றதாயும்
தொடர்ந்து கருணை மழைபொழியத்
தெரிவித் தினரே மிகவுரக்க

பெங்க ளூரி லிருக்கையில்
பரிந்து தமது குமரிகளை
வெங்க டரங்கம் என்பவரும்
விரும்பி சேவைக் கர்ப்பணிக்க
பொங்கி மகிழ்ந்த ளித்திடவும் (84)
பரிவோ டன்னை மடந்தன்னில்
மங்கை யரையும் சேர்த்துநின்று
மற்றுத் துறவு மளித்துநின்றார்

சுனந்தா யென்னு மொருபெண்ணும்
சன்னி யாச மேற்றதன்பின்
அன்னை யினிறு திநாட்களிலும்
அற்பு தமான தொண்டாற்றி
அனேக தகவல் தெரிவிப்பார் (85)
அரிசி அப்ப ளத்தையும்
இனிய சாற்ற முதத்தையும்
இன்புற் றருந்து வாரென்பார்

தமிழ்ப்பா டலையும் தம்முன்னம்
தினமும் பாடக் கேட்டுநின்று
இமையும் மூடி வெகுநேரம்
இருப்பா ரென்று முரைத்திடுவார்
தமிழ றிந்த மக்களுடன் (86)
தம்முன் தமிழி லுரையாட
அம்மா வுரைப்பா ரெனசுனந்தா
அறிவித் திடுவார் பின்னருமே

மடமு மிருக்கு மிடந்தன்னில்
மற்றுச் சிறிய குன்றிருக்க
அடைந்து நின்று சாரதையும்
அமைதி யாக வொருமாலை
உடனி கழ்வான் நாமத்தை (87)
உச்ச ரித்த மர்ந்திருக்க
மடத்துத் தலைவர் சசியுடனும்
மகிழ்ந்து வந்து பணிந்துநின்றார்

அன்னை யமர்ந்த யிடந்தன்னில்
அதன்பின் மடத்தார் சித்திரத்தை
இனிதே வைத்தி ருப்பதையும்
இன்றுஞ் சென்று கண்டிடலாம்
புனித மாக அவ்விடத்தைப் (88)
பாவித் திருந்து பத்தரங்கு
சென்று தியானித் திருப்பதையும்
சிறக்கக் கண்டு மகிழ்ந்திடலாம்

விரதி யிருவர் வணங்கிநிற்க
வெளியு லகநி னைப்பையும்
வரப்பெற் றிருந்த அன்னையும்
வாழ்த்தி மகிழ்ந்துப் பின்னருமே
இருப்பி டத்தை அடைந்துநின்று (89)
இறையின் நினைப்பி லொன்றிநின்றார்
ஒருநாள் பின்னர் வேடிக்கை
ஒன்று நடந்த தையுரைப்போம்

தனமும் மிகுந்த பத்தையும்
தன்னை நன்க லங்கரித்துப்
பின்னர் அன்னை தமைப்பணிந்து
பக்க மமர்ந்தி ருக்கையில்
அன்னை மூலை தன்னிலுமே (90)
அமைதி யாக அமர்ந்திருக்க
வனிதை நிறைந்த குழுவொன்று
வந்த தங்கு தரிசிக்க

நடுநா யகமா யமர்ந்திருக்கும்
நாரி தன்னை அன்னையாய்
மடவார் கருதி காணிக்கை
மகிழ்ந்து வைத்துப் பணிந்தெழவும்
திடுக்கிட் டிருந்து டல்நெளிந்து (91)
தனவா னாகும் பெண்தடுக்க
அடக்கங் கருதித் தடுப்பதாக
அறிந்து மீண்டும் வணங்கினரே

பின்னும் மகளிர் கூட்டமுமே
பரிந்துத் தமக்க டிப்பொடியும்
கனிந்து தரவே கேட்டுநின்று
காரி கையின் கால்களையும்
இனிதே காட்ட வேண்டிநிற்க (92)
எழுந்தம் மாதி டம்விட்டு
வனிதை கூட்டம் தனைவிலக்கி
வெளியே யோடிச் சென்றாரே

அனைத்துங் கண்டு சாரதையும்
அமைதி யாக அமர்ந்திருக்க
பின்னர் பெண்டிர் கூட்டமுமே
பிழையை யுணர்ந்து சாரதையை
கனிந்து வணங்கி அடிப்பொடியும் (93)
களித்துப் பெற்றுச் சென்றிடவும்
இனிதே கண்டு நின்றிருந்தோர்
இதயங் களித்து நகைத்தனரே

இரண்டாண் டுகள்பின் காசிதனில்
இதேபோல் நிகழ்ச்சி நடந்ததுவே
பெரிதும் மக்கள் களித்திருக்க
பரிவோ டன்பாய் அன்னையும்
பரிக சித்துக் குசும்பொன்று (94)
பலர்முன் நிகழ்த்தி நின்றிருக்க
அருகி ருந்தோர் மிகக்களித்து
அடைந்து நின்ற னரானந்தம்

விடுதி தன்னில் மூலையில்
வந்த மர்ந்து விட்டத்தை
விட்டேற் றியாக அன்னையும்
வெகுளி யாகப் பார்த்திருக்க
நட்ட நடுவில் கோலாப்மா (95)
நடுநா யகமா யமர்ந்திருக்க
மடவார் சிலரு மங்குவந்து
மகிழ்ந்து பணிய விரும்பினரே

இயல்பாய் கோலாப் மாவிற்கு
இருந்த துநல்ல உடலமைப்பு
வியந்து பலரை ஈர்த்திழுக்கும்
வினோத தேசு முண்டவர்க்குப்
பயிற்சி பலவும் புரிந்திருக்கப் (96)
பின்னுஞ் சிறந்து விளங்கிநின்றார்
தயக்க மின்றி அன்னையாய்
தெரிந்து பெண்கள் வணங்கினரே

பதற்றங் கொண்டு கோலாப்மா
பணிந்து நிற்கும் பெண்களிடம்
சித்தஞ் சிதறா திருக்கின்ற
சார தையைக் காட்டிநின்று
பதமா யுமது வணக்கங்கள் (97)
பாரி லீடே துமில்லாத
மதர்த்தி ருக்கும் அன்னைக்கு
மற்ற ளிப்பீ ரென்றுரைத்தார்

கேட்டு நின்ற விறலிகளும்
களித்துச் சென்று கால்களையும்
நீட்டி நின்ற மர்ந்திருக்கும்
நாரி யாகும் அன்னையின்
ஈடில் பாதம் பணிந்தெழவும் (98)
இச்சை தெரிவித் திருந்திருக்க
நாடி வந்த பெண்களிடம்
நவின்றி ருப்பார் அன்னையும்

குறும்பு செய்யு மெண்ணமுமே
களித்துத் தோன்ற அன்னையும்
இறுத்து நின்றார் பெண்களிடம்
இழிந்த கிழிந்த உடையுடுத்தி
அற்ப உருவி லிருக்குமெனை (99)
அண்டி வந்தீர் தவறுதலாய்
தற்பெ ருமையு மிலாதிருக்கும்
தவசி அவரே சாரதையாம்

செருக்குச் சிறிது மில்லாது
சிற்பம் போலும் வீற்றிருக்கும்
கருணை யொழுகும் கண்களுடன்
கம்பீ ரமாக அமர்ந்திருக்கும்
பெருமைக் குரிய சாரதையும் (100)
பணிவு கார ணமாகயும்மைக்
கிரீடை செய்தா ரென்றுரைத்துக்
கோலாப் மாவைக் காட்டிநின்றார்

உண்மை யென்று விறலிகளும்
உடனே கோலாப் மாவையும்
பணிந்து வணங்க வந்தவரின்
பாதம் பற்ற முயன்றிடவும்
கணநே ரத்தில் கோலாப்மா (101)
கனன்று கொதித்து ரைத்திடுவார்
மண்ணில் நும்மைப் போல்மூடர்
மற்று யானுங் கண்டிலேனே

அன்னை விடவு மடியேனும்
அழகு கொண்டி ருந்திடலாம்
அன்னை விடவும் நன்னிறமும்
அடியேன் பெற்றி ருந்திடலாம்
அன்னை விடவுங் கம்பீரம் (102)
அதிகங் கொண்டி ருந்திடலாம்
பின்னு மவரின் சிறப்பையும்
பெற்றே னில்லை யொருசிறிதும்

பாரி லெவரு மவர்போலும்
பிறந்த தில்லை இதுவரையில்
நாரி யெவரும் நல்லுலகில்
நாடித் தேடக் கிடைப்பாரோ
சீருஞ் சிறப்பு மவருக்கே (103)
செப்பு வதெல்லாம் மெய்யொன்றே
வாரிக் கருணை வழங்குபவர்
வையந் தன்னி லவரொன்றே

அவரே கருணை உருவாகும்
அவரே அன்பின் மறுவுருவம்
அவத ரித்த துநமக்காகும்
அறிந்து சரண மடைவீரே
பவப்பி ணிபோக்கும் மருந்தவராம் (104)
பார்க்க வெளிய அன்னையாம்
புவியுஞ் செய்த நல்வினையால்
பிறந்தா ரென்ற வருரைத்தார்

மிகவும் வெட்கிப் பெண்களுமே
மீண்டும் அன்னை யிடம்வந்து
பக்க மமர்ந்து பணிந்துநின்று
பாதம் பற்றி நின்றிருக்க
மகிழ்ந்தி ருந்த அன்னையும் (105)
மற்றுத் தமதா சிகளையும்
மகளி ருக்கு வழங்கிநிற்க
மாதர் பலரும் மகிழ்ந்தனரே

பின்னர் அன்னை சென்னைக்குப்
பயணஞ் செய்து வந்தடைந்தார்
இனிதே விடையும் பெற்றுநின்று
இராச மகேந்தி ரபுரத்தைச்
சென்ற டைந்து கௌதமியில் (106)
சிறக்க நீரா டிநின்றிருந்து
புனித நகராம் புரியடைந்து
பரமன் கோவில் தரிசித்தார்

சகநா தனையுங் குழுவுடனும்
சென்று தரிசித் திருந்தபின்னர்
மகிழ்ந்து கிளம்பி கோல்காதா
மற்றுத் திரும்பி நின்றிருக்க
திகழ்ந்து சொலிக்குந் தேசுகண்டு (107)
திளைத்துப் பலரும் மகிழ்ந்தனரே
மக்க ளார்ப்ப ரித்துநின்று
மகிழ்ந்து வரவேற் பளித்தனரே

அன்னை பத்தை நிவேதிதாவும்
அனுப்பி யிருந்த கடிதத்தில்
இனிதே கண்ட திதன்படியாம்
எதுவு மறியா சிசுபோலும்
தினமு மமது பாதத்தில் (108)
திளைத்து மகிழ விழைகின்றேன்
மென்மை சாந்தம் பேரன்பு
மிளிரும் நீவி ரம்பிகையே

இறைவன் கருணை கொண்டுலகில்
இனிதே நும்மைத் தோற்றுவித்து
சிறக்கச் செய்தான் பெருஞ்சிறப்பு
சிற்ப ரையின் பத்தருமே
அற்ப ராகு மெங்களுக்கு (109)
அனேக அன்பை நிரப்பிவைத்துப்
பொறையி லிருத்தி வைத்ததாக
பத்தை யெழுதி யிருந்தாரே

மடத்தார் சமயப் பணியோடு
மற்றுச் சமூகப் பணியையும்
விடாது செய்ய வேண்டுமென்று
விவேகா னந்தர் வகுத்திருக்க
தொடர்ந்து வாத விவாதங்கள் (110)
சீடர் பலருஞ் செய்திருக்க
முடிந்த கருத்தாய் அன்னையும்
மொழிந்து நின்றா ரனைவருக்கும்

நாள்மு ழுக்கச் செபதபமும்
    நடத்தி நிற்ற லியலாதாம்
வாளா திருக்கக் கெட்டயெண்ணம்
    வந்து மனதில் குடிபுகுமாம்
தோள்கொ டுத்து மக்களுக்கு (111)
    சேவை புரிந்து நின்றிருக்க
மாளும் நேரம் பயனுறவே
    மற்ற றிந்து நிற்பீரே

மதுர நாத ரிருந்திருக்க
    மற்றுக் கருணை கொண்டுநின்று
பதிக்குச் சோறு மூவேளை
    பெரிதும் வழங்கி நின்றிருந்தார்
பதிபோ லெவரு மிங்கில்லை (112)
    பணியும் செய்து ழைத்துநின்று
விதியும் முடியும் வரையதியும்
    விடாது சேவை செயவேண்டும்

பதியை நன்க றிந்துநின்று
    புத்தி ரனாகும் நரேந்திரனும்
துதிசெய் திருந்து மதனுடனும்
    சேவை புரிய வேண்டுமென்று
விதியும் வகுத்து நின்றதுவே (113)
    வணங்கத் தக்க நற்செயலாம்
இதையும் மீறிச் செயல்புரிதல்
    எனக்கு விருப்ப மிலையென்றார்

பின்னுந் தமது சன்னியாசி
    பிள்ளை களுக்கு ரைத்திருப்பார்
இனிதே மடத்தில் வாழ்ந்திருக்க
    எல்லாம் நன்றாய் முடிந்திடுமாம்
மனிதர் மனையில் சன்னியாசி (114)
    மற்றே தேதோ காரணத்தை
இனிதே யுரைத்து வாழ்ந்திருத்தல்
    என்றுந் தகாத செயலாகும்

பெண்ணு ருவத்து மரப்பாவைப்
    பார்த்து நிற்றல் தவறாகும்
பணமும் பொருளுஞ் சேர்த்துவைத்தல்
    பிழையென் றறிந்து நிற்பீரே
கணநே ரத்துஞ் சோம்பிநிற்றல் (115)
    கொடிய செய்கை யென்றறிவீர்
பணமும் பெண்ணும் சன்னியாசி
    பூர ணமாகத் தவிர்ப்பீரே

என்னைச் சுற்றி இளம்பெண்கள்
    ஏரா ளமாக உள்ளனரே
இனிதே மலருஞ் சந்தனமும்
    இன்னும் பூசை புரிவதற்கு
நன்னீ ருடனே கொணர்வதாக (116)
    நவின்று யதிகள் வருவதையும்
கனன்று வெறுத்து நிற்பதாகக்
    கூறி நிற்பார் அன்னையும்

14. இராதையின் மணமும் அன்னை காசி செல்வதும்

அன்னை மனமுங் கவர்ந்திருக்கும்
அழகுப் பெண்ணாம் இராதையும்
இனிதே பத்தாம் பிராயத்தை
எட்டி நிற்க அடியாரும்
மன்றல் செய்து வைத்திடவும் (1)
மிகவும் விரும்பி மணம்பற்றி
அன்னை யிடமு மொருநாளே
அறைந்து நிற்ப ரிவ்வாறு

மகேந்த ரநாத குப்தாவும்
மற்றுப் பரிச்ச யமானவராம்
மிகவும் சிறந்த பெரியோரின்
மக்கள் பலரும் மாணியாக
திகழ்ந்தி ருந்து படித்துவர
சித்தம் வைத்து குப்தரிடம் (2)
தகுந்த வரனைத் தெரிவிக்கச்
செப்பி டவேண்டு மென்றனரே

பந்த மென்னும் பிணிதன்னில்
பிடித்து மாட்டி வைத்திடவும்
முந்திச் சென்று பிறரையும்
மகிழ்ந்து தவிக ளைவேண்டேன்
சுந்த ரியாகும் இராதைக்கு (3)
சுற்றத் தினராய் பலரிருக்க
தந்தை தானத் திருப்பவரே
தேடி முயல வேண்டுமென்றார்

மன்ம தநாத னென்பவரை
மணாள னாகத் தெரிவுசெய்து
மன்றல் நாளுங் குறித்தபின்னர்
மற்ற துகேட்டு சாரதையும்
தனவா னாகும் மணாளனுக்கு (4)
தகுந்த வாறு சீர்வரிசை
இனிதே செய்தல் கடினமென்று
இயம்பி நின்றார் கருத்தையும்

தனமும் பற்றிக் கவலையும்
சிறிதும் வேண்டா மெனக்கூறி
இனிதே தனமு மிருப்பதாக
இறுத்தார் சார தானந்தர்
நன்னா ளொன்றில் இராதையை
நகையா லலங்க ரித்துநின்று (5)
மன்ம தநாத னென்பவர்க்கு
மணமு டித்துக் கொடுத்தனரே

மன்ற லுக்கு நாள்குறித்து
மகிழ்ந்தி ருக்குஞ் சமயத்தில்
மன்ம தநாதர் சாதகத்தில்
மற்றுத் தோட மிருப்பதாக
அன்னை யிடமுஞ் சோதிடரும் (6)
அறிவித் திருக்கக் கவலையை
மனதில் வைத்து சஞ்சலமாய்
மற்றி ருந்தார் அன்னையும்

கவலை மனதில் கொண்டிருந்தும்
காட்டிக் கொள்ளா திருந்துநின்று
உவந்து மன்றல் நாள்தன்னில்
உபச ரித்து விருந்தினர்க்கு
சுவைமி குந்த வியஞ்சனங்கள் (7)
சோர்ந்தி டாது பரிமாறி
கவளஞ் சோறு தானுண்டு
களித்தி ருந்தார் அன்னையும்

மன்ம தநாதர் பின்பொருநாள்
மந்தி ரோப தேசமுமே
தனக்குச் செய்து வைத்திடவும்
தெரிவித் திருக்கத் தயங்கிநின்றுப்
பின்ன ரவருக் குபதேசம் (8)
பரிவன் போடு வழங்கிநின்று
கனத்த மனத்த ராயிருந்து
கூறி நிற்பார் சரத்திற்கு

இறைவன் சங்கற் பத்தையும்
எதிர்த்துச் செயலும் செய்வதுவும்
முற்றுந் தவறாம் பெரும்பிழையாம்
மற்றென் இராதை விதவையாய்
பொறையில் மாறா திருந்திடவே (9)
பரிந்து மந்தி ரோபதேசம்
மறுக்க வியலா துசெய்ததாக
மொழிந்து நின்றார் சரத்திடமும்

விதவை வாழ்க்கை தனிலிருந்து
வெகுவாய் இராதை தன்னையும்
அத்தை யாகும் அன்னையும்
அன்பு மிகுதி யாலிரங்கி
அதிநேர்த் தியாகக் காத்திருந்தும் (10)
அவரைக் கணவன் விலக்கிவைத்து
வதுவை மீண்டுஞ் செய்திருக்க
வாழ்வு வீணா கிநின்றதுவே

சென்னை மடத்துத் தலைவராகும்
சசியென் றன்னை அழைத்துநிற்கும்
இனிய யதியும் கோல்காதா
ஏகி வந்து டல்நிலையை
முன்பு போல தேறிநிற்க (11)
மகிழ்ந்து மடத்தில் தங்கிநின்றார்
அன்னை தம்மை மடத்தாரும்
ஆள னுப்பி அழைத்தனரே

தானு மங்கு வந்துநிற்க
சசிக்குச் சேவை நின்றுவிடும்
ஆன தாலு மிச்சமயம்
அங்கு வருத லுசிதமிலை
தேனும் பாலும் நெய்கலந்துத் (12)
தினமும் விடாது தந்திடுவீர்
வானி ருந்து பெருமானும்
வழங்கிக் காப்பா ரென்றுரைத்தார்

அன்னை வருவா ரெனப்பலரும்
அனுமா னித்தி ருக்கையில்
அன்னை யுரைத்த சேதிகேட்டு
அனைவ ருமங்கு வருந்திநிற்க
அன்னை வந்துத் தம்பக்கல் (13)
அமர்ந்தி ருப்ப தாய்சசியும்
புன்ன கைத்துக் கூறிநின்று
பெருமா னுடனுங் கலந்துநின்றார்

சக்கம் மாவின் வழிபாடு
சிறக்க நடக்கத் தானியமும்
மிகுந்த அளவில் காய்கறிகள்
மற்ற ளித்துச் சேவையும்
மகிழ்ந்து கோயல் பாராவின் (14)
மடத்தார் செய்ய அன்னையும்
அகமும் மகிழ்ந்த னைவருக்கும்
அனேக ஆசி வழங்கிநின்றார்

இராதை மணமும் முடிந்துநிற்க
இனிதே அன்னை கோல்காதா
வரவேண் டுமென்று மடத்தாரும்
விழைந்து கோயல் பாராவின்
அருமைத் தலைவர் கேதாரை (15)
அனுப்பி வைக்க அவரடைந்து
சிரமுந் தாழ்த்தி வணங்கிநிற்க
சார தையும் உரைத்திடுவார்

ஓய்வி லாது ழைத்துநின்று
ஒழுங்கு முறையி லாசிரமும்
நீயு மெழுப்பி மிகச்சிறப்பாய்
நடத்தி வருவ துகாண்கின்றேன்
தூய பெருமான் படத்தையும் (16)
சிறக்கச் செய்வேன் பிரதிட்டை
வாயால் பாடி இருவேளை
வழிபா டுசெய்வாய் பெருமானை

நாட்டின் விடுத லையையும்
நிரம்ப நினைத்து வருகின்றாய்
தேடிக் காணாப் பெருமானைச்
சிந்தித் திருப்பாய் சதாகாலம்
நாடி நிற்பாய் பெருமானின் (17)
நட்பு மாசி தினந்தினமே
ஈடு பாடு விடுதலையில்
இருக்கக் கெடுமே ஆன்மீகம்

நரேனு முயிரோ டிருந்திருக்க
நலியச் செய்து வதைத்துநின்றுக்
கரத்தி லிரும்பு வளையத்தைக்
களித்து மாட்டிக் கொடுமைகள்
புரிந்தி ருப்பர் வெள்ளையர் (18)
பிள்ளை தன்னைப் பெருமானும்
கருணை கொண்டு சென்றிருந்து
காத்தா ரவல நிலையிருந்து

அயல்நா டடைந்து நரேந்திரனும்
அனேக முரைத்துப் பெருமானின்
இயல்புங் குணமும் பரப்பிநிற்க
இன்று வெள்ளைக் காரருமே
தயங்கா தவரைக் குருவாகத் (19)
தேர்வு செய்து பயன்பெறவும்
பயிற்சி செய்ய வருவதையும்
பரிவோ டுகாண்ப தாயுரைப்பார்

நல்லார் சிலரு மங்கிருக்க
நம்பி யவரு மிங்குவந்து
பலவுங் கண்டு பயிற்சிசெய்து
பயன டைய விரும்பிநிற்க
தொல்லை யென்று கருதாது (20)
தளரச் செய்யா திருந்தவரை
நலமும் நல்க சேடியாக
நயந்தேற் றுநின்ற தாயுரைப்பார்

அத்தி யான்மி கத்திலுமே
ஆவல் கொண்டோர் அரசியலும்
அதீத விருப்பங் கொண்டுநிற்றல்
அனர்த்தம் விளையும் மேலும்பின்
பதமா யிவற்றி லொன்றையும் (21)
பற்றி நிற்க வேண்டுமென்றும்
இதமா யெடுத்து ரைத்திருக்க
ஏற்று நின்றார் கேதாரும்

சமய வளர்ச்சி நிறுவனங்கள்
சிறிதும் பிறழ்தல் தவறென்றும்
சமூக வளர்ச்சி யுடன்சேவை
செய்து நிற்றல் வேண்டுமென்றும்
அமைதி முறையில் பொதுமக்கள் (22)
ஆவ லுடனும் அரசியலும்
நிமிர்ந்து பயமுஞ் சிறிதுமின்றி
நடத்தி டவேண்டு மென்றுரைத்தார்

திட்ட மாக அரசியலைத்
தள்ளி வைக்க அறைந்திருந்தும்
மடத்தில் சுதேச உணர்ச்சிகளும்
மிகுத்துச் சிலருக் கிருந்ததுவே
உடுத்தி நிற்க உள்ளூரில் (23)
உவந்து நெசவு செய்ததுணி
எடுத்து வந்து விரதியுமே
இனிதே அன்னை யிடமளித்தார்

துர்கா பூசை நன்னாளில்
சார தையி னுறவாகும்
மருமக் களுமே அணிந்திடவும்
மடத்தைச் சேர்ந்த யதியொருவர்
விரும்பி சுதேசித் துணிகளையும் (24)
வழங்கி நிற்கக் குழந்தைகள்
பெரிதும் வெறுத்து முகஞ்சுளிக்க
பரித்தி யாகி வெகுண்டுநின்றார்

பெருச்சா ளிகளாம் வெள்ளையர்
படைத்துச் செய்த துணிக்கேங்கி
விரும்பா திருந்தீ ரிவையென்று
வெறுத்து விரதி யுரைத்திடவும்
பெருச்சா ளிகளா மவர்களுமென் (25)
பிள்ளை யாவர் மேலுமிவர்
அருமைத் துணிக ளுக்காசை
அகத்தில் கொண்டு நின்றனரே

துணிகள் நல்ல தாயிருந்தும்
துளியு மிவரே விரும்பிடாரே
உணர்ச்சி மதித்து யிதையுமிவர்
உடுத்தக் கூறல் தவறாகும்
உணர்ச்சி மற்று முன்கருத்தும் (26)
உன்ன தமாகு மாகையால்
கணமு முன்னை வற்புறுத்திக்
கொடுமை செய்யே னென்றுரைத்தார்

தேவன் பாபு யென்பவரின்
துணைவி சிந்து பாலாவாம்
தீவி ரவாதந் தனைச்சேர்ந்து
தேச பத்திச் செயல்புரிவார்
காவல் துறையோர் சிறைப்பிடிக்கக் (27)
கடுகத் தேடி வந்தனரே
பாவை யிவரின் நாத்தூணின்
பெயரும் சிந்து பாலாவாம்

சிந்து பாலா நாத்துணைக்கும்
தீவி ரவாதச் செயலுக்கும்
எந்த விதத்துஞ் சம்பந்தம்
இருக்க வில்லை ஒருசிறிதும்
சிந்து பாலா நாத்துணையும் (28)
சூல்கொண் டிருக்குஞ் சமயத்தில்
தந்தி ரமாக இருவரையும்
சிறைசெய் தனரே காவலரும்

சிறைபி டித்த காவலரும்
சிந்து பாலா இருவரையும்
பறைமு ழக்கஞ் செய்திருந்து
பட்டப் பகலில் நடுத்தெருவில்
சுற்றத் தாரும் பதறிநிற்க (29)
சிறைக்குக் கொண்டு சென்றதையும்
அறிவித் திருந்தார் காளிகுமார்
அக்கை யாகும் அன்னைக்கு

சிவந்த முகமுந் தீப்பிழம்பாய்
சிறக்க மாறி நின்றிருக்கக்
கவலை கொண்டு சாரதையும்
கனன்று கொதித்துக் கழறிடுவார்
அவல நிலையைக் கண்டுநின்றும் (30)
அபலை களையுங் விடுவிக்க
எவருங் காளை அங்கிலையோ
இருந்தோர் பேடி மக்களாமோ

சிறைப்பி டித்த காவலரைச்
        சட்டென் றுடனே வதைசெய்து
சிறக்க வுடனே பெண்களையும்
        சிறைமீட் டெடுக்க ஆண்மக்கள்
மறைந்தொ ழிந்து மாண்டனரோ (31)
        மக்கட் பேடி களானாரோ
மறக்க நினைத்தும் மறுபடியும்
        மாதர் நினைவு வதைக்கிறதே

விரைவி லிந்த ஆட்சிவீழும்
        வீறு கொண்டு நாடெழுமே
புரட்சி வெடித்து பாரதமும்
        புதுப்பொ லிவோடு திகழ்ந்திடுமே
உரைத்திவ் வாறு சாரதையும் (32)
        உள்ளம் நொந்து வெகுண்டிருக்க
இரவில் பெண்கள் விடுதலையும்
        இனிதே பெற்ற சேதிகேட்டார்

உலகப் போரும் நடந்துநிற்க
        ஒருவர் நடப்பு ரைத்துநிற்பார்
இலட்சக் கணக்காய் மக்களுமே
        இறக்குஞ் செய்தி கேட்டுநின்று
அலைபாய் மனத்தா ராகிநின்று (33)
        அவத்தை கண்டு வருந்திநிற்பார்
தொல்லை விரைவி லொழியுமென்று
        தெரிவித் திடுவார் அன்னையும்

புதிது புதிதா யாயுதங்கள்
        பாரோர் கண்டு பிடித்துநின்று
கொத்துக் கொத்தாய் மக்களையும்
        கொலையும் புரிந்து நிற்கின்றார்
வதைத்து நின்றும் புதுவுலகில் (34)
        வினோத நல்ல செயல்பலவும்
அதிகம் நிகழக் காண்பதாக
        அன்னை உரைத்து நின்றிருந்தார்

கிராமத் திருந்து கோல்காதா
        கிளம்பி வரவும் நான்குநாட்கள்
விரைந்து நடந்தும் பிடித்திடுமாம்
        வேறு வழியு மில்லையாம்
கருக்கல் தன்னில் தொடர்வண்டி (35)
        களித்தே றிநிற்க மாலையில்
வருவ திந்நா ளியலுமென்று
        விண்டு ரைப்பார் அன்னையும்

முன்னேற் றங்க ளிருந்துநின்றும்
        மற்றுப் பிணியும் பஞ்சமுமே
அனேக மக்கள் தமைவருத்தும்
        அவல நிலையு மிருந்திருக்க
மனமும் மிகவு மலைபாய்ந்து (36)
        மகிழ்ச்சி யொழிந்து வருந்துகிறேன்
கனிந்தென் நாடும் விடுதலையும்
        காணும் நாளு மெந்நாளோ

என்று ரைத்து சாரதையும்
        இரங்கி வருந்தி யிருக்கையில்
அனேக கட்டுப் பாடுகளை
        அரசு விதித்துப் போர்முனைக்கு
அனுப்பிப் பொருளை வைத்திருக்க (37)
        அவத்தைப் பட்டு மக்களுமே
துன்புற் றிருந்து செய்வதுவும்
        தெரியா திருந்து வருந்தினரே

அரசுத் துறையின் அலுவலரும்
        அனேக மனையுட் புகுந்துசென்று
வருத்தி நின்றுத் தானியங்கள்
        வத்தி ரங்கள் பறித்திருக்கும்
வருந்தத் தக்க செய்தியையும் (38)
        விவர மாகக் கேட்டறிந்து
பொருமி நின்று கொடுங்கோலர்
        போவ தெந்நா ளெனக்கேட்பார்

பருத்தித் தோட்டம் முன்பெல்லாம்
பலவு மூரி லிருந்திருக்க
கிருகந் தன்னில் இராட்டினமும்
களித்தி ருக்க மக்களுமே
விரும்பி யவாறு நூல்நூற்று (39)
வத்தி ரங்கள் செய்துநின்று
அரையி லணிந்து நின்றிருக்க
அறவே காணார் துணிப்பஞ்சம்

இயந்தி ரங்கள் கண்டறிந்து
இயக்கி யவற்றைப் பெருமளவில்
மயக்கும் விதத்தி லாடைகள்
மிகுத்துச் செய்து நம்மவரை
வியர்த்த மாக்கி வீணாக்கி (40)
வாழ்க்கை அனர்த்த மாக்கிநின்று
பெயரும் தனமும் வெள்ளையர்
பெற்றுச் சுரண்டி நின்றனரே

தொழிலை அழித்து வெள்ளையர்
தனமுஞ் சுரண்டி வாழ்கின்றார்
தொழிலும் மறந்துத் தனமிழந்துத்
துன்பம் பலவும் மிகக்கொண்டு
இழிந்த வாழ்க்கை நம்மக்கள் (41)
ஏற்றுத் திறமை கைவிட்டு
பழியுஞ் சுமந்துப் பாமரமாய்
பஞ்சம் பிணியுங் கொண்டனரே

மூடர் களாக வெள்ளையர்
மாற்றி நிற்க நம்மவரும்
நாட்டின் மற்றும் வீட்டுநிலை
நிரம்ப மறந்து சோம்பிநின்று
கேடு சூழ வாழ்வதாக (42)
கூறி நின்ற சொற்கேட்டு
பாடு பட்டு ழைத்திடவும்
பலரும் விரும்ப வேண்டுமென்றார்

இராட்டி னமொன்ற டளித்திடவும்
இனிதே கேட்டுப் பெற்றதுமே
விரைந்து பலர்முன் நூற்றுநிற்க
விரதி பலரும் மிகநிறைய
இராட்டி னங்கள் வாங்கிவந்து (43)
இயக்கி நிற்கச் சின்னாளில்
விரதி பலரு முடுத்திநின்று
வழிகாட் டினரே மக்களுக்கு

ஆட்சி தன்னில் நடந்துநிற்கும்
அநியா யத்தை அறிந்துநின்று
பீடை அரசை வசைபாடி
பெரிதுங் கண்ணீர் பெருக்கிநிற்பார்
நாட்டை விட்டு வெள்ளையர் (44)
நீங்கி நிற்கப் பெருமானைப்
பாடிப் பரவ வேண்டுமென்றுப்
பிள்ளை களிடம் புகன்றிருப்பார்

பிறந்த நாட்டை உய்விக்கப்
பெருமான் பிறந்த தாயுரைத்தும்
பொறுமை காத்து நின்றிருக்க
பிறக்கும் நல்ல காலமென்றும்
வெறுத்துத் தீவி ரவாதத்தை (45)
வழியாய் மடத்தா ரேற்பதுமே
மறந்தும் புரிதல் தவறென்றும்
மொழிந்தி ருப்பார் அன்னையும்

பிராம்ம முகூர்த்தம் தனில்கிளம்பி
பின்னர் கோயல் பாராவும்
விரைந்து சென்று நீராடி
வரனின் படமும் தன்படமும்
பிரதிட் டையுஞ் செய்துநின்று (46)
புட்ப மளித்துத் தூபதீபம்
பரிந்து காட்டி நிவேதனமும்
பத்த தியாகச் செய்துநின்றார்

மடமும் நீங்கி ஊருக்கு
மற்றுச் செல்லும் முன்னருமே
கட்டுச் சாதங் கொடுப்பதற்குக்
கால தாம தமாகிடவும்
கடுக டுத்த விரதிக்குக் (47)
கனிவாய் மொழிவார் அன்னையும்
சடுதி யின்றி சோறுண்டு
செல்வ தாகக் கூறிநின்றார்

பொறையுங் காணா புருடரையும்
பல்லாண் டுமுன்ன மிழந்தவரும்
பொறையில் விதவை யாகிநின்று
பட்டு நின்றார் பெருந்துயரம்
பிறகு பிள்ளை பலரையும் (48)
பறிகொ டுத்த அன்னையும்
சற்புத் திரனாம் கிரீசனது
சாவு கேட்டுத் துடித்தழுதார்

இறுதிச் சடங்கில் பங்கேற்க
இயம்பி நின்ற கிரீசனது
சுற்றத் தினர்க்கு ரைத்திடுவார்
சற்புத் திரனு மில்லாத
உறையுள் தன்னில் நுழைந்திடவும் (49)
உடலில் தென்பி லையென்று
அறைந்து மறுத்த முதிருந்தார்
அனைவர் முன்னம் அன்னையும்

மருமா னாகும் பூதேவன்
மகிழ்ந்து மகாபா ரதத்தையும்
அருமை அத்தை முன்படிக்க
அகம கிழ்ந்து கேட்டுநிற்பார்
இரதந் தன்னில் பெருமானின் (50)
இனிய படமும் வைத்திருந்து
தெருக்கள் பலவும் பூதேவன்
தேரி ழுத்துச் சென்றிடுவார்

மனைமுன் இரதம் வந்துநிற்க
மகிழ்ந்து இராதை நளினியுடன்
அன்னை யோடி ருந்துறையும்
அன்பு மங்கை சரளாவும்
இனிதே சேர்ந்து வடம்பிடித்து (51)
இழுத்து நிற்க அனைவருடன்
மனம கிழ்ந்து சாரதையும்
மற்றுச் சேர்ந்தி ழுத்துநின்றார்

மருகி யாகும் நளினியென்பார்
மற்று நளினம் விடுத்தொருநாள்
உரத்த குரலில் சுடுசொல்லும்
உரைக்கக் கேட்டு நின்றிருந்து
வருந்தி அன்னை அருகிருக்கும் (52)
விறலி களுக்கு ரைத்திடுவார்
பெருங்கு ரலெடுத் துரைத்திடுதல்
பெண்கள் தவிர்த்து நிற்கவேண்டும்

பொறுமை யிழந்து கத்துவதும்
போர்க்கோ லத்தி லிருப்பதுவும்
மறுத்தெ திர்த்துப் பேசுவதும்
மதியா திருந்து நடப்பதுவும்
சிறும திகொண்டு ரைப்பதுவும் (53)
தருக்கஞ் செய்து நிற்பதுவும்
குறைகண் டிருந்து மகிழ்வதுவும்
குறையென் றறிவீ ரென்றுரைத்தார்

முழங்கால் தெரிய அமர்ந்திருத்தல்
மிகவும் தவறென் றறிந்திடுவீர்
முழங்கால் தெரியும் பெண்ணையும்
மற்றுக் காணல் பார்ப்பவர்க்குப்
பழியும் வந்து சேருமென்னும் (54)
பழமொ ழியையு மறிந்துநின்று
வழுவா துநடக் கவேண்டுமென
விளக்கி நின்றார் அன்னையும்

பன்னி ரண்டு வயதாகும்
பெண்ணாம் இராதை பள்ளிக்கு
சென்று வந்து நின்றிருக்கச்
சிலரு மிதுவோ முறையென்றும்
மன்றல் புரிந்த பெண்களுமே (55)
மகிழ்ந்து கற்றல் சரியாமோ
என்றும் வினவி நின்றிருக்க
இயம்பி நின்றார் அன்னையும்

பருவ மடையா இராதையைப்
பள்ளி செல்ல வுரைத்துநின்றேன்
கிராமந் தன்னில் பிறந்துவாழ்ந்து
கிராமந் தன்னில் வாழ்பவரை
வரனா யவளு மடைந்திருக்க (56)
வாழ்க்கைச் சிறந்த மைந்திடவும்
பெரிது மறிவை வளர்த்திடவும்
பள்ளிக் கனுப்பி னேனென்றார்

மடத்தார் பலரும் பேலூரில்
மற்று நவராத் திரிபூசை
நடத்தி நிற்க அன்னையும்
நாடிக் காண வந்துநின்றார்
கடைசி நாளில் பிரதிமையைக் (57)
கங்கை தன்னில் இறக்கிவைக்க
எடுத்துச் செல்லும் போதொருவர்
எழிலாய் நகைசெய் திருந்துசென்றார்

ஊர்வ லத்தை உன்னிப்பாய்
உவந்து கண்டு மகிழ்ந்திருக்கும்
சார தைக்க ருகிருக்கும்
சன்னி யாசி ஒருவருமே
ஆர்ப்ப ரித்து நின்றிருந்து (58)
அனேக சேட்டை செய்பவரை
கூர்ந்து நோக்கக் கூறிநின்று
கீழ்மைச் செயலா மதுவென்றார்

மனிதர் புரியுஞ் சேட்டையை
மற்றுக் கண்டி றைவியுமே
சினந்து நிற்கா ளெனக்கூறி
செயலு மிழிந்த திலையென்று
கனிந்த குரலில் அன்னையும் (59)
கூறி நிற்க விரதியுமே
அன்னை கூற்றை முழுமனதாய்
ஆத ரித்து நின்றிருந்தார்

விரதி பலருங் கூடிநின்று
வருவோர்க் களிக்க நல்லுணவும்
பரிந்து செய்யும் பாங்கையும்
பரிவோ டுகண்டு மகிழ்ந்துரைப்பார்
விரதி யிவரை வையத்தில் (60)
விஞ்சி நிற்போ ரில்லையாம்
கருத்தா யிவருங் கருமத்தைக்
களித்துப் புரிகி றதாயுரைப்பார்

தினமுஞ் சூல்கொண் டமேகங்கள்
திரண்டு நின்று பயமுறுத்த
அன்னை கவலை மிகக்கொண்டு
அலைபாய் மனத்தா ராகிப்பின்
அன்ன தானந் தடையின்றி (61)
அரங்கே றிடவு மிறைவியையும்
நினைத்த மர்ந்து மந்திரங்கள்
நிறையச் செபித்து நின்றிருந்தார்

வானந் தன்னில் மேகங்கள்
வெகுவாய் திரண்டும் மின்னல்கள்
தோன்றி மறைந்து நின்றிருந்தும்
தேவி செபத்தை மிகமதித்து
மூன்று நாட்கள் வரைமழையும் (62)
மற்றுப் பெய்யா திருந்திடவும்
நான்காம் நாளே பெருமழையும்
நிறையப் பெய்யக் கண்டனரே

மூன்றாம் முறையாய் காசிக்கு
மகிழ்ந்து செல்ல விரும்பிநின்றார்
மூன்று திங்கள் தங்கிநிற்க
முடிவு செய்து முடிச்சுகளும்
தானஞ் செய்யப் பொருட்களையும் (63)
தேடிக் கொணர்ந்து வைக்கையில்
தீன தயாள அன்னையைத்
தேடி கிரீசன் கைவந்தார்

தரிசித் திருந்து கிரீசன்கை
தெண்ட னிட்டு வீழ்ந்தெழுந்து
பரிவோ டன்பாய் வருவதாக
பகர்ந்தி ருக்க அன்னையும்
சரிநன் றுபோவென் றுரைத்ததுமே (64)
சிரமுந் தாழ்த்தி சென்றிருக்க
உரைத்த சொல்லின் பொருளுணர்ந்து
உறைந்து நின்றார் அன்னையும்

பெட்டி தன்னில் பொருட்களையும்
பகுத்து வைத்து நின்றிருக்க
விடைகொ டுக்கும் போதவரும்
வாயால் போவென் றுரைத்துநின்று
அடுத்துச் சொல்லின் பொருளையும் (65)
அறிந்துத் தமது தவறுணர்ந்து
நடுங்கிப் பயந்து கவலையை
நவின்றி ருந்தார் சரத்திற்கு

விடைபெற் றிருந்த கிரீசன்கை
விரைந்து மனையுஞ் சென்றிருக்க
படுக்கை தன்னில் படுத்தபடி
பிராணன் தன்னை விட்டதாக
அடுத்த நாளுஞ் சேதிவர (66)
அன்னை அலறித் துடித்தழுது
கடிந்துத் தமது கூற்றிற்கு
கலங்கி வருந்தி யழுதிருந்தார்

அன்னை குழுவும் காசிநகர்
அடைந்து விடுதி தனில்தங்கி
மனம கிழ்ந்து பலகோவில்
மற்றுச் சென்று தரிசித்து
பின்னர் மடத்தின் கிளைசென்று (67)
பலவி தமாகுஞ் சேவைகள்
அன்போ டாற்றும் விரதிகளை
அகம கிழ்ந்து கண்டுநின்றார்

மடத்தா ராற்றுஞ் சேவையை
மகிழ்ந்து கண்டு பாராட்டி
விடுதி திரும்பிப் பணம்பத்து
வழங்கி நிற்கப் பணத்தையும்
மடத்தார் செலவு செய்யாது (68)
மிகவு மரிய பொருளென்று
பெட்டி தன்னில் வைத்ததையும்
பாது காத்து வருகின்றார்

விசுவே சுவரன் கோவிலையும்
வணங்கி நின்று குழுவோடு
விசாலாட் சியன்னை கோவிலையும்
வணங்கி அன்ன பூரணியைக்
கசிந்து கண்டு கூறிநின்றார் (69)
காசி தன்னி லுயிர்விடுதல்
உசித மாகும் மறுபிறவி
ஒருபோ துமில்லை யென்றிறுத்தார்

இதுகேட் டருகி ருந்திருக்கும்
இன்னல் செய்து திளைத்திருக்கும்
சததங் குறைகள் கூறிநிற்கும்
சுரபா லாவாம் கொழுந்தியுமே
சத்த மிட்டு ரைத்திடுவார் (70)
சித்தம் மகிழும் சாரதையே
செத்தொ ழிந்து டன்நீயும்
சட்டெ னமுத்தி பெற்றிடென்றார்

பிச்சி யாகுங் கொழுந்தியுமே
பிதற்றி நின்ற துகேட்டுநின்று
துச்ச மான மொழியாலும்
துளியும் வருந்தி நிற்காது
பச்சாத் தாபங் கொண்டுநின்று (71)
புன்ன கைக்கப் பித்தமுமே
உச்சி தன்னி லேறிநிற்க
உறும லானார் சுரபாலா

அடியே நீசக் குணத்தாளே
ஆன தென்ன உனக்கின்று
கொடிய மனமுங் கொண்டவளே
களித்து நகைத்து நிற்பதேனே
படாத பாடு படுத்திநின்று (72)
பெண்ணை மற்று மென்னையும்
கொடுமைப் படுத்தும் இராக்கதியே
காலன் வாயு முடன்படென்றார்

பெண்ணை மற்று மென்னையும்
பரித விக்க விட்டுநின்று
பணத்தை வாரி இறைப்பவளே
பிணமாய் மாறிச் செத்தொழிவாய்
கணமும் நீயு முயிர்வாழ்தல் (73)
காணச் சகியேன் மரித்திடுவாய்
தணலாய் மனமுங் கொதிக்கிறதாம்
செத்து நிற்பா யுடனென்றார்

சிரித்து நிற்கும் அன்னையைச்
சுற்றி யிருக்குங் குழுவினரும்
பரிதா பமாகப் பார்த்துநிற்க
பின்னும் அன்னை நகைத்திருக்க
இருவ ருள்ளு முன்மத்தம் (74)
இருப்ப தெவர்க்கெ னச்சிறிதும்
தெரியா திருந்து குழுவினரும்
சித்தங் குழம்பி நின்றனரே

சிரித்து நிற்குங் காரணத்தைச்
செப்பக் கேட்டக் குழுவினர்க்கு
உரைத்து நிற்பார் அன்னையும்
உயிர்விட் டிடவுங் கொழுந்தியுமே
பரிவன் போடு கூறிநிற்க (75)
பூர்த்தி செய்த லென்னாலும்
ஒருநா ளுமாகா தென்பதையும்
உரைக்க வறியே னடியேனும்

சாவே துமில்லை யெனக்கென்றும்
சார தையும் செத்திடாளாம்
சாவு தீண்ட முடியாத
சத்தி யுள்ள தெனக்கென்றும்
நோவும் மூப்பும் பிணிகளுமே (76)
நலியச் செய்யா தெனையென்றும்
ஆவல் கொண்ட கொழுந்திக்கு
அறைவ தெவ்வா றென்றறியேன்

பின்னு மெனைப்போல் துரதிட்டம்
பெற்ற வரில்லை வையத்தில்
அன்புக் கரத்தால் பாவியரை
அகத்துக் காரர் தீண்டிநிற்க
முன்னை ஊழும் முழுதாக (77)
மற்று நீங்கி நின்றிருக்க
அன்பர் பரம சுகத்தையும்
அடைந்து நிற்பர் தக்கணமே

பிறந்த நாளாய் தீவினையும்
புரிந்த தில்லை அடியேனும்
உற்றா னைந்தாம் பிராயத்தில்
உவந்து கரமும் பற்றிநின்று
முறையாய் மணமும் புரிந்திருந்தும் (78)
மற்றென் துயரம் தொடர்ந்திருக்க
அறியே னேதுங் காரணமும்
அறிந்தா லுரைப்பீ ரென்றழுவார்

அன்னை எளிமை உருக்கொண்ட
அவதா ரமாகு மென்பதையும்
அனேகர் கண்டு நின்றனரே
அன்னை தம்மைத் தேவியாக
அன்பர் பூசை நடத்தியதும் (79)
அன்னைப் பூசைப் பாத்திரங்கள்
மனது கந்து கொண்டுசென்று
மற்றுத் தேய்த்து வைத்திடுவார்

அன்னைக் குமக்கள் நிவேதனமாய்
அளித்து நின்ற தையெல்லாம்
அனைவ ருக்குந் தங்கரத்தால்
அகம கிழ்ந்து பரிமாறிப்
பின்ன ரெச்சி லிலைகளையும் (80)
பரிவோ டெடுத்தெ றிந்துநின்று
கனிந்தி டத்தை மெழுகிப்பின்
களித்தி ருப்பார் அன்னையும்

சார நாதஞ் சென்றடைய
சிற்பங் கண்டு வெள்ளையர்
பாராட் டிநிற்கும் செயல்கண்டு
பகர்வார் அன்னை யிவ்வாறு
பூர்வ பிறவி தனிலிவரும் (81)
பாடு பட்டுச் செய்ததையும்
ஆர்வத் தோடு கண்டின்று
அகங்க ளிப்ப தாயுரைத்தார்

இரட்டைக் குதிரை வண்டிதனில்
ஏற மறுத்த அன்னையை
இராகால் மிகவும் வற்புறுத்தி
ஏறச் செய்த னுப்பிப்பின்
பரியொன் றிழுக்கும் வண்டிதனில் (82)
பின்ன ரவருஞ் செல்கையில்
புரவி வண்டிக் குடஞ்சாய
பயணி காய மடைந்தாரே

இராகால் வண்டிக் குடஞ்சாய
இருந்தோர் சிலருக் கடிபடவும்
சிராய்ப்பு கண்டு மனம்வருந்தி
சார தையு முரைத்திடுவார்
வரவி ருந்த ஆபத்தை (83)
வலிந்துத் தானு மேற்றிருந்து
இராகால் என்னைக் காத்துநின்றான்
என்னே கருணை யென்றழுவார்

குருநா னக்கின் மதஞ்சேர்ந்த
குணவா னாகும் பெரியோரைத்
தரிசித் திருந்து சாரதையும்
தரையில் வீழ்ந்துப் பணிந்தெழுந்து
மரியா தையுஞ் செய்விதமாய் (84)
மகிழ்ந்து பணமு மர்ப்பணித்துக்
கரமுங் குவித்த வர்நலமும்
கேட்ட றிந்து மகிழ்ந்திருந்தார்

பின்னும் வயதில் மூத்தவராம்
பெரியோ ரொருவர் தமைவணங்கி
அன்னை யங்கு நின்றிருக்க
அருகி ருந்த கோலாப்மா
அன்ன பானந் தங்களுக்கு (85)
அளிப்ப துயாரே யெனக்கேட்க
அன்னை துர்கா அளிப்பதாக
அறைந்து நின்றார் சன்னியாசி

வயதில் மூத்த பெரியவரின்
வார்த்தை கேட்டு மிகமகிழ்ந்து
சயனஞ் செய்யப் பாயொன்றும்
சிறந்த நல்ல போர்வையும்
உயர்ந்த கனிந்த கனிவகைகள் (86)
உடனும் நல்ல இனிப்புகளும்
வயோதி கருக்கு சாரதையும்
வாங்கிக் கொடுத்து மகிழ்ந்திருந்தார்

கிழவர் தம்மைக் கண்டபின்னர்
கண்கள் வேறு சாதுவையும்
விழிவைத் திருந்து நோக்கிடவும்
விரும்ப வில்லை யென்றன்னை
மொழிந்தங் கிருந்து றைந்துவாழும் (87)
மற்ற முனிவ ரெவரையும்
விழைந்து காணா திருந்துநின்று
விருத்த சாது தமைப்புகழ்வார்

கண்ணன் மற்றுங் கோபியரும்
களித்து நடனம் புரிவதையும்
வண்ண உடைக ளுடுத்திநின்று
விவர மாக நாடகமாய்
பெண்கு ழந்தை பலர்நடித்த (88)
பாக வதத்து காட்சிகளைக்
கண்டு பாத காணிக்கைக்
களித்த ளித்தார் அன்னையும்

சுரபா லாவும் தொந்தரவு
செய்தி ருக்க மேலும்பின்
இராதை இஞ்சை செய்திருக்க
இதன்மேல் மருமான் பூதேவும்
வருத்தி நிற்க யிவரோடு (89)
வியர்த்து வாடும் அன்னையைத்
தரிசிக் கவந்த பெண்களுமே
திடுக்கிட் டிருந்து கண்டனரே

சகதி தன்னில் வீழ்ந்தவரைச்
சகதி யிலிறங் கிநின்றிருந்து
சுகமாய் வெளியே யெடுக்கையில்
சகதி ஒட்டி நிற்பதையும்
திகைத்துக் கண்டு காத்தவரைத் (90)
தூற்றி நிற்றல் சரியாமோ
சகத்தில் பலருக் கிதுபோலும்
சார தையும் தோன்றிநின்றார்

உத்த மவாழ்க்கை வாழ்ந்துநின்று
உவந்த தையு முலகோர்க்கு
மெத்தக் காட்ட வந்துநின்ற
மிகச்சி றந்த அவதாரம்
அதியற் புதமா யவத்தைகள் (91)
அனேகஞ் சூழ வாழ்ந்திருக்க
இதிலே குறையுங் காண்பதுவும்
இல்லை சிறிதும் நியாயமுமே

குடும்ப வாழ்வி லிருப்பவர்க்கு
களித்து வாழும் முறைகாட்ட
எடுத்து நின்ற அவதாரம்
எழில்சேர் அன்னை வாழ்வாகும்
உடையாள் குடும்பப் பெண்ணாக (92)
உலகில் வாழ்ந்த வத்தையும்
படாதி ருத்த லியன்றிடுமோ
பாரோர் பகுத்த றிந்திடுவீர்

பெண்க ளிலொருத் திவந்துநின்று
பகர்ந்தி ருப்பார் அன்னைக்கு
மண்ணில் நீவி ரெமைப்போலும்
மாயை வாட்ட வாழ்வதுவும்
எண்ண முடியா அளவிற்கு (93)
இருக்கி றதென்று ரைத்திடவும்
கண்ணே யென்னை மாயையாய்
கருது வாயென் றுரைத்துநின்றார்

புனிதப் பயணம் முடித்துநின்று
புறப்பட் டிருந்தார் தமதூரும்
இனிதே விட்டு ணுப்பூரில்
இறங்கி நின்று தேவிகோவில்
கனிந்து தரிசித் திருந்தபின்னர் (94)
கோயல் பாரா ஆசிரமும்
சென்ற டைய கேதாரும்
சிறக்க வரவேற் பளித்துநின்றார்

பெருமான் சீட ரிந்நாட்கள்
பலரு மயல்நா டடைந்துநின்று
பெருமான் பற்றிச் சொற்பொழிவு
பெரிதா யாக்கி மகிழ்ந்திருக்க
ஒருவ ரெவரும் நற்படிப்பு (95)
உவந்து பெறாதி ருந்துநின்று
நிரட்சி ரகுட்சி யாயிருக்கும்
நிலைய றிவித்தார் கேதாரும்

வெறுப்பு கொண்டு நீவிருமே
வெள்ளை மக்கள் மொழியையும்
சிறிதுங் கற்க விரும்பாது
சிறுவர் தம்மைப் படித்திடவும்
மற்றுத் தடுத்து நின்றிருக்க (96)
மற்றெவ் வாறு மேனாடு
சிறக்கச் சென்று சொற்பொழிவு
செய்ய இயலுங் கூறுவாயே

எதிர்கா லத்தில் நல்லுறவு
இருந்து சிறக்க அவர்மொழியும்
மதித்து நின்று நீவிருமே
மற்றுக் கற்று நின்றிருக்க
அதிவி ரைவில் சிலரையும் (97)
அனுப்பி வைப்பேன் வெகுவிரைவில்
பதமாய் பழகி ஆங்கிலமும்
பயின்று பயனு மடையென்றார்

நிரட்ச ரகுட்சி யெனவருந்தி
நிற்கத் தேவை யேதுளதே
பெருமான் கல்விச் சாலையும்
புகுந்து படித்த துண்டாமோ
பரம னுக்குப் பத்தியொன்றே (98)
பெரிதும் விருப்ப மென்றறிந்து
கருத்தாய் பத்தி செய்திருக்கக்
கடவு ளருளுங் கிடைக்குமென்றார்

மடத்தை விட்டுத் தமதூரும்
மற்ற டைந்து சாரதையும்
மடத்தார் ஆங்கி லத்தையும்
மகிழ்ந்து கற்க ஆசிரியர்
உடனே அனுப்பி வைத்திருக்க (99)
உள்ளம் நெகிழ்ந்து சீடருமே
படிப்பில் நாட்டம் மிகக்கொண்டு
பாண்டித் தியமு மடைந்தனரே

செயராம் பாடி வந்தவுடன்
சார தையும் நோய்கண்டார்
வயிற்றுக் கடுப்பு நோய்வரவும்
வெகுவா யவத்தைப் பட்டிருந்தார்
பெயலும் வாட்டி வதைத்திருக்க (100)
பின்னும் கோயல் பாராவின்
அயரா சீடர் அன்னைக்கு
அனேக விதத்து முதவினரே

பருவ மழையும் நின்றதுமே
பெருகி நின்ற நுளம்புகளால்
அரியப் பணியு மாற்றிநின்ற
ஆசி ரமம்வாழ் பிள்ளைகள்
சுரமுங் கண்டு படுத்திடவும் (101)
சேவை செய்து சாரதையும்
விரதி களையு மாசிரமும்
வழிய னுப்பி வைத்துநின்றார்

காய்ச்சல் நீங்கி யபிள்ளைகள்
கோயல் பாரா சென்றிருக்க
நோய்வாய்ப் பட்ட விரதிகளும்
நன்கு தேறக் கடிதமொன்று
தாயும் கேதா ரிடமனுப்பித் (102)
திருத்தி கரமாய் நற்சோறு
சேய்க ளுக்கு டன்வழங்கச்
செப்பி யிருந்தார் கடிதத்தில்

பெருமா னுக்கு விருப்பமான
பலவ கையாம் வியஞ்சனங்கள்
பிரசா தமாக மூன்றுவேளை
படைத்து நின்ற னைவருக்கும்
கருத்தாய் வினியோ கித்திடவும் (103)
கடிதந் தன்னில் அன்னையும்
உரைத்தி ருந்த படிகேதார்
உவந்து செயலும் புரிந்துநின்றார்

மடத்திற் கருகில் தங்கிநிற்க
மிகவு மெளிய மிகச்சிறிய
குடிசை யொன்று தனக்கென்று
கட்டி வைக்க அன்னையும்
விடுத்தி ருந்த வேண்டுகோளை (104)
விரைந்து கேதார் செயல்படுத்தி
அடுத்துச் செய்தி அன்னைக்கு
அனுப்பி அழைப்பு விடுத்துநின்றார்

நல்ல நாளுந் தெரிவுசெய்து
நிரம்ப மகிழ்ந்து நன்றிபல
சொல்லி நிற்க கேதாரும்
சீடர் தம்மை அந்நாளில்
பல்லக் கொன்றை அனுப்பிவைத்து (105)
பணிந்த ழைத்து வந்திடவும்
சொல்லி யதேற்று சீடருமே
செயராம் பாடி வந்தனரே

மடத்துச் சீடர் கிளம்பிநிற்க
மழையும் மகிழ்ந்து பெய்ந்திடவும்
குடையு மின்றி நனைந்துவந்து
களித்துப் பாதம் பற்றிநின்ற
விடலைப் பருவச் சீடரையும் (106)
வெறுத்துக் கண்டு காளிகுமார்
கொடிய வார்த்தை பலவுரைத்துக்
களித்து மகிழ்ந்து நின்றிருந்தார்

வான ரத்தின் வழிவந்த
வினோத குரங்கு பிள்ளைகாள்
வான மிருண்டு விடாதுமழை
வெகுவாய் பெய்யும் நேரத்தில்
கேனன் பன்றி மூளையின் (107)
கேதார் அனுப்பி வைத்திருக்க
ஏனே சிந்தித் திடமூளை
இல்லை யோவெ னக்கேட்டார்

அம்மான் நீவி ரிதுகேட்பீர்
அடியோம் பிழையும் பொறுத்திடுவீர்
அம்மா தேதி குறித்திருக்க
அதுவும் நழுவா திருந்திருக்க
செம்மை யாக மழைபெய்தும் (108)
சேர்ந்த டைந்தோம் கனமழையில்
பொம்மிப் பெய்யும் மழைதன்னில்
புறப்ப டவேண்டா மென்றனரே

பணிவாய் சீட ரிவ்வாறு
பகர்ந்தி ருக்கக் கேட்டுநின்று
இணங்கி யுடனும் வருவதாக
இயம்பி அன்னை கிளம்பிநிற்க
வணங்கி வேறு நல்லநாளும் (109)
விரைவாய் நிர்ண யித்துநின்று
பணிவாய் விடையும் பெற்றுநின்று
புறப்பட் டனரே சீடருமே

மழையு மில்லா நன்னாளில்
மகிழ்ந்து நின்று பின்னருமே
அழகு மிகவும் கேதாரும்
அமைத்து வைத்த குடிலிற்கு
எழுந்து மகிழ்ந்து நின்றிருக்க (110)
இனிதே தமது கருத்துக்கள்
மொழிந்து நின்றார் அன்னைக்கு
மடத்துத் தலைவர் கேதாரும்

மடத்தில் பணியும் மிகுத்திருக்க
மற்றுத் தனமுங் குறைந்திருக்க
கிடைக்கு மற்பப் பணந்தன்னில்
கூழுங் கஞ்சி கொடுத்திடவும்
படாத பாடு யான்படவும் (111)
பலரும் வெறுத்தி டம்பெயர்ந்து
அடைக்க லமாகத் தங்களையும்
அதன்பின் சரத்தை அடைகின்றார்

இடம்விட் டிருந்துத் தங்களையும்
இனிதே தேடி வருபவரை
அடைக்க லமாக ஏற்காது
அனுப்பி வைப்பீ ரென்னிடமும்
கட்டுப் பாடு மில்லாமல் (112)
கோவில் காளை திரிவதுபோல்
மடத்தைச் சேர்ந்தோர் நடந்துநிற்க
மடத்துப் பணியும் முடிவதெந்நாள்

இதுகேட் டதிர்ந்து சாரதையும்
இயம்பி நிற்பா ரிவ்வாறு
பதமாய் பேசிப் பழகிநிற்க
பலவி தமான தொல்லைகள்
நிதமுங் கண்டும் விரதிகளும் (113)
நின்று பொறுத்தி ருந்திடுவர்
கத்திக் கூச்ச லிட்டுநிற்க
கணமும் நிற்கா துசென்றிடுவர்

பெருமான் குடும்பத் தடிப்படையாம்
பண்பு மன்பும் பாசமுமே
கருத்தா யிதையும் பற்றிநிற்க
கேடு வந்து சேராதாம்
பெரிது மிதையுந் தள்ளிநிற்க (114)
பேரா பத்து வந்திடுமாம்
அருமைப் பிள்ளா யின்றிருந்து
அறிந்து நடப்பா யென்றறைந்தார்

மடத்தில் வாழும் யதிகளுக்கும்
மற்றும் பிரம சாரிகட்கும்
மடத்தை நடத்திச் செல்வதுவும்
மிகவும் கடினச் செயலாகும்
கடமை உணர்வும் மிகக்கொண்டு (115)
கட்டம் பலவுந் தாங்கிநின்று
இடம்விட் டெங்குஞ் செல்லாது
இருக்கப் பழகு வீரென்றார்

அறிவு ரைகள் பலருக்கும்
அன்பாய் வழங்கி அன்னையும்
பிறந்த ஊரும் திரும்பிநிற்கப்
பொன்மே னிதன்னி லெரிச்சலுடன்
சொறிசி ரங்குங் கிளம்பிநிற்க (116)
சகிப்புக் கொண்டு பொறுத்திருக்க
பற்றி நின்ற காரணத்தைப்
பகரக் கேட்டா ரொருபத்தை

சொறியும் வந்த காரணத்தைச்
செப்பக் கேட்டப் பத்தைக்கு
இறுத்து நின்றார் அன்னையும்
இங்கு பலரும் வந்துநின்று
குற்றங் குறையைத் தள்ளிவிட்டுக் (117)
களித்துச் செல்வோர் தீவினைகள்
மற்று யானு மேற்றிருக்க
மேனி சொறியுங் கொண்டதென்றார்

பாம ரசீவன் படவேண்டும்
பேரு பாதை தன்னையும்
தாமே வலிந்து மாபுருடர்
தெரிந்தே யேற்றுக் கொள்கையில்
தீமை விளைவு மிகக்குறைவாய் (118)
செயலி ழந்து நின்றிடுமாம்
தேம்பி யழுதுப் பலரளிக்கும்
தீமை விளைவு மிகவதிகம்

சக்கம் மாவின் வழிபாடு
செய்ய கேதார் சீடரையும்
மகிழ்ந்த னுப்பி வைத்திருக்க
மற்றுப் பனவ ரல்லாத
அகவை குறைந்த சிறுவனுமே (119)
ஆவ லோடு சேவையும்
உக்கி ராணந் தனிலமர்ந்து
உழைத்துக் களைத்து நின்றிருந்தார்

அடுக்க ளையில் பனவரையும்
அமர்த்தி சமையல் செய்யவைத்து
நெடுக வரிசை தனில்பலரும்
நாடும் மொழியும் பகுப்பெல்லாம்
விடுத்த மர்ந்து பிரசாதம் (120)
வயிறு நிறைய உண்டிருக்க
அடுத்துக் கண்டு சாரதையும்
அகம கிழ்ந்தி ருந்தாரே

அருக மர்ந்து பலவகுப்பார்
அமைதி யாக உண்டிருக்க
கிராமத் தாருங் கண்டுநின்று
களித்து மகிழ்ந்தா ரில்லையாம்
விரைந்து கூடி விவாதித்து (121)
வகுப்பு பேத மவமதித்த
அருமை அன்னைக் குடனவரும்
அபரா தத்தை விதித்தனரே

விதித்து நின்ற அபராதம்
விரைந்து செலுத்தி அன்னையும்
எதுவும் நடவா ததுபோலும்
இருந்து நின்று மிச்செய்தி
பத்தர் மூலம் இலலிதரும் (122)
பெரிது மதிர்ச்சி யுடனறிந்து
புதிய கருவி ஒன்றுடனும்
பதறி செயராம் பாடிவந்தார்

ஒலிப்ப திவாகுங் கருவியுடன்
உவந்து வந்த இலலிதரும்
மலர்ந்து மக்கள் முன்னதையும்
மற்றி யக்கிக் காட்டிநிற்க
பலரும் வியந்து கண்டுசெயல் (123)
பாராட் டிநின்று போற்றிடவும்
சிலரும் பஞ்சா யத்தார்முன்
சென்று செய்தி செப்பினரே

அற்பு தமான கருவியையும்
அருகி ருந்து கண்டிடவும்
புறப்பட் டுடனே நாட்டாண்மை
பலரும் வந்து நின்றிருந்து
சிறக்கக் கருவிச் செயலையும் (124)
சற்றி யக்கிக் காட்டிநிற்க
அறைந்து நிற்க இலலிதரும்
அவர்க ளுக்கு ரைத்திடுவார்

வருத்தந் தெரிவித் திருந்துநின்று
விதித்து நின்ற அபராதம்
விரைந்து திருப்பி அன்னைக்கு
வழங்கி நின்ற தன்பின்னர்
கருவி தன்னை இயக்கியுடன் (125)
காட்டு வதாக இலலிதரும்
உரைக்கப் பஞ்சா யத்தாரும்
உடனே தொகையை வழங்கினரே

சக்கம் மாவின் வழிபாடு
சிறக்க முடிந்து நின்றிருக்க
சக்கம் மாவாய் அன்னையை
சேவித் திருந்து பத்தருமே
மகிழ்ந்து வணங்க மிகநெகிழ்ந்து (126)
மக்கள் முன்னம் அன்னையும்
பகர்ந்தி ருப்பா தங்கருத்தைப்
பலருங் கேட்டுப் பயனடைய

கூட்டாஞ் சோறு கொள்வதற்குக்
கொண்டேன் விருப்பம் மிகநிறைய
கூடி மகிழ்ந்த ருகமர்ந்து
கவளங் கவள மாயுண்ண
நாட்டங் கொண்டி ரனைவருமே (127)
நாட்டு நிலவ ரத்தையும்
கேடென் றறிந்தொ துக்குதலும்
கேடாய் முடிந்து நின்றிடுமாம்

சகல ருமொன்றா யமர்ந்திருந்து
சிலவ கையா முணவையும்
பகுத்துண் டிருத்தல் சரியென்று
பல்லாண் டுகளாய் வழக்கமுண்டு
மிகவும் மதித்த தன்படியும் (128)
மற்று நடப்போ மென்றுரைத்து
மகிழ்ந்து வெல்லம் பொரியவலும்
மக்க ளோட மர்ந்துண்டார்

இராதை பற்றி விவரிக்க
இனிதே விவரம் பலவுண்டாம்
கருவி லவரு மிருக்கையில்
கால னவரின் தந்தையை
இரக்க மின்றிப் பற்றிநின்றான் (129)
இதன்மே லவரி னன்னையாம்
சுரபா லாவும் பிச்சியாக
சித்தப் பிரமை கொண்டிருந்தார்

அன்பு செலுத்தி அன்னையும்
ஆத ரித்து நின்றிருக்க
இனிதே வளர்ந்து இராதையும்
எல்லோ ருக்குஞ் செல்லமாக
அனைவ ருடனும் மிகப்பழகி (130)
அற்பு தமாக வளர்ந்திருக்க
தனது நிலையை விவரமாகத்
தெரிந்து மாற்ற மடைந்துநின்றார்

அச்ச னில்லா அநாதையாய்
அறிந்து நின்றார் தன்னையும்
பிச்சி யாகப் பெற்றவளும்
பிறிதி ருக்க அறிந்துநின்றார்
இச்சித் திருந்து சாரதையும் (131)
இனிதே அன்பைப் பொழிந்திருக்க
கசிந்து பலரும் பேரன்பு
காட்டி நிற்பர் இராதைமேல்

அத்தை தனக்கே சொந்தமென்றும்
அவரு மன்பை தனக்குமட்டும்
மொத்த மாகக் காட்டிநின்று
மற்ற வர்மே லொருபோதும்
அதிக மன்பு காட்டாமல் (132)
அனவ ரதமு மருகிருந்து
சததம் சீராட் டவேண்டுமென்றும்
சிந்தித் திருப்பார் இராதையும்

இளவ ரசியாய் தன்னையும்
இனிதே கருதி நின்றிருந்து
இளக்கா ரமாக மற்றவரை
எண்ணி நடத்தி நின்றிருப்பார்
களங்க மில்லா திருந்தவரும் (133)
காலப் போக்கில் மாறிநின்று
களிப்பி ழந்துப் பலரையும்
களிப்பி ழக்கச் செய்திருந்தார்

பிறந்த வூரில் சிலகாலம்
பந்தத் தோடு வாழ்ந்துபின்னர்
சிறிது காலம் கோல்காதா
சென்று வாழ்வார் அன்னையும்
சுற்றத் தோடு சதாகாலம் (134)
சூழ்ந்தி ருந்து வாழ்ந்திருக்க
மறந்தும் அன்னைத் தனியாக
மற்றுச் சென்ற தில்லையாம்

கிராமத் திற்கு வரும்போது
களித்து நகர்வாழ் பெண்ணென்றும்
கருதிக் காட்டி இராதையும்
கருவங் கொண்டி ருந்திடுவார்
கிராமம் நீங்கி கோல்காதா (135)
களித்துச் செல்லத் தன்னையும்
கிராமப் பெண்ணாய் கருதிநின்று
கொண்டி ருப்பார் தாழ்வுணர்ச்சி

செருக்குத் தலைக்கே றிநின்றிருக்கச்
சொல்ல வொண்ணா அவத்தையும்
பெரிதுங் கொண்டு பலரையும்
படாத பாடு படுத்திநின்றார்
அருமைச் செல்லப் பெண்ணாக (136)
அறிந்து கருதி அவரையும்
திருத்தி வளர்க்க மற்றவர்க்குத்
தென்பு சிறிது மில்லையாம்

குணமும் மாறி நின்றிருக்கும்
குமரி இராதை நிலையறிந்தும்
பணிவும் பண்பும் நற்குணமும்
பெரிதும் வேண்டு மென்றுரைத்து
கண்டித் திடவும் அன்னையும் (137)
கருதி யிருந்தும் செயல்படுத்த
திண்ண மாகச் சொல்வதற்கு
தென்பி லாதி ருந்தாரே

இரைந்து கடிந்து நல்லுரைகள்
இனிதே அன்னை வழங்குகையில்
இராதை மனமும் மிகநொந்து
எழுந்தி ராது படுக்கையில்
சுருண்டு விழுந்து கிடந்திடுவார் (138)
செல்லப் பெண்ணை மதன்மேலும்
நரம்புத் தளர்ச்சி நோய்மிகவும்
நிறையத் தாக்கி வருத்தியதே

சுருண்டு இராதை கிடப்பதையும்
சார தையும் கண்டுநின்று
வருத்தம் மிகவும் மேலிட்டு
வார்த்தை கடிந்து ரைத்ததற்கு
வருந்தி நின்றி ருந்திடுவார் (139)
வழக்க மிதுவே தொடர்ந்திடவும்
இரைந்து கண்டித் திடுவதையும்
இனிதே நிறுத்தி விட்டிருந்தார்

மரணப் படுக்கை தனில்பின்னன்
மற்றொப் பித்தி ருந்ததையும்
சுரபா லாவின் நிலைகண்டும்
சார தையும் மிகவருந்தி
திருத்தி நிற்கும் முயற்சியையும் (140)
தளர்த்தி விட்டி ருந்திடுவார்
ஒருநாள் இராதை தானாக
உணர்வா ரென்று விட்டிடுவார்

இராதை மீது மகாமோகம்
இறைவ னாகும் பெருமானும்
வரம்பே துமின்றி வழங்கிநிற்க
வெறுத்துக் கடிந்து வார்த்தையும்
உரைத்து நிற்க அன்னையின் (141)
உள்ள மொப்பா திருந்திடவும்
திருத்தி நல்வ ழிகாட்டிடவும்
திறமற் றிருந்தார் அன்னையும்

ஒருநாள் தானாய் இராதையும்
ஒழுங்கு முறையில் தவறுணர்ந்து
வருவா ரென்றுங் கருதிநிற்பார்
வதுகை யாகி நின்றிருக்க
வரனின் மனையு மடைந்துநின்று (142)
வெகுவாய் திருந்து வாரென்றும்
பெரிதும் அன்னை எதிர்பார்த்து
பண்பு புகட்டத் தவறிநின்றார்

தன்மீ தன்னை பாசமழை
தவிர்த்து வருவ தாயெண்ணி
அன்னை கவன மீர்த்திடவும்
அனேக வழிகள் இராதையும்
இனிதே கண்டு செயல்படுத்தி (143)
இருக்கத் தலைப்பட் டிருந்தாரே
தன்னை நோயும் வருத்துவதாய்
தெரிவித் திருந்து படுத்திருப்பார்

பெண்ணுஞ் செய்யும் மாய்மாலம்
பெரிது மறியா திருந்துநின்று
கண்ணுங் கருத்தாய் சேவைகள்
கிரம மாகப் புரிந்திருப்பார்
குணமு மறிந்து நின்றதன்பின் (144)
கொஞ்சம் மனத்தால் விலகிநிற்க
எண்ணம் பலிக்கா திருந்ததையும்
இராதை அறிந்து கொண்டாரே

பள்ளி செல்லும் பாலகியும்
படுக்கை தன்னில் வீழ்ந்திருந்து
துள்ளித் திரியும் பருவத்தைச்
சோம்பிக் கழிக்கக் கண்டிருந்து
வெளிப்ப டையாய் இராதைக்கு (145)
வருத்தந் தன்னை உரைத்திடவும்
உள்ளம் சோம்பி உடல்நிலையும்
ஒழுங்கு கெட்டு நின்றதுவே

நரம்புத் தளர்ச்சி அதிகமாகி
நிறைய வருத்தி நின்றிருக்க
முரட்டுத் தனமு மாத்திரமும்
மிகவும் கொண்டு சாரதையை
இராதை இஞ்சை தினஞ்செய்ய (146)
இனிய குணமும் பெறாதிருந்து
வருத்தி நிற்கும் பெண்ணோடு
வாழ்ந்தி ருந்தார் அன்னையும்

உடலுஞ் சுரமுங் கொண்டிருக்க
உள்ளம் மிகவும் வெறுத்திருக்க
படுத்தி ருக்கும் இராதைக்குப்
பரிந்த ருகில மர்ந்திருந்து
சொட்டு சொட்டாய் பால்புகட்டும் (147)
சார தையும் தன்செய்கை
விட்டேற் றியாக இருப்பதையும்
வருந்திக் கண்டு நொந்திருந்தார்

கலங்கி நின்று சாரதையும்
கணவ ரிடமும் வேண்டிநிற்பார்
அலைபாய் மனத்தா ளாயிருந்து
அவத்தை பட்டி ருக்கின்றேன்
விலகிப் பாசஞ் சென்றிருக்க (148)
வெறுமை யுணர்ந்தி ருக்கின்றேன்
புலம்பி மனமு மழுதிருக்கப்
பாச மருள்வீ ரெனக்கிவள்மேல்

இவளை யெனக்க ளித்துநீவிர்
இனிதே காக்க வுரைத்துநின்றீர்
உவந்தென் பின்னன் அபயனுமே
ஒப்ப டைத்துச் சென்றுநின்றான்
செவ்வை யாகப் புக்ககமும் (149)
செல்லும் வரையில் மிகப்பாசம்
தவறா திவள்மேல் கிருபையும்
தாட்டான் கொள்வீ ரென்றழுவார்

சொட்டு சொட்டாய் பால்புகட்டும்
சார தையைக் கண்டுநின்று
கட்டுக் கடங்கா சினங்கொண்டு
கனவே கத்தில் சுரபாலா
உட்பு குந்து கனன்றெழுந்து (150)
உரக்கக் கத்திப் பெண்ணிற்கு
விடமு மளித்துக் கொல்வதாக
விடமுங் கக்கி நின்றிருந்தார்

தனது பக்கம் இராதையை
சுரபா லாவும் இழுத்துநிற்க
சினந்து நின்று இராதையும்
சுடுசொ லுரைத்து நின்றிருந்தார்
அனல்போல் தகிக்கும் சுரம்நீங்க (151)
அகற்றி டவேண்டும் பெற்றவளை
என்று ரைத்து நற்றாயை
எட்டித் தள்ளி விட்டிருந்தார்

அறையை விட்டுச் செல்கையில்
அன்னை கரத்தை சுரபாலா
தற்செ யலாக மிதித்திடவும்
தாங்கொ ணாத சினங்கொண்டு
அறிந்தே யுனது கரத்தையும் (152)
அடியேன் காலுக் கடிதன்னில்
இறுக்க வைத்துத் தீவினையும்
என்னைச் சேர எண்ணிநின்றாய்

வேண்டு மென்றே யுன்கரத்தை
வெகுளி யென்றன் வலக்காலும்
தீண்டி நிற்கத் தீவினையும்
சேர்ந்தி டவேண்டு மெனச்செய்தாய்
ஆண்டு பலவா யுனதெண்ணம் (153)
அணுவ ணுவாக அறிந்திருக்க
மூண்ட துபோரு மின்றுன்னால்
மூர்க்கை நீயே யென்றுரைத்தார்

அருகி ருந்த னைத்தையும்
அடியா ரொருவர் கண்டுநின்று
உரைத்து நிற்பார் தன்கருத்தை
உன்மத் தமுமே கொண்டிருக்கும்
சுரபா லாவெ னும்பெயரைத் (154)
தாங்கி நிற்கு மிவருக்கு
சரியுந் தவறுக் கிடையிருக்கும்
சகல பேதந் தெரியுமென்றார்

திருமால் இராம னென்றறிந்தும்
செய்யாள் சீதை யென்றறிந்தும்
அரக்க னாகும் இராவணனும்
அழகாய் பாத்தி ரமேற்றதையும்
திருத்த மாக நடித்ததேபோல் (155)
சுரபா லாவும் பாத்திரத்தைக்
கருத்தாய் நடித்து வருவதற்குக்
கடவு ளாவார் காரணமே

அவதா ரத்தின் வாழ்க்கையும்
அதிசி றப்பா யில்லையாம்
புவியி லுதித்த சீதையும்
பெருத்தத் துன்ப மடைந்தாரே
அவத்தை பலவும் அன்னையும் (156)
அடைந்து சிறக்க வேண்டுமென்று
உவந்து பெருமான் சுரபாலா
உள்ளிட் டோரை அனுப்பிவைத்தார்

விருந்தி னராக வந்தவர்முன்
வெறுப்ப டைய இராதையும்
சுரபா லாவும் பலமுறைகள்
செயலும் பலவுஞ் செய்திருந்தும்
கருணை கொண்ட அன்னையும் (157)
கழிவி ரக்கம் மிகக்கொண்டு
பெரிது படுத்தா திருந்துநின்று
பழகி நிற்பா ரன்புடனும்

அயல்நாட் டினரும் கண்டிருக்க
அன்னை தம்மை யிவர்களுமே
அயரச் செய்யு மளவிற்கு
அநாக ரிகமாய் பலமுறைகள்
செயலும் புரிந்த வமதித்தும் (158)
சிறிதுஞ் சினமுங் காட்டாது
வியக்கத் தக்க பொறுமையும்
வைராக் கியமுங் கொண்டிருந்தார்

பருவ மடைந்த இராதையை
புக்க கத்தில் கொண்டுவிட
கிராம வாழ்க்கை விரும்பாது
கட்டுப் பாடும் மிகவெறுத்து
கிருகம் விட்டு சாரதையும் (159)
களித்தி ருக்கு மிடம்வந்து
இருந்து றையத் தலைப்படவும்
இராதை யையும் புறக்கணித்தார்

அன்னை புறக்க ணித்திருக்க
அறிந்து நின்று இராதையும்
தனது கணவ னுடன்நெருக்கம்
தீவி ரவேட்கை யுடன்காட்டி
மனையின் முன்னம் கால்கடுக்க (160)
மன்னின் வரவை ஆவலுடன்
இனிதே யெதிர்பார்த் திருப்பதையும்
இரங்கிக் கண்டார் அன்னையும்

இராதை செய்கை கண்டுநின்று
இடித்து ரைக்க வியலாது
வருந்தித் தனது வளர்ப்புப்பெண்
வெட்கு மாறு நடப்பதையும்
திருத்த வியலா நிலையையும் (161)
திடமி ழந்து சிலருக்கு
உரைத்தி ருந்து வருத்தத்தால்
உள்ளம் நோக வாழ்ந்திருப்பார்

சுரபா லாவும் இராதையும்
சார தையை சதாகாலம்
வருத்தி நிற்க அன்னையும்
விடாத வரோடு போராடி
இருக்கக் கண்டு யோகின்மா (162)
இயல்பு மாறி அன்னையும்
தரணி வாழும் பெண்ணேபோல்
திறனு மிழந்தா ரெனநினைத்தார்

அன்னை மற்ற பெண்களேபோல்
அவத்தை பட்டி ருக்கின்றார்
பின்னும் பந்த பாசத்தில்
பெரிதும் மூழ்கிக் கிடக்கின்றார்
முன்பு போலு மில்லாது (163)
மிகவும் மாறிச் சத்தியுமே
இன்றி யுழன்றி ருப்பதாக
இரங்கி நின்றார் யோகின்மா

பின்னர் கங்கைக் கரையடைந்து
பலவு மெண்ணி யோகின்மா
தனித்த மர்ந்தி ருக்கையில்
சட்டென் டவர்முன் பெருமானும்
கனிந்து தோன்றி கங்கையில் (164)
குழந்தை சடலம் மிதப்பதையும்
நன்றாய் காணக் கூறிநிற்க
நோக்கி நின்றார் யோகின்மா

இடமு மில்லா தெங்கணுமே
இரத்தஞ் சிந்தி யிருந்திடவும்
அடுத்துக் கோர மரணத்தை
அன்பி லாதார் சினத்துடனும்
கொடுத்தி ருந்து சிசுவுடலைக் (165)
கங்கை தன்னில் வீசிநின்று
கொடுமை செய்த தனையெண்ணிக்
கண்ணீர் வடித்தார் யோகின்மா

கண்ணீர் பெருக்கி யோகின்மா
கலங்கி நிற்கப் பெருமானும்
கண்டு ரைப்பா ரிவ்வாறு
கங்கை தன்னில் தினந்தினமும்
கணக்கி லாது சவம்பலவும் (166)
காலங் கால மாய்ச்சென்றும்
பிணத்தால் புனிதங் கெட்டதென்று
பகர்வா ருண்டோ புகல்வாயே

புனிதங் கெடாத கங்கையாய்
பாவித் திருப்பாய் அன்னையை
இனிதே அவளை பந்தத்தில்
இருத்தி யானும் வைத்துள்ளேன்
மனதி லைய மொருபோதும் (167)
மற்றுக் கொளாதி ருப்பாயே
பின்னு மெனக்கு மவளுக்கும்
பேத மில்லை அறியென்றார்

என்று ரைத்துப் பெருமானும்
இனிதே மறைந்து நின்றிருக்க
பின்னர் தெளிவும் யோகின்மா
பெற்று நின்று சஞ்சயமும்
இனிதே ஒழித்து நின்றிருந்தார் (168)
இதுந டந்த சின்னாளில்
மனதைக் கவருஞ் சம்பவமும்
மற்று நடந்து நின்றதுவே

கிராமந் தன்னில் அன்னையும்
களித்துச் சுற்றத் தோடிருந்தார்
இரவு நேர முணவுவேண்டி
எழுந்து நிற்குங் குரல்கேட்டு
இரந்து நிற்கும் மனிதருக்கு (169)
இருக்கு முணவைக் கொடுப்பதுவும்
கிருகம் வாழும் மக்களுமே
களித்துச் செய்யும் வழக்கமாகும்

ஒருநா ளிரவு மனைக்கெதிரில்
ஒருவ ரெவரோ நிற்பதையும்
சுரபா லாவும் கண்டுநின்று
சொல்ல வொண்ணா பயங்கொண்டு
இராக்க தனாகுந் திருடனுமே (170)
இருக்கி றானென் றுரைத்துநின்று
விரைந்து கிருகந் தனில்நுழைந்து
வியர்த்துப் பதறி நின்றிருந்தார்

இரவு நேரம் பிச்சையும்
இரந்து நிற்கும் மனிதருமே
கிருக மெதிரில் வந்ததாக
கூறி நின்று சிறிதுணவு
கரத்தி லேந்தி அன்னையும் (171)
கனிந்து வெளியில் வந்துநிற்க
பரிந்து சோறு வேண்டுகிற
பரிதா பமான குரல்கேட்டார்

பழக்கப் பட்ட குரல்கேட்டு
பரிந்த ழைக்கும் மனிதரையும்
அழகா யறிந்து ரைத்திடுவார்
அன்பே யென்றன் கௌர்தாசி
கொழுந்தி தன்னை அச்சுறுத்தி (172)
கரவா யுடலை மறைத்துநின்றீர்
விழிபி துங்கி யவரிருக்க
விரைந்து வாரீ ரென்றுரைத்தார்

குரலுங் கேட்டு அன்னையும்
கௌரி மாவை அறிந்துநின்று
கரவா யாடி யநாடகத்தைக்
கண்டு களித்து மனையுள்ளும்
பரிந்த ழைக்க கௌர்தாசி (173)
பிரம சாரி யொருவருடன்
கிருகந் தன்னில் நுழைந்திடவும்
களித்து மனையோ ரிருந்தனரே

அன்னை தம்மைக் காண்பதற்கு
அனேகர் வந்து நின்றிருக்க
பின்னன் மனையும் மிகச்சிறிதாய்
போகக் கண்டு பலவடியார்
தனமுஞ் சேர்த்து நிலம்வாங்கித் (174)
தங்கி வாழ மனையெழுப்ப
முனைந்து நிற்க வேலையில்
முழுமூச் சுடனும் முயன்றனரே

பிரம சாரி ஒருவருமே
பணியின் நிமித்தம் பக்கத்தில்
இருக்கு மூரைக் காலையில்
எழுந்து சென்று பணிமுடித்துத்
திரும்பி மாலை வந்தவுடன் (175)
சிலரே அன்னை உணவையும்
கருக்கல் தொடங்கிப் பருக்கையும்
கொள்ளா திருப்ப துகூறினரே

புசிக்கா திருக்குங் காரணத்தைப்
புகலக் கேட்ட அடியார்க்கு
இசைந்து பதிலும் அன்னையும்
இவ்வா றாகத் தெரிவித்தார்
புசித்து நிற்க உணவெதுவும் (176)
பெறாதி ருப்பா யென்றறிந்து
பசியைப் பொறுத்தி ருந்ததாகப்
புகன்று புசிக்க அழைத்துநின்றார்

உண்ணா துநீயும் பசித்திருக்க
உதரந் தன்னை நிரப்புதலும்
மண்ணில் யானுஞ் செய்வேனோ
மற்றுன் வரவை எதிர்பார்த்து
மணக்கு முணவு செய்துள்ளேன் (177)
மகிழ்ந்து வயிறும் நிறைந்திருக்க
உணவு கொள்வா யெனக்கூறி
உணவு கொடுத்துத் தானுமுண்டார்

சிரோம ணிப்பூ ரெனுமூரும்
செயராம் பாடிக் கருகுளதாம்
அருமை யான பட்டாடை
அவ்வூர் மக்கள் நூற்றுநின்று
வருமா னத்தைப் பெருக்கிநின்று (178)
வளமாய் வாழ்க்கை வாழ்ந்திருக்க
விரைந்து நூற்கு மியந்திரங்கள்
வெளிநாட் டினரும் நிறுவினரே

இயந்தி ரங்கள் வருகையால்
இழந்து பணியும் நின்றதன்பின்
செய்யத் தொழிலுங் கிட்டாது
திருடுந் தொழிலை மேற்கொண்டு
பயமு மின்றிக் கொலைகளவும் (179)
புரிந்து வாழ்க்கை நடத்திநிற்க
கயமைக் குணத்தா ரெனும்பெயருங்
கிட்டி நின்ற திவர்கட்கு

அன்னைக் கென்று பெரிதாக
அகமு மெழுப்ப விரும்பிநின்று
சன்னி யாசிச் சீடருமே
சிரோம ணிப்பூ ருடன்சென்று
மனையெ ழுப்பும் பணிக்கென்று (180)
மனிதர் சிலரை அழைத்துவர
இனிதே செயராம் பாடிமக்கள்
எதிர்ப்புத் தெரிவித் திருந்தனரே

திருடர் தம்மைப் பணிக்கமர்த்த
தீமைச் செயலு மம்மக்கள்
கிராமந் தன்னில் புரிவரென்று
கூறி நின்ற மக்களிடம்
பரிவோ டன்பாய் அன்னையும் (181)
பாது காப்புத் தருவதாக
உரைத்துப் பயமும் போக்கிநின்று
உவந்து கண்டு நின்றிருந்தார்

உழைத்து நிற்கும் மக்களுக்கு
உவந்தா தியமுந் தந்துநின்று
பழவ கையும் தானியமும்
பரிந்தன் போடு தந்துவர
பொழிலு மொதுக்கி வைத்திருந்தும் (182)
பரிவாய் அன்னை பழகுவதும்
மொழிவ தையுங் கண்டகள்வர்
மிகவும் வியந்து நின்றனரே

அருகி ருக்கு மூர்களிலும்
அனேக திருட்டுச் செய்திருந்தும்
கிராமம் செயராம் பாடிதனில்
கொள்ளைச் செயலு மம்மக்கள்
புரியா திருக்க அனைவருமே (183)
பெரிதும் மகிழ்ந்தி ருந்திருக்க
திருட்டுத் தொழிலும் புரிமக்கள்
தருவர் பூசை பொருள்பலவும்

மலருங் கனியும் மதுவுடனும்
மகிழ்ந்தம் மக்கள் தரைதன்னில்
மலர்ந்து வைக்கப் போகும்முன்
மற்றுத் தடுத்து சாரதையும்
கலமெ டுத்த வர்முன்னம் (184)
களித்துச் சென்று வாங்கிநின்று
நலமும் கேட்டு வர்மகிழ
நிறைய அவலுந் தந்திடுவார்

திருடர் தந்த ளிக்கின்ற
திரவி யங்க ளெதனையும்
பெருமான் பூசை தனில்சேர்த்தல்
பெரிதுந் தகாத செயலென்று
உரைத்து நின்ற வடியார்க்கு (185)
உவந்து நின்று சாரதையும்
பெருமான் ஏற்கும் வரைதாமும்
பெறுவே னென்று ரைத்துநின்றார்

நிழல்வண் ணத்தில் நீண்டுயர்ந்து
நிரம்ப மெலிதா யிருப்பவரும்
தொழிலில் திறமை மிக்கவரும்
திருடு வதிலும் நிபுணனுமாம்
கிழிந்து நைந்த ஆடையும் (186)
கட்டி நின்றுத் தன்நாமம்
அழகாய் அம்சத் தெனப்பலரும்
அழைக்கு மாளைப் பார்த்துநின்றார்

உள்ளே வரவு மழைத்துப்பின்
உணவு முண்ண இலையிட்டு
வெள்ளங் குவளை தனில்வைத்து
வரவேற் றமரச் சொல்லியபின்
நளினி யாகும் மருமாளை (187)
நல்லூழ் பெறவும் பரிமாற
விளித்த ழைத்துக் கூறிடவும்
வெறுப்போ டவரு மளித்துநின்றார்

ஆசா ரத்தை ஓம்பிநிற்கும்
அருமை மருமாள் அன்னத்தை
வீசி யெறிதல் போல்வழங்க
வெறுத்து ரைப்பார் அன்னையும்
மாச லனென்ற வமதித்து (188)
மற்று விட்டெ றிந்திருக்க
ஈசை மிகவுஞ் சினங்கொண்டு
இரக்க மின்றித் தண்டிப்பாள்

அன்னந் தன்னை விட்டெறிதல்
அதன்பி னுண்ண வந்திருக்கும்
மனித ரையு மவமதித்தல்
மீளா நரகில் சேர்க்காதோ
உனக்கு விருப்ப மிலையென்றால் (189)
உணவை யானு மளித்திடுவேன்
என்று சினந்து சாரதையும்
இறுத்து நின்றார் நளினிக்கு

அன்ன முண்ட இலையெடுத்து
அதன்பின் வெளியே எறிந்திடவும்
அன்ன முண்டோன் மறந்திருந்து
அகன்று சென்று விட்டிருக்க
பின்னர் அன்னை கண்டுநின்று (190)
பெரிது மசூகை கொள்ளாமல்
இனிதே இலையைத் தன்கரத்தால்
எறிந்தெச் சிலுமே இட்டுநின்றார்

எச்சி லிலையை எடுத்தெறிந்து
இதன்பி னெச்சி லிட்டதையும்
வசித்தி ருக்கு மூர்மக்கள்
விடய மறியின் நம்மையும்
இசைந்து சாதிப் பிரட்டமுமே (191)
இனிதே செய்வ ரெனக்கூறி
அச்சம் தெரிவித் திருந்திடவும்
அன்னை அச்சந் தவிர்த்துநின்றார்

செய்த செயலு மிழிந்ததிலைச்
செய்ய விரும்பு வரெவருண்டே
செய்தேன் யானும் வேறெவரும்
செய்ய விழையா ரென்றறிந்து
மெய்யாய் யிவனும் சரத்தேபோல் (192)
மகனா கிடுவா னறிவாயே
பொய்யும் புகலே னென்பதையும்
பின்னு மறிவா யென்றுரைத்தார்

பரட்டைத் தலையாய் அம்சத்தும்
பின்ன ரொருநாள் வந்துநிற்க
கருணை கொண்டு சாரதையும்
கொடுக்கச் சொன்னார் தைலமுமே
பெருகக் களித்து ணவளித்து (193)
பின்னுந் தாம்பூ லத்தையும்
மருமாள் மூலம் கொடுத்திருந்து
மகிழ்ந்தி ருந்தார் அன்னையும்

பரிந்து தைல மளித்துநின்று
பின்னு மதையுந் தேய்த்துநிற்க
இரவி லுறக்கம் வருமென்றும்
இன்னும் மூளைச் சூட்டையும்
பெரிதுந் தணிக்கு மென்றுரைத்து (194)
பழமும் நிறைய விழைந்தளித்து
கருணை அன்னை காட்டிநிற்க
களித்துச் சென்றார் அம்சத்தும்

பசியு மெடுக்கா தொருசமயம்
பெரும்பா டுபட்டார் அன்னையும்
பசியு மெடுக்கச் செந்தாழைப்
பழமு முண்டு நிற்றலுமே
உசித மென்று மருத்துவரும் (195)
உரைத்து நிற்க மடத்தாரும்
இசைந்து தேடிக் கிடைக்காது
இரங்கி வருந்தி நின்றனரே

தேடி யலைந்துங் கிடைக்காதுத்
திரும்பி மடத்தார் வந்திருக்க
கேட்டு நின்ற அம்சத்தும்
களித்துச் சென்று மிகவிரைவில்
கூடை நிறையச் செந்தாழைக் (196)
கனியுங் கொண்டு தந்திருக்க
வாடி யிருந்த மடத்தாரும்
வாங்கி மகிழ்ந்து போற்றினரே

திருட்டுத் தொழிலைத் தொடர்ந்திருந்து
திறமை மிக்கக் காவலரால்
விரைந்து பிடிபட் டிருந்திருக்க
வாசஞ் செய்வார் சிறைதன்னில்
கரவு புரிந்து நின்றவரின் (197)
கிழத்தி அன்னை யிடங்கதறி
வருந்தி யழவும் அன்னையும்
வழங்கி நிற்பார் பெரும்பொருளும்

காரா கிருகஞ் சென்றுநின்று
களித்துத் திங்கள் பலகழிய
சேர்ந்த டைந்துத் தன்மனையில்
சுரைக்காய் பலவுங் காய்த்திருக்கப்
பார்த்துப் பறித்த வற்றையும் (198)
பரிந்து கொண்டு வந்துநின்று
சார தைக்குத் தந்திடவும்
சேயைக் கண்ட வர்மகிழ்ந்தார்

வாரா திருந்த தேனென்று
விவரித் திடவுங் கூறிநிற்க
சோரஞ் செய்து பிடிபட்டுச்
சிறையில் நீண்ட நாள்தங்கிக்
காரா கிருக வாசமுமே (199)
களித்து முடிய வந்ததாக
காரி ருளாகும் நிறத்தவரும்
கூறி நின்றார் அன்னைக்கு

திருட்டு வழக்கில் மறைந்திருந்து
தென்பட் டிருக்கப் பிடிபடவும்
அரசு வழக்குத் தொடுத்திருந்து
அடைத்துச் சிறையில் வைத்துளதாய்
உரைத்து நின்ற வர்க்கன்னை (200)
உவந்து ரைப்பார் பிள்ளையும்
கரவுத் தொழிலில் வல்லவனும்
கெட்டிக் கார னுமென்றுரைப்பார்

அன்னை மறைந்த பின்னரவர்
அரங்கேற் றிநின்றார் திருட்டொன்றை
மனையி லிருந்தோர் பிடிக்கையில்
மழுவால் தாக்கி நின்றிருக்க
பின்னர் புண்ணு மாறாது (201)
புரையோ டிநிற்க மண்ணுலகை
இனிதே விட்டுச் சென்றதாக
இயம்பி நின்ற னரூராரும்

அன்னைக் கென்று புதுமனையும்
அழகா யெழும்பி நின்றதுவே
பின்ன ரதையும் மடத்திற்குப்
பரிந்த ளித்துப் பூசையும்
இனிதே நடத்த நிவந்தமுமே (202)
ஏற்ப டுத்திப் பூதானம்
கனிந்து செய்து சக்கம்மா
கொடையும் நடக்கச் செய்துநின்றார்

கற்றா வொன்றை ஒருவருமே
கோதா னமாகத் தந்தளிக்கப்
பெற்று நின்று பால்கறக்கும்
பணியி லொருவன் தனையமர்த்த
மறவோன் காலை மாலையில் (203)
மகிழ்ந்து மனையும் வந்துநின்று
கறந்து பாலு மளித்திருக்கக்
கிருகத் தினரும் மகிழ்ந்தனரே

மறவோன் பெயராம் கோவிந்தன்
மகிழ்ந்து சிரித்துத் தன்பணியைச்
சிறப்பாய் செய்து சாரதையின்
சித்தங் கவர்ந்து நின்றிருக்க
சொறியும் வந்து முகக்களையும் (204)
சென்றி ருக்க முகம்வீங்கி
கறக்கக் குவளை கையேந்தி
கற்றா விடமுஞ் சென்றமர்ந்தார்

ஆயப் பிள்ளை ஆவிடமும்
அமர்ந்து பாலுங் கறந்திருக்க
தூய்மை மற்று மாசாரம்
சிறக்கக் காணும் நளினியுமே
தாயை அடைந்து கோவிந்தன் (205)
தொட்டுக் கறந்த பாலருந்த
நோயும் வருமென் றுரைத்திருக்க
நளினி தன்னைக் கடிந்துநின்றார்

மிருது வாக மஞ்சளையும்
மற்றும் வேப்பி லையையும்
அரைத்து நின்று விழுதையும்
ஆயர் குலத்துச் சிறுவனுக்கு
பரிவோ டளித்து சொறிகண்ட (206)
பல்வே றிடத்து மப்பிநிற்க
கருணை கொண்டு சாரதையும்
கோவிந் தனுக்கு கூறிநின்றார்

தினமு மிதுபோல் அன்னையும்
தொடர்ந்தாற் போலும் சிலநாட்கள்
கனிந்த ளித்து வந்திருக்கக்
கண்டி ருந்த சொறிநீங்கி
முன்பு போலும் கோவிந்தன் (207)
முகமும் மாறிக் களைபெறவும்
நன்றி கூறிக் கனிந்துருகி
நின்றி ருந்தார் கோவிந்தன்

கன்று தீன மாய்கதற
குரல்கேட் டுடனே விரைந்துவந்து
கன்றின் வயிற்றைப் பரிவோடு
கரத்தால் தடவி நின்றிருக்க
இனிதே சிறிது நேரத்தில் (208)
இஞ்சை தீர்ந்து வலியொழிய
கன்று துள்ளிக் குதித்தோட
கற்றா வுடனும் கத்தியதே

நாக ணவாய்ப்பு ளொன்றுவந்து
நீண்ட நேரம் அன்னையை
நோக்கி நின்று பயம்நீங்கி
நெருங்கி வந்து சேர்ந்திடவும்
தூக்கி யெடுத்துத் தடவிநின்று (209)
தின்ப தற்குக் கடலையும்
மோகங் கொண்டு சாரதையும்
மற்று வழங்கிக் களித்திருப்பார்

களித்து நின்று சாரதையும்
கங்கா ராமெ னும்பெயரால்
விளித்த ழைக்கப் புள்ளுடனும்
விரைந்து மகிழ்ச்சி காட்டிநிற்க
குளிப்பாட் டிநின்று சாரதையும் (210)
கொடுக்கும் தானி யங்களையும்
மெள்ளத் தின்று சாரதையின்
மடியி லமர்ந்து மகிழ்ந்திருக்கும்

இராதை பூனை வளர்ந்திருக்க
இனிதே அன்னை கொடுக்கின்ற
பொருட்கள் பலவு முண்டுநின்று
பெருத்து நின்று மிகவிரைவில்
கருத்த ரித்துப் பலநிறத்தில் (211)
குட்டி பலவு மீன்றிருக்க
பராம ரித்து சாரதையும்
போற்றி வளர்த்து நின்றிருந்தார்

உணவைத் திருடிப் பூனைகள்
உபத்தி ரவமுஞ் செய்திருக்க
கண்டு நின்று ஞானென்பார்
கொல்லை தன்னி லெறிந்திடவும்
தணியா துன்பம் மிகக்கொண்டு (212)
துக்கித் திருந்து சாரதையும்
கண்ணீர் பெருக்கி அமர்ந்தழவும்
குட்டி களோடு வந்ததுவே

அன்னைக் கொருநாள் ஞானுடனும்
அன்போ டிடமுங் கொடுப்பதினால்
மனையில் தொல்லை மார்சாரம்
மிகவும் கொடுத்து நிற்பதாகத்
தனது வருத்தங் காட்டிநிற்கத் (213)
தாயுஞ் சினந்து நின்றதேபோல்
கனிவு நீங்கிக் கழியொன்றைக்
காட்டப் பூனை ஓடியதே

பூசை வெளியே ஓடிடவும்
பெரிதுந் துன்புற் றிருந்தன்னை
ஆசை யாக வளர்ந்திருந்த
அன்பு பூனைத் தனைத்தேடி
வாசல் வழியே தெருதன்னில் (214)
விரைந்து நடக்க அவர்பின்னே
ஓசை யெழுப்பி மார்சாரம்
உவந்து தொடர்ந்து வந்ததுவே

பின்னர் அன்னை கோல்காதா
புறப்பட் டிருக்க ஞானென்பார்
இனியத் தமது பூனையை
இல்லி லிருந்து விரட்டிடுவார்
என்று நினைத்த ழைப்பித்து (215)
இயம்பி நின்றார் தாமவற்றுள்
இனிதே அந்த ராத்துமாவாய்
இருப்ப தாகக் கூறிநின்றார்

அரிதா சென்பார் புதுமனையில்
அனேக புராண பாடல்கள்
உருகிப் பாடி நின்றிருக்க
உள்ளங் கனிந்து ணவளித்து
அரையி லுடுத்தத் துணியின்றி (216)
அவத்தைப் பட்டு நிற்பவர்க்கு
கருணை கொண்டு தன்சீரைக்
களித்த ழைத்துக் கொடுத்துநின்றார்

புடவை தன்னை அன்னையும்
பரிந்த ளித்த தையவரும்
கட்டி நின்ற திருமுறையாம்
கிழித்தி ரண்டாய் வைராகி
கட்டிக் கொள்ள லாமென்றும் (217)
கூறி நிற்க வைராகி
மட்டி லாத மகிழ்ச்சியுடன்
மற்று வாங்கிக் கொண்டுசென்றார்

புதும னையில் சக்கம்மா
பூசை நிகழ்ந்த நன்னாளில்
பதமுந் தொட்டு வணங்கிநின்று
பலர்முன் தனது கலைத்திறனைச்
சதிரோ டுகாட்ட மீனவராம் (218)
சாத்பே ரியென்பார் அன்னைக்கு
பதமா யெடுத்து ரைத்திடவும்
பலரு மதனை வெறுத்தனரே

தடுத்து வேண்டா மெனப்பலரும்
தெரிவித் திருந்தும் அன்னையும்
உடனே ஒப்பி நின்றிருக்க
உவந்து சென்று வலைஞருமே
உடுக்கெ டுத்து மறுநாளும் (219)
உற்சா கத்தோ டுகூத்தாட
மடத்தா ரோடு சாரதையும்
மகிழ்ந்து கண்டு பரிசளித்தார்

நிகழ்ச்சி முடிந்து நின்றிருக்க
நன்கு வேதங் கற்றவர்க்கும்
மிகவுந் தந்தி ரசாத்திரமும்
மற்ற றிந்த நிபுணருக்கும்
அகத்தில் பூசை புரிந்துநின்ற (220)
அதிக ஞானப் பனவருக்கும்
தகுந்த முறையில் சம்பத்தும்
தந்த ளித்தார் அன்னையும்

குடிலும் கோயல் பாராவில்
கட்டப் பட்டி ருந்திருக்க
அடுத்துச் சிலநாள் அன்னையும்
அங்கு தங்கி யிருக்கையில்
மடவா ளொருத்தித் துப்புரவு (221)
மற்றுச் செய்தி ருப்பவரும்
தடுத்துப் பலரும் நின்றிருந்தும்
தாயின் காலில் வீழ்ந்தழுதார்

பெற்றோ ருடனு மிருக்கையில்
பழக்க மான ஒருவனுமே
சுற்றத் தையும் விட்டுடனும்
தன்னோ டுசேர்ந்து வந்துநிற்க
மற்று மணமும் புரிவதாக (222)
மொழிய யானு முடன்நம்பி
உற்றா ரையும் விட்டுநின்று
உவந்து வந்தே னிவனுடனும்

பன்னி ரண்டு திங்களாக
பலருங் காண இருவருமே
மனையில் மணமும் முடிக்காது
மற்று வாழ்ந்தி ருந்திருக்க
மனதை கல்லாக் கிநின்றிருந்து (223)
மனையி ருந்து விரட்டிவிட்டான்
அன்னை யானுஞ் செல்வதெங்கு
அனாதை யாகி னேனென்றார்

கண்க லங்கி நின்றிருந்த
காரி கைக்க றிவுறுத்தி
கணவன் போலும் வாழ்ந்தவனைக்
கடுக யழைத்து வரச்செய்து
மணமு மினிதே மிகுவிரைவில் (224)
மற்றுப் புரிய வேண்டுமென்றும்
பெண்ணை அன்பாய் நடத்திடவும்
புகன்றி ருந்தார் அன்னையும்

தெருவைச் சுத்தம் செய்கின்ற
தொழிலா ளியுமே அன்னைசொல்
பரிந்தேற் றுநிற்கா திருந்திடவும்
பெரிதுஞ் சினந்து சாரதையும்
கர்சித் திருந்து கூறிடுவார் (225)
களித்தெ னாணை மீறிநிற்க
விரைந்து சிறையில் தள்ளிடவும்
வழிவ குப்பாள் காளியென்றார்

உரைத்து நின்ற அறிவுரையும்
ஒப்பா திருக்க உன்னையும்
பரிவே துமின்றி சிறையனுப்ப
பின்னும் முயற்சி செய்திருக்க
விரைவில் காவல் துறையாரும் (226)
வந்து தேடிச் சிறைபிடிப்பர்
நரக வதையுந் தவிர்த்திருக்க
நாரி யிவளைக் கொள்ளென்றார்

அச்ச முற்ற ஆடவனும்
அன்னை பாதம் பற்றிநின்று
நிச்ச யமாக நன்னாளில்
நாரி யிவளை ஊரறிய
இசைந்து மணமும் முடித்திடுவேன் (227)
இனியும் மறுக்கே னெனக்கூறி
அசட்டை செய்யா தணங்குடனும்
அகன்று சென்றா னாடவனும்

நன்றி நிறைய நாவலிக்க
நவின்று நாரி இடம்விட்டுச்
சென்றி ருக்க அன்னையும்
சிந்தா குலமும் விடுத்துநின்று
பின்னர் தமது கருமங்கள் (228)
புரியத் தொடங்கி அவற்றிலுமே
இனிதே மூழ்கி நின்றிருக்க
ஏகி நின்ற னநாட்களுமே

15. உறவோடு ஒட்டிவாழ்தல்

அன்னி யராட்சி தனையெதிர்த்து
அதீத வேட்கை மிகக்கொண்டு
வன்மு றையில் மக்களுமே
வங்கம் மற்றும் பாரதத்தில்
அனேக இடங்கள் தன்னிலுமே (1)
ஆவ லுடனே ஈடுபட
கனல்போல் நாடும் மிகக்கொதிக்கக்
காவல் துறையுங் கண்டதுவே

மடமாம் கோயல் பாராவில்
மற்றுச் சுதேசி இயக்கமுமே
அடுத்து வலுப்பெற் றிருந்திடவும்
அந்நா ளரசுங் கண்டுநின்று
இடத்தைக் கண்கா ணித்திடவும் (2)
இரக சியமாய் செயல்புரிய
மடத்தைச் சேர்ந்தோ ரறிந்துநின்று
மகிழா திருந்து நின்றனரே

வருவோர் போவோர் விவரங்கள்
விடாது குறித்து வைத்திருக்க
அரசின் காவல் துறையாரும்
ஆசி ரமத்தில் காவலரை
இருத்தி வைத்து நின்றிருக்க (3)
எதுவும் நடவா ததுபோலும்
இருந்து மடத்தில் அன்னையும்
இனிதே பூசை புரிந்துவாழ்வார்

சன்னி யாசி வேடத்தில்
ஞானா னந்த ரெனும்புரட்சி
மனிதர் செயராம் பாடிவந்து
மற்றுச் சென்ற தாயறிந்து
சினந்து காவல் துறையாரும் (4)
சார தையும் வாழுமிடம்
தன்னில் வந்து சோதனையும்
செய்ய முடிவெ டுத்தனரே

மணீந்தி ரநாத ரென்பவரும்
மிகவும் படித்த வழக்கறிஞர்
வணங்கி நிற்க வந்தவரை
வரவேற் றிருக்குஞ் சமயத்தில்
பணிநி மித்தம் சோதனையும் (5)
புரிய வந்த அதிகாரி
கண்டு வழக்க றிஞரையும்
குசலங் கேட்டு நின்றிருந்தார்

மடத்தின் செயல்பா டுகளையும்
மணீந்தி ரநாதர் மிகவழகாய்
எடுத்து ரைத்து விளக்கிப்பின்
எதுவு மரசி யலொருபோதும்
நடத்தி நிற்ப திலையென்று (6)
நவின்றி ருக்கக் கேட்டுநின்று
திடமா யவற்றை அதிகாரி
சித்தந் தன்னி லிருத்திநின்றார்

அடிசி லிதற்குள் அன்னையும்
அதிவி ரைவில் செய்திருக்க
வட்டி லிட்ட னைவரையும்
வரவேற் றன்ன முண்டிடவும்
இட்டு நின்ற வேண்டுகோளை (7)
இனிதே யேற்றுக் காவலரும்
மட்டி லாத மகிழ்ச்சியுடன்
மனமு வந்து கொண்டனரே

உண்டு முடித்தக் காவலரும்
உத்த மமான அன்னையைப்
பணிந்து வணங்க விரும்பிநிற்கப்
பரிவோ டவரின் வேண்டுகோளும்
இணங்கி யேற்க அனைவருமே (8)
இனிதே பாதம் பற்றிநின்று
வணங்கி மகிழ்ந்து மடத்தின்மேல்
வெகுவாய் மதிப்புக் கொண்டனரே

மனைக்குள் சோத னைசெய்ய
முயன்றா ரில்லைக் காவலரும்
ஒன்றி ரண்டு வினாவெழுப்பி
உவந்த ளித்த பதிலையும்
இனிதே குறித்து வைத்திருந்து (9)
எழுந்து வணக்கம் பலகூறி
பின்னர் தொல்லை தந்ததற்குப்
பெரிதும் வருந்திச் சென்றனரே

பிரசன் னகுமா ரெனும்பின்னன்
பத்தி னிமாள மறுமணமும்
புரிந்து நிற்கச் சிற்றன்னைப்
பண்பு மிக்க வராயிருந்தும்
கிருகந் தன்னி லுடன்வாழ (10)
குமரிப் பெண்கள் விரும்பாது
பிரிந்து வந்து சாரதையைப்
பற்றிக் கொண்டு வாழ்ந்தனரே

பிரசன் னகுமார் பத்தினியின்
பெயராம் சுவாசி னியென்பதுவே
பரிவும் பணிவும் பேரன்பும்
பெண்ணு மிவரே மிகக்கொண்டு
கருத்தாய் அன்னை மனமறிந்து (11)
கிரம மாகச் செயல்பலவும்
புரிந்து நிற்க அன்னையும்
பெரிது மிவரை விரும்பிநிற்பார்

துடுக்குக் குணமும் மிகக்கொண்ட
சுசீலா மற்றும் நளினியுமே
எடுத்தெ றிந்துப் பேசிநிற்க
இதையும் விரும்பா தந்தையும்
அடுத்துத் தத்தை யிடமிவரை (12)
அனுப்பி வைக்க சதாகாலம்
இடமும் பெயரா திருந்திவரும்
இஞ்சை செய்தி ருந்தனரே

வசதி படைத்த இடந்தன்னில்
வாழ்க்கைப் பட்டி ருந்துநின்றும்
சுசீலா தனது தனிக்குணத்தால்
சேர்ந்து வாழா திருந்துநின்று
இசைந்து நளினி யுடனொன்றாய் (13)
இனிய அத்தை யுடனிருந்து
வசித்தி ருக்க அன்னையும்
வழியு மின்றி யனுமதித்தார்

மருமா ளிவரை அன்னையும்
மிகவும் கனிந்து நல்லுரையும்
உரைத்து நின்றுப் புக்ககத்தில
ஒன்று பட்டு வாழ்ந்திருக்க
கருத்தாய் கூறி யிருந்துமிவர் (14)
கேளா திருந்து சாரதையின்
அருகி ருந்து வாழ்ந்திருந்து
அனேக தொல்லை யளித்திடுவர்

மருமா ளிவரின் புக்ககத்தார்
முனிந்து நிற்ப ரென்றஞ்சி
திருநாள் நன்னாள் வந்திருக்க
தாரா ளமாகச் சீர்வரிசைக்
கிருகத் திற்க னுப்பிநின்று (15)
களித்தி ருப்பார் பலவாண்டு
உரையுங் கேளா மாந்தருக்கு
உரைப்ப தெல்லாம் வீணாமே

அனாதை யான இராதையை
அதிபே ருவகை பெருகிநிற்க
அன்னை மிகவு மாதரிக்க
அசூயை கொண்டு நளினியுடன்
பின்னும் சுசீலா சேர்ந்திருந்து (16)
பிடிவா தமாக அன்னையை
இனிதே பற்றிக் கொண்டுநின்று
இடம்பெ யராதி ருந்திருப்பர்

புக்க கத்தைச் சேர்ந்தடையப்
பலவா றுவிரட் டிநின்றுள்ளீர்
மிகவும் அருமை இராதையை
மற்றுச் செல்லங் கொடுத்திடவும்
எக்கா லத்தும் பிரியாது (17)
இருக்க யெண்ணங் கொண்டுள்ளீர்
எக்கா ரணத்தை முன்னிட்டும்
ஏக மாட்டோ மென்றுரைப்பர்

மருமா ளாகும் சுசீலாவும்
மற்றுக் குழந்தை பெற்றெடுக்க
பரிவு காட்டிக் குழந்தையைப்
பார்த்து மகிழ்வார் அன்னையும்
ஒருநாள் பூசை புரிகையில் (18)
உவந்து கதலி உண்டிடவும்
விரைந்து தவழ்ந்து சிசுவரவும்
வாழைப் பழமு மூட்டிநின்றார்

குழந்தை தன்னைச் செல்லமாகக்
களித்து நேதா யென்றழைப்பார்
மழலை தன்னில் அன்னையை
மகிழ்ந்து சீதாப் பாட்டியென
மொழிந்த ழைத்து நின்றிருக்க (19)
மற்றுக் கேட்டு மனம்நெகிழ்வார்
அழகுப் பாலன் கால்நீட்டி
அன்னை போலு மமர்ந்திருப்பான்

பற்கள் விழவும் பொக்கைவாய்ப்
பாட்டி யானார் அன்னையும்
பற்கள் முளைத்தி ருந்திடவும்
பிடுங்கி நிற்க யானுமுடன்
முற்றும் சீதாப் பாட்டியாக (20)
மாறி விடுவே னெனக்குழந்தை
இறுத்து நிற்கக் கேட்டுநின்று
இறும்பூ தெய்தி மகிழ்ந்திடுவார்

துணியைத் தைத்தி ருக்கையில்
திடுமென் றவரும் சமாதிநிலை
கண்டு நிற்க நளினியுடன்
கவனித் திருந்து விரைந்துசென்று
தண்ணீர் முகத்தில் தெளித்திடவும் (21)
தியானங் கலையக் கவலையும்
கொண்ட நளினி காரணத்தைக்
கூறக் கேட்டு நின்றிருந்தார்

சகிப்புத் தன்மை பெண்களுக்குச்
சிறக்க வேண்டு மெனப்பெருமான்
பகர்வா ரென்று கூறிடவும்
பிரயத் தனமுஞ் செய்கையில்
அகத்துக் காரர் சட்டென்று (22)
அகத்தில் தோன்றக் கண்டுநின்று
மகிழ்ச்சி தன்னில் மெய்மறந்து
மயக்கங் கொண்ட தாயுரைத்தார்

பிரம சாரி வரதனென்பார்
பலவா றான பணிகளையும்
விருப்பத் துடனே செய்திருப்பார்
வேலை பலவும் இராதையும்
பிரம சாரி வரதனுக்குப் (23)
பெரிது மோய்வொ ழிவிலாது
நிரம்பத் தந்து நின்றிருக்க
நன்கு சிறப்பாய் முடித்துநிற்பார்

பிரம சாரி வரதனுக்குப்
பரிவோ டுரைப்பார் அன்னையும்
விரதி யாக வாழ்ந்திடவும்
வேண்டு மெல்லா தகுதிகளும்
நிரம்ப யிருந்தும் யானுனக்கு (24)
நான்கா மாசி ரமத்தையும்
பெரிதும் தவிர்த்தி ருப்பதற்குப்
புகல்வேன் கார ணமறியென்றார்

நான்கா மாசி ரமேற்றுநிற்க
நலமா யுன்னைப் பணிபுரிய
மூன்றா மாசி ரமத்தாரும்
மற்று மொழிந்து நிற்றலுமே
ஆன்ற வழக்க மில்லையாம் (25)
அதுவே யாகு மபசாரம்
சான்றோன் சரத்தும் சன்னியாசம்
தந்த ருள்வா னெனமொழிந்தார்

பிரம சாரி வரதனைப்போல்
பிறிது மொருவ ரங்கிருந்தார்
அரியென் றன்னை அன்புடனும்
அழைத்து நிற்கும் சீடருமே
புரிந்து நிற்பார் பணிவிடைகள் (26)
பரிவோ டிவர்க்கும் சன்னியாசம்
தருவா ரில்லை யாதலினால்
தருவார் சரத்தும் பின்பொருநாள்

அன்னை யாகக் கருதிநின்ற
அருங்கு ழந்தை பலரையும்
பின்னுந் தம்மைத் தெய்வமாகப்
பற்றி நின்ற மக்களையும்
தன்னை விடவும் மிகவுயர்ந்த (27)
தானந் தன்னில் வைத்திருந்த
அன்னை தெய்வ மாவாராம்
ஐயப் பாடெ வர்க்குண்டே

அன்னை கோயல் பாராவின்
ஆசி ரமத்தி லிருக்கையில்
அனல்போல் தகிக்குஞ் சுரங்கொண்டு
அவத்தைப் பட்டு மீண்டெழுந்து
சென்ற டைந்தார் தமதூரும் (28)
செயராம் பாடி மக்களுமே
மனையும் வந்து டல்நிலையும்
மற்ற றிந்து மகிழ்ந்தனரே

தாயே நீவிர் சுரம்நீங்கி
தென்பு பெற்றுச் சுகம்பெறவும்
ஆயிக் குடனு மாடுபலி
அளிப்ப தாக நேர்ந்திருந்து
தூய உள்ளத் துடன்வேண்ட (29)
சொல்லுங் கேட்டு நின்றதாக
வாயில் வந்து ரைத்திடவும்
வரவேற் றவர்க்கு ரைத்திடுவார்

இனிப்புப் பண்டந் தாய்க்களிக்க
இன்புற் றவளு மேற்றிடுவாள்
கனிந்து யானுஞ் செய்துநின்று
கொடுத்தி ருக்கும் பண்டத்தை
அன்னை கோவில் சென்றடைந்து (30)
அளித்து நிற்பீ ரெனக்கூறி
இனிதே பலியுந் தவிர்த்திடவே
இயம்பி நின்றார் அன்னையும்

நன்னா ளொன்றில் அன்னையும்
நாரிக் களிக்க நிவேதனமும்
இனிதே செய்து நிவேதித்து
இதன்பின் ஊர்வாழ் மக்களுக்கு
மனதும் வயிறும் நிறைந்திருக்க (31)
மகிழ்ந்த ளித்து கோல்காதா
பின்னு முடலைத் தேற்றிநிற்க
பயணஞ் செய்வே னென்றுரைத்தார்

விடைபெற் றன்னை கோல்காதா
வந்த டைந்தா ரூரிருந்து
மடத்தின் நிருவா கத்தையும்
மற்றுப் போற்றும் படியாக
நடத்தி வந்த சன்னியாசி (32)
நாமம் பிரேமா னந்தருமே
உடல்நி லையுஞ் சீர்கெட்டு
உகுத்து நின்றார் தமதுடலை

பிரேமா னந்த ருயிர்துறக்க
பெரிதுங் கதறி யழுதிருந்து
பெருமான் படத்தைப் பற்றிநின்று
பதறி முட்டிக் கொண்டிருந்து
கருணை யின்றி அவனையும் (33)
கரவாய் கொண்டு நின்றதுவும்
சரியோ தகுமோ சிறப்பாமோ
சொல்வீ ரென்ற ழுதுநின்றார்

அன்னை யோடி ருந்திருக்கும்
அருமைப் பெண்ணாம் இராதையும்
இனிதே கருவுற் றிருந்திருக்க
இஞ்சை தொடர்ந்து செய்திருக்க
பின்னு மவரி னன்னையும் (34)
பாடாய்ப் படுத்தி நின்றிருக்க
கனிந்து நின்று சாரதையும்
காட்டி நிற்பார் பொறுமையும்

துர்கா பூசை அட்டமியாம்
தேவி யாக அன்னையைக்
கருதிப் பலரும் பாதத்தில்
களித்து மலரு மர்ப்பணிக்கப்
பெருத்த அளவில் வந்திருந்து (35)
புட்பாஞ் சலியுஞ் செய்ததன்பின்
அருளா சிபெற்றுச் சென்றிருக்க
அன்னை அமைதி யாயிருந்தார்

குழந்தை நேதா மலர்களையும்
காட்டி நின்ற ருகடைந்து
மழலை மொழியில் கேட்டுநின்றான்
மலரில் காவி நிறத்தையும்
அழகாய்த் தடவி வைத்தவரும் (36)
ஆரோ யென்று வினவிநிற்க
மொழிவார் அன்னை பாட்டனுமே
மற்றுச் செய்த தாயுரைத்தார்

பாட்ட னுக்குச் செந்நிறமும்
பிடித்தி டுமோவு ரையென்று
கேட்டு நின்று மலர்களையும்
களித்துத் தனது சீதையாம்
பாட்டி காலி லர்ப்பணித்துப் (37)
பாட்டி பாட்டன் பேதமுமே
காட்டா திருந்து களித்திருந்து
கரமுங் கூப்பி வீழ்ந்தெழுந்தான்

சார தானந் தரையவனும்
சிவப்பு மாம னென்றழைக்க
பாராட் டிநிற்பார் குழந்தையைப்
பரிவோ டெடுத்துத் தூக்கிநின்று
சார தானந் தரொருநாளே (38)
சிலரைக் காண அருகிருக்கும்
ஊருஞ் செல்லக் குழந்தையும்
உவந்து நடித்துக் காட்டிநின்றான்

கருவுற் றிருக்கும் இராதையும்
    கொஞ்சஞ் சத்தங் கேட்டிடினும்
பெரிதுங் கூவி ஓலமிட்டு
    பொறுக்கா திருந்து நலிந்திருப்பார்
தெருவில் வண்டி சென்றிருக்கும் (39)
    சத்தத் தையும் பொறுத்திருக்கும்
திராணி சிறிது மில்லாது
    சீறிச் சினந்த வாறிருப்பார்

மடமு மிருக்கும் பேலூரும்
    மற்றுப் பெயர மறுத்துநிற்க
தடங்கல் கூறா துவேறிடத்தில்
    தங்கி யிருக்க இராதையும்
இடமு மதிலுங் குறைகண்டு (40)
    இருக்கப் பின்ன ரனைவருமே
முடிவாய் செயராம் பாடிக்கு
    மற்றுச் செல்ல விழைந்தனரே

செயராம் பாடி செலும்வழியில்
    சீரும் பெற்ற விட்டுணுப்பூர்
பெயர்ந்தங் கிருக்கு மடியாரின்
    பெரிய மனையில் முகாமிடவும்
பெயரும் பெற்ற சோதிடரைப் (41)
    பலருங் கலந்தா லோசிக்க
நயந்து இராதை சுசீலாவும்
    நலமும் வளமும் கேட்டனரே

மகப்பே றெளிதா யாகாமல்
    மற்றுச் சிரம மாகுமென்று
பகர்ந்து நின்றார் இராதைக்கு
    பின்னர் சுசீலா தமைக்கண்டு
மகவு மொன்று மற்றொன்றை (42)
    மற்றுக் காணா திருக்குமென்று
பகரக் கேட்ட அனைவருமே
    பதறித் துடித்து நின்றனரே

பாத கமான வார்த்தைகள்
    பகர்ந்தி ருக்கக் கேட்டதிர்ந்து
சோதி டரையும் பரிகாரம்
    சொல்லக் கேட்ட வற்றையும்
நேதா நலத்தை முன்னிட்டு (43)
    நன்கு செய்து முடித்திருந்தும்
வேத வேத்தன் தன்னையும்
    விடாது வேண்டி நின்றனரே

விட்டு ணுப்பூர் நீங்கிநின்று
    வழியில் சாலை யோரத்தில்
அடிசில் செய்து நின்றிருக்க
    அன்னம் பக்கு வமாகிடவும்
சட்டி தன்னை இறக்குகையில் (44)
    சட்டென் றதுவு முடைந்திடவும்
திடுக்கிட் டிருந்த னைவருமே
    சிந்தா குலமா யிருந்தனரே

மண்ப டாத அன்னத்தை
    மிகவும் கருத்தாய் சேகரித்து
கண்க லங்கி நின்றிருந்து
    கணவர் படத்தை எடுத்துநின்று
பணிந்து வணங்கி நிவேதனமும் (45)
    புரிந்து மனமும் நெகிழ்ந்துநிற்பார்
மணாளன் சூடு மாறிடும்முன்
    மற்றுக் கொள்வீ ரென்றுரைத்தார்

புறப்பட் டிருந்த டுத்தபடி
    பின்னர் கோயல் பாராவில்
இறங்கி நின்றுத் தங்கினரே
    இயற்கை வனப்பு மிகுந்திருக்க
சிறந்த இடமாய் இராதைக்குத் (46)
    தோன்றி நிற்க மேற்கொண்டு
பிறந்த ஊரும் போகுமெண்ணம்
    பெரிதும் விட்டி ருந்திடுவார்

பிரம சாரி வரதனுடன்
பின்னும் இராச னென்பாரும்
அருகி ருந்து சாரதைக்கு
அனேக விதமா முதவிகளும்
புரிந்து நின்றி ருந்தனரே (47)
பெரிது மச்சம் மிகக்கொண்டு
பரிந்த ழைத்து நேதாவைப்
பக்க மமர்த்தி நேசிப்பார்

இராதை யிடமுங் காட்டிநிற்கும்
இரக்கங் கனிவு பாசமுமே
மருமா ளாகுந் தன்னிடமும்
மறந்து மத்தை காட்டாது
இருப்ப தாக சுசீலாவும் (48)
இதயம் வெறுத்தி ருந்திருக்க
பரிந்து நின்று நளினியுமே
புறங்கூ றிநின்றி ருந்திடுவார்

ஒருநாள் அன்னை மதியநேரம்
ஓய்வெ டுத்தி ருக்கையில்
விரைந்து சுசீலா வுடன்நளினி
வந்தெ ழுப்பி அன்னைக்கு
உரைத்து தனது வெறுப்பையும் (49)
உமிழ்ந்து நின்றி ருந்தாரே
உரத்த குரலில் நளினியுமே
ஊரு மறியக் கூச்சலிட்டார்

இராதை வெறுமே மாய்மாலம்
இனிதே சிறப்பாய் செய்துநிற்க
பெரிது மதையும் முழுதாக
பல்லோ ருள்ளுந் தாங்களுமே
நிரம்ப நம்பி நின்றிருந்து (50)
நன்கு சீராட் டிநிற்கின்றீர்
பெரிது மிதனால் இராதையும்
பாதித் திருப்ப தறியீரோ

இராதை பிள்ளைத் தாய்ச்சியாக
இருப்ப துபோலும் சுசீலாவும்
கர்ப்பந் தரித்து நின்றிருந்தும்
கத்திக் கூச்சல் செய்வதுண்டோ
ஒருவர் கண்ணில் வெண்ணெயையும் (51)
உவந்து தடவி மற்றொருவர்
திருக்கில் சுண்ணம் மிகத்தடவி
செய்கின் றீரே பாரபட்சம்

இராதை தன்னைச் சதாகாலம்
ஏற்றித் தூக்கிப் பாராட்டி
விருப்ப மனைத்தும் மிகவிரைவில்
வெகுவாய் நிறைவேற் றிவைக்கின்றீர்
பெருமை மாண்பு முடையவரே (52)
பண்போ சிறப்போ தகுமிதுவோ
உரைப்பீ ரென்று நளினியுமே
உரக்கக் கத்தி நின்றிருந்தார்

அன்னை மோனங் காத்திருக்க
அதனைக் கண்டு மிகச்சினந்து
கனன்று சென்று வெகுவிரைவில்
களித்துச் சிவிகை கொண்டுவந்து
தனது தங்கை சுசீலாவை (53)
தன்னோ டுடனே கிளம்பிடவும்
முனிந்து கூறி நின்றிருக்க
மற்றங் கிருந்தோர் பயந்தனரே

அன்பி லாதா ரத்தையாம்
அகல்வோ மிவரை விட்டுடனும்
பின்பு மங்கு சிற்றன்னைப்
பாடாய்ப் படுத்தி நின்றிடுவார்
மனையு மிதனை விட்டொழித்து (54)
மற்றுத் தந்தை வீடடைந்து
துன்ப மளிக்கும் சிற்றன்னைத்
தொல்லை கொள்வோ மெனக்கனன்றார்

அறுபத் துநான்கு வயதாகும்
அன்னை அமைதி காத்திருக்கப்
புறப்ப டவேண்டா மென்றத்தைப்
புகல்வா ரென்றெ திர்பார்த்துப்
பிறகு மத்தை மோனியாகப் (55)
பற்றற் றிருக்கக் கண்டுநின்று
வெறியுங் கொண்டு நளினியுமே
வீறிட் டலறிக் கனன்றிடுவார்

வெட்கம் மான மிழந்துநின்று
வாழ விரும்ப நினைத்தனையோ
கட்டி யணைத்து மனைக்குள்ளும்
கூட்டிச் செல்ல விழையாத
குடிலில் வாழ இச்சையுங் (56)
கொண்டு நின்ற தங்கையே
சட்டென் றுடனே வாவென்று
சுசீலா வுக்குக் கூறிநின்றார்

முனிந்து கூவி அழைத்திருக்கும்
மூத்தாள் குரலைக் கேட்டுநின்று
சினந்து நின்று சுசீலாவும்
சிறுகு ழந்தை நேதாவை
கனிவு சிறிது மில்லாது (57)
கரமும் பற்றி விரைந்திழுத்து
சென்றி ருக்கக் குழந்தையும்
சீதா வென்று கதறியதே

விடையும் பெறாது சுசீலாவும்
வெளியே றிநின்றார் சிசுவுடனும்
அடிப ணிந்து வணங்கிநின்று
அதன்பின் வெளியே குழந்தையும்
விடாது தினமுஞ் சென்றுவர (58)
வெறுப்புற் றிருந்து குழந்தையைத்
தடுத்து நிறுத்தி சுசீலாவும்
தரையி லிழுத்துச் சென்றுநின்றார்

செயராம் பாடி நளினியுமே
சுசீலா வுடனுஞ் சென்றடைந்தார்
தயங்கா திருந்து சுடுசொற்கள்
தம்பி மகளு முரைத்துநின்றும்
தயவு பீரிட் டெழுந்திருக்க (59)
தாயும் தினமும் வரதனையும்
செயராம் பாடி அனுப்பிநின்று
சேம நலனுங் கேட்டறிவார்

சுரமுங் குழந்தை கொண்டதாக
செப்பி நின்றார் வரதனுமே
இராதை தன்னைத் தனியாக
இருக்க விட்டுச் சென்றிடவும்
விரும்பா திருந்து மனம்பதறி (60)
விடாது செபமும் புரிந்துநின்று
மருத்து வரையு முடனனுப்பி
மருந்து தரவு முரைத்துநின்றார்

மனமும் பதறி அன்னையும்
மறுநா ளுடனே புறப்பட்டுச்
சென்று நிற்க முடிவெடுக்க
செயராம் பாடி யிருந்தொருவர்
அனல்போல் தகித்துக் குழந்தையும் (61)
ஆண்டான் பாத மடைந்ததாக
அன்னைக் குரைக்கக் கேட்டுடனும்
அலறிக் கீழே வீழ்ந்தழுதார்

சிரத்தி லிடியும் விழுந்ததேபோல்
சொல்லொ ணாதத் துயர்கொண்டு
அரற்றி யழுதி ருக்கையில்
அனேகர் கண்டு நொந்திருக்க
இரவு நேரம் வந்திடவும் (62)
இனிதே சீடர் வந்துநின்று
பெருமா னுக்கு நிவேதனமும்
புரிவ தையு முரைத்துநின்றார்

பதிக்கு நிவேத னத்தையும்
புரிந்து மீண்டு மமர்ந்திருக்க
மதியுந் தோன்றி நின்றதுமே
மற்று நினைவு வந்துநின்று
பதிக்குச் செய்த நிவேதனத்தைப் (63)
பரிந்து கொஞ்ச முண்டிடவும்
அதன்பின் மற்றங் கிருந்தோரும்
அன்ன முண்டு நின்றனரே

அடிக்க டியன்னை நினைவுகூர்ந்து
அருங்கு ழந்தை பற்றியுமே
அடியா ருக்கு ரைத்திருப்பார்
அவனே சென்ற பிறவிதனில்
அடைந்து நின்றான் முன்னேற்றம் (64)
ஆத்து மஞானம் மிகப்பெற்றும்
முடிவாய் முழுதாய் கருமாவும்
முடியும் முன்ன முயிர்துறந்தான்

கருமம் நிலுவை யாயிருக்க
காசி னிதன்னில் பிறந்திருந்து
வருடம் மூன்றில் நிலுவையை
விரைவில் தீர்த்து நேதாவும்
கருமும் முழுதாய் முடிந்திடவும் (65)
கடவு ளோடு சேர்ந்துநின்றான்
கர்ப்ப வாச மிலையென்று
கூறி நிற்பார் அன்னையும்

பின்னன் காளி குமாரென்பார்
பயங்க ரமான உருவுடனும்
கனிவி லாத மொழியுடையார்
குணமும் பண்பு மிலாதாராம்
முன்னன் பெண்கள் தம்மையும் (66)
மாண்ட அபயன் குடும்பத்தை
முன்னை காக்கக் கண்டிருந்து
மிகவு மசூயை கொண்டிருப்பார்

தினமும் அன்னை மனைவந்து
திருத்தி யாக உண்டபின்னர்
அனேக குறைக ளுரைத்துநின்று
அதன்பின் பணமும் கேட்டுநின்று
கனிவோ பணிவோ சிறிதுமின்றி (67)
கொடூர மாக நடந்துநின்று
தனமும் பிடுங்கிச் சென்றுநின்றும்
சிறிதும் நன்றி கூறிடாரே

பணமுங் கேட்டுத் தொந்தரவு
பெரிதுஞ் செய்த காளிகுமார்
முணவல் கொண்டு சாரதையின்
மற்றச் செயல்கள் தன்னிலுமே
நுணுக்க மாக நுழைந்திடவும் (68)
நிரம்ப முயன்றுத் தமக்கையை
அணுகி ஆலோ சனைகளுமே
அளிக்க ஆரம் பித்திருந்தார்

பனவப் பெண்ணை நியமித்து
பத்த ருக்குச் சமைத்துநின்று
பனத்திக் குதவி புரிந்திடவும்
பிரம சாரி சீடரையும்
அன்னை ஏற்பா டுசெய்திருக்க (69)
அதனில் குறையுங் கண்டுநின்று
மனதில் சினந்து காளிகுமார்
முன்னை யிடமும் மொழிந்திடுவார்

முன்பு போலு முழைத்திடவும்
முடியா திருக்கத் தமக்கையே
பனத்தி யொருத்தி தம்மையும்
பணியி லமர்த்தி யுள்ளீரே
பின்னும் பனவ ரொருவரையும் (70)
பணியி லமர்த்தச் சிரமங்கள்
இனிதே இல்லா திருக்குமென்று
இயம்பி நின்றார் காளிகுமார்

அடுக்க ளையில் பனவரல்லார்
அடியெ டுத்து வைப்பதில்லை
கொடுக்கும் பணிகள் மிகச்சிறப்பாய்
குறையுங் கூறா திருந்துநின்று
விடலைப் பருவச் சீடர்கள் (71)
விரைந்துத் திறமை யுடன்செய்து
முடிக்கக் குறித்த காலத்தில்
மற்று ணவுங்கி டைக்கிறதாம்

என்னைத் தேடி பலபெண்கள்
இங்கே தினமும் வருகின்றார்
பின்னும் சிலருஞ் சிலசமயம்
படுத்து றங்கிச் செல்வதுண்டு
அனேக பெண்கள் வருமிடத்தில் (72)
ஆணும் பணிகள் புரிவதையும்
இனிதே விரும்பேன் மேலும்பின்
இஞ்சை விலைக்கு வாங்கிடேனே

பணியி லமர்த்தி ஊதியமும்
பரிந்த ளிக்க யென்னிடமும்
பணமும் வசதி யுமில்லையாம்
பணமும் பெறாது பணிபுரிய
மண்ணில் விருப்ப மெவர்க்குண்டே (73)
மற்றென் தேவை மகிழ்ந்துயானும்
கணக்கா யறிந்து செய்துநிற்க
கவலை யெதுவுங் கொள்ளேனே

விடலைச் சீட ரிவரெல்லாம்
விறலி போலு மாகிடுவர்
விடலைச் சீட ரிவரெல்லாம்
விரதி களாவ ரெனக்கென்றும்
உடன்பி றந்த சோதரராய் (74)
ஒழுங்காய் நடப்பர் பெண்களிடம்
நடந்தி டாது செயலெதுவும்
நாட்டார் பழித்து நிற்பதென்றார்

பிரசன் னகுமா ரென்பவரும்
புரோகி தராக கோல்காதா
விரும்பிச் செல்ல விழைந்திருந்து
விடையும் பெறவே வந்துநின்று
விருத்தப் பருவந் தன்னிலுமே (75)
விடலைப் பருவச் சிறுவன்போல்
வருந்தி யுழைக்க நேரிடவும்
வருந்து வதாகத் தெரிவித்தார்

உடனே காளி குமாருரைப்பார்
உண்மை அண்ணா சொல்வதெல்லாம்
கொடிய காலன் மன்னியையும்
கொண்ட பின்னர் வனப்பிரத்தம்
எடுத்துக் கொள்ளா திருந்துநின்று (76)
இரண்டாந் தடவை மணம்புரிந்து
மடுத்து நின்றீர் சுகம்பலவும்
மற்று வருந்திப் பயனென்ன

பெண்க ளிருவர் பெற்றுநின்று
பொறுப்பேற் காதி ருந்துநின்று
கணவர் மனையுஞ் செல்லென்று
கூறா திருந்த வர்களையும்
அணுகி அக்கை யுடன்வாழ (77)
அனுப்பி நின்ற பெருமானே
கண்ணீர் பெருக்கி அழுதிடுதல்
காணச் சகிக்க வில்லையே

பெயரன் பெயர்த்தி பெற்றபின்பும்
பின்னுஞ் சுகமும் மிகவேண்டி
தயங்கா திருந்து மறுமணமும்
திறம்ப டமுடித் துநின்றுள்ளீர்
வயதா னபின்பும் குழந்தைகள் (78)
விரும்பி யிருக்க பணிநிமித்தம்
அயரா துழைக்கா திருப்பதுவும்
அழகோ தகுமோ சிறப்பாமோ

மனையும் தேடி முன்பணமும்
மற்றுக் கொடுக்க வேண்டுமென்று
தனமும் நிறையப் பெறும்பொருட்டு
தமக்கை நும்மை வேண்டிடவும்
கனிந்து குறைக ளெடுத்துரைத்து (79)
காலுங் கடுக்க அண்ணனுமே
நின்றி ருக்க விரைந்தவர்க்கு
நிறையத் தருவீ ரென்றுரைத்தார்

பின்னன் காளி நகைசெய்ய
பிரசன் னகுமார் மிகவெகுண்டு
தினமும் மனையை விட்டுவந்து
தமக்கை மனையில் வயிறுமுட்ட
அன்ன முண்டு நிற்பவரே (80)
அக்கன் தம்மை வருத்துபவன்
பின்ன னாகும் நீயென்று
பெரிதுஞ் சினந்து ரைத்துநின்றார்

சினந்து நின்றுத் தம்பிகளும்
சொல்லால் வதைத்துப் பேசிநிற்க
அன்னை கேட்ட ருகிருக்கும்
அடியார் பலருக் குரைத்திடுவார்
முன்னைப் பிறவி தனிலிவரும் (81)
மற்றுச் சிரத்தைக் கொய்துநின்று
அனல்த கிக்குங் குண்டத்தில்
அர்ப்ப ணித்த வராயிருப்பர்

தலையைக் கொய்தி யிவர்களுமே
தகிக்குங் குண்டந் தனிலிட்டு
நல்வி னையும் பலபுரிந்து
நீண்ட தவமுஞ் செய்திருக்க
இல்லி லிவரின் சோதரியாய் (82)
இனிதே பிறப்பெ டுத்துள்ளேன்
நல்ல பின்ன ரிவர்போலும்
நாட்டில் காண்ப தரிதென்றார்

பெரிய மனிதர் மனைதன்னில்
புரோகி தராகப் பணிபுரிந்து
பிரசன் னகுமார் மிகநிறையப்
பண்டம் பொருளுஞ் சேர்த்துநின்றும்
கிருகத் திற்க னுப்பாது (83)
கிருகத் தோரை அன்னையை
பொருளும் பெறவே வற்புறுத்திப்
பெருத்த தனமுஞ் சேர்த்திடுவார்

தனமுங் கேட்டுத் தொந்தரவு
தினமும் செய்து நிற்கின்ற
பின்னன் மனையாம் சுவாசினியைப்
பரிந்த ழைத்துப் புகன்றிடுவார்
தனமும் நிறைய நின்பதியும் (84)
சேமித் துவைத்தி ருந்திருந்தும்
பின்னு மென்னைக் கேட்டிடவும்
பகர்ந்து நிற்றல் தவறாகும்

குடும்பந் தன்னைப் பெருக்கிநின்று
கவலை யின்றி யிருந்துநின்று
குடும்பச் சுமையை யேற்காது
கிருகி ணியாகு முன்னையும்
அடுத்த னுப்பித் தனம்பெறவும் (85)
அறிவித் திடுதல் முறையன்று
எடுக்கக் குறையா தனப்பெட்டி
இல்லை யிங்கே யென்னிடமும்

அடியார் பலரைத் தொந்தரவு
அனேகஞ் செய்து பணம்பறித்து
கொடுத்து நிற்க வேண்டுமென்று
கணவ னுன்னை அனுப்பிநிற்க
கடனும் யானு மவனிடமும் (86)
கொண்ட தில்லை யென்றுரைத்து
எடுத்து ரைப்பாய் நிலைதன்னை
என்று கூறி மறுத்துநின்றார்

பின்ன னொருவர் வரதனென்ற
பெயர்பெற் றாரு மிருந்தாரே
அன்னை தம்மை யிவரென்றும்
அதிகம் வாட்டி யதில்லையாம்
முன்னன் காளி குமாருடனும் (87)
மற்றுப் பகைமை இருந்துநிற்க
முனிந்து பேசி மற்போரும்
மற்றுச் செய்தி ருந்திடுவார்

களத்தி லிருந்து நெற்கதிரைக்
கட்டி வண்டி தனிலேற்றி
உள்ளங் களித்து வரதனுமே
உவந்து வரவுந் தெருவோரம்
மெள்ள வழியை அடைத்திருந்து (88)
மகிழ்ந்து வேலி காளிகுமார்
களித்துப் போடக் கண்டுசினம்
கொண்டு நின்றார் வரதனுமே

தெருவை அடைத்து வழிமறித்து
செல்வ தற்கு மிகச்சிரமம்
பெருகக் களித்து கொடுப்பதேனே
பிறரும் வாழ வழிவிடென்று
உரக்கக் கூவி நின்றதுமே (89)
உலக்கை எடுத்து காளிகுமார்
வரத னையு மடித்திடவும்
வேக மாக வந்துநின்றார்

உரக்கக் கூவிக் கூச்சலிட்டு
ஒழுங்கு முறையு மில்லாது
வரைமு றையுந் தவறிநின்று
வலிந்து தாக்க முயன்றிருக்க
கிருகத் திருந்து சாரதையும் (90)
கனவே கத்தி லோடிவந்து
பரிந்தி டையிற் புகுந்துநின்று
பேரா பத்தைத் தடுத்துநின்றார்

இருவ ருக்கு மறிவுரைகள்
இனிதே யெடுத்தி யம்பிநிற்க
பரிவே துமின்றி அடித்திடவும்
பெரிதும் முயன்ற காளிகுமார்
விரைந்து தனது மனைசெல்ல (91)
விபரீ தமான செயல்தடுத்து
உரைத்து நின்றார் நல்லுரைகள்
உணர்ந்து திருந்தி வாழ்ந்திடவும்

பெங்க ளூரில் வாழ்ந்திருக்கும்
பத்தர் நாரா யணனென்பார்
பொங்கி மகிழ்ந்து சாரதையின்
புனித ஊரும் வந்திருந்து
தங்கி யிருக்க அன்னையும் (92)
தண்ணீர் பெறவு மேரிக்கு
கங்குல் பகலுஞ் செலக்கண்டு
கொண்டு நின்றார் பேரிரக்கம்

அன்னை மனைக்க ருகிருக்கும்
ஆள ரவமு மில்லாத
இனிய இடத்தில் கூவலொன்றை
இனிதே வெட்டித் தந்திடவும்
முன்வந் திருக்க காளிகுமார் (93)
மகிழ்ந்து தனதி டத்திற்குக்
கனத்தத் தொகையை விலையாகக்
கேட்டு நின்றா ரடியாரை

நல்ல வாய்ப்புப் பணம்பறிக்க
நழுவ விடலா காதென்று
செல்வந் தரையுங் கண்டுநின்று
சொல்லி நின்றார் பெருந்தொகையும்
விலையைக் கேட்ட செல்வந்தர் (94)
விழுந்து மயங்கிக் கிடந்தெழுந்து
கலிகா லமென்று ரைத்துநின்று
கைவிட் டுநின்றார் தம்முயற்சி

உத்த மியாகுந் தமக்கைக்கு
உவந்து கூப மெடுத்துநிற்றல்
பத்த ருக்குப் புண்ணியமும்
பெரிதும் சேர்க்கு மென்பதையும்
மெத்தச் சிறந்த நல்லடியார் (95)
மிகவுங் கருதா திருந்துநின்று
மதியி ழந்தா ரென்றுரைப்பார்
மிகவும் வெறுத்து காளிகுமார்

பிரம சாரி வரதனுக்குப்
பகர்ந்தி ருப்பார் காளிகுமார்
இராதை மற்றும் பலருக்கும்
இனிதே அக்கன் இருப்பதெல்லாம்
பெருத்த அளவில் வழங்கிநின்று (96)
பணமும் பொருளு மில்லாது
இருந்து தவித்து வாழ்வதையும்
இயலக் காண விலையென்பார்

அன்னை பிறந்த குடிசையும்
அழிந்து பட்டி ருந்திருக்க
மனையி ருந்த யிடந்தன்னில்
மண்ட பமொன்றை யெழுப்பிநிற்க
இனிதே மடத்தார் விரும்பிடவும் (97)
இதுவே சமய மென்றெண்ணி
அன்னை பின்ன னனைவருமே
அதிக விலையுங் கூறினரே

குடிசை யிருந்த இடம்விற்றுக்
கொள்ளை இலாப மடைந்திடவும்
முடிவெ டுத்து சோதரரும்
மிகவு மதிக விலைகூற
மடத்தின் சார தானந்தர் (98)
மறுத்துச் சென்றார் கோல்காதா
அடுத்துத் திங்கள் சிலசெல்ல
அன்னை மூல மழைத்தனரே

கடிதங் கண்டு சரத்துடனும்
கடுக வரவுந் தமக்கைக்கு
எடுத்து ரைப்பார் காளிகுமார்
இனிதே தமது கோரிக்கை
படாத பாடு பட்டுநின்றும் (99)
பணமு லாதி ருக்கின்றோம்
குடிசை இடத்திற் குநல்லவிலை
கொடுக்க கூறு வீரென்றார்

அன்னை மறுத்து நின்றிடவும்
அன்பு சார தானந்தர்
இனிதே மண்ட பத்தையும்
எழுப்பி நிற்க மிகவிரும்பி
அன்னை பிறந்த இடத்தையும் (100)
அதிக விலையுங் கொடுத்துநின்று
பின்னர் மண்ட பமொன்றையும்
பெருகக் களித்தெ ழுப்பிநின்றார்

பின்னன் மனையாம் சுவாசினியும்
பேரன் புடனும் அன்னைக்கு
அனேக விதமாந் தின்பண்டம்
அகத்தில் செய்த னுப்பிவைப்பார்
கனிந்து நெகிழ்ந்து சாரதையும் (101)
களித்துப் பிறந்த கத்துடைய
இனிய சீரென் றுரைத்ததையும்
ஏற்றிப் பாராட் டியேற்றுநிற்பார்

உமியைக் கருக்கிக் கருப்பூரம்
உப்பு மளவாய் சேர்த்தவற்றை
அம்மி தன்னில் சுவாசினியும்
அரைத்து நின்றுப் பொடியையும்
சம்பு டத்தில் வைத்ததையும் (102)
சிறந்த நாத்தூ ணுக்கனுப்ப
தம்பி மனைவி பற்பொடியைத்
தினமும் தேய்த்து மகிழ்ந்திடுவார்

ஒருநாள் மனையை சுவாசினியும்
ஒழித்துச் சுத்தஞ் செய்திருக்க
பெரிய பொட்ட ணமொன்றிலுமே
பணத்தாள் நிறையக் கண்டதுவும்
அருமை நாத்தூண் தந்ததென்று (103)
அறிந்து நின்று டனதையும்
நிரம்ப மகிழ்ந்து சாரதைக்கு
நல்லா ரவருந் தந்துநின்றார்

அருமை யான இக்குணத்தை
அன்னை நெகிழ்ந்து பாராட்டி
விரற்கள் நொடித்துக் கண்திருட்டி
வாரா திருக்க வேண்டுமென்று
கருதிச் செய்ய சுவாசினியும் (104)
கண்க லங்கி நின்றிருந்து
பரிவோ டன்னை பாதங்கள்
பற்றிப் பணிந்தெ ழுந்துநின்றார்

பலரும் போற்றும் சுவாசினியாம்
பெண்ணிற் குடனும் அன்னையும்
நல்ல மந்தி ரோபதேசம்
நிகழ்த்த கௌரி மாவேண்ட
இல்லத் தோர்க்குத் தாமென்றும் (105)
இயம்பி நிற்ப திலையென்று
பலநாள் மறுக்க கௌரிமாவும்
பிடித்து நின்றார் பிடிவாதம்

இறுதி யிலன்னை இயைந்துநின்று
இறைவி நாம மொன்றையும்
பிற்பி றந்தான் மனைவிக்குப்
புகன்று நின்றா ரொருநாளே
சுற்றத் தாரு மறிந்துநின்று (106)
சமருஞ் செய்வ ரென்றெண்ணி
மற்ற வருக்கு முபதேசம்
முறையாய் அன்னை செய்துவைத்தார்

இராதை சுசீலா பூதேவும்
இன்னும் பூதேவ் மனைவியுடன்
அருமை நளினி உள்ளிட்ட
அனைவ ருக்கு முபதேசம்
பரிந்து செய்து வைத்திடவும் (107)
பெருகச் சுற்றங் களித்ததுவே
ஒருமித் திருந்து செபம்புரிய
ஒருநாள் பலனுங் கிட்டுமென்பார்

எண்ண அலைக ளெழுந்திருந்து
இழுத்த டித்து வதைத்திருக்க
கணநே ரத்து மொருமித்து
கற்ற மந்தி ரத்தையும்
இணங்கிச் செய்ய வியலாது (108)
இருப்ப தாக சுவாசினியும்
சுணங்கி வந்து ரைத்திருக்க
செப்பி நிற்பார் சாரதையும்

இல்ல றத்தில் தருமங்கள்
இனிதே யனைத்து முள்ளதாமே
இல்ல றத்தைச் சிறப்பாக
இயற்றி நிற்க அதுபோதும்
இல்ல றத்தோ டுபத்தியுமே (109)
இனிதே சிறக்க வேண்டுமென்று
வல்லா னாகும் பெருமானை
வேண்டி நிற்கக் கூறிநின்றார்

செயராம் பாடி தனிலொருநாள்
சக்கம் மாவின் வழிபாடு
செய்வ தற்கு முன்தினமும்
சுரமுங் கொண்டார் சுவாசினியின்
வயதிற் சிறிய பெண்விமலா (110)
விழுந்த நாடி கண்டுநின்று
வியர்த்து விரைந்து சுவாசினியும்
வந்தார் அன்னை யிடமுடனும்

சுரமுங் கொண்ட பெண்ணையும்
தொட்டுப் பின்னர் சக்கம்மா
அருகில் வந்து சாரதையும்
அன்பே நாளை பூசையும்
பெருகக் களித்து நடத்திடவும் (111)
பெரிது மாசை கொண்டிருக்க
மரண வோல மிடுமாறு
மற்றுச் செய்யா திருவென்றார்

பிரார்த்தித் தன்னை யிருந்திருக்கப்
பயனுங் கிட்டி நின்றதுவே
சுரமும் நீங்கி நின்றிருக்க
சக்கம் மாவின் வழிபாடு
கிருகந் தன்னில் மிகச்சிறப்பாய் (112)
கிரம மாக நடந்திருக்க
பெருகக் களித்து சுவாசினியும்
பாதம் பரவிப் பணிந்துநின்றார்

பின்னன் மனைவி மசக்கையால்
பெரிதுந் துன்புற் றிருந்தாரே
அன்னை பிறந்த நாள்வரவும்
அழகாய் மனையை அலங்கரித்து
அனைவ ருமிருந் திருக்கையில் (113)
அடுக்க ளையில் அன்னையும்
பின்னன் மனைவிக் கெனத்தனியாய்
பரிவோ டன்னம் செய்திருந்தார்

பிறந்த நாளின் விருந்துணவைப்
புசித்து மகிழார் சூல்கொண்ட
விறலி யென்ற றிந்துநின்று
வேறு வகையா முணவையும்
முறையாய் செய்து பெண்ணிற்கு (114)
மற்றுக் கரத்தால் பரிமாறி
பிறகு பூசை தனையேற்கப்
பரிந்து வந்தார் அன்னையும்

இரண்டாம் முறையா யப்பெண்ணும்
இனிதே சூல்கொண் டிருந்திருந்து
சுரமும் பற்றித் தவித்திருக்க
சேவை பலவு மவருக்கு
கருத்தாய் அன்னை புரிந்திருந்து (115)
கண்ணை இமையுங் காப்பதேபோல்
அருக மர்ந்து பலநாட்கள்
அனேக மாற்றி நின்றிருந்தார்

கொழுந்தி யாகு மப்பெண்ணின்
கணவ னாவார் வரதனுமே
அழகுப் பெயராம் இந்துமதி
அவருந் தாங்கி நின்றிருக்க
கழிபே ருவகை மிகக்கொண்டு (116)
கற்று நின்றார் சமைப்பதையும்
அழகுத் தோற்றம் நற்சுவையும்
அவரி னுணவு கொண்டிருக்கும்

கற்றுத் தந்தேன் சமைப்பதையும்
கற்று நின்றா ளெல்லாமும்
கற்றுக் குட்டி யாயிருந்து
கற்றுக் கொடுக்கு மளவிற்குத்
திறமை யின்று பெற்றுநின்றாள் (117)
சொல்லப் புகுமோ யிவள்திறமும்
மற்றி வளையும் விஞ்சுபவர்
மிகவு மபூர்வ மெனப்புகழ்வார்

பின்னன் வரதன் பிள்ளையின்
பெயராம் குதிராம் என்பதுவே
பின்னு மிதுவே பெருமானைப்
பெற்ற தந்தைப் பெயராகும்
அன்னை யிதனால் குழந்தையை (118)
அழகாய் புதிராம் என்றழைத்து
மன்னின் தந்தைப் பெயருக்கு
மதிப்பு மிகவும் தந்திருப்பார்

அவ்வப் போது கோல்காதா
அன்னை சென்று தங்கிடுவார்
உவந்து பத்தர் பலரளிக்கும்
உயர்ந்த தரத்துக் கனிவகைகள்
சுவைத்து புதிராம் கொள்வனென்று (119)
செயராம் பாடிக் கனுப்புதலைச்
செவ்வை யாகச் செய்துநின்று
சிந்தை மிகிழ்ந்தி ருந்திடுவார்

திருக்கண் ணமுது சாரதையும்
சுவையோ டுசெய்து தந்திருக்க
ஒருநாள் குடித்த புதிராமும்
ஓயா துநாளு மதேசமயம்
கிருகம் வந்து கிண்ணத்தைக் (120)
களித்துப் பார்த்து நிவேதனமும்
புரிந்த பின்னர் மிகவிரும்பி
பருகி நிற்றல் நிதவழக்கம்

பத்தர் வாழும் கோல்காதா
பயணஞ் செய்ய அன்னையும்
சித்தங் கொண்டு கிளம்புகையில்
தானும் வருவ தாகவுமே
புதிராம் கூறிப் பிடிவாதம் (121)
பிடித்து நின்ற ழுதிருக்க
பத்தை யளித்த கணையாழி
பரிச ளித்தார் குழந்தைக்கு

பின்னுங் குழந்தை விடாதழுது
பயணஞ் செய்யக் கிளம்பிடவும்
இனிதே நிறைய கருப்பட்டி
இருக்கும் சம்பு டத்தையும்
மனமு வந்து குழந்தைக்கு (121)
மற்றுத் தந்தென் நினைவுவர
ஒன்றை யெடுத்து வாயிலிட்டு
உவந்தி ருப்பா யெனமொழிந்தார்

வெகுநாள் கழித்து கோல்காதா
வந்து நின்ற குழந்தைக்கு
மகிழ்ந்து கனகத் தண்டையும்
மற்று வாங்கி அணிவித்து
அகங்க ளித்துக் குழந்தையும் (122)
அழகா யோசை யெழுப்பிநின்று
நகையுஞ் செய்து வரக்கண்டு
நிரம்ப மகிழ்ந்தார் அன்னையும்

பிருந்தா வனத்தில் கண்ணனுமே
பொன்னா லான கொலுசணிந்து
சிரித்து நடந்தொ லியெழுப்பி
சிறக்க யிதுபோல் வந்ததாக
உரைத்து மகிழ்ந்து சாரதையும் (123)
உள்ளம் நெகிழ்ந்து கோகுலத்து
பிருந்தா வனத்து நினைவுகளில்
பெரிதும் மூழ்கிப் போயிருந்தார்

சிறப்பாய் மனையி லுன்னன்னைச்
சமையல் செய்த தென்னவென்று
சிறுவன் புதிராம் தன்னையும்
சொல்லக் கேட்டார் அன்னையும்
அறுத்து நீர்வா ழைக்காயை (124)
அன்னை மணமாய் சமைத்துநின்று
குறைவாய்க் கொடுத்தா ரெனக்கூறி
கண்ணீர் பெருக்கி நின்றிருந்தார்

நீர்வா ழைக்கா யொருபோதும்
நாவால் அன்னைச் சுவைத்ததில்லை
நீர்வா ழைக்கா யுறவினரும்
நயந்து விரும்பிச் சமைத்திருந்தும்
சேர்க்கா திருப்பார் அன்னையும் (125)
சமையல் தன்னில் தம்மனையில்
காரார் குழலாள் அன்னையும்
கணவ ருக்கு மளிக்காராம்

புதிராம் அன்னை இந்துமதி
பிள்ளை தேடி அன்னையும்
வதித்தி ருக்கும் மனைவரவும்
வரவேற் றிருந்து கேட்டிடுவார்
அதீத பெரிய கயலையும் (126)
அருஞ்சு வையாய் சமைத்திருந்து
மிதமா யுண்ண அறிவுறுத்தி
மிகக்கு றைவா யேனளித்தாய்

மருமான் நீர்வா ழைக்காயும்
மிகவும் விரும்பு வானென்று
தெரிந்துஞ் சிறிதே அளித்ததேனே
தகுமோ யென்று கேட்டிடவும்
அரிதே யதுவுஞ் சந்தையில் (127)
அகப்ப டாதி ருந்திருக்க
உரைத்த துபொய்யென் றன்னைக்கு
உரைத்தார் புதிராம் அன்னையும்

நன்னா ளொன்றில் அன்னையை
நிறைய மக்கள் வணங்கிநின்று
அனேக மலரைப் பாதத்தில்
அர்ப்ப ணித்தி ருந்திடவும்
கனிந்து கண்டு புதிராமும் (128)
கரத்தால் மலரைப் பலமுறையும்
அன்னை பாதந் தனிலிடவும்
அகமும் நெகிழ்ந்து கூறிடுவார்

கண்ணே மணியே கற்கண்டே
களித்து மகிழ்ந்துப் பலமுறையும்
பணிந்து மலரு மர்ப்பணிக்கப்
பின்னுந் தேவை யில்லையே
புண்ணி யங்கள் செய்திருக்கப் (129)
பிறந்தா யிந்த மனைதன்னில்
விண்ணோர் வாழ்த்தப் பிறந்தபோதே
வீடு பேறு முனக்குறுதி

பின்னன் காளி குமார்மனைவி
பெயரா கிடுமே சுபோத்பாலா
தனயன் பூதேவ் யென்பாரின்
தாரம் பிராய மைந்தாகும்
ஒன்றும் விவர மறியாதார் (130)
ஒழுங்கு தவறிப் பணிபுரிய
சினந்து நின்று சுபோத்பாலா
சீறித் திட்டி நின்றிடுவார்

வாடித் துவண்டு நின்றிருக்கும்
வயதிற் சிறிய பெண்ணையும்
தேடிச் சென்று தேற்றிநின்று
தன்னோ டரவ ணைத்துப்பின்
சாடித் திருந்த கொழுந்தியையும் (131)
சாந்த மாக இருந்திடவும்
காட்ட மாக அன்னையும்
கண்டித் திடுவார் பலமுறையும்

மருமாள் நளினி புக்ககத்தார்
மிகவு மேழைக் குடும்பமாகும்
மருமா ளவரின் சிற்றன்னை
மீது சிறிதும் பற்றுதலும்
இராதி ருக்க நளினியுமே (132)
இனிதே அத்தை யோடிருந்து
வருவ தாக ஊராரும்
விந்தை யாக நினைத்தனரே

சிற்றின் பத்தில் நளினிக்கு
சிறிதும் நாட்ட மிலாதிருக்க
மற்றுப் பதியோ டுவாழ்ந்திடவும்
மிகவும் வெறுத்து அன்னையைப்
பற்றி வாழ விரும்பியதே (133)
பெரிய கார ணமாமென்று
இறுத்து நிற்பார் அன்னையும்
இதுவே முழுது முண்மையாம்

மடிகட் டிநின்று மாசாரம்
மேலும் நியமம் வழுவாது
கடைப்பி டிப்போர் தம்மையும்
கண்டு பாராட் டிநின்றிருந்தும்
அடுத்து நியமம் வழுவிநின்ற (134)
அன்பர் தம்மைத் துச்சமாக
நடத்தி நிற்கும் மக்களையும்
நிரம்ப வெறுப்பார் அன்னையும்

அன்னை நளினிக் குரைத்திடுவார்
அன்பே யென்றன் மருமாளே
உன்னைத் தவிர உலகத்தில்
உயர்ந்தோ ரில்லை யென்றெண்ணி
தனித்து வாழ்ந்தி ருப்பதிலும் (135)
தவறே துங்கண் டுநிற்கில்லேன்
பின்னு மயலார் மீதுகுற்றம்
புகன்றி ருத்தல் பெருந்தவறாம்

குற்றங் கண்டு பிறரையும்
குறைவாய் நினைத்துப் பழித்திருக்க
நிறைவா யிருக்கு மிறைவனுமே
நின்னை நடத்தும் விதத்தையும்
சற்றுச் சிந்தித் திருப்பாயேல் (136)
சகல ரையுஞ் சரிசமமாய்
அறிந்து நடத்து வாயென்று
அதீத வாஞ்சை யோடுரைப்பார்

புரிம ணையைக் கொண்டுவந்து
புறத்தே வைத்துச் சிலரிருக்க
கரத்தால் பொருளைத் தீண்டியதாய்
கருதி நின்று நளினியுமே
உரக்கக் கூச்ச லிட்டுநின்று (137)
உணர்ச்சிப் பெருக்கால் வைதிருக்க
பெரிதும் வருந்தி மன்னிப்பும்
புகன்றி ருந்து நின்றனரே

திட்டி நிற்கும் நளினியுமே
திகைத்துப் பார்த்து நின்றிருக்க
கிட்டே சென்று மக்களிடம்
கூறி நிற்பார் அன்னையும்
அடாத செயலை நீவிருமே (138)
ஆற்றி நின்றீ ரில்லையாம்
விடாது தொடர்ந்து மன்னிப்பும்
வேண்டத் தேவை யிலையென்றார்

உள்ளே சென்ற வற்பொரியும்
உவந்து வெல்லத் துடனவரும்
அளித்து நிற்க மக்களுமே
அதிச யித்து யுடன்வாங்கி
உள்ளம் நெகிழ்ந்து சாரதையை (139)
உயர்வாய் போற்றி மனைசெல்ல
மெள்ள முணுமு ணுத்திருந்து
மகிழா துசென்றார் நளினியுமே

பிறரை வதைத்து நின்றதுபோல்
பின்னு மவரே தன்னையும்
நிறைய வருத்தி நிற்பதையும்
நன்கு பலரு மறிந்திருப்பர்
சிறிதுந் தாங்கிக் கொள்கின்ற (140)
சத்தி யின்றி நீராடி
பிறகு முண்ணா துபவாசம்
பரிந்தேற் றுநின்று வருத்திநிற்பார்

அரிசி மாவி னப்பளத்தை
அன்னை விரும்பி யிருப்பதையும்
தெரிந்து நின்ற வொருபத்தர்
தொடர்வண் டிதன்னி லப்பளங்கள்
பெரிதும் விழைந்த னுப்பிடவும் (141)
பெற்று நின்றார் அன்னையும்
பொரித்த தையு முண்ணும்முன்
பலரு மாட்சே பித்தனரே

பலரு மங்காட் சேபணையும்
பெரிது மெழுப்பி நின்றவுடன்
தலைவ ணங்கி அன்னையும்
தள்ளி யொதுக்கி வைத்திருந்து
நிலைகு லையா திருந்துநின்றார் (141)
நியம விதிகள் கடைப்பிடித்துத்
தொல்லை பலவு மேற்றவரைத்
துன்பு றுத்தி நின்றிருந்தார்

குளிரில் போர்வை போர்த்துநின்றும்
கரங்கள் விறைக்கு மோரிரவில்
கிளம்பி வெளியே சென்றிருந்து
கிருகந் திரும்பி நிற்கையில்
வெளியே தெருவில் கும்மிருட்டில் (142)
வழியில் கிடந்த நரகலையும்
நளினி மிதித்து மனைவெளியில்
நின்றி ருந்து கூச்சலிட்டார்

துக்கந் தொண்டை தனையடைக்கத்
தளர்ந்து தனது நிலைதன்னைத்
திக்கித் திணறி அழுதுரைப்பார்
தண்ணீர் தன்னில் நீராட
அகால நேர மாகியதே (143)
அதன்மேல் குளிரால் பற்களுமே
மிகவும் நடுங்கி நின்றிருக்க
மற்று யானுஞ் செய்வதென்ன

குளிரில் குளித்த லியலாது
கிருகந் தன்னில் நுழைந்திடவும்
உள்ள மனும திக்காதாம்
உதரம் மிகவும் பசித்திருக்கக்
கொள்வ தற்கும் வழியேது (144)
கிருகத் திற்கு வெளிதன்னில்
வளியும் வாட்டி வதைத்திருக்க
விறைத்து நடுங்கி டவேண்டுமென்றார்

கழிவி ரக்கம் மிகக்கொண்டு
கிளத்து நிற்கும் பெண்ணிற்கு
மொழிந்தி ருப்பார் அன்னையும்
மகளே சிறிது கங்கைநீர்
அழகா யுனது சிரந்தன்னில் (145)
அள்ளி யானுந் தெளித்ததன்பின்
வழுவில் கண்ணன் பெயருரைத்து
வருவா மனையு ளென்றழைப்பார்

வெளியே கிளம்பிச் செல்லும்முன்
வயிறு பசிப்ப தாயுரைத்த
கள்ள மற்ற நல்மகளே
கிழவி யானு முரைப்பதையும்
உள்ளந் தன்னி லிருத்திவைத்து (146)
உவந்தென் சொல்லு மொப்பிநின்று
வெளியி ருந்து மனையுள்ளும்
வாவெ னவேண்டிக் கெஞ்சிடுவார்

நல்ல வார்த்தை அன்னையும்
நிரம்ப நவின்றுத் தேற்றிநின்றும்
சொல்லால் நளினி அன்னையைச்
சொல்லா தசொல்லுஞ் சொல்லிடுவார்
எல்லாம் விட்டுக் கொடுத்திருந்து (147)
எதையு மேற்கு முள்ளத்தால்
பொல்லா ததையும் நல்லதென்றுப்
பொறுப்பீர் மற்று யான்பொறுக்கேன்

அறிவேன் நீவிர் புரிகின்ற
அனைத்து வகையா மனாசாரம்
சிறிதுங் கூசா திருந்துநீவிர்
சிரத்தில் கங்கை நீர்தெளித்து
பற்றி மிதித்த எச்சிலையும் (148)
பாதங் கழுவி விட்டிடுவீர்
மற்றி துபோலும் செய்வதுமே
மிகவு துராச ரமாகுமென்றார்

ஒட்டுண் ணியாகப் பலவாண்டாய்
உறைந்தி ருந்து நளினியுமே
அடாத சொல்ப லசொல்லிநின்றும்
அன்னை குற்றங் காணாரே
தொடர்ந்து நோய்கள் தாக்கிநிற்க (149)
தென்பு மிலாது பிராயமுமே
கடந்து நின்ற தறுபதையும்
காணா நளினி பழியுரைப்பார்

குற்றஞ் சாட்டி வசைபலவும்
கூறி யிருந்த மருமாள்சொல்
சிறிதும் மனதில் கொள்ளாது
சார தையு மிருந்திருக்க
துறவ றமேற்ற விரதிகளும் (150)
தாழ்ப்பா ளிட்டுக் கதவையும்
இறுக்கி மூடி அன்னைக்கு
இயம்பி நின்ற னரிவ்வாறு

கறுவி நின்று விரதிகளும்
கடுங்கோ பத்தில் சினந்துரைப்பர்
அறிவி லாத மொழிகளையும்
அனேக முரைத்த அக்காவை
உறையுள் தன்னில் வரவிடவும் (151)
உவந்து வழிவி டாதிருப்போம்
முறையில் கூற்று கூறியவர்
மனைக்கு வெளியே நிற்கட்டும்

பசித்து நின்று பட்டினியாய்
பனியில் குளிரில் வாடட்டும்
பசிக்கு வேளா வேளைக்குப்
பலவு முண்டு மிகக்கொழுத்து
வசைவு பலவு முரைத்திருந்து (152)
வருத்தி நின்ற அக்காவும்
நிசியில் நடுங்கி மனைவெளியே
நிற்க வேண்டு மென்றனரே

மனையி லிருந்தோர் மகிழ்ந்துண்டு
மற்று றங்கச் சென்றிருக்க
அன்னை உணவு கொள்ளாது
அமர்ந்தி ருந்தார் பாய்தன்னில்
மனைக்கு வெளியே மருமாளும் (153)
மிகவும் நடுங்கிப் பசித்திருக்க
கனிந்து நின்று சாரதையும்
கதவை மெல்லத் திறந்துநின்றார்

கதவைத் திறக்கு மோசையுங்
கேட்டெ ழுந்த விரதிகளும்
மெதுவாய் அன்னை நளினியுடன்
மற்றுப் பேசக் கண்டிருந்து
சததங் கருணை கொண்டிருக்கும் (154)
தாயி னன்பிற் கணைகட்ட
உதவா தெதுவு முபாயமென
உணர்ந்து றங்கச் சென்றனரே

அருகில் சென்று நளினியிடம்
அன்பா யுரைப்பார் அன்னையும்
விரும்பி ஆசா ரத்தையும்
விடாது பற்றி யிருந்திருந்து
உரைத்து நின்றாய் சுடுசொற்கள் (155)
உரைத்த சொல்லின் வேகத்தால்
பெரிதும் பலரு முன்னையும்
பழித்து நிற்ப துணர்ந்திடுவாய்

அன்பே யென்றன் நன்மகளே
அத்தை சொல்லு மொப்பிடுவாய்
புனித கங்கை நீரையும்
பரிந்துன் சிரத்தில் தெளித்ததன்பின்
இனிதே மூன்று முறையருந்தி (156)
இல்லுள் நுழைந்து சோறுண்டு
பின்ன ரென்ற னருகிலுமே
பாயிற் படுத்து றங்கிடுவாய்

பசித்தி ருப்ப தறிந்திடுவேன்
பகலி லுமுண்டி ருந்தாயில்
விசித்தி ழுக்கும் நோய்வரவும்
விளைந்து நிற்கும் பலதொல்லை
உசித மிதுவே அரும்பெண்ணே (151)
உரையை யேற்று வந்திடுவாய்
விசுத்தம் பார்க்கா துரையொப்பி
வாவென் றழைத்தார் மனையுள்ளும்

அன்னை கங்கை நீர்தெளித்து
அருந்த நீருந் தந்திருக்க
பின்னுங் கைகால் கழுவிநின்று
பதவி சாக அன்னையின்
பின்னே வந்து சோறுண்டு (152)
பாயெ டுத்துப் போட்டிடவும்
சன்னி யாசி சீடருமே
சிறக்க நகைத்து நின்றனரே

பிரம தநாத ரென்பவரும்
பதியா கிடுவார் நளினிக்கு
கிருக மழைத்துச் சென்றிடவும்
கருதி மனையும் வந்திருந்து
கருத்தைத் தெரிவித் திருந்திடவும் (153)
கனவேக கத்தில் அறையொன்றில்
கிருகி ணியாகும் நளினியுமே
களித்துப் புகுந்துக் கதவடைத்தார்

அன்னை யிடமுங் கடுமையாய்
ஆவே சமாக உரைத்திடுவார்
என்னைப் பதியோ டனுப்பிடவும்
எண்ண மிருக்கின் கேட்டிடுவீர்
சினந்தி ருக்கும் யானுடனும் (154)
செத்தொ ழிவது திண்ணமாகும்
எனது சீரைத் துணிகொண்டு
இறுக்கி நின்றி றந்திடுவேன்

பதியோ டுகூடிப் பிள்ளைகள்
பெற்று வாழப் பிறந்தேனில்
விதிபோட் டிருக்கும் நாள்வரையில்
விரும்பி யேற்கே னில்லறமும்
பதியும் வேறு மணம்புரிந்து (155)
பெருகக் களித்து வாழ்ந்திருக்க
விதத்து நிற்பீ ரவருக்கு
வீணே அவரு மிங்கிருத்தல்

சிறுமி யாக யிருக்கையில்
சதியாக் கினரே பதிக்கென்னைப்
பெற்றோ ரெனது விருப்பத்தைப்
பகரக் கேட்ட னரில்லையாம்
வெறுத்து நின்றே னில்வாழ்க்கை (156)
வேண்டா மெனக்குப் பதிபிள்ளை
அறிவு றுத்திப் பதியையும்
அனுப்பி வைப்பீ ரென்றுரைத்தார்

பிரம தநாத ரிடமன்னைப்
பணிவா யன்போ டெடுத்துரைப்பார்
விரைவி லன்பாய் நளினிக்கு
விவரித் துரைத்து விளக்கிநின்று
கிருக மனுப்பி வைப்பதாகக் (157)
கூறி வேண்டி நின்றிருக்க
அருமைக் குணமுங் கொண்டவரும்
அதனை யேற்று நின்றிருந்தார்

இரவு நேர மாகிடவும்
இயம்பி நின்றார் அன்னையும்
இரவு தங்கி மறுநாளும்
ஏகி நிற்றல் நலமென்று
பிரம தநாத ருக்குரைக்கப் (158)
பரிவோ டவரு மதையேற்று
கிருகந் தன்னி லுண்டிருந்துக்
கழித்து நின்றா ரிரவையும்

பதியு மிருக்கும் வரைதானும்
பெரிது மறையி லிருப்பதாக
அத்தை யிடமுங் கூறிநின்று
அமைதி யாக அறைக்குள்ளும்
கதவுந் தாழிட் டிருந்திடவும் (159)
கட்டில் மெத்தைப் பாயின்றி
எதற்கு மஞ்சா நளினியுமே
இருட்ட றையி லிருந்துநின்றார்

அறையில் சாள ரமில்லாது
அமைந்தி ருக்க அவத்தையும்
பெற்றி ருப்பாய் மேலுமதைப்
பலநா ளாகப் பெருக்காது
நிறையக் குப்பை சேர்ந்திருக்க (160)
நடுவி லிருத்தல் சிரமமென்று
இறுத்து வெளியே வந்திடவும்
இதமாய் அன்னை யெடுத்துரைப்பார்

இதயங் கனத்தி ருந்திருக்க
இயைந்து நளினி நின்றாரில்
செத்தொ ழிந்து விடுவதாகச்
சிறக்கப் பயமு றுத்திடவும்
அத்தை யாகும் அன்னையும் (161)
அதிசி றுவோட்டை வழியாகப்
பதைப தைத்துப் பலமுறைகள்
பார்த்தி ருப்பார் முழுயிரவும்

சிவராத் திரியாய் அன்னையும்
சிறக்க முழுதும் விழித்திருந்து
கவலை கொண்டு கதவிடுக்கில்
கண்கள் சுருக்கி நின்றிருந்து
துவாரம் வழியாய் மருமாளைத் (162)
துடிது டித்துப் பார்த்திருந்து
உவந்து பெருமான் நாமத்தை
உரைத்தி ருப்பார் முழுயிரவும்

இராதைக் கென்று சீர்வரிசை
இனிதே செய்ய நேரிடவும்
கருத்தா யந்தப் பொறுப்பையும்
கொடுத்து நிற்பார் நளினியிடம்
பெருத்த அளவில் நளினியுமே (163)
பொருட்கள் வாங்கி வரக்கண்டு
உரைக்கக் கேட்பார் காரணமும்
உள்ளூ றயன்னை மிகமகிழ்ந்து

நன்னாள் வரவும் சீர்வரிசை
நயந்து மூன்று புக்ககமும்
இனிதே செய்ய அன்னையும்
இயைந்து பொருட்கள் வாங்குவதை
நன்றே நளினி பொறுப்பிலுமே (164)
நல்கி நிற்க நளினியுமே
கனிந்து நிறைய இராதைக்கு
கொடுக்க வாங்கி வந்திடுவார்

இராதைக் கதிக சீரெடுத்து
இருப்ப தாக அன்னையும்
உரைத்தி ருக்க நளினியுமே
உடனே தெளிவு செய்திடுவார்
பெரிய இடத்துப் புக்ககமாம் (165)
பின்னுந் தந்தை இலாதவளாம்
அருமைத் தாயும் பிச்சியாக
அமைந்தி ருப்ப துகாணீரே

கிராமத் தாரும் இராதைக்குக்
காட்டி நிற்பர் பேரன்பு
கிருகத் தாரும் மிகச்செல்லம்
கொடுப்ப தெல்லா முண்மையாம்
பொருளும் சிறித திகமாக (166)
பரிவோ டன்பாய் தருவதிலும்
பெரிதும் மகிழ்வா ளென்றெண்ணி
பலவும் வாங்கி யதாயுரைப்பார்

பொறுப்பு தந்தி ருப்பதாலும்
    பெரிதும் மகிழ்ந்து சீர்வரிசை
நிறையப் பணமுஞ் செலவழித்து
    நளினி வாங்கிக் கொண்டுவந்தார்
பொறுப்பு தாரா திருந்திருக்க (167)
    பார பட்ச மென்றுரைத்துக்
குறைகள் பலவும் மிகக்கண்டு
    கூசா துவைது நின்றிருப்பார்

துர்கா பூசை யொருசமயம்
    சிறப்பாய் நடந்து முடிந்தவுடன்
நிரம்ப மகிழ்ந்து பத்தருமே
    நிறைய மலரை அர்ப்பணித்து
கிருகஞ் சென்றி ருந்திடவும் (168)
    களித்த ழைத்து விரதிக்கு
உரைத்தார் அன்னை மலரையும்
    உடனே கொண்டு வந்திடவும்

பிரம சாரி மலர்களையும்
    பெரிதும் மகிழ்ந்து கொண்டுவர
இராகால் பெயரால் மலரொன்றை
    இனிதே தமது பாதத்தில்
அர்ப்ப ணிக்கக் கூறிடவும் (169)
    அதனை யொப்பி பிரமசாரி
கருத்தாய் புரிந்து நின்றிருக்க
    களித்து மகிழ்ந்தார் அன்னையும்

பின்னர் சீடர் பலர்பெயரால்
    பாதந் தன்னில் மலர்களையும்
இனிதே அர்ப்ப ணித்திடவும்
    இயம்பி யவாறு பிரமசாரி
மனமும் மகிழ்ந்து மலர்களையும் (170)
    மற்றுச் சமர்ப்பித் திருந்திடவும்
கனிந்து களித்து தியானத்தில்
    காலம் நேரம் மறந்திருந்தார்

மனதி லாவ லொன்றெழவும்
    மற்ற தையு மிறைவனுமே
இனிதே நிறைவு செயக்கண்டும்
    இவ்வா றொன்று நிகழ்ந்திடவும்
நினைத்தி ருக்க அதன்படியும் (171)
    நடந்து நிற்ப தைக்கண்டும்
கனிந்து தேவி யெனப்பலரும்
    கூறு வதுண்மை யென்பதெண்ணம்

அனேக நிகழ்ச்சி வாழ்க்கையில்
    அசாதா ரணமாய் நடந்திருக்க
இனிதே கண்டி வையெல்லாம்
    இறைவன் நிகழ்த்தி யதென்றெண்ணி
மனமும் நெகிழ்ந்து சிலசமயம் (172)
    மக்க ளென்னைத் தேவியென்று
நினைப்ப தெல்லாஞ் சரியென்று
    நினைக்கத் தோன்று கிறதென்பார்

குருவுங் கருணை செய்ததன்மேல்
    குருபத் தினியு மருளியதாய்
உரைத்தார் விவேகா னந்தருமே
    உரையைக் கேட்டுச் சீடருமே
பெரும திப்பு சாரதைக்குப் (173)
    பரிந்து கொடுத்து சாரதையின்
கருத்தை மிகவு மனுசரித்துக்
    கருமம் பலவும் நிகழ்த்தினரே

மடத்துச் சீட ரனைவருமே
    மிகவு முயர்ந்த பிறவியென்று
நடத்தி நிரம்ப மரியாதை
    நல்கி நிற்பார் அன்னையும்
கடந்து போகுஞ் சமயத்தில் (174)
    காலி லெச்சில் பட்டிருக்க
அடுத்தங் கிருந்த பிரமசாரி
    அதனை யுடனுங் கண்டுநின்றார்

பிரம சாரி ஒருவருமே
பெயராம் இராச விகாரியென்பார்
கரத்தில் செம்பு மேந்திநின்று
காலில் நீரும் வார்த்திடவும்
விரைந்து வரவுங் கண்டுநின்று (175)
வேண்டா மென்று தடுத்துநின்று
உரைத்து நின்ற அன்னைசொல்
உன்ன தமாகு மறிவீரே

தகாத செயலைச் செய்வதற்கு
தாயும் யானே அனுமதிக்கேன்
மிகவும் உயர்ந்த உத்தமராம்
மகியில் சிறந்த நும்மையும்
மகிழ்ந்து பாதம் பணிந்துநின்று (176)
மற்றுக் கண்ணு மிமையாதார்
தகுந்த பூசை செய்திடவும்
தகுதி பெற்றோர் நீவிரென்பார்

மடத்து விரதி களுண்டபின்னர்
மற்றுத் தாயு முண்பாராம்
பிடிவா தமாக இலையையும்
பரிவோ டெடுத்தெ றிந்துவிட்டு
இடத்தைத் தாமே சுத்தமுமே (177)
இசைந்து புரிந்து நிற்பாராம்
தடுத்து நின்றுந் தாயவரும்
தாமே செய்து மகிழ்ந்திடுவார்

தெய்வப் பிறவி யெனச்செப்பித்
தடுத்து நிற்பர் சிலவடியார்
உயர்ந்த குருவின் சதியென்று
உரக்க வுரைத்துத் தடுத்துநிற்பர்
நயந்து மந்தி ரோபதேசம் (178)
நல்கி யதாகச் சிலர்தடுப்பர்
பயமும் வேண்டா மபசாரம்
பற்றா தென்பார் அன்னையும்

இச்சை கொண்டு பிள்ளைகாள்
இனிதே கரத்தா லுண்டிருந்த
எச்சி லிலையு மெடுத்தெறிந்தேன்
இதுவோ ரருஞ்செ யலாகாதாம்
பச்சைக் குழந்தை அன்னையின் (179)
புடவை தன்னில் நினைப்பின்றி
அசிங்கஞ் செய்தால் அன்னையும்
அகற்றிச் சுத்தம் செய்திடுவாள்

அன்னை யிடமு மனாசாரம்
அபரா தமென்ற ரற்றிடுதல்
நனிசி றந்த செயலில்லை
நன்க றிந்து நின்றிடுவீர்
அன்னை யானு மாகிநிற்க (180)
அருவ ருப்பெ னக்கில்லை
அனைத்துச் சீட ரெல்லோர்க்கும்
ஆவேன் அன்னை யறிந்திடுவீர்

உறவி னரையும் விடவுயர்வாய்
உவந்தி ருப்பார் விரதிகளை
சிறிதுங் குறைவாய் துறவிகளைச்
செப்பி யதில்லை யெவர்முன்னும்
நிறையத் தாமும் மதிப்பதேபோல் (181)
நெருங்கி யசுற்றம் விரதிகளை
முறையாய் மதிக்க வேண்டுமென்று
மிகவும் கருத்தா யிருந்துவந்தார்

உத்போ தனாகும் மனைதன்னில்
உறைந்து வாழ்ந்து வந்திருக்க
சதத மவரோ டிருந்திருக்கும்
சுற்ற முமங்கி ருந்ததுவே
சதங்கை யணிந்து இராதையும் (182)
சத்த மிட்டு நடையயில
அதிகம் வெறுத்து சாரதையும்
அறிவு றுத்தி நின்றிருந்தார்

வெட்கம் முழுதுங் கைவிட்டு
வேக மாக ஒலியெழுப்பி
நடந்து நிற்ப தறிவீனம்
நீத்தார் பலருங் கீழ்தளத்தில்
கடுமை யாக நியமங்கள் (183)
கட்டிக் காத்த னுட்டிக்க
கெடுத்த தையும் நின்றிருக்க
கண்டு யானும் வெறுக்கின்றேன்

அருமைப் பிள்ளை நல்வாழ்வு
அனைத்துந் துறந்து நிட்டையும்
புரிந்து தவவாழ்க் கையையும்
பெரிது மேற்று வாழ்ந்திருக்க
கருத்தில் கொள்ளா திருந்ததையும் (184)
கெடுக்க முயற்சி செய்வதுபோல்
இருக்கின் றதுவே யுன்செயலும்
இப்போ துசிலம் பெறிந்திடென்றார்

மற்று மொருநாள் இராதையும்
மகிழ்ந்து நீரா டிகேசத்தை
சிறக்க விரித்துக் குழலையும்
சுருட்டி ஆடி முன்னிருக்க
மற்றுக் கண்டு இராதைக்கு (185)
மிகவும் வெறுத்து ரைத்திடுவார்
பற்றற் றோரு மிருக்குமிடம்
பயனில் செய்கை விட்டிடென்பார்

உறவுக் காரப் பெண்ணொருத்தி
உள்ளே விரைந்து செல்கையில்
மற்றுக் காற்றின் வேகத்தால்
முன்றா னையும் சீடர்மேல்
பறந்து விழுந்து நின்றதையும் (186)
பதறிக் கண்டு சாரதையும்
விறலி தன்னை மிகக்கடிந்து
வெறுத்து ரைப்பார் தக்கணமே

புடவைத் தலைப்பை நன்மகளே
பொறுப்பி லாத ணிந்துநின்று
கடந்து செல்லும் போததையும்
காற்றில் மிதக்க விட்டிருந்து
மடத்துப் பிள்ளை மேல்படவும் (187)
மரியா தைக ளேதுமின்றி
நடந்து செல்லப் பழிவருமே
நானு மதனை அனுமதிக்கேன்

விரதி யாகுஞ் சீடரையும்
வணங்கி நிற்க வேண்டுதுமாம்
மரியா தையுஞ் செய்யாது
மற்று நீயும் நடந்திருக்க
தரையில் சீடன் பாதத்தில் (188)
தெண்ட னிட்டு வணங்கென்று
தெரிவைக் குரைத்து நின்றிருக்க
செய்து நின்றா ருறவினரும்

கிரிச னென்ற பிரமசாரி
கடந்த பலவாண் டுகளாக
பெருகக் களித்து சாரதையின்
பரிச னத்தை அறிந்திருக்க
பிரசன் னகுமா ரெனும்பின்னன் (189)
பரிந்து தனது மன்றலுக்கு
வருமா றழைக்க அன்னையும்
விளக்கி நிற்பார் தங்கருத்தை

சிறிது நாளில் கிரிசனுமே
சன்னி யாச மேற்றிடுவான்
துறவ றமேற்கும் மக்களையும்
திருநாள் மன்றல் நிகழ்ச்சிகட்கு
பொறையில் வாழ்வோ ரழைத்தலுமே (190)
பிழையென் றுரைத்து நின்றிருக்க
மறுத்து நின்று கிரிசனுமே
மற்றுப் போவா ரில்லையாம்

மன்றல் முடிந்து திரும்பியபின்
மகிழ்ந்து நின்று சாரதையும்
அனைவ ருக்குந் தங்கரத்தால்
அன்ன மிட்டு வருகையில்
அன்பர் கிரிச னமர்ந்திருக்க (191)
ஆடைத் தயிரை அளித்திடவா
இனிதே யுரைப்பா யெனவினவி
இருந்தா ரங்க வர்முன்னும்

வட்டில் தன்னில் கேட்காது
வலிய அளிக்கும் அன்னையும்
தட்டில் போட வாவென்றுத்
தயங்கிக் கேட்கும் விதந்தன்னில்
உட்பொ ருளேதோ உளதென்று (192)
உணர்ந்து வேண்டா மென்றுரைக்க
மட்டி லாத மகிழ்ச்சியுடன்
மகிழ்ந்து மொழிவார் அன்னையும்

கட்டுச் சோற்று கூடையில்
களித்துத் தயிரை வைத்திருக்க
எடுத்து னக்குப் பரிமாற
எனக்கு விருப்ப மிலாதிருக்க
அடுத்து யானு முன்விருப்பம் (193)
அறிய முயன்று வினாவெழுப்ப
சுட்டி யான பிள்ளையும்
சொன்னாய் நல்ல விடையென்றார்

இல்ல றத்தை அனுட்டிக்கும்
இனிய வரோடு சன்னியாசி
தொலைவி லுள்ள ஊர்செல்ல
தனது விருப்பந் தெரிவிக்க
இல்ல றத்தா ருணவையும் (194)
ஏற்க வேண்டு மவர்மொழியும்
வலியக் கேட்டு நின்றிருக்க
விளையுந் தொல்லை அனேகமென்பார்

அன்னை கூற்றை விரதியுமே
அடிவ ணங்கி யேற்றுநின்று
தனது தீர்த்த யாத்திரையைத்
தளரா துடனும் விட்டொழித்தார்
தனியே வாழ விரும்பிநின்று (195)
துறவி பிரமா னந்தருமே
அனும திகேட்டு சாரதைக்கு
அனுப்பி நின்றார் கடிதமுமே

பனிக்கா லத்தில் வனவாசப்
பயணங் கெடுத லாகிடுமாம்
புனித நகராம் புரியிலுமே
பெரிது மவத்தைப் பட்டிருந்தான்
தனியே செல்ல வேண்டுமெனின் (196)
தைபி றந்த பின்னருமே
இனிதே பயணம் மேற்கொள்ள
இறுத்த தாக யெழுதென்றார்

நடந்து காசி சென்றிடவும்
நீத்தா ரொருவர் நயந்துநின்று
எடுத்து ரைத்தார் தமதிச்சை
இனிய அன்னை யிடமொருநாள்
நடக்கும் மாதம் கார்த்திகையில் (197)
நான்கு திசையின் கதவுகளை
அடைக்கா துவைத்துக் காலனுமே
அழைத்தி ருப்பா னெனமொழிவர்

நடந்து செல்ல விரும்பிநின்று
நீண்ட பயணம் மேற்கொள்ள
முடிவெ டுத்தி ருந்திருக்க
மற்றுன் அன்னை யானுனக்கு
கொடுத்தி டேனு மனுமதியும் (198)
களித்துப் பின்னர் செல்லெனவும்
திட்டங் கைவிட் டுநீத்தாரும்
தாயி னாணை மதித்துநின்றார்

பிரம சாரி சீடருக்குப்
போக போக்கி யமெந்நாளும்
இருத்தல் கூடா தென்றன்னை
இனிதே அறிந்து நின்றிருந்தும்
விரதி களுக்கு நல்லுணவும் (199)
வத்தி ரங்க ளருளிடவும்
பெருமா னிடமும் சதாகாலம்
பிரார்த்தித் திருப்பார் அன்னையும்

அரூபா னந்த ரென்பவரை
அழைத்து ரைப்பார் அன்னையும்
விரதி களுக்கு வினோதமான
விருப்பந் தோன்றி நின்றிடுமாம்
அரிய செயலுஞ் செய்திருக்க (200)
அகிலம் போற்ற வேண்டுமென்றும்
மரியா தையும் வேண்டுமென்றும்
மற்றெ திர்பார்த் துநின்றிருப்பர்

பிழைபு ரிந்து நிற்பவரைப்
பரிவோ டுநோக்க வேண்டுமென்றும்
கழியெ டுத்த டிப்பதுவும்
கனன்று சீறி நிற்பதுவும்
விழியால் வெருட்டி மிரட்டுவதும் (201)
வெளியேற் றிநின்று விரட்டுவதும்
பழிச்சொ லுரைத்து நிற்பதுவும்
பெரிதுந் தவறென் றுரைத்திடுவார்

அழிம்பு செய்த பணியாளை
அடித்தத் துறவி செயலறிந்து
மொழிந்தி ருப்பார் அன்னையும்
மிகவு மிதுவே விந்தையாம்
பழிவா ராத செயல்புரிந்து (202)
புகழிற் குரிய செயல்புரிந்து
பொழிலில் வாழ வேண்டியவன்
புன்மைச் செயலும் புரிந்துநின்றான்

ஈனச் செயலை விட்டொழித்து
எதையும் வேண்டா மனங்கொண்டு
மோனங் காத்துத் தியானித்து
மெல்லப் பேசி நின்றிருந்து
தானத் திற்கு மிகத்தகுந்த (203)
செயலும் தினமும் புரிந்திருந்து
வானங் கூரை தரைபடுக்கை
வாழ்வை விரும்பா திருப்பாரோ

உடுக்க உடையும் நல்லுணவும்
உறங்க இடமும் கொண்டனரே
அடுத்துப் பணியும் புரிந்திருக்க
ஆளும் படையுங் கொண்டிருந்து
அடித்து நிற்கு மளவிற்கு (204)
அனேக வசதி கொண்டனரே
மடத்து விரதி செயலையும்
மிகவும் போற்ற வேண்டுமென்பார்

இருடி கேசம் சென்றிருந்த
இளைய வயதுத் துறவியுமே
தெரிவித் திருந்தார் கடிதத்தில்
தமது மனத்துத் தாபங்கள்
சிரமம் பலவு மிகவேற்றுச் (205)
செய்தேன் தவமுங் கடுங்குளிரில்
தரிச னத்தை இறைவனுமே
தந்தா னில்லை இதுவரையும்

இறையைக் காண வேண்டுமென
இனிதே தொல்லைப் பலவேற்று
நிறையத் தியானம் புரிந்துநின்றும்
நிமலன் தன்னைக் கண்டேனில்
குறையுந் தெரிவித் திருந்தெனக்கு (206)
காட்டி டுவீரே வழியென்று
துறவி யெழுதி நின்றிருக்க
சார தையும் புகன்றிடுவார்

அதிக தூரஞ் சென்றிருந்து
அனேக தொல்லை யெதிர்கொண்டு
சததந் தியானஞ் செய்ததனால்
சர்வே சுவரன் விண்ணிருந்து
குதித்து நிற்க வேண்டுமென்றக் (207)
கட்டுப் பாடெ துவுமில்லைப்
பத்தி புரிதல் கடனென்றுப்
புரிந்து நிற்றல் வேண்டுமென்பார்

செய்தேன் தவமு மாதலினால்
சிறக்கத் தருவாய் தரிசனமே
நயந்து நன்மை பலருக்கு
நிறையச் செய்து நின்றதனால்
தயங்கா துடனே தரிசனமும் (208)
தருவாய் இறைவா யெனவேண்டல்
பயனு மளிக்கா தென்றெழுதப்
புகன்றி ருந்தார் அன்னையும்

தன்ம யானந் தரென்பவரைத்
தாயு மழைத்துக் கூறிடுவார்
சன்னி யாச மேற்றவரும்
செபத பங்கள் விட்டொழித்து
சனங்க ளுக்குச் சேவையும் (209)
செய்ய விரும்பி நிற்பதையும்
அன்னை யானும் விரும்பேனே
அறிவா யென்று ரைத்திடுவார்

வீட்டுப் பந்தம் விட்டொழித்து
விரதி யாகி நின்றிருந்து
நாட்டு மக்கள் பந்தத்தை
நிரம்ப விரும்பி யேற்றிடுதல்
தேடி வந்த புலிகண்டு (210)
தூர மோடி நின்றிருந்து
வேடன் கையு மகப்பட்ட
விலங்கு போலு மாயிற்றாம்

செபத பங்கள் விட்டொழித்து
சமூக சேவை நாடுதலும்
அபார பார மேற்பதுபோல்
ஆகி நிற்கு முறுதியாக
செப்பற் கரிய நற்பேரும் (211)
சிறப்பும் புகழும் பெற்றுநிற்க
சபல உள்ளம் சதாகாலம்
சிந்தி ருக்கு மறிவாயே

பேரும் புகழும் பலர்நட்பும்
பெறவி ரும்பி மடந்தன்னில்
சேரச் சிலரும் முயன்றிடுவர்
சிறப்புங் கிடைக்க மேலும்பின்
பாராட் டுடனே வசதிகளும் (212)
பெருத்த அளவில் கிடைத்திருக்க
ஆரே அத்தி யான்மிகத்தில்
ஆர்வங் காட்டி நிற்பரென்பார்

பிரம சாரி சீடர்கள்
பிராயத் திலுமே குறைந்தவராம்
விரதி களாக மாறிநிற்க
வீட்டைத் துறந்து வந்தவராம்
பெரிதுங் கனிந்து பணிவிடைகள் (213)
புரிந்து நிற்பார் அன்னையும்
விரதி கரத்தில் சிரங்குவர
வலிய உணவு மூட்டிநின்றார்

இராச விகாரி யென்பவரின்
இளம்ப ருவத்தில் நற்றாயை
எருமை யூர்தி கைப்பற்ற
எவரை யுமவர் தாயென்று
கரைந்த ழைத்தி டாதிருக்க (214)
கருணை கொண்ட அன்னையை
விரும்பி யழைக்கக் கூசிநிற்க
வனிதை காணா திருந்துநிற்பார்

கருணை சுரந்து சாரதையும்
கடுகத் திருத்தி நின்றிருந்தார்
ஒருநாள் அன்னை அவரையும்
உவந்த ழைத்துச் செய்தியொன்றை
உரைத்த தையு மொருவரிடம் (215)
உடனே கூறி வரச்சொல்ல
விரும்பி யிருந்து செய்தியையும்
விண்டு ரைக்கக் கூறிநின்றார்

சற்று முன்னந் தாமுரைத்த
செய்தி தன்னை ஒப்பிக்க
இறுத்து நின்ற அன்னைமுன்
இராச விகாரி தொடங்கிநின்றார்
இறைவன் சதியு மெனத்தொடங்க (216)
இதமாய் நிறுத்தி அம்மாவும்
அறைந்தா ரென்று சொல்லிடவும்
அறிவு றுத்தி நின்றிருந்தார்

வெட்கி இராச விகாரியுமே
வெகுவாய் தாம தித்திருக்கத்
தடையை நீக்கி யென்னையும்
தாயென் றழைப்பா யென்றூக்கம்
கொடுத்து நின்ற படிவிரதி (217)
கூச்சம் விட்டு முதல்முறையாய்
அடுத்துத் தாயை அன்புடனும்
அம்மா வென்ற ழைத்துநின்றார்

இராம மயரெ னும்பெயரில்
இருந்தார் பிரம சாரியுமே
ஒருநாள் அவரும் அன்னையும்
உவந்து கோதி மாவையும்
உருண்டை யாக உருட்டிப்பின் (218)
உலையில் போட சப்பாத்தி
கருத்தாய் செய்து வாட்டிநிற்க
கொடுத்தி ருப்பர் நளினியிடம்

அடுப்பில் நளினி சப்பாத்தி
அனைத்து மிட்டு நளினமாக
இட்டுப் புரட்டிப் போட்டெடுத்து
இருந்து நிற்க இராமமயர்
இட்டு நின்ற தெல்லாமும் (219)
இனிதே உப்ப அன்னையும்
இட்டு நின்ற சப்பாத்தி
எல்லாஞ் சவங்கி நின்றனவே

குண்டா கிநின்று பூரித்து
களித்தி ருக்கும் சப்பாத்தி
கண்டு மகிழ்ந்து இராமமயர்
கைத்தி றனையும் பாராட்ட
கொண்டு நின்றார் அன்னையும் (220)
கோபம் மிகவுந் தலைக்கேற
பெண்ணே நகமும் முளைத்தநாளாய்
பண்ணி நின்றேன் சப்பாத்தி

இராம மயரின் கைத்திறனை
இனிதே நளினி பாராட்ட
பெரிதுஞ் சினந்து சாரதையும்
புகன்றி ருப்பார் நளினிக்கு
கரத்தில் நகமும் முளைத்தநாளாய் (221)
கருத்தாய் சப்பாத் திசெய்துநிற்க
உரைப்ப ரென்னை நிபுணியென
ஊர்வாழ் மக்க ளறிவாயே

இராம மயனின் தொண்டையை
இறுக்கி நிற்கத் தாய்ப்பாலும்
அருந்தி நின்ற துகக்கிநிற்பான்
அவ்வா றிருக்க யிவன்செயலைப்
பெருகக் களித்து ரைத்திருக்கும் (222)
பெண்ணே நீயும் பெரும்நிபுணி
பரிவாய் சப்பாத் தியிட்டிடவும்
பகர்வா யிவனை யென்றுரைத்தார்

இனிமேல் யானுஞ் சப்பாத்தி
இட்டு நிற்கே னெனக்கூறி
சினந்து தாயு மமர்ந்திருக்க
சாது இராம மயருடனும்
தனது செயலை நிறுத்திநின்று (223)
தள்ளி யொதுங்கி அமர்ந்திருக்க
இனிதே செய்வ தறியாது
இருந்தா ரங்கு நளினியுமே

வெகுநே ரமாக அன்னையும்
வெறித்து பார்த்த மர்ந்திருக்க
மிகவும் வருந்தி இராமமயர்
மொழிவார் நளினி யிடமுடனும்
அக்கை அன்னை சப்பாத்தி (224)
அடியே னிட்ட தாயெண்ணி
பகர்ந்து தவறு புரிந்ததாகப்
புகலச் சினமு மொழிந்ததுவே

மனையின் பின்பு றத்திலுமே
மற்றுப் பெரிய நந்தவனம்
ஒன்றி ருக்க அதைக்கொத்தி
உழுது செப்ப னிட்டிருந்து
நன்றாய் செடிகள் பயிரிட்டு (225)
நீரும் வார்த்துப் பராமரித்து
நின்றி ருக்கும் இராமமயர்
நல்ல பேரும் பெற்றிருந்தார்

அடுக்குச் செம்ப ருத்தியுமே
அழகாய் பூத்துக் குலுங்கிநிற்கச்
செடியை வளைத்து மலர்பறிக்கச்
சென்று நின்ற ஒருவரையும்
தடுத்து நிறுத்தி அன்னையும் (226)
தெரிவித் திடுவார் இராமமயன்
நட்டச் செடியா யிருந்திடவும்
நீயும் பறித்தல் தகாதென்பார்

இராம மயரும் வந்திடவும்
இனிதே மலரைப் பறித்துவர
உரைத்து நின்ற வர்கரத்தால்
உவந்து பெருமான் படத்திற்குப்
பரிவோ டதையும் சமர்ப்பிக்கப் (227)
புகன்ற வாறு செய்திடவும்
திருத்தி கொண்டு சாரதையும்
சிறக்க மகிழ்ந்தி ருந்தாரே

கொத்தாய் காய்த்தி ருந்தநெல்லிக்
கிளையை யொடித்து சாரதையின்
பதத்தில் வைத்து இராமமயர்
பக்கம் நின்றி ருந்திடவும்
பதறி நின்று சாரதையும் (228)
பறித்தல் தோட மிலையென்றும்
வதைப்ப துபோலு மொடித்தலுமே
விளைவித் திடுமே தோடமென்பார்

நெல்லி மரமும் மிகப்புனிதம்
நிறைய தேவ ருறைந்திருப்பர்
நெல்லி மரத்தின் கிளையொடித்தல்
நிறையத் தோடம் சம்பவிக்கும்
இலையைக் கிள்ளிக் கொண்டுவந்து (229)
எனக்க ளிக்கப் பூசையும்
மலர்ந்து செய்யப் பெருமானும்
மகிழ்வா ரென்றார் அன்னையும்

பிரம சாரி நாகேனும்
பிழையும் புரிந்து மிகப்பயந்து
விரைந்து செயராம் பாடிவந்து
விவர முரைக்க முயலும்முன்
அரைக்கு நல்ல வத்திரமும் (230)
அதன்மே லுணவு மளித்துவிட்டு
பரிவோ டவரை நடந்ததையும்
புகலக் கேட்டார் அன்னையும்

நடந்த செய்தி நாகேனும்
நவின்றி ருக்கக் கேட்டுநின்று
கொடிய தவறு மிலையென்று
கண்ட றிந்து மகிழ்ந்திருந்து
மடத்துத் தலைவ ருக்குடனும் (231)
மற்றுக் கடித மொன்றெழுதி
கொடுத்த தையும் தலைவரிடம்
கொடுக்கக் கூறி நின்றிருந்தார்

கடிதந் தன்னில் அன்னையும்
கனிவோ டிதுவு மெழுதிநின்றார்
நடந்த செயலை மிகநினைத்து
நிரம்ப வருந்தி நாகேனும்
எடுத்து ரைத்து னக்கஞ்சி (232)
இங்கி ருக்கு மவன்மீது
நடவ டிக்கை யெடுக்காது
நன்கு நடத்தி டவேண்டுதுமே

கடிதங் கொடுத்து டனவனையும்
கடுக அனுப்பி யிருக்கின்றேன்
படித்து விட்டு மடந்தன்னில்
பரிவோ டுசேர்த்துக் கொள்ளென்று
கடிதந் தன்னி லெழுதியதைக் (233)
கொடுத்த னுப்பி நின்றிருக்க
மடமுஞ் சேர்ந்த நாகேனை
மடத்துத் தலைவர் வரவேற்றார்

பிரம சாரி ஒருவருமே
பணியும் முடித்துத் தாமதமாய்
இரவு வெகுநே ரமாகியபின்
இனிதே வந்தா ருணவுண்ண
கருணை சிறிதும் கோலாப்மா (234)
காட்டா திருந்து சுடுசொல்லும்
உரைக்கக் கேட்ட அன்னையும்
உள்ளி ருந்து வந்துரைப்பார்

வேளை தவறி வந்திருக்க
விரைந்து பரிமா றவேண்டுதுமே
நாளு மன்னஞ் சிறிததிகம்
நாமும் வடித்து நிற்கவேண்டும்
ஆளும் படையு மிருக்குமிடம் (235)
அன்னங் குறையா திருக்கவேண்டும்
வேளை தவறி வருவோரை
வரவேற் றுணவ ளித்திடென்றார்

அறிவு றுத்துஞ் சமயத்தில்
ஆச னமிட்டி லைவைத்து
முறுவ லித்துப் பரிமாற
மகிழா திருந்த கோலாப்மா
துறவி யிவரும் நும்பதியின் (236)
தந்தை யாவா ராதலினால்
மறவா துணவ ளிப்பதுமே
மற்றுக் கடனோ யெனக்கேட்டார்

உண்மை யாகு மிவரெல்லாம்
உற்றா னுடைய தந்தையே
கண்ட தில்லை யவரையும்
களித்தி ருந்த வர்மகிழப்
பணிவி டைகள் புரிந்தேனில் (237)
பதியின் தந்தை போலிவரைக்
கண்டு சேவை புரிந்திடவும்
கணவ ரனுப்பி னாரென்பார்

நாரா யணனெ னும்பெயரில்
நல்லா ரொருவர் மைசூரில்
பேரும் புகழும் பெற்றிருந்து
பரிச னத்தோ டுவாழ்ந்திருக்க
பாரில் சுகம வர்பெண்ணும் (238)
புறத்தொ துக்கித் துறவியாகச்
சேர விரும்பி அன்னையை
சென்ற டைந்து நின்றிருந்தார்

அன்னை உடனே சரத்தையும்
அழைத்துப் பெண்ணின் தந்தைக்கு
கனிந்து தெரிவித் தெழுதிடவும்
கூறி யவாற வர்புரிய
வனிதை தந்தை சம்மதமும் (239)
வழங்கி நிற்க அன்னையும்
நனிசி றந்த விரதத்தை
நாரிக் களித்து நின்றிருந்தார்

பெண்ணை அழைத்துத் தாயொருவர்
பக்கம் வந்து புகன்றிருப்பார்
மணமும் புரிய மிகவெறுத்து
மறுத்தி ருக்கப் பெண்ணிவளும்
இணங்கி நிற்க நல்லுரைகள் (240)
இனிதே வழங்கக் கேட்டிருந்து
வணங்கி நிற்கும் மாதின்முன்
வனிதை யோடு பேசிடுவார்

இளம்பெண் தன்னை அன்னையும்
இனிதே சோதித் திருந்துநின்று
கள்ள மற்ற பெண்ணுடைய
குணமும் பண்புங் கண்டறிந்து
களித்து நின்ற வர்தாய்க்குக் (241)
கூறி நின்றா ரன்போடு
பளிங்கு போலும் பெண்ணையும்
பலவந் தமுமே செய்யாதே

மன்றல் வேண்டாம் மணம்வேண்டாம்
மகளுக் கெந்த ஆண்துணையும்
இன்றும் வேண்டாம் நாளையும்
இவளுக் கென்றும் வேண்டாமே
கன்னி யாக சதாகாலம் (242)
களித்துக் கழித்தி ருக்கட்டும்
நன்றே செய்ய விரும்பிநிற்கின்
நிம்ம திதாரா யென்றுரைப்பார்

துறவேற் றிடவு மொருவருக்குத்
தகுதி யிருக்கின் அன்னையும்
சிறிதுந் தயங்கா தவருக்கு
சன்னி யாசந் தந்திடுவார்
சுற்றத் தினரும் பலவுரைத்து (243)
சோர்வ டையச் செய்திருந்தும்
சற்றுங் கலங்கா திருந்துநின்று
சன்னி யாசந் தந்திடுவார்

பிள்ளை தன்னைப் பெற்றவரும்
பின்னு மவரின் மனைவியுமே
உள்ளம் வெறுத்து மிகத்துடித்து
உரக்க ஒவ்வா துரைத்துநின்று
வெளியே வந்து மண்வாரி (244)
வீசி யெறிந்துச் சபித்திருந்து
வெள்ளெ ருக்கு முளைத்திடவும்
வேண்டி நிற்ப ரென்றுரைப்பர்

அணையைக் கட்டி நீர்தேக்க
அருகி ருக்குங் கிராமங்கள்
தண்ணீர் தன்னில் மூழ்கிநிற்க
தவித்தி ருப்ப ரவ்வூரார்
திண்ண மாக அணைதன்னால் (245)
திரளாய் மக்கள் பயன்பெறுவர்
மண்ணி லிவற்றைச் சிந்தித்து
மகிழ்ந்தாற் றவேண்டுஞ் செயலென்பார்

நாட்டு மக்கள் நலம்விரும்பி
நன்மை செய்ய முனைகையில்
வீடு சிலவும் துன்பத்தில்
வாழ வேண்டி யுளதாமே
நாட்டின் நலனே பெரிதென்று (246)
நன்க றிந்து ணர்ந்துநின்று
வீட்டார் தியாகம் புரிந்திருக்க
விளையும் நன்மை யென்றுரைப்பார்

பின்னும் அன்னை புகன்றிடுவார்
பெற்றோ ரென்று நீவிருமே
இனிதே உரைத்து நிற்பவரும்
இல்லை பெற்றோ ரறிவீரே
அன்னி யபுட்ட முட்டைகள் (247)
அரிட்டக் கூட்டை அகன்றுநின்று
வனப்பி ரியத்தி டமடைந்து
வந்த வராவா ரென்பாரே

பிரம சாரி சிவாவென்பார்
பெரிதும் விழைந்து டன்தானும்
விரதி யாகு மெண்ணத்தை
விளக்கி நிற்குஞ் சமயத்தில்
தருமந் தன்னி லில்லறமும் (248)
சிறந்த தென்று சாத்திரங்கள்
உரைப்ப பதாக அறிவதாக
உரைத்து நின்றார் சுசீலாவும்

பிரசோற் பத்தி பொறைதன்னில்
பெரிதும் நடக்க வேண்டுமென்று
பராசத் தியாகுங் காளியுமே
பொழிலி லிந்த நியதியையும்
கருத்தாய் நடத்தி வருகின்றாள் (249)
கருத்திற் கெதிராய் நடந்திருக்க
பெரிதுஞ் சினந்து தண்டனையும்
பவதி யளிப்பா ளென்றுரைத்தார்

மருமாள் கூற்றைக் கேட்டுநின்று
மொழிந்தி ருப்பார் அன்னையும்
புராணை யிவரைப் படைத்துநின்று
பொழிலி லிறைநா மத்தையும்
உருப்போட் டிருக்க அனுப்பியதாய் (250)
உணர வேண்டும் மேலும்பின்
கிருகத் தொல்லை களிலிருந்து
காத்த தாக அறியென்பார்

கோயல் பாரா மடத்தையும்
கேதார் என்பார் நடத்திவந்து
தாயைக் கண்டு சன்னியாசம்
தந்த ளிக்க வந்துநின்று
நேய மாக வேண்டிடவும் (251)
நற்றா யனும திபெற்றுவர
தூய அன்னை சாரதையும்
தெரிவித் திருந்தா ரன்புடனும்

பெற்ற தாயை கேதாரும்
பரிந்த ழைத்துக் கொண்டுவந்து
நிறுத்தி நிற்க அனுமதியும்
நற்றாய் வழங்கிக் கூறிடுவார்
பொறுக்க வியலா ஈளைநோய் (252)
பிள்ளை தன்னை வதைத்திருக்க
மற்று மரணம் பற்றும்முன்
மரணம் யானு மடையவேண்டும்

பிள்ளை தன்னை ஈளைநோய்
பெரிதும் வாட்டி வதைத்திருக்க
களைத்து மிளைத்து மிவனிருக்கக்
கண்டு யானும் நொந்துள்ளேன்
களித்து மகிழ்ந்து பிள்ளையைக் (253)
காலன் பற்றும் முன்னென்னைக்
கொள்ள வேண்டும் மறலியுமே
கொடுப்பீ ரிந்த வரமென்றார்

அவ்வா றாக நடக்குமென்று
அளித்தார் அன்னை உறுதிமொழி
சிவப தத்தை கேதாரின்
தாயு மடைந்த பின்னருமே
சுவாமி யாராம் கேதாரும் (254)
சென்ற டைந்தார் பெருமானை
குவல யத்தில் அவரையும்
கேச வானந் தரென்றழைப்பர்

குடும்பத் தொல்லை தவிர்த்திடவும்
கருதி மனைவி மக்களையும்
கடுக வருத்தித் துறவறத்தைக்
கொள்ள விரும்பும் பதடிகளைத்
தடுத்து நிறுத்தி யுரைத்திடுவார் (255)
தனதா னியமு மிடமுடனும்
கொடுத்து நின்ற தன்பின்னர்
களித்து வாவென் றுரைத்திடுவார்

தனமுங் கொடுத்தி டமளித்துத்
தந்து நின்ற பின்னருமே
மனைவி மணாளன் தனையிழக்க
மிகவும் வெறுத்து நின்றிடுவாள்
இனிதே வளர்த்த பிள்ளையை (256)
இழக்க விரும்பார் பெற்றோரும்
சினந்து நின்றி வர்களுமே
சாடி நிற்பர் சாரதையை

தாய்க்கொ ருபிள்ளை யாயிருக்கத்
தாயை அழைத்து வரவுரைப்பார்
ஆய மில்லா ஏழையாய்
அகத்தா ரிருக்க மனையோரைத்
தூய அன்னை அழைத்துவரச் (257)
சொல்லி அனும திபெற்றதன்பின்
நேய மோடு துறவறமும்
நேரந் தாழ்த்தித் தந்திடுவார்

சிலருக் கன்னைத் துவராடை
சிறக்க நாமத் தோடளிப்பார்
சிலருக் கோமம் வளர்த்துநின்றுத்
துறவு மேற்கக் கூறிநிற்பார்
நலமாய் துவர ளித்துநாமம் (258)
நாடிப் பெறவுங் கூறிநிற்பார்
மலர்ந்து மடத்தை நாடிநிற்க
மற்றுச் சிலருக் குரைத்திடுவார்

விரதி யொருவர் மடம்விட்டு
வெளியே றநினைத் துவந்துநின்று
கருத்தை யுரைக்கக் கேட்டவுடன்
கண்ணீர் பெருக்கும் அன்னையை
விரதி கண்டு சதாகாலம் (259)
விடாது தொடர்ந்த னுக்கிரகம்
புரிந்து வரவும் வேண்டிநிற்கப்
புகன்றி ருப்பார் அன்னையும்

என்று முனக்கெ னாசிகளும்
ஏரா ளமாக இருந்துநிற்க
உனது நலனைச் சதாகாலம்
உவந்து வாழ்ந்தி ருந்திடுவேன்
நன்றுன் பயணந் தொடர்ந்திருந்து (260)
நிறையத் தியானம் புரிந்திருக்க
கனிந்து பெருமான் காட்சியுமே
கொடுப்பா ரென்று விடைகொடுத்தார்

உணர்ச்சி வேக முந்திநிற்க
உவந்து சிலரும் வந்துநின்று
பணிந்து வணங்கிச் சன்னியாசம்
பெறவும் விழைந்து நிற்பதையும்
கண்ட றிந்து சாரதையும் (261)
கிருகத் தனாக இருந்துநின்று
மண்ணி லனேக தருமங்கள்
மற்றுப் புரிய லாமென்பார்

மண்ணி லெல்லா மிரண்டிரண்டாய்
மகிழ்ந்தி ருக்கக் காண்பாயே
கண்க ளிரண்டு கானிரண்டு
கரமு மிரண்டு காலிரண்டு
பெண்ணு மாணுஞ் சேர்ந்திருந்து (262)
பிறக்கச் செய்தா னாண்டவனும்
மணமும் புரிந்து தருமத்தை
மகிழ்ந்த னுட்டித் திடுவாயே

பெருமான் தம்மைப் போற்றிநின்று
பெருமான் மடத்தில் சேர்ந்திடவும்
விரும்பி வந்து சன்னியாசம்
வழங்கக் கேட்டு நிற்கின்றாய்
பெருமான் மணமும் புரிந்துலகில் (263)
பல்லாண் டுவாழ்ந்த தறியாயோ
தருமந் தன்னி லில்லறமும்
சிறந்த தாகு மறியென்றார்

சன்னி யாசம் பெற்றிடவும்
தகுதி யில்லை யெனப்புகலார்
நன்மை தீமை கண்டறிந்து
நவின்று நிற்பார் நல்லுரைகள்
இனிதே இல்ல றத்தையும் (264)
ஏற்று வாழ அறிவுறுத்தி
நின்றார் சிறிதும் பக்குவமும்
நிரம்பப் பெறாத இளைஞனுக்கு

மனிதர் நிலையும் பக்குவமும்
மிகவும் நன்றாய் கண்டறிந்து
பின்னர் தகுந்த நல்வழியைப்
புகன்றி ருப்பார் அன்னையும்
வனிதை யொருவ ரிதைக்கண்டு (265)
விளக்கங் கேட்க மிகமகிழ்ந்துத்
தனது நிலையை மிகத்தெளிவாய்
தெரியச் செய்வார் அன்னையும்

பக்கு வமின்றிச் சன்னியாசம்
பெறவி ரும்பிச் சிலர்வருவர்
அகக்கண் கொண்டெ திர்காலம்
அறிந்து நின்று மேற்கொண்டு
தகுந்த நல்ல அறிவுரையும் (266)
தருவ தவசி யமாகிடுமே
பக்கு வமின்றி சன்னியாசம்
பெற்று நிற்கக் கேடடையும்

பக்கு வமின்றிச் சன்னியாசம்
பெற்று நின்று வேட்கையால்
தகுதி யற்றச் செயல்புரிய
தருமந் தொலைத்த அபசாரம்
மிகவு முறுதி யாய்நேரும் (267)
மேலுங் குருவை மீறிநின்ற
சகல விதமாந் தீமையும்
சேர்ந்த டையு மவரையும்

நிலைத டுமாறி நிற்பவராய்
நன்கு தோன்றி நின்றிருக்க
இல்ல றத்தைச் சிலாகித்து
இயம்பி யேற்க வுரைக்கின்றேன்
நிலையி லுறுதி யாயிருக்கும் (268)
நல்லோ ருக்குச் சன்னியாசம்
பலவி தமானத் தொல்லைகள்
பெரிதுங் கண்டு மளிக்கின்றேன்

இல்ல றத்தைச் சேர்ந்தவரும்
என்றும் விரதிக் கீடாகார்
அல்லும் பகலும் இறைநினைப்பில்
ஆழ்ந்தி ருக்கு மம்மக்கள்
இல்லிற் கருகி லென்னருகில் (269)
இல்லா திருக்க உயிர்வாழ்தல்
தொல்லை யென்று நன்கறிந்து
தரிக்கே னுயிரை யென்றுரைத்தார்

நிரம்பத் தாழ்ந்த குலத்தவரும்
நெசவுத் தொழிலைச் செய்துவந்தார்
ஒருநா ளவரும் அன்னையை
உவந்து கண்டு பணிந்தெழவும்
கருணை கொண்டு சாரதையும் (270)
காதில் மந்தி ரோபதேசம்
புரிந்தி ருக்கக் குலம்நினைத்து
புறத்தே யொதுங்கி நின்றிருந்தார்

குலத்தை நினைத்துப் புறமொதுங்கி
கிருகத் திற்கு வெளிதன்னில்
நல்லோய் நாணி நின்றிருத்தல்
நிரம்பத் தவறா மறிவாயே
எல்லோ ருமிங்கொ ருவகுப்பாம் (271)
இராம கிருட்டி ணவகுப்பாம்
கலந்து மகிழ்ந்து சேர்ந்திருந்து
களித்தி ருப்பா யென்றழைத்தார்

செயராம் பாடி கிராமத்தில்
சிறக்கப் பதுமை செய்கின்ற
குயவர் குலத்து மனிதரையும்
குஞ்சா வென்ற ழைத்திடுவர்
பெயரைச் சொல்லி அன்னையும் (272)
பரிந்த ழைத்த தில்லையாம்
வயது முதிர்ந்தும் மாமனென
விளித்த ழைப்பா ரன்புடனும்

ஊர்த்த லையா ரிதன்னையும்
ஊரார் அம்பி காவென்று
பேரைச் சொல்லி அழைத்திருக்க
பின்னும் பின்ன னென்றவரை
சார தையும் பரிந்தழைத்துச் (273)
சிறப்பு செய்ய அன்னையின்
கூர்ம திகொண்ட பத்தருமே
களித்துக் கேட்டுப் போற்றிடுவர்

வறியக் குடும்பச் சதிபதியும்
வெளியூ ரிருந்து வந்துநின்று
கறிகாய் கனிகள் கொண்டுவந்து
களித்துத் தந்துப் பணிந்துநின்று
மற்று மந்தி ரோபதேசம் (274)
மகிழ்ந்த ளிக்கக் கேட்டிருக்க
சிறந்த நல்ல மந்திரத்தைச்
சிறக்க உபதே சித்துநின்றார்

குழந்தை பலரு மிருந்திருக்கக்
காலந் தப்பி வந்தவர்க்கு
விழைந்து விரைந்து சிறிதன்னம்
வடித்துப் போட்டு நல்லுணவு
வழங்க முடியா திருந்ததற்கு (275)
வருத்தம் நிறையத் தெரிவித்து
செழித்துக் குடும்ப நிலையுயர
சிறக்க ஆசி வழங்கிநின்றார்

விடையும் பெற்ற வர்மகிழ்ந்து
வீட்டை விட்டுச் செல்கையில்
உடுத்து நிற்கு முடையொன்றை
உள்ளே விட்டுச் சென்றிருக்க
அடுத்து மனையி லிருந்தோரும் (276)
அதனைக் கண்டு சாரதைக்கு
எடுத்து ரைத்துக் கிழிந்ததென்று
இயம்பி நின்றி ருந்தனரே

கிழிந்த நைந்த துணியென்று
கூறி யெவரோ நின்றிருக்க
மொழியைக் கேட்டு மிகவருந்தி
மற்றவ் வேழைக் கிதுசிறந்த
அழகுத் துணியு மாகுமென்று (277)
அறைந்த தையு முடன்சென்று
செழுப்பி லாதார் தமைத்தேடித்
தந்த ளிக்கக் கூறிநின்றார்

விரதி யொருவர் துணிகொண்டு
வேக மாகச் சதிபதியை
நெருங்கிக் கொடுத்து வந்துநிற்க
நிரம்ப மகிழ்ந்தார் அன்னையும்
இரவில் குளத்தில் நீராடி (278)
ஈர மான சீரையும்
கரையி லுலரப் போட்டுவிட்டுக்
கிளம்பிச் சதியும் மறந்துசென்றார்

ஈர மான சீரையும்
எடுத்துச் செல்ல மறந்ததாக
ஆரோ ஒருவ ரறிவிக்க
அதுகேட் டிருந்து மற்றொருவர்
காரி கையும் குழவிகளைக் (279)
கணக்கா யழைத்துச் சென்றதற்குப்
பாராட் டிடவும் வேண்டுமென்று
புகலக் கேட்டு நகைவெறுத்தார்

அருமைப் பெண்ணும் மறுநாளும்
அணியச் சேலை யில்லாது
வருந்தித் தவித்து நின்றிடுவாள்
வனிதைக் கெனது புடவைகள்
இரண்டெ டுத்துக் கொண்டுசென்று (280)
இதன்மே லிந்தப் பணத்தையும்
விரைந்து கொடுத்து வாவென்று
விரதி யையு மனுப்பிநின்றார்

என்னை விட்டுச் சென்றிடவும்
இதயம் வருந்தி நின்றவளும்
மனது மிகவும் நொந்திருக்க
மறதி கொண்டு பலமறந்து
தனதூர் கிளம்பிச் சென்றிருக்க (281)
தையல் தன்னை நகையாடல்
மனதை நோகச் செய்வதாக
மொழிந்தி ருப்பார் அன்னையும்

நாடி வந்து நிற்கின்ற
நல்லோ ருக்கு ணவளிப்பார்
வாடி நிற்கும் வறியவர்க்கு
விரைந்த ளிப்பார் பொருளுதவி
பீடித் திருக்கும் பத்தர்நோய் (281)
போக நேர்ந்துப் பின்னருமே
தேடிச் சென்று நேர்த்தியையும்
சிறக்க முடித்து மகிழ்ந்திருப்பார்

பெற்ற தாயைக் காட்டிலுமே
பேரன் புகாட்டும் அன்னையை
நற்றாய் பலருங் கண்டுநின்று
நிரம்ப மகிழ்ந்து செல்வதுண்டு
துறவேற் றிடுமுன் விபூதிபூசன் (283)
செயராம் பாடி யொருநாளே
பெற்ற வளோடு வந்துநிற்கப்
பரிவோ டன்னை வரவேற்றார்

அன்னந் தன்னைப் பெருமளவில்
அள்ளி வட்டில் தனிலிட்டுப்
பின்ன ருண்ண அன்னையும்
பகர்ந்தி ருக்க விபூதிபூசன்
நன்றென் றொப்பி வட்டிலிலும் (284)
நிறைய யிருந்த தையெல்லாம்
ஒன்றும் மீதம் வைக்காமல்
உண்ண வியப்பார் நற்றாயும்

வட்டி லிலிருந் தவுணவெல்லாம்
வயிற்று ளிறக்கி நின்றதையும்
மட்டி லாத மகிழ்ச்சியுடன்
மற்றுக் கண்டு நற்றாயும்
அடுத்த திசய மென்றறைய (285)
அன்னை அவரைத் தடுத்துநின்று
திட்டி பட்டி டுமாதலினால்
சற்றுக் காப்பீர் மோனமென்றார்

நன்னா ளொன்றில் கோல்காதா
நகரில் சென்றி ருக்கையில்
அன்னை பாதம் பணிந்துநிற்க
அனேக மக்கள் வந்திடவும்
அன்ன பான மேதுமின்றி (286)
அசையா தமர்ந்தி ருப்பதையும்
அன்னி யோன்னி யகோலாப்மா
அழுது கண்டு முறையிடுவார்

நிறைய மக்கள் வந்திருக்க
நீண்ட நேர மாயமர்ந்து
சிறிது முணவு கொள்ளாது
சததம் முகம்பார்த் திருப்பதுவும்
முறையோ தகுமோ சிறப்பாமோ (287)
மொழிவீ ரென்று கேட்டிருக்க
இறைவன் தம்மை இதற்கென்று
இருத்தி யுள்ள தாயுரைப்பார்

மகான்க ளாகும் மாபுருடர்
மற்றுத் தம்மைச் சேர்ந்தவரின்
சகல விதமாந் தீவினையைத்
தாமே வலிந்து பெற்றுநிற்பர்
மக்கள் துன்பஞ் சகிக்காது (288)
மகான்க ளேற்ற வர்வினையைச்
சகித்துப் பொறுத்துத் தீர்த்துநிற்க
தீயோர் பயனும் பெற்றிடுவர்

சத்தி மிகவும் பெற்றிருக்க
தீயோர் வினையை ஏற்றுநின்று
மெத்தச் சிறந்த மகான்களுமே
மிகவும் விரைவா யனுபவித்து
பத்த ரையும் வினையிருந்து (289)
பரிவோ டுகாத்து நின்றிருக்க
அதன்பின் பத்தர் வினையகல
அனேகம் மகிழ்ந்து நின்றிருப்பர்

பரிபூ ரணமாய் சரணடைந்த
பத்தர் சிலரை மகான்களுமே
கரையேற் றிடவும் பொறுப்பேற்பர்
கரும வினைக ளனைத்தையும்
கருணை சுரந்து தாமேற்று (290)
காட்டி நிற்பர் நல்வழியும்
பரிவோ டவர்க்கு வீடுபேறு
பெற்றுத் தருவ ரிறுதியிலும்

பத்தர் துன்பம் பொறாதிருந்து
பரிவோ டவர்தம் வினையையும்
சித்த சுத்தி பெற்றமகான்
சிறக்க யேற்று நின்றிருந்தும்
பத்தர் தாமே நல்வழியில் (291)
பயணஞ் செய்தல் வேண்டுமாம்
சுதந்தி ரமாகித் தீவினைகள்
செய்ய மகானும் பொறுப்பேற்கார்

பெருமான் மற்றும் அன்னைபோல்
பூத லத்து மகான்களுமே
பெரிதுங் கருணை மிகக்கொண்டு
பத்தர் துன்பம் போக்கிநிற்க
கரும வினைகள் மேற்கொண்டு (292)
கருத்தாய் செய்து வரல்வேண்டும்
புரிந்து நிற்கின் நல்வினைகள்
பெரிதும் மகிழ்வர் மகான்களுமே

துன்பம் தீர்ந்த பின்பத்தர்
தீய வினைகள் தொடர்ந்திருக்க
அன்னை போலும் மகான்களுமே
அதனைக் கண்டு வருந்திநிற்பர்
கனிந்து சொல்லுங் கேட்டிருந்து (293)
குருவின் கருணை பெற்றிடவும்
இனிதே முயற்சி செய்திருக்க
இறைவன் மகிழ்ந்து தவிநிற்பான்

அன்னை யிடமும் மந்திரமும்
அளிக்கக் கேட்டுப் பெற்றவரும்
அன்னை தம்மை அடிக்கடியும்
அடிப ணிந்து நின்றவரும்
பின்னுந் தமது தீயவினைப் (294)
பெரிதும் தொடரக் கண்டுசிலர்
அன்னைக் கறிவித் திருந்திடவும்
அன்னை பதிலு மளித்திடுவார்

பிரார்த்தப் பளுவுங் கடுமையாய்
பெரிதும் வருத்தி நின்றிருக்கத்
தரிசித் திருந்தும் பயன்பெறுதல்
துர்ல பமாகு மறிவீரே
கருத்தாய் வந்து வணங்கிநின்றும் (295)
கிடைக்கா தெந்த நற்பலனும்
கருமத் தளையை அறுத்தெறிதல்
கடுமை யான செயலாகும்

கரும விதியா லொருவருக்குக்
கத்திக் குத்து நிகழுமென்று
இருந்தி ருக்க மனிதருமே
இங்குச் சரணம் புகுந்திருக்க
துரும்பு போலும் சிறியமுள்ளும் (296)
தைத்து நிற்க அம்மனிதர்
கரும வினையும் முழுதாக
கழிந்து நிற்கு மென்றுரைத்தார்

அன்னை யிடமு மோரிளைஞர்
அண்டி வந்து ரைத்திடுவார்
துன்ப வாழ்க்கைத் தாங்காது
துராகி ருதமும் பலபுரிந்தேன்
துன்பந் தீர்க்கு மென்தாயே (297)
தெய்வம் மற்றும் குருவுமாக
அன்னை நீவி ரடியேனை
ஆத ரிப்பீ ரென்றழுதார்

பாதம் பற்றி அழுதிருந்து
பலவு முரைத்து முறையிட்டு
காத்து நிற்க வேண்டிநிற்கும்
கொடிய வினைகள் புரிந்தவரை
ஆத ரித்து சாரதையும் (298)
அஞ்ச வேண்டா மென்றுரைத்து
தீதுந் தீர்ந்து நின்றதென்று
தென்பு வழங்கி நின்றிருந்தார்

சிலரி னெதிர்கா லத்திற்குத்
தாமே பொறுப்பேற் றுநின்றிருந்தார்
சிலரைத் தீமைச் செயல்களுமே
செய்ய விடாது காத்திருந்தார்
சிலரும் பின்னர் செயப்போகும் (299)
சகல தீய வினைப்பலனும்
மலர்ந்து தம்மைச் சேர்ந்திடவும்
மற்றுப் பொறுப்பேற் றுநின்றிருந்தார்

அன்னை மந்தி ரோபதேசம்
அளித்துப் பத்த ரெதிர்கால
வினைக ளுக்கு முழுப்பொறுப்பும்
விழைந்தேற் றுநின்றி ருந்தாரே
பின்னு மவரே வீடுபேறு (300)
பெற்று நிற்கும் வரைதாமும்
இனிதே சிறிது மோய்வென்றும்
எடுக்க வியலா தென்பாரே

சரீரம் விழுந்து நின்றபின்னும்
சிறிது மோய்வெ டுக்காது
கருத்தாய் மந்தி ரோபதேசம்
கனிந்து பெற்று நின்றவரும்
கருமந் தீர்ந்து கடவுளுடன் (301)
களித்தொன் றாகும் நாள்வரையில்
இருந்தெ திர்பார்த் திருப்பதாக
இயம்பி நின்றார் அன்னையும்

அடியார் வினையை முழுதாக
அழிக்க வியலும் மகான்களாலும்
முடித்த செயலின் பயனையும்
மகிழ்ந்தேற் கவேண்டு மெனும்விதியை
கடவுள் செய்தி ருந்திருக்க (302)
கருத்தா யெண்ணி மகான்களுமே
அடியார் வினையை முழுதாக
அழித்து நிற்கா ரொருபோதும்

அடியா ரவத்தைத் தாங்காது
அரற்றி நின்ற ழுதுநிற்பர்
அடியா ரவத்தை மகான்களுமே
அன்புப் பெருக்கா லேற்றுநின்று
கடுமை தன்னை இலேசாக்கி (303)
கழித்துத் தீர்ப்பர் வெகுவிரைவில்
முடியா ததென்றெ துவுமில்லை
மகான்க ளாகும் புருடருக்கு

பீலி யாக இருந்திடினும்
பெரிதும் வண்டி தனிலதையும்
சால மிகுத்துப் பெய்திருக்க
சாகாட் டச்சு மிறுந்திடுமாம்
ஞாலந் தன்னில் ஞானியாகும் (304)
ஞாயும் பலரின் தீவினையைக்
காலைத் தொட்டு நின்றக்கால்
களித்தேற் றுநின்று களைத்திருந்தார்

அன்னை பாதந் தொட்டவுடன்
அடியார் வினையும் அன்னையை
இனிதே சென்று சேர்ந்திடவும்
ஏகிச் செல்வ ரடியாரும்
அனல்போல் தகிக்கும் பாதத்தை (305)
அலம்பி நிற்பார் குளிர்நீரில்
பின்னு மவரின் மிருதுபாதம்
பற்றித் தகித்தி ருந்திடுமாம்

பஞ்ச மாபா தகத்தையும்
புரிந்த பலரு மொருநாளே
தஞ்ச மென்று சாரதையின்
தாளைச் சேர்ந்து நின்றிருக்க
விஞ்சி யிருந்த மக்கள்தம் (306)
வினையை யேற்று நின்றிருந்தார்
கொஞ்ச நேரந் தன்னிலுமே
கொதித்துத் தகித்த தவருடலும்

உடலுந் தகித்து நின்றிருக்க
உடனே அதனோ டெரிச்சலுமே
விடாது சேர்ந்து நின்றிருந்து
வதைத்தி ருக்கப் பொறுக்காது
அடுத்து இராச விகாரியெனும் (307)
அணுக்கத் தொண்ட ருக்குரைப்பார்
அடியார் தம்மைத் தொட்டிடவும்
அனும திக்க மறுத்திடென்றார்

இனிமேல் பத்த ரெனையண்டி
என்றன் பாதந் தன்னையும்
சென்னி மற்றுங் கரத்தாலும்
தொட்டு விடாது தடுத்திடென்று
மனதை மிகவுங் கல்லாக்கி (308)
மொழிந்த ரற்றி நின்றிருந்தார்
பின்னு முரைத்த வார்த்தையின்
பொருள றிந்து வருந்திடுவார்

பிறப்பெ டுத்த துபத்தரையும்
பவசா கரத்தி லிருந்தவரை
மற்றுக் கரைசேர்த் திடுவதற்கும்
மனிதர் வினையை யேற்பதற்கும்
இறைவன் கொடுத்தி ருப்பதையும் (309)
இனிதே நினைவு கூர்ந்துநின்று
இறுத்து நின்ற தைமறக்க
இயம்பி நின்றார் தொண்டருக்கு

உரைத்து நின்ற தைநீயும்
உடனே மறந்து நின்றிடுவாய்
ஒருபோ துமதை சரத்திடமும்
உரையா திருப்பா யென்பிள்ளாய்
சரத்தும் அறிந்து நின்றிருக்க (310)
சகல ரையு மிங்கிருந்து
விரட்டி விடவும் வாய்ப்புகளும்
வெகுவா யுண்டா மறியென்பார்

பரிசுத் தமான மனிதருக்கு
பெரிதும் யானும் நல்லுரைகள்
தருவ வதற்குத் தேவையில்
தாமே யவருங் கரைசேர்வர்
தருமச் சிந்தை யில்லாது (311)
தீய வினைகள் மிகச்செய்து
வருந்தி குப்பை தனிலுழந்து
வாடு வோர்க்கே உதவவேண்டும்

குப்பை தன்னி லுழன்றுவாடும்
குழந்தை கட்கென் தேவைகள்
தப்பா துவேண்டி யிருக்கிறதாம்
தவறு புரிந்த மக்களையும்
துப்பு ரவாக்கித் தூக்கிநின்று (312)
சோபித் திருக்கச் செயவேண்டும்
தப்பா திதையும் புரிந்திடவும்
தற்கொண் டானு மிருத்திவைத்தார்

குற்றம் கண்டு நிற்பதையும்
கண்ட றிந்து ரைத்திடுவார்
பிறரின் பிழையை ஆய்வுசெய்தல்
பிழையென் றறிந்து திருத்திடவும்
மற்று முயற்சி செய்திருக்க (313)
மிகுந்த பயனும் விளைந்திடுமாம்
குற்றங் காணுங் குணத்தையும்
களைய வேண்டிப் பிரார்த்திப்பீர்

மறந்தும் பிறரின் துர்குணத்தை
மிகைப்ப டுத்தி நிற்காதீர்
பிறரின் நல்ல குணத்தையும்
புகழ்ந்து போற்றி நின்றிருந்து
மற்றுத் தமது துர்குணத்தை (314)
மிகவுங் களைய முயன்றிருக்க
பொறையி லேதும் பொல்லாங்கு
பெரிதும் நிகழா திருக்குமென்பார்

பலவி தமான நோய்களுக்குப்
பெரிது மாளா கிநின்றிருந்து
தொல்லை சகித்து நின்றிருக்கும்
தாயு முண்ணத் தொண்டருமே
அலைந்து திரிந்து செந்தாழை (315)
அருளின் பழமுங் கொண்டுவர
மலர்ந்த வற்றை வினியோகம்
மற்ற வர்க்குச் செய்திடுவார்

காதல் கொண்டு பத்தருக்கு
கடமை யுணர்வால் தினந்தினமும்
வாத நோயுங் கொண்டிருந்து
வலியும் மிகுத்தி ருந்தபோதும்
சாதம் வடிக்கக் கால்கடுக்க (316)
சார தையு மடுக்களையில்
பாத வலியும் பொறுத்திருந்துப்
பலரு முண்ணச் சமைத்திருப்பார்

செயராம் பாடி கிராமத்தில்
சோறு சமைக்க அன்னையும்
வியர்த்து நின்று களைத்திருந்தும்
வேளை தவறா தன்னமுமே
வியஞ்ச னமின்றிப் பரிமாற (317)
வெறுத்துத் தொண்டர் பலசமயம்
வியஞ்ச னங்கள் விதவிதமாய்
வேண்டு மென்று கேட்டிடுவர்

அன்ன மொன்றே கிராமத்தில்
அபரி மிதமாய் கிடைத்திருக்க
தின்ப தற்கு வேறெதுவும்
செய்த ளிக்க இயலாது
மனமும் வருந்தி நின்றுள்ளேன் (318)
மற்றி தையும் பெருமானின்
இனிய பிரசா தமாயெண்ணி
எடுத்துக் கொள்வீ ரென்றுரைப்பார்

நகரத் திருந்து வந்திருந்து
நைந்து குறையுங் கண்டிருக்கும்
மிகவு மணுக்கத் தொண்டரையும்
மற்றுத் தமது சுற்றம்முன்
புகழ்ந்து பேசி நின்றிருப்பார் (319)
பின்னன் மனைவி தொண்டரையும்
இகழ்ந்து தொல்லை யென்றுரைக்க
ஏற்று நிற்கார் அன்னையும்

வட்டி லிட்டி திருப்பதையும்
வார்த்தை யேதுங் கூறாது
எடுத்துக் கொள்ளு மிவராலும்
என்றுந் தொல்லை கண்டேனில்
அடியா ரிவரு மனுசரித்து (320)
அமைதி யாக இடுவதையும்
கடுக டுத்து நில்லாது
களித்துண் டிருப்ப ரெனமொழிவார்

பாதம் பற்றி நின்றிருந்த
பத்தை யொருவர் அன்னையின்
பாதக் கட்டை விரலையும்
பற்க ளாலுங் கடித்திருக்க
சூது செய்து வேதனையும் (321)
செய்த கார ணத்தையும்
நாத மிட்டுக் கேட்டிடவும்
நவின்றி ருந்தார் பெண்ணடியார்

தன்னை நினைவு வைத்திடவும்
தாங்க வியலா வலியையும்
அன்னை நுமக்குக் கொடுத்ததாக
அழுது நின்று ரைத்திருக்க
அனைவர் முன்னம் வலியையும் (322)
அன்னை மறந்து நகைத்திருந்து
வனிதை தன்னை மன்னித்து
வாழ்த்துக் கூறி நின்றிருந்தார்

இதேபோல் வேறோ ரடியாரும்
இஞ்சை செய்தார் அன்னையை
பத்தர் தனது சிரத்தாலும்
பலமாய் அன்னை பாதத்தை
பதைத்துப் பலரும் பார்த்திருக்கப் (323)
புவியில் நெற்றி நின்றிருந்து
நெத்தம் வரவும் நிறுத்திநின்று
நிமிர்ந்து நோக்கி யுரைத்திடுவார்

மறக்கா திருக்க வேண்டுமென்று
மற்றென் சிரத்தால் பலமாக
நெற்றி நின்றேன் நும்பாதம்
நினைவி லென்னைச் சதாகாலம்
சிறக்க வைத்துக் காத்தருளி (324)
சிறியேன் பிழையும் முழுதாகப்
பொறுத்து நிற்க வேண்டுமென்று
பரிவோ டுவேண்டி நின்றிருந்தார்

நிசியில் வந்து சிலபத்தர்
நித்தி ரையைக் கலைத்திடவும்
மசியா திருந்து தொண்டருமே
மற்றுக் காலை வரக்கூற
விசித்தி ரமாக அன்னையும் (325)
விவரந் தாமா யறிந்துநின்று
பசித்தோர் மகிழ உணவளித்து
பணிந்து வணங்க அனுமதிப்பார்

அன்னை தமக்குத் தரிசனமும்
அந்தி மகாலந் தன்னிலுமே
இனிதே வழங்க உறுதிமொழி
இன்றே அளிக்க வேண்டுமென
அன்னை பாதம் பற்றிவேண்டி (326)
அகலா திருக்கக் கண்டுநின்று
கனிந்து தாமும் பிரார்த்தனையும்
களித்துச் செய்வ தாயுரைப்பார்

பெருமா னிடமும் பிரார்த்தனையும்
புரிவ தாகக் கூறிநின்று
கருணை கொண்டு பெருமானும்
கடைசி மூச்சு விடுஞ்சமயம்
தரிச னத்தை உறுதியாகத் (327)
தந்து வீடு பேற்றையும்
கருத்தா யளிப்பா ரென்றுரைக்கக்
கேட்டு வடியார் தடுத்துரைப்பார்

இறுதி நேரந் தனில்பெருமான்
இனிதே காட்சி யளிக்கட்டும்
பிறகும் நுமது தரிசனமே
பெறவும் விழைந்த தெனதுள்ளம்
மறுக்கா திருந்து தாய்நீவிர் (328)
மற்றுக் காட்சி தருவதாக
உறுதி மொழியை இப்போதே
உவந்து வழங்கக் கேட்டுநிற்பார்

பத்தர் மிகவும் வற்புறுத்த
பெரிதும் மனமும் மிகநெகிழ்ந்து
சத்தி யவாக்கும் அன்னையும்
தந்த ளித்து நின்றிருப்பார்
பத்தர் சிலரும் அன்னையின் (329)
பலவி தமான உபாதையும்
மெத்தச் சிறிது முணராது
மகிழ்ந்து பூசை செயமுயல்வர்

ஒருநாள் பத்த ரொருவருமே
உவந்து சோட சோபசாரம்
கருத்தாய் புரிய முயன்றிடவும்
கண்டு வெகுண்டு கோலாப்மா
கருங்கல் சிலையாய் அன்னையைக் (330)
கருதி நின்று பூசையும்
புரிய முயன்றி ருப்பதுவும்
பேதை மையா குமறியென்றார்

வியர்த்துக் கொட்டி நிற்பதையும்
வாதம் வாட்டி நிற்பதையும்
அயர்ந்து தளர்ந்தி ருப்பதையும்
அறியா திருத்த லறிவீனம்
பெயரை யுரைத்து மலரிரண்டு (331)
பாதந் தன்னி லர்ப்பணித்துப்
பெயர்வாய் மூடா யெனவுரைக்கப்
பெற்றார் ஞானோ தயமவரும்

உச்சிட் டத்தை உண்டிடவும்
உவந்து நின்றா ரொருவிரதி
புசித்துப் பத்தர் சென்றதன்பின்
பரம புனித அன்னையும்
இசைந்து இலையில் சிறிதுணவு (332)
எடுத்துக் கொள்வா ரென்றறிந்து
மசனித் திருக்கும் யதிமனதும்
மற்ற றிந்தார் அன்னையும்

ஒருநாள் பலரு முண்டதன்பின்
உண்டு முடித்து சாரதையும்
அருந்தி நின்ற இலைதன்னில்
அதிக அளவி லுச்சிட்டம்
பெருகக் களித்து வைத்திருந்துப் (333)
பின்னு மனேக வியஞ்சனங்கள்
பரிமா றிநின்று விரதியையும்
பரிவோ டழைத்தா ருணவுண்ண

உவந்த ளித்த யுச்சிட்டம்
உண்டி டுவாயென் றுரைத்திருக்க
தவசி மகிழ்ந்து விருப்பத்தைத்
தாயும் நிறைவேற் றிவைத்ததற்கு
உவப்போ டிருந்து நன்றிபல (334)
உரைத்து நின்றா ரந்நாளும்
நவின்றி ருப்பார் வேறொருவர்
நூத னமான இச்சையும்

தாயே நீவிர் நுங்கரத்தால்
சிறக்க வுண்டு நின்றபின்னர்
தூய புனித உச்சிட்டம்
சிறிதெ னக்க ளித்திருக்கக்
காய வைத்துத் தகடொன்றில் (335)
களித்து மூடிக் கரந்தன்னில்
மாயும் வரைக்கும் வைத்திடவே
மற்று விழைந்த தாயுரைத்தார்

ஒருநாள் அன்னை உண்டதன்பின்
ஒருபி டியன்னம் பத்தரிடம்
கரத்தால் தந்து நின்றிருக்க
களித்துப் பெற்று லர்த்திடவும்
கிருகத் தெதிரே வைத்துவிட்டுக் (336)
கிளம்பி வெளியில் சென்றிருந்து
திரும்புஞ் சமயங் காத்திருக்கும்
தாயைக் கண்டுத் திடுக்கிட்டார்

வடியும் குருவி பூசையும்
விண்ணில் பறக்கும் காகமுமே
எட்டி முகர்ந்து பார்த்துநின்று
எடுத்துச் சென்று நின்றிருக்க
அடுத்து வருந்து வாயென்று (337)
அனேக பணிகள் புறக்கணித்து
தடிக்கொம் பெடுத்துக் காத்ததாகத்
தெரிவித் திருந்தார் அன்னையும்

பத்த னொருவ னறிவிலியாம்
பாதம் பற்றி வணங்குகையில்
பித்தன் போலும் அன்னையின்
பாதந் தன்னை இழுத்துநின்றான்
நிதானந் தவறித் தடுமாறி (338)
நிலைகு லைந்து நின்றிருந்து
அதன்பின் சுவரைப் பிடித்திருக்க
அடிப டாது நின்றிருந்தார்

அடியா ருடனே மூடனையும்
அகற்றி நின்று செயலுக்கு
அடிப்ப டையா னகாரணத்தை
அறையு மாறு கேட்டிடவும்
அடியைத் தலைமேல் வைத்திடவே (339)
அனும திக்கா ரென்றெண்ணிப்
பிடித்தி ழுத்து பலவந்தம்
புரிந்த தாகக் கூறிநின்றான்

அன்னை மூடன் விருப்பத்தை
அறிந்து செய்த தென்னவென
அன்னை சரித மெழுதியவர்
அளிக்க வில்லை விவரங்கள்
சென்னி தன்னி லிறைவனுமே (340)
சிறக்க வீற்றி ருப்பதாக
அன்னை அறிந்துத் தனதடிகள்
அடியார் சிரத்தில் வைத்திடாரே

சிரத்தைப் பாதந் தன்னிலுமே
சிலரும் வைத்து வணங்கிநின்றும்
சிரத்தின் மீதுப் பாதத்தை
சார தையும் வைத்திடாராம்
பிருந்தை மற்றுங் கூவிளத்தின் (341)
பத்தி ரங்கள் பாதத்தில்
அர்ப்ப ணிக்க ஒருபோதும்
அன்னை அனும தித்திடாரே

துளசி மற்றும் வில்வத்தைத்
தூய தென்று ரைத்துநின்று
களங்க மற்ற பொருட்களையும்
காலி லர்ப்ப ணித்தலையும்
தெள்ளத் தெளிவாய் மறுத்தவரும் (342)
சிரத்தின் மீது பாதத்தைக்
கொள்ளா ரென்று மெய்யாகக்
கூறி நிற்ப தறிவுடைமை

அன்னை யாகச் சகலருக்கும்
அருள்பா லித்தார் சாரதையும்
பனவ ருக்கும் பலவகுப்பில்
பிறந்து நின்ற மக்களுக்கும்
இன்னு மயல்நாட் டினருக்கும் (343)
இனிதே கருணை காட்டிநின்றார்
மனித குலத்தில் வேறுபாடு
மற்றுக் காட்டி நின்றாரில்

அயல்நாட் டினரும் வந்துநிற்க
அவர்தம் கரத்தைக் குலுக்கிநின்று
தயக்கஞ் சிறிதுங் காட்டாது
தமது கருணைச் சொற்களாலும்
இயல்பு நிலையி லுரையாடி (344)
இன்மு கத்தோ டுவரவேற்று
நயமி குந்துப் பல்லாண்டு
நண்பர் போலும் நடத்திநிற்பார்

நோயுங் கொண்ட மகளோடு
நைந்து வந்த அயல்நாட்டு
மாயோ ளொருத்தி ஒருவரையும்
மிகவும் மகிழ்ந்து வரவேற்று
தாயும் விவர மறிந்துநின்று (345)
தற்கொண் டானுக் கருச்சித்த
தூய நிர்மா லியத்தாலும்
தேகந் தன்னைத் தடவிநின்றார்

பெண்ணை வருத்தி நின்றிருந்த
பெரிது முக்கி ரமானநோயும்
குணமா கிடவும் மிகமகிழ்ந்து
களித்தி ருக்கும் மகளிருமே
வணங்கி நன்றி கூறிநிற்க (346)
வாழ்த்தி மந்தி ரோபதேசம்
கொண்டா டிநின்ற வர்மகிழக்
கொடுத்து நின்றார் அன்னையும்

மனித ரெல்லாந் தமக்குகந்த
மக்க ளென்று கருதிநின்று
அனைவ ரிடமு மன்புடனும்
அனுச ரித்து நடத்திடவும்
அன்னை கூறி நின்றிருந்து (347)
அயல்நாட் டினரும் தம்மக்கள்
என்று ரைத்துச் சரிசமமாய்
எல்லோ ரையு மரவணைப்பார்

ஒருநாள் வெகுண்டு சுரபாலா
ஒவ்வாச் சொல்லும் பலர்முன்னும்
உரைத்தி ருக்க அவற்றையும்
உவந்தேற் றுநின்று வழக்கம்போல்
பெரிது மமைதி காத்திருக்கப் (348)
பித்துஞ் சிரமே லேறிநிற்க
சர்வ நாசம் புரிந்திடவும்
சகத்தில் பிறந்தா யெனக்கனன்றார்

அனல்போல் தகிக்குஞ் சொற்களையும்
அரற்றி நிற்குங் கொழுந்தியையும்
சினந்து நிற்கா திருந்துநின்று
சார தையும் உரைத்திடுவார்
மனது மகிழும் வரையென்னை (349)
மற்றுத் திட்டித் தீர்த்திருப்பாய்
பின்னும் நாசம் புரிந்திடவும்
பிறந்தே னென்று ரையாதே

புடவி தன்னில் பிள்ளைகள்
பலரு மிருக்க அவரென்றும்
இடரே துமின்றி சதாகாலம்
இன்ப மாக வாழ்ந்திடவும்
விடாது வரனை வேண்டிநின்று (350)
வரமு மருளக் கேட்டிருக்க
சுடுசொ லிதுபோல் சொல்லாது
சதத மன்பா யிருவென்பார்

16. அற்புத நிகழ்ச்சிகள் நடத்தியது

மகான்க ளாகுஞ் சித்தருமே
மற்றோர் மதிக்க வேண்டுமென்று
சகத்தில் வினோத அற்புதங்கள்
செய்து காட்டி நிற்காராம்
மிகவு மிடுக்கண் வருத்திநிற்க (1)
மற்றுக் குருவை வேண்டுவோர்க்கு
மகிழ்ந்து மகான்க ளற்புதமும்
மற்றுச் செய்து காத்திடுவர்

அற்பு தங்கள் செய்திருக்க
அதனால் மகான்கள் பயனெதுவும்
பெறுவ தில்லை யாயினுமே
பத்த ரல்லார் கண்டுநின்று
இறைவ னிடமும் மகானிடமும் (2)
இனிதே நம்பிக் கைவைத்து
நற்ப யன்கள் மிகப்பலவும்
நிரம்பப் பெற்றுத் திருந்திடுவர்

அற்பு தங்கள் செய்திருக்க
அதனால் பேரும் மிகப்புகழும்
பெற்று நிற்க சிலமனிதர்
பெரிதுஞ் செருக்கு மகங்காரம்
தற்பெ ருமையுந் தலைதூக்க (3)
தாமே அடைந்த நன்னிலையை
முற்று மிழந்துப் பாமரனாய்
மற்றுச் சோபை யிழந்திடுவர்

அடியார் நலனை மிகக்கருதி
அவ்வப் போதி யற்கையாய்
நடந்தி ருக்கு மற்புதத்தால்
நல்ல தொன்றே மகான்களுக்கு
கிட்டி நிற்கு முறுதியாக (4)
கிடைக்கும் புகழால் நற்பெயரால்
மடமை யாகுஞ் செருக்கையும்
மகான்க ளடைந்து நிற்காராம்

அன்னை அற்பு தங்களையும்
அவ்வப் போதி யற்கையாய்
இனிதே நடத்தி நின்றிருக்க
இதனா லடியார் பயனடைந்தார்
அன்னை நிகழ்த்தா திருந்திருக்க (5)
அவரைச் சாதா ரணமான
வனிதை யென்று கருதிநிற்கும்
வாய்ப்பு மிகவு மிருந்திருக்கும்

அற்பு தங்கள் சிலவற்றை
அன்னை தமது வாணாளில்
சிறக்க நடத்தி நின்றிருக்க
சாந்தை யின்று சாரதையை
இறைவி யென்று புகழ்பாடி (6)
இனிதே பயனு மடைந்துநின்று
முறையா யின்று பூசையும்
மற்றுப் புரிந்து மகிழ்கிறதாம்

பெண்ணொ ருத்திப் பரிந்தெனக்கு
புகன்றி ருக்கும் மந்திரமும்
கணக்காய் செபிக்க நற்பயனும்
கிட்டி நிற்க நல்லதென்றும்
அணங்கால் பயனு மிலையெனினும் (7)
அதிக நட்ட மிலையெனவும்
எண்ணி நிற்ப ரெனநினைத்து
இயற்றி நிற்பா ரற்புதங்கள்

உறைந்தி ருக்கு மறையினிலும்
உவந்து பயணஞ் செலும்போதும்
தற்கொண் டானின் படம்முன்பும்
சாலை மரத்தின் கீழிலுமே
மற்று மனமு முந்திநிற்க (8)
மந்தி ரோப தேசமுமே
பற்றற் றானின் பத்தினியும்
பரிந்த ளிப்பா ரடியார்க்கு

பரம னாகு மிறைவனுமே
பரிந்து தமக்க ளித்துநிற்க
விரைந்து மந்தி ரங்களுமே
வீரி யத்தோ டிருந்திருந்து
கருத்தாய் பலனுந் தருமென்று (9)
கூறி நம்பிக் கையோடு
உரைக்கக் கூறி அன்னையும்
உறுதி மொழியு மளித்திடுவார்

இறைவன் நாமஞ் செபிப்பதையும்
இனிதே பாடி நிற்பதையும்
சிறக்கப் போற்றி நின்றிருந்தும்
சிறிய பீசாட் சரத்தையே
மறவா துரைக்க சித்தசுத்தி (10)
மற்றுங் கரும நாசமுமே
பெறலா மென்று சாரதையும்
புகன்றி ருப்பா ரடியார்க்கு

செபித்து நிற்க மனத்தூய்மை
சிறக்கப் பெற்றுப் பழவினையும்
தப்பா தழித்து நின்றிருந்தும்
தரணி தன்னில் பிறப்பொழிக்க
செபத்தோ டுபத்தி வேண்டுமென்று (11)
சொல்லி நிற்பார் அன்னையும்
செப்பற் கரிய வீடுபேறு
சீவன் விழைய வேண்டுமென்பார்

அடியார் வதனம் நோக்கியதும்
அவருக் குகந்த மந்திரமும்
உடனே தெள்ளத் தெளிவாக
உள்ளந் தன்னில் தோன்றிநிற்க
கடமை யென்று கருதிநின்று (12)
கருத்தாய் அன்னை அவருக்கு
எடுத்து ரைத்து நின்றிருப்பார்
இசையா திருக்கு மடியார்க்கும்

குருவு பதேசஞ் செய்சமயம்
கூறு சீட ருட்புகுமாம்
குருவிற் குள்ளு மடியாரின்
கீழ்மைக் குணங்கள் புகுந்திருக்க
விரைந்து பத்தர் நலம்பெற்று (13)
வாழ்வாங் குவாழ்வர் மேலும்பின்
பரம பதமும் பெறும்வரையும்
பொறுப்பேற் றுநிற்ப தாயுரைப்பார்

பரிந்து தாமு முபதேசம்
பத்த ருக்குச் செய்திருக்க
பரம பதமும் பத்தருமே
பெற்று நிற்கும் வரைதாமும்
கருத்தா யிருக்க வேண்டுமென்றும் (14)
காலன் பற்றி நின்றபின்பும்
பெரிது முழைக்க வேண்டுமென்றும்
புகன்றி ருப்பார் அன்னையும்

பெற்று நின்ற மந்திரத்தைப்
பதினைந் தாயி ரம்முறையும்
சிறக்கத் தினமுஞ் செபித்திருக்கச்
சித்தி யாகும் மிகவிரைவில்
மற்றுப் பத்தர் விருப்பமென்றும் (15)
மிகவும் குறைவாய் நூற்றெட்டு
முறையு முரைக்க வேண்டுமென்றும்
மொழிந்தி ருப்பார் அன்னையும்

பெற்று நின்ற மந்திரத்தைப்
பத்த ருரைக்கா திருப்பதையும்
அறிந்து நிற்கும் அன்னையும்
அவரின் பொறுப்பேற் றிருந்திருக்க
மறவா தடியார்க் குரைத்துநின்ற (16)
மந்தி ரத்தை அன்னையும்
நிறைவு செய்து முடித்திடுவார்
நோய்வாய்ப் பட்டு நின்றிருந்தும்

நிதமும் அன்னை நீண்டநேரம்
நித்தி ரையுந் தொலைத்திருந்து
பத்த ரெவரோ செபித்திடவும்
பெரிதும் மறந்த மந்திரத்தை
அதம பட்சம் செபிப்பதையும் (17)
அறிந்து நின்ற ருகிருக்கும்
அத்தி யந்த சீடர்கள்
அன்னைக் குரைத்து நின்றிருப்பர்

இனிமேல் மந்தி ரோபதேசம்
இனிதே நிறுத்த வேண்டுமென
அன்னைக் குரைத்து நின்றிருக்க
அடியார்க் குபதே சித்திடவும்
மன்னுந் தம்மை மகிதலத்தில் (18)
மற்றி ருத்திச் சென்றதாக
கனிந்து ரைத்து மேலுமவர்
கூறி நிற்பார் மிகநெகிழ்ந்து

அடியார் தம்மை யென்னிடத்து
அனுப்பி வைப்ப தென்பதியாம்
அடியா ருக்கு மந்திரமும்
அளிக்க வேண்டு மெனப்பதியும்
கிடக்கை தன்னி லிருத்திவைத்து (19)
கண்கா ணித்து நின்றிருக்க
தடுத்து நிறுத்த வொருசிறிதும்
தென்பி லையென் றுரைத்திடுவார்

பலரும் வந்து பழவினைகள்
பெரிது மளித்துச் சென்றிருக்க
விலக்கித் தள்ளா திருந்துநின்று
வருவோர் வினையு மேற்றுநிற்க
நிலத்தில் மனையும் நெடுந்துயரம் (20)
நைந்து சுமந்து நிற்குமென்று
மலைத்து மந்தி ரோபதேசம்
மற்ற ளிக்கப் பதியுரைத்தார்

பலரும் மந்தி ரோபதேசம்
பெற்றுச் செல்ல அவருள்ளும்
நல்லோர் சிலரும் மந்திரத்தை
நிரம்பக் கருத்தா யுரைத்திருக்கப்
பலவாம் தத்தம் பழவினையைப் (21)
பெரிது மிவரே கழித்திருக்கத்
தொல்லை யேது மிவராலும்
சிறிதும் அன்னைப் பெற்றிடாரே

கருத்தாய் நல்லோர் மந்திரமும்
கூறி நிற்க அவர்வினையும்
பெரிதுங் கழிய உபரியாகப்
பின்னு மவருஞ் செபித்திருக்க
உரைத்து நிற்கும் பலனெல்லாம் (22)
உடனே அன்னை கணக்கிலுமே
வரவு வைக்கப் பட்டிருக்க
விரைந்து குறையும் வல்வினையும்

பெருமா னிதையுங் கருதிநின்று
பாரி யையின் பாரத்தைப்
பெரிதுங் குறைக்க வழிவகுத்துப்
பொறையில் குருவாய் மாற்றிநின்று
கருத்தாய் தமது பத்தினியைக் (23)
கண்ணி னிமையாய் காத்துநின்று
நிரம்ப மதிப்பு மிகக்கொடுத்து
நன்மை செய்தா ருலகிற்கும்

அன்னை யிடமும் மந்திரமும்
அளிக்கக் கேட்டுப் பலர்வருவர்
பின்னும் வாரா திருந்திருக்கப்
பதைத்துப் பதறி அன்னையும்
மன்னின் படத்தின் முன்சென்று (24)
மிகவும் நெகிழ்ந்து கதறிநின்று
சென்று கழிந்த திந்நாளும்
சீல மிழந்து நின்றதென்பார்

கருக்க லிலிருந் துபதேசம்
கொடுக்க விழைந்து யானிருக்க
பரிதி மலையு மேறிநிற்கப்
பத்த ரெவரும் வந்தாரில்
இருளுஞ் சூழ்ந்து நின்றிருக்க (25)
என்றன் மனமு மலைபாய
வருத்தம் போக்க அடியாரை
வரனே யனுப்பி வைப்பீரே

துயிலும் யானுங் கொள்ளும்முன்
தூய யென்றன் நற்றுணையே
தயைபு ரிந்து மிகவிரைவில்
தொண்டர் சிலரை யிங்கனுப்பி
அயர்ச்சி நீக்கி யருளிடுவீர் (26)
அடியார்க் குபதே சித்திருக்க
வியர்த்த மாகா திந்நாளும்
வரனே யென்ற முதிருப்பார்

பெருமா னிடமு மிவ்வாறு
பரிதா பமாக அன்னையும்
உருகி வேண்டி நின்றிருக்க
உயிர்க்கி ழவனு டனிரங்கி
விரைவில் பத்தர் சிலரையும் (27)
வதுவை மகிழ மனைக்கனுப்ப
பெரிதும் மகிழ்ந்துத் தொண்டருக்குப்
புரிந்தி ருப்பா ருபதேசம்

அடியா ரொருவர் அன்னையை
அடிப ணிந்து ரைத்திடுவார்
படாத பாடும் வாதரோகம்
படுத்தி நிற்க யென்போலும்
அடியார் வினையே காரணமாம் (28)
அன்னை நீவி ரெனக்கென்றும்
கொடுத்தி டவேண்டா முபதேசம்
கொள்ளேன் யானு மென்றுரைத்தார்

அடியா ருரையுங் கேட்டுநின்று
அமைதி யாக அன்னையும்
தடுத்து ரைப்பா ரிவ்வாறு
தவறுன் கூற்றாம் நன்மகனே
தொடர்ந்து துன்பம் வந்துநின்றும் (29)
தாயும் பிள்ளை நலம்பொருட்டு
படாத பாடு படுவதையும்
பார்த்த திலையோ யெனக்கேட்டார்

சேயின் நலத்தைச் சிந்தையில்
சிறக்கக் கொண்டு பிள்ளையின்
தாயும் பலவாம் சங்கடங்கள்
தாங்கி நிற்ப துபோலும்யான்
மாயை வருத்தி நின்றிருக்கும் (30)
மக்கள் வினையை யேற்றுநின்றேன்
தூயோன் நீயும் மந்திரமும்
தயங்கா துகொள்வா யெனக்கொடுத்தார்

அன்னை வாழுங் கிருகத்தை
அடைந்து நின்ற வொருபரத்தைப்
புனிதத் தாயே தரிசனமும்
பெறவும் தகுதி யிலாதிருக்கச்
சென்று விடுவே னெனக்கூறிச் (31)
செல்ல முயன்றி ருக்கையில்
அன்னை விரைந்து வந்தடைந்து
அணைத்துத் தழுவி யுரைத்திடுவார்

அன்புப் பெண்ணே நன்மகளே
அகன்று செல்லா திதுகேட்பாய்
நன்மை தின்மை வேற்றுமையும்
நன்க றிந்து நின்றதன்பின்
இனிதே கவலை விடுத்திடுவாய் (32)
இனிமேல் தூய வாழ்க்கையும்
கனிந்து பெறவும் மந்திரமும்
கூறி நிற்பேன் பெறுவென்றார்

பரத்தைக் கிரங்கி வெளிவந்துப்
பற்றித் தழுவி ஆறுதலும்
உரைத்துப் பின்ன ருபதேசம்
உவந்த ளித்து நின்றிருக்க
கிருகம் விட்டுக் கணிகையும் (33)
கடுக வெளியில் சென்றிடவும்
இரவு நேரந் தனிலன்னை
இஞ்சை தாளா திருந்துநின்றார்

புனித கங்கை நீரையும்
பெருக வுடலில் தெளித்துநின்றும்
அனலி லிட்டப் புழுப்போலும்
அன்னை துடித்துக் கதறிநிற்க
துன்பம் பொறாது பத்தருமே (34)
துடிது டித்து பரத்தையை
வன்சொ லுரைத்து வைதிடவும்
வெகுவாய் தடுத்து ரைத்திடுவார்

தினமு முண்டுத் துயில்கொண்டுத்
திளைத்துக் கொழுத்து வாழ்ந்திடவும்
புனித வுலகில் பிறந்திலேனே
பிறப்பெ டுத்த காரணத்தை
இனிதே நிறைவு செய்சமயம் (35)
இஞ்சை பலவு மெதிர்கொண்டுத்
துன்பம் பொறுத்துத் துயர்துடைத்துத்
தூற்றா திருப்பே னென்றுரைத்தார்

அசட்டுக் குழந்தைக் காறுதலும்
அளிக்கா திருந்த வர்வினையும்
கசிந்து பெறாதி ருந்திருக்கக்
காப்ப ளிப்பார் யாரிவர்க்கு
இசைந்தி தையு மேற்றுநிற்க (36)
இறைவ னென்னைப் பணித்திருக்க
அசலை தன்னில் வாழும்நாள்
அடியே னேற்க வேண்டுமென்பார்

வல்வி னையும் புரிந்தவரும்
வந்து நிற்க வர்வினையும்
மெல்லப் பற்றிப் பெருந்துன்பம்
மற்று யானும் பெறுவதுண்மை
நல்வி னையும் புரிந்தவரும் (37)
நிறைய வந்து சேர்ந்திருக்க
மலர்ந்து யானும் மகிழ்வதையும்
மற்றுக் காண வேண்டுமென்பார்

பிரமா னந்தர் தமையணுகி
பரிந்து பதேசம் வழங்கிடவும்
இரங்கி கேட்ட சிலரையும்
இனிதே அன்னை யிடமனுப்பப்
பெருகக் களித்து மந்திரமும் (38)
புகன்று நின்றார் அன்னையும்
விரைவி லவர்தம் விவரங்கள்
விரதி யறிந்துத் திடுக்கிட்டார்

அனுப்பி வைத்த மனிதரெல்லாம்
அதமா தமரென் றறிந்ததுமே
அன்னை இமய மலையளவாம்
ஆல கால விடம்போலும்
வினையும் புரிந்தோர் வினையேற்று (39)
விரதி யாகுந் தம்மையும்
கனிந்து காத்து நின்றதாகக்
கூறிக் கண்ணீர் பெருக்கிநின்றார்

வல்வி னையும் புரிந்தவர்க்கு
விரதி யானு முபதேசம்
மலர்ந்து வழங்க யானுமுடன்
மரண மடைவே னென்றெண்ணி
நலமே விரும்பித் தம்மிடமும் (40)
நாடி வரவே செய்துநின்று
வல்வி னையின் விளைவிருந்து
வெகுவாய் காத்த தாயுரைப்பார்

செயலுஞ் செய்ய வேண்டுமென்று
சிந்தை தன்னில் தோன்றிடவும்
தயங்கா தன்னை சரத்திற்குத்
தெரிவித் திருந்த வருரையை
நியமந் தவறா தேற்றுநிற்பார் (41)
நீத்தா ரவரு முபதேசம்
நயந்து தடுத்துங் கேளாமல்
நல்கி நிற்பார் அன்னையும்

உருப்போட் டிருந்தும் மந்திரத்தால்
உணர வில்லை பயனென்றுத்
திருப்பி யளிக்க வந்ததாகத்
தெரிவித் திருக்கு மடியார்க்கு
பெருமான் சொல்லு மொருநாளும் (42)
பொய்யா கிநின்ற வரலாறும்
இருந்த தில்லை யாதலினால்
இனிதே தொடரக் கூறிடுவார்

பெருமான் கூற்றுப் பொய்யென்று
புகலக் கேட்டே னில்லையாம்
பெரிதும் நம்பிக் கைவைத்துப்
புகன்று வாரீர் நன்மக்காள்
மரணம் நெருங்கும் முன்பெருமான் (43)
மற்று மிட்ட தெய்வமுடன்
தரிச னத்தை உறுதியாகத்
தந்து நிற்கக் காண்பீரே

என்றன் மக்கள் வீடுபேறு
இடர்ப்ப டாது பெற்றிடுவர்
என்றன் மக்கள் தம்மையும்
எமனுந் துணிந்து நரகத்தில்
அனுப்பி நிற்க அஞ்சிடுவான் (44)
அசங்கை யோடு செபித்திருக்க
நன்மை விளையும் வெகுவிரைவில்
நம்பித் தொடர்ந்து செபஞ்செய்வீர்

சிறிய விதைக்குத் தினம்நீரும்
செவ்வை யாக வார்த்துநிற்க
சிறிது காலந் தன்னிலுமே
செடியாய் மரமாய் வளர்ந்திடுமே
பற்று வைத்து மந்திரத்தைப் (45)
புகன்றி ருக்க வெகுவிரைவில்
மற்றுத் தழைத்து நிழல்கொடுக்கும்
மரமாய்க் காத்து நின்றிடுமே

பதினைந் தாயி ரம்முறையும்
பெற்று நின்ற மந்திரத்தை
நிதமுஞ் செப்பி வந்திருந்து
நீவிர் பலனுங் கண்டிலையேல்
அதம மென்று ரைத்துநின்று (46)
அடுத்துச் சமரும் புரிந்திடவும்
கதையெ டுத்து வந்தென்னைக்
கருணை யின்றி வதைப்பீரே

மணிப்பொ றியொன்று சதாகாலம்
மற்றுச் சத்தஞ் செய்துநின்று
கணநே ரத்தும் நில்லாது
கடுக வுழைத்து நிற்பதேபோல்
பணியுஞ் செய்யுஞ் சமயத்தும் (47)
பரமன் நாம மந்திரத்தைக்
கணக்கி லாது மனத்துள்ளும்
கூறி நிற்க வேண்டுதுமே

அந்தி சந்தி நேரத்தில்
அமர்ந்தி ருந்து நியதிவழி
மந்தி ரத்தைச் செபித்திருக்க
மாற்றங் கிட்டி நின்றிடுமே
அந்தி மகாலம் வருமுன்னம் (48)
அடியா ரிட்ட தெய்வமுமே
சந்தே கமின்றித் தரிசனமும்
சிறக்கக் கொடுக்கு மென்றுரைப்பார்

வெறும்வ யிற்றில் செபித்திடவும்
வழங்கி நிற்பா ரறிவுரையும்
சிறிது சுடுநீ ரருந்திநின்று
செபித்தி டலாமென் றுரைத்திடுவார்
மற்றுப் பதுமா சனத்திருந்து (49)
மனதொ ருமித்துச் செபித்திடவும்
அறிவு றுத்தி அன்னையும்
அனேக வழிக ளுரைத்திடுவார்

உடம்பை வளர்க்கு முபாயத்தை
உணர்ந்த றிந்து செயல்படவும்
எடுத்து ரைத்து மிகைப்படவும்
எதையு மாற்றல் தவறென்று
அடிக்க டியன்னை அறிவுறுத்தி (50)
அதிக விழிப்பு வேண்டுமென
விடாது தொடர்ந்து பத்தருக்கு
வழியுங் காட்டி நின்றிருப்பார்

பிராணா யாமம் முதலான
பயிற்சி செய்ய மனம்விரைவில்
ஒருமைப் படவு முதவிடுமாம்
உதவி புரிந்தும் வெகுவிரைவில்
சிரசுஞ் சூடே றிநின்றிருக்க (51)
செய்ய வேண்டா மென்றுரைத்து
பரிவோ டுபத்தி யுடன்செபமும்
புரியப் பலனுங் கிட்டுமென்பார்

இறையை விரைவா யடைவதுவும்
இயலா தென்பார் பெருமானும்
எறும்பி போலு மூர்ந்துசென்று
இடைவி டாது முயன்றிடவும்
இறுத்து நிற்பார் பெருமானும் (52)
இந்நா ளவருஞ் சதிமூலம்
நிறைய மக்கள் பயன்பெறவும்
நல்கி நின்றா ருபதேசம்

உபதே சித்து நின்றதுமே
உள்ளம் மகிழ்ந்து பெருமானின்
ஒப்பில் சித்தி ரத்தையும்
உவந்து காட்டிப் பெருமானும்
உபதே சித்த குருவென்றும் (53)
உண்மை யாகத் தாமவரின்
உபக ரணமா மெனக்கூறி
உற்றா னையு முயர்த்திநிற்பார்

பெருமான் மந்தி ரமென்றுரைத்தும்
பெருமான் குருவென் றுரைத்துநின்றும்
கருவி யாகுந் தாமென்றும்
கார ணகர்த்தா பதியென்றும்
கருவிக் கென்று சிறப்பெதுவும் (54)
கொஞ்ச மேனு மிலையென்றும்
பெருமை யெல்லாம் பதிக்களித்து
பற்றற் றிருப்பார் அன்னையும்

உடலோ டிருந்த சமயத்தில்
உற்றான் சிலரைத் தெரிவுசெய்து
கொடுத்து நின்றா ருபதேசம்
கைவி ரலிட்டுக் கணக்கெடுக்க
கடுக வியலு மெவராலும் (55)
குன்ற ளவாகுஞ் சத்தியினால்
அடுத்துச் சீடர் முன்னேற்றம்
அனேக மடைந்து நின்றனரே

பெருமா னிடமு முபதேசம்
பெற்று நின்றோ ரவரருளால்
விரைவில் சமாதி நிலையடைந்து
வியக்கத் தக்க முன்னேற்றம்
நிரம்பக் கண்ட துண்மையாம் (56)
நாதன் தைல தாரைபோல்
பெருத்த அளவி லென்னிடத்தில்
பத்த ரையு மனுப்புகின்றார்

புற்றீ சல்போல் பத்தரையும்
பெருமா னனுப்பி நின்றிருக்க
மற்று விரைவி லனைவரையும்
மிகவும் வேக மாயுயர்த்த
விறலுங் குறைந்த அடியேனும் (57)
வெகுவாய் முயற்சி செய்திருக்கச்
சிறுகச் சிறுகப் பத்தருமே
சென்ற டைவ ரிலக்கையும்

இயன்ற வரையில் பத்தரையும்
ஏற்றங் காணத் தொடர்ந்தடியேன்
முயற்சி பலவுஞ் செய்வதாக
மொழிந்தி ருப்பார் அன்னையும்
பயிற்சி செய்யப் பத்தருமே (58)
பெரிதும் முயல வெகுவிரைவில்
பயனுங் கிட்டி நிற்குமென்றுப்
பகர்ந்தி ருப்பார் அன்னையும்

வெறும்வ யிற்றி லாசனத்தில்
வாகா யமர்ந்து குருசீடர்
முறையாய் மந்தி ரோபதேசம்
மகிழ்ந்து கொள்ள வேண்டுமென
இறுத்து நின்றுஞ் சிலசமயம் (59)
இதையும் மீறி அன்னையும்
மற்று நடந்து நின்றதையும்
மொழிந்து நிற்பர் பத்தருமே

மடத்தின் கோயல் பாராவில்
மற்றி ருந்த சமயத்து
நடையும் பயின்றி ருக்கையில்
நாரி பிரம சாரியையும்
கடந்து செல்லக் கண்டதுமே (60)
களித்து நிறுத்தி உபதேசம்
கொடுத்து நிற்க உந்துதலும்
கொண்டு நின்றார் தக்கணமும்

அருகில் வைக்கோற் போரிருக்க
அதிலி ருந்து வைக்கோலும்
விரைந்து பிடுங்கி வருமாறு
வாய்ம லர்ந்து நின்றிடவும்
பிரம சாரி யுடனேகி (61)
பிடுங்கி வந்த வைக்கோலைப்
பரப்பி ஆச னமாக்கிநிற்க
பகர்ந்து நின்றா ருபதேசம்

பத்த ரொருவர் மந்திரமும்
பெற்றார் அன்னை யிடமிருந்து
விதிகள் சிலவும் கடைப்பிடிக்க
வெகுவா யியலா திருந்திடவும்
பதைத்து வருந்தி அன்னைக்குப் (62)
பரிதா பமாக நிலைதன்னை
விதிர்த்து ரைத்த னுக்கிரகம்
விடாது தொடர வேண்டுமென்றார்

மாற்றாந் தாயாய் பெற்றதாயும்
மற்றுப் பரிண மித்ததுண்டோ
ஆற்றி நிற்கச் சூழ்நிலையும்
அனுச ரணையா யில்லாது
மாறி நிற்க விதிமுறைகள் (63)
மற்று நீயும் பிறழ்ந்துள்ளாய்
ஏற்ற மிதுவே இயன்றதையும்
இயல்பாய் புரிவா யென்றுரைத்தார்

நியதி முறையும் வழுவாது
நின்றி ருந்து சடங்குகளைப்
பயிற்று வித்தப் படியொழுகிப்
பற்றி நிற்க மகிழ்ந்திடுவார்
நயந்து பூசை செய்யுங்கால் (64)
நிரம்பப் பத்தி வேண்டுமென்பார்
செய்யுஞ் செயலும் பிறரையும்
சிறிதும் வதைத்தல் தவறென்பார்

தன்னைச் சிறிது மிஞ்சையும்
செய்யா திருந்துப் பிறரையும்
மனமும் நோகச் செய்யாது
மகிழ்ந்து பூசை செய்வதுவும்
நன்மை பயக்கு மெனக்கூறி (65)
நீண்ட நேரப் பூசையால்
ஒன்றும் பயனு மிலையென்று
உரைத்தி ருப்பார் அன்னையும்

விதிக்கப் பட்ட உணவுவகை
வைத்துப் படைக்க லாமென்பார்
மதியும் படைக்க லாமென்று
மொழியும் பண்டம் படைத்திடென்பார்
பதிக்குப் படைத்தப் பண்டத்தைப் (66)
பரமப் புனித மென்றெண்ணித்
துதித்து வணங்கி உண்டிடவும்
தூய அன்னை கூறிநிற்பார்

சுரேந்தி ரநாத சேனரென்பார்
சுவாமி விவேகா னந்தரையும்
நெருங்கி மந்தி ரோபதேசம்
நல்கு மாறு வேண்டிடவும்
விரதி ஞான சூரியனும் (67)
வழங்கும் முன்னந் தியானித்து
இருந்து பின்னர் சேனரிடம்
இனிது ரைப்பா ரிவ்வாறு

என்னை விடவுஞ் சக்திவாய்ந்த
இமய மலைக்கு நிகரான
அனேக பெருமை கொண்டவரும்
அளிப்பா ரொருநா ளுபதேசம்
என்று பெருமா னுரைத்திருக்க (68)
எதிர்த்து மீறிச் செய்திடவும்
தன்னா லாகா தெனமறுத்தார்
துறவி விவேகா னந்தருமே

விவேகா னந்த ரைவிடவும்
விசுவந் தன்னி லதிகசத்தி
எவரி டமுள்ள தெனவியந்தும்
இழிந்தத் தனது விதிநொந்தும்
கவலை கொண்டு சுரேந்திரரும் (69)
கிருக மடைந்தி ருக்கையில்
பவித்தி ரமான கனவொன்று
பின்ன ரொருநாள் கண்டுநின்றார்

இரண்டு நாட்கள் சென்றதன்பின்
இரவி லினிய கனவொன்றில
இராம கிருட்டி ணர்மடியில்
இனிதே தாமு மமர்ந்திருக்க
கரத்தில் காப்பு நாண்கட்டி (70)
காவிக் கரையின் சேலையில்
சுரிகு ழலொருத் திமந்திரமும்
செவியி லோதக் கண்டுநின்றார்

கனவு கலைந்து நின்றிருந்தும்
கேட்டு நின்ற மந்திரமும்
மனதில் நன்றாய் பதிந்திருக்க
மிகவும் மகிழ்ந்தார் சுரேந்திரரும்
அனேக வருடங் கழிந்திருக்க (71)
அன்னை புகழும் பரவிநிற்க
புனித செயராம் பாடிக்குப்
புறப்பட் டுவந்தார் சுரேந்திரரும்

துர்கா பூசை நன்னாளில்
தேவி தம்மைத் தரிசிக்க
சுரேந்தி ரநாதர் வந்திருக்க
சிவப்புக் கரையின் சேலையில்
கரத்தில் காப்பு நாணணிந்து (72)
காட்சி தந்த அன்னையைப்
பெரிது மதிர்ந்து வியந்துகண்டுப்
பெருக்கி நின்றார் கண்ணீரும்

கனவில் பல்லாண் டுமுன்தோன்றி
களித்துச் செவியி லுபதேசம்
இனிதே கொடுத்த மாதரசி
எதிரி லிருந்து சுரேந்திரர்க்கு
நனவி லுமந்த மந்திரத்தை (73)
நவிலக் கேட்டுத் திடுக்கிட்டு
நினைவி ழந்து மூர்ச்சித்து
நிலத்தில் வீழ்ந்து கிடந்திருந்தார்

கனவில் தோன்றிப் பலருக்கு
கொடுத்து நின்ற மந்திரத்தை
நனவில் பின்னர் கொடுத்திருந்து
நன்றா யுறுதி செய்திடவும்
அனேகர் வியந்து பாராட்டி (74)
அருஞ்செ யலென்று புகழ்ந்துரைத்து
கனவு நனவா யாகியதைக்
களித்து ரைப்பர் பலருக்கும்

தீக்கை அளிக்குஞ் சமயத்து
தாயும் வினோத சத்திகொள்வார்
தீக்கை பெற்று நிற்பவரும்
தனது மொழியி லையங்கள்
போக விரும்பி யெழுப்பிநிற்க (75)
புரிந்து நின்று சாரதையும்
நீக்கி நிற்பார் வங்காள
நாட்டா ருரைக்கும் மொழிதன்னில்

தக்க ணத்துப் பயணத்தில்
தீக்கை யளிக்குஞ் சமயத்து
மக்கள் தமிழி லையங்கள்
மற்றெ ழுப்பி நின்றிருக்க
திகைத்து நிற்கா திருந்துநின்று (76)
தமது வங்கா ளமொழிதன்னில்
மிகவும் நல்ல விளக்கங்கள்
மற்று தந்த தறிவோமே

உபதே சத்தைப் பத்தருமே
உவந்து வந்து நின்றவரும்
செப்பா திருந்துங் குலதெய்வம்
சீல மிகுந்த குருபெயரும்
தப்பா தறிந்து நின்றவர்க்குத் (77)
தெரிய வுரைத்துத் திகைக்கவைப்பார்
கபடு நிறைந்தச் சிலரையும்
கண்ட றிந்துக் கண்டிப்பார்

குலகு ருவிற்கு வெகுமானம்
கொடாதி ருக்க வந்துள்ளாய்
குலதெய் வத்தைக் குலகுருவைக்
குறைவாய் கருதி நிற்பவரைத்
தொலைவில் நிறுத்தி வைத்திருந்துத் (78)
தூர விரட்டி நின்றிடுவேன்
கலந்து பேசி உபதேசம்
கொடுக்கே னெனவு முரைத்திடுவார்

குலதே வதையின் மந்திரமும்
கூறி நிற்கக் கூறிடுவார்
குலகு ருவையுஞ் சென்றடைந்து
கொடுப்ப தையுங் கொள்ளென்பார்
குலத்துக் குருவுங் கொடுத்ததோடு (79)
கூட்டித் தாமுங் கொடுத்திடுவார்
குலகு ருவிற்கு மரியாதைக்
களித்துக் கொடுக்கக் கூறிடுவார்

குலகு ருவாக யிருந்தவரும்
கவர்ந்தார் அன்னை தமக்குரிய
குலம களாகும் சேடிதனைக்
கவட மாக யெனக்கருதி
பொல்லாங் குசேர வேண்டுமென (80)
பொச்ச ரிப்பு கொண்டுசாபம்
பலவுங் கூறி நின்றதாக
பத்தை யொருவ ரழுதுரைத்தார்

பயந்து நடுங்கி யழுதிருந்து
பத்தை யொருத்தி குலகுருவும்
மெய்யா கிலுமே மொழிந்துநின்ற
மொழியத் தகாத சாபங்கள்
தயங்கி யவாறு ரைத்திருக்கத் (81)
தாயுங் கேட்டு நகைத்துநின்று
பயமு மில்லைப் பெருமானைப்
பற்றி நின்றோர்க் கென்றுரைத்தார்

குலகு ருவாக இருப்பவரும்
கீழ்மைக் குணத்தா ரென்றுரைத்தும்
பலரும் போல மிகவெளிய
பண்பு கொண்ட வரென்றுரைத்தும்
புலமைக் கல்வி சிறிதுமிலா (82)
பாம ரனாவா ரென்றுரைத்தும்
நல்லார் நீவிர் மந்திரமும்
நவில வேண்டு மெனக்கேட்பர்

ஒழுக்கங் குறைந்த வராகவுமாய்
உயர்ந்த குணமு மிலாதவராய்
பொழிலில் பேரும் பெறாதவராய்
பாம ரராக இருந்துநின்றும்
விழுப்ப மென்றும் மந்திரமும் (83)
வெகுவாய் கொண்டி ருந்திடவும்
வழுவே துமில்லைக் கொள்வதிலும்
வெற்றி கிட்டு மென்றுரைப்பார்

சிறப்பே துமில்லார் குருவாகச்
சொல்லித் திரிந்து மந்திரமும்
நிறைய மக்க ளுக்குரைத்து
நாண யமற்றுத் தனம்பெற்று
பொறையில் வாழ்வ தறிகின்றேன் (84)
பலரும் பதியைப் பலவாறும்
மறவா திருக்கச் செய்வதினால்
மற்று நன்மை விளையுமென்பார்

உபதே சிக்குங் குருவிற்கும்
உன்ன தமாகும் அன்னைக்கும்
செப்பற் கரிய வேற்றுமைகள்
சிறக்க நிறைய உளதாகும்
ஒப்பி லாத தேவதையும் (85)
உயர்ந்த நல்ல மந்திரமும்
தப்பி தமின்றித் தெளிவாகத்
தெரிந்தி ருக்கும் அன்னைக்கு

பத்த ருடையப் பழவினையும்
பூர ணமாகத் தெரிந்திருப்பார்
எதிர்கா லத்து நிகழ்ச்சிகளும்
எளிதில் அன்னை அறிந்திருப்பார்
பத்தர் குடும்ப வழிபாட்டின் (86)
பெரிதும் மறந்த முறைபலவும்
பதமா யறிந்தெ டுத்துரைத்து
பத்தர் நலனைக் கருதிநிற்பார்

பிறவி யொன்றில் பத்தருமே
பரம னோடு கலந்துநின்று
பிறப்பி றப்பி லாதவாழ்வு
பெற்று நிற்கும் வரைதாமும்
சிறிது மோய்வு கொள்ளாது (87)
சிந்தை தன்னி லிருத்திநின்று
மற்றி ருப்ப தாயவரும்
மொழிந்த துபோலு மெவர்மொழிவர்

குலதெய் வத்தின் பெயரையும்
கேட்ட றியாத பத்தராகும்
பலரும் இரசி கலாலென்று
புகன்ற ழைக்கும் மனிதரிடம்
குலதே வதையின் பெயரையும் (88)
கூறி நின்று மந்திரமும்
மலர்ந்த ளிக்க மூத்தோரும்
மற்றுச் சரியென் றொப்பினரே

சத்தி தேவி மந்திரமும்
சிறக்க உபதே சித்திடவும்
பத்தர் சசிபூ சணனென்பார்
பெரிதும் விரும்பிக் கேட்டிருக்க
துதித்து நின்றுத் தியானித்து (89)
தனுசு டைத்தோன் நாமத்தை
மதித்து மூத்தோர் பெற்றிருக்க
மற்ற தையுங் கொள்ளென்றார்

பரம்ப ரையாய் இராமநாமம்
பெற்று வந்த துன்குடும்பம்
பருப்ப திமற்றும் இராமனுக்கும்
பெரிது மில்லை வேற்றுமையும்
இருவ ருமொன்றே யென்றெண்ணி (90)
இராம நாமங் கொள்ளென்று
உரைத்து இராம நாமத்தை
உபதே சித்தா ரவருக்கு

வாழு மிடமும் பரமசுத்த
வைத்தி யநாத னிடமென்பார்
கீழ்மைக் குணமு மழிந்துபட
கிருகந் தன்னில் மூன்றிரவு
வாழ்ந்தி ருக்கச் செய்திருந்து (91)
வழங்கி நிற்பா ருபதேசம்
ஏழு லகாளி யிடந்தன்னில்
எல்லாந் தூய்மை யென்றுரைப்பார்

வார ணாசி தன்னிலுமே
விசுவ நாதன் குருவென்னுங்
கார ணமாக அன்னையும்
கொடுக்கா ரெவர்க்கு முபதேசம்
நாரி தாமும் மிகப்புனித (92)
நகரந் தன்னி லெவருக்கும்
வாராக் கதியும் பெறுவதற்கு
வழங்கேன் மந்தி ரமென்றுரைப்பார்

பிராயம் பதினா றாகிநின்ற
பத்த ருக்கே அன்னையும்
தருவார் மந்தி ரோபதேசம்
தாமே வகுத்த விதியையும்
கருணை பீறிட் டெழுந்திடவும் (93)
களித்துத் தளர்த்தி உபதேசம்
புரிந்து நின்ற தருணங்கள்
பலவு முண்டா முரைப்பதற்கு

மறவோன் பிராயம் பன்னிரெண்டாய்
மற்றா கிநிற்க வொருநாளே
சிறுவ னொருவன் அன்னையை
சிவதூ திதாயே என்னையும்
மறவா திருந்து காத்திடென்று (94)
மிகவும் நெகிழ்ந்துத் தெண்டனிட்டு
நிறுத்தா திருந்துக் கண்ணீரும்
நிறையப் பெருக்கி நின்றிருந்தார்

சிறுவன் செய்கை கண்டுநின்றுச்
சிலரும் நக்கல் செய்துநின்று
மறவோன் பெரியோர் போல்நடித்து
மகிழ்ந்து பாசாங் குசெய்வதாக
இறுத்து நிற்க அன்னையும் (95)
எதுவு முரைக்கா திருந்திருந்து
பிறகு மக்கள் சென்றதுமே
பக்க மழைத்தார் இராதையை

சிறுவ னொருவன் கீழறையில்
சிந்தித் திருப்ப தாகவுமே
அறைந்த ழைத்து வந்திடவும்
அறிவித் தபடி இராதையும்
மறவோன் தன்னை அழைத்துவ (96) ர
மணையு மிட்டு வந்தவுடன்
சிறுவ னுக்கு மந்திரமும்
செவியில் அன்னை ஓதிநின்றார்

குருவும் மகிழக் காணிக்கைக்
கொடுத்தி ருக்க மந்திரமும்
விரும்பி யவாறு பலனையும்
வழங்கு மென்று மூத்தோரும்
உரைத்த படியே மறவோனும் (97)
உயர்ந்த கனியும் தாம்பூலம்
விரைந்து பெற்றுச் சமர்ப்பித்து
வேண்டிப் பெற்றா ராசிகளும்

பெண்கள் பலருக் குபதேசம்
பரிந்து வழங்கி நின்றதுண்டு
மணமு மான பெண்களுமே
மணாள னும திபெற்றுவந்து
வணங்கி நின்று மந்திரமும் (98)
வேண்டிப் பெற்று மகிழ்ந்தனரே
கணவன் மனைவி சதிபதியாய்
களித்து பதேசம் பெற்றதுண்டு

வீட்டி லில்லா நாட்களிலும்
விரதஞ் செபங்கள் தவிரென்பார்
தீட்டுச் சமயஞ் செபபூசை
தவிர்க்கக் கூறி நின்றிடுவார்
நாட்டு வழக்க மெதனையும் (99)
நீக்கி நிற்கக் கூறியதில்
பீட மேற்று விதிமுறைகள்
பிறழ்ந்து வாழக் கூறியதில்

கொள்ளை யராகுந் தம்பதியும்
காளி யாகக் கண்டதுண்டு
பிள்ளை யாகும் சிவராமும்
பல்லாண் டுமுன்னம் அன்னையை
தெளிவாய் யாரென் றுரைத்துடவும் (100)
தீர்க்க மாகக் கேட்டிருக்க
களித்துத் தாமுங் காளியெனக்
கூறி நின்ற தறிவீரே

பின்ன ராண்டு பலகழிய
பார மெல்லாம் போக்குவதாய்
இனிதே தனக்கு வரமருள
இச்சை விளம்பிப் பிடிவாதம்
அனேகம் பிடித்த சிவராமும் (101)
அகமும் மகிழ அவர்சிரத்தில்
கனிந்து கரமும் வைத்துநின்று
கூறி யளித்தா ருறுதிமொழி

பிரம சாரி வரதனென்பார்
பணிநி மித்தந் தக்கணமும்
வரநேர்ந் திடவும் அன்னையின்
வெகுவா யொளிர்ந்த தேசுவையும்
கருணை மற்றுஞ் சோபையைக் (102)
கண்ட ததிர்ந்து நின்றதாக
உரைத்த நிகழ்ச்சி சரிதத்தில்
உறுதி செய்யப் பட்டுளதாம்

அடிசில் செய்யும் பெண்ணொருத்தி
ஆசா ரனுட்டா னங்களையும்
கடைப்பி டித்தொ ழுகுபவராம்
குளிர்கா லத்தி ரவுதன்னில்
முடுவ லொன்றை அறியாது (103)
மற்றுத் தீண்டி நின்றதையும்
அடுத்த றிந்து நீராட
அஞ்சி நின்றி ருந்தாரே

நடுங்குங் குளிரில் நீராட
நிரம்ப அஞ்சி மாதிருக்க
உடன றிந்து சாரதையும்
உள்ளம் நெகிழ்ந்து ரைத்திடுவார்
கடவுள் கண்ணன் நாமத்தைக் (104)
கூறிக் கைகால் கழுவிநின்று
புடவை வேறொன் றணிந்ததன்பின்
பகலில் குளிக்கக் கூறிநின்றார்

திருத்திச் சிறிதும் பெறாதிருந்து
திடமு மிழந்த முதியவரைப்
பரிந்து நோக்கி அன்னையும்
பகர்ந்தி ருப்பா ரிவ்வாறு
விரைவில் தீட்டு விட்டொழிய (105)
வேண்டு மாயி னெனைத்தொடுவீர்
விருத்தை நீவிர் சந்தேகம்
விட்டொ ழிப்பீ ரென்றுரைத்தார்

வதனந் தன்னில் மிளிர்ந்தொளிரும்
வினோத தேசு கண்டமாது
சித்தந் தெளிந்து விரைந்துவந்து
தேவி போலுந் தெரிந்திருக்கும்
அதீத சத்தி மிகுத்திருக்கும் (106)
அன்னை தம்மைத் தீண்டியதும்
சுத்தம் பெற்று நின்றதாகத்
துணிவு பெற்று மனைபுகுந்தார்

அணுக்கச் சேடி யொருவரிடம்
அன்னை ஒருநா ளிதுவுரைத்தார்
மண்ணி லெனது காயமுமே
மிகவும் புனித மாகிடுமாம்
புண்ப டுத்திச் சுற்றத்தார் (107)
பெரிதும் வதைத்தி ருந்திருக்க
கணத்தில் மனித சரீரமுமே
காடு சேர்ந்தி ருக்குமென்றார்

தன்ம யானந் தசுவாமி
துறவி யாக வாழ்ந்தவராம்
சென்னி தன்னில் அன்னையின்
சேவ டியுமே கொண்டிருக்க
மனதி லெழுந்த எண்ணத்தை (108)
மற்றுத் தெரிவித் திருந்திடவும்
கனிந்து நெகிழ்ந்து சாரதையும்
கருத்த றிவித்தி ருந்திடுவார்

சிரத்தில் குருவின் பாதுகையும்
சிறக்க உளதென் றுரைத்திடுவர்
கருதற் கரிய சிவசத்தி
களித்துச் சததம் வாழ்கின்றாள்
பிரம ரந்தி ரமாகிநிற்கும் (109)
பெரிய சத்தி உறைந்திருக்கும்
சிரத்தில் பாதம் பட்டிடுதல்
செய்யத் தகாத செயலென்றார்

மெய்யாஞ் சிரத்தில் சிவசத்தி
மற்று றைந்தி ருப்பதுவே
சயம்பு வாகப் பெருமானும்
சிறக்க விருக்க அவர்சதியாம்
உயர்ந்த நீவி ருலகமீன்றாள் (110)
உண்மை யென்றார் விரதியுமே
நயந்து நின்று சாரதையும்
நன்றென் றொப்பி நகைத்திருந்தார்

மடத்து கோயல் பாராவின்
மாண்பு மிக்க கேதாரும்
நொடித்து நின்றா ரிவ்வாறு
நாரி நும்மைக் கண்டபின்னர்
அடுத்துப் பலரும் தேவதையின் (111)
அனேக உருவத் தோற்றத்தை
எட்டி நின்றும் வணங்கிடவும்
எழாதி ருப்ப ரென்றுரைத்தார்

சகல தேவ தேவதையின்
தோற்ற மனைத்தும் தாயுன்றன்
மகோன்ன தமான அம்சத்தை
மற்றுப் பெற்ற வையென்று
பகர்ந்தி ருக்க அன்னையும் (112)
பிழையு மில்லை யென்றொப்பி
நகைத்து நிற்க கேதாரும்
நாரி பாதம் பணிந்துநின்றார்

அடியார் கோகு லதாசென்பார்
அகசை பத்த ராகிடுவார்
படிங்குங் காலத் திருந்தவரும்
பருப்ப திதன்னைத் தொழுதிருப்பார்
படித்து றையி னருகவரும் (113)
பொழுது புலரும் வேளையில்
நடந்தி யற்கைக் காட்சிதனை
நோக்கி யிருந்தா ரொருநாளே

படியி லமர்ந்து தியானித்துப்
பத்தர் நலனைக் கருதிநின்று
கிடக்கை மற்று முடல்நினைவு
கொஞ்ச மேனு மில்லாது
முடிவும் முதலு மில்லாத (114)
மற்றுப் பரமன் நினைவுதன்னில்
கிடந்தி ருக்கும் அன்னையை
கோகு லதாசும் கண்டுநின்றார்

அன்னை யருகு சென்றவரும்
அழகுச் சண்டி வாசகமும்
இனிதே வுரைத்து நின்றிருந்து
இமைக்கா திருந்து நோக்குகையில்
வினோத மாக அன்னையும் (115)
விநாடி நேரம் நோக்கிநின்று
கனிந்த பயாத்தங் காட்டிப்பின்
கடுகத் தொடர்ந்தார் தியானமுமே

பின்ன ரொருநாள் அன்னையைப்
பணிந்து பத்தர் வணங்கிநிற்க
மனையில் வசிப்போர் பெயருரைத்து
மற்று நலனுங் கேட்டிடவும்
அனேகம் வியந்து விவரங்கள் (116)
அறிந்த தெவ்வா றென்றெண்ணி
ஒன்றும் புலப்ப டாதிருந்து
உவந்து மனையும் வந்தடைந்தார்

இனிதே பலரின் பெயருரைத்து
இதன்பின் இலலித் தென்பாரை
அன்னை நளின னென்றுரைக்க
அதனைக் கேட்டு மிகவியந்து
மனைய டைந்துத் தாயிடமும் (117)
மொழிந்தி ருக்க அவரன்னை
தனயன் பெயரும் நளினனென்றும்
தற்ச மயம்மா றிநின்றதென்றார்

அடியா ருக்கு மிகப்பிடித்த
அனைத்து வியஞ்ச னங்களையும்
உடன றிந்து கொண்டுநின்று
உவந்து செய்த ளித்திடவும்
அடுத்து வியந்துத் தொண்டருமே (118)
அகமும் மகிழ்ந்து சாரதையை
அடிப ணிந்து நன்றிபல
அனேக முரைத்து நெகிழ்ந்திருப்பர்

அன்னைக் கனேக சேவைகள்
அடியார் புரிய விரும்பிநிற்க
அனைத்து மறிந்து மிகவிரைவில்
அடியா ரையு மழைத்துநின்று
கனிந்து தமக்குச் சேவையும் (119)
களித்துப் புரிய கூறிநிற்க
அனும திபெற்ற பத்தருமே
ஆற்றி மகிழ்ந்துப் போற்றிநிற்பர்

பத்தர் பலரி னுள்ளத்தில்
பதிந்தி ருக்கு மிச்சையும்
பத்தர் கூறா திருந்துநின்றும்
பலமு றையு மறிந்துநின்று
பதமா யவரை அழைப்பித்துப் (120)
பரிந்து சேவை புரிந்திடவும்
விதத்து நிற்கும் அன்னையும்
வினோத சத்தி பெற்றவராம்

பெருமா னுக்குப் பூசையும்
புரிந்து நின்று சாரதையும்
நிருமா லியமாம் மலர்களையும்
நைந்து நொந்த பலருக்கும்
பரிந்த ளித்து நின்றிருக்க (121)
பெற்று நின்றோர் தொல்லையும்
விரைந்தொ ழிந்த விவரங்கள்
விரிவாய் சரிதந் தனிலுளதாம்

நிருமா லியமு மளிக்காது
நாத னுக்கு நிவேதித்த
பிரசா தங்க ளளிக்காது
பரிவோ டாசி கூறிநின்று
கருணை யோடு நோக்கிநின்று (122)
காட்டி நின்ற அபயாத்தம்
விரைந்து பத்தர் தொல்லைகள்
விரட்டி நின்ற விவரமுண்டு

அலுவ லகத்தில் பணிபுரிந்த
அடியார் பூர ணானந்தர்
தொல்லை யொன்றில் சிக்கிநின்று
துடிது டித்துப் பதறிநின்றார்
நிலைமை மோச மாகிநிற்க (123)
நிரந்த ரமாகப் பணியிழந்து
வல்வி னையால் சிறைவாசம்
விளையு மென்றும் பயந்திருந்தார்

எவரோ ஒருவ ரவரையும்
இனிதே அன்னை யிடஞ்சென்று
விவரந் தெரிவித் திருந்திடவும்
விளக்கி நின்ற படியவரும்
கவலை தோய்ந்த முகத்தோடு (124)
கண்ணீர் பெருக்கி நிலைமையும்
விவரஞ் சொல்ல அன்னையும்
வேண்டாங் கவலை யென்றுரைத்தார்

அன்னை யிடமும் முறையிட்டும்
அடியார் மனதி லையமுமே
அனேகங் கொண்டி ருந்திடவும்
அசஞ்ச லமாகக் கவலைகள்
அனைத்தும் விட்டி ருந்திருக்க (125)
அறிவு றுத்தி அன்னையும்
நின்றி ருக்கத் தொல்லைகள்
நீங்கி யதெல்லாம் மிகவினோதம்

பணியில் தொடர்ந்து நீடித்துப்
பெற்று நின்றா ரூதியமும்
அணுகிக் காவல் துறையாரும்
அடைத்த னரில்லைச் சிறைதன்னில்
தண்ட னையும் பெற்றாரில் (126)
தொல்லை பலவும் நீங்கியதே
கணநே ரத்தில் முன்னிருந்த
கவலை நீங்கப் பணிந்தெழுத்தார்

என்பு ருக்கி நோய்வரவும்
இறந்து படுவர் நோயாளி
வன்பு மிக்க நோய்க்கெதுவும்
வைத்தி யமில்லை அந்நாளும்
அன்பர் சுரேந்தி ரநாதரென்பார் (127)
அனேகம் முயன்றும் தோற்றுநிற்க
அன்னை நினைவு வந்துநிற்க
ஆசி பெறவு மெண்ணிநின்றார்

இறக்கும் முன்னம் அன்னையை
இனிதே காண யெண்ணிநின்றுப்
பிறகும் தானும் பயணித்துப்
புனிதத் தாயைக் காண்பதுமே
சிறிது மியலா தென்றறிந்து (128)
செய்தி தன்னைக் கடிதத்தில்
சிறக்க விளக்கித் தமதூரும்
சேரக் கோரி எழுதிநின்றார்

கடிதம் படித்து சாரதைக்கு
கூறி விளக்க அன்னையும்
உடனே யானு மங்கேகி
உதவி புரியத் தேவையில்
படமும் பின்னும் உத்போதன் (129)
பத்தி ரிக்கை அவருக்குக்
கிடைக்கச் செய்தி ருந்திருக்க
காலன் மறைவா னென்றுரைத்தார்

படமும் பத்தி ரிக்கையும்
பெற்று நின்ற சுரேந்திரரும்
விடாத வற்றை வெகுநேரம்
வைத்த கண்ணாய் நோக்கிநிற்பார்
படித்து நிற்பார் பத்திரிகைப் (130)
பிறகும் நேரங் கிடைத்திடவும்
படாத பாடு படுத்தியநோய்
பறந்தோ டிநின்று மறைந்ததுவே

அன்னை கோல்கா தாவிலுமே
அருள்பா லித்தி ருந்திருக்க
அன்னை ஊர்வாழ் பலமக்கள்
அன்னை யிடமும் வந்தடைந்து
துன்பம் பலவு முரைத்துநின்று (131)
துயர்து டைக்கத் தொல்லைகள்
கனிந்து ரைத்துக் காப்புவேண்டி
கரமுங் கூப்பித் தொழுதுரைப்பர்

இரண்டு வருடம் மழைபொய்க்க
இன்னல் பலவுஞ் சீவராசி
நிரம்பப் பெற்று நிற்பதையும்
நிலமும் பாழ்த்துக் கிடப்பதையும்
வரப்பும் வயலும் வெடித்துநின்று (132)
வனப்பி ழந்து நிற்பதையும்
உரைத்துக் கண்ணீர் பெருக்கிநிற்க
உடனே அன்னை புறப்பட்டார்

செயராம் பாடி கிராமமுமே
சென்ற டைந்தார் அன்னையும்
பயிர்நி லமெல்லாம் வெடிப்புகண்டுப்
பாழ்பட் டிருக்க மனம்வெதும்பி
வயலும் விளையா திருந்திருக்க (133)
வாழ்வா தார மில்லாமல்
உயிர்து றக்கும் சீவராசி
உயிர்காத் திடவும் வேண்டிநின்றார்

இறைவா கருணை கொண்டருள்வாய்
இவ்வூர் பாழ்பட் டிருந்திடவும்
பற்றி நிற்கும் பசிப்பிணியும்
பின்னுஞ் சாவு தொடர்ந்திடுமே
சிறிது மனமு மிரங்கிநின்று (134)
சீவ ராசி களுக்கருள்வாய்
இறைவா மணாளா மனதிரங்கி
இனிதே மழையும் பொழிந்திடுவீர்

கதறி நின்று சாரதையும்
கணவ ராகு மிறையிடமும்
பதைத்து நிற்கும் மக்களையும்
பரிவோ டுநோக்க வேண்டுமென்றும்
வதைத்து நின்ற துபோதுமென்றும் (135)
வாழ்வா தார மழையையும்
நதிநீர் நிலையும் பெருகியோட
நல்கி டவேண்டு மெனத்துதித்தார்

கிருக மடைந்து நின்றிருந்து
களித்துப் பூசை நிகழ்த்திநிற்க
வருண தேவ னன்றிரவு
வெகுவாய் மகிழ்ந்துப் பொழிந்திருக்க
கிராமத் திருக்கு மேரிகுளம் (136)
களித்து நிரம்பி வழிந்திருக்க
கிராமத் தாரும் நன்றிபல
கூறி நின்றுப் போற்றிடுவர்

இயற்கைச் சத்தி அன்னையின்
இதய பூர்வ வேண்டுதலை
நயந்து கேட்டு மிகமகிழ்ந்து
நிரம்ப மழையும் பொழிந்திருக்க
வயலும் வரப்பும் வனப்புபெற (137)
விளைச்சல் பெருகி நின்றிருக்க
செயராம் பாடி விளைச்சலுமே
சிறக்கப் பெருகி யதவ்வாண்டு

சிரோத பாலா என்பவரும்
சிறிய வயதில் விதவையாய்
கருணை கொண்ட அன்னையைக்
கண்டு சேர்ந்து பணிவிடைகள்
புரிந்தி ருக்கும் நற்பேறு (138)
பெற்று நின்ற பெண்ணாவார்
விரல்ந கங்கள் புண்ணாகி
வேத னையும் பொறுத்திருப்பார்

விரற்கள் புண்ணா கிநின்றிருக்க
வேத னையும் பொறுத்திருப்பார்
கிருகந் தன்னில் தண்ணீரில்
கரங்க ளாலும் பணிபலவும்
புரிந்தி ருக்கப் புண்மேலும் (139)
பெரிதா கிநின்று சீழ்பிடிக்க
பெரிதும் வருந்தித் தன்துயரம்
புகலா திருப்பா ரெவரிடமும்

அன்னை யொருநாள் கண்டறிந்து
அழைத்து சிரோத பாலாவை
நன்றென் பெண்ணே கமண்டலத்து
நீரு ளூன்றன் கரத்தையும்
இனிதே முழுக்கி யெடுத்திடென்று (140)
இயம்பி நிற்க அப்பெண்ணும்
மனமு மொப்பிச் செய்திருக்க
மறைந்தொ ழிந்த துபுண்ணுடனும்

வலிப்பு நோயால் வேதனையும்
வசுரேச் சுவரி யென்பாரும்
சொல்ல வொணாத தொல்லைகள்
சகித்துத் தாங்கி நின்றிருக்க
சிலரே ஐம்ப டைத்தாலி (141)
தந்த ணிந்தி ருந்திடவும்
சொல்லி யவாற ணிந்திருக்க
சிறிது நிலையுந் தேறியதே

வலிப்பு நோயுங் குறைந்திருக்க
வேண்டாங் காப்பெ றிந்திடென்று
வலியக் கூறும் அன்னைசொல்
விளைவித் திடுமோ வலிப்பென்று
கலங்கி நிற்கும் பெண்ணிற்கு (142)
கொடுத்தார் அன்னை ஆறுதலும்
பொல்லா வியாதி மீண்டுமுனைப்
படுத்தா தென்று மவருரைத்தார்

தயங்கி நிற்கும் பெண்ணையும்
தாயுந் தேற்றித் தென்பளிக்க
பயந்து நடுங்கிக் கழற்றிநின்று
பாதந் தன்னில் வைத்திடவும்
வியந்து பலரும் பார்த்திருக்க (143)
வெளியி லெறிந்தார் அன்னையும்
வியாதி பின்னர் பெண்ணையும்
வாட்டி வதைத்த தில்லையாம்

விரதி மகாதே வானந்தர்
வழங்கி நிற்பார் சேவைகள்
கிராமம் அல்தார் புகூர்சென்று
கிருகத் திற்குத் தேவையாம்
பொருட்கள் பலவும் பெற்றுவரப் (144)
பணித்து நின்றார் அன்னையும்
சிரமுந் தாழ்த்தி விரதியுமே
சென்று பொருட்கள் வாங்கிநின்றார்

பொருட்க ளெல்லாந் தூக்கிவரப்
பணியா ளொருவர் தம்மையும்
பொருளுங் கொடுத்த மர்த்திடவும்
புகல மறந்தார் அன்னையும்
சிரசி லனேகப் பொருட்களையும் (145)
சிறக்க வைத்து விரதியுமே
சிரமப் பட்டு நடந்துவந்தார்
செயராம் பாடி கிராமமுமே

பருவக் காலப் பெருமழையும்
பொய்யா திருந்துப் பெய்திருக்க
விரைந்து காற்றும் வீசிநிற்க
வழியில் சேறு வழுக்கிநிற்க
சிரசில் பாரஞ் சுமந்திருந்து (146)
சிரமம் பட்டு மிகநனைந்து
விரதி அன்னை நாமத்தை
விடாது ரைத்து நடந்துவந்தார்

கவன மாக நடந்துசென்றும்
கனம ழையும் பெய்திருக்க
ஒவ்வோ ரடியும் வழுக்கிநிற்க
உளையில் சிக்கிக் கொண்டுநின்றார்
தவித்து நிற்கு மவருக்கு (147)
துணையா யருகி லெவருமிலர்
சிவதூ தியாகும் அன்னையைத்
தியானித் தவாறு நடக்கலானார்

திடுமென் றவரின் தலைச்சுமையும்
தோளி லிருந்த பாரமுமே
சட்டென் றுநீங்கி விட்டதாகத்
தெரியவு ணர்ந்து நின்றிருக்க
கடந்து சென்றா ருளையிருந்த (148)
கடின மான பாதையை
அடுத்துப் பஞ்சு மூட்டைபோல்
அவரின் சுமையுங் குறைந்ததுவே

கிருக மடைந்த விரதியுமே
கண்டார் வியத்த குகாட்சியுமே
கிருகத் துள்ளும் அன்னையும்
கடின பாரஞ் சுமப்பதேபோல்
பெருமூச் சுவாங்க நடப்பதையும் (149)
பெரிதும் சிவந்த முகங்கண்டும்
கருத்த விழிகள் பிதுங்கிடவும்
கண்டு பதைத்து நின்றிடுவார்

பாரஞ் சுமக்கும் பெண்போலும்
பெருமூச் சுவிடக் கண்டுநின்றார்
கார்கா லத்துப் பெருமழையில்
கட்டி நின்ற சேலையும்
ஈர மாக நனைந்திருந்து (150)
இருக்கக் கண்டுத் தன்சுமையை
வாரி யள்ளிக் கொண்டதாக
விவர மறிந்துக் கதறிநின்றார்

பாரஞ் சுமக்கப் பிள்ளையைப்
பணியாள் வைத்துக் கொள்ளென்று
நாரி யானு முரைக்காது
நின்றே னென்று நவின்றிருக்கும்
சீரை ஈர மாகிநிற்கும் (151)
சார தையின் கூற்றையும்
தீர்க்க மாகக் கேட்டுநின்று
திடுக்கிட் டிருந்தார் விரதியுமே

பொருட்கள் பலவு மிறக்கிநின்று
பக்கம் வந்து நின்றிருக்கும்
விரதி கண்டு ரைத்திடுவார்
வெகுவாய் பாரச் சுமையிருக்கப்
பொருளுந் தந்து பணியாளைப் (152)
பணியி லமர்த்தத் தடையெதுவும்
உரைத்த துண்டோ யெந்நாளும்
உரைப்பா யென்றார் அன்னையும்

பணமுங் கொடுத்து வேலையாள்
பாரஞ் சுமக்க வைத்திருக்க
சுணங்கி நிற்பே னென்றென்னைத்
தவறா யூகித் திருந்துநின்றாய்
பணியா ளமர்த்தி நிற்காது (153)
பாரஞ் சுமந்து வருந்திநிற்கத்
துணுக்கங் கொண்டு யானுமதைத்
தூக்கி வந்தே னென்றுரைத்தார்

ஆழங் காணா குழியென்றும்
அமிழ்த்தி வருத்துங் குழியென்றும்
பாழாம் பாசக் கயிறுகளும்
பற்றிக் கட்டி யுளதென்றும்
ஊழி ருந்து விடுவிக்க (154)
உமையும் நீயே துணையென்றும்
வாழ்த்திக் காக்கச் சங்கரரும்
வேண்டிப் பாடி யதறிவோமே

17. அன்னையின் குணாதிசயங்கள்

இறைவ னுலகி லவதாரம்
எடுத்தி ருக்க அச்சமயம்
பொறையில் வாழும் மக்கள்போல்
பெரிதும் வாழ்ந்து நிற்கிறதாம்
மற்ற சீவ ராசிகள்போல் (1)
மகித லத்தில் வாழ்கையில்
பற்றற் றானு மிருப்பனென்றுப்
பெருமான் பகர்ந்தார் பலமுறையும்

பசியுங் கொண்டி ருந்திருப்பர்
பிணியும் பற்றி வருத்திடுமாம்
அச்சம் மற்றுந் துன்பங்கள்
அவரைத் தாக்கி நின்றிருக்க
அசலை தன்னி லவர்களையும் (2)
அவதா ரமென்று மக்களுமே
இசைந்த றியாதி ருப்பரென்று
இயம்பி நிற்பார் பெருமானும்

மனிதர் போலும் வாழாது
மற்று மவத்தைக் கொள்ளாது
தனித்துச் சிறந்து வாழ்ந்திருக்க
சீவ ராசி யிவர்போலும்
இனிதே வாழ்த லொருபோதும் (3)
இயலா தென்று மக்களுமே
நினைத்த வதாரத் தருமங்கள்
நியமத் தோடு பற்றிடாராம்

எட்டாக் கொம்புப் பழமாக
இருந்த வதாரப் புருடருமே
கிடக்கை தன்னில் வாழ்ந்திருக்கக்
களித்து மக்க ளவரையும்
அடுத்துச் சேர்ந்து பயன்பலவும் (4)
அடைய வியலா துபோகிடுமாம்
கடையர் பயனும் பெறவேண்டி
களித்தேற் கவேண்டும் பலதுன்பம்

திவ்வி யமேன்மை முழுவதுமாய்
தெரியா திருந்து நின்றதுபோல்
அவதா ரமெடுத் திலட்சியமாய்
அகிலந் தன்னில் வாழ்ந்தவருள்
சிவத னுசொடித் தவில்லாளி (5)
சான கிராமன் சாரதையும்
புவனம் போற்ற வாழ்ந்திருந்த
பேரும் பெற்ற வராவாரே

பிரேமா னந்த ரென்பவரும்
பகர்வா ரொருநா ளிவ்வாறு
பருப்ப தியான சத்தியுமே
பாரி லுருவ மெடுத்துநின்று
கருணை சுரந்து மக்களுக்கு (6)
கடமை காட்ட மிகவெளிதாய்
கருமம் பலவும் புரிந்துநின்று
காட்டி வழியும் நிற்கின்றார்

அன்னை யுருவில் பராசத்தி
ஆவின் சாணம் இட்டுநின்று
மனையைச் சுத்தஞ் செய்துநின்று
மேலு மேனம் தேய்த்துப்பின்
கனிந்து சுற்றத் தினருக்கும் (7)
கிருகம் வருவோர் பலருக்கும்
இனிதே அடிசி லாக்கியபின்
இட்டு மகிழ்வ துகாணீரே

அரிசி புடைத்த டிசிலாக்கி
அன்ன மிட்ட தன்பின்னர்
தரையி லிருக்கு மிலையெடுத்துத்
தண்ணீர் விட்டுத் தரைதுடைத்து
கருணை சுரந்து பத்தர்தம் (8)
கவலை போக்கிக் கனிந்துரைத்து
பொருளும் வறியோர்க் களித்துநின்று
பொறுமை காத்து நிற்கின்றார்

எல்லை யில்லா கருணையும்
ஏரா ளமானப் பொறுமையும்
நிலமுங் காணா அடக்கமுமே
நிறையக் கொண்டு விளங்குகிறார்
தொல்லை சுற்றந் தந்திருந்தும் (9)
தென்போ டவற்றை எதிர்கொண்டு
வலிவி ழக்கா திருந்துநின்று
வாழ்வ துகாணீ ரென்றுரைப்பார்

உழைப்பின் சிறப்பை அன்னையும்
உயர்வா யுரைத்துப் போற்றிடுவார்
உழைப்பி னுருவம் அன்னையாம்
ஓய்வெ டுத்த துமில்லையாம்
உழைப்ப துகண்டொ ருபத்தருமே (10)
உரைத்து நின்றா ரொருநாளே
கழிதாங் கிநின்று ழைப்பதேனே
களித்து பலரு மிருக்கையில்

மடியாய் நளினி தேவிக்கு
மாபி சையத் தேவையேன்
அடுத்துப் பலரு மிங்கிருக்க
அறைந்து நின்ற தக்கணமும்
கொடுத்து நிற்பர் மாபிசைந்து (11)
கூறி டவேண்டு மெனப்பலரும்
விடாது காத்தி ருப்பதாக
விளக்கி நிற்பார் கோபேசும்

பிரம சாரி கோபேசும்
பரிவோ டெடுத்து ரைத்திடவும்
பிராண னிருக்கும் நாள்வரையும்
படுத்துச் சோம்பித் திரியாது
பெரிது முழைத்து நிற்பதுவும் (12)
பலவாம் நன்மை விளைவிக்கும்
மரணம் வரையி லுழைத்திருக்க
மொழிந்தா சிகேட்பார் அன்னையும்

பணியுஞ் செய்து நின்றிருந்தும்
புரிந்தார் மிகவும் நேர்த்தியாக
பணிபு ரிந்து நிற்கையில்
பெரிதும் நொந்து புரிந்தாரில்
பணியில் தமது முழுமனதும் (13)
பெரிதுஞ் செலுத்திப் புரிந்திடுவார்
பணியைப் பூசை யாயெண்ணிப்
புரியச் சிறப்பாய் முடிந்திடுமே

துடைப்பந் தன்னைப் பயன்படுத்தித்
தரையில் கவனக் குறைவாக
விட்டெ றிந்து நின்றிடவும்
விரும்பி நிற்கார் அன்னையும்
எடுத்து நிமிர்த்தி மூலையில் (14)
எழிலோ டுவைக்கக் கூறிநிற்பார்
முடிக்க வேண்டும் பணிபலவும்
மற்றுச் சிறப்பா யென்றுரைப்பார்

பொருட்க ளௌதையும் வீணாக்கிப்
பாழ்ப டுத்தி நின்றிருக்க
விரயஞ் செய்தல் தவறென்று
விளக்கி நிற்பார் அன்னையும்
துரும்பும் பற்கள் தம்மையும் (15)
தூய்மை யாக்க உதவுமென்று
உரைத்து நின்று பொருட்களையும்
ஒழுங்காய் பாது காத்திடென்பார்

உண்ட பின்பு விஞ்சியதை
ஒதுக்கி வெளியே எறியாது
கண்ணில் தென்பட் டிருக்கின்ற
கொறியும் பூனை முதலான
மண்ணில் வாழு முயிர்களுக்கு (16)
மகிழ்ந்த ளிக்க வேண்டுமென்று
தொண்டர் பத்த ரனைவருக்கும்
தூய அன்னை கூறிநிற்பார்

அடிசில் செய்யுஞ் சமயத்தில்
அனேக மரக்க றித்தோலை
எடுத்து வைத்துப் பசுக்களுமே
இனிதே உண்ணக் கொடுத்திருந்து
மட்டி லாத மகிழ்ச்சியுடன் (17)
மாடு கன்று களுண்பதையும்
கிட்ட யிருந்து நோக்கிநின்று
களித்தி ருப்பார் அன்னையும்

அனேக ஆப ரணங்களையும்
அணிந்து தம்மை ஆடிமுன்னம்
இனிதே நோக்கி மகிழ்வதையும்
இன்னுஞ் சிறப்பா யலங்கரித்து
நனிசி றந்த பட்டாடை (18)
நாரி களுடுத் திநின்றிருக்க
அன்னை ஒப்பி நிற்காது
அனேக மறிவு றுத்திடுவார்

கனகா பரணஞ் சிலவற்றைக்
காரி கைக ளணிந்திருக்க
நன்மை பயக்கு மெனக்கூறி
நாரி மூளி யாயிருத்தல்
மனைக்குக் கேடு வருமென்று (19)
மொழிந்தி ருப்பார் அன்னையும்
ஒன்றி ரண்டு நகைகளையும்
உவந்த ணியவு முரைத்திடுவார்

பொன்னோ பணமோ தீண்டிநிற்க
பெருமா னுடலும் தீப்பற்றி
நின்ற துபோலு முணர்ந்திருந்து
நிலத்தில் குதித்து நின்றிருப்பார்
கனகா பரணந் தன்னையும் (20)
கண்ணி லொற்றி மங்கலமாய்
அன்னை கருதி அவற்றிற்கு
அனேக மதிப்ப ளித்திடுவார்

பெருமான் துறவிற் கிலக்கணமாம்
பத்தி னியாகும் அன்னையும்
கிருகப் பெண்டிர்க் கிலக்கணமாம்
கனகம் தனமு மில்லாத
கிருக ணிவாழ்வு முண்டாமோ (21)
குடும்ப வாழ்வில் பணத்தையும்
நிரம்ப மதித்து வாழ்வதையும்
நாரி கற்றுக் கொடுத்துநின்றார்

பணமும் பொன்னும் அன்னையைப்
பாதித் ததில்லை யொருபோதும்
பணமு மிருக்கும் பேழையைப்
பணியாள் பாது காத்திருக்க
பணத்தின் தேவை யறிந்துநின்று (22)
பணமு மளிக்கப் பணியாளைப்
பணித்து நிற்பார் அன்னையும்
பெறுவா ரில்லைத் திறவுகோலும்

இராதை வதுவை யாகியதும்
ஏகி நின்றார் வரன்கிருகம்
பெரிய தொகையும் வைத்திருந்தப்
பேழை யையும் மறதியாக
இராதை மணாளன் மனைக்கனுப்பி (23)
எல்லாம் மறந்தி ருந்திருக்க
பொருளில் பற்றி லையென்று
பெரிதுங் கண்டு நின்றிடலாம்

பின்னன் மனைவி சுவாசினிக்குப்
பணமுங் கடனா யளித்ததையும்
அன்னை மறந்து நின்றிருக்க
அனேக காலங் கழிந்ததன்பின்
இனிதே கடனும் பெற்றவரும் (24)
எண்ணி நினைவு கூர்ந்துநின்று
பின்னர் திருப்பி யளிக்கையில்
பெரிதும் வியப்ப டைந்திடுவார்

உலகி லிருந்து வாழ்வதற்கும்
உதவி புரிந்து நிற்பதற்கும்
செல்வந் தேவை யென்றெண்ணி
சிறிதும் வெறுத்தொ துக்காராம்)
நலமுஞ் சிறிது தனஞ்செய்தும் (25)
நாடிச் சென்ற தில்லையாம்
தொல்லை யென்று கருதிநிற்கத்
துறவேற் றுநின்ற வரில்லையாம்

உலகை மாயை யெனக்கருதி
ஒதுக்கி வாழ்தல் ஞானமாகும்
உலகம் பிரம மென்றெண்ணி
ஒத்தி ருப்ப துமதுவேயாம்
உலகில் வாழ்ந்து நின்றிருந்தும் (26)
உபத்தி ரவமும் மாயையும்
நிலைகு லையச் செய்ததில்லை
நாரி தியாக உருவமாகும்

வரவு செலவு கணக்குகளின்
விவரம் வைத்து நின்றதில்லை
கரத்தால் பணமு மெடுத்ததையும்
கொடுத்து நிற்பா ரெண்ணாது
பொருளும் வாங்கி வந்தசீடர் (27)
பின்னர் சரிபார்த் திருக்கையில்
கரத்தில் அன்னை கொடுத்துநின்ற
கணக்கை வினவி நின்றிடுவார்

எண்ணிக் கொடுத்த திலையென்றும்
எல்லாம் சரியா மென்றுரைத்தும்
கணக்கு வழக்குக் கணக்கையும்
கணக்காய் தவிர்த்து நின்றிடுவார்
பணமும் பெற்றுச் செலவழித்து (28)
பத்தர் நலனைக் கருதிநின்று
கண்ணி னிமைபோற் காப்பவரும்
கணக்கு வைத்துக் கொள்வாரோ

கிராமம் செயராம் பாடியிலும்
காய்ங்க னியெல்லாம் பெண்ணொருத்தி
தருவித் திருந்து சாரதைக்கு
தினமும் வந்து தந்துநிற்பார்
கரத்தை விட்டுக் குடத்திற்குள் (29)
களித்தெ டுத்துப் பணத்தையும்
பரிந்த ளித்து நின்றிருக்க
பெண்ணு முரிய பணங்கொள்வார்

பணத்தைத் தொட்டா லுடலெரிச்சல்
பெரிதுங் கொண்ட பெருமானும்
பணத்தைத் தொட்டுக் கையாண்ட
பின்னு மதனில் பற்றேதும்
அணுவ ளமேனு மில்லாத (30)
அன்னை கனவில் இராதையின்
மணாளன் மனைக்குப் பெருந்தொகையும்
மற்றுச் சென்ற துரைத்துநின்றார்

பதியின் துறவுந் தம்துறவும்
பெரிதுஞ் சமமே யெனக்காட்டி
சதியு மிதனால் நிரூபித்து
சிறக்க வாழ்ந்து நின்றிருந்தார்
சதிப தியாகு மிவர்களுமே (31)
சகத்தி லெடுத்துக் காட்டாக
வதித்து நின்று வையகமும்
வணங்கத் தக்க வராயினரே

தனமும் பொன்னும் அன்னையைச்
சிறிதும் கவர்ந்த தில்லையாம்
பின்னு மவரே பொதுவறிவு
பெற்ற வராவா ரறிவீரே
அன்னை ஞானா னந்தரையும் (32)
அழைத்து ரைப்பா ரொருநாளே
நன்மை செய்வ தாயெண்ணி
நகைக்கத் தக்க செயல்புரிந்தாய்

பின்வி ளைவைக் கருதாது
பாலின் விலையை உயர்த்திநின்றாய்
புனலுங் கலக்கா திருந்துநின்று
பாலும் பெறுவோ மென்றெண்ணி
தின்மை செய்துத் தவறிழைத்தாய் (33)
தேனு கிராமந் தன்னிலுமே
அனேக மில்லை யெனுமுண்மை
அறியா துள்ளா யென்பிள்ளாய்

விலையு மதிகங் கொடுத்துநின்று
வார்க லந்த பால்பெறுவாய்
விலையு மதிகம் பெற்றவரும்
விலையை உயர்த்த ஊர்மக்கள்
நிலைகு லைந்து நம்மையும் (34)
நாவால் தூற்ற நேரிடுமாம்
விலையேற் றத்தை வீணாக
விரதி புரிந்தா யெனக்கடிந்தார்

இரக்கங் காட்ட வேண்டுகின்ற
இடத்தி லிரக்கங் காட்டிநிற்பார்
ஒருநாள் போர்வை வர்த்தகமும்
உவந்து புரியும் பெண்ணொருத்தி
தெருவில் கூவிச் சென்றிடவும் (35)
தெரிவை தன்னை நளினியுமே
கிருக மழைத்து விலையையும்
குறைக்கக் கேட்டு நின்றிருந்தார்

பெண்ணுங் கேட்ட விலையையும்
பெரிதுங் கொடுக்க விரும்பாது
பணத்தைக் குறைத்துக் கேட்டிருக்க
பெண்ணும் விடாது நிலைத்திருக்க
கண்டு வெகுண்டு சாரதையும் (36)
கூறி நிற்பார் நளினியிடம்
பெண்ணு மேழை பலவிடமும்
போக வேண்டு மறியென்றார்

பல்வே றிடமுஞ் சென்றிருந்து
போர்வை விற்றுத் தன்மனையும்
செல்ல வேண்டு மென்றுணர்ந்து
சிறிதுங் காலந் தாழ்த்தாது
விலையாய் கேட்ட பணமளித்து (37)
வாங்கிக் கொள்வா யெனக்கடிந்து
சொல்லக் கேட்டுப் பணத்தையும்
தந்து நின்றார் நளினியுமே

பணத்தை யுடனுங் கொண்டுவந்து
பெண்ணிற் குடனுங் கொடுத்திடுவாய்
கண்ணிற் கழகாம் போர்வையைக்
களித்து சிரோத பாலாவாம்
மணாட்டுப் பெண்ணிற் களித்திடுவாய் (38)
மண்ணில் போர்வை யில்லாது
கண்ணு றங்கப் பெரும்பாடு
கொள்கின் றாளு மப்பெண்ணே

அன்னைக் களிக்க வேண்டுமென்ற
ஆவல் கொண்ட பலவறியோர்
கனிவ கையுந் தின்பண்டம்
கொண்டு வந்து நின்றிருக்க
அன்னை யவர்தம் வறியநிலை (39)
அறிந்து நின்று வேதனையில்
அனேக முரைத்த வர்களையும்
அகமும் நெகிழச் செய்திடுவார்

மனையில் மனையும் மக்களுமே
மிகவு முயர்ந்த யிவற்றையும்
என்றுங் கண்ட தில்லையாம்
இவ்வா றிருக்கக் கொணர்ந்துநின்று
மனமும் நோகச் செய்திருந்து (40)
மிகவும் பெரிய பிழைபுரிந்தாய்
இனியு மிதையே புரிந்திருக்க
ஏற்றுக் கொள்ளே னென்றுரைப்பார்

அருணா சலத்தில் இரமணரும்
அடியார் தமக்கு ரைத்திடுவார்
கிருகந் தன்னில் மனையோர்க்கு
கொடுக்கா திருந்து மிகவுயர்ந்த
பொருளைத் தமக்குங் கொடுப்பதுவும் (41)
பெரும்பி ழையா குமென்றுரைத்துப்
பொருளை யேற்க மறுத்திடவும்
பத்தர் கொணரா திருந்திடுவர்

வறியோர் நிலையும் நன்கறிந்து
விலையு யர்ந்தப் பொருட்களையும்
பொறையில் வாழும் மக்களுமே
பரிச ளித்தல் பிழையென்று
இறுத்து சத்தி யசாயிநாதன் (42)
ஏற்க மறுத்து நின்றிருக்க
மறவா திருந்து மக்களுமே
மகிழ்ந்து ரையொப் பிநின்றனரே

குழந்தை நலனைக் கருதிநின்று
களித்துத் தனமுஞ் சேமிக்க
மொழிந்தி ருப்பார் அன்னையும்
மேலும் மக்கள் கடமையில்
வழுவா திருந்து முறையாக (43)
வழிந டக்க வேண்டுமென்று
தொழுது வணங்க வந்திருக்கும்
தொண்ட ருக்கு ரைத்திருப்பார்

இவுளி வாங்கிப் பணிபலவும்
இலகு வாக ஆற்றிடவும்
உவந்து தனது விருப்பத்தை
உரைத்தார் பத்த ரொருவருமே
புவியி லிரண்டு சக்கரமும் (44)
பெற்றி ருக்கும் வண்டிதனில்
கவலை விடுத்துப் பயணத்தைக்
கொள்ளல் மிகவும் நலமென்றார்

குரக தமொன்று வாங்கிடவும்
கொடுத்தி டவேண்டுந் தீனியுமே
பெருகி நிற்குந் தினச்செலவும்
பிணியும் பற்றி நின்றிருக்க
மருந்து முதலாஞ் செலவுகளும் (45)
மற்றுச் செய்தி டவேண்டுதுமே
இரண்டு சக்க ரவண்டிதனில்
இல்லை தொல்லை யென்றுரைப்பார்

கிராமப் பஞ்சா யத்தாரும்
கிருகத் திற்கு வரிவிதிக்க
வரிவி லக்குக் கேட்டிடவும்
வேண்டி டுமாறு சாரதையும்
உரைத்தி ருக்கத் துறவியுமே (46)
உவந்து வியந்து நின்றிருக்க
புரிந்து நின்று கருத்தையும்
புகன்று விளக்கி நின்றிருந்தார்

பிராய மறுப தாகியதாம்
புவியில் யானும் வெகுகாலம்
இருந்து வாழ்தல் மிகவரிதாம்
என்றன் காலம் முடிந்திருக்க
விரதி மற்றும் பிரமசாரி (47)
வசித்தி ருந்தும் மனைதன்னில்
வரிகட் டிடவே இயலாது
வருந்தி நிற்ப ரறிவாயே

உஞ்ச விருத்தி செய்தவரும்
உறைந்தி ருக்க இயன்றிடுமாம்
பஞ்சா யத்தார் வரிப்பணத்தைப்
பிறகுங் கட்டு தலெவ்வாறு
வஞ்சி யெனக்கு வரியிருந்து (48)
விலக்குத் தந்து நிற்பவரும்
தஞ்ச மடைய வந்தவர்க்குத்
தாரார் விலக்கு மறியென்றார்

வரிவி லக்கு வேண்டுமென்று
விரதி பஞ்சா யத்தாரை
நெருங்கி விளக்கி நின்றிருக்க
நயந்து பஞ்சா யத்தாரும்
வரிவி லக்குத் தந்திருக்க (49)
வீட்டில் வாழ்வோர் மிகக்களித்து
உரைத்து நின்றார் அன்னைக்கு
உளங்க னிந்து நன்றிபல

வரிவி லக்குக் கேட்டிடவும்
விளக்கி நின்ற அன்னையும்
பெரிதும் தமது பெயரையும்
பயன்ப டுத்திச் சலுகைகள்
பரிச னத்தார் பெறுவதையும் (50)
பெரிதும் விரும்பா திருந்துநின்றார்
கிருகத் தாரும் பணம்பறிக்கக்
கொண்ட முயற்சி தோற்றதுவே

இராதைக் கென்று மணமகனை
இனிதே தேடி நிற்கையில்
நெருங்கி வாழும் பத்தருமே
நவின்று நிற்பர் அன்னைக்கு
உரைத்து நிற்க மகாசயராம் (51)
உண்மை பத்தர் மிகச்சிறந்த
வரனுந் தேடித் தருவரென்று
விவர முரைப்பர் அன்னைக்கு

அடியா ராகும் மகாசயரை
அண்டி வரனுந் தேடிடவும்
விடுத்தா ரில்லை வேண்டுகோளும்
வரனுந் தேட யெவரிடமும்
எடுத்து ரைக்கே னெனக்கூறி (52)
இராதை பெரிய தகப்பன்மார்
எடுக்க வேண்டும் முயற்சியென்று
இயம்பி நின்றார் அன்னையும்

அன்னை தம்மை வரவேற்று
அதன்பின் செலவிற் காகின்ற
தனமுஞ் சிலருஞ் சேகரிக்கும்
செய்தி தெரிந்து நின்றிருக்க
அன்னை தடுத்து டன்நிறுத்தி (53)
அவ்வி டமேகி நிற்காராம்
தன்மா னத்தை மிகப்பெரிதாய்
தாயுங் கருதிச் செயல்புரிவார்

மகானை வரவேற் றுநிற்பதாக
மொழிந்து தனமுங் கேட்டிடவும்
தொகையுங் கொடுக்க மனமிலாதார்
தட்டிக் கழிக்க வியலாது
மகிழா திருந்து கொடுத்திடவும் (54)
மற்று நிகழ வாய்ப்புளது
பகிரங் கமாகப் பணம்பெறுதல்
பெரிதுந் தவிர்க்க வேண்டியதாம்

பெருமா னுடனுந் தொடர்புளதாய்
பாரோ ருக்குப் பகிர்ந்திருக்க
பெரிய பதவி தனிலிருக்கும்
பேரும் பெற்றோர் மிகவிழைந்து
பெருமா னுடைய பாரியையும் (55)
பலர்மு னழைத்து வரவேற்பு
தரவி ரும்பிச் செய்வதுவும்
தகாத செயலாய் கருதுகிறேன்

வரவேற் போடு பசரிப்பும்
வீதி ஊர்வ லத்திற்கும்
பெருத்த அளவில் பணத்தேவைப்
பலமா யிருக்கப் பெரியோரும்
பெருந்தொ கையை யாசிக்கப் (56)
பாத்தி ரத்தைப் பலர்முன்னும்
கரத்தில் வைத்து நீட்டிநிற்க
கண்ட றுவருப் படைகின்றேன்

வரவேற் பிதுவோ உபசரிப்போ
விளக்கி நிற்பீ ரெம்மக்காள்
பெருத்த இழிவாஞ் செயலென்று
பாவித் திருந்து வெறுக்கின்றேன்
கருணை கொண்டெ னக்கென்றும் (57)
கொடுக்கா திருப்பீ ருபசரிப்பு
கரத்தா லேனம் நீட்டுவது
கண்டு வெறுப்ப தாயுரைப்பார்

இறுதி மூச்சு வரையிலுமே
இதுபோல் வரவேற் பேற்றாரில்
நிறைய மாலை தோரணங்கள்
நாட்டித் தெருவை அலங்கரித்துச்
சிறக்கத் தந்த வரவேற்பை (58)
தாயு மேற்ற நிகழ்ச்சிகளும்
குறித்த விவர மெங்கணுமே
காணக் கிடைக்க வில்லையாம்

தரும மாகும் சனாதனத்தைச்
சிறக்க அனுட்டித் திருந்திருக்க
சூரிகு ழலாரும் பலர்முன்னும்
சுற்றித் திரிந்து விழாபலவும்
பெருகக் களித்து நடத்திநிற்றல் (59)
பிழையென் றறிந்துத் தவிர்த்திருக்க
வரவேற் புபச ரிப்புகளை
விரும்பா திருந்தா ரிறுதிவரை

சொற்பொ ழிவுக ளாற்றியதில்
செய்த தில்லைப் பிரசங்கம்
இறுதி வரையும் முகம்மூடி
இனிதே தரும மனுட்டித்து
கறுக்க லெழுந்து கருமங்கள் (60)
கருத்தாய் புரிந்து கடமையும்
குறையும் வைக்கா திருந்தாற்றி
குடும்பப் பெண்ணாய் வாழ்ந்திருந்தார்

குடும்பப் பெண்ணாய் வாழ்வதையும்
காட்டி நின்றார் தாம்வாழ்ந்து
அடுத்துத் தொல்லை பலவற்றை
அகற்றக் கற்றுக் கொடுத்துநின்றார்
குடும்பம் போற்றக் குலந்தழைக்கும் (61)
கருத்து மெடுத்து ரைத்திடுவார்
தடங்கல் வரினு மெதிர்கொண்டு
சிறக்கச் செல்லக் காட்டிநின்றார்

மடத்தார் நடத்தும் பள்ளிக்கும்
மற்றும் வைத்தி யசாலைக்கும்
அடுத்து நிறைய நிதிவேண்டி
அன்னை பெயரால் சேகரிக்க
எடுத்துக் கூறிச் சிலரிருக்க (62)
இரத்த லாகு மிதுவென்று
தடுத்து நிறுத்தி அன்னையும்
தெளிவா யுரைப்பார் கருத்தையும்

கள்ளங் கபடு மில்லாது
  கனிந்து பழகி உதவிடுவார்
எளிமை யாகப் பலரிடமும்
  இழைந்து பழகி வாழ்ந்திருக்க
உள்ளந் தெரியா திருந்துசிலர் (63)
  உளறிப் பேசி நின்றிருந்தும்
களித்துக் குற்றங் காணாது
  கடிந்து ரைப்பா ரில்லையாம்

பெண்ணொ ருத்தி யவர்பெயரும்
  பாவி னிதேவி யென்பதாகும்
கண்டு பேசி மகிழ்ந்திடவும்
  காரி கையும் வந்துநிற்க
கண்ணில் பட்டக் கனியிரண்டு (64)
  கொடுத்தார் அன்னை அவருக்கு
அணங்கு விடையுங் கேட்டுநின்று
  அகன்று செல்ல முடிவெடுத்தார்

தக்க ணமங்கு இராஞ்சிநகர்
  தொண்டர் சிலரும் அன்னைக்கு
மகிழ்ந்து பழக்கூ டைகளுமே
  மற்ற னுப்பி நின்றிருக்க
சகிக்கா திருந்து பாவினியும் (65)
  சொல்லக் கூடா சொற்களையும்
பகர்ந்து நின்று பலர்முன்னும்
  பெருமூச் செறிந்து நின்றிருந்தார்

கதாத ரராகும் இளைஞருக்கு
  கடிபு ரிந்து வைத்திருக்க
முதலி லவரின் கிருகத்தார்
  மற்றென் தந்தை மனையடைந்து
பதமாய் பேசி நின்றிருக்க (66)
  பெற்ற தகப்பன் கதாதரரைச்
சித்தப் பிரமை கொண்டவராய்ச்
  செய்தி யறிந்து மறுத்துநின்றார்

முன்பு தகப்பன் மறுக்காது
  மணமு டிக்கச் சம்மதமும்
கனிந்து தந்து நின்றிருக்க
  காணிக் கையா மிவையெல்லாம்
இனிதே யென்னைச் சேர்ந்திருக்கும் (67)
  இதுவுந் தொடர்ந்தி ருக்குமென்று
பனத்தி பலவும் பிதற்றிநிற்க
  பக்க மிருந்தோ ரதிர்ந்தனரே

உபச ரித்து நின்றிருந்த
  உயர்கு ணத்து சாரதையை
அபசா ரமாக பாவினியும்
  அனைவர் முன்னம் பேசிநின்றார்
ஒப்பி லாத அன்னையை (68)
  உவந்து மதித்தா ரில்லையாம்
செப்பி நின்ற சொற்கேட்டு
  சிந்தை நொந்து பலரிருந்தார்

அன்னைக் கெதுவும் மகிமையும்
  அறவே இல்லா ததுபோலும்
மன்னின் சதியா யிருப்பதாலும்
  மக்கள் மதித்தி ருப்பதாயும்
பின்னுந் தானும் அன்னைக்கு (69)
  பெரிதும் விட்டுக் கொடுத்திருக்க
அனேக வைப வங்களுமே
  அரங்கே றிநிற்ப தாயுரைத்தார்

அதிர்ந்து கேட்டு நின்றிருந்த
  அடியார் பலரும் வெறுத்திருக்க
அதிரா திருந்த மைதியாக
  அன்னை யிருந்து ரைத்திடுவார்
மதிப்பிற் குரிய தத்தையே (70)
  மற்றுக் கூடை அனைத்தையும்
மொத்த மாகக் கொண்டுசெல்வீர்
  மன்னுக் கொருக னிவைப்பீரே

நிவேதித் திருக்கக் கனியொன்றை
நீவிர் விட்டு வைத்ததன்பின்
உவந்து பழக்கூ டைகளையும்
ஊருக் கெடுத்துச் சென்றிடுவீர்
அவ்வப் போது வந்துநின்று (71)
அசங்கை கொண்டு வேண்டுவன
எவையு மெடுத்துச் சென்றிடவும்
இல்லை தடையு மென்றுரைத்தார்

நூலால் துணியி லலங்காரம்
நன்கு செய்வார் அன்னையும்
சேலை தன்னி லலங்காரம்
செய்து காட்டப் பெண்களுமே
நாலுந் தெரிந்து நின்றிருக்க (72)
நன்மை குடும்பம் பெறுமென்றும்
மேலும் நேரம் மிகச்சிறப்பாய்
மற்றுச் செல்லு மென்றுரைப்பார்

பெண்கள் தத்தங் கைத்திறனைப்
பரிந்து காட்டி நின்றிருக்க
கண்டு நின்ற வர்திறமைக்
களித்துப் பாராட் டிநின்றிருக்க
பணிந்து நிற்கும் பெண்களுக்குப் (73)
பரிசும் வழங்கிப் பலர்முன்னும்
நுணுக்க வேலைப் பாட்டினையும்
நிரம்பப் புகழ்வார் அன்னையும்

பிரதா னமாக அன்பையும்
பெரிதுங் கருதி நின்றதனால்
அர்ப்ப ணிக்கும் பொருட்களுமே
அற்ப மாக யிருந்திடினும்
பரந்த மனத்தோ டவற்றையும் (74)
பெற்று நின்று பாராட்டி
நிரம்பப் புகழச் சமர்ப்பித்தோர்
நெஞ்சங் குளிரச் செய்திருப்பார்

புளிப்புச் சுவையின் மாங்கனிகள்
பத்த ரொருவர் சமர்ப்பிக்க
அளித்து நின்ற பழங்களையும்
அடியா ரெவருந் தொட்டிலரே
புளிப்புச் சுவையும் பித்தத்தைப் (75)
பெரிதுங் கட்டுப் படுத்துமென்று
களித்துக் கொடுத்த நல்லவனே
கற்கண் டாகு மிவையென்றார்

பிள்ளா யென்றன் சுவையறிந்தும்
பெரிது மென்றன் நிலையறிந்தும்
புளிப்புச் சுவையின் மாங்கனிகள்
பரிவோ டளித்தா யெனக்கின்று
புளிப்பா யிவையும் மற்றவர்க்கு (76)
பெரிது மிருக்க மற்றிதையும்
களிப்போ டுண்பே னெனக்கூறி
கடித்துச் சுவைத்து மகிழ்ந்துண்பார்

மடந்தைப் பருவந் தன்னிலுமே
மிகவு முறைக்கும் பிரசாதம்
கொடுத்து நின்றார் பிராம்மணியும்
காரம் மிகுந்த பிரசாதம்
அடுத்து வாயில் கொண்டதன்பின் (77)
அதிசு வையுங் கொண்டதென்று
எடுத்து ரைத்த யிளம்பெண்ணும்
எழுந்த பயத்தா லுரைத்ததுவாம்

அன்பை மட்டுங் கருதிநின்ற
அன்னை யின்று புளித்திருக்கும்
கனியை யுண்டு களித்திருந்து
கொடுத்து நின்றார் பாராட்டு
மனம கிழ்ந்து நல்லதையே (78)
மற்று நோக்கி நின்றிருக்க
மனதை நோகச் சொல்லெதுவும்
மொழிந்த தில்லை வாணாளில்

இல்ல றத்தி லிருக்கையில்
இனிதே சமூக தருமத்தை
நிலத்தி லனுச ரித்திடவும்
நலமும் விளையு மென்றுரைப்பார்
இல்ல றத்தை விட்டேகி (79)
இனிதே துறவு கொண்டிருக்கும்
நல்லோ ராகும் துறவியர்க்கு
நவின்றா ரில்லைக் குலதருமம்

நடமா டுவதற் கியலாத
நிலையில் அன்னை யிருந்துநின்று
படுக்கை தன்னில் கிடந்திருக்க
பணிந்து வணங்க இராம்லாலும்
உடன்பி றந்த இலக்குமியை (80)
உடன ழைத்து வந்திருந்து
அடுத்து கிராம நிலவரமும்
அறிவித் திருந்தார் அன்னைக்கு

இராம கிருட்டி ணர்மனையை
இனிதே மடத்தார் ஆலயமாய்
பெரிதும் மாற்ற விரும்பிநின்று
பணிகள் மேற்கொண் டிருந்திடவும்
அருச்ச கராகும் முழுவுரிமை (81)
அனைத்தும் மடத்தார் தங்களுக்கே
நிரந்தி ரமாக வழங்கிடவும்
நாடி வந்து ரைத்துநின்றார்

மனையைக் கோவி லாக்கிநிற்க
மற்றுக் கோவில் தன்னிலுமே
தினமும் பூசை புரிகின்ற
சகல உரிமை களெல்லாமும்
இனிதே இராம்லால் சிவராமின் (82)
இல்லத் தார்க்குப் பரம்பரையாய்
கனிந்து மடத்தார் வழங்கிநிற்க
களித்து இராம்லால் வேண்டிவந்தார்

அருச்சித் திருக்கு முரிமையும்
அன்னை இராமேச் வரருடைய
கிருகத் தார்க்குப் பரம்பரையாய்
கிடைக்க உதவி புரிந்திடவும்
உரைத்து நின்றார் இராம்லாலும் (83)
உடன்பி றந்தா ளருகிருக்க
பரிவோ டுநோக்கி அன்னையும்
பாசம் பொங்கப் பார்த்திருப்பார்

அன்னை பிணியின் நிலவரத்தை
அறிய இராம்லால் விரும்பினாரில்
மனதிற் குகந்த நல்வார்த்தை
மற்று ரைத்தா ரில்லையாம்
இனிதே உதவி செய்திடவும் (84)
இயம்பி னாரில் இராம்லாலும்
கனிந்து மனைக்கு வந்திருந்து
காலங் கழிக்க உரைத்தாரில்

இனிய வார்த்தை யென்றுமவர்
இயம்பி நின்ற தில்லையாம்
கனிந்து திரைலோ கநாதருமே
கொடுக்க வந்த பணத்தையும்
சென்று பேசி நிறுத்திநின்று (85)
சிற்றன் னையைத் துன்புறுத்தி
அனேக விதமாந் தொல்லைகள்
அளித்த வராவார் இராம்லாலே

இராம்லால் மற்றும் இலக்குமியும்
ஏரா ளமான தொல்லைகள்
கிராமம் காமார் புகூர்தன்னில்
கொடுத்து மகிழ்ந்தி ருந்தனரே
நிரம்ப மகிழ்ந்து இராம்லாலும் (86)
நேரங் கிடைக்கும் போதெல்லாம்
பரிவு சிறிதுங் கொள்ளாது
பெரிதுந் தந்தார் தொல்லைகள்

வருவாய் கிடைத்தி டவேண்டுமென்றும்
வளமாய் வாழ வேண்டுமென்றும்
பரம்ப ரையும் நல்வாழ்வு
பெறவே வேண்டு மெனநினைத்தும்
புரிந்தத் தின்மைச் செயல்மறந்து (87)
பாதம் பற்றி அன்னையின்
கருணை யறிந்து நல்லுதவி
கேட்டு வந்தார் வெட்காது

புற்று நோயும் வருத்திநின்று
பெரிது மவத்தைப் பட்டிருந்து
இறக்குந் தறுவாய் தனில்பெருமான்
இராம்லா லையும் அழைத்திருந்து
சிற்றன் னைக்கு தவிசெய்து (88)
தாங்கி நிற்கக் கேட்டுநிற்கச்
சிறிது மிரக்க மில்லாது
செவிசாய்த் திடாரே இராம்லாலும்

அருச்சித் திருக்கும் உரிமையும்
அளிக்க அன்னை மடத்தார்க்கு
உரைத்தி டவேண்டு மெனவேண்டி
உரைத்தி ருந்தார் இராம்லாலும்
பரிந்து கேட்டு சாரதையும் (89)
புகல்வார் தமது கருத்தையும்
அருமைப் பிள்ளாய் நன்மகனே
அறிவா யென்றன் கருத்தென்றார்

மடத்தார் வகுப்புப் பாகுபாடு
மற்றுக் காண்ப தில்லையாம்
கட்டி நிற்குங் கோவிலையும்
கண்டு களிக்கப் பலவகுப்பார்
மட்டி லாத மகிழ்ச்சியுடன் (90)
மகிழ்ந்து வந்து நின்றிருக்க
கொடுக்க வேண்டு மவர்களுக்கு
களித்து மகிழ்ந்துப் பிரசாதம்

வெள்ளைக் காரர் மேலும்பின்
வகுப்பார் பலரும் கோவிலுக்கு
களித்து வந்து பெருமானைக்
கண்டு வணங்க அனைவருக்கும்
அளித்தி டவேண்டும் பிரசாதம் (91)
அருச்ச னைகள் புரிபவரும்
தள்ளி யொதுக்கி மறுத்திடவும்
தாரா ரிடமே மடத்தாரும்

குடும்ப வாழ்க்கை தனிலிருந்து
குழந்தை களோடி ருந்திருக்கும்
அடுத்து இராம்லால் சிவராமும்
அகங்க ளித்த னைவருடன்
தடங்க லின்றிக் கலந்துநிற்க (92)
தொல்லை பலவும் வந்திடுமே
கட்டுப் பாட்டோ டிருக்காது
கலந்தி ருத்தல் தவறாகும்

மடத்தா ரோடு கலந்துநிற்க
மற்றி தையுங் கண்டுநின்று
குடும்பத் திருந்து சம்பந்தம்
கொள்ளா திருப்பர் சமூகத்தார்
நடத்தி நிற்கும் குடும்பத்து (93)
நிகழ்ச்சி களுக்கும் சுற்றத்தார்
கொடுப்பர் தடங்க லாதலினால்
கைவிட் டிடுவாய் பாத்தியதை

பெருமா னுக்குக் கோவிலையும்
பெரிதா யெழுப்பும் மடத்தாரே
நிருவ கித்துக் கோவிலையும்
நன்றாய் நடத்திச் செலவேண்டும்
அருமைச் செயலும் செய்பவரும் (94)
அருச்ச னையும் பூசையும்
புரிந்து நின்று வழிமுறைகள்
பலவும் வகுத்து நிற்கவேண்டும்

மனமுங் கவர்ந்த நன்மக்காள்
மற்று வருத்தங் கொள்ளாதீர்
மனமும் மகிழக் கிருகமொன்று
மடத்தார் கட்டித் தந்திடவும்
இனிதே யானு மவர்களுக்கு (95)
இயம்பி நிற்க மனையெழும்பும்
மனமுங் களித்த தில்நீவிர்
மற்று வாசஞ் செய்திடுவீர்

துறவ றமேற்றப் பிள்ளைகள்
சொல்லி முடிக்கும் முன்னருமே
உறைந்து நீவிர் வாழ்ந்திருக்க
உவந்து நல்ல மனையொன்று
குறையே துமின்றி யெழுப்பிநின்று (96)
கொடுத்து நிற்ப ருங்களுக்கே
சிறிதுங் கவலை கொள்ளாது
சிறக்க வாழ்வீ ரம்மனையில்

இனிய நமது குலதெய்வம்
இரகு வீரோ டுசீதளாவும்
கனிந்து றையக் கோவிலொன்று
கட்டித் தருவர் மடத்தாரும்
நனிசி றந்தப் பூசையும் (97)
நிரந்த ரமாகப் புரிந்திருக்க
அனைத்து விதமா முரிமையும்
அளித்தி ருப்ப ரென்றுரைத்தார்

பெருமா னூரி லவர்சுற்றம்
பழைய குடிசை தனில்வாழ
வருவோர் போவோர் வதந்திபல
வாய்மொ ழிந்தி ருந்திடவும்
சரியா யிருக்கா தென்றெண்ணி (98)
சார தையும் உறவினர்க்குக்
கிருக மெழுப்ப மடத்தார்க்குக்
கூறி யதெல்லாம் மிகச்சரியாம்

பெருமா னூரில் குலதெய்வம்
பரிந்து கோயில் கொண்டிருக்க
பராம ரிப்பு மில்லாது
பாழ்த்தி ருக்குங் கோவிலையும்
நெருங்கிக் கண்டு பத்தருமே (99)
நிறைய வருந்தி நிற்பரென்று
கருதி யவற்றைச் சீர்செய்யக்
கூறி யதெல்லாம் மிகச்சரியாம்

அன்னை கொள்ளு முணவுபல
அவரி னிறுதி நாட்களிலும்
துன்பத் தோட சீரணமும்
தொடர்ந்து தரவும் மருத்துவரும்
இனிதே யறிந்து கடைகளிலும் (100)
எளிதில் கிடைக்குஞ் சிலபொருளைத்
தின்று நிற்க நோவுமுடன்
தீரு மென்று ரைத்திருந்தார்

இதுநாள் வரையி லாசாரம்
இனிதே காத்து வந்திருந்து
எதிர்த்துச் செயலுஞ் செய்ததில்லை
இறுதி நாட்கள் கடையிருந்துப்
பதார்த்த மெதுவுங் கொள்வதற்குப் (101)
பெரிதும் விரும்பா திருக்கின்றேன்
மதித்தெ னிச்சை தனையறிந்து
மற்று நடக்கக் கேட்டுநின்றார்

பயிற்சி பெற்ற தாதியையும்
பணிவி டைகள் புரிவதற்கு
தயங்கா துடனு மமர்த்துமாறு
தெரிவித் திருந்தார் மருத்துவரும்
செயல்ப லவெல்லாம் மிகச்சிறப்பாய் (102)
செய்து நிற்கும் சரளாவும்
செய்யும் பணிவி டைகளுமே
தமக்குப் போது மென்றுரைத்தார்

சிறந்த தென்று சாரதையும்
சிந்தித் திருந்து செய்ததையும்
குற்றங் குறையாய் கண்டுநின்று
குறைத்து மதிப்பிட் டிருப்பதுவும்
முறையா காதாம் மேலுமவர் (103)
மற்றுச் சம்பி ரதாயங்கள்
பிறழ்ந்து நடக்க விரும்பாது
பற்றி வாழ்ந்தா ராசாரம்

பழைய வழக்க மனைத்தையும்
பற்றி வாழ்ந்தா ரில்லையாம்
வழக்கத் திற்கு மெதிராக
வனிதை பள்ளிப் படிப்பையும்
விழைந்து நிற்பார் அன்னையும் (104)
வதுவை யான இராதையை
செழித்து ஞானம் பெற்றிடவும்
சேரச் செய்தார் பள்ளிதனில்

பள்ளி சென்று கல்விகற்றல்
பெண்கள் செய்ய வேண்டுமென்பார்
பள்ளிப் படிப்புப் பெண்களுக்கும்
பின்னுங் குடும்பத் தாருக்கும்
அளிக்கும் நல்ல வாழ்வென்றும் (105)
அதன்மே லிதனால் தாய்நாடும்
விளங்கிச் செழித்து நிற்குமென்றும்
வாய்மொ ழிந்தி ருந்திடுவார்

பெண்க ளுக்குத் தனியாகப்
பள்ளி வேண்டு மென்றுரைத்தும்
பெண்க ளுக்கு மகளிருமே
பயிற்று வித்தல் வேண்டுமென்றும்
பெண்கள் கற்றுப் பள்ளிதனில் (106)
பணியும் புரிய வேண்டுமென்றும்
திண்ண மாகக் கருத்தையும்
தெரிவித் திருந்தார் அன்னையும்

பெண்க ளுக்குத் தனியாகப்
பள்ளி யொன்று நிறுவிநின்று
பெண்கு ழந்தைப் படிப்பையும்
பெரிது மாத ரித்துநின்ற
வணக்கத் தக்க நிவேதிதையின் (107)
வெகுசி றப்புப் பள்ளிதனில்
அணங்காம் சுதீரா தேவியென்பார்
அருமை யாகப் பணிபுரிந்தார்

சுதீரா தேவி ஆற்றிநின்ற
சிறப்புப் பணியை அன்னையும்
பதமா யெடுத்துப் பலர்முன்னும்
போற்றி யுரைத்துப் புகழ்ந்திடுவார்
உதித்தி ருந்த கிராமத்தில் (108)
உவந்து பெண்கள் பாடசாலை
அதிகம் மகிழ்ந்தெ ழுப்பிநிற்க
ஆவல் கொண்டி ருந்தாரே

படித்து நிற்கும் பெண்களுமே
படிப்பு கற்று நின்றிருந்தும்
அடுத்துத் தம்மைப் பலவிதமாம்
அலங்கா ரங்கள் செய்துநிற்க
படிக்கச் செல்லுஞ் சிறுமிகளும் (109)
பெரிதுங் கண்டா சிரியைபோல்
நடந்து கொள்வ ரென்றஞ்சி
நிற்ப தாக வுரைத்திடுவார்

பெண்கள் நெருங்கி ஆண்களுடன்
பழகு வதையும் விரும்பிடாரே
பணம்ப டைத்த இளம்விதவைப்
பணிந்து வணங்கி யெழும்போது
பெண்ணை அருக ழைத்துநின்று (110)
புகன்றி ருப்பா ரிவ்வாறு
பெண்தே வதையைச் சதாகாலம்
பூசை புரிவா யென்றுரைத்தார்

விரதி யாகு மிளைஞரிடம்
விறலி வணங்கச் செல்வதையும்
பெரிதும் கடிந்து நின்றிருப்பார்
பெண்ணொ ருத்தி பாலியனாம்
விரதி யையுஞ் சென்றுகண்டு (111)
வணங்கு வதையு மறிந்துநின்று
உரைத்து நின்றார் நிறுத்திடவும்
உசித மில்லை யென்றுரைத்து

அன்போ டழைத்துப் பெண்ணிற்கு
அறைந்து நின்றார் அன்னையும்
இனிய யெண்ணத் துடன்நீயும்
ஏகி நிற்பாய் விரதியிடம்
சன்னி யாச மேற்றவரும் (112)
சிறந்த குணமுங் கொண்டிருந்தும்
மனித மனமும் வெகுவிரைவில்
மாறி நிற்க வாய்ப்புண்டாம்

பின்னு முலகம் வாழ்மக்கள்
பேசி நிற்பர் புரளிபல
இனிதே வீதி தன்னிலுமே
இயல்பாய் நடந்து செல்வதுவும்
என்று மியலா தாகிநிற்க (113)
ஏற்க வேண்டும் பழிச்சொல்லும்
நன்று நீயுஞ் செல்வதையும்
நிறுத்தி நிற்பா யென்றுரைத்தார்

பிராயம் நாற்ப தானபின்பே
பத்த ராகு மாடவரை
நெருங்கிப் பணிய அனுமதியும்
நல்கி நின்றார் அன்னையும்
இருந்து மவர்முன் முகத்திரையை (114)
எடுக்கா திருப்பார் அன்னையும்
அருகில் பெண்ணொ ருத்தியையும்
அழைத்து வைத்தி ருந்திடுவார்

அறுபத் தேழாம் பிராயத்தில்
அன்னை பெருமான் தமைச்சேர்ந்து
பிறவா நிலையும் பெறும்வரையில்
பெரிதும் முகத்தைத் திரையிட்டு
மறைத்தி ருந்து வாழ்ந்திருந்தார் (115)
மறந்துந் திரையை ஒருபோதும்
திறந்து வைத்த நாளெதுவும்
திண்ண மாகக் கிடையாதாம்

இறுதிக் காய்ச்சல் கொண்டிருக்க
இழந்தா ரொருநாள் சுயநினைவும்
பிறகு நினைவும் வந்ததன்பின்
பத்த ராகு மாடவரும்
அறையில் வந்து பணிந்தெழுந்து (116)
அகன்ற தாக அறிந்துநின்று
மற்று முக்கா டில்லாது
மற்றி ருந்த தாயறிந்தார்

நினைவு தப்பி நின்றிருக்கும்
நேரந் தன்னி லாடவரும்
என்னைக் கண்டு வணங்கிடவும்
இங்கு வந்த சமயத்தில்
இனிதே திரையு மில்லாது (117)
இருக்கக் கண்டுத் திரையாலும்
வனிதை யென்னை மூடாது
வீணி ருந்த தேனென்றார்

ஒன்றி ரண்டு குழந்தைகள்
உவந்து பெற்று நின்றதன்பின்
மனவ டக்கம் மிகக்கொண்டு
மற்றுச் சோத ரசோதரியாய்
இனிதே வாழ வேண்டுமென (118)
இறைவ னியம்பு வாரென்று
கனிந்து நின்று சாரதையும்
கூறி நிற்பார் சதிபதிக்கு

இராதை பதிமே லதிமோகம்
இருக்கக் கண்டு வெறுத்துநிற்பார்
கிருகி ணியாகிக் கணவனுடன்
கூட விரும்பா நளினியையும்
கருணை கொண்டு நல்வார்த்தைக் (119)
கூறி யவரைப் புக்ககமும்
திருப்பி யனுப்பப் பாடுபட்டுத்
தோல்வி கண்ட தறிவோமே

ஊரோ டொத்து வாழ்ந்திருக்க
உரைத்தி ருப்பார் அன்னையும்
ஊர்ப்ப ழக்க மெல்லாமும்
உவந்து பின்பற் றவேண்டுமென்று
மாரி யம்மன் நாகம்மா (120)
முதலாங் கிராம தேவதைக்கு
நேர்ந்து நின்று கடனையும்
நிரம்ப மகிழ்ந்து செய்திடுவார்

ஏரி குளத்தில் அன்னையும்
இன்னும் கங்கை தன்னிலுமே
நீரா டிநின்று வருகையில்
நிரம்ப மகிழ்ந்து செம்புதனில்
நீருங் கொணர்ந்து சாலையில் (121)
நிமிர்ந்து வளரும் அசுவத்தம்
வேர்விட் டிருந்து வளர்ந்திடவும்
வார்த்து நிற்பார் நீரையும்

கிருகந் தன்னில் பூசையும்
களித்துப் புரியும் பனவருக்கும்
பிரசா தங்கள் கொண்டுவரும்
பூசா ரிக்கும் அன்னையும்
தரையில் வீழ்ந்துப் பணிந்தெழுந்து (122)
செய்து நிற்பார் மரியாதை
தருக்க ளுக்கு நீர்வார்த்து
தரையில் வீழ்ந்து வணங்கிநிற்பார்

அடிசில் செய்யும் பனத்திக்கும்
அன்னை தரையில் வீழ்ந்தெழுந்து
கொடுத்து நிற்பார் மரியாதை
கங்கை போன்ற மிகப்புனித
இடத்தில் தலையில் தைலமுமே (123)
இட்டு நின்று நீராட
தடுத்து ரைக்கும் சாத்திரத்தைத்
தவறா தொழுகி நடந்திருப்பார்

தினமுஞ் சிரத்தில் தைலத்தைத்
தேய்த்துத் தடவி நின்றிருக்க
அன்னை வாத வியாதியுமே
அதிகம் கட்டுப் படுமென்று
முன்பு மருத்த னுரைத்ததையும் (124)
மற்றொ துக்கி நின்றிருந்துப்
புனிதத் தீர்த்தந் தனில்தைலம்
பூசிக் குளித்து நீராடார்

அன்னை உடலின் நிலையையும்
அன்போ டுகாட்டி கோலாப்மா
இனிதே சிரத்தில் தைலத்தை
இட்டுக் கொண்டு நீராட
அனேக முறையும் வற்புறுத்த (125)
அன்னை யொப்பி நின்றிடாராம்
இனிதே யானும் மீறிநிற்க
எடுத்துக் காட்டாய் மாறுமென்பார்

வெள்ளைப் பூண்டைப் பாலிலுமே
வேக வைத்துப் பின்னரதை
அள்ளிச் சுவைத்து நின்றிருக்க
அனேக நலனும் பயக்குமென்று
தெள்ளத் தெளிவாய் மருத்துவரும் (126)
தெரிவித் திருந்துங் கைம்பெண்ணும்
அளக்கர் தன்னி லுண்பதுவும்
ஆகா தசெய லாகுமென்பார்

கட்டுப் பாட்டுக் குட்பட்ட
 கணவ னில்லாப் பெண்ணென்று
சுட்டிக் காட்டி நின்றிருக்க
 சொல்கேட் டதிர்ந்து கண்ணீரும்
கொட்டி நின்று பத்தருமே (127)
 கலங்கி நின்ற நிகழ்ச்சிகளை
எடுத்து ரைத்து நின்றிருக்க
 இதயம் விம்மி வெடித்திடுமே

செவ்வ ரக்குக் குழம்பையும்
 சேவ டிதன்னில் மிகப்பூசி
சுவட்டைத் துணியி லொற்றிநின்று
 சிறக்கப் பூசை செய்திடவும்
உவந்து பத்தர் பலமுறையும் (128)
 உரைத்து நிற்க ஒருபோதும்
செவிசாய்த் திருந்த வர்விருப்பம்
 சிறிதும் பூர்த்தி செய்வாரில்

கரத்து வளையைக் கழற்றாது
 கேசந் தனைக் களையாது
கரையு மிருக்குஞ் சேலையும்
 கட்டி நிற்க ஊருலகம்
பெரிதும் பனவ விதவையைப் (129)
 பரிவோ டனும தித்திருத்தல்
அரிதி னுமரி யசெயலென்று
 அறிந்தி ருப்ப தாயுரைப்பார்

பனவ விதவைப் பாதத்தில்
 பெரிதும் விரும்பி செவ்வரக்கின்
இனிய குழம்பைத் தடவிநிற்க
 இம்பர் வாழும் மக்களுமே
தொன்மை வாய்ந்த பழக்கங்கள் (130)
 தொலைத்து நின்றா ளென்றறைந்து
முனிந்துப் பின்னர் கைகொட்டி
 மற்று நகைப்ப ரென்றுரைப்பார்

பத்தர் விருப்பந் தனைமதித்துப்
 பாதந் தன்னில் செவ்வரக்கு
இதமாய் பூச அனுமதிக்க
 இம்பர் மக்கள் வருகையில்
பதத்தைத் துணியால் மூடிநின்று (131)
 படப டத்து மிகநடுங்கி
பதைத்து நிற்க வேண்டுமென்று
 புகன்று மறுத்து நின்றிடுவார்

நித்தி யகலி யாணியாக
 நன்றாய் தம்மை யறிந்திருந்தும்
பதியில் வாழ்வோ ரெண்ணத்தைப்
 பெரிதும் மதித்த னுசரித்து
விதவை வேட மிட்டுநின்று (132)
 வாழ்ந்து நின்றார் அன்னையும்
சதியா மவரும் பதியுடலில்
 சரிபா தியாக இருப்பவரே

பாரோர் பேச்சை மிகமதித்துப்
 பத்தி நிசீதை தம்மையும்
ஆர ணியத்தில் இராமனுமே
 அனுப்பித் துறந்து நின்றதேபோல்
ஊரார் பேச்சுக் கஞ்சிநின்று (133)
 உமையாம் தூய அன்னையும்
பாரி தன்னில் கைம்பெண்ணாய்
 பாவித் திருந்து துறந்திருந்தார்

வெளியே வாரா திருந்துநின்று
 வீட்டில் முடங்கி விதவைகள்
களிப்பி ழந்து வாழ்வதையும்
 கண்டித் திடுவார் அன்னையும்
வளமி ழந்து நாள்முழுதும் (134)
 வெறும்வ யிற்றி லிருப்பதையும்
சொள்ளைச் செயலென் றுரைத்திருந்து
 செயலைத் தவிர்க்கக் கூறிநிற்பார்

முடியா திருந்து முபவாசம்
மற்றி ருத்தல் தவறென்பார்
பிடிவா தமாக உடல்தன்னைப்
பெரிதும் வருத்தி நின்றிருக்க
கிடைப்ப தொன்று மிலையென்பார் (135)
கனியு மேகா தசிநாளில்
உட்கொண் டிருக்க விரதபங்கம்
ஒன்றும் நேரா தென்றுரைப்பார்

எண்ணெய் தன்னில் வெந்தபொருள்
இறைவ னுக்க ளித்ததன்பின்
உண்ண லாமென் றுரைத்திடுவார்
உதகந் தன்னில் வெந்ததையும்
உணவாஞ் சோறு கொள்வதையும் (136)
உபவா சநாளில் விதவையும்
கண்டிப் பாகத் தவிர்த்திடவும்
கூறி நிற்பார் அன்னையும்

முடிக ளைந்தி ருப்பதையும்
மற்று நகைகள் தவிர்ப்பதையும்
உடலில் வெள்ளை ஆடையும்
உடுத்தி மகிழ்ந்தி ருப்பதையும்
அடுத்து முகத்தை மூடிநின்று (137)
அடக்க மாக வாழ்வதையும்
கிடக்கை தன்னில் விதவையும்
களித்துக் கொள்ள வேண்டுமென்பார்

செயலுஞ் செய்ய முயலும்முன்
சிந்தித் திருந்து செயல்புரிவார்
நயந்து நன்மை பயக்குமென்று
நினைத்து வேண்டி நன்னாளில்
செயலும் புரியும் முன்சிலரைச் (138)
சிறக்கக் கலந்து நின்றிடுவார்
பயணஞ் செய்யப் பஞ்சாங்கம்
பார்த்த பின்னர் புறப்படுவார்

அன்னை குரலு மதிமதுரம்
அதிர்ந்து பேசி நின்றதில்லை
மன்னு மவரின் கானத்தை
மகிழ்ந்து கேட்டு மறந்திருப்பார்
கனிந்த குரலா ரென்றவரைக் (139)
கூறித் துதித்து நின்றிருக்கும்
அன்னை அட்டோத் திரமாகும்
அதிசி றந்த புகழாரம்

கிராமம் வாழும் மக்களுமே
களித்துச் சொற்க ளனைத்தையும்
ஒருவா றிழுத்து ரைப்பதுபோல்
உயர்பண் புடைய அன்னையும்
உரைத்த லவரி னியல்பாகும் (140)
ஊரை விட்டு நகர்வரவும்
நிரம்ப மகிழ்ந்து நகரத்தார்
நவில்வ தையுங் கற்றுநின்றார்

கிராமம் வந்து நின்றிருக்க
கிராமத் தார்போ லுரையாடி
நிரம்ப மகிழ்ந்து நின்றிருத்தல்
நாரி யவரி னியல்பாகும்
கிராமந் தன்னி லவரென்றும் (141)
களித்து நகரத் தார்போலும்
உரையா டுவது கிடையாதாம்
உன்ன தமான பண்புடையார்

அவ்வப் போது நகரத்தில்
அன்னை யுரையா டிநிற்கையில்
உவந்து கிராம மக்களுமே
உரைத்தி ருக்கும் சொற்களையும்
நவின்றி ருக்கக் கேட்டுநின்று (142)
நகரத் தாரும் மகிழ்ந்திருக்க
தவறி வந்த வார்த்தையும்
தாயு முணர்ந்து வெட்கிநிற்பார்

கிராமப் பெண்ணுந் தாமென்று
கரைந்து நின்றுத் தமதெளிமை
அருகி ருக்குங் மக்களுக்கு
அறைந்தி ருப்பார் அன்னையும்
உரைத்து நிற்குஞ் சமயத்தில் (143)
உவந்து முதுசொல் மிகக்கலந்து
கருத்தை மிகவு மழகாகக்
கூறித் தெளிவாக் கிடுவாராம்

உபமா னங்கள் கலந்துநின்று
உரையா டிநிற்கார் அன்னையும்
எப்போ தேனு மவருவமை
இனிதே கூறி விளக்கிநிற்க
உபதே சங்க ளச்சமயம் (144)
ஒப்பு மையின் றிருந்திடுமாம்
செப்பற் கரிய கருத்துகளைச்
சிறக்கச் சொல்லி விளக்கிநிற்பார்

ஆத்து மானு பவத்தையும்
அடைந்தி ருக்க முயற்சிகளும்
சாத கனாகுந் தான்முயன்று
செய்த பின்னும் முன்னேற்றம்
ஏதும் பெற்ற தாயில்லை (145)
என்று வருந்தி அன்னைக்குப்
பாதம் பணிந்தொ ருபத்தருமே
புகன்று நின்றி ருந்தாரே

உறங்கி நிற்கும் மனிதனையும்
உவந்து வேறோ ரிடத்திற்கு
பற்றித் தூக்கிச் சென்றிருக்கப்
புதிய யிடத்தி லவனுடனும்
உறக்கங் கலைந்தெ ழுந்ததுமே (146)
உணர்ந்த றியானே பெயர்ந்ததையும்
சிறக்கப் பெற்ற முன்னேற்றம்
தெரியா திதுபோ லுடனென்றார்

வயதும் மற்றுந் தானத்தில்
வெகுவாய் தாழ்ந்த மக்களிடம்
நயமாய் அன்னை நவின்றிருப்பார்
நோக வுரைத்துக் கட்டளையும்
செய்தி டாரே ஒருபோதும் (147)
நன்றே யாகு மிதுபோலும்
செய்தி ருக்கி னெனக்கூறி
சிறக்கத் திருத்தி நின்றிடுவார்

அன்னை மிகவு மரிதாக
அடைந்தி ருப்பா ரெழுச்சியுமே
நனிசி றந்த வச்சமயம்
நவின்றி ருப்பார் தீர்க்கமாக
இனிதே யிதையு மிதுபோல (148)
இயற்றி நிற்பா யென்றுரைத்துத்
தன்மை மாறித் தெளிவாக
தெரிவித் திடுவார் கருத்தையும்

அன்னை நடையு மலாதியாகும்
அதிர்ந்து பெயர்ந்து நிற்பாரில்
அன்ன நடையு மவர்நடக்க
அழகு மிளிர்ந்து நின்றிருக்கும்
மென்மைக் குணமு மவர்நடையில் (149)
மிகவும் பிரதி பலித்திருக்கும்
கனிந்து ரைக்குங் குணம்பலவும்
களித்து மிளிரு மவர்நடையில்

மரத்தி லிருக்குங் குயிலையும்
மற்றுக் காணா திருந்துநின்றும்
குரலு மெங்கு மொலிப்பதையும்
கேட்ப துபோலும் அன்னையும்
இருந்து வாழ்ந்து மவரணைப்பும் (150)
இனிய காப்பும் பலவிடத்தும்
பிரதி பலித்தி ருப்பதையும்
பலரு முணர்ந்து நின்றனரே

அன்ன முண்பார் நண்பகலில்
அதன்பி னிரவி லப்பமுண்பார்
பின்னுங் கீரை வகைகளையும்
பெரிதும் விரும்பி உண்டிடுவார்
இனிய உருளைக் கிழங்குண்பார் (151)
இன்னுங் கத்த ரிக்காயை
அனலில் வாட்டித் துவையலாக
அரைத்துச் சோற்று டனுண்டிருப்பார்

மொச்சை மற்றும் பயறுவகை
மிகவும் நேர்த்தி யாய்வறுத்து
புசிக்கும் முன்ன முப்புடனும்
பதமாய் காரஞ் சேர்த்துண்பார்
இச்சை யிருக்கின் அன்னையும் (152)
இனிப்புப் பண்ட முண்டிருப்பார்
கசந்தும் பாகற் காயையும்
களித்துண் டிருப்பார் கறிசெய்து

புளிப்புப் பழமும் விரும்பியுண்பார்
பாலுங் கொள்வா ரிருவேளை
உள்ளம் மகிழ்ந்துப் பண்டங்கள்
உற்றா னுக்கு நிவேதித்து
களித்துத் தொண்டர் பலருக்கும் (153)
கொடுத்த பின்ன ருண்டிடுவார்
அளவாய் மிதமாய் அன்னையும்
அனைத்து முண்டு மகிழ்ந்திருப்பார்

கட்டுப் பாடுங் கொள்ளாது
கண்ணிற் பட்ட தையெல்லாம்
மட்டி லாத மகிழ்ச்சியுடன்
மற்றுண் டிருக்கு மிவரையும்
கிடக்கை தன்னில் துறவியாகக் (154)
கொள்வ தெவ்வா றெனச்சிலரும்
அடாத சொல்லு முரைத்திடவும்
அகத்தி லைய மெழுந்திடுமே

அன்னை துறவு பெற்றவரில்
அன்னை அளவா யுண்பவராம்
கனிந்து கருமம் புரிவதற்கும்
குடும்ப பாரஞ் சுமப்பதற்கும்
இனிதே தென்பு சிறிதிருக்கின் (155)
இன்னும் பலருக் கருளிடவும்
நினைத்து நின்று சாரதையும்
நலத்தைக் கருதி உண்டிருந்தார்

உலகை மாயை யெனக்கருதி
ஒதுக்கித் தள்ளி நின்றாரில்
உலகை பிரம மெனக்கருதி
ஒட்டி யுமொட்டா துவாழ்ந்தவராம்
உலகை பிரம மெனக்கருதும் (156)
உத்த மரையும் மாயையே
கலங்கச் செய்து வருத்தாது
காத்து நின்ற ருள்புரியும்

மாயை வருத்து மெனப்பயந்து
மற்றுத் துறத்தல் முதல்நிலையாம்
தூய பத்தி அதன்பின்னர்
தெய்வத் திடமுஞ் செலுத்திநின்று
மாயைக் குள்ளு மாட்படாது (157)
மற்றி ருந்துத் துறவறமும்
வாய்த்தி ருக்க மற்றவனும்
வெகுவாய் பலவு மறிகின்றான்

பலவ கையாம் பொருட்களுமே
பாதித் திருக்கா தவனையும்
உலகந் தானே யென்றறிந்தும்
உலகம் பரம னென்றறிந்தும்
உலகி லொட்டி யொட்டாது (158)
உவந்து வாழ்ந்து நிற்கையில்
நிலத்தி லவனின் சன்னியாசம்
நிறைவு பெற்றொ ளிர்கிறதாம்

அன்னை யினாசை தருமத்தை
அனுச ரித்து நின்றிருக்க
இனிதே நாவின் வயப்பட்டு
இருந்த தில்லை யொருபோதும்
நனிசி றந்த செந்தாழை (159)
நோயுந் தீர வேண்டுமென்று
அனேக இடமு மலைந்துப்பின்
அடியார் கொணர்ந்த ளித்திடுவர்

பின்னும் அன்னை அபூர்வமான
பழங்க ளையுங் கொள்ளாது
கனிந்து வணங்கி நின்றிருக்கும்
கூட்டத் தினரும் மகிழ்ந்திருக்க
இனிதே அடியார்க் குடன்வழங்கி (160)
இல்லா திருப்பார் பற்றேதும்
இனிப்பு முதலா மறுசுவையும்
என்று மடிமை யாக்கியதில்

பசியு மெடுக்கி னுண்டிருந்து
பசிக்க டிமையு மாகாது
இசைந்து நின்று யிர்வாழ
இனிதே உண்ண வேண்டுமென
அசைத்து நின்ற மூத்தோர்சொல் (161)
அடியொற் றிருந்து சாரதையும்
புசித்தி ருப்பார் பசியெடுக்க
பின்னு மவரே பெருந்தியாகி

உடலு மழிய உயிரழியும்
உயிரு மழிய ஞானமிலை
உடலை வளர்க்கு முபாயத்தை
உணர்ந்த றிந்து சாரதையும்
உடலை வளர்த்தொ ழுங்குடனும் (162)
உலகோர்க் காக உயிர்வளர்த்தார்
அடியார்க் கருளப் பெருமானும்
அகிலந் தன்னி லிருத்திவைத்தார்

நடக்கக் கற்றுக் கொடுப்பதற்கு
நடைவண் டியையும் தன்கரத்தால்
பிடித்து நின்று நற்றாயும்
பயிற்சி கொடுத்து நிற்பதேபோல்
அடியார் காண அவதாரம் (163)
அனுட்டித் திருக்கும் பலதருமம்
நடக்கக் கற்றுத் தருந்தாயும்
நன்றாய் நடக்கத் தெரிந்தவராம்

எழுத்த றிவிக்க வந்தவரும்
இளம்பிள் ளையின் கரம்பற்றி
எழுத்தை ஒவ்வொன் றாயுரைத்து
எழுத்தை அழகா யெழுதிநின்று
குழந்தை அறியச் செய்வதேபோல் (164)
குவல யத்தி லவதாரம்
பழக்க வழக்கத் தருமங்கள்
பயிற்று வித்துக் காட்டிநிற்கும்

கருமம் பலவுந் தவறாது
கருத்தாய்ப் புரிந்து வாழ்ந்திருந்தும்
தரும நெறியைப் பின்பற்றி
சகலக் கடமை ஆற்றிநின்றும்
இருந்தி ருக்கத் திருத்தியுமே (165)
இனிதே ஏற்பட் டிருந்திடுமாம்
வருந்தி யுலகை விட்டேக
விரும்பத் தேவை யில்லையாம்

அன்னை பெண்க ளைவருக்கும்
அழகா யெடுத்து ரைத்திடுவார்
இனிதே இல்ல றத்தையும்
இயல்பாய் நடத்தி நிற்பீரே
மனதி லதீத பாசத்தை (166)
மற்றுத் தாங்கி நிற்காதீர்
தனித்தி ருக்க முயற்சிகளும்
சிறக்கச் செய்து பலனடைவீர்

பிறரின் விவகா ரங்களையும்
பெரிது மறிய முயலாதீர்
சிறிதும் பிறரின் வாழ்க்கையில்
சென்று குறுக்கிட் டிடவேண்டாம்
அறிவு ரைகள் மற்றவர்க்கு (167)
அளித்து நிற்கா திருந்திடுவீர்
குற்றங் காணுங் குணத்தையும்
கொடிதென் றொதுக்கி வாழ்ந்திடுவீர்

முற்றுந் துறந்து காடுசெல
மற்றுத் தேவை யில்லையாம்
பற்று விடுத்து வாழ்ந்திடவும்
பழகி நிற்பீர் நன்மக்காள்
சிறுகச் சிறுக பிரார்த்தனையும் (168)
செய்யும் நேர மதிகரிப்பீர்
இறைவ னொருவ னிடம்மட்டும்
இனிதே பாசங் கொண்டுநிற்பீர்

ககேசன் தன்னைக் கருமேகம்
ககனந் தன்னில் மறைப்பதுபோல்
மிகுத்தெ ழுகின்ற வாசையும்
மனதை கவ்வி நின்றிருக்கும்
வெகுவே கமாக வளிவீச (169)
வாரும் விலகு வதுபோலும்
பகவன் நாமஞ் செபித்திருக்கப்
பாசம் விட்ட கன்றிடுமே

இறைவன் நாமம் மனதுள்ளும்
இடைவி டாது செபித்திருப்பீர்
சற்கு ருநாதன் தம்மையும்
சரண டைந்து நின்றிருப்பீர்
மறவா திருப்பீ ரிருவரையும் (170)
மற்று நீவி ருய்வுடனும்
பெறுவ துறுதி மிகத்திண்ணம்
பெருமான் குருவு மிறைவனுமாம்

வெளிவி வகாரங் களென்னையும்
வெகுவாய் பாதித் திருந்திடவும்
களித்தெ னாத்து மசாதனையும்
கண்டு நின்ற முன்னேற்றம்
விளங்கா துள்ள தெனவருந்தி (171)
வீணே சத்தி தனைவிரையம்
துளியுஞ் செய்யா தீரென்று
தெளிவா யுரைப்பார் அன்னையும்

கொண்டு நின்ற முன்னேற்றம்
கண்ட றிந்து நின்றிருக்க
எண்ணி நிற்ப தகங்காரம்
என்று ரைப்பார் அன்னையும்
திண்ண முனது சற்குருவும் (172)
தெரிவு செய்த இட்டதெய்வம்
கண்ணை இமையுங் காப்பதேபோல்
காத்த ருள்வ ரென்றுரைப்பார்

இறைவன் வெளிதூ ரத்திலுமே
இருப்ப தாக நினைத்திருக்க
மற்றுக் கிருபை பெறுவதிலும்
மிகவு மையங் கொளல்வேண்டும்
மறையு மறியா மறைமுதல்வன் (173)
மனது ளிருக்கி றானென்று
அறிந்தி ருக்கக் கிருபையும்
அகத்து ளிருக்கு மறியென்பார்

மலரி லிருக்கும் நறுமணத்தை
முகர்ந்தி ருக்க அறிவதேபோல்
சலிப்பே துமின்றி இறைக்கிருபை
சதத மிருப்ப தாகவுமே
சிலாகித் திருந்து மறவாது (174)
சிந்தை தன்னில் வைத்திருக்க
நலமா யிறைவன் கிருபையை
நன்க றியமு டியுமென்பார்

இட்ட தெய்வங் குருவிடமும்
இடைய றாத நம்பிக்கை
விடாது தொடர்ந்து வைத்திருந்து
வாயால் நாமஞ் செபித்திருக்க
கடைமு டிவாக இலக்கையும் (175)
காண வியலு மெனக்கூறி
திடமே முயற்சி செய்திடவும்
தெரிவித் திருப்பார் அன்னையும்

ஆரங் கட்டைக் குள்ளிருக்கும்
அதிபேர் சுகந்தம் தனையுணரத்
தீர்க்க மாகக் கருங்கல்லில்
தேய்த்தி ருக்க நறுமணமும்
பாரோ ருணர்ந்து நிற்பதுபோல் (176)
பரம னருளை மனத்துள்ளும்
தீரா வேட்கை யுடன்செபிக்க
தெய்வக் கிருபை கிட்டிநிற்கும்

மனதி லிறைவ னருளையும்
மற்று ணர்ந்து நின்றிருக்க
அனேக வெளிச்சூ ழல்களுமே
அசைத்தி டாதா மொருபோதும்
பின்னு மில்ல றத்தையும் (177)
பற்றி வாழ்ந்தி ருந்திடினும்
நனிசி றந்த இறையருளை
நிரம்பப் பெற்று வாழ்ந்திடலாம்

இறைவன் நாம செபத்தையும்
இயற்றி நிற்கத் தடைபலவும்
பற்றித் தொடர்ந்த வாறிருக்கும்
பின்னும் தடங்க லனைத்தையும்
முற்றும் வெற்றி கொள்வதற்கு (178)
மிகவும் தேவை பொறுமையாம்
இறைவா பொறுமை அளியென்று
இரங்கிக் கேட்பீ ரென்றுரைப்பார்

சகிப்புத் தன்மை தன்னையும்
சார தையும் அணிகலனாய்
மிகுத்த ணிந்தி ருந்திருக்க
மற்றுத் தெய்வ வாழ்க்கையும்
மிகவு மெளிதாய் கிட்டுமென்று (179)
மகளி ருக்குத் தெளிவாக
மகித லத்தில் அன்னையும்
மகிழ்ந்து வாழ்ந்து காட்டிநின்றார்

18. அவதாரம் நிறைவுறுதல்

மதனும் நுழையத் துணியாத
மாத வத்தார் துருவாசர்
இதயந் தன்னி லெழுந்தருளி
இருப்ப தாக இறுமாப்பில்
விதத்து நின்ற குரோதனுமே (1)
வேட்கை யில்லா அன்னையின்
இதயத் துள்ளும் வெஞ்சினத்தில்
இதய மின்றிப் புகுந்துநின்றான்

அறுப தாண்டு காலத்தை
அன்பு சொரிந்து வாழ்ந்திருந்து
சுற்றத் தினருஞ் செய்ததெல்லாம்
சகிப்போ டிருந்துச் செயல்பலவும்
பொறுத்து நின்ற அன்னையும் (2)
பொங்கி யெழுந்துக் கணநேரம்
மற்றுச் சபித்து நின்றதையும்
மொழிந்து நிற்போம் மிகவருந்தி

சினமுங் கொள்ளா துவாழ்ந்திடவும்
சிவையி னருளை மகாகவியும்
சென்னி தாழ்த்தி வேண்டிநிற்பார்
சதியின் மதுர உருவென்று
கனிந்து மக்கள் அன்னையை (3)
கருதி நிற்க அவரொருநாள்
முனிந்து நின்றுத் தம்மையும்
மிகவும் வருத்தி நொந்துநின்றார்

கருத்த ரித்த நாள்முதலாய்
கனிவு மில்லா இராதையும்
வருத்தி நிற்பார் அன்னையை
வெகுவாய் பொறுமை சோதித்து
பெருத்த நோயும் பற்றியதாய் (4)
பெரிதும் கலங்கி அன்னையை
நிரம்ப வருத்தி நின்றிருந்து
நிறையத் தாமும் நொந்திருப்பார்

பிடிவா தமாக யிருந்துநின்று
பலவுந் தவறா யுரைத்திருப்பார்
சுடுசொல் மிகவுங் களித்துரைத்து
சார தையை வருத்திநிற்பார்
படாத பாடு படுத்திநின்று (5)
பின்னும் நிறையப் பிடிவாதம்
பிடித்துப் பலரை மிகவருத்தி
பெரிதும் விரும்பா செயல்புரிவார்

முன்பு நளினி சுசீலாவும்
மிகவுஞ் சினந்து சுடுசொல்லும்
அனேகங் கூறி மனைவிட்டு
அகன்று சென்றி ருக்கையில்
இனிதே இராதை மாய்மாலம் (6)
இயற்றி நின்று வருத்துவதால்
நனிசி றந்த காளிக்கு
நேர்ந்து நிற்க வேண்டுமென்றார்

இராதை நோயு முடன்தீர
　　இனிதே மருந்து நிறுத்திநின்று
திரோலென் னுமூரில் வீற்றிருக்கும்
　　துருவைக் குடனும் நேர்ந்துநிற்க
வருத்தி நிற்கும் நோயுமுடன் (7)
　　விலகு மென்ற நளினியுரை
கருத்தில் அன்னை நினைத்துநின்று
　　கடுக முடிக்க எண்ணிநின்றார்

பன்னாள் முன்பு சுரபாலா
　　படாத பாடு படுத்திநிற்க
இனிதே முயன்று தோற்றதின்பின்
　　எவரோ ஒருவர் நல்லுரையை
கனிந்தேற் றுநின்று கங்கணமும் (8)
　　காளிக் கர்ப்ப ணித்ததையும்
பின்னர் சுரபா லாவுக்குப்
　　பரிவோ டணிவித் திருந்தாரே

கரத்தில் வளையுங் கட்டிநிற்க
　　கருணை யின்றிப் படுத்திநின்ற
சுரபா லாவும் நோய்தீர்ந்து
　　சிறிது சுகமும் பெற்றுநிற்க
விரைந்து நேர்ந்து வெறியடங்க (9)
　　வளையல் காளிக் கர்ப்பணித்து
இராதை கரத்தி லணிவித்து
　　எதிர்பார்த் திருந்தார் முன்னேற்றம்

வளைய லணிவித் திருந்துநின்றும்
　　வெறியு மடங்கா திருந்ததுவே
களிப்பி ழந்து செய்வதுவும்
　　கருத்தில் தோன்றா திருக்கையில்
வளையி ழந்த சுரபாலா (10)
　　வார்த்தை யாலும் மிகப்பொசுக்கி
இளக்கா ரமாகப் பலபேசி
　　இன்னும் நோகச் செய்திருந்தார்

பெண்ணும் கோல்கா தாவிலுமே
　　பாது காப்பா யிருந்திருக்க
கண்ணின் மணியா மவளையும்
　　கோயல் பாரா அழைத்துவந்து
திண்ண மாகக் கொலைபுரியத் (11)
　　திட்டந் தீட்டி இராதையின்
பணத்தை அபக ரித்திடவும்
　　பெரிதும் விரும்பி னாயென்றார்

மருத்த னெவரு மிங்கில்லை
　　மருத்து வசாலை யெதுவுமில்லை
பரிதி வெய்யில் சுட்டெரித்துப்
　　பொசுக்கி நிற்ப தறியாயோ
இராதை அவத்தை தாங்காது (12)
　　இறக்க நேரிட் டிருந்திடுமே
அருமை மகளு மிறந்துபட
　　அபக ரிப்பா யவள்பணமும்

அனேக வசதி பலவிருக்கும்
　　அதிபே ரூரை நீங்கிநின்று
கனலுந் தெறிக்கும் பெருங்காட்டில்
　　கொலையும் புரியக் கொண்டுவந்தாய்
அன்புப் பெண்ணைக் கொலைபுரிய (13)
　　அகத்தில் திட்டந் தீட்டிநின்ற
பொன்நி றவண்ணப் பேய்மகளே
　　போவாய் நரக மென்றுரைத்தார்

காட்டுப் பகுதி குளிர்ந்திருக்கக்
　　கண்ணிற் கினிய இயற்கையின்
காட்சி கண்டுக் களித்திடவும்
　　கோல்கா தாவை விட்டுநீங்கக்
கேட்டுக் கொண்ட இராதையின் (14)
　　கருத்துப் படியே வந்ததாக
மூட சுரபா லாவிற்கு
　　மொழிந்து நின்றார் அன்னையும்

பின்னும் கேளா திருந்துநின்றுப்
பிரலா பித்தி ருக்கின்ற
கனிவென் பதையு மறியாத
கொழுந்தி யிடமும் கோல்காதா
இனிதே பயணம் மேற்கொள்ளல் (15)
இயலா தென்று தெரிவிக்க
பனிக்கட் டிபல வாங்கிவரப்
புகன்றி ருப்பார் சுரபாலா

இன்னல் பலவுஞ் செய்துநிற்க
எங்கோ சிலரை அனுப்பிநின்று
பனிக்கட் டிகளை வாங்கிவந்து
பரிவு கொண்டு இராதையின்
சென்னி தன்னில் வைத்திருக்கும் (16)
சமயந் தன்னில் காளிகுமார்
அன்னை யிருக்கு மிடம்வந்து
அதிர்ச்சி கொண்டார் காட்சிகண்டு

துளியும் மூளை இல்லாத
சுரபா லாவின் பிதற்றலையும்
களித்தேற் றுநின்றுக் கடைப்பிடிக்கக்
கொடிய விளைவு வந்தடையும்
பிள்ளைத் தாய்ச்சி சிரந்தன்னில் (17)
பனிக்கட் டிகளை வைத்துநிற்கக்
குளிர்சு ரமும வள்கொள்ளக்
காலன் பற்று வானென்றார்

உடலில் நோயு மிலையென்றும்
உத்த மசார தானந்தர்
கடமை தவறா திருந்துநின்று
கோல்கா தாவின் மருத்துவரை
மடத்திற் குரிய உத்போதன் (18)
மனைக்க ழைத்து வந்திருக்க
கெடுத லில்லை யெனமருத்தன்
கண்ட றிந்த துகூறிநின்றார்

சித்தப் பிரமை தாக்கிநிற்க
சத்தி யில்லா திருந்திவளும்
வதைத்து நிற்கி றாளென்றும்
வேத னையுந் தீர்ந்திடவும்
சத்தி வாய்ந்த மாந்திரிகன் (19)
சுசுணிக் கேடே யெனுமூரில்
வதித்து வருப வனையுமுடன்
வரவ ழைக்க லாமென்றார்

அடியார் பலரின் தீவினையும்
அகல மந்தி ரோபதேசம்
விடாது செய்து வைத்தவரின்
வினையும் நோயுந் தீர்த்தவரும்
படாத பாடு படுத்திநிற்கும் (20)
பெண்ணின் நோயைத் தீர்த்துவைக்க
அடுத்து மந்தி ரவாதியையும்
அழைத்து வரச்செய் திருந்தாரே

உரத்த குரலில் முழக்கங்கள்
ஓயா துசெய்து பலபேயின்
பெருத்த நீண்ட பட்டியலைப்
புகன்ற வையும் ஒருசேர
இராதை தன்னைப் பற்றியதாய் (21)
இனிதே விளக்கி நின்றிருக்க
உரைகேட் டதிர்ந்த ருகிருந்தோர்
ஊமை யாகிப் போயினரே

நாட்டுச் செக்கில் திலத்தையும்
நான்கு மூட்டை இட்டுடனும்
ஆட்டி எண்ணெ யெடுத்ததிலும்
அரியின் செம்மீன் எண்ணெயும்
போட்டுக் கலக்கிச் செம்மீனின் (22)
பதினைந் துபடி ஈரலையும்
நீட்டாள் கொண்டு கொதிக்கவைத்து
நன்கு கலக்கக் கூறிநின்றார்

சுடுகாட் டெலும்பைப் பொடியாக்கிச்
செய்து வைத்த எண்ணெயில்
இட்டுக் கலந்து டல்மேலும்
இனிதே தடவக் கூறிநின்றார்
படைய லுக்கும் மருந்திற்கும் (23)
பொருட்கள் பெயரைக் கூறிடவும்
அடுத்துப் பதைத்து மயக்கமுமே
அடைந்தி ருந்தார் அன்னையும்

அன்போ டுபின்னர் தாமளிக்கும்
ஐம்ப டைத்தா லிதன்னையும்
இனிதே இராதை கழுத்திலுமே
எழிலாய் தொங்க விட்டுநிற்க
பனியும் பரிதி கண்டுடனும் (24)
பறந்தோ டிநிற்ப துபோலுமவர்
தின்மை செய்யும் நோவுடனும்
தூர விலகிச் செலுமென்றார்

சிறிது மேற்க முடியாத
சிகிச்சை சொல்லி நின்றவர்க்கு
நிறைய நன்றி பலகூறி
நிலையைத் தெளிவாய் விளக்கிடுவார்
கற்ற றிந்த மருத்துவமும் (25)
கொடுக்கும் பலனை மிகநன்றாய்
பிறகு மெனது சூழ்நிலையும்
பெரிது மிடமு மளிக்கவில்லை

உரைத்து நின்ற பரிகாரம்
ஒப்பி லாத நல்மருந்தாம்
இருந்து மெனது வசதிகளும்
இடமு மளிக்கா திருந்திருக்க
வருத்த மடைந்து தங்களையும் (26)
வணங்கிப் பணிந்து நல்லுரையும்
உரைத்து நின்ற கருணையை
உளமா றயானும் போற்றுகிறேன்

விதியின் வழியை மிகப்போற்றி
வந்த துவரட் டுமென்றெண்ணி
துதித்து நின்றி றையருளைத்
துணையா யிருக்க வேண்டிநின்று
புதிய காலை உதித்திடவும் (27)
பரிந்து வேண்டி நின்றிருக்க
சத்தி பெற்று நின்றதுமே
செய்தி சொல்வே னென்றுரைத்தார்

அன்னை மாந்த ரிகனுக்கு
அழைத்து வந்த தன்பொருட்டு
தனமும் மற்றும் பிரசாதம்
தந்த ளித்து நின்றிருக்க
நன்றி பலவும் மிகக்கூறி (28)
நகர்ந்து சென்றார் மாந்தரிகன்
மனமும் மகிழச் சண்டனுக்கு
மற்று நேர்த்திக் கடனளித்தார்

சண்ட னுக்கு நேர்ந்துநின்று
செய்ய வேண்டுங் கடனெல்லாம்
இணங்கி முடித்து நின்றிருந்தும்
எதுவும் பயனும் இராதையும்
கண்டா ரில்லைப் பின்புமன்னை (29)
கனிந்தி ரங்கி மருத்துவரை
அணுகி கோயல் பாராவும்
அழைத்து வந்தார் நகரிருந்து

பேறு காலம் நெருங்கிவர
பயந்து நடுங்கிப் பெருமானை
ஊறு நிகழா திருந்திடவும்
உதவி வேண்டி சதாகாலம்
வேறு பணிகள் விட்டொதுக்கி (30)
விரைவில் சுகமாய் பிரசவமும்
பாறே துமின்றி ஆகிடவும்
பிரார்த்தித் திருப்பார் அன்னையும்

ஒருவ ரடியார் கோல்காதா
உவந்து விரைந்து சென்றடைந்து
மருத்தன் வைகுந் தரையுமுடன்
மற்ற ழைத்து வந்திடவும்
பெருமூச் செறிந்து நிம்மதியும் (31)
பெற்று நின்றார் அன்னையும்
பெருமா னருளால் பிரசவமும்
பெரிதுஞ் சுகமா யாகியது

வனத்தில் இராதைக் கொருமகனும்
வந்து பிறந்தி ருந்திடவும்
மனமும் மகிழ்ந்து பெருமானை
மற்றுப் போற்றி நின்றிருந்து
வனத்தி லுதித்த பிள்ளைக்கு (32)
வனவி காரி யெனும்பெயரை
இனிதே சூட்டி பனுவெனவும்
இதயங் களித்த ழைத்திடுவார்

பிரச வமான வுடன்நிலையும்
பெரிதும் மோச மடைந்ததுவே
துர்ப்ப லமாகி இராதையும்
துன்புற் றிருந்த வதியுற்றார்
சரீரந் தன்னி லுடையணியச் (33)
சிறிதுந் தென்பி லையென்று
உரைத்து டையு முடுக்காமல்
உயிரில் சவம்போல் கிடந்திருப்பார்

பின்னு மவரும் விசித்திரமாம்
பரிணா மத்தை அடைந்துநின்றார்
வனவி லங்கு முதலான
வாழுஞ் சீவ ராசிகளும்
இனிதே தாமும் பெற்றெடுத்த (34)
இளஞ்சி சுவையும் மிகப்பேணி
அன்பு செலுத்தி யாதரித்து
அணைத்துக் காத்து நின்றிருக்கும்

பெற்றக் குழந்தை யிடம்பாசம்
பெரிதுங் காட்டா திருந்திருப்பார்
சிறக்கப் பேணி அபயனையும்
சீராட் டிநின்று வளர்த்துப்பின்
இறந்து படவு மவர்பெண்ணாம் (35)
இராதை தன்னை வளர்த்திருந்து
பிறகிந் நாளும் சிசுவையும்
பற்று மிகுந்து பாதுகாத்தார்

பின்னன் தன்னை வளர்த்துநின்று
பின்ன ரவர்தம் பெண்ணையும்
இனிதே வளர்த்த தன்பின்னர்
இன்று பின்னன் பேரனையும்
அன்னை வளர்க்க வேண்டிநிற்க (36)
அவத்தை யவருங் கொண்டதையும்
நனிசி றந்தெ டுத்துரைக்க
நலிந்து வருந்தி நின்றழுவோம்

விதவி தமான சோதனைகள்
வேண்டு மென்றே அன்னைக்கு
சதியு மளித்துச் சோதித்து
சிறக்க வெற்றி பெற்றதையும்
மதர்த்து நின்று புவியோர்க்கு (37)
மகிழ்ந்து காட்டி நின்றிருக்க
பதப தைக்குஞ் செயல்பலவும்
புரிந்த தவரின் சுற்றமுமே

அன்னை யிடமும் இராதையும்
அவம தித்துப் பேசிநின்றும்
கனிந்து குறையும் பலபொறுத்து
கடுக மறந்தி ருந்திடுவார்
இனிதே யொருநாள் அன்னையும் (38)
இருக்கு மிடமும் வந்தடைந்து
தனக்குச் சிறிது போதையும்
தந்து நிற்கும் பொருள்கேட்டார்

அன்னை யிடமும் வளர்ந்திருக்கும்
அவருக் கெவரோ போதையும்
இனிதே யளிக்கும் பொருள்கொடுத்து
இழைத்து நின்றார் பெருங்கொடுமை
அனேக வலியுந் தீருமென்று (39)
அறைந்து போதைப் பொருள்தரவும்
தின்று நிற்க இராதையும்
தலைப்பட் டிருந்தார் சிலநாளாய்

அடிசில் செய்ய மரக்கறியும்
அலம்பிப் பின்ன ரமர்ந்திருந்து
எடுத்த ரிவாள்ம ணைதன்னில்
இனிதே நறுக்கி யிருக்கையில்
அடுத்து இராதை தவழ்ந்துவந்து (40)
அடாவ டியாயு டன்போதை
கொடுக்கும் பொருளும் வாங்கிவந்துக்
கொடுக்கக் கூறி அடம்பிடித்தார்

சொல்கேட் டதிர்ந்து சாரதையும்
சிந்தை நொந்துத் தமைமறந்தார்
வலியும் மற்றும் வேதனையும்
வெகுவாய் பாதித் திருந்தபோதும்
வலிவி ழந்து வலிமறக்க (41)
வையந் தூற்றுஞ் செயலெதுவும்
தலத்தில் அன்னை யொருபோதும்
செய்யா திருக்கக் கேட்டதிர்ந்தார்

பொறுமை யிழந்து நின்றிருந்துப்
பொங்கிக் கூவிக் கூறிடுவார்
சிறுமைச் செயலுஞ் செய்திடவும்
சிறிது மொத்து ழைக்கேனே
மற்றப் பிள்ளைப் பலரிருக்க (42)
மிகவு மவரை ஒதுக்கிவிட்டு
பொறுமை யுடனும் பல்லாண்டு
பரித வித்து ழைத்துநின்றேன்

தியானஞ் செய்தல் விடுத்துநின்று
தற்கொண் டானின் பூசையும்
செய்யா திருந்து னக்காக
தினமு முழைத்து வாழ்ந்திருந்தேன்
அயர்ச்சி தளர்ச்சி பாராது (43)
அனேக தொல்லை சகித்துநின்று
மயங்கிக் களைத்து மனம்நொந்து
முதிர்ந்த கிழவி யாகிநின்றேன்

பொறுமை முற்று மிழந்திருந்து
பெரிது மவத்தைக் கொண்டுள்ளேன்
சிறிதும் பொறுக்க வியலாது
சிந்தை மிகவும் நொந்துள்ளேன்
குறையோ நோயோ கொஞ்சமேனும் (44)
கண்டே னில்லை உன்னிடமும்
இறுதி வரையு மிதுபோலும்
இருக்க எண்ணி நின்றனையோ

கருணை கொண்டு நின்றிருந்து
கடுக யெழுந்து னக்குரிய
கரும மெல்லாம் மிகக்களித்து
கிரம மாக ஆற்றிடுவாய்
மருந்தும் போதைப் பொருளெதுவும் (45)
மகிழ்ச்சி சிறிதுந் தாராதாம்
அருமை மடந்தைப் பெண்களுமே
அனேக செயலும் புரிவதுகாண்

உனக்குச் சேவை புரிந்துநிற்க
உடலில் மனதில் வலுவில்லை
கனிந்தென் மீது நற்பெண்ணே
கருணை புரிந்துன் கடமையும்
நனிசி றந்துப் பலர்முன்னும் (46)
நிரம்ப மகிழ்ந்துச் செய்திடுவாய்
இனிதே மறுக்க ஒட்டுண்ணி
என்று புவியுந் தூற்றிடுமே

இனிதே நீயுஞ் சேவைகள்
எனக்குச் செய்ய மறந்துநின்றாய்
பின்னும் வயது முதிர்ந்திருக்க
பரிவு காட்டி நின்றாயில்
இன்னுஞ் சேவை யென்னிடமும் (47)
எதிர்பார்த் திருந்து நிற்கின்றாய்
உனது கடமை உணர்ந்திருந்து
உழைக்க மனமுங் கொள்ளாயோ

வயதில் முதிர்ந்த கிழவியாகும்
விதவைக் கென்றும் சேவைகள்
செய்த தில்லை நன்மகளே
சிறிய வயதில் சோம்பிநிற்க
செய்வார் யாரே பின்னருமே (48)
சோம்ப லொழித்துச் சுறுசுறுப்பாய்
வயதிற் கொத்த பெண்கள்போல்
வாழ முயற்சி செய்திடுவாய்

முதிர்ந்த கிழவி யாகிநிற்கும்
மற்று யானும் இறந்தொழிய
அதன்பி னெவரே அகிலத்தில்
ஆற்றி நிற்பர் சேவைகள் (49)
விதவி தமான சேவைகள்
விருப்பத் தோடெ னக்கெதுவும்
நிதமு மாற்றத் தேவையில்
நிற்பாய் நீயு முன்காலில்

பிராய மிருப தாகவிலைப்
பின்னுங் குழந்தை யாயிருந்து
புரிவா யில்லை செயலெதுவும்
பின்னும் போதைப் பொருளுண்டு
திரிந்த லைந்து மற்றவர்க்குத் (50)
தருகின் றாயாம் வேதனையும்
கருமம் மற்றுங் கடமையும்
கருத்தா யாற்ற முயலென்றார்

புடவை யணியத் தென்பெதுவும்
பெரிது மில்லை யெனக்கூறி
உடலில் துணியுந் தரிக்காமல்
ஊரார் போலும் பாதமூன்றி
நடக்கச் சத்தி யிலையென்று (51)
நிலத்தில் தவழ்ந்து செல்பவரும்
அடுத்துச் செய்த செயலையும்
அடியேன் கூற நடுங்குகிறேன்

பெருத்த சினமும் மிகக்கொண்டு
போதைப் பொருளும் பெற்றிடாது
உரக்க அறிவு ரைகளுமே
உரைக்கக் கேட்டு வெறுப்புற்று
கருளுங் கட்டுக் கடங்காது (52)
கறுவி நின்று இராதையும்
பெருத்த பேரிக் காயையும்
பற்றி அன்னை மீதெறிந்தார்

வெறியும் மிகுத்து இராதையும்
வெகுவாய் பருத்த ருகிருந்த
கறிகாய் கூடை தனிலிருந்த
கனத்த பேரிக் காயையும் (53)
பற்றிப் பெருத்த வேகத்தில்
பாசம் மிகுந்த அன்னைமேல்
குறிபார்த் திருந்து வீசிநிற்கக்
கதறி அன்னைக் கீழ்விழுந்தார்

அடியுந் தாங்கா திருந்துடனும்
அன்னை தரையில் வீழ்ந்தலறித்
துடித்த வாறு முதுகையும்
தடவிக் கொண்டெ ழுந்துநின்று
அடுத்துப் பூசை அறையுள்ளும் (54)
அதிவே கமாகச் சென்றோடி
உடனி கழ்வான் படம்முன்னம்
உரைக்க லானா ரழுதிருந்து

கரங்கு வித்த ழுதிருந்து
கணவன் படத்தின் முன்னின்று
உரைத்து நிற்பார் அன்னையும்
உயிரே மற்றும் பேரன்பீர்
இராதை அறியா சிறுபெண்ணாம் (55)
இஞ்சை செய்து நின்றதையும்
புரியத் தகாத செயலாகப்
பிழையாய் கருதா திருப்பீரே

இராதை யெனது பெண்ணாவாள்
இராதை யெதுவு மறியாளாம்
தெரியா திருந்த வள்தந்த
துன்பம் பொறுத்தென் பெருமானே
அரிசி னத்தா லவளையும் (56)
அதிகந் தண்டித் திடாதீரே
கருணை சுரந்த வள்மீது
காட்டிச் சொரிவீ ரருள்மழையும்

மடியி லமர்ந்து குழந்தையும்
மலச லமுங்க ழித்துநிற்க
அடிகொ டுத்த தன்தாயும்
அதனை வதைத்து நிற்பாளோ
எடுத்து வளர்த்த யென்பெண்ணும் (57)
இயற்றி நின்ற செயல்பொறுத்து
மடவா ளவளை மிகக்கனிந்து
மற்றுக் காத்த ருள்வீரே

சிறுபெண் ணாகு மென்பெண்ணும்
தந்து நின்றா ளுடல்வலியும்
அறியா தவளும் புரிந்தபிழை
அகத்தில் கொள்ளா திருந்திடுவீர்
மறுத்து நின்று இராதையை (58)
மற்றுத் தண்டித் திருந்திருக்க
துறவேற் றிருந்த பெருமானே
தகாத செயலா யாகுமென்றார்

மடியில் இராதை தன்னையும்
மற்றி ழுத்துப் போட்டுடனும்
அடிப்பொ டிதன்னை மிகவள்ளி
அன்பு மிகுத்துச் சிரந்தன்னில்
தடவிக் கொண்டு சாரதையும் (59)
தெரிவித் திடுவார் தெளிவாக
கொடுத்து நின்றா யுடலுக்குக்
கருணை யின்றிப் பெருவலியும்

பிறந்த நாளா யென்னையும்
பெற்றோர் மற்றும் சுற்றமுமே
வெறுத்து நின்றென் செவியறிய
வார்த்தை யெதுவு முரைத்ததில்லை
தற்கொண் டானு மவர்தாயும் (60)
சீற்றங் கொண்ட திலையென்றும்
பற்றி யென்னை அடித்தவரும்
பாரி லில்லை யிதுவரையும்

பரம னாகும் பெருமானும்
பெரிது முவந்து நின்றிருந்து
இராச ராசே சுவரியாக
இதயங் களித்துப் பூசையும்
புரிந்து நின்றுத் தம்தவத்தின் (61)
பலன்க ளனைத்துஞ் சமர்ப்பித்துப்
பெருமை சேர்த்து நின்றிருக்க
பெரிதும் வதைத்தா யென்பெண்ணே

ஒருமு றையும் பெருமானும்
உள்ளம் வெறுத்துச் சுடுசொல்லும்
உரைத்து நின்றி ருந்ததில்லை
உற்றா னென்னை ஒருபோதும்
ஒருமை மொழியி லழைத்ததில்லை (62)
உவந்து பன்மை யாயழைத்துப்
பெருமை சேர்த்தி ருந்திருக்கப்
பெருத்த காயா லடித்துநின்றாய்

மதிப்புப் பெருமை மாட்சிமையும்
மற்று நீயு மறிந்திலையே
உதித்து மிகவு மெளிமையாய்
உவந்து வாழ விரும்பியிங்கு
மதிப்பு சிறிதுந் தெரியாத (63)
மானி டரோடு வாழ்ந்திருக்க
சதத மென்னை நீவிரெல்லாம்
சாதா ரணமா யெண்ணிநின்றீர்

குறையும் பலவு மிருந்துநிற்கக்
குறையை நிறையாய் கருதிவாழ்ந்தேன்
குற்றந் தன்னைக் குற்றமாகக்
கருதி நிற்க மூவுலகில்
சிறிதும் புகலி டமில்லாது (64)
தவித்தி ருப்பாய் நன்மகளே
பிறகு முன்னை மும்மூர்த்திப்
பாது காக்க வியலாது

சரீர மிதற்குப் பெருத்தவலி
சிந்தை யின்றித் தந்துநின்றாய்
சரீரஞ் சாதா ரணமென்று
தந்து நின்றாய் வலியெனக்கு
சரீர மிதனால் சேவைகள் (65)
செய்து நின்று மவமதித்தாய்
சரீர மிதனால் பலருக்கும்
செய்து நின்றேன் நலமென்றார்

பின்ன ரவருங் கரங்கூப்பிப்
பெரிதும் விம்மி நின்றிருந்து
மன்னின் படத்தின் முன்னருமே
மற்ற ழைத்துச் சென்றிருந்து
கனிந்த குரலில் கெஞ்சிநின்று (66)
கொடிய கருமம் புரிந்தவரை
மன்னித் திடவும் வெகுநேரம்
மன்றா டிநின்ற மூதிருப்பார்

அறியா சிறுமி யிவள்புரிந்த
அதிபா தகமாஞ் செயலையும்
வெறுத்தி ருந்து தண்டனையும்
வழங்கா திருப்பீர் பேரன்பே
சிறுகு ழந்தை பெற்றெடுத்தும் (67)
சிறுமி யிவள்மேல் கருணையும்
மறவா திருந்து பொழிந்திடுவீர்
மற்றெ னுயிரு மிவளென்றார்

அடியார் குற்றந் திருமகளும்
அரிக்க றைந்து நின்றிடினும்
நெடுமா லதையுஞ் செவிசாய்த்து
நிற்கா னென்பா ராழ்வாரும்
அடாத செயலைச் செய்துநின்ற (68)
அபலைப் பெண்ணைப் பெருமானும்
அடுத்து மன்னித் திருந்திடவும்
அணுவ ளவேனும் நினைத்தாரில்

அடாத செயலும் புரிந்துநின்ற
அறியா சிறுமி யிடமிருந்து
கடவன் தமது கண்கவரும்
கிழத்தி தன்னைப் பிரித்திடவும்
எடுத்து நின்றார் முடிவுடனும் (69)
எவரா லதையும் மாற்றிடவும்
கிடக்கை தன்னி லாகாதாம்
கடவு ளன்றோ பெருமானும்

அன்னை மனமு மதன்பின்னர்
அடைந்து நின்ற துமாற்றமுமே
கனிந்து வளர்த்தெ டுத்துநின்று
கருணை காட்டி நின்றிருந்த
பின்னன் மகளாம் இராதைமேல் (70)
பற்றுப் பெரிதும் விட்டிருக்க
அன்னை பிடிப்பு விட்டகல
ஆரம் பித்தி ருந்ததுவே

மடமாம் கோயல் பாராவை
மற்று விட்ட னைவருமே
இடமாம் செயராம் பாடிக்கு
இடம்பெ யர்ந்தி ருந்திடவும்
முடிவெ டுத்து வண்டிகளில் (71)
மற்ற மர்ந்து சென்றனரே
அடுத்து வண்டி தனிலிடமும்
அதிக மில்லா திருந்ததுவே

வண்டி தன்னி லமர்ந்திருந்து
விடாது பெருமான் நாமத்தை
கணநே ரத்தும் நில்லாது
களித்துச் செபித்து வருகையில்
வண்டி தன்னி லிடைஞ்சலாக (72)
வீற்றி ருப்ப தாகவுமே
பண்பு சிறிது மில்லாது
புகன்று நின்றார் இராதையும்

இனிதே தானு மமர்ந்திருக்க
இடைஞ்ச லாக இருப்பதாக
அன்னை மீது இராதையும்
அபாண்ட மாகப் பழிசுமத்திக்
கனிவி ரக்கஞ் சிறிதுமின்றிக் (73)
கூறி நிற்க அன்னையும்
முனையில் சென்ற மர்ந்திருந்து
மற்றுச் செபமுந் தொடர்ந்திருப்பார்

அடக்க மாக வண்டிமுனை
அடைந்து சென்ற மர்ந்திருக்க
விடாது தொடர்ந்து இராதையும்
வார்த்தை யாலும் மிகவதைத்து
அடாத பழியாய் அன்னையை (74)
அடுத்துக் காலா லுதைத்துப்பின்
உடனே வண்டி விட்டிறங்க
உத்த ரவிட்டு நின்றிருந்தார்

இராதை செய்த இழிசெயலை
எடுத்து ரைக்க வார்த்தையில்
பெருமான் தேவி யெனத்துதித்துப்
பாதந் தன்னில் பணிந்தெழுந்துப்
புரிந்து நின்ற தவப்பலனைப் (75)
பரிவோ டுபாதந் தன்னிலுமே
அர்ப்ப ணிக்கும் சிறப்பையும்
அடைந்த வரையு முதைத்திருந்தார்

உதைத்து மேலும் இராதையும்
உரைத்து நின்றார் அன்னைக்கு
வதைத்து நிற்கும் நீயுமுடன்
வண்டி விட்டி றங்கிடென்று
பதறா திருந்துப் பிதற்றிருக்கப் (76)
பண்பு மிக்க அன்னையும்
அதுவே சரியாஞ் செயலாகும்
ஆற்றி நிற்பே னென்றுரைத்தார்

இறங்கிச் சென்று நடந்துவர
இயன்றி டுமாகு மெனக்கின்றும்
பிறப்பெ டுத்துச் சேவையும்
பலவும் புரிந்து நின்றிருக்க
இறந்து படவும் விரும்புகிறேன் (77)
எனக்குப் பின்ன ருன்னையும்
பொறையில் காத்துப் பாதுகாப்பு
பிறழா தளிப்ப துயாரென்றார்

இறந்து பட்டு நின்றிடுவேன்
எள்ளத் தனையும் வருத்தமிலை
பிறப்பி றப்புச் சுழலிலுமே
பட்டு நிற்கே னொருபோதும்
இறந்த தொழிந்த பின்னருன்னை (78)
எவரே ஆத ரித்திடுவர்
இறந்து முன்னா லெள்ளளவும்
இல்லை நிம்ம தியென்றுரைத்தார்

பின்னர் செயராம் பாடிவந்து
பழைய வாறு சேவையில்
இனிதே மூழ்கிக் கிடந்திருக்க
இரண்டு நாட்கள் விரைந்தனவே
தனது மருகன் மன்மதனும் (79)
சிறிது கிரீடை ஏரியிலும்
இனிதே புரிந்து விழுந்ததாக
எண்ணி நின்றார் சுரபாலா

விரைந்தோ டிச்சென் றேரியிலும்
வெகுவாய் தேடி மிகக்களைத்து
கிருகத் திற்குப் பதற்றமாக
கட்டி யசேலை நீர்சொட்ட
பரிவே துமின்றி பழிச்சொல்லும் (80)
புகன்றி ருந்து வந்துநின்று
சுரபா லாவும் சுடுசொல்லும்
சொல்லி வதைக்கத் துவங்கிநின்றார்

இராக்க தியாகும் நாத்தூணே
இன்றுன் மனமும் பேரமைதி
பெரிதுங் கொண்டு நின்றதுவா
பெண்ணாம் இராதை கணவனையும்
அருகி ருக்கு மேரிதனில் (81)
ஆழ அமிழ்த்திக் கொலைசெய்து
திருத்தி கொண்ட அலகையே
தீர்ந்த தாவுன் மாவெறுப்பும்

தீராப் பகையுங் கொண்டுநின்று
செல்வக் குமரன் மன்மதனை
ஏரி தன்னி லாழ்த்திநின்று
இறக்கச் செய்த பேய்பிசாசம்
பாரில் வேறெ வருமுண்டோ (82)
பெண்ணி னுருவி லலகையாய்
சீர்கெட் டலையும் நாத்தூணே
சித்தங் குளிர்ந்த தாவென்றார்

கொழுந்தி யுரைத்த செய்திகேட்டு
கொதித்தெ ழுந்தா ரில்லையாம்
மொழிந்த செய்தி கேட்டதுமே
மிகவும் திடுக்கிட் திருந்துநின்று
தொழுது வணங்கிச் சேவையும் (83)
செய்ய வந்த சிலரையும்
விழுந்து மூழ்கி ஏரிக்குள்
விரைந்து தேட மொழிந்திருந்தார்

பின்ன ரெவரோ மன்மதனை
பக்கத் திருக்கும் மனைதன்னில்
இனிதே கண்டு டனவரையும்
இல்ல மழைத்து வந்திடவும்
அன்னை மற்றும் இராதையும் (84)
அன்பு செய்யுஞ் சுற்றமுமே
இன்ப முற்றி ருந்திடவும்
இருந்தோ ரெல்லாம் மகிழ்ந்தனரே

கண்முன் தனது மருகனையும்
கண்டு நின்று தோற்றதினால்
கொண்டு நின்றார் பெரும்வெறுப்பு
கடுஞ்சி னத்தால் நற்குடும்பப்
பெண்ணு முரைக்கா மொழிபுகல்வார் (85)
பலர்முன் அன்னைப் பெற்றோரைக்
கணக்கி லாது வைதுநிற்க
கேட்டு நின்றோர் வருந்தினரே

அன்னை பெற்றோர் தம்மையும்
அவச்சொல் பலவு முரைத்துநின்று
பின்னுந் தனது வெஞ்சினமும்
பெரிதுங் குறையா திருந்திருக்க
தனது மகளாம் இராதையைச் (86)
சதிசெய் திருந்துப் பிரித்ததாக
அனேக சுடுசொல் சுரபாலா
அறைந்து நின்ற வாறிருந்தார்

பெற்றோ ரெதுவும் பிழைகளுமே
புரியா திருக்க அவர்மீது
குறையுங் கண்டு குலப்பெண்ணுங்
கூறா திருக்கும் வசவுகளை
நிறைய உதிர்த்து நின்றிருக்கும் (87)
நீலி யிடமும் அன்னையும்
வெறுத்து துரைத்து சிறிதுசினம்
வெளியே காட்டி நிற்கலானார்

என்னைப் பற்றிப் பழிச்சொல்லும்
ஏரா ளமாக உரைத்திருந்து
மனமும் மகிழத் தினந்தினமும்
மொழிந்தி ருக்கப் பொறுத்திடுவேன்
என்றோ மரண மெய்திநின்ற (88)
எவர்க்குந் தீங்கு புரியாத
அன்னை தந்தை தம்மையும்
அவம தித்தல் பொறுத்திடேனே

மனநி லையும் பாதித்த
மாதென் றெண்ணி யுன்பிழையை
கனத்த இதயத் துடன்கேட்டு
கோபங் கொள்ளா திருக்கின்றேன்
பின்னு முனத ரும்பெண்ணைப் (89)
பூட்டி அறையில் அடைக்கவிலை
துன்பம் பொறுத்துத் தொல்லையும்
தாங்கி யவளுக் குதவுகின்றேன்

இவ்வா றுரைத்தி ருந்திடவும்
இன்னுஞ் சினந்து சுரபாலா
நவின்றி ருப்பார் தன்நாவும்
நாணி நிற்குஞ் சொல்பலவும்
சிவந்த செல்லப் பெண்ணிற்கு (90)
சீர்கெட் டிடவும் போதையும்
தவறா தளிக்கும் பொருள்தினமும்
தந்து கெடுத்த தேனென்றார்

நிதமும் போதைப் பொருள்கொடுத்து
நிரம்ப உடலுங் கெட்டிடவும்
அதிர்ந்து பேச வறியாத
ஆத ரவற்ற சிறுபெண்ணும்
பதைத்துப் பலரும் பார்த்திருக்க (91)
பெரிதும் வெறுத்துப் பேசுகின்றாள்
இதற்கு நீயே காரணமாம்
இதுவே பேர நீதியாகும்

எனது மகளு மென்னையும்
இழிவா யெண்ணி ஒட்டாது
மனமும் மகிழ வார்த்தையும்
மொழியா திருந்த தன்மேலும்
சினந்து வெறுத்துச் சுடுசொல்லும் (92)
சொல்லி நிற்க உனையன்றி
இனிதே உலகில் வேறெவரும்
இல்லை கார ணமென்றுரைத்தார்

அடாத பழியும் சுரபாலா
அன்னை மீது சுமத்திநிற்க
அடுத்துக் கேட்டுப் பொறுமையாய்
அன்னை விடையு முடனளித்தார்
கட்டில் மீதுன் இராதையும் (93)
களித்துச் சோம்பிப் படுத்திருக்க
தடையுஞ் செய்யேன் நின்னையும்
தாங்கி யழைத்துச் சென்றிடுவாய்

அருமை நல்ல சுரபாலா
அடியே னுரைப்ப துகேட்டிடுவாய்
விரும்பி நிற்கு மிடத்திற்கு
வனிதை யாகு மிவளுடனும்
விரும்பும் பொருட்கள் எல்லாமும் (94)
வண்டி தன்னி லேற்றிநின்று
பெரிதும் மகிழ்ந்து சென்றிடென்று
புகன்றி ருப்பார் அன்னையும்

அன்னை யினிந்தப் பதிலையும்
அடுத்துக் கேட்ட திர்ந்துநின்று
பின்னுஞ் செய்வ தறியாது
பெருத்த சினமும் மிகக்கொண்டார்
என்னே உன்றன் வஞ்சனையே (95)
எங்கள் தனமு மபகரித்து
மனையை விட்ட கன்றிடவும்
மொழிந்தா யடாத வார்த்தைகள்

அரக்கக் குணமும் மிகுந்தவளே
அன்னை பேரும் பெற்றவளே
இரக்கஞ் சிறிது மில்லாமல்
ஏகச் சொல்லி விரட்டுகிறாய்
கிருக மிதனை உடன்விட்டுக் (96)
கிளம்பிச் செல்வா யெங்கேனும்
கிருக மிதிலு முனக்கெதுவும்
கிடையா தெந்த உரிமையும்

என்னே திமிரு முனக்கிருக்க
எம்மை யெங்கள் மனைவிட்டுச்
சென்று நிற்கக் கூறிடுவாய்
சொல்கேட் டதிர்ந்தேன் இராக்கதியே
மனையும் விட்டு டன்நீயும் (97)
மற்றோ டிநிற்பா யெனச்சினந்து
கனத்தக் குரலில் கத்திநின்று
கடுகச் சென்றா ரடுக்களையுள்

எரியுங் கொள்ளிக் கட்டையை
எடுத்து வந்தார் விரைந்தோடி
நெருப்புப் பற்றி யெரிந்திருக்கும்
நீண்ட நாக்குச் சுவாலையின்
பெருத்த கட்டை தனைப்பற்றி (98)
பலத்தோ டுபாய்ந்து சாரதையை
அரிக்கி ரையாக் கிநின்றிருக்கும்
ஆவே சத்தோ டடைந்துநின்றார்

கிருகத் திருந்த அனைவருமே
கண்ட திர்ச்சிக் கொண்டனரே
பெருங்கு ரலெடுத் தவர்களுமே
பதறிச் செய்வ தறியாது
இருந்து சிலைபோல் நின்றிருக்க (99)
இன்னுஞ் சிலநொ டிநேரத்தில்
சிரத்தில் கொள்ளிக் கட்டையும்
தாக்கி நிற்கப் போகிறதாம்

பித்துக் கொண்ட பெண்ணொருத்தி
பற்றி எரியுங் கட்டையால்
மதமும் பிடித்துத் தாக்கிநிற்க
மற்று யானு மிறப்பதுவும்
சதியி னிச்சை யாகிடுமோ (100)
செயலு மிதுவே சரியாமோ
இதுவே தவறென் றெண்ணிநிற்க
இக்க ணமென்னைக் காப்பீரே

கண்மு னெனது காலனுமே
கொள்ளிக் கட்டைக் கொண்டுநின்றான்
கண்ணை மூடித் திறக்கும்முன்
கட்டை யாலு மடிபட்டு
கண்ணை மூடிச் செத்தொழிவேன் (101)
காப்ப வரெவ ருமிங்கிலையோ
கணவ னாகும் பெருமானே
கடைசி முடிவோ யிதுவென்றார்

தீன மான குரலிலுமே
சார தையும் புகன்றிருக்க
வானம் மற்றும் வையகமும்
விழிவைத் திருந்துப் பதைத்திருந்து
மோன மாக இருந்திடுமோ (102)
மற்றுக் காக்க முனைந்திடுமோ
ஈனன் யானு மெவ்வாறு
எடுத்து ரைத்து விளக்கிடுவேன்

அடியு மற்ற மரம்போலும்
அன்னை பதறிச் சாய்ந்திடவும்
அடுத்தங் கிருந்த பிரமசாரி
ஆவே சத்தோ டுடன்பாய்ந்து
பிடித்தி ழுத்துக் கட்டையைப் (103)
பற்றி நின்ற தையுடனும்
மடமை குணத்து சுரபாலா
மீது நோக்கிக் காட்டிநின்றார்

வரதன் என்னும் பிரமசாரி
வீரா வேசம் மிகக்கொண்டு
விரைந்து சென்று சுரபாலா
வைத்தி ருந்த கட்டையைப்
பெருவே கத்தில் பிடுங்கிநின்று (104)
பின்ன ரதையு மவர்மீது
நெருப்புப் பற்ற வைப்பதுபோல்
நீட்டிப் பயமுங் கொடுத்துநின்றார்

பெருங்கூச் சலிட்டு சுரபாலா
பயந்து நடுங்கிப் பாய்ந்தோட
அருகி ருந்த மக்களுமே
அமைதி யடைந்து நின்றிருந்துப்
பெருமூச் சுவிட்டெ திர்வந்த (105)
பேரா பத்து விலகியதாய்
கருதி நிற்க அன்னையும்
கையூன் றிநின்றெ ழுந்தமர்ந்தார்

பதப தைத்த மர்ந்திருந்து
பெரிதும் வசமி ழந்துநின்று
பித்துப் பிடித்த பைத்தியமே
புரிய விருந்த காரியமும்
எத்த கையா னதென்பதையும் (106)
எண்ணிப் பார்க்கா மூர்க்கையே
சிதைக்க முயன்ற கரமுடலில்
தரித்து நின்றி ருந்திடுமோ

கட்டை யெடுத்து வந்தகரம்
களித்து னுடலி லிருந்திடுமோ
மடமைக் குணத்து செயல்புரிய
மன்னும் பார்த்தி ருப்பாரோ
உடனே விரைந்து தண்டனையும் (107)
உனக்க ளிக்கா திருப்பாரோ
மட்டித் தனத்து மூர்க்கையே
மொழிவா யென்று ரைத்துநின்றார்

பெரிதும் வசமும் மிகவிழந்து
புகன்று பின்னர் அன்னையும்
உரைத்து நின்ற சொற்பொருளை
உணர்ந்து துடித்துக் கதறிநிற்பார்
உரைத்த தென்ன சொற்களென (108)
ஓயா திருந்து பலமுறையும்
திரும்பத் திரும்ப கூறிநின்று
தாளா துயரி லழுதிருப்பார்

எழுந்து நடக்கத் தென்பின்றி
எவரோ தூக்கி விட்டிடவும்
அழுத வாறே அன்னையும்
அன்புக் கணவர் படம்முன்பு
தொழுது கரமுங் கூப்பிநின்று (109)
தொண்டை யடைக்க விம்மிப்பின்
விழுந்து கிடந்து வெகுநேரம்
வெகுவாய் கண்ணீர் வடித்துநின்றார்

அன்பே யென்றன் ஆருயிரே
அபரா தியாகி நிற்கின்றேன்
சென்ம மெடுத்த நாள்முதலாய்
சீவ ராசி அனைத்தையும்
அன்பு கொண்ட ரவணைத்து (110)
அதன்மே லியன்ற சேவைகள்
இனிதே புரிந்து வந்திருந்து
இயற்றி நின்றேன் துர்க்கருமம்

அறுபத் தைந்து வருடங்கள்
அன்பு மொழியே பேசிவந்து
எறும்பு முதலா முயிர்களுக்கும்
எந்தத் தீங்கு மியற்றாது
சிறுமைச் செயலுஞ் செய்யாது (111)
சினந்து சுடுசொ லுரைக்காது
பொறையி லன்பு மொழிகளையும்
புகன்றி ருந்து வாழ்ந்திருந்தேன்

எல்லோ ரிடமு மின்சொல்லும்
இதுநாள் வரையி லுரைத்துநிற்க
சொல்லத் தகாத சொல்லொன்று
சாப மாக வந்ததுவே
நல்லோ ருரைக்கா சொல்லொன்றை (112)
நாவு ரைத்து நின்றதுவே
உலகில் தாயாய் வாழ்வதற்கு
உவந்து நின்று தோல்வியுற்றேன்

எல்லோ ருக்குந் தாயாக
என்னா லிருக்க முடியுமென்று
பலரின் செயலும் பழிச்சொல்லும்
பெரிதும் பொறுத்து வாழ்ந்திருந்து
நிலத்தி லின்று மிகத்தோற்று (113)
நாணி வெட்கி நிற்கின்றேன்
தலைவா யென்றன் தாய்ப்பாசம்
சிறிது மில்லா தொழிந்ததுவே

புவியும் முழுது முமக்குரிமை
பொழிலில் தாயாய் வாழ்வதற்கு
தவறி நின்று பிழைசெய்தேன்
தரணி யிதிலு மினிமேலும்
உவந்து வாழச் சிறிதிடமும் (114)
உற்றான் நீவிர் தாராதீர்
பவப்பி ணிநீக்கிச் சதியையும்
பிரியா தழைத்துக் கொள்வீரே

மாயப் பிறப்ப றுத்துநிற்கும்
மற்றெ னன்பிற் குரியவரே
தீய குணத்துக் குரோதனுமே
சிந்தை தன்னில் புகுந்துநின்று
பேய்போ லாட்டி நின்றிருக்கப் (115)
பெருத்த பிழையும் புரிந்துநின்று
தாயாய் வாழ வறியாது
சாபங் கொடுத்து நின்றுள்ளேன்

குற்றம் புரிந்து நடுங்கிநிற்கும்
குற்ற வாளி யெனக்குடனும்
குற்றஞ் சிறிதும் பொறுக்காது
கொடுத்து நிற்பீர் தண்டனையும்
பொறையி லிதுநா ளிருத்திவைத்துப் (116)
பலருக் கெடுத்துக் காட்டாக
சிறக்க வாழக் கூறிநிற்க
செய்யத் தவறிப் பிழைபுரிந்தேன்

பாரா முகமா யிருக்காது
பரிந்து நின்று நும்முடனும்
சேர விழையு மென்னையும்
சேர்த்துக் கொள்வீர் வெகுவிரைவில்
நாரி நும்மை பலவாண்டாய் (117)
நேரில் காணா திருந்திருக்க
சோர்ந்து களைத்த யர்ந்துள்ளேன்
சிறக்கக் கொள்வீ ரென்றழுதார்

அன்னை யழுத ரற்றிநிற்க
அவரைத் தேற்ற வறியாது
கனிந்து நின்று கழிவிரக்கம்
கொண்டி ருக்கக் கண்டுநின்று
துன்பம் பெருகி அடியாரும் (118)
தைல தாரை போல்கண்ணீர்
அனேகம் பெருக்கி நின்றிருந்து
அமைதி யிழந்தி ருந்தனரே

அன்பி லூறி வாழ்ந்திடவும்
ஆவல் கொண்ட அன்னையும்
அன்பு பொழிந்து வாழ்ந்தவரை
அதிகம் முத்தி வேண்டினாரில்
இன்று தருமந் தவறியதும் (119)
இம்பர் விடுக்க உளங்கொண்டார்
கனிந்துத் தமது கணவரிடம்
கேட்டு நின்றார் விடுதலையும்

படாத பாடு படுத்திநின்ற
பரிச னத்தி ருந்துடனும்
விடுத லையுந் தந்திடவும்
வரனு முடனே மிகவிழைந்து
அடுத்து விரைவி லொப்புதலும் (120)
அளித்து நிற்க அன்னையும்
படுக்கை தன்னி வீழ்ந்திருக்கப்
பின்ன ரெழுந்தா ரில்லையாம்

அன்று படுக்கை தனில்வீழ்ந்த
அன்னை அதன்பி னெழுந்திராரே
சினந்து தாமும் வாய்தவறிச்
சாப மிட்ட செய்கையை
நினைத்த வாறு சதாகாலம் (121)
நொந்து வருந்தி நின்றிருந்தார்
அனல்போ லவரின் நல்லுடலும்
அகமுந் தகித்தி ருந்ததுவே

பிறந்த நாளும் வந்திடவும்
பெரிது மடியார் மகிழ்ந்திருக்க
சிறிதுந் தென்பி லாதாரும்
சுரமுங் கொண்டி ருந்திருக்க
அறலில் துணியை முழுக்கிப்பின் (122)
அங்கஞ் சுத்தஞ் செய்துநின்று
தற்கொண் டானுக் குடன்பூசை
திருத்தி யுற்று முடித்துநின்றார்

கட்டில் மீத மர்ந்திருந்து
கனிந்தி ரங்கிப் பத்தருக்கு
விடாது தொடர்ந்து நெடுநேரம்
வழங்கி நின்றார் தரிசனமும்
அடியார் சந்த னகுங்குமமும் (123)
அன்னை நெற்றி தனில்பெரிதாய்
இட்டு மகிழ்ந்து மாலைகள்
ஏரா ளமாகச் சாத்தினரே

பத்தர் பலரும் அன்னையின்
பாதந் தொட்டுப் பணிந்தெழுந்து
மெத்த மகிழ்ந்தி ருக்கையில்
மற்று வழக்கந் தனைவிடுத்து
பதிக்க ளித்த பிரசாதம் (124)
பத்த ருக்க ளிக்கும்முன்
முதலில் தாமு முண்டிருந்து
மிஞ்சி யதையும் பிறர்க்களித்தார்

அடியார்க் கெல்லா மன்னமிட்டு
அதன்பின் தாமு முண்பதையும்
விடாது தொடர்ந்து வழக்கமாக
வைத்தி ருந்த அன்னையும்
உடனி கழ்வான் பிரசாதம் (125)
ஒருசி றிதெடுத் துண்டதன்பின்
அடுத்துத் தொண்டர் பலருக்கும்
அளிக்கப் பத்தர் மகிழ்ந்தனரே

பலவ கையா மனுக்கிரகம்
பத்த ருக்க ளித்திருந்தும்
நிலத்தி லெவரு மிதுவரையில்
நாரி உண்ட பிரசாதம்
தலத்தி லெவரும் பெற்றதில்லை (126)
தீராக் குறையைத் தீர்த்துநின்று
மலர்ந்து நின்று பலரன்று
மகிழ்ச்சி தெரிவித் திருந்தனரே

வழக்கம் மீறி அன்னையும்
வழங்கி நின்ற கருணையைத்
தொழுது நன்றி கூறிநின்றும்
தொண்டர் திடுக்கிட் டிருந்தனரே
பொழிலி லிதுவோ இறுதியான (127)
பிறந்த நாளின் விழாவென்று
மொழிகின் றாரோ தாயென்று
மற்றுப் பயமுங் கொண்டனரே

அனல்போல் காய்ச்சல் தகித்திருக்க
ஆரம் பித்தி ருந்ததுவே
பின்னு மவரைக் காணவரும்
பத்தர் கூட்டம் பெருகியதே
இனிதே தம்மைக் காணவரும் (128)
எவரும் வருந்திச் செல்லாது
நனிசி றந்த பலன்பெறவும்
நாரி கொடுப்பார் தரிசனமும்

சிலருக் களிப்பார் தரிசனமும்
சிந்தை மகிழ்ந்து மந்திரமும்
சிலருக் களித்து மகிழ்ந்திருப்பார்
சமயங் கிடைக்க உரையாடி
நலமும் கேட்டு விசாரித்து (129)
நெகிழச் செய்தி ருந்திடுவார்
மலர்ந்து பாதம் பற்றிநிற்க
மற்று வினையு மேற்றுநிற்பார்

விரதி சார தானந்தர்
வார ணாசி தன்னிலுமே
அரும்ப ணியொன்றை யேற்றிருக்க
அன்னை நிலையு மவருக்குத்
தெரிவித் திருந்து நின்றவுடன் (130)
சிகிச்சை பெறவும் கோல்காதா
வரவேண் டுமென்று கடிதத்தில்
விரதி யனுப்பி நின்றிருந்தார்

சிகிச்சை பெறவும் கோல்காதா
தாயும் வந்தா கவேண்டுமென்றுத்
தகவ லெழுதி அனுப்பிடவும்
தாயு முடனு மொப்பிநிற்க
அகம கிழ்ந்து பரிசனமும் (131)
அவரோ டுடனு மிடம்பெயர
தகுந்த நாளைத் தேர்ந்தெடுத்து
சம்ம தித்து நின்றதுவே

இராதை நளினி யுடன்சுசீலா
இதன்பின் குணத்து சுரபாலா
பிரம சாரி வரதனுமே
பயணஞ் செய்யச் சம்மதித்து
பெரிதும் மகிழ்ந்து நன்னாளும் (132)
பனவர் மூல மறிந்ததுமே
வருகை தன்னைக் கடிதமூலம்
விவரந் தெரிவித் திருந்தனரே

செயராம் பாடி கிராமத்தில்
சிறக்கக் களித்துக் குடிகொண்ட
தெய்வம் வாழும் பலகோவில்
சென்ற டைந்து விடைபெற்றார்
பொய்கை புண்ணி யபுகூரைப் (133)
பரிவோ டுநோக்கி நீரள்ளி
நயந்து சிறிது சிரந்தன்னில்
நலம்வி ரும்பித் தெளித்துநின்றார்

படியி லேறித் திரும்புகையில்
பாசி படர்ந்த படிதன்னில்
தடுக்கி விழவுங் கிராமத்தார்
திடுக்கிட் டிருந்து சஞ்சலமாய்
விடாது கிராம தேவதையை (134)
வேண்டி நிற்பர் காப்பவர்க்கு
இடுப்பி லடியும் பட்டிருக்க
இஞ்சை பொறுத்து மனையடைந்தார்

பெருமா னுக்குப் பூசையும்
புரிந்து படத்தைத் துணிசுற்றி
அருகி ருந்த பேழையுள்
அமர்த்தி வைத்து பின்னரவர்
தரையில் விழுந்து பணிந்தெழுந்து (135)
தங்கக் கைகள் கூப்பிநின்று
வருகி றேனெ னச்சொல்லி
விடையும் பெற்றார் அன்னையும்

சிவிகை யொன்று வாயிலிலும்
தாங்கிச் செல்ல வந்துநிற்க
உவந்தென் தாயும் வீற்றிருக்கும்
ஊரில் நடந்து சென்றிடவும்
உவந்தி ருப்பே னெனக்கூறி (136)
ஊரி னெல்லை முடியுமட்டும்
துவளா திருந்து மிகமெல்ல
தாயும் நடந்து சென்றாரே

ஊரி னெல்லை வரைமக்கள்
உவந்து நடந்து பலபேசி
தீர்வு பலவுங் கூறிநின்று
தென்ப ளித்த தேவியென்றும்
நீர்நி லையும் நிரம்பிநிற்க (137)
நேர்ந்து நின்ற தேவியென்றும்
ஊரு முயிரோ டுகண்டறிந்த
உண்மைத் தெய்வம் தாயென்பர்

விரைவில் நோவுங் குணமாகி
வந்தி டுவீரே இவ்வூரும்
கருத்தா யெம்மைக் காக்கின்ற
காப்ப ளிக்குந் தெய்வமாக
இருந்து நீவிர் நெடுங்காலம் (138)
இனிதே அருளுஞ் சொரிந்திருப்பீர்
பருப்ப தியாகுந் தங்களிடம்
பணிந்து வேண்டு கிறோமென்பர்

பெருமா னிச்சைப் படியெல்லாம்
புவியில் நடந்து நின்றிடுமே
கருத்தாய் தினமும் வழிபாடு
களித்துப் புரிவீ ரெனக்கூறி
ஒருவர் விடாத னைவருக்கும் (139)
ஒப்பி லாசி வழங்கிநிற்க
கிராம யெல்லை வந்திடவும்
கண்ணீ ருடனே விடைபெற்றார்

இறுதி முறையாய் கிராமத்தை
இனிதே திரும்பிப் பார்த்திருந்து
சிறிது கண்ணீர் பெருக்குகையில்
சுவாசி னியாகும் கொழுந்தியுமே
வெற்றி லைபாக் களித்துநின்று (140)
விழுந்து வணங்கி யெழுந்திருக்க
இறுகத் தழுவித் தமதாசி
இருக்கு மென்று ரைத்துநின்றார்

பின்னர் தாமும் போர்த்திநின்ற
போர்வை யளித்துப் போர்வையும்
நினைவுச் சின்ன மாய்க்கொள்ள
நவின்றி ருக்க அருகிருந்தோர்
அனைவ ருமாற்றா தழுதிருக்க (141)
அன்னை சிவிகை தனிலேறி
சென்ம பூமி விட்டகல
சவமாய் பலரு மிருந்தனரே

சிறிது தூரஞ் சென்றிடவும்
சாந்தி நாத ராலயத்தில்
இறங்கிக் கொழுந்தி கொடுத்திருந்த
இனிப்பு முதலாம் பொருட்களையும்
இறைவ னுக்கு நிவேதித்து (142)
இருந்த ஏழைச் சிறார்களுக்கும்
மற்ற வர்க்கும் வினியோகம்
மனங்க ளித்துச் செய்திருந்தார்

இராதை வேறு சிவிகையில்
ஏறி முன்பே சென்றிடவும்
இராதைக் கென்று பிரசாதம்
இறுக்கிச் சேலை தனில்முடித்து
கருத்தாய் பயணந் தொடர்ந்திருக்க (143)
கோயல் பாரா மடமடைந்தார்
சிரம பரிகா ரமாற்றிநிற்க
சிறிது போழ்து தங்கிநின்றார்

பொருட்கள் களவு போனதாகப்
பின்ன ரறிந்து நின்றிருந்தார்
கிருகந் தன்னில் சிலபொருட்கள்
கையோ டெடுத்து வாராது
இருக்கக் கண்டு நாள்முதலாய் (144)
எல்லாந் தீக்கு றியாகவுமாய்
இருக்கி றதாக மிகவருந்தி
இயம்பி நின்றார் அன்னையும்

பின்ன னுடைய கைத்தடியும்
பிறந்த வூரில் பயன்படுத்தி
இனிதே மறந்துத் தம்முடனும்
எடுத்து வந்த தாயுரைத்து
பின்ன னிடமுஞ் சேர்ப்பிக்கப் (145)
பிரம சாரிக் குரைத்துடனும்
மனது நெகிழ்ந்து கைத்தடியை
மற்ற ளித்துப் புகன்றிடுவார்

பிரம சாரி தமைநோக்கிப்
பாசத் துடனும் புகன்றிடுவார்
விரதி சார தானந்தர்
வெகுவா யுன்னைக் கவனித்து
அருட்பார் வையும் செலுத்திடுவார் (146)
அதிக கால மாகாது
கருத்தில் கொள்வா யென்றுரைக்க
கண்ணீர் சொரிந்தார் ககனென்பார்

செயப்பூ ரென்னு மூரடைய
சிவிகை விட்டுக் கீழிறங்கி
நயந்து குடிசை தனைக்காட்டி
நவின்றி ருப்பா ரிவ்வாறு
பயணம் முன்பு செய்திங்கு (147)
பசியும் போகச் சமைத்துண்டோம்
அயர்ந்து களைத்த வுடல்போலும்
அழிந்த துகாணீ ரென்றுரைப்பார்

பின்னுஞ் சிறிது பயணித்துப்
பல்லக் கிருந்தி றங்கிநின்றார்
இனிதே மரத்தி னடிதன்னில்
இருந்த மர்ந்து போகிகளும்
தின்ப தற்குப் பொருள்வாங்கத் (148)
தந்து நின்றார் சிறிதுதனம்
அனலும் மூட்டிப் பால்காய்ச்சி
அளித்தார் சுசீலா பிள்ளைக்கு

அன்பு செலுத்தி நிற்பதுவும்
அதன்மேல் சேவை செய்வதுவும்
அன்னை யோடு டன்பிறந்த
அதிய சமான நற்குணங்கள்
அனல்போ லுடலுந் தகித்திருந்தும் (149)
அயர்ச்சி கொண்டு லுடலிருந்தும்
இனிதே சிரித்துப் பணிவிடைகள்
இறக்கும் வரையில் புரிந்திருந்தார்

அன்னை பின்னர் கோல்காதா
அடைந்து நின்றார் குழுவுடனும்
மனையாம் உத்போ தனுக்குள்ளும்
மற்று நுழைந்தி ருந்திடவும்
இனிய தோழி யோகின்மா (150)
இன்னு மருமை கோலாப்மா
அன்னை நிலையைக் கண்டிருந்து
அதிர்ச்சி யடைந்து நின்றனரே

அன்னை நிலையைக் கண்டதிர்ந்து
அரற்றிக் கதறி யிருந்தனரே
அன்னை நோயைத் தீர்த்திடவும்
ஆங்கி லமுறை மருத்துவரும்
பின்னும் ஆயுர் வேதத்தைப் (151)
பயிற்சி செய்த மருத்துவரும்
அனேக மருந்து பலவளித்தும்
அதிகங் குணமுங் கண்டனரில்

சுரமு மடித்து நின்றிருந்து
சிறிது நேரந் தனில்மீண்டும்
பெரிதும் வருத்த அதிகரித்து
பாடாய் படுத்தி நின்றிருக்கும்
கருக்கல் தன்னில் சுரங்குறைந்து (152)
கதிரோன் மறைய அதிகரிக்கும்
வருத்தி நிற்கும் தினந்தினமே
வாரக் கணக்கில் தொடர்ந்ததுவே

தினமு மிதுவே நியதியாகத்
தொடர்ந்தி ருக்க அவத்தையால்
அன்னை கொண்ட துன்பத்தை
அறிவித் திடவு மியன்றிடுமோ
அன்னை தாப சுரத்தாலும் (153)
அவத்தை கொண்டா ரென்றாலும்
அன்னை சாப சுரத்தாலும்
அவத்தை விரும்பி அவதிகொண்டார்

கொள்ளிக் கட்டை பற்றிவந்த
கொழுந்திக் கன்று வசைமொழியும்
விளம்பி நின்ற தற்காக
வெகுவாய் வருந்தித் தன்னுள்ளும்
கொள்ளி தன்னைச் செருகிநின்று (154)
கொடூர மான காய்ச்சலையும்
களித்துப் பொறுத்துப் பேரவத்தைக்
கொண்டு நின்றார் பலமாதம்

எளிமை யாக வாழ்ந்தவரும்
இயல்பாய் நட்பா யிருப்பவரும்
அள்ளிக் கொடுத்து மகிழ்பவரும்
அனேக சேவை புரிபவரும்
எளிதில் சுரத்திற் கொருதீர்வு (155)
இரண்டொ ருநாளில் சிரமமின்றி
அளக்கர் தன்னில் காண்பதுவும்
அரிய தானச் செயலில்லை

தீரா வியாதி தாக்கிநிற்கத்
தொண்டர் வந்து கதறிடவும்
பார்வை யாலுந் தீர்த்துவைத்து
பழவி னையுங் களைந்தவரும்
நேர்ந்து நிற்கத் தாபசுரம் (156)
நிமிடந் தன்னில் விலகாதோ
பாரில் தாமும் சபித்ததற்குப்
பெரிது மவத்தைப் பட்டுநின்றார்

மனித ரெவரும் அன்னைபோல்
மகித லத்தில் சேவைகள்
மனமு மொப்பிச் செய்வதற்கு
மற்றி யலாது மேலும்பின்
கனிந்து பொறுமை காப்பதுமே (157)
கொஞ்ச மேனு மியலாது
அனல்போல் காய்ச்சல் தாங்கிடவும்
அளக்கர் தன்னி லியலாதாம்

கொடுத்து நின்ற சாபத்தைக்
குறைக்க மற்றும் விலக்கிடவும்
கிடக்கை தன்னில் அன்னையால்
கொஞ்ச மேனு மியலவில்லை
எடுத்து நின்ற அவதாரம் (158)
இனிதே நிறைவு பெற்றதுமே
குட்டந் தாக்க சுரபாலா
கைவி ரற்க ளிழந்தாரே

அன்னை யிருக்கும் வரையிலுமே
அவத்தை காணார் சுரபாலா
இனிதே காத்த அன்னையும்
இகத்தை நீங்கிச் சென்றவுடன்
சின்னாள் தன்னில் தொழுநோயும் (159)
தாக்கி நிற்கக் கைவிரற்கள்
அனைத்து மிழந்து பேரவத்தை
அடைந்து வாழ்ந்து வந்திருந்தார்

இறைவி சங்கற் பத்தையும்
எவரே அறிய இயன்றிடுமே
இறைவி சங்கற் பத்தையும்
எவரே மாற்ற வியன்றிடுமே
இறைவி யம்சம் அன்னையும் (160)
இட்டு நின்ற சாபத்தை
மற்றுத் தீர்க்க வியலாது
மனமுங் குமைந்து வாழ்ந்திருந்தார்

பின்னும் அன்னை பூதலத்தைப்
பிரிந்து சென்ற சின்னாளில்
இனிய கொழுந்தி படுமவத்தை
எல்லாந் தம்மால் விளைந்ததென்று
மனமும் நெகிழ்ந்து வெகுவிரைவில் (161)
மற்றுக் கொழுந்தி தன்னையும்
இனிதே தாமும் வாழுமிடம்
இட்டுச் சென்று முத்திதந்தார்

அடியார் பலரின் பழவினையும்
அனேக பிணியுங் களைந்துநின்று
முடிவில் வீடு பேறளிக்க
மகிழ்ந்து வாக்குத் தந்துநின்ற
கிடக்கை செய்த நற்பேறால் (162)
கிடைத்து நின்ற அவதாரம்
கடைமு டிவான காலத்தில்
கடுஞ்சொற் களையுங் கூறியதே

அன்னை யாகத் தமையுணர்ந்த
அன்னை கொண்ட துயரெல்லாம்
இனிதே வார்த்தை யாலெழுத
இயன்றி டாது மிகவுறுதி
அன்னை சரிதம் படிப்பவரும் (163)
அவரின் துயரில் பங்கேற்று
கனிந்து நின்று நெக்குருக
கடனுஞ் சிறிது தீர்ந்திடுமே

பலரின் கொடிய தீவினையும்
பெரிதும் விரும்பி யேற்றிருந்து
நிலத்தில் நிறைய நோவுபெற்று
நைந்தி ருக்கப் பிள்ளைகள்
தலத்தில் கடனா ளியாகிநிற்க (164)
சிறிதும் விரும்பா திருந்துகடன்
மலர்ந்து பங்கு கொண்டடிவும்
மற்று விழைந்து நின்றாரோ

புவியில் வாழு மனைவரையும்
பிள்ளை யாகக் கருதியவர்
எவருந் தமக்குக் கடன்படவும்
இச்சிப் பாரி லணுவளவும்
தவறு தெரிந்தே புரிந்திருந்து (165)
துயரந் தன்னில் மக்களுமே
உவந்து சிறிது பங்குபெற
உலகோ ருக்கு வாய்ப்பளித்தார்

அன்னை புரிந்த பிழைக்காக
அவரின் பிள்ளை யாமெல்லாம்
இனிய சரிதம் படித்துநின்று
இரங்கிக் கண்ணீர் வடித்துநிற்க
கனிந்து மக்கள் பட்டகடன் (166)
கடுகத் திருப்பி யளித்ததாக
எடுத்துக் கொள்வார் அன்னையும்
இதுவே புனிதச் செயலாகும்

அன்னை நோய்வாய்ப் பட்டிருக்க
அறிந்து நின்று இராதையும்
கனிவி ரக்கஞ் சிறிதுமின்றிக்
குழந்தை யையும் மிகவெறுத்தார்
அன்பு பொழிந்த அத்தையும் (167)
அகிலந் தன்னி லுயிருடனும்
இனிதே இருக்கார் வெகுநாட்கள்
என்ற றிந்து நின்றிருந்தார்

துர்ப்ப லமாக இருப்பதாலும்
துர்க்கு ணங்க ளிருப்பதாலும்
வரனுந் தன்னை அன்புடனும்
வைத்து நடத்தா னென்றெண்ணி
பெரிதும் வெறுத்து நின்றிருந்து (168)
பிள்ளை யையும் மிகவெறுத்தார்
இராதை குழந்தைக் காதரவாய்
இருந்தார் சரளா தேவியுமே

பெற்ற பிள்ளை யிடம்வெறுப்பைப்
பெரிதுங் காட்டி நின்றிருக்க
குற்ற மற்ற அருஞ்சிசுவும்
கொண்டு நின்ற துநோயுடனும்
பற்றி நின்றப் பிணிதீர்க்கப் (169)
பெரிதும் முயன்ற மருத்துவரும்
குறைப லகண்டு இராதையே
கார ணமென்று ரைத்துநின்றார்

இராதை குழந்தை அருகிருக்க
இனிதே மருந்து தருவதற்கு
விரும்ப வில்லை யெனமருத்தன்
விளக்கி நிற்பார் அன்னைக்கு
இராதை செய்கை வேதனையை (170)
ஏரா ளமாகக் கொடுத்திருக்க
பெரிதுந் தோல்வி உணர்ச்சியையும்
பெற்று நின்றார் அன்னையும்

வளர்த்து நின்ற துயானுன்னை
வளர்த்தி ருக்கப் பாடுபட்டேன்
பிள்ளை பலரு மிருந்திருக்க
பாசஞ் செலுத்தி யதுன்னிடமே
அளித்து நின்றேன் விரும்பியதை (171)
அளித்தே னில்லை மற்றவர்க்கும்
கொள்ள வில்லை நற்குணமும்
கொஞ்ச மேனும் நற்பெண்ணே

துக்கந் தொண்டை தனையடைக்கத்
துவண்டு வருந்தி அன்னையும்
பக்கத் திருக்கும் இராதைக்கு
பெரிதும் வருந்தி யுரைத்திருப்பார்
சிகிச்சை செய்ய வந்தவரும் (172)
செப்பி நின்றா ருன்குறையை
மகிழ்ச்சி யிழக்குஞ் செயல்பலவும்
மற்று புரிகி றாயென்பார்

தன்னைக் காத்து நிற்பதையும்
சற்று மறியா இராதைக்கு
கனிந்து நின்று பெருமானும்
குழந்தை வரமு மளித்ததையும்
நினைத்து நிற்க மிகக்குழம்பி (173)
நிற்ப தாக உரைத்துநின்று
மனமும் நெகிழ்ந்து பெருமானின்
மனமு மறியே னென்றுரைப்பார்

அன்னை சத்தி பெற்றவராய்
அகிலந் தன்னி லிருக்கையில்
அன்னை தம்மை அகிலத்தில்
அசையா திருக்கப் பிடித்துவைக்கக்
கனத்த சத்தி இராதையும் (174)
கொண்டி ருக்க வேண்டுதுமே
அன்னை இராதை மனதையும்
அறியா திருந்த திதனாலாம்

வருடப் பிறப்பு வந்துநிற்க
வழிபா டன்று மாலையும்
கருத்தாய் முடிந்து நின்றதுவே
குழந்தை பனுவும் தீனமான
குரலி லழுது நின்றிருக்க (175)
கேட்டு நின்று இராதையும்
குரலெ டுத்து சரளாவை
கரைந்த ழைத்த வாறிருந்தார்

சரளா வையும் வரவழைப்பீர்
சட்டென் றிங்கு வந்தடைந்து
பரிந்து சிறிது பாலையும்
பச்சைக் குழந்தைக் களித்திருக்க
குரலெ டுத்த ழுதுநிற்கும் (176)
குழந்தை சமாதா னமாகிடுமே
விரைவில் தேடி சரளாவை
வரவ ழைப்பீ ரென்றுரைத்தார்

கட்டில் தன்னில் படுத்திருந்து
கொடுஞ்சு ரத்தாற் குளிருடனும்
நடுங்கி நிற்கும் அன்னையும்
நாரி இராதை குரல்கேட்டு
அடுத்து மிகவுந் தீனமாக (177)
அறிவித் திடுவார் இராதைக்கு
குடிக்கப் பாலுங் கொடுத்துநின்று
கடைக்குச் சென்ற தாயுரைத்தார்

சிறிது நேரம் முன்சரளா
சிசுவுங் குடிக்கப் பாலளித்து
கறிகாய் கொஞ்சம் வாங்கிவரக்
கடைக்குச் சென்றி ருப்பதாக
இறுத்து நிற்க இராதையும் (178)
இனிதே முடிக்க விடாதிருந்து
குற்றம் பலவுஞ் சாட்டிநின்று
கொடூர வார்த்தை உரைக்கலானார்

அடிமை யானா ரென்தாயும்
அதன்பின் யானு மடிமையாம்
நடக்க வறியா பிள்ளையும்
நுமக்க டிமையா யின்றானான்
அடிமை யாகப் பரம்பரையாய் (179)
ஆகி நின்றோம் நும்மனையில்
குடிக்கப் பாலுங் கொள்வதற்கு
கொஞ்ச மேனு முரிமையில்

பரிவோ டணைத்துப் பாசமழைப்
பொழிந்து பின்னன் பலரையும்
கருத்தாய் வளர்த்துச் சேவைகள்
களித்துப் புரிந்தார் அன்னையும்
கரித்துக் கொட்டிக் குழந்தையைக் (180)
கவனி யாதி ருக்கின்ற
இராதை இன்சொல் மொழியாது
இயம்பி நின்றார் சுடுசொல்லும்

விடாது இராதை வார்த்தையால்
வதைத்து நிற்க மிகவெறுத்து
எடுத்து ரைப்பார் அன்னையும்
என்ற னினிய நன்மகளே
சுடுசொ லுரைத்து வதைத்ததெல்லாம் (181)
சிறக்கக் கேட்டு மிகக்களைத்தேன்
எடுத்துன் பிள்ளை யுடனெங்கும்
இனிதே செல்லத் தடையில்லை

பரந்த உலகில் நற்பெண்ணே
பிள்ளை சகிதம் புறப்பட்டு
விரும்பி யவிட முமேகிநின்று
வாழ்வாங் குவாழ்ந்து நின்றிருப்பாய்
பரம சுகமும் பதியுடனும் (182)
பதினா றாகும் வளத்துடனும்
பெரிதும் மகிழ்ந்து வாழ்ந்திடென்று
புகன்றி ருப்பார் அன்னையும்

இனிதே யென்னை வெளியேற்ற
இல்லை யுரிமை நுமக்கென்றும்
இனிதே நீவிர் விரும்பிநிற்க
ஏகிச் செல்வீ ரிப்போழ்தே
நன்றா கிடுமே உலகிருந்து (183)
நீவி ரொழிந்து நிற்றலுமே
துன்பம் மற்றுந் துயரொழியும்
தொலைத்து நிற்பீ ருயிரையும்

பிள்ளை வாயை நனைத்துநிற்கப்
பாலு மில்லை யென்றுரைத்த
கள்ள மனத்தின் இராக்கதியைக்
காட்டில் சிதையில் வைத்துப்பின்
அள்ளி வாயி லரிசியையும் (184)
அனேகர் கொட்டி நின்றிருக்க
உள்ளம் மகிழ்வேன் யானென்று
உரைத்து நின்றார் இராதையும்

அடாத சொல்லும் இராதையும்
அனேக முரைத்து வதைத்துநின்றும்
சுடுசொல் பலவும் பொறுமையாய்
சிறக்கக் கேட்டு ரைத்திடுவார்
இடமும் பெயரக் கூறிநின்றாய் (185)
இதுபோல் கருணை யெவர்க்குண்டாம்
சுடுகா டென்னை அழைத்திருக்கச்
செல்ல வேண்டு மையமிலை

உலகை விட்டொ ழிந்திடவும்
உள்ளம் விழைந்து நிற்கின்றேன்
தலத்தை விட்டுச் சென்றேக
தாங்கி யாரே யுனைக்காப்பர்
நிலத்தை விட்டு சென்றதன்பின் (186)
நினது நிலையும் மிகத்தெளிவாய்
புலப்பட் டிருக்க வேதனையும்
பெரிதுங் கொண்டு வருந்துகிறேன்

இனிதே யானு மிறந்துபட
எதிர்கா லத்தைக் கண்டறிந்தேன்
உனது நிலையும் மிகத்தெளிவாய்
உணர்ந்த றிந்து வருந்துகிறேன்
நினைத்து நின்று மிகநெகிழ்ந்து (187)
நாதன் தம்மைக் கருணையும்
அனேகங் கொண்டு லகிருந்து
அழைத்துக் கொள்ள வேண்டுகிறேன்

இனிமை யில்லா உன்னுடைய
எதிர்கா லத்தைக் கண்டுநின்று
தனித்து வருந்து முனக்குதவி
சிறிதுஞ் செய்ய வியலாது
மனமுந் நொந்து பெருமானை (188)
மற்று நீவி ரிப்பெண்ணை
எனது கண்முன் கொள்வீரே
என்றி றைஞ்சி வேண்டுகிறேன்

தனியே யுன்னைத் தவிக்கவிட்டு
தலத்தி லிருந்து செல்கின்றேன்
நினைத்துன் நிலையை யெண்ணிநின்று
நிம்ம தியின்றிப் போகின்றேன்
முன்னே நீயுஞ் சென்றிருக்க (189)
மனது மமைதி கொண்டிடுமே
மன்னுங் கொண்ட சித்தத்தை
மாற்ற வியலா தெவராலும்

எனக்குப் பின்னர் நற்பெண்ணே
ஏரா ளமான இஞ்சைகள்
தனியே எதிர்கொண் டிருக்கையில்
தாங்கா திருந்து வதங்கிடுவாய்
மனது நெகிழ்ந்து பெருமானை (190)
மற்றுக் கொள்ள வேண்டிநின்றும்
மன்னின் சித்தம் வேறாக
மற்றி ருப்பா தாயுரைத்தார்

அன்னை மறைந்த ஆண்டுக்குள்
அன்பில் இராதை கணவராகும்
மன்ம தநாதர் இராதையை
மற்று விலக்கி வைத்துவிட்டு
மனமும் மகிழ்ந்து மறுமணமும் (191)
மற்றுப் புரிந்து வாழ்ந்திருக்க
இனிய துணையு மில்லாது
இராதை தனியே வாழ்ந்துவந்தார்

கருணை மிகவுங் கொண்டுநின்று
கடைசி காலம் வரைதன்னில்
விரதி சார தானந்தர்
வழங்கி நிற்பார் பணவுதவி
இராதை செயராம் பாடிதன்னில் (192)
இஞ்சை பலவு மெதிர்கொண்டு
பிராயம் நாற்ப துவரையில்
பரிதா பவாழ்க்கை வாழ்ந்திருந்தார்

அன்னை இராதை தன்னையும்
ஆத்தி ரத்தால் சபித்தாரில்
இனிய பதியும் இராதையை
இவ்வா றாக நடத்துமென்று
முன்ன மேயே அறிந்துநின்று (193)
மற்றுத் தடுக்க முயன்றுதோற்று
கனிந்து வருந்தி அறிவித்துக்
கண்ணீர் பெருக்கி நின்றிருந்தார்

சுடுசொல் கேட்டு நின்றிருந்து
சிந்தை நொந்து சாரதையும்
படுக்கைக் கருகே அமர்ந்திருக்கும்
பணிப்பெ ணொருத்திக் குரைத்திடுவார்
உடலுந் தகித்து நின்றிருக்க (194)
உள்ளம் நொந்து கொதித்துளதே
அடுத்து நீரில் விசிறிதனை
அமிழ்த்தி யெனக்கு விசிறிடென்றார்

சுற்றம் பெரிதும் வருத்திநிற்க
சுழலு முலகம் அன்னையை
மற்று மதித்துப் போற்றிநிற்க
மிகவும் வினோத செயலிதுவாம்
சிறிதும் தொய்வு காணாது (195)
சதத மிறைவன் நாமசெபம்
நிறையச் செய்து காட்டிடவும்
நிகழ்ந்த திதுவே அவதாரம்

பலவி தமான உபாதையும்
பெரிதும் வருத்தி நின்றிருந்தும்
மலர்ந்தி ருந்தி றைநாமம்
மொழிந்தி ருக்க முடியுமென்றும்
உலகோ ருக்கு ரைத்திடவும் (196)
உவந்து பிறந்த அவதாரம்
தொல்லை யேற்று நின்றிருந்து
சிறக்க வாழ்ந்து காட்டியதே

அன்பும் பற்றுங் குறைந்தபின்னே
அகிலந் தன்னை விடவியலும்
பின்பு மினிய அவதாரம்
பிரிந்து செல்ல வேண்டுதுமே
இனிய வுலகில் நிரந்தரமாய் (197)
எதுவு மில்லை யாதலினால்
அன்னை அலுப்புக் கொண்டிருந்து
அவாவி நின்றார் புறப்படவும்

பிரப லமான வைத்தியராம்
பிராண தனபோ சென்பவராம்
மருத்த னிவரை மடத்தாரும்
மற்ற ழைத்து நோய்தீர்க்க
உரைத்து நிற்க அதன்படியும் (198)
ஒப்பி வந்து மருந்தளிப்பார்
பெரிய தொகையுங் கேட்டுநிற்க
பணமு மளிப்பர் மடத்தாரும்

நோயுந் தீர்க்க வருபவரை
நெகிழச் செய்வார் அன்னையும்
தாயும் மருத்த னனைவருக்கும்
தினமும் நிறையப் பிரசாதம்
சேயால் மகிழ்ந்த தன்தாயும் (199)
சிறக்க ஊட்டி நிற்பதுபோல்
தூய வுள்ளத் துடனளிக்கத்
திகைத்துப் பெறுவர் மருத்துவரும்

கிறித்த வரான மருத்துவரும்
கணக்காய் பணமும் கொண்டிடுவார்
பிறகு நல்லார் அன்னையின்
பாசந் தன்னி லுருகிநின்று
மற்றுப் பணமும் பெற்றிடாது (200)
மகிழ்ந்து வண்டி யமர்த்திநின்று
சிறிதும் பணமுங் கொள்ளாது
சேவை செய்து மகிழ்ந்திடுவார்

காய்ச்சல் தணியா திருந்திருக்க
கோடைக் காலம் வந்ததுவே
தாயு மனலால் மிகதகித்துத்
தாங்கா திருந்து கதறிடுவார்
தூய கங்கைக் கரைதன்னில் (201)
தூக்கிச் சென்று கிடத்திநிற்க
காய்ந்து வருத்துங் கோடையின்
கடுமை சிறிது குறையுமென்பார்

அன்னை நிலையு மவத்தையும்
அகத்தில் கொண்டு பத்தரையும்
அன்னை யிடமும் வந்துநிற்க
அனும தியாரே மடத்தாரும்
பின்னுஞ் சிலரு மெவ்வாறோ (202)
பக்கம் வந்து நின்றிருக்க
கனிந்து குசலங் கேட்டறிந்து
கூறி நிற்பா ரறிவுரையும்

சிறிது நினைவி ழந்துநிற்க
சிலரும் காண வந்ததாக
பிறகு தொண்டர் கூறிடவும்
பத்தர் பெயரும் விவரங்கள்
அறிந்து நின்ற வர்களுக்கு (203)
அனேக ஆசி வழங்கியதாய்
மறவா துரைக்க அன்னையும்
மொழிந்தி ருப்பார் தொண்டரிடம்

இறுதி நாட்க ளென்பதாலும்
இனிதே நிறைய நல்வினையும்
பெறுவோ மென்றுப் பலரெண்ணி
பரிந்து சேவை புரிந்திடவும்
நிறைய பத்தர் முன்வரவும் (204)
நாரி அன்பா லவர்களிடம்
மறவே னன்பை யென்றுரைத்து
மற்றுத் தடுத்து மறுத்திடுவார்

சேவை செய்யப் பிறந்தவரும்
சேவை யேற்று நிற்பாரோ
தேவை யென்றா லறிவிக்க
தெரிவிப் பேனென் றுரைத்துநின்று
தேவை யில்லா சேவையும் (205)
சிறக்க மறுப்பார் அன்னையும்
ஆவுந் தனது மடியிருந்து
அருந்தி நிற்கும் வழக்கமுண்டோ

நிரம்பாத் தூக்கங் கொண்டிருக்க
நல்லா ரொருவர் விசிறுவதைக்
கருத்தா யிருந்து கவனித்து
கூறி நின்றார் நிறுத்திடவும்
சிரமெ துவுமு மிலையென்று (206)
செப்பித் தொண்ட ரிருந்திடவும்
விரைந்து நயனம் மூடிநிற்க
வெகுவாய் மகிழ்ந்தார் தொண்டருமே

இதமா னகாற்றில் அன்னையும்
இனிதே உறங்கி நின்றதாக
மெத்த மகிழ்ந்து தொண்டருமே
மற்றி ருக்க வுடன்விழித்து
பத்த ருக்கு ரைத்திருப்பார் (207)
பெரிதும் வலிக்கு மெனநினைக்க
நித்தி ரையுங் கலைவதாக
நவின்று நிறுத்தக் கூறிடுவார்

அடியார் சிரமந் தனையெண்ணி
அமைதி யாக உறங்கிடவும்
முடியா திருப்ப தாகவுமே
மற்று ரைத்து நின்றிருக்க
உடனே தொண்டர் விசிறியையும் (208)
ஓர மாக வைத்திடவும்
அடுத்து மிகவும் நிம்மதியாய்
அன்னை உறங்கி நின்றிருந்தார்

இலாட்டு நாமந் தரித்தவரும்
இனிய பத்த ராகிடுவார்
தலமாம் வார ணாசியிலும்
தங்கிச் சேவைப் புரிந்திருக்க
நலமுங் குன்றிப் பெருமானை (209)
நினைத்த வாறு யிர்துறந்தார்
பலமு மிழந்த அன்னையும்
புலம்பி யழுதார் செய்திகேட்டு

பெருமா னடியார் பலராமின்
பிள்ளை இராம கிருட்டிணரும்
பெருமான் திருவ டிதன்னையும்
பற்றிச் சேர்ந்து நின்றிடவும்
இருந்த பலமும் பெரிதாக (210)
இழந்து நின்று கதறிநிற்பார்
வரத னென்னும் பின்னனுமே
விண்ணு லகமு மேகிநின்றார்

அருமை யான மூவரையும்
அன்னை யிழந்து நின்றதுமே
பெரிதும் வாழ்க்கை மிகவெறுத்துப்
பெருமா னிடமு மொன்றிடவே
கருதி நின்று வாழ்க்கையில் (211)
கொண்டா ரில்லைப் பற்றெதுவும்
விரைவில் தாமு முலகையும்
விட்டு நிற்க அவாவிநின்றார்

பலராம் போசின் பிள்ளையும்
பின்னு மினிய இலாட்டுவுமே
உலகை விட்டுச் சென்றிடவும்
உரக்கக் கதறி நின்றவரும்
செல்ல மாக வளர்த்துநின்ற (212)
சிறிய தம்பி வரதனுமே
நலமுங் குன்றி யிருக்கையில்
நிலைமை கேட்ட றிந்துவந்தார்

சுரமுங் கொண்ட பின்னவனின்
சுகமுங் கேட்ட றிந்தவரும்
ஒருநா ளருகி லிருப்பவர்க்கு
உரைத்து நின்றா ரிவ்வாறு
வரதன் சற்று நேரம்முன் (213)
வந்து தூணில் சாய்ந்திருந்து
கருத்தா யென்னை நோக்கிநிற்கக்
கண்டு வியந்து நின்றிருந்தேன்

செயராம் பாடி கிராமத்தில்
சிறிய பின்னன் வரதனுமே
உயிரை விட்டுச் சென்றதாக
உள்ளஞ் சொல்லி நிற்கிறது
மெய்யும் பொய்யும் நன்றாக (214)
மொழிவீ ரென்று கேட்டிருக்க
தயங்கி மறைத்து வைத்திருந்த
சேதி தெரிவித் திருந்தனரே

பிரம சாரி கோபேசை
பரிவோ டுநோக்கி அன்னையும்
வரதன் இன்று மறைந்தசெய்தி
விவரங் களையு மறிவாயோ
உரைப்பா யென்று கேட்டிருக்க (215)
ஒன்றும் புரியா தவர்விழிக்க
உரைப்பார் அன்னை வரதனுமே
ஒப்பில் புதியின் தகப்பனென்றார்

அருமைத் தம்பி யிறந்ததையும்
அன்னை யெளிதாய் குறிப்பிடவும்
தெரியா திருந்தார் கோபேசும்
தெளிவா யுரைக்கக் கேட்டவுடன்
தெரிந்து நின்றார் அன்னையின் (216)
திடமும் மற்று முறுதியுமே
பரிவு காட்டும் அன்னையின்
பாசங் குறையக் கண்டுநின்றார்

சரீர மிதனால் செயவேண்டும்
செயல்கள் பலவும் பெருமானும்
விரும்பி யவாற னைத்தையும்
விரிவாய் செய்து முடித்துநின்றேன்
வரனும் விரும்பி யவாறுபல (217)
விவர மாக வழிகாட்டி
நிரம்பச் செய்து காட்டிநின்று
நிறைந்த மனமுங் கொண்டுள்ளேன்

வரனுந் தாமும் விரும்பியதை
வையந் தன்னி லாற்றிடவும்
இருத்தி வைத்த துண்மையாம்
இதற்கென் றவரும் தளைபலவால்
சுருக்குப் போட்டுப் பிணைத்திருந்து (218)
செய்யச் செய்தார் பலகருமம்
விரும்பி யவாற னைத்தையும்
விவர மாக முடித்துநின்றேன்

செய்யக் கொடுத்த கருமமெல்லாம்
செய்து முடித்தே னொருவழியாய்
செய்யக் கொடுத்த கருமமெல்லாம்
செய்து காட்டி நின்றுள்ளேன்
செயலும் முடியப் பெருமானைச் (219)
சேர்ந்து நிற்க விழைகின்றேன்
மயங்கிக் களைத்த சதியானும்
மன்னோ டுசேர விழைகிறது

தளையா லவரும் பிணைத்திருக்கத்
தட்டா தவரு முரைத்தவற்றைக்
களித்துப் புரிந்து குவலயத்தில்
காட்டா கவாழ்ந்து முடித்தவுடன்
களைத்துச் சோர்ந்து கணவனையும் (220)
கண்டு சேரத் துடிக்கின்றேன்
துளியு மிங்கு வாழ்ந்திருக்கத்
தென்பு மிச்சை யிலையென்றார்

பற்று விடுக்க கௌரிமாவாம்
பத்தை மற்றும் பலரையும்
சிறிது மருகே வருவதற்கு
சற்றுந் தாரா ரனுமதியும்
கற்றா வென்று பத்தருக்குக் (221)
கருணை காட்டி நின்றிருந்து
முற்றும் பற்று விட்டிருந்து
மன்னின் நினைப்பி லாழ்ந்திருந்தார்

பற்றைப் பற்றி நின்றிருக்கப்
பற்றும் பற்றிப் பிணைத்திருக்கும்
பற்றை விடவும் நினைத்திருந்து
பற்றி நின்ற உறவையும்
முற்றுந் துறக்க அன்னையும் (222)
முடிவெ டுத்து நின்றிருந்து
பற்றுத் தம்மைப் பற்றாது
பெரிதுங் காத்து நின்றிருந்தார்

இராதை தன்னை அன்னையும்
　　இனிதே அழைத்துக் கூறிநின்றார்
கிராமத் திற்கு டன்சென்று
　　கிருகந் தன்னில் வாழென்று
உரைத்து நிற்கக் கேட்டவுடன் (223)
　　ஓடிச் சென்று சரளாவும்
உரைத்த செய்தி பலருக்கும்
　　உடனே தெரிவித் திருந்துநின்றார்

அன்னை தோழி யோகின்மா
　　அதுகேட் டதிர்ந்து விரைந்துவந்து
மனதில் பற்றை நீக்கிநிற்க
　　மற்று யாங்கள் செல்வதெங்கே
இன்னுஞ் சிறிது காலமிங்கு (224)
　　இராதை யிருக்க அவர்துணையால்
நன்மை பயக்கு மென்றறைய
　　நிறுத்தக் கூறி பதிலுரைப்பார்

அடியார் பலரும் வந்தவண்ணம்
　　அகிலந் தன்னி லிருந்திடுவர்
அடியார்க் கருளி நின்றிருக்க
　　ஆஞ்ச நேயன் போல்யானும்
கிடக்கை தன்னில் நிரந்தரமாய் (225)
　　காலம் முழுக்க வாழ்வதுவும்
முடியா செயலா மறிவீரே
　　மற்றென் முடிவு மிகவுறுதி

ஆற்ற வேண்டுங் கருமமெல்லாம்
　　ஆற்றி முடித்தேன் செவ்வையாய்
ஆற்றி நிற்க வொருசிறிதும்
　　ஆற்ற லில்லை யென்னிடமும்
மாற்றம் விழைந்து யானுடனும் (226)
　　மற்றென் பதியைச் சேரவேண்டும்
தோற்று நின்ற துபாசமுமே
　　தொல்லை பலவு மொழிந்ததென்றார்

இராதை குழந்தை தவழ்ந்துவந்து
　　இறுகப் பற்றி ஏறிடவும்
பெரிதும் முயன்றி ருக்கையில்
　　பற்று விட்டு நின்றிருக்க
விரய மாகு முன்முயற்சி (227)
　　வேறெங் கேனுஞ் செல்லென்று
உரைத்து நின்றார் பனுவிடமும்
　　உண்மைத் துறவி அன்னையும்

அருகி ருந்த சரளாவை
　　அழைத்து நின்று குழந்தையை
விரைந்து கொண்டு சென்றிருக்க
　　வாய்மொ ழிந்தி ருந்திடுவார்
பரிவுங் கருணைப் பாசத்தைப் (228)
　　பற்றி யிருந்த அன்னையும்
விரக்தி அடைந்து பற்றொழித்து
　　வரனை அடைய விழைந்திருந்தார்

நளினி மற்றும் சுசீலாவை
　　நேரந் தாம திக்காது
வளமும் மிகுந்த கிராமத்தில்
　　வசித்தி ருக்க அனுப்பிடவும்
களித்து சார தானந்தர் (229)
　　கருதி நிற்குஞ் சமயத்தில்
நளினி அவரைச் சந்தித்து
　　நவின்றி ருப்பார் கருத்தையும்

வசித்து நாங்க ளிருப்பதையும்
　　விரும்ப வில்லை யாதலினால்
இசைந்து நின்று நாங்களுமே
　　ஏகி நிற்க வேண்டுதுமே
கசிந்து கருணை காட்டிநின்று (230)
　　கொடுத்து நின்றார் பேரன்பு
நசிவு கொண்ட அத்தையும்
　　நீங்கச் சொல்லி நிற்கின்றார்

செயராம் பாடி சென்றிடவும்
செப்பி நின்ற படியாங்கள்
பயணம் செய்ய விழைந்திருந்தும்
பெரிது மச்சங் கொண்டுள்ளோம்
உயிரும் நீங்குஞ் சமயத்தில் (231)
உதவி யேதும் புரியாத
கயமைக் குணத்துப் பெண்களென
கரித்து ரைப்ப ரூராரும்

அத்தை யிடமும் வளர்ந்துநின்று
அனேக உதவி பெற்றிருந்து
சததம் நிழலா யருகிருந்து
சிறப்பு பலவும் பெற்றவரும்
உதவி பலவு முன்னாமல் (232)
உயிரும் நீங்கும் நேரத்தில்
உதறித் தள்ளி வந்ததாக
ஊரா ருரைப்ப யென்றிறுத்தார்

விரதி சார தானந்தர்
விளக்கி நிற்பார் அன்னைக்கு
சரியென் றொப்பி அன்னையும்
தங்கி நிற்க அனுமதியும்
பரிந்து வழங்கி சரத்திடமும் (233)
புகன்றி ருப்பா ரிவ்வாறு
நெருங்கி வாரா திருந்திருக்க
நன்கு கவனஞ் செலுத்தென்றார்

பின்னர் அன்னை சரத்திற்குப்
பரிவோ டுரைப்பார் மிகநெகிழ்ந்து
அனைவ ரையு முன்னிடமும்
அன்போ டொப்ப டைத்திருந்து
கனத்த மனத்தோ டுசெல்வதாகக் (234)
கூறி நிற்க சரத்துடனும்
அன்னை பாதம் பற்றிநின்று
அடுத்து விடாத ழுதுதிருந்தார்

பின்ன ரொருநாள் அன்னையும்
புகன்றி ருப்பார் சரத்திடமும்
அன்ன முண்ணத் தொல்லையும்
அனேக மளித்து சரளாவும்
அனலின் நிலையை அறிவதற்கு (235)
அடுத்துக் குச்சி செருகிநின்று
சினமுங் கொள்ளச் செய்வதையும்
தடுத்து நிறுத்தென் றுரைத்திடுவார்

தடுத்து நிறுத்தி சரளாவை
தொல்லை செய்யா திருந்திடவும்
உடனே வுரைத்து நின்றிருந்து
உபத்தி ரவமும் குறைப்பதாக
எடுத்து ரைத்து சரத்துடனும் (236)
எனது கரத்தால் சிறிதுபாலும்
கொடுத்தி டவாவென் றன்புடனும்
கேட்டு நின்றார் விரதியுமே

சரளா இனிமேல் தொல்லையும்
செய்யா திருவெ னக்கூறி
அருமைப் பிள்ளா யுன்கரத்தால்
அளிப்பாய் நான்கு சொட்டுப்பால்
அருந்தி மகிழ்வே னென்றுரைக்க (237)
அளித்தார் பாலும் சரத்துடனும்
பருகி நின்று சரளாவை
பார்த்துப் புகல்வார் அன்னையும்

என்ற னருமைப் பிள்ளையும்
இனிமை யாகப் பேசுகிறான்
கனிந்து கூறுஞ் சொல்வன்மைக்
கண்டு மிகவும் மகிழ்கின்றேன்
இனிதே நீயும் சரத்தைப்போல் (238)
இருக்க நன்மை விளையுமென்று
மனது நெகிழ்ந்து சாரதையும்
மற்றுப் புகழ்ந்து ரைத்திடுவார்

இரவு நீண்ட நேரமாக
இஞ்சை யென்னா லாகியதே
அருமைப் பிள்ளா யுடன்சென்று
அயர்ச்சி தீர உறங்கிடென்று
சரத்திற் குடனும் விடைதரவும் (239)
சார தையை பணிந்தெழுந்து
விரதி வெளியே மிகமகிழ்ந்து
விடையும் பெற்று நீங்கிநின்றார்

அன்னைக் கென்றுந் தன்கரத்தால்
அளித்த தில்லை யெதுவுமென்று
மனது வருந்தி நிற்பவரின்
மனக்கு றையைக் கண்டறிந்து
சன்னி யாசி மகிழ்ந்திருக்க (240)
சார தையும் நிறைவேற்ற
கனிந்து நெகிழ்ந்து விரதியுமே
கரமுங் கூப்பி விடைபெற்றார்

அன்னை அதிருத் திகொண்டதாக
அறிந்து நின்று சரளாவும்
அன்னை முன்னம் வாராது
அகன்றி ருந்தா ரிரண்டுதினம்
நினைவு வரவும் சரளாவை (241)
நெகிழ்ந்து நின்று வரவழைத்து
மனதி லெதையுங் கொள்ளாது
மற்றி ருக்கக் கூறிநின்றார்

சொற்கள் வதைத்து நின்றிருக்கின்
சிந்தை தன்னில் கொள்ளாது
முற்றும் விலக்கி நின்றிருக்க
மொழிந்து நின்று சரளாவை
இறுக அணைத்துத் தமதன்பை (242)
இனிதே தெரியப் படுத்திடவும்
நிறைய மகிழ்ந்து சரளாவும்
நீண்ட நேர மழுதிருந்தார்

உடலும் வீக்கங் கொண்டிருக்க
உள்ளம் பதறி நின்றனரே
நடுங்கித் தொண்டர் நாமசெபம்
நிறையச் செய்து வந்தனரே
படப டத்துப் பலரிருக்கப் (243)
பத்தை அன்ன பூரணியும்
படியி லமர்ந்து சாரதையை
பார்த்த வாறி ருந்துநின்றார்

அன்னை யருகி லவரையும்
அழைத்தி ருக்க அவருடனும்
சென்று சென்னி தாழ்த்திருந்து
சிந்தி நின்றார் கண்ணீரும்
தனியே யெம்மைத் தவிக்கவிட்டுத் (244)
தற்கொண் டானி னிடமடைந்து
நின்றி டுவீரா யெனக்கேட்டு
நிரம்ப அழுத வாறிருந்தார்

மிருது வான குரல்தன்னில்
மொழிய லானார் அன்னையும்
பெருமான் தம்மைச் சரணடைந்த
பின்னு மச்சங் கொள்வாரோ
நிரம்பப் பொறுமை கொண்டிருந்து (245)
நல்ல மனத்தால் பிறர்குறையும்
இருத்தி நிற்கா துவாழ்ந்திருக்க
இம்ப ருனக்கு ரித்தாகும்

தத்தந் தவற்றைக் கண்டறிந்து
தவற்றைத் திருத்தி நின்றிருக்க
சித்தந் தெளிவ டைந்திடுமே
சிறிதும் பிழையும் பின்புரியோம்
நிதமும் பயிற்சி செய்திருக்க (246)
நம்மா லுலகை வசப்படுத்த
பதமா யியலும் பலரையும்
பெறலா மென்று ரைத்திடுவார்

வாழ்ந்து காட்டி நின்றதையும்
வார்த்தை யாலும் விளக்கிநிற்பார்
வாழ்க்கை முடியுந் தறுவாயில்
விவரித் திருந்தா ரெளிதாக
சூழ்ந்தி ருந்தோ ரிறுதியான (247)
சிறப்பு பதேசங் கேட்டனரே
ஆழ்ந்த துயிலு மதன்பின்னர்
அன்னை கொண்டி ருந்தாரே

சரளா கங்கை நீரையும்
தினமுந் தந்து நின்றிருப்பார்
வருடம் இரௌத்தி ரியாகிடுமே
வளர்பி றைசட் டிசெவ்வாயாம்
அர்த்த சாம நேரத்தில் (248)
ஆழ்ந்த சுவாச மெடுத்துநின்று
பெருமா னுடனும் அன்னையும்
பிரிவி லாது சேர்ந்துநின்றார்

அன்னை உயிரும் விட்டிருக்க
அதிச யமாறு தல்களுமே
அன்னை வுடலில் நிகழ்ந்தனவே
அனேக சுருக்கம் நீங்கிநிற்க
பின்னும் கண்ணின் பிதுக்கங்கள் (249)
போயொ ழிந்து முகமுடனும்
இனிதே பொலிவு கொண்டிருக்க
இனிமை திகழ்ந்தி ருந்ததுவே

மித்தி ரனுமு தித்தவுடன்
மற்று பேலூர் மடத்திற்கு
பத்தர் அன்னை உடலையும்
பரமன் நாம முரைத்துநின்று
பதமும் மெல்ல வைத்தவாறு (250)
பரிவோ டெடுத்துக் கொண்டுசென்று
நதிநீ ரெடுத்து நீராட்டி
நறும ணமாலை சாத்தினரே

புனித கங்கை நீரெடுத்துப்
பரிந்து நீராட் டிநின்றிருந்து
பின்னர் புதிய சீரையும்
பரிவோ டுடுத்தி சந்தனமும்
இனிதே தடவி மலர்மாலை (251)
இட்டு நின்று குங்குமமும்
அன்னை நெற்றி தனிலிட்டு
அலங்க ரித்து நின்றனரே

அன்னை உடலைத் தொண்டருமே
ஆற்றங் கரைக்குக் கொண்டுசெல
முனைந்தி ருக்கச் செய்திகேட்டு
மக்கள் வெள்ளந் திரண்டதுவே
இனிய இராம நாமத்தை (252)
இயம்பி யவாறு சீடர்கள்
கனிந்து நின்று நெக்குருகி
கண்ணீர் பெருக்கி நின்றனரே

பின்னர் அன்னை உடலையும்
புனித கங்கை கரைதன்னில்
இனிதே யெடுத்துச் சென்றனரே
இராம நாம முரைத்தபடி
அனேகர் தொடர்ந்து பின்வரவும் (253)
அதன்பி னுடலைச் சிதைமேலும்
இனிதே வைத்துத் தீமூட்ட
இருண்டு வானங் கறுத்ததுவே

சிறந்த சந்த னக்கட்டை
தருவித் ததனால் சிதைசெய்து
இறைவி உடலை எடுத்துவைத்து
இதன்பின் தழலா லெரிமூட்டி
மறையோர் மந்தி ரங்களையும் (254)
மொழிந்தி ருக்கும் நேரத்தில்
மற்று வான மிருண்டிருந்து
மழையும் பெய்யத் துவங்கியது

கனத்த மழையும் மறுகரையில்
கொட்டி யவாறி ருந்திருக்க
கனத்த மனத்தோ டுபத்தருமே
கவலை கொண்டு நின்றிருக்க
கனன்று தீயு மெரிந்திருக்க (255)
கவ்வி நின்ற திருளங்கு
கனலி அடங்கக் கங்கைநீர்
கனல்மேல் தெளித்தார் விரதியுமே

கட்டை யெரிந்த டங்கிடவும்
கமண்ட லத்தில் கங்கைநீர்
எடுத்து சார தானந்தர்
இருந்த சாம்பற் குவியலிலும்
கொட்டித் தெளித்து நின்றிருக்க (256)
கண்ணீர் பெருக்கி வருணனுமே
அடுத்துத் தனது வருத்தத்தை
அங்கு மழையாய் பெய்துநின்றான்

மறைந்து நின்ற துபூதவுடல்
மகிழ்ந்து நின்றுப் பேரன்பு
நிறையப் பொழிந்த அன்னையும்
நிலத்தை விட்டுச் சென்றாரா
மற்றுப் பிள்ளை பலரையும் (257)
மறந்து விட்டுச் செல்வதெங்கு
மறைவா யிருந்து சாரதையும்
மற்றுக் காத்து வருகின்றார்

அடியார் சிலரு மழுதிருக்க
அன்பு சுபோதா னந்தருமே
எடுத்து ரைத்தார் சிறப்பாக
இதுநாள் வரையும் அன்னையும்
உடம்பொன் றிலுமே வாழ்ந்தபின்னர் (258)
உள்ளா ரனைவ ருள்ளத்தில்
அடியா ருருகி அழைத்திடவும்
அன்னை கனிந்து வந்திடுவார்

அன்னை யெங்குஞ் செல்லவில்லை
அவரால் பிரிய வியலாது
கனிந்து பத்த ரழைத்திடவும்
கடுக விரைந்து வந்துநிற்பார்
அன்னை யென்றா லன்பாகும் (259)
அன்பி லையே லேதுலகு
மனது நிறைந்து கனிந்தழைக்க
மகிழ்ந்து வருவா ரென்றுரைத்தார்

படிப்பதினால் விளையும் நற்பயன்கள்

அன்னை வாழ்வி லன்பின்றி
அடுத்து வேறே துமில்லையாம்
அன்னை சேவை செய்திருந்து
அனைவ ரையுங் கவர்ந்திருந்தார்
அன்னை பணிவிற் கிலக்கணமாம் (1)
அன்னை யென்றால் பணிவன்பாம்
அன்னை தம்மைப் பின்பற்ற
அடைவோம் நன்மை சதாகாலம்

கடிந்து ரைத்த நாளில்லை
கயமைக் குணமு மேதுமில்லை
கொடுமை புரிந்த செயலில்லை
கெடுதல் செய்து நின்றவர்க்கும்
கெடுதல் புரியா நற்குணத்தார் (2)
கொடுத்த ளிக்குங் கொடைவள்ளல்
படுத்தி நின்றும் சுற்றத்தைப்
பெரிதும் காத்து நின்றவராம்

சேவை செய்து வாழ்ந்தவராம்
சேவைக் கூலி கேட்டாரில்
ஆவுங் கன்றின் தேவையை
அறிந்து பாலு மளிப்பதேபோல்
தேவை யறிந்து டன்சென்று (3)
திறமை யாக உதவிடுவார்
தேவி யிவரே நமதன்னை
சேவித் திருப்போம் சதாகாலம்

விதிமு றைக ளனுசரித்து
விமரி சையாய் வழிபாடு
மதர்த்து செய்யத் தேவையில்
மனது தூய்மை யாயிருந்து
சதத மவரை நினைத்திருந்து (4)
தாங்கிக் காக்க அழைத்திருக்க
பதமும் வேக மாகவைத்து
புரிந்து நிற்பா ருதவிகளும்

பதியும் பூசை புரிந்துநின்ற
பெருமை யிவருக் குரித்தாகும்
பதியும் புரிந்த தவப்பலனைப்
பெற்ற பெருமை உடைத்தவராம்
மதித்துப் பதியின் விருப்பமெலாம் (5)
மகிழ்ந்து நிறைவேற் றிநின்றவராம்
பதியு மிவரை ஒருமையில்
புகன்ற ழைத்த தில்லையாம்

கொள்ளை யருக்குக் காளியாகக்
காட்சி யளித்த தேவியாகும்
கொள்ளை யன்பை அடியார்மேல்
காட்டி நின்ற மாதிவராம்
பிள்ளை யென்று சகலரையும் (6)
பாவித் திருந்த தாயவராம்
கள்ளங் கபடு சூதுவாது
கவ்வா திருந்து வாழ்ந்தவராம்

குற்றங் கண்டு நின்றவரில்
குற்றம் பலவும் நிறையாக
மற்றுக் கண்டு நின்றவராம்
மனதி லிரக்கம் மிகுந்தவராம்
புறமுங் கூறி நின்றதிலைப் (7)
பொய்யும் பேசா நற்குணத்தார்
பற்று மிகுந்து பலரையும்
பரிந்து காத்து வந்தவராம்

அதிர்ந்து பேசா நற்குணத்தார்
அபலை யர்க்கு முதவிடுவார்
பதியும் புரிந்த தவத்திற்கு
பக்க பலமா யிருந்தவராம்
பதிக்குச் சேவை புரிந்தவராம் (8)
பதியின் மனதை அனுசரித்த
மதியூ கியாவார் அன்னையும்
மகதி யம்ச மிவராவார்

இரக்க குணமுங் கொண்டவராம்
எளிமை யாக வாழ்ந்தவராம்
கருணை கொண்டு குடும்பத்தைக்
கட்டிக் காத்து நின்றவராம்
வரவுக் கேற்ற செலவுசெய்து (9)
வாழ்ந்து காட்டி நின்றவராம்
பெருமை பெற்ற திந்நாடு
பிறந்து வாழ்ந்து நின்றதாலும்

அன்னை சரிதம் படிப்பவர்க்கு
அனேக மருளி நிற்பதற்கும்
அன்னை உரைத்த படிவாழும்
அடியா ரெல்லாம் பெற்றிடவும்
அன்னை தம்மைத் தியானிக்கும் (10)
அடியார்க் கருள வேண்டுமென்றும்
அன்னை யிடமும் பிரார்த்தித்து
அனேகம் துதித்து வேண்டுகிறோம்